ವಿಶ್ವಕಥಾಕೋಶ

ಸಂಪುಟ - ೬

ಪ್ರಧಾನ ಸಂಪಾದಕ

ನಿರಂಜನ

ವಿಚಿತ್ರ ಕಕ್ಷಿದಾರ

ಇಂಗ್ಲೆಂಡಿನ ಕಥೆಗಳು

ಅನುವಾದ

ಎನ್. ಎಸ್. ರಾಮಚಂದ್ರಯ್ಯ

ಎಸ್. ಆರ್. ಭಟ್

ನವಕರ್ನಾಟಕ ಪ್ರಕಾಶನ

VICHITRA KAKSHIDAARA (Kannada)
An anthology of short stories from England being the sixth volume of Vishwa Kathaa Kosha, a treasury of world's great short stories in 25 volumes in Kannada. Translated by N. S. Ramachandraiah and S. R. Bhat. Editor-in-Chief : Niranjana. Editors : S. R. Bhat, C. R. Krishna Rao, C. Sitaram. Secretary : R. S. Rajaram.

Fourth Print : 2021 Pages : 200 Price : ₹ 125
Paper : 70 gsm Maplitho 18.6 Kg (1/8 Demy Size)

ಮೊದಲನೇ ಮುದ್ರಣ : 1980
ಮರುಮುದ್ರಣಗಳು : 2011, 2012
ನಾಲ್ಕನೇ ಮುದ್ರಣ : 2021

ಪ್ರಧಾನ ಸಂಪಾದಕ : ನಿರಂಜನ
ಸಂಪಾದಕರು : ಎಸ್. ಆರ್. ಭಟ್, ಸಿ. ಆರ್. ಕೃಷ್ಣರಾವ್, ಸಿ. ಸೀತಾರಾಮ್
ಕಾರ್ಯದರ್ಶಿ : ಆರ್. ಎಸ್. ರಾಜಾರಾಮ್
ಕಲಾ ಸಲಹೆಗಾರರು : ಎಸ್. ರಮೇಶ್, ಕಮಲೇಶ್, ಅಮಿತ್

ಕೃತಿಸ್ವಾಮ್ಯ : ಆಯಾ ಕಥೆಗಳ ಲೇಖಕರದ್ದು / ಲೇಖಕರ ವಾರಸುದಾರರದ್ದು

ಬೆಲೆ : ₹ 125

ಮುಖಚಿತ್ರ : ಜಿ. ಎಂ. ಎಸ್. ಮಣಿ

ಪ್ರಕಾಶಕರು
ನವಕರ್ನಾಟಕ ಪಬ್ಲಿಕೇಷನ್ಸ್ ಪ್ರೈವೆಟ್ ಲಿಮಿಟೆಡ್
ಎಂಬೆಸಿ ಸೆಂಟರ್, ಕ್ರೆಸೆಂಟ್ ರಸ್ತೆ, ಬೆಂಗಳೂರು – 560 001
ದೂರವಾಣಿ : 080–22161900 / 22161901 / 22161902

ಶಾಖೆಗಳು/ ಮಳಿಗೆಗಳು
ನವಕರ್ನಾಟಕ, ಕ್ರೆಸೆಂಟ್ ರಸ್ತೆ, ಬೆಂಗಳೂರು – 1, ✆ 080–22161913/14, Email : nkpsales@gmail.com
ನವಕರ್ನಾಟಕ, ಕೆಂಪೇಗೌಡ ರಸ್ತೆ, ಬೆಂಗಳೂರು – 9, ✆ 080–22203106, Email : nkpkgr@gmail.com
ನವಕರ್ನಾಟಕ, ಕೆ.ಎಸ್. ರಾವ್ ರಸ್ತೆ, ಮಂಗಳೂರು – 1, ✆ 0824–2441016, Email : nkpmng@gmail.com
ನವಕರ್ನಾಟಕ, ಬಲ್ಮಠ, ಮಂಗಳೂರು – 1, ✆ 0824–2425161, Email : nkpbalmatta@gmail.com
ನವಕರ್ನಾಟಕ, ರಾಮಸ್ವಾಮಿ ವೃತ್ತ, ಮೈಸೂರು–24, ✆ 0821–2424094, Email : nkpmysuru@gmail.com
ನವಕರ್ನಾಟಕ, ಸ್ಟೇಷನ್ ರಸ್ತೆ, ಕಲಬುರಗಿ – 2, ✆ 08472–224302, Email : nkpglb@gmail.com

ಮುದ್ರಕರು : ಪ್ರಿಂಟ್‌ಒನ್ ಸಲ್ಯೂಶನ್ಸ್, ನವಿ ಮುಂಬಯಿ – 400703

0402215653 **ISBN 978-81-8467-205-3**

Published by Navakarnataka Publications Private Limited, Embassy Centre Crescent Road, Bengaluru - 560 001 (India). Email : navakarnataka@gmail.com

ಅರ್ಪಣೆ

ನಿರಂಜನ
(1924–1991)

ಇವರ ನೆನಪಿಗೆ

ಪರಿವಿಡಿ

ಪ್ರಕಾಶಕರ ನುಡಿ

ಕನ್ನಡ ಸಾಹಿತ್ಯ ಪ್ರಪಂಚಕ್ಕೆ ನವಕರ್ನಾಟಕ ಪ್ರಕಾಶನ ಸಂಸ್ಥೆಯ 20ನೇ ಹುಟ್ಟುಹಬ್ಬದ ಕಾಣಿಕೆಯಾಗಿ 'ವಿಶ್ವಕಥಾಕೋಶ' ಯೋಜನೆ ರೂಪುಗೊಂಡಿತು.

ಇದು 25 ಸಂಪುಟಗಳ ಒಂದು ದೊಡ್ಡ ಯೋಜನೆ – ನೂರು ದೇಶ, ಪ್ರದೇಶಗಳ ಸುಮಾರು 400 ಸಣ್ಣ ಕಥೆಗಳ ಒಂದು ಮಹಾ ಸಂಕಲನ. ಭಾರತೀಯ ಭಾಷೆಗಳಲ್ಲೇ ಪ್ರಪ್ರಥಮ ಎನ್ನಬಹುದಾದ ಈ ಯೋಜನೆ ಶ್ರೀ ನಿರಂಜನರ ಪ್ರಧಾನ ಸಂಪಾದಕತ್ವದಲ್ಲಿ ಕಾರ್ಯಗತವಾಗುತ್ತಿದೆ.

ಯೋಜನೆಯ ಅವಧಿ ಮೂರುವರ್ಷ. 1980ರಿಂದ 1982ರ ತನಕ. ಪ್ರತಿ ವರ್ಷದ ಯುಗಾದಿ ಮತ್ತು ದೀಪಾವಳಿಗಳಂದು ನಾಲ್ಕು ಸಂಪುಟಗಳಂತೆ ಒಟ್ಟು ಆರು ಕಂತುಗಳಲ್ಲಿ 25 ಸಂಪುಟಗಳ ಬಿಡುಗಡೆ. ಕೊನೆಯ ಕಂತಿನಲ್ಲಿ ಒಂದು ಸಂಪುಟ ಅಧಿಕ.

ಇದರಂತೆ ಕಥಾಕೋಶದ ಮೊದಲ ನಾಲ್ಕು ಸಂಪುಟಗಳನ್ನು ಕಳೆದ ಯುಗಾದಿಯಂದು ಬಿಡುಗಡೆ ಮಾಡಿದ ನಾವು, ಅದರ ಎರಡನೇ ಕಂತಿನ ನಾಲ್ಕು ಸಂಪುಟಗಳನ್ನು ಈ ದೀಪಾವಳಿಯಂದು ಓದುಗರ ಕೈಗಿಡಲು ತುಂಬಾ ಹರ್ಷಿಸುತ್ತೇವೆ.

ಈ ನಾಲ್ಕರಲ್ಲಿ 'ವಿಚಿತ್ರ ಕಕ್ಷಿದಾರ' ಕಥಾಕೋಶದ 6ನೇ ಸಂಪುಟ. ಇದರಲ್ಲಿ ಇಂಗ್ಲೆಂಡ್‌ನ 11 ಕಥೆಗಳಿವೆ. ಈ ಸಂಪುಟವನ್ನು ಅನುವಾದಿಸುವ ಹೊಣೆಯನ್ನು ಹೊತ್ತ ಶ್ರೀ ಎನ್. ಎಸ್. ರಾಮಚಂದ್ರಯ್ಯನವರು ಕೆಲಸ ಪೂರ್ತಿಯಾಗುವುದಕ್ಕೆ ಮೊದಲೇ ನಮ್ಮನ್ನಗಲಿದುದು ನಮಗೊಂದು ದುಃಖದ ಸಂಗತಿ. ಈ ಸಂದರ್ಭದಲ್ಲಿ ಅವರಿಗೆ ನಮ್ಮ ಕೃತಜ್ಞತೆ ಮಾತ್ರವಲ್ಲದೆ ನಮ್ಮ ಬಾಷ್ಪಾಂಜಲಿಯೂ ಸಲ್ಲುತ್ತದೆ.

ಶ್ರೀ ರಾಮಚಂದ್ರಯ್ಯನವರ ಅಕಾಲ ನಿಧನದಿಂದ ಅಪೂರ್ಣವಾಗಿ ಉಳಿದ ಅನುವಾದ ಕಾರ್ಯವನ್ನು ಅನಂತರ ನೆರವೇರಿಸಿದವರು ಕಥಾಕೋಶದ ಸಂಪಾದಕ ಮಂಡಲಿಯಲ್ಲೇ ಒಬ್ಬರಾದ ಶ್ರೀ ಎಸ್. ಆರ್. ಭಟ್ ಅವರು. ಈ ಸಂಪುಟಕ್ಕೆ ಸೊಗಸಾದ ಮುಖಚಿತ್ರವನ್ನು ಬರೆದುಕೊಟ್ಟವರು ಕಲಾವಿದ ಶ್ರೀ ಜೆ. ಎಂ. ಎಸ್. ಮಣಿ. ಹಿಮ್ಮೈ ವಿನ್ಯಾಸ ಒದಗಿಸಿದವರು ಶ್ರೀ ಕಮಲೇಶ್. ಇದನ್ನು

ಅಂದವಾಗಿ ಮುದ್ರಿಸಿಕೊಟ್ಟವರು ಜನಶಕ್ತಿ ಪ್ರಿಂಟರ್ಸ್‌ನ ಬಂಧುಗಳು. ಇದರ ಹೊದಿಕೆಯ ಮುದ್ರಣದ ಶ್ರೇಯಸ್ಸು ಶಿವಕಾಶಿಯ ಜೇಯೆಮ್ ಆಫ್‌ಸೆಟ್ ಪ್ರಿಂಟರ್ಸ್‌ಗೆ ಸಲ್ಲಬೇಕು. ಇವರೆಲ್ಲರಿಗೂ ನಾವು ಋಣಿಗಳು.

ಇವರಲ್ಲದೆ, ಈ ಸಂಪುಟವನ್ನು ಹೊರತರಲು ಬೇರೆ ಬೇರೆ ರೀತಿಗಳಲ್ಲಿ ನಮಗೆ ನೆರವು ನೀಡಿದ ಇತರ ಮಿತ್ರರಿಗೆ ಸಂಪುಟದ ಕೊನೆಯಲ್ಲಿ ನಮ್ಮ ವಿಶೇಷ ಕೃತಜ್ಞತೆಗಳನ್ನು ಸಮರ್ಪಿಸಲಾಗಿದೆ.

ಈ ಸಂಪುಟದಲ್ಲಿ ಬಳಸಲಾದ, ಕೃತಿಸ್ವಾಮ್ಯವನ್ನು ಹೊಂದಿರುವ ಎಲ್ಲಾ ಕಥೆಗಳ ಕರ್ತೃಗಳಿಂದ ಅಥವಾ ಅವರ ವಾರಸುದಾರರಿಂದ ಅದಕ್ಕೋಸ್ಕರ ಅನುಮತಿ ಪಡೆಯಲು ಆದಷ್ಟು ನಾವು ಪ್ರಯತ್ನಿಸಿದ್ದೇವೆ. ಅವರಿಗೆಲ್ಲ ನಮ್ಮ ಕೃತಜ್ಞತೆಗಳು. ಆದರೆ ಒಂದು ವೇಳೆ ಯಾರದಾದರೂ ಅನುಮತಿ ಬಿಟ್ಟುಹೋಗಿದ್ದರೆ, ಈ ಯೋಜನೆಯ ಮಹತ್ವವನ್ನು ಮನಗಂಡು, ಅವರು ನಮ್ಮನ್ನು ಕ್ಷಮಿಸುವರೆಂದು ನಂಬಿದ್ದೇವೆ.

ವಿಶ್ವಕಥಾಕೋಶದ ಬಿಡಿ ಸಂಪುಟಗಳ ಬೆಲೆ ರೂ. 10.00, ಒಟ್ಟು 25 ಸಂಪುಟಗಳಿಗೆ ರೂ. 250.00 ಆದರೆ 'ನವಕರ್ನಾಟಕ ಪಬ್ಲಿಕೇಷನ್ಸ್ (ಪ್ರೈ) ಲಿಮಿಟೆಡ್' – ಈ ಹೆಸರಿಗೆ 200 ರೂ. ಗಳನ್ನು ಡ್ರಾಫ್ಟ್ ಮೂಲಕ ಮುಂಗಡವಾಗಿ ಕಳುಹಿಸಿದವರಿಗೆ ರೂ. 50/– ರ ರಿಯಾಯಿತಿ ಇದೆ. ಸಂಪುಟಗಳು ಪ್ರಕಟವಾದಂತೆ ನಮ್ಮ ವೆಚ್ಚದಲ್ಲಿ ನಿಮ್ಮ ಮನೆ ಬಾಗಿಲಿಗೆ ಅವುಗಳನ್ನು ತಲಪಿಸಲಾಗುವುದು.

ಕೊನೆಯದಾಗಿ ಕಥಾಕೋಶದ ಮೊದಲ ನಾಲ್ಕು ಸಂಪುಟಗಳಿಗೆ ಓದುಗರಿಂದ ದೊರೆತ ಆದರದ ಸ್ವಾಗತ ಈ ಸಂಪುಟಗಳಿಗೂ ದೊರೆಯುವುದೆಂದು ಆಶಿಸುತ್ತೇವೆ.

ದೀಪಾವಳಿ, 1980
ಬೆಂಗಳೂರು

ಆರ್. ಎಸ್. ರಾಜಾರಾಮ್
ಕಾರ್ಯದರ್ಶಿ
ನವಕರ್ನಾಟಕ ಪಬ್ಲಿಕೇಷನ್ಸ್ (ಪ್ರೈ) ಲಿಮಿಟೆಡ್

ಪ್ರಕಾಶಕರ ನುಡಿ

(ಎರಡನೇ ಮುದ್ರಣ)

ನವಕರ್ನಾಟಕ ಪ್ರಕಾಶನದ 50ರ ಸಂಭ್ರಮದಲ್ಲಿ, 'ವಿಶ್ವಕಥಾಕೋಶ'ದ ಇಪ್ಪತ್ತೈದು ಸಂಪುಟಗಳನ್ನು ಪುನರ್ಮುದ್ರಿಸಿ ಓದುಗರ ಕೈಗಿಡುತ್ತಿದ್ದೇವೆ. ಮೂವತ್ತು ವರ್ಷಗಳ ಕಾಲ ಅಲಭ್ಯವಾಗಿದ್ದ ಜಗತ್ತಿನ ಸಾಹಿತ್ಯ ಕಥಾ ಕಣಜ ಬೆಳಕು ಕಾಣುವ ಈ ಸಮಯದಲ್ಲಿ ಈ ಯೋಜನೆಯ ಹೊಣೆ ಹೊತ್ತ ಶ್ರೇಷ್ಠ ಕಥೆಗಾರ, ಸಾಹಿತಿ ನಿರಂಜನರು ನಮ್ಮೊಂದಿಗೆ ಇದ್ದಿದ್ದರೆ, ನವಕರ್ನಾಟಕದ ಚಿನ್ನದ ಹಬ್ಬ ಹೆಚ್ಚು ಅರ್ಥಪೂರ್ಣವಾಗುತ್ತಿತ್ತು. ಈ ಸಂಪುಟಗಳನ್ನು ಅವರಿಗೆ ಅರ್ಪಿಸಿ, ಅವರನ್ನು ನೆನೆಯುತ್ತೇವೆ.

ಸಂಪುಟಗಳನ್ನು ಅನುವಾದಿಸಿ ನೆರವಾದ ಅನೇಕ ಲೇಖಕ ಮಿತ್ರರು ಈ ಮೂರು ದಶಕಗಳಲ್ಲಿ ನಮ್ಮನ್ನು ಅಗಲಿದ್ದಾರೆ. 'ವಿಶ್ವಕಥಾಕೋಶ'ದ ಎಲ್ಲಾ ಅನುವಾದಗಳನ್ನು ಓದಿ, ಪರಿಷ್ಕರಿಸಿ, ಮುದ್ರಣಕ್ಕೆ ಸಿದ್ಧಗೊಳಿಸಿದ ಸಂಪಾದಕರಲ್ಲಿ ಒಬ್ಬರಾದ ಶ್ರೀ ಎಸ್. ಆರ್. ಭಟ್ಟರ ಅಗಲಿಕೆಯ ನೆನಪು ಈ ಸಂದರ್ಭದಲ್ಲಿ ನಮ್ಮನ್ನು ಕಾಡುತ್ತಿದೆ.

ಮೂವತ್ತು ವರ್ಷಗಳ ಹಿಂದೆ 25 ಸಂಪುಟಗಳನ್ನು ರೂ. 250ಕ್ಕೆ ನೀಡಿದ್ದೆವು. ಬೆಲೆಯೇರಿಕೆಯ ಇಂದಿನ ದಿನಗಳಲ್ಲಿ ಮರುಮುದ್ರಿಸಿದಲ್ಲಿ, ಅದರ ಬೆಲೆಯನ್ನು ಎಂಟು-ಹತ್ತು ಪಟ್ಟು ಏರಿಸಬೇಕಾಗಬಹುದು ಎನ್ನುವ ಭೀತಿಯೂ ವಿಳಂಬಕ್ಕೆ ಕಾರಣವಾಯಿತು. ಈ ಸಂದರ್ಭದಲ್ಲಿ ಈ ಸಂಪುಟಗಳನ್ನು ಸುಲಭ ಬೆಲೆಗೆ ನೀಡಲು ನೆರವಾದವರು ಇನ್ಫೋಸಿಸ್ ಫೌಂಡೇಷನ್‌ನ ಅಧ್ಯಕ್ಷೆ ಶ್ರೀಮತಿ ಸುಧಾ ಮೂರ್ತಿಯವರು. ಅವರಿಗೆ ನಾವು ಕೃತಜ್ಞರಾಗಿದ್ದೇವೆ.

ಈ ಯೋಜನೆಯ ಲೇಖಕರು ಈ ಅವಧಿಯಲ್ಲಿ ಸಾಕಷ್ಟು ಹೊಸ ಬರೆಹಗಳನ್ನು ಮಾಡಿದ್ದಾರೆ, ಗೌರವ ಪುರಸ್ಕಾರಗಳಿಗೆ ಪಾತ್ರರಾಗಿದ್ದಾರೆ. ಕೆಲವರು ನಮ್ಮೊಂದಿಗಿಲ್ಲ. ಈ ಎಲ್ಲ ಲೇಖಕರ ಪರಿಚಯಗಳಿಗೆ ಹೊಸ ಸೇರ್ಪಡೆಗಳನ್ನು ಮಾಡಿಕೊಟ್ಟ ಡಾ|| ಆರ್. ಪೂರ್ಣಿಮಾ ಮತ್ತು ಶ್ರೀಮತಿ ರೋಸಿ ಡಿ'ಸೋಜಾ ಅವರ ನೆರವನ್ನು ಸ್ಮರಿಸುತ್ತೇವೆ.

ಮರುಮುದ್ರಣದ ಈ ಕಾರ್ಯದಲ್ಲಿ ನೆರವಾದ ಎಲ್ಲರನ್ನೂ ನೆನೆಯುತ್ತೇವೆ.

ಯುಗಾದಿ, 2011 **ಆರ್. ಎಸ್. ರಾಜಾರಾಮ್**

ಬೆಂಗಳೂರು ವ್ಯವಸ್ಥಾಪಕ ನಿರ್ದೇಶಕ, ನವಕರ್ನಾಟಕ ಪ್ರಕಾಶನ

ಪ್ರಸ್ತಾವನೆ

1

ದ್ವೀಪವಾಸಿಯಾದ ಮುದಿಸಿಂಹ ತನ್ನ ಪರಿಸರಕ್ಕಷ್ಟೇ ಕೇಳಿಸುವ ಕ್ಷೀಣ ಧ್ವನಿಯಲ್ಲಿ ಹೇಳುತ್ತಿದೆ:

"...ಒಂದು ಕಾಲದಲ್ಲಿ ಈ ಲೋಕದ ಗೊಂಡಾರಣ್ಯಗಳಿಗೆಲ್ಲ ನಾನೇ ಒಡೆಯನಾಗಿದ್ದೆ; ಸೂರ್ಯ ಮುಳುಗದ ಸಾಮ್ರಾಜ್ಯಕ್ಕೆ ಅಧಿಪತಿಯಾಗಿದ್ದೆ..."

ಗತವೈಭವದ ಈ 'ಒಂದು ಕಾಲ' ಇತ್ತೀಚಿನದು. ಕೇವಲ ಮೂರು ನಾಲ್ಕು ಶತಮಾನ ಹಿಂದಿನದು...

ಭೂಖಂಡಗಳು ರೂಪುಗೊಳ್ಳುತ್ತಿದ್ದ ಅತ್ಯಂತ ಪ್ರಾಚೀನ ಕಾಲದಲ್ಲಿ ಈಗಿನ ಇಂಗ್ಲೆಂಡ್, ಸ್ಕಾಟ್‌ಲೆಂಡ್, ಐರ್‌ಲೆಂಡ್, ವೇಲ್ಸ್‌ಗಳೆಲ್ಲ ಯೂರೋಪಿಗೆ ಅಂಟಿಕೊಂಡಿದ್ದವು. ಪಶ್ಚಿಮದಲ್ಲಿ ಒಂದಿಷ್ಟು ನೆಲ ತುಸು ಅತ್ತ ಸರಿದಾಗ, ಅದು ಸಮುದ್ರ ಸುತ್ತುವರಿದ ದ್ವೀಪ ಸಮುಚ್ಚಯವಾಯಿತು. ಕೊನೆಯ ಹಿಮಯುಗ ಕರಗಿ ಹಸಿರು ಕಾಣಿಸಿದ ಮೇಲೆ, ಎತ್ತರಕ್ಕೆ ಬೆಳೆದ ಮರಗಳಿಗೂ ಪ್ರಾಣಿ ಸಂಪತ್ತಿಗೂ ಆ ನೆಲ ಆಗರವಾಯಿತು.

ಆಗ ಸ್ಪೇನಿನ ಉತ್ತರದಿಂದ ಪುಟ್ಟ ದೋಣಿಗಳಲ್ಲಿ ಹೊರಟು ಈ ದ್ವೀಪಗಳ ಪಶ್ಚಿಮ ತೀರವನ್ನು ತಲಪಿ ಒಳಕ್ಕೆ ಬಂದವರು ಐಬೀರಿ ಜನ. ಇದು ಸುಮಾರು ಐದು ಸಾವಿರ ವರ್ಷ ಹಿಂದಿನ ಘಟನೆ. ಇವರದು ಸಾಮಾನ್ಯ ಎತ್ತರ, ಶ್ಯಾಮಲ ವರ್ಣ. ಪ್ರಕೃತಿಯೊಡನೆ ಸೆಣಸಾಡಿ ಬದುಕುವ ಛಲ. ಕಲ್ಲಿನ ಸನಿಕೆ ಪಿಕಾಸಿಗಳ ನೆರವಿನಿಂದ ಒಂದಿಷ್ಟು ಕೃಷಿ ಕೂಡ.

ಮುಂದೆ ಸಾವಿರ ವರ್ಷಗಳ ಬಳಿಕ ಆಲ್ಪೈನ್ ಬುಡಕಟ್ಟಿನ ಜನ ಬಂದರು. ಕಂಚಿನ ಚೂರಿ ಕಠಾರಿಗಳ ತಯಾರಿ, ಬಳಕೆ ಅರಿತವರು. ಈ ಎರಡು ಜನಾಂಗಗಳ ಪ್ರಯತ್ನದ ಫಲವಿರಬೇಕು, ಕ್ರಿ. ಪೂ. 1000ದ ಸುಮಾರಿಗೆ ನಿರ್ಮಿತವಾದ ದೈತ್ಯಾಕಾರದ ಶಿಲಾಸ್ತಂಭಗಳು (ಕಾಲಮಾಪನಕ್ಕೆ ?).

ಅನಂತರ ಕ್ರಿ. ಪೂ. 700ರ ವೇಳೆಗೆ ಬಂದವರು ಕೆಲ್ಟ್ ಜನ. ಎತ್ತರದ ನಿಲುವಿನ ಬಿಳಿಯರು. ಸಮರಪ್ರಿಯರು. ಇವರು ನೇಗಿಲನ್ನು

ತಂದರು. ಎಲೆಯಾಕಾರದ ಕಂಚಿನ ಖಡ್ಗವಿತ್ತು, ಕೈಯಲ್ಲಿ. ಕೆಲ್ಟರದು ಬುಡಕಟ್ಟು ಸಮಾಜ. ಪರಸ್ಪರ ಸಹಕಾರ, ಸಾಂಘಿಕಯತ್ನ – ಅವರ ಜೀವನ ವಿಧಾನ. ಯುದ್ಧಾಸಕ್ತರಲ್ಲದ ಐಬೀರಿ – ಆಲ್ಪೈನರು ಸ್ವಾಭಾವಿಕ ವಾಗಿಯೇ ಹೊಸಬರ ವ್ಯವಸ್ಥೆಗೆ ಒಳಗಾದರು. ಈ ಮೂರು ಸೆಲೆಗಳು ಒಂದಾಗಿ ಹೊಸ ಸಂಸ್ಕೃತಿ ಹರಿಯಿತು.

ಮತ್ತಷ್ಟು ಬುಡಕಟ್ಟುಗಳ ಆಗಮನ – ಗೊಯತ್‌ಡೆಲರು, ಬ್ರಿಥನರು. ಅರೆಬರೆ ಖಡ್ಗದಂತಿದ್ದ ಕಬ್ಬಿಣದ ಸರಳನ್ನು ಬ್ರಿಥನರು ಹೋರಾಟಕ್ಕೆ ಬಳಸುತ್ತಿದ್ದರು. ನಾಲ್ಕು ಅಥವಾ ಎಂಟು ಎತ್ತುಗಳು ಎಳೆಯುವ ಭಾರದ ನೇಗಿಲಿನೊಡನೆ ಬೆಲ್ಗೀ ಜನ ಬಂದಾಗ, ಕೃಷಿ ಚಟುವಟಿಕೆ ಹೆಚ್ಚಿತು.

ಕ್ರಿ. ಪೂ. 55ರಲ್ಲಿ ರೋಮನ್ ಸಮ್ರಾಟ ಸೀಝರ್ ಕಾಲುವೆ ದಾಟಿ, 'ಧಾನ್ಯ ಬೆಳೆಯುವ ದೇಶ'ಕ್ಕೆ – ಬ್ರಿಟನಿಗೆ – ಬಂದ. ದೊಡ್ಡ ಪ್ರಮಾಣದ ಆಕ್ರಮಣ ನಡೆದದ್ದು ತೊಂಭತ್ತು ವರ್ಷಗಳಾದ ಮೇಲೆ. ಮುಂದೆ ನಾಲ್ಕು ಶತಮಾನ ರೋಮನರ ಆಡಳಿತ. ರಸ್ತೆಗಳ ನಿರ್ಮಾಣ ವಾಯಿತು. ಹಲವಾರು ಹಳ್ಳಿಗಳು ಪಟ್ಟಣಗಳಾದುವು. ಸಿರಿವಂತರು ಆಳುವ ವರ್ಗದ ಅನುಕರಣೆ ಮಾಡಿದರು. ಕೆಲ್ಟ್ ಬಣಗಳ ನಾಯಕರು ಭೂಮಾಲಿಕರೋ ಸರಕಾರೀ ಅಧಿಕಾರಿಗಳೋ ಆದರು. ಲ್ಯಾಟಿನ್ ಹಿರಿಯ ಭಾಷೆಯಾಗಿ ಮೆರೆಯಿತು. ಕ್ರೈಸ್ತಧರ್ಮ ಆಚರಣೆಗೆ ಬಂತು.

ರೋಮನ್ ಸಾಮ್ರಾಜ್ಯದ ಪತನದ ಬಳಿಕ ಬಂದವರು ಆಂಗ್ಲರು ಮತ್ತು ಸ್ಯಾಕ್ಸನರು. ಸಮರಕ್ಕೆ ನೀಳ ಖಡ್ಗ, ಶಿರಸ್ತ್ರಾಣ, ಢಾಲು, ಆಂಗ್ಲರು ಮತ್ತು ಸ್ಯಾಕ್ಸನರ ನಡುವೆ ಹೆಚ್ಚಿನ ವ್ಯತ್ಯಾಸವಿಲ್ಲ. ಕೆಲ ಶತಮಾನಗಳ ಬಳಿಕ ಸಾರ್ವತ್ರಿಕ ಬಳಕೆಗೆ ಬಂದ 'ಇಂಗ್ಲಿಷರು' ಎಂಬ ಪದಕ್ಕೆ ಇವರೇ ಮೂಲ. ಯೋಧರು ಭೂಮಿಯನ್ನು ಹಂಚಿಕೊಂಡರು. ಹಳ್ಳಿಗೊಬ್ಬ ಮುಖಂಡ. ಸ್ವಾವಲಂಬನ ತತ್ವದ ಮೇಲೆ ಗ್ರಾಮವಾಸಿಗಳ ದುಡಿಮೆ. ಈ ನೆಲೆಯಿಂದ ಬಲಗೊಂಡಿತು ಪಾಳೆಯಗಾರಿಕೆ ಮತ್ತು ಗುಲಾಮ ಪದ್ಧತಿ.

ಪೋಪ್ ಕಳಿಸಿದ ಧರ್ಮಗುರುವೊಬ್ಬ – ವಿಲ್ಫ್ರೆಡ್ – ಮಹಾ ತಂತ್ರಗಾರ. ಧರ್ಮದ ಹೆಸರಿನಲ್ಲಿ ಅಪಾರ ಧನಕನಕ ಸಂಗ್ರಹಿಸಿದ. ಸಾಯುತ್ತಲಿದ್ದಾಗ, "ಆ ಸಂಪತ್ತನ್ನೆಲ್ಲ ಒಮ್ಮೆ ನನ್ನ ಮುಂದೆ ಹರಡಿ" ಎಂದ!

ಮುಂದಿನದು ಡೇನರ ಮತ್ತು ನಾರ್ವೆ ಜನರ ದಾಳಿ. ಇವರಿಬ್ಬರೂ ಸಂಬಂಧಿಗಳೇ. ವೈಕಿಂಗರು (ಅಂದರೆ ಯೋಧರು) ನೆಲೆಯೂರಿದರು. ಇದ್ದ ನಾಗರಿಕತೆಯನ್ನು ನಾಶ ಮಾಡಲು ಬಂದು ತಾವೇ ನಾಗರಿಕರಾದರು.

ಅರಸ ಆಲ್ಫ್ರೆಡ್ ವೈರಿಗಳಿಗಿಂತ ಬಲಶಾಲಿಯಾದ ದೋಣಿ ಪಡೆ ಕಟ್ಟಿದ ಮೇಲೆ ಉತ್ತರದವರ ದಾಳಿ ನಿಂತಿತು. ಓದು ಬರಹ ಬಾರದ ಆಲ್ಫ್ರೆಡ್, ತನ್ನ ನಡುವಯಸ್ಸಿನಲ್ಲಿ, ವಿದ್ವಾಂಸರನ್ನು ಕರೆಸಿ ಲ್ಯಾಟಿನ್ ಇಂಗ್ಲಿಷ್ ಕಲಿತ.

ಕ್ರಿ. ಶ. 1000ಕ್ಕೆ ಸ್ವಲ್ಪ ಮುಂಚೆ, ಧರ್ಮಪ್ರಚಾರಕರಾಗಲು ಬಯಸಿದವರಿಗೆ ವಿದ್ಯೆ ಕಲಿಸಲು ಬಳಸುತ್ತಿದ್ದ ಒಂದು ಪಠ್ಯಪುಸ್ತಕದಲ್ಲಿ ಹೀಗಿತ್ತು :

"ಏನು ಹೇಳ್ತೀಯಾ ಉಳುಮೆಗಾರ ? ನಿನ್ನ ಕೆಲಸ ಹೇಗೆ ಮಾಡ್ತಿದೀಯಾ."

"ಓ ಸ್ವಾಮೀ ! ಶ್ರಮಪಟ್ಟು ಮಾಡ್ತೇನೆ. ನಸುಕಿನಲ್ಲಿ ಎದ್ದು, ಎತ್ತುಗಳನ್ನು ಹೊಡೆದುಕೊಂಡು ಹೊಲಕ್ಕೆ ಹೋಗ್ತೇನೆ; ನೇಗಿಲಿಗೆ ಹೂಡ್ತೇನೆ. ಚಳಿ ಎಷ್ಟೇ ಉಗ್ರವಾಗಿದ್ದರೂ ಮನೆಯಲ್ಲಿರಲಾರೆ. ಧಣಿಯ ಭಯ !"

"ಹಗಲು ಹೊತ್ತು ಬೇರೆ ಏನು ಮಾಡ್ತೀಯಾ ?"

"ಇನ್ನೂ ಎಷ್ಟೋ ಕೆಲಸ. ಎತ್ತುಗಳಿಗೆ ಮೇವು ಹಾಕ್ಬೇಕು; ನೀರು ಕುಡಿಸ್ಬೇಕು; ಸೆಗಣಿ ಬಾಚ್ಬೇಕು."

"ಓ, ಇದು ಶ್ರಮದ ದುಡಿಮೆ."

"ಹೌದು, ಶ್ರಮದ ದುಡಿಮೆ. ಯಾಕೆಂದರೆ, ನಾನು ಸ್ವತಂತ್ರನಲ್ಲ."

ತನ್ನದೇ ಚೂರು ಹೊಲವಿದ್ದೂ ಧಣಿಗೋಸ್ಕರ ರೈತ ಬಿಟ್ಟಿ ದುಡಿಮೆ ಸಲ್ಲಿಸಬೇಕು. ಹೊಲವಿಲ್ಲದವನು ಸ್ವತಂತ್ರನೂ ಅಲ್ಲ, ಪರತಂತ್ರನೂ ಅಲ್ಲ. ಅವನು ಲೆಕ್ಕಕ್ಕೇ ಇಲ್ಲ. ಗುಲಾಮನಾಗಲು ಲಾಯಕ್ಕು, 'ಒಡೆಯನಿಲ್ಲದ ಮನುಷ್ಯನಿಲ್ಲ' 'ಒಡೆಯನಿಲ್ಲದ ಹೊಲವಿಲ್ಲ' – ಇವು ನಾಣ್ನುಡಿಗಳಾದವು.

ಹನ್ನೊಂದನೆಯ ಶತಮಾನದಲ್ಲಿ ನಾರ್ಮನರು ಇಂಗ್ಲೆಂಡನ್ನು ಗೆದ್ದರು. ಪ್ರಾಬಲ್ಯಕ್ಕೆ ಬಂದಿದ್ದ ಲಂಡನ್ ಪಟ್ಟಣ (ಕೆಲ್ಟ್ ಭಾಷೆಯ ಪದ – ಲಂಡನ್) ವಿಜಯೀ ವಿಲಿಯಂನನ್ನು ಸ್ವಾಗತಿಸಿತು. ಆತ ಅರಸನಾದ. ಅರಸನೇ ದೇಶದ ಎಲ್ಲ ಭೂಮಿಯ ಅಂತಿಮ ಒಡೆಯ ಎಂದ. ಪಾಳೆಯಗಾರ ಪದ್ಧತಿ ಸುಭದ್ರವಾಯಿತು. ಇಪ್ಪತ್ತು ವರ್ಷದ ಆಳ್ವಿಕೆಯ ಬಳಿಕ, ದೇಶದಾದ್ಯಂತ ಗಣತಿ ಏರ್ಪಡಿಸಿದ. ಹೊಲದ ವಿಸ್ತೀರ್ಣ ಎಷ್ಟು ? ಯಾರು ಯಜಮಾನ ? ಅದರ ಬೆಲೆ ಎಷ್ಟು ? ನೇಗಿಲುಗಳೆಷ್ಟು ? ಎಷ್ಟು ಒಕ್ಕಲು ? ಎತ್ತು, ಕುರಿ, ಹಂದಿಗಳೆಷ್ಟು ? – 'ಹೀಗೆಲ್ಲ ಕೇಳಲು ಅರಸನಿಗೆ ನಾಚಿಕೆಯಾಗುವುದಿಲ್ಲವಲ್ಲ !' ಎಂದು ಜನ ಮೂದಲಿಸಿದ್ದುಂಟು. ಆದರೆ ಉತ್ತರ ಕೊಡದೇ ಇರುವ ದಿಟ್ಟತನ ಯಾರೂ ತೋರಲಿಲ್ಲ. ಪಾಳೆಯಗಾರರು ಎಷ್ಟೇ ಬಲಿಷ್ಠರಿರಲಿ,

ಕಿರೀಟಧಾರಿ ಅರಸ ಅವರೆಲ್ಲರಿಗಿಂತ ಮೇಲಿನವನಾದ. ಧಣಿಗಳ ಹಿಂಸೆ ಸಹಿಸಲಾಗದ ಬಹುಜನ ಸಮುದಾಯಕ್ಕೆ ಅರಸೊತ್ತಿಗೆ ತಮ್ಮ ರಕ್ಷಕ ಎಂಬ ಭಾವನೆ ಹುಟ್ಟಿತು. 1200ರ ಸುಮಾರಿಗೆ ಗುಲಾಮ ಪದ್ಧತಿ ಮಾಯವಾಗಿ, ದಟ್ಟದರಿದ್ರರೆಲ್ಲ ಧಣಿಗಳ ಮನೆಗಳಲ್ಲಿ ನಾನಾ ಬಗೆಯ ಪರಿಚಾರಕರಾದರು.

ನಾರ್ಮನರ ಕಾಲದಲ್ಲಿ ಕಾನೂನು ಕಟ್ಟಳೆಗಳನ್ನು ಬರೆದಿಡುವುದು ಜಾರಿಗೆ ಬಂತು. ಹಿಂದೆ, ತಾನು ನಿರಪರಾಧಿ ಎಂದು ಸಾಬೀತು ಪಡಿಸಲು, ಕಾಯಿಸಿದ ಕಬ್ಬಿಣವನ್ನು ಆರೋಪಿ ಹಿಡಿಯಬೇಕಾಗುತ್ತಿತ್ತು. ಅಥವಾ, ದೂರು ಕೊಟ್ಟವನೂ ಆಪಾದಿತನೂ ಮರದ ಕೊರಡುಗಳನ್ನು ಹಿಡಿದು ಹೊಡೆದಾಡಿದಾಗ ಸೋತವನು ತಪ್ಪಿತಸ್ಥ ಎನಿಸಿಕೊಳ್ಳುತ್ತಿದ್ದ. ಈಗ ಪ್ರಭುತ್ವ ನೇಮಿಸಿದ ನ್ಯಾಯಾಧೀಶರೆದುರು ವಿಚಾರಣೆ ಆರಂಭ ವಾಯಿತು. ಈ ನ್ಯಾಯಾಧೀಶರು ಊರಿಂದೂರಿಗೆ ಹೋಗುತ್ತಿದ್ದರು. ಅಭಿಪ್ರಾಯ ನೀಡಲು ಜ್ಯೂರಿಗಳು ನೇಮಕಗೊಂಡರು. ವಿಧಿಸಲಾದ ದಂಡ ಅರಸನ ಬೊಕ್ಕಸಕ್ಕೆ. ದಂಡಿಸುವ ತಮ್ಮ ಹಕ್ಕು ಮೊಟಕಾಯಿತಲ್ಲ ಎಂದು ಪಾಳೆಯಗಾರರು ಸಿಟ್ಟಾದರು; ತಮ್ಮ ಸಂಪಾದನೆ ಕುಗ್ಗಿತೆಂದು ಧರ್ಮಪಾಲರು ಕೋಪಗೊಂಡರು. ಈ ಮೂವರ ನಡುವೆ ಬಡ ಜನರು ಹಣ್ಣಾದರು.

ಅರಸನ ಅವಲಂಬನ ಧರ್ಮಪ್ರಸಾರಕರಿಂದಲೇ ತುಂಬಿದ್ದ ಅಕ್ಷರಸ್ಥಶಾಹಿಯ ಮೇಲೆ. ಹೀಗಾಗಿ, ಅರಸ ಮತ್ತು ಧರ್ಮಪಾಲರ ನಡುವೆ ಘರ್ಷಣೆ, ಎರಡನೆಯ ಹೆನ್ರಿ ಅದಕ್ಕೊಂದು ಉಪಾಯ ಹುಡುಕಿದ. ತನ್ನ ಬಾಲ್ಯಮಿತ್ರ ಥಾಮಸ್ ಬೆಕೆಟ್‌ನನ್ನು ಆರ್ಚ್ ಬಿಶಪನಾಗಿ ನೇಮಿಸಿದ. ಆದರೆ, ಮುಖ್ಯ ಧರ್ಮಪಾಲನಾದ ಮೇಲೆ ಬೆಕೆಟ್‌ನ ಧ್ವನಿ ಬದಲಾಯಿತು, ನಿಗೂಢ ರೀತಿಯಲ್ಲಿ ಇಗರ್ಜಿಯಲ್ಲೇ, ಅವನ ಕೊಲೆಯಾಯಿತು. ಸತ್ತವನು ಸಂತನಾದ. ಅವನ ಸಮಾಧಿ ಯಾತ್ರಾಸ್ಥಳವಾಯಿತು.

ಉಡಲು ಒಳ್ಳೆ ಬಟ್ಟೆಯೂ ಇಲ್ಲದ ಕಾಲ. ತಂದೆ ತಾನು ಧರಿಸುತ್ತಿದ್ದ ತೊಗಲಿನ ಮೇಲುಡುಪನ್ನು ಮಗನಿಗೆ ಬಳುವಳಿಯಾಗಿ ನೀಡುತ್ತಿದ್ದ. ಉಣ್ಣೆ ಇತ್ತು. ಪರಿಣತ ನೇಕಾರರಿರಲಿಲ್ಲ. 13ನೆಯ ಶತಮಾನದಲ್ಲಿ ಸಹಸ್ರ ಸಹಸ್ರ ನೇಕಾರ ಕುಟುಂಬಗಳನ್ನು ಕಾಲುವೆಯಾಚೆಯ ಫ್ಲಾಂಡರ್ಸಿನಿಂದ ಕರೆಸಿಕೊಂಡರು. ಇಲ್ಲಿ ಅವರ ಮೇಲೆ ವರ್ತಕರಿಗೆ ಕಣ್ಣು. ಅರಳೆ(ಉಣ್ಣೆ) ಹಿಂಜುವುದು, ಬಣ್ಣ ಹಾಕುವುದು, ನೇಯುವುದು ಎಲ್ಲ ಒಂದೇ ಕಡೆ. ಒಂದೇ ಬಾಗಿಲಿನ, ಹೊಗೆಕೊಳವೆ ಇಲ್ಲದ ಗುಡಿಸಲಿನಲ್ಲಿ. ಲಾಭವೆಲ್ಲ ವರ್ತಕರಿಗೆ; ನೇಕಾರರಿಗೆ ದಿನಗೂಲಿ. 'ಹೊರಗಿನವರು' ಎಂಬ ತಾತ್ಸಾರ ಬೇರೆ. ನೇಕಾರರು ತಮ್ಮ ಹಕ್ಕುಗಳ

ಬಗ್ಗೆ ಮಾತನಾಡಿದರು. ಇತರ ಬಡ ಕುಶಲಕರ್ಮಿಗಳೂ ಕೊಳೆಗೇರಿಗಳ ಜನರೂ ಅವರನ್ನು ಸೇರಿಕೊಂಡರು. ಶೋಷಿತರಲ್ಲಿ ಉಂಟಾದ ಈ ಜಾಗೃತಿ ಕಂಡು 'ಪೋಷಕರು' ಬೆಚ್ಚಿದರು. ಲಂಡನಿನಲ್ಲಿ ಹೊಸ ಚೇತನ ಸುಳಿದಾಡಿತು.

ವಿದೇಶೀ ವಾಣಿಜ್ಯದಿಂದ ವರ್ತಕರಿಗೆ ಬಹಳ ಲಾಭ ಬರುತ್ತಿತ್ತು. ಆದರೆ ಸಿಂಹಪಾಲು ರಾಜಭಂಡಾರಕ್ಕೆ ಹೋಗಬಾರದಲ್ಲ? ಅವರೂ ತಮ್ಮ ಸಂಘ ರಚಿಸಿಕೊಂಡರು. ತಮ್ಮ ಹಕ್ಕುಗಳ ಬಗ್ಗೆ ವಾದಿಸಿದರು. ದಂಡ, ತೆರಿಗೆ ಹೆಚ್ಚಿದುವು. ಆ ಘಳಿಗೆಯಲ್ಲಿ ವರ್ತಕರನ್ನು ಪಾಳೆಯಗಾರರೂ ಸೇರಿಕೊಂಡರು. ತಮ್ಮೊಳಗಿನ ಅಭಿಪ್ರಾಯಭೇದಗಳೇನೇ ಇದ್ದರೂ ಇಡಿಯ ಜನಸ್ತೋಮ ಅರಸೊತ್ತಿಗೆಗೆ ಸವಾಲು ಹಾಕುವಂತಾಯಿತು.

ಅರಸ ಜಾನ್ ಅನಿವಾರ್ಯವಾಗಿ ಮಣಿದ. ಆತನಿಂದ ಕಸಿದು ಕೊಂಡುದೇ 'ಮಹಾ ಹಕ್ಕು ಪತ್ರ' : "ವಿಚಾರಣೆ ಇಲ್ಲದೆ ಯಾವ ಸ್ವತಂತ್ರ ವ್ಯಕ್ತಿಯನ್ನೂ ಬಂಧಿಸಲಾಗುವುದಿಲ್ಲ..."

ಕೊಟ್ಟುದನ್ನು ಇಲ್ಲವಾಗಿಸಲು ಅರಸ ಯತ್ನಿಸಿದಾಗ, ಅಂತರ್ಯುದ್ಧದ ಕಹಳೆ ಮೊಳಗಿತು. ಜಾನ್ ತೀರಿಕೊಂಡು, ಅವನ ಉತ್ತರಾಧಿಕಾರಿ 'ಹಕ್ಕು ಪತ್ರ' ತನಗೆ ಸಮ್ಮತ ಎಂದುದರಿಂದ, ಯುದ್ಧ ನಡೆಯಲಿಲ್ಲ. 'ಹಕ್ಕು ಪತ್ರ' ಇಂಗ್ಲೆಂಡಿನ ಇತಿಹಾಸದಲ್ಲಿ ಮಹತ್ವದ ಘಟನೆ. ಅದರ ಆಶ್ವಾಸನೆಗಳಿಗೆ ಚ್ಯುತಿಬರದಂತೆ ನೋಡಿಕೊಳ್ಳಲು 24 ಜನ ಪಾಳೆಯಗಾರರ ಸಮಿತಿ ರಚಿತವಾಯಿತು. ಈ ಸಮಿತಿಯೇ ಇಂಗ್ಲಿಷ್ ಪಾರ್ಲಿಮೆಂಟಿನ ಬೀಜರೂಪ. 1257ರಲ್ಲಿ, ನ್ಯಾಯಾಧೀಶರನ್ನು ಕೋಶಾಧಿಕಾರಿ ಮತ್ತಿತರ ಅಧಿಕಾರಿಗಳನ್ನು ನೇಮಿಸುವ ಹಕ್ಕು ತನ್ನದೆಂದು, ಅರಸ ರಚಿಸಿದ್ದ ಸಮಿತಿ ಸಾರಿತು. ಆಗಿನಿಂದಲೇ ಆ ಸಮಿತಿಗೆ ಪಾರ್ಲಿಮೆಂಟ್ (ಮಾತಿನ ಮಂಟಪ) ಎಂಬ ಹೆಸರು ಬಂತು.

ಹಣ ಕುಣಿದಾಡಿದಂತೆ ಪಾಳೆಯಗಾರ ವ್ಯವಸ್ಥೆ ಕುಸಿಯಿತು. ದುಡ್ಡಿದ್ದವರು ಅರಸನಿಂದ ಹೊಲ ಕೊಂಡರು. ಅದು 'ಬಂಡವಾಳಶಾಹಿ ಕೃಷಿ'. ಪಾಳೆಗಾರರ ಮಕ್ಕಳು ಬೇರೆ ಲಾಭದಾಯಕ ಉದ್ಯಮಗಳತ್ತ ದೃಷ್ಟಿ ಹಾಯಿಸಿದರು; ಅರಸನನ್ನು ವಾಣಿಜ್ಯ ವ್ಯಕ್ತಿಗಳು ಸುತ್ತುವರಿದರು.

ಮಧ್ಯಯುಗದ (1100–1500) ಕೊನೆಯಲ್ಲಿ ವರ್ತಕರೂ ಅಳಿದುಳಿದ ಪಾಳೆಯಗಾರರೂ ಪಾರ್ಲಿಮೆಂಟಿನಲ್ಲಿ ಒಗ್ಗೂಡಿ, ಅರಸನನ್ನು ನಿಯಂತ್ರಿಸಲು ಯತ್ನಿಸಿದರು. ಅವನಿಗೆ ಬೇಕಿದ್ದುದು ತನ್ನ ವೆಚ್ಚಕ್ಕೆ ಹಣ ಮಂಜೂರು ಮಾಡುವ, ಮುದ್ರೆಯೊತ್ತುವ ಪಾರ್ಲಿಮೆಂಟು. ಕ್ರಮೇಣ ಹೌಸ್ ಆಫ್ ಲಾರ್ಡ್ಸ್ ಮತ್ತು ಹೌಸ್ ಆಫ್ ಕಾಮನ್ಸ್ ಎಂದು ಎರಡು ವಿಭಾಗಗಳಾದುವು. ಪಾಳೆಯಗಾರರು,

ಇಗರ್ಜಿ ಪ್ರತಿನಿಧಿಗಳು ಮೇಲ್ಮನೆಯಲ್ಲಿ. ಕೆಳಮನೆಯಲ್ಲಿ ಪುಟ್ಟ ಭೂಮಾಲಿಕರ ಮತ್ತು ನಗರ ವರ್ತಕರ ಪ್ರತಿನಿಧಿಗಳು.

ಐರೋಪ್ಯ ರಾಜಕಾರಣದ ಸುಳಿಯಲ್ಲಿ ತಾನೂ ಸಿಲುಕಿದ ಇಂಗ್ಲೆಂಡ್ ದೀರ್ಘಯುದ್ಧ ಮಾಡಬೇಕಾಯಿತು. ಪ್ರಾಬಲ್ಯಕ್ಕಾಗಿ, ವಾಣಿಜ್ಯ ಲಾಭಕ್ಕಾಗಿ ಬಡಿದಾಟ. ಕುದುರೆ – ಬಿಲ್ಲಾಳುಗಳ ಉಪಯುಕ್ತತೆಯನ್ನು ಸಿಡಿಮದ್ದು–ಫಿರಂಗಿ ಮೀರಿಸಿದುವು. ನೂರು ವರ್ಷ ನಡೆದ ಯುದ್ಧ ಮುಗಿದು ಎರಡು ವರ್ಷ ಆಗುತ್ತಿದ್ದಂತೆ – 1348ರಲ್ಲಿ – ಇಂಗ್ಲೆಂಡನ್ನು ಪ್ಲೇಗ್ ಪೀಡಿಸಿತು. ಮೂರಲ್ಲಿ ಒಂದರಷ್ಟು ಜನ ಅದಕ್ಕೆ ಬಲಿಯಾದರು, ಶ್ರಮಜೀವಿಗಳ ಅಭಾವದಿಂದ ಕೃಷಿ ಸೊರಗಿತು. ಭೂಮಾಲಿಕರ ಹಿಡಿತ ಬಿಗಿಯಾಗಿದ್ದ ಪಾರ್ಲಿಮೆಂಟ್ ವಿಧಿಸಿತು : "60 ವರ್ಷ ವಯಸ್ಸಿಗಿಂತ ಕೆಳಗಿನ ಯಾವನೂ ದುಡಿಯಲು ನಿರಾಕರಿಸಬಾರದು; ನಿರಾಕರಿಸಿದರೆ ಸೆರೆಮನೆ; ಮುಂಚೆ ದೊರೆಯುತ್ತಿದ್ದುದಕ್ಕಿಂತ ಹೆಚ್ಚು ವೇತನ ಕೇಳಬಾರದು..."

ಹದಿನಾಲ್ಕನೆಯ ಶತಮಾನದಲ್ಲಿ ರಾಷ್ಟ್ರವ್ಯಾಪ್ತಿಯಲ್ಲಿ ವರ್ಗಸಮರ ಭುಗಿಲೆಂದಿತು, ದುಡಿಯುವವರ 'ಮಹಾಸಂಘ' ರಚಿತವಾಗಿ, 1381 ರಲ್ಲಿ ರೈತರು ದಂಗೆ ಎದ್ದರು. ಅದು ಹತಾಶರ ಸಿಟ್ಟು . ಅವರೆಂದರು : "ನಾವೆಲ್ಲ ಯೇಸುವಿನ ತದ್ರೂಪವಾಗಿ ಹುಟ್ಟಿದ ಮನುಷ್ಯರು; ಆದರೆ ನಮ್ಮನ್ನು ಪ್ರಾಣಿಗಳಂತೆ ಕಾಣಲಾಗುತ್ತಿದೆ."

ಪಾರ್ಲಿಮೆಂಟ್ ಹೇಳಿತು : "ರಾಷ್ಟ್ರದ ಸಂಪತ್ತು ದುಡಿಯುವವರ ಕೈಯಲ್ಲಿದೆ. ಆದ್ದರಿಂದ ಅವರೆಲ್ಲ ತಲೆಗಂದಾಯ ಕೊಡಬೇಕು!"

ದಂಗೆಯ ನಾಯಕ ವಾಟ್ ಟೈಲರನ್ನು ರಾಜಭಟರು ಕೊಂದರು. ಸರಕಾರ ಸಾರಿತು : 'ನೀವು ತೊತ್ತುಗಳು; ತೊತ್ತುಗಳಾಗಿಯೇ ನೀವಿರಬೇಕು.'

ಇಂಗ್ಲೆಂಡಿನ ಸಂಪತ್ತಿನಲ್ಲಿ ಬಹಳಷ್ಟು ರೋಮ್‌ಗೆ ಹೋಗುತ್ತಿತ್ತು. ಮುಂದೆ ಇಂಗ್ಲೆಂಡಿನ ಧರ್ಮಪೀಠ ರೋಮ್‌ನಿಂದ ಬೇರ್ಪಡಲು ಇದೇ ಕಾರಣವಾಗಿ, ಪ್ರೊಟೆಸ್ಟೆಂಟ್ ಮತ ಇಲ್ಲಿ ಬೇರೂರಿತು.

ಮುದ್ರಣಯಂತ್ರ ನಿರ್ಮಾಣವಾಗಿ ಬಂಡವಾಳಶಾಹಿಯ ಕೈಯಲ್ಲಿ ಪ್ರಬಲ ಆಯುಧವಾಯಿತು. ಶ್ರಮಜೀವಿಗಳೂ ತಮ್ಮ ಕರಪತ್ರಗಳನ್ನು ಅಷ್ಟಿಷ್ಟು ಮುದ್ರಿಸಲು ಶಕ್ತರಾದರು.

16ನೇ ಶತಮಾನದಲ್ಲಿ ಬಟ್ಟೆಯಷ್ಟೇ ಅಲ್ಲದೆ ಸಿಡಿಮದ್ದು ತಯಾರಿ, ಹಡಗು ನಿರ್ಮಾಣ, ಗಣಿ ತೋಡಿ ಕಲ್ಲಿದ್ದಲು ತೆಗೆಯುವುದು ಆರಂಭವಾದುವು. 1540 – 1640ರ ಅವಧಿ ಮೊದಲ ಔದ್ಯೋಗಿಕ ಕ್ರಾಂತಿಯದು.

ಸ್ಪೇನಿನ ಕೊಲಂಬಸ್ ಇಂಡೀಸ್‌ಗೆಂದು ಹೊರಟು 'ಅಮೆರಿಕ'

ತಲುಪಿದ, ಪೋರ್ಚುಗಲಿನ ವಾಸ್ಕೋಡಗಾಮ ಕಲ್ಲಿಕೋಟೆ ಮುಟ್ಟಿದ.

ಇಂಗ್ಲೆಂಡು ವಾಣಿಜ್ಯಕ್ಷೇತ್ರದಲ್ಲಿ ಮೆರೆಯತೊಡಗಿತ್ತು. ನಿರ್ಗತಿಕರಾದ ರೈತರು ಕೈಗಾರಿಕೋದ್ಯಮಗಳಿದ್ದ ನಗರಗಳನ್ನು ಸೇರಿ ತಮ್ಮ ಶ್ರಮ ಶಕ್ತಿಯನ್ನು ಮಾರಿದರು. ಇನ್ನಷ್ಟು ಕಚ್ಚಾಮಾಲು, ಹೊಸ ಮಾರುಕಟ್ಟೆಗಳು ಅವಶ್ಯವಾದುವು. ಇದಕ್ಕಾಗಿ ಹೊಸ ದೇಶಗಳನ್ನು ಹುಡುಕುವ ಸಾಹಸ ಕಾರ್ಯಗಳಿಗಾಗಿ ವರ್ತಕರು ದುಡ್ಡು ಸುರಿದರು.

ನಾರ್ಮನರ ಸಂತತಿ ಮುಗಿದು ವೆಲ್ಸ್ ಮೂಲದ ದಕ್ಷ ನಾಯಕ – ಹೆನ್ರಿ ಟ್ಯೂಡರ್ – ಎಂಟನೆಯ ಹೆನ್ರಿ ಎಂಬ ಹೆಸರು ಹೊತ್ತು ಗದ್ದುಗೆ ಏರಿದ. ಆತ ಕಟ್ಟಿದ ನೌಕಾಪಡೆ ಮೊಮ್ಮಗಳು ರಾಣಿ ಎಲಿಜಬೆತಳ ಕಾಲದಲ್ಲಿ ಅಜೇಯವಾಯಿತು; ಅಪ್ರತಿಮವೆನಿಸಿದ್ದ ಸ್ಪೇನಿನ ನೌಕಾದಳ ನೀರುಪಾಲಾಯಿತು. ನಾಲ್ವತ್ತು ಐವತ್ತು ಲಕ್ಷ ಜನರಷ್ಟೇ ಇದ್ದ ಇಂಗ್ಲೆಂಡ್ ಲೋಕದ ನಾಲ್ಕೂ ಮೂಲೆಗಳಿಗೆ ಕೈಚಾಚಿತು. ಕಡಲುಗಳ್ಳನಾಗಿದ್ದ ಡ್ರೇಕ್ ನೌಕಾದಳದ ಅಧಿಪತಿಯಾದ. ಅವನು ಈಸ್ಟ್ ಇಂಡೀಸ್ ದ್ವೀಪಗಳನ್ನು ಕಂಡುಹಿಡಿದು ವ್ಯಾಪಾರ ಕುದುರಿಸಿ, ಸ್ವದೇಶಕ್ಕೆ ಮರಳಿದಾಗ ಮೂರು ವರ್ಷ ಕಳೆದಿದ್ದುವು. ಇಂಗ್ಲೆಂಡನ್ನು ಸಮೀಪಿಸುತ್ತಿದ್ದಂತೆ ಸಮುದ್ರದಲ್ಲಿದ್ದ ಬೆಸ್ತರನ್ನು ಆತ ಕೇಳಿದ : "ರಾಣಿ ಜೀವದಿಂದಿದ್ದಾರೊ ? ಆರೋಗ್ಯವಾಗಿದ್ದಾರೊ ?" ಎಲಿಜಬೆತ್ ಬದುಕಿ ಇದ್ದಳಷ್ಟೇ ಅಲ್ಲ, ಮರುವರ್ಷ ಡ್ರೇಕನ ಹಡಗನ್ನು ಹತ್ತಿ ಆತನಿಗೆ ಸರ್ ಪದವಿ ಪ್ರದಾನ ಮಾಡಿದಳು. ಇನ್ನೊಬ್ಬ ಖ್ಯಾತ ನೌಕಾ ಪ್ರಮುಖ ಹಾಕಿನ್ಸ್ ಆಫ್ರಿಕದಿಂದ ನೀಗ್ರೋಗಳನ್ನು ಹಿಡಿದು ಅಮೆರಿಕಕ್ಕೆ ಒಯ್ದು ಗುಲಾಮ ದುಡಿಮೆಗೆ ಮಾರಿದ. ಇಂಥ ಉದ್ಯಮಗಳಿಗಾಗಿ ವಣಿಕಶ್ರೇಷ್ಠರು ಒಟ್ಟಾಗಿ ರಚಿಸಿದ ಕಂಪೆನಿಗಳು ಹೇರಳ ಲಾಭ ಗಳಿಸಿದುವು. ಈಸ್ಟ್ ಇಂಡಿಯಾ ಕಂಪನಿ ಸ್ಥಾಪಿತವಾಯಿತು. "ನಾನು ಹೆಂಗಸಾದರೂ ನನ್ನ ತಂದೆಗಿದ್ದಷ್ಟೇ ಧೈರ್ಯ ನನಗಿದೆ, ನಾನು ನಿಮ್ಮ ಅಭಿಷಿಕ್ತ ರಾಣಿ. ಒತ್ತಾಯಕ್ಕೆ ಮಣಿದು ಏನನ್ನೂ ಮಾಡಲಾರೆ... ಬರೇ ಲಂಗದಲ್ಲಿ ದೇಶದಿಂದ ನನ್ನನ್ನು ಓಡಿಸಿದರೂ ಕ್ರೈಸ್ತ ರಾಷ್ಟ್ರಗಳಿರುವಲ್ಲಿ ಎಲ್ಲಾದರೂ ನಾನು ಬದುಕಬಲ್ಲೆ," ಎಂದು ಪಾರ್ಲಿಮೆಂಟಿನ ಒಂದು ನಿಯೋಗಕ್ಕೆ ಹೇಳಿದ ಎಲಿಜಬೆತ್, 45 ವರ್ಷ ಬಿಗಿ ಹಿಡಿತದಿಂದ ಆಳಿದಳು. ಮುಂದಿನ ದಶಕಗಳಲ್ಲಿ ಲೋಕದ ನಾನಾ ಭಾಗಗಳಲ್ಲಿ ಇಂಗ್ಲೆಂಡಿನ ಅಧಿಕಾರದ ವ್ಯಾಪ್ತಿ ಮತ್ತಷ್ಟು ಹೆಚ್ಚಿತು. ಬಂಗಾರ ತರುತ್ತೇನೆಂದು ವಾಲ್ಟರ್ ರಾಲೀ ದಕ್ಷಿಣ ಅಮೆರಿಕಕ್ಕೆ ಹೋಗಿ ಬರಿಗೈಯಲ್ಲಿ ಮರಳಿದಾಗ, ಅವನ ತಲೆ ಕಡಿದರು. ಆದರೆ ಇತರ ನೌಕಾ ಪಟುಗಳು ಉತ್ತರ ಅಮೆರಿಕದಲ್ಲಿ ವಸಾಹತು ಸ್ಥಾಪಿಸಿದರು.

ಹರಿದು ಬರುತ್ತಿದ್ದ ಸಂಪತ್ತಿನ ಹಂಚಿಕೆಯಲ್ಲಿ ಪಾರ್ಲಿಮೆಂಟಿಗೂ ಅರಸೊತ್ತಿಗೆಗೂ ತೀವ್ರ ವಿವಾದ ಆರಂಭವಾಯಿತು. ತನ್ನ ವೆಚ್ಚಕ್ಕೆ 500,000 ಪೌಂಡು ಬೇಕು ಎಂದು ಅರಸ ಕೇಳಿದಾಗ ಪಾರ್ಲಿಮೆಂಟು 15,000 ಪೌಂಡು ಮಂಜೂರು ಮಾಡಿತು; ಮುಂದಿನ ಅಧಿವೇಶನದಲ್ಲಿ 900,000 ಪೌಂಡು ಬೇಕು ಎಂದಾಗ, 70,000 ಪೌಂಡು ಸಾಕು ಎಂದಿತು. ಅರಸ ಜೇಮ್ಸ್ ಪಾರ್ಲಿಮೆಂಟನ್ನು ವಿಸರ್ಜಿಸಿದ. ಆದರೆ ಸರ್ವಾಧಿಕಾರ ಸಾಧ್ಯವಾಗದೆ, ಮತ್ತೊಂದು ಪಾರ್ಲಿಮೆಂಟನ್ನು ರಚಿಸ ಬೇಕಾಯಿತು. ಪರಿಸ್ಥಿತಿ ವಿಪರೀತಕ್ಕೆ ಹೋದದ್ದು ಮೊದಲನೆಯ ಚಾರ್ಲ್ಸ್‌ನ ಕಾಲದಲ್ಲಿ. 1640 'ಇಂಗ್ಲಿಷ್ ಕ್ರಾಂತಿ' ಆರಂಭವಾದ ವರ್ಷ. ಅರಸನಿಗಿದಿರು ಲಂಡನ್ನಿನಲ್ಲಿ ಒಮ್ಮೆ ಎರಡು ಲಕ್ಷ ಜನ, ಮತ್ತೊಮ್ಮೆ ಮೂರು ಲಕ್ಷ ಜನ ಮತಪ್ರದರ್ಶನ ಮಾಡಿದರು. ಅರಸ ಯಾರ್ಕ್ ನಗರಕ್ಕೆ ಓಡಿಹೋಗಿ ಅಲ್ಲಿಂದ, ಕ್ರಾಮ್‌ವೆಲ್‌ನ ನೇತೃತ್ವ ದಲ್ಲಿದ್ದ ಪಾರ್ಲಿಮೆಂಟಿನ ಮೇಲೆ ಯುದ್ಧ ಸಾರಿದ. ಆಗ ಕ್ರಾಮ್‌ವೆಲ್‌ನದು, ಪ್ರತಿಗಾಮಿ ಶಕ್ತಿಗಳಿಗಿದಿರಾದ ಹೋರಾಟ. ಪ್ರಗತಿ ಬಯಸುತ್ತಿದ್ದ ಜನಸಾಮಾನ್ಯರ ಬೆಂಬಲವೂ ಇತ್ತು. ಅರಸನ ತಲೆ ಉರುಳಿತು (1649).

ಮೊದಲನೆಯ ಚಾರ್ಲ್ಸ್ "ಆಳುವುದು ದೈವದತ್ತ ಹಕ್ಕು" ಎಂದಿದ್ದ.

ಅನಂತರ ಅರಸನಾದ ಎರಡನೆಯ ಚಾರ್ಲ್ಸ್, ತಾನು ಭೂಮಾಲಿಕರ ಮತ್ತು ವರ್ತಕರ ಕೈಗೂಸು – ಎಂದು ಒಪ್ಪಬೇಕಾಯಿತು.

ಕ್ರಾಂತಿಯ ಬಳಿಕ ಕ್ರಾಮ್‌ವೆಲ್ ಬದಲಾದ. ಆತ ಸಂಪತ್ತುಳ್ಳವರ ರಕ್ಷಕನಾಗಿ, ಶ್ರಮಜೀವಿಗಳ ಸಂಘಶಕ್ತಿಯನ್ನು ಮುರಿಯಲು ಬಂಡವಾಳಗಾರರಿಗೆ ನೆರವಾದ. ಸಾಮ್ರಾಜ್ಯ ವಿಸ್ತರಣೆಗೆ ಮುಂದಾದ.

ಆವರೆಗೆ ಲಂಡನಿನ ಚಿನ್ನ ವರ್ತಕರು ಅರಸನಿಗೆ ಸಾಲ ಕೊಡುತ್ತಿದ್ದರು. ಖಾಸಗಿ ವಲಯದ ಬ್ಯಾಂಕ್ ಆಫ್ ಇಂಗ್ಲೆಂಡ್ ಸ್ಥಾಪಿತವಾದ ಮೇಲೆ, ಆ ಬ್ಯಾಂಕಿನಿಂದ ಶೇಕಡಾ 8 ಬಡ್ಡಿಗೆ ಸರಕಾರಕ್ಕೆ ಸಾಲ ಸಿಗತೊಡಗಿತು. ಪ್ರಧಾನಮಂತ್ರಿ, ಸಚಿವ ಸಂಪುಟ ಇರುವ ವ್ಯವಸ್ಥೆ ಜಾರಿಗೆಬಂತು.

1760ರಲ್ಲಿ ಉಗಿಯಂತ್ರದ ಸಂಶೋಧನೆಯೊಂದಿಗೆ ದ್ವಿತೀಯ ಔದ್ಯೋಗಿಕ ಕ್ರಾಂತಿ ಮೊದಲಾಯಿತು. ನೆಯ್ಗೆ ಮಗ್ಗದಲ್ಲಿ ಸುಧಾರಣೆ ಯಾಗಿ, ಮುಂದೆ ವಿದ್ಯುತ್ ಮಗ್ಗ ಸಾಧ್ಯವಾಯಿತು. ಕಂಗಾಲ ಗಂಡಸರು ಹೆಂಗಸರು ಎಳೆಯ ಮಕ್ಕಳು – ಎಲ್ಲರೂ ದುಡಿಯುವವರೇ. ವ್ಯಾಪಾರೀ ಬಂಡವಾಳ ಔದ್ಯೋಗಿಕ ಬಂಡವಾಳವಾಗಿ ಮಾರ್ಪಟ್ಟಿತು. ಅಮೆರಿಕ ಸ್ವಾತಂತ್ರ್ಯ ಘೋಷಿಸಿದಾಗ ಅದಕ್ಕೆ ಬೆಂಬಲ ನೀಡಿದವರು

ಇಂಗ್ಲೆಂಡಿನ ಶ್ರಮಜೀವಿಗಳು ಮಾತ್ರ. ಸಾಗಣೆ ಸಮಸ್ಯೆಯನ್ನು ಉಗಿಬಂಡಿ ಬಗೆಹರಿಸಿತು. ಕ್ಷಿಪ್ರ ಔದ್ಯೋಗೀಕರಣದ ಜತೆಗೇ ಬೆಳೆಯಿತು ಕಾರ್ಮಿಕ ಸಂಘಟನೆ. ವಿಚಾರಣೆಯಿಲ್ಲದೆ ಸೆರೆಮನೆ ಇಲ್ಲ ಎಂಬ ನಿಯಮವನ್ನು ಸರಕಾರ ಎಂಟು ವರ್ಷ ಸ್ಥಗಿತಗೊಳಿಸಿತು. ಸಾರ್ವಜನಿಕ ಸಭೆಗಳು ನಿಷಿದ್ಧವಾದವು.

ನೆಪೋಲಿಯನನ ಜತೆ ವಾಟರ್‌ಲೂ ಯುದ್ಧದಲ್ಲಿ ಗೆದ್ದು ಮರಳಿದ 300,000 ಸೈನಿಕರು ಉದ್ಯೋಗಗಳಿಗಾಗಿ ಪರದಾಡಿದರು. ಮ್ಯಾಂಚೆಸ್ಟರಿನ ಸಂತ ಪೀಟರನ ಬಯಲಿನಲ್ಲಿ 80,000 ಕಾರ್ಮಿಕರ ಸಭೆ ನಡೆದಾಗ ಅಶ್ವಾರೋಹಿ ಪೊಲೀಸರು ದಾಳಿ ಮಾಡಿ, ಹನ್ನೊಂದು ಮಂದಿಯನ್ನು ಕೊಂದರು. 100 ಸ್ತ್ರೀಯರೂ ಸೇರಿ 400 ಜನ ಗಾಯ ಗೊಂಡರು. ಇದು ಪೀಟರ್‌ಲೂ ಕಗ್ಗೊಲೆ ಎಂದು ಕುಖ್ಯಾತವಾಯಿತು. ಒಬ್ಬ ಕೈಗಾರಿಕೋದ್ಯಮಿ ರಾಬರ್ಟ್ ಓವೆನ್ – ಸಹಕಾರ ತತ್ತ್ವದ ಪ್ರತಿಪಾದಕ – "8 ಗಂಟೆಗಳ ದುಡಿಮೆಗೆ ಬೆಂಬಲ ಕೊಡ್ತೇನೆ; ಆದರೆ ಮಾಲಿಕರನ್ನು ನೀವು ಕಟುವಾಗಿ ಟೀಕಿಸಬಾರದು," ಎಂದ. ಈ ಹೋರಾಟಗಳ ಕುಲಿಮೆಯಿಂದ ಟ್ರೇಡ್ ಯೂನಿಯನ್ ಕಾಂಗ್ರೆಸ್ ಮೂಡಿಬಂತು.

19ನೇ ಶತಮಾನದಲ್ಲಿ (64 ವರ್ಷ ಕಾಲ ವಿಕ್ಟೋರಿಯ ರಾಣಿಯ ಆಳ್ವಿಕೆ) ಬಂಡವಾಳದ ಅಧಿಕ ಶೇಖರಣೆ, ಉದ್ಯಮಗಳ ವಿಸ್ತರಣೆ, ಅಧಿಕ ಉತ್ಪಾದನೆ, ಮಾರುಕಟ್ಟೆಗಳಿಗಾಗಿ ಇತರ ಐರೋಪ್ಯ ರಾಷ್ಟ್ರಗಳ ಜತೆ ಸೆಣಸಾಟ. ಸಾಮ್ರಾಜ್ಯಶಾಹಿ ಕಾಲಾವಧಿಯ ಮುಂದಿನ ಈ ಘಟ್ಟ ಬಂಡವಾಳಶಾಹಿಯ ಸಾರ್ವತ್ರಿಕ ಬಿಕ್ಕಟ್ಟು. ಪರಿಣಾಮ 1914–18ರ ಲೋಕ ಯುದ್ಧ.

ಈ ಅವಧಿಯಲ್ಲೇ ರಷ್ಯದಲ್ಲಿ ನಡೆದದ್ದು (1917) ಅಕ್ಟೋಬರ್ ಕ್ರಾಂತಿ; ಜಗತ್ತಿನ ಪ್ರಥಮ ಸಮಾಜವಾದಿ ಸರಕಾರದ ಸ್ಥಾಪನೆ.

ಸೋತ ಜರ್ಮನಿಯನ್ನು ಅವಹೇಳನಕ್ಕೆ ಗುರಿಮಾಡಿದರು. ಚೇತರಿಸಿ ಕೊಂಡ ಜರ್ಮನ್ ಬಂಡವಾಳಶಾಹಿ ಫಾಸಿಸಮಿನ ಮುಖವಾಡ ಧರಿಸಿತು. ಎರಡನೆಯ ಲೋಕ ಮಹಾಯುದ್ಧ (1939–46) ಅನಿವಾರ್ಯ ವಾಯಿತು. ಅದು ಮುಗಿದಂತೆ ಬ್ರಿಟಿಷ್ ಸಾಮ್ರಾಜ್ಯದಲ್ಲಿ ಸೂರ್ಯ ಅಸ್ತಮಿಸಿದ.

ಸಿಂಹದ ಕ್ಷೀಣ ಧ್ವನಿ :

"...ಗತವೈಭವದ ಮೆಲುಕು. ಜನರಿಗೆ ಕೊರತೆ ಇಲ್ಲ. ಆರು ಕೋಟಿ. ಲಂಡನ್ ಒಂದರಲೇ 80 ಲಕ್ಷ. ವಿಸ್ತಾರ 244,000 ಚದರ ಕಿಲೋಮೀಟರ್, ಈಗಲೂ ದ್ವೀಪ ಸಮುಚ್ಚಯದಲ್ಲಿ ಎಲ್ಲಿ ನಿಂತರೂ 110 ಕಿ. ಮೀ, ಸಾಗುವುದರೊಳಗೇ ಕಡಲು ಮುಟ್ಟುವಿರಿ. ಬಟ್ಟೆ

ಮಾತ್ರವಲ್ಲ, ಮೋಟಾರು ಕಾರು ವಿಮಾನಗಳ ರಫ್ತೂ ಇದೆ... ಆದರೆ ಅಲೆಗಳ ಅಬ್ಬರವಿಲ್ಲ..."

2

ಮನುಷ್ಯನಿಗೆ ಮಾತು ಬಂದ ಮೇಲೆ, ಹಾಡಲು ಕವಿತೆ ಕೇಳಲು ಕಥೆ ಅವನ ಸಹಜ ಸಂಗಾತಿಗಳಾದುವು. ಐಬೀರಿಯರಿರಲಿ ಕೆಲ್ಟರಿರಲಿ ತಮ್ಮ ಸಂತಸದಿಂದ ಸಂಕಟದಿಂದ ಹುಟ್ಟಿದ ಕವಿತೆಗಳನ್ನು ಹಾಡಿರಲೇಬೇಕು, ಕಥೆಗಳನ್ನು ಹೇಳಿರಲೇಬೇಕು. ಪೀಳಿಗೆಯಿಂದ ಪೀಳಿಗೆಗೆ, ಮುಂದೆ ಬಂದವರು ಹೊಸ ಗೀತೆ–ಕಥೆಗಳನ್ನು ತಂದರು. ಹಳೆಯವು ಅವುಗಳೊಡನೆ ಬೆರೆತ ಬಗೆಗೆ ಸಂದೇಹ ಬೇಡ. ಅವು ಲಭ್ಯವಿಲ್ಲ ಎಂದ ಮಾತ್ರಕ್ಕೆ 'ಇರಲಿಲ್ಲ' ಎನ್ನುವುದು ಹೇಗೆ? ಅರಸ ಆರ್ಥರ್ ಮತ್ತು ಅವನ ವೀರರ ಕಥೆಗಳು, ಸಿರಿವಂತರನ್ನು ದೋಚಿ ಬಡವರಿಗೆ ಹಂಚಿದ ರಾಬಿನ್ ಹುಡ್‌ನ ಕಥೆ – ಇವು ಜಾನಪದ ಕಥನಗಳೆನಿಸಿ ಶತಮಾನಗಳ ಕಾಲ ಕಿರಿಯರನ್ನೂ ಹಿರಿಯರನ್ನೂ ರಂಜಿಸಿವೆ. ಇವುಗಳಿಗೆ ಪ್ರೇರಣೆಯಾದ ಘಟನೆಗಳು ಕಾಲಗರ್ಭದಲ್ಲಿ ಮರೆಯಾಗಿವೆ. ಮೊದಲ ಹಾಡುಗಾರರು ಮಣ್ಣಿಗೆ ಮರಳಿದ್ದಾರೆ.

ಶ್ರೇಷ್ಠ ಸಾಹಿತ್ಯ ಕೃತಿ ಎಂದು ದೊರೆತುದು 'ಬೇವೂಲ್ಫ್'. 6ನೆಯ ಶತಮಾನದಲ್ಲಿ ಆಂಗ್ಲರು – ಸ್ಯಾಕ್ಸನರು ಬಂದಾಗ ತಂದ ಈ ಕಥೆ ದ್ವೀಪವಾಸಿಗಳನ್ನು ರಂಜಿಸಿರಬೇಕು. ಹಳೆಯ ಇಂಗ್ಲಿಷಿನಲ್ಲಿ ಅದು ಕಾವ್ಯದ ರೂಪ ತಳೆದದ್ದು ಸುಮಾರು 700ರಲ್ಲಿ. ಬರಹ ರೂಪಕ್ಕೆ ಇಳಿದದ್ದು 1000ನೆಯ ವರ್ಷದಲ್ಲಿ. ಗ್ರೆಂಡೆಲ್ ಎಂಬ ದೈತ್ಯನನ್ನು ಬೇವೂಲ್ಫ್ ಎಂಬ ವೀರತರುಣ ಸಂಹರಿಸಿದ ಈ ಕಥಾವಸ್ತು ನಾರ್ವೆ ಮೂಲದ್ದು. ಅದರ ವಾಸ್ತವರೂಪ ಅದೆಷ್ಟು ಶತಮಾನ ಹಿಂದಿನದೊ! ಕಾವ್ಯ ರಚಿಸಿದವನಂತೂ ಅಸಾಮಾನ್ಯ ಕವಿ. ಕಡಲನ್ನು 'ಹಂಸಪಥ' ಎಂದ; ಶರೀರವನ್ನು ಮೂಳೆಮನೆ' ಎಂದ.

ಚಾಸರನ 'ಕ್ಯಾಂಟರ್ ಬರಿ ಕಥೆಗಳು' ಆಂಗ್ಲಸಾಹಿತ್ಯದ್ದೇ ಆದ ಮೊದಲ ದೊಡ್ಡ ಕೃತಿ. 14ನೆಯ ಶತಮಾನದ್ದು. 200 ವರ್ಷ ಹಿಂದೆ ಕ್ಯಾಂಟರ್‌ಬರಿಯ ಮುಖ್ಯ ಧರ್ಮಪಾಲ ಥಾಮಸ್ ಬೆಕೆಟನ ಕೊಲೆಯಾಗಿತ್ತಲ್ಲ? ಅವನ – ಸಂತ ಥಾಮಸನ – ಪವಿತ್ರ ಗೋರಿಗೆ ಯಾತ್ರಾರ್ಥಿಗಳಾಗಿ ಒಟ್ಟಿಗೆ ಹೊರಟ ಭಿನ್ನ ಭಿನ್ನ ವೃತ್ತಿಗಳ ಜನ ಮಾರ್ಗ ಕ್ರಮಣದ ಆಯಾಸ ಕಳೆಯಲೆಂದು ಹೇಳಿದ ಒಂದೊಂದು ಕಥೆ – ಈ ಕಥನ ಮಾಲಿಕೆ. ಸಮಕಾಲೀನ ಬದುಕಿನ ಚಿತ್ರಣ. ಕುಟುಕುವ ಹಾಸ್ಯ ಈ ಕಾವ್ಯದ ಹೆಚ್ಚುಗಾರಿಕೆ.

ನಾರ್ಮನರ ಕಾಲದಿಂದ 1500ರವರೆಗೂ ಪ್ರತಿಷ್ಠಿತರ

ಭಾಷೆಯಾಗಿತ್ತು ಫ್ರೆಂಚ್. ಇಂಗ್ಲಿಷ್ ಆಗ ಜನಸಾಮಾನ್ಯರ ಭಾಷೆ. ಜನಪದದ ಕಸುವನ್ನು ಅಳವಡಿಸಿ ಅದು ಬೆಳೆದದ್ದರಿಂದಲೇ, ಚಾಸರ್ (ಲ್ಯಾಟಿನ್, ಫ್ರೆಂಚ್‌ಗಳನ್ನು ಅರಿತಿದ್ದರೂ) ಇಂಗ್ಲಿಷಿನಲ್ಲಿ ಬರೆಯಲು ಶಕ್ತನಾದ.

1477ರಲ್ಲಿ ಮುದ್ರಣಯಂತ್ರ ಸ್ಥಾಪಿಸಿ ತತ್ವಜ್ಞಾನಿಗಳ ಬೋಧನೆ ಕುರಿತ ಮೊದಲ ಆಂಗ್ಲ ಪುಸ್ತಕವನ್ನು ಕ್ಯಾಕ್ಸ್‌ಟನ್ ಮುದ್ರಿಸಿದ. ದಿವಂಗತ ಚಾಸರನ ಕವಿತೆಗಳನ್ನೂ ಅಚ್ಚುಹಾಕಿದ. ಇಂಗ್ಲಿಷ್‌ಗೆ ಬೈಬಲಿನ ಭಾಷಾಂತರವಾಯಿತು. ಆಂಗ್ಲ ಭಾಷೆಯ ಪ್ರೌಢಿಮೆಗೆ ಅದು ನಿದರ್ಶನವೂ ಆಯಿತು. ಕಥನಕವನಗಳನ್ನು ಹಾಡುವ ವೃತ್ತಿ ಮೀಸಲಾಗಿದ್ದುದು ಅಲೆಮಾರಿಗಳಿಗೆ. ರಸ್ತೆ ಬದಿಯಲ್ಲೋ ಉಪಾಹಾರ ಗೃಹಗಳಲ್ಲೋ ಸಂತೆಪೇಟೆಯಲ್ಲೋ ಮದುವೆ ಮನೆಗಳಲ್ಲೋ ಇವರ ಕಲಾಪ್ರದರ್ಶನ. ಇಗರ್ಜಿಗಳಲ್ಲಿ ಧಾರ್ಮಿಕ ವಸ್ತುಗಳಿದ್ದ ದೃಶ್ಯ ರೂಪಗಳನ್ನು ಅಭಿನಯಿಸುತ್ತಿದ್ದರು. ಈ ರೂಪಕಗಳ ಅನಂತರದ ಘಟ್ಟ ಲೌಕಿಕ ನಾಟಕ. ಆಸ್ಥಾನಕ್ಕೆ ಈ ಮನೋರಂಜನೆ ಒಪ್ಪಿತವಾಯಿತು. ಆದರೆ ಪೌರಾಧಿಕಾರಿಗಳಿಗೆ ತಲೆನೋವು. ನಟನ ವೃತ್ತಿಗೆ ಕಾನೂನಿನ ರಕ್ಷಣೆ ಇರಲಿಲ್ಲ. ಅವನನ್ನು ದುರುಳನೆಂದೋ ಮನೆಮಠ ಇಲ್ಲದ ಸಂದೇಹಾಸ್ಪದ ವ್ಯಕ್ತಿಯೆಂದೋ ಪರಿಗಣಿಸುತ್ತಿದ್ದರು. ನಾಲ್ಕು ಗಾಲಿಗಳ ವೇದಿಕೆಯ ಮೇಲೆ ನಾಟಕಾಭಿನಯ ಶುರುವಾಯಿತು. ನಟರು ಆ ವೇದಿಕೆಯನ್ನೆಳೆದುಕೊಂಡು ನಗರದ ಬೇರೆಬೇರೆ ಭಾಗಗಳಿಗೆ ಹೋಗುತ್ತಿದ್ದರು. ಕಡೆಗೆ ಪೌರಾಧಿಕಾರಿಗಳ ಕಾಟ ತಡೆಯಲಾರದೆ, ಪುರವ್ಯಾಪ್ತಿಯ ಆಚೆಗೆ ನಾಟಕ ಆಡತೊಡಗಿದರು!

ಇಂಥ ಹಿನ್ನೆಲೆ ಜನ್ಮ ನೀಡಿದ್ದು ಅಸಾಧಾರಣ ಪ್ರತಿಭಾ ಸಂಪನ್ನನಾದ ನಟ–ನಾಟಕರಾರ ವಿಲಿಯಂ ಶೇಕ್ಸ್‌ಪಿಯರನಿಗೆ. ತನ್ನ ನಾಟಕಗಳಿಗಾಗಿ ಆತ ಕಾಲ ದೇಶಗಳನ್ನು ದಾಟಿ ವಸ್ತುಗಳನ್ನು ಆರಿಸಿ ತಂದರೂ ಅವು ಸಮಕಾಲೀನವೆನಿಸಿದುವು. ಸಾರ್ವಕಾಲಿಕವೂ ಆದುವು.

ಬರಹಗಾರ ಯಾವಾಗಲೂ ಪರಿಸರದಿಂದ ಪ್ರಭಾವಿತ. 17ನೆಯ ಶತಮಾನದಲ್ಲಿ ಕವಿ ಜಾನ್‌ಡನ್ "ಪರಂಪರಾಗತ ನಂಬುಗೆಗಳನ್ನು ವಿಜ್ಞಾನ ತತ್ವಜ್ಞಾನಗಳ ಹೊಸ ವಿಚಾರಗಳು ನಾಶಪಡಿಸುತ್ತಿವೆ" ಎಂದು ಹೇಳಿದರೂ "ಆ ವಿನಾಶದಿಂದ ಹೊಸತನ್ನು ನಿರ್ಮಿಸಲು ಮಾನವ ಸಮರ್ಥ," ಎಂದ.

ಅದೇ ಶತಮಾನದಲ್ಲಿ "ಮುದ್ರಣಸ್ವಾತಂತ್ರ್ಯವನ್ನು ಕಸಿದುಕೊಳ್ಳಬೇಡಿ" ಎಂದು ಕವಿ ಮಿಲ್ಟನ್ ಪಾರ್ಲಿಮೆಂಟಿನಲ್ಲಿ ಗುಡುಗಿದ. ಡೆಫೋ, ಎಡಿಸನ್, ಸ್ಟೀಲ್ ತಮ್ಮ ನಿಯತಕಾಲಿಕಗಳಲ್ಲಿ ಪ್ರಬಂಧಗಳನ್ನು ಬರೆದರು. ಕ್ರಮೇಣ ಪ್ರಬಂಧದಿಂದ ಕಥಾಪ್ರಕಾರ ಹುಟ್ಟಿತು. ಜನರಲ್ಲಿ

ಓದುವ ಹಸಿವು ಹೆಚ್ಚಿದಂತೆ ಕಾದಂಬರಿಗಳ ಧಾರಾವಾಹಿ ಪ್ರಕಟಣೆ ಶುರುವಾಯಿತು. ಸೆರೆಮನೆ ಇತ್ಯಾದಿ ದಂಡನೆಗಳ ಸವಿಯುಂಡ ಡೆಫೋ ತನ್ನ ಅರವತ್ತನೆಯ ವಯಸ್ಸಿನಲ್ಲಿ, ಮಾನವನ ಅದಮ್ಯ ಚೇತನವನ್ನು ಚಿತ್ರಿಸುವ 'ರಾಬಿನ್‌ಸನ್ ಕ್ರೂಸೋ' ಬರೆದ (1719).

ಅಲೆಕ್ಸಾಂಡರ್ ಪೋಪ್, ಶ್ರೀಮಂತ ಸಮಾಜದ ಕೃತಕತೆಯನ್ನು ತನ್ನ ಕವಿತೆಗಳಲ್ಲಿ ಅವಹೇಳನ ಮಾಡಿದ.

ದಬ್ಬಾಳಿಕೆಯ ಖಂಡನೆಗೆ, ಸಮಾಜದ ಕಟುವಿಮರ್ಶೆಗೆ ನಾಟಕ ಸಾಧನವಾಗುವುದನ್ನು ತಡೆಯಲು, 1737ರಲ್ಲಿ ಲೈಸೆನ್ಸ್ ಪಡೆದು ನಾಟಕ ಆಡಬೇಕೆಂದು ಶಾಸನ ರೂಪಿಸಿದರು. ಹೆನ್ರಿ ಫೀಲ್ಡಿಂಗ್ ನಾಟಕ ಬರೆಯುವುದನ್ನು ಬಿಟ್ಟುಕೊಟ್ಟು, ತನ್ನ ಅಭಿವ್ಯಕ್ತಿಗೆ ಕಾದಂಬರಿಯ ವಿಸ್ತಾರವನ್ನು ಆರಿಸಿಕೊಂಡ. ಆ ರೀತಿ ಆಂಗ್ಲ ಕಾದಂಬರಿಗಳಲ್ಲಿ ಮೊದಲ ಹಿರಿಯ ಕೃತಿಯಾದ 'ಟಾಮ್ ಜೋನ್ಸ್' ಸೃಷ್ಟಿಯಾಯಿತು.

ಮುಂದಿನ ಶತಮಾನದಲ್ಲಿ ಬಂಡಾಯ ಕಾರ್ಮಿಕರಿಗೆ ಮರಣ ದಂಡನೆ ವಿಧಿಸಿದ್ದರ ವಿರುದ್ಧ ಕವಿ ಬೈರನ್ ಪಾರ್ಲಿಮೆಂಟಿನ ಮೇಲ್ಮನೆಯಲ್ಲಿ ಆಕ್ರೋಶದಿಂದ ಮಾತನಾಡಿದ; ಫ್ರೆಂಚ್ ಮಹಾಕ್ರಾಂತಿಯನ್ನು ಸ್ವಾಗತಿಸಿದ; ಗ್ರೀಸಿನ ಸ್ವಾತಂತ್ರ್ಯ ಹೋರಾಟದಲ್ಲಿ ಭಾಗವಹಿಸಿ ಸಾವನ್ನು ಅಪ್ಪಿದ.

ಕವಿ ಶೆಲ್ಲಿ ನಾಸ್ತಿಕತೆಯನ್ನು ಕುರಿತ ತನ್ನ ವಿಚಾರಗಳನ್ನು ಪ್ರಕಟಿಸಿದಾಗ, ಆಕ್ಸ್‌ಫರ್ಡಿನಿಂದ ಹೊರಹಾಕಿದರು. ಪೀಟರ್‌ಲೂ ಕಗ್ಗೊಲೆಯಾದಾಗ, ಆಳುವ ವರ್ಗದವರನ್ನು ಗುಳ್ಳೆನರಿಗಳೆಂದು ದೂಷಿಸಿ ಶೆಲ್ಲಿ ಕವಿತೆ ಬರೆದ.

ಈ ಶ್ರೇಷ್ಠ ಕವಿಗಳಷ್ಟೇ ಹಿರಿಯರಾದ ಕಥೆಗಾರ ಕಾದಂಬರಿಕಾರರೂ 19ನೆಯ ಶತಮಾನದಲ್ಲಿ ಬೆಳಗಿದರು. ಚಾರ್ಲ್ಸ್ ಡಿಕೆನ್ಸನದು ದಲಿತರ, ಬಡ ಮಧ್ಯಮವರ್ಗದ ಚಿತ್ರಣ. (ಬಾಲಕನಾಗಿ ಈತ ಕಾರಖಾನೆಯಲ್ಲಿ ದುಡಿದಿದ್ದ. ಸಾಲ ತೀರಿಸಲಾಗದೆ ಇವನ ತಂದೆ ಸೆರೆಮನೆ ಕಂಡಿದ್ದ.) ಥಾಮಸ್ ಹಾರ್ಡಿ ಗ್ರಾಮಾಂತರ ಬದುಕಿನ ಪರಿಜ್ಞಾನವನ್ನು ಪಟ್ಟಣಿಗರಿಗೆ ನೀಡಿದ. ರಾಬರ್ಟ್ ಲೂಯಿ ಸ್ಟೀವನ್‌ಸನ್ ಮಾನವ ಜಗತ್ತಿನ ಅನ್ವೇಷಣೆ ನಡೆಸಿದ. ಮೇರಿ ಶೆಲ್ಲಿ ಫ್ರಾಂಕನ್‌ಸ್ಟೀನ್ ಪಾತ್ರವನ್ನು ಸೃಷ್ಟಿಸಿದಳು. ಆರ್ಥರ್ ಕಾನನ್ ಡೈಲನ ಪತ್ತೇದಾರಿ ಕೃತಿಗಳು ಓದುವ ಹುಚ್ಚನ್ನು ಹೆಚ್ಚಿಸಿದುವು. ಎಚ್. ಜಿ. ವೆಲ್ಸ್ ವಿಜ್ಞಾನದ ಸಾಧ್ಯತೆಗಳ ಪರಿಧಿಯನ್ನು ಕಥಾಲೋಕದಲ್ಲಿ ವಿಸ್ತರಿಸಿದ. ಆರ್ಥರ್ ಮಾರಿಸನ್, ಆಡ್‌ಕಾಕರು ಓದುಗರನ್ನು ಕಾರ್ಮಿಕ ವಸತಿ ಪ್ರದೇಶಕ್ಕೆ ಕರೆದೊಯ್ದರು.

ಇಪ್ಪತ್ತನೆಯ ಶತಮಾನ ವಿಪುಲ ಕಥಾ ಸೃಷ್ಟಿಯ ಕಾಲ. ವಿಜಯೀ ಸಾಮ್ರಾಜ್ಯಶಾಹಿಯ ವಾಣಿ ಕಿಪ್ಲಿಂಗ್; 'ನಾನು ಮಹಾ ಮೇಧಾವಿಯಲ್ಲ,

ಕುಶಲಕರ್ಮಿ' ಎಂದು ಹೇಳಿಕೊಂಡ ಮಾಮ್; ಬದುಕಿನ ಗಣಿಗಳಿಂದ ಮೇಲಕ್ಕೆತ್ತಿ ರುದ್ರ ಮುಖಗಳನ್ನು ತೋರಿದ ಡಿ. ಎಚ್. ಲಾರೆನ್ಸ್; ಮನಸ್ಸಿನ ಆಳವನ್ನು ಕೆದಕಿದ ವರ್ಜೀನಿಯಾ ವುಲ್ಫ್; ಪೋಲಿಷ್ ಮೂಲದಿಂದ ಬಂದಿದ್ದರೂ ಆಂಗ್ಲ ಸಾಹಿತ್ಯದಲ್ಲಿ ಸ್ಥಾನಗಳಿಸಿದ ಜೋಸೆಫ್ ಕಾನ್ರಾಡ್; ಚೆಖಾವನ ನಿಷ್ಠಾವಂತ 'ಶಿಷ್ಯೆ'ಯಾಗಿ ಬರೆದ ಕ್ಯಾಥರೀನ್ ಮ್ಯಾನ್ಸ್‌ಫೀಲ್ಡ್; ಯುದ್ಧ ಕಾಲದ ಯಾತನಾಮಯ ಅನುಭವವನ್ನು ಚಿತ್ರಿಸಿದ ಸ್ಟಾನ್ ಬಾರ್ಸ್ಟೋ; ಸಮಾಜವನ್ನು ವೈಜ್ಞಾನಿಕ ದೃಷ್ಟಿಯಿಂದ ಕಂಡ ಡೊರಿಸ್ ಲೆಸ್ಸಿಂಗ್ ಮತ್ತಿತರ ಹಲವರು ಇಂಗ್ಲೆಂಡಿನ ಕಥಾಲೋಕವನ್ನು ಶ್ರೀಮಂತಗೊಳಿಸಿದರು.*

3

ವಿಶ್ವಕಥಾಕೋಶದ ಆರನೆಯ ಈ ಸಂಪುಟದಲ್ಲಿ ಇಂಗ್ಲೆಂಡಿನ ಹನ್ನೊಂದು ಕಥೆಗಳಿವೆ. ಇಂಗ್ಲೆಂಡನ್ನು ಕುರಿತು ಈವರೆಗೆ ಮಾಡಿರುವ ಪ್ರಸ್ತಾಪದ ಹಿನ್ನೆಲೆಯಲ್ಲಿ ಈ ಕಥೆಗಳು ಹೆಚ್ಚು ರುಚಿಕರವೂ ಅರ್ಥಪೂರ್ಣವೂ ಆಗುತ್ತವೆಂದು ನಂಬಿದ್ದೇನೆ.

ದೀಪಾವಳಿ, 1980   ನಿರಂಜನ
ಬೆಂಗಳೂರು   ಪ್ರಧಾನ ಸಂಪಾದಕ

---

* ಐರ್‌ಲೆಂಡ್, ಸ್ಕಾಟ್‌ಲೆಂಡ್, ವೇಲ್ಸ್‌ಗಳ ಬರಹಗಾರರನ್ನು ಇಲ್ಲಿ ಪ್ರಸ್ತಾಪಿಸಿಲ್ಲ. ಇದಕ್ಕಾಗಿ ಹತ್ತನೆಯ ಸಂಪುಟದ ('ಅರಬಿ') ಪ್ರಸ್ತಾವನೆ ನೋಡಿ.

○ ಚಾರ್ಲ್ಸ್ ಡಿಕನ್ಸ್

ವಿಚಿತ್ರ ಕಕ್ಷಿದಾರ

"ಈ ಚಿಕ್ಕ ಚರಿತ್ರೆ ನನಗೆ ಎಲ್ಲಿ, ಹೇಗೆ ದೊರೆಯಿತು ಎನ್ನುವುದು ಮುಖ್ಯವಲ್ಲ.

"ನನಗೆ ದೊರೆತ ಕ್ರಮದಲ್ಲೇ ಅದನ್ನು ಹೇಳಬೇಕೆಂದರೆ, ಮಧ್ಯದಿಂದ ಮೊದಲು ಮಾಡಿ ಕೊನೆಯ ಹಂತವನ್ನು ತಲಪಿ, ಪುನಃ ಪ್ರಾರಂಭಕ್ಕೆ ಹಿಂತಿರುಗಬೇಕಾಗುತ್ತದೆ. ಇದರಲ್ಲಿನ ಕೆಲವು ಘಟನೆಗಳು ನನ್ನ ಕಣ್ಣಮುಂದೆಯೇ ಆಗಿಹೋದವು. ಉಳಿದವು ಸಹ ನಿಜವಾಗಿ ನಡೆದ ಸಂಗತಿಗಳೆಂದು ನನಗೆ ಗೊತ್ತು. ಅಲ್ಲದೆ ಅವನ್ನು ಬಹಳ ಚೆನ್ನಾಗಿ ನೆನಪಿನಲ್ಲಿ ಇಟ್ಟುಕೊಂಡಿರುವ ಕೆಲವು ಮಂದಿ ಇನ್ನೂ ಜೀವಂತವಾಗಿದ್ದಾರೆ."

ಹೀಗೆ ಪೀಠಿಕೆ ಹಾಕಿ ಮುದುಕ ಸ್ವಲ್ಪ ಹೊತ್ತು ಸುಮ್ಮನಿದ್ದು ಮತ್ತೆ ಹೇಳತೊಡಗಿದ :

ಬರೋ ಹೈ ಸ್ಟ್ರೀಟ್‌ನಲ್ಲಿ ಸೈಂಟ್ ಜಾರ್ಜರ ಇಗರ್ಜಿಯನ್ನು ನೀವು ನೋಡಿರಬಹುದು. ಸಾಲಗಾರರನ್ನು ಕೂಡಿಡುವ ನಮ್ಮ ಬಂದೀಖಾನೆಗಳಲ್ಲಿ ಅತ್ಯಂತ ಚಿಕ್ಕದಾದ ಮಾರ್ಷಲ್ಸೀ ಸೆರೆ ಮನೆಯೂ ರಸ್ತೆಯ ಅದೇ ಬದಿಯಲ್ಲಿದೆಯೆಂಬುದು ಸಹ ಅನೇಕರಿಗೆ ತಿಳಿದಿರಬಹುದು. ಹಿಂದೆ ಇದೊಂದು ಕೊಂಪೆ ಯಾಗಿದ್ದು, ಕೊಳೆಕಸಗಳಿಂದ ತುಂಬಿ ನಾರುತ್ತಿತ್ತು. ಅದರಿಂದೀಚೆಗೆ ಅಲ್ಲಿ ಬಹಳ ಬದಲಾವಣೆಯಾಗಿದೆ. ಆದರೆ ಅದರ ಈ ಸುಧಾರಿತ ಸ್ಥಿತಿ ಕೂಡ ದುಂದುಗಾರನಿಗೆ ಆಕರ್ಷಣೆಯನ್ನಾಗಲಿ ಅಥವಾ ಮಿತವ್ಯಯಿಗೆ ಸಮಾಧಾನವನ್ನಾಗಲಿ ಒದಗಿಸುವಂತಹದಲ್ಲ. ಮಹಾಪಾತಕಿಗಳು ಕಠಿಣ ಶಿಕ್ಷೆ ಅನುಭವಿಸುವ ನ್ಯೂ ಗೇಟ್ ಕಾರಾಗೃಹವೂ ಒಂದೇ, ಇದೂ ಒಂದೇ. ಉಸಿರಾಡಿಸಿ ಕಾಲಾಡಿಸಲು ಅಲ್ಲಿ ಪಾತಕಿಗಳಿಗೆ ಎಷ್ಟು ಸ್ಥಳಾವಕಾಶವಿದೆಯೋ, ಇಲ್ಲಿ ದಿವಾಳಿಕೋರ ಸಾಲಗಾರನಿಗಿರುವುದೂ ಅಷ್ಟೆ.

ಲಂಡನಿನ ಈ ಭಾಗ ಅದೇಕೋ ನನಗೆ ಹಿಡಿಸುವುದಿಲ್ಲ. ಬಹುಶಃ ನನ್ನ ವಿಚಿತ್ರ ಕಲ್ಪನೆ ಇದಕ್ಕೆ ಕಾರಣವಾಗಿರಬಹುದು. ಅಥವಾ ಈ ಸ್ಥಳವನ್ನು ಅದಕ್ಕೆ ಸಂಬಂಧಿಸಿದ ನನ್ನ ನೆನಪುಗಳಿಂದ ಪ್ರತ್ಯೇಕಿಸಲು ನನಗೆ ಅಸಾಧ್ಯವಾಗುತ್ತಿರಬಹುದು. ಅದೇನೇ ಇರಲಿ, ಈ ಭಾಗವನ್ನು ಕಂಡರೆ ನನಗಾಗುವುದಿಲ್ಲ.

ಅಲ್ಲಿನ ರಸ್ತೆ ಅಗಲವಾಗಿದೆ. ಅಂಗಡಿಗಳು ವಿಶಾಲವಾಗಿವೆ. ಸತತ ಓಡಾಡುವ ವಾಹನಗಳ ಕಿರಿಚಾಟ, ನಿರಂತರ ಜನಪ್ರವಾಹದ ಕಾಲ ಸಪ್ಪಳ – ಈ ಎಲ್ಲ ಬಗೆಯ ಸಂಚಾರ ಚಟುವಟಿಕೆಗಳ ಸಡಗರದ ಸದ್ದು ಮುಂಜಾನೆಯಿಂದ ಮಧ್ಯರಾತ್ರಿಯ ತನಕ ಅಲ್ಲಿ ಪ್ರತಿಧ್ವನಿಸುತ್ತಿದೆ. ಆದರೆ ಅದರ ಆಸುಪಾಸಿನ ರಸ್ತೆಗಳು ಅತ್ಯಂತ ಹೊಲಸಾಗಿದ್ದು ಒಂದಕ್ಕೊಂದು ಒತ್ತಿಕೊಂಡಿವೆ. ಕಿಕ್ಕಿರಿದ ಅಲ್ಲಿನ ಗಲ್ಲಿಗಳಲ್ಲಿ ದಾರಿದ್ರ್ಯ ಮತ್ತು ವ್ಯಭಿಚಾರಗಳು ತಾಂಡವ ವಾಡುತ್ತಿವೆ. ಇವುಗಳ ಮಧ್ಯೆ ನಿಂತಿರುವ ಆ ಕಿರಿದಾದ ಸೆರೆಮನೆಯ ಇರುಕಿನಲ್ಲಿ ಅಭಾವ ಮತ್ತು ದುರದೃಷ್ಟಗಳು ಬಂಧಿಸಿಡಲ್ಪಟ್ಟಿವೆ. ನನ್ನ ಕಣ್ಣುಗಳಿಗಂತೂ ಆ ಸ್ಥಳವನ್ನು ನಿರಾಶೆ ಮತ್ತು ನಿರುತ್ಸಾಹಗಳ ವಾತಾವರಣ ಕವಿದಿರುವಂತೆ ಕಾಣುತ್ತದೆ; ಈ ವಾತಾವರಣದಿಂದಾಗಿ ಅಲ್ಲೆಲ್ಲ ಒಂದು ವಿಧದ ಪ್ರೇತಕಳೆ ವ್ಯಾಪಿಸಿರುವಂತೆ ತೋರುತ್ತಿದೆ.

ಈ ಪರಿಸರದಲ್ಲಿರುವ ಹಳೇ ಮಾರ್ಷಲ್ಸೀ ಸೆರೆಮನೆಯ ಒಳಭಾಗವನ್ನು ಎಷ್ಟೊಂದು ಕಣ್ಣುಗಳು ಕಂಡಿಲ್ಲ? ಗೋರಿಯೊಳಗೆ ಎವೆ ಮುಚ್ಚಿ ಈಗ ಬಹುಕಾಲವಾಗಿರುವ ಇಂತಹ ಅನೇಕ ಕಣ್ಣುಗಳು ಆ ಸೆರೆಮನೆಯ ಹೆಬ್ಬಾಗಿಲನ್ನು ಮೊದಲ ಬಾರಿಗೆ ದಾಟಿ ಒಳಹೊಕ್ಕಾಗ, ಅಲ್ಲಿನ ದೃಶ್ಯವನ್ನು ಸಾಕಷ್ಟು ಹಗುರವಾಗಿಯೇ ನೋಡಿದ್ದವು. ಯಾಕೆಂದರೆ, ದುರದೃಷ್ಟದ ಮೊದಲ ಪ್ರಹಾರಕ್ಕೆ ಧೃತಿಗೆಟ್ಟು ಹತಾಶರಾಗುವ ಮಂದಿ ಬಹಳ ಅಪರೂಪ. ಒಬ್ಬ ವ್ಯಕ್ತಿಗೆ, ಇನ್ನೂ ಪರೀಕ್ಷೆಗೊಳಗಾಗದ ತನ್ನ ಮಿತ್ರರ ಮೇಲೆ ನಂಬಿಕೆಯಿರುತ್ತದೆ. ತನ್ನೊಂದಿಗೆ ಗಳಸ್ಯ ಕಂಠಸ್ಯ ಎಂಬಂತಿದ್ದ ಒಡನಾಡಿಗಳ ಮೇಲೆ ಅವನಿಗೆ ಭರವಸೆಯಿರುತ್ತದೆ. ತನಗೆ ಅಗತ್ಯವಿರದಿದ್ದಾಗ ಅವರು ತಾವಾಗಿಯೇ ನೆರವು ನೀಡಲು ಮುಂದೆ ಬಂದ ಹಲವು ನಿದರ್ಶನಗಳನ್ನು ಅವನು ಜ್ಞಾಪಿಸಿಕೊಳ್ಳುತ್ತಾನೆ. ಅವನಲ್ಲಿ ಆಶಾಮನೋಭಾವವಿರುತ್ತದೆ. ಅದು ಅನನುಭವದ ಮುಗ್ಧ ಆಶೆ! ಆದುದರಿಂದ ಮೊದಲ ಆಘಾತಕ್ಕೆ ಆತ ಎಷ್ಟು ಕುಗ್ಗಿದರೂ, ತಕ್ಷಣವೇ ಅವನ ಹೃದಯದಲ್ಲಿ ಭರವಸೆ ಚಿಗುರುತ್ತದೆ. ನಿರಾಶೆ ಮತ್ತು ನಿರ್ಲಕ್ಷ್ಯಗಳ ಬೇಗೆಯಲ್ಲಿ ಕೊನೆಗೆ ಕಮರಿಹೋಗುವ ಮುನ್ನ ಸ್ವಲ್ಪ ಕಾಲ ಅದು ಉಳಿಯುತ್ತದೆ.

ಆದರೆ ಅವೇ ಕಣ್ಣುಗಳು ಅದೆಷ್ಟು ಬೇಗ ಗುಳಿಬೀಳುತ್ತಿದ್ದವು! ಬಂಧನದಿಂದಾಗಿ ಬಿಳಿಚಿ ಕೊಂಡು, ಹಸಿವಿನಿಂದ ಕ್ಷೀಣವಾದ ಮುಖಗಳಿಂದ ಹೇಗೆ ದುರುಗುಟ್ಟಿ ನೋಡುತ್ತಿದ್ದವು! ಅಂದಿನ ದಿನಗಳಲ್ಲಿ ಕಾರಾಗೃಹದಲ್ಲಿ ಕೊಳೆಯುತ್ತಿದ್ದ ಸಾಲಗಾರರಿಗೆ ಬಿಡುಗಡೆಯ ಭರವಸೆ ಯಾಗಲಿ, ಸ್ವಾತಂತ್ರ್ಯದ ನಿರೀಕ್ಷೆಯಾಗಲಿ ಇದ್ದಿರಲಿಲ್ಲ ಎನ್ನುವ ಮಾತು ಕೇವಲ ಆಲಂಕಾರಿಕವಲ್ಲ. ಈ ಘೋರ ಪರಿಸ್ಥಿತಿ ಅಂದಿನಷ್ಟೇ ಪೂರ್ಣ ಪ್ರಮಾಣದಲ್ಲಿ ಈಗ ಅಸ್ತಿತ್ವದಲ್ಲಿಲ್ಲ. ಆದರೂ ಕೇಳಿದವರ ಎದೆ ಬಿರಿಯುವಂತಹ ಘಟನೆಗಳು ಈಗಲೂ ಅಲ್ಲಿ ನಡೆಯುತ್ತವೆ.

ಇಪ್ಪತ್ತು ವರ್ಷಗಳಿಗೆ ಹಿಂದಿನ ಮಾತು. ಒಬ್ಬ ತಾಯಿ ತನ್ನ ಪುಟ್ಟ ಮಗನೊಂದಿಗೆ ದಿನನಿತ್ಯ ಬೆಳಗಾಗುವ ಹೊತ್ತಿಗೆ ಆ ಸೆರೆಮನೆಯ ಹೆಬ್ಬಾಗಿಲ ಮುಂದೆ ತಪ್ಪದೆ ಬಂದು ನಿಲ್ಲುತ್ತಿದ್ದಳು. ಅವರಿಬ್ಬರ ಪದಗತಿಗೆ ಅಲ್ಲಿನ ನೆಲವೇ ಸವೆದುಹೋಗಿತ್ತು. ಕಳವಳಕಾರಿಯಾದ ಯೋಚನೆಗಳ ಭಾರದಿಂದ ಅಥವಾ ಸಹಿಸಲಾರದ ದುಃಖದ ಬಾಧೆಯಿಂದ ರಾತ್ರಿಯೆಲ್ಲ ನಿದ್ದೆಗೆಟ್ಟು, ಅನೇಕ ಸಲ ಇಡೀ ಒಂದು ಗಂಟೆ ಮುಂಚಿತವಾಗಿಯೇ ಅವರು ಅಲ್ಲಿಗೆ ಬರುತ್ತಿದ್ದರು. ಅಂತಹ ಸಂದರ್ಭಗಳಲ್ಲಿ ಆ ತರುಣಿ ತಲೆತಗ್ಗಿಸಿ ಹಿಂತಿರುಗುತ್ತಿದ್ದಳು. ತನ್ನ ಮಗನನ್ನು ಹಳೆಯ ಸೇತುವೆಗೆ ಕರೆದುಕೊಂಡು ಹೋಗುತ್ತಿದ್ದಳು. ಆ ನಸುಕಿನ ವೇಳೆಯಲ್ಲಿ ಮುಂಜಾನೆಯ ಸೂರ್ಯನ ಹೊಂಗಿರಣಗಳು ಸೇತುವೆಯ ಕೆಳಗೆ ಹರಿಯುತ್ತಿದ್ದ ನದಿಯ

ನೀರಿನ ಮೇಲೆ ಚಿನ್ನದ ಗೆರೆಗಳನ್ನು ಎಳೆಯುತ್ತಿದ್ದವು. ನೀರು ಥಳಥಳಿಸುತ್ತಿತ್ತು. ನದಿಯ ಇಕ್ಕೆಲಗಳಲ್ಲಿ ದಿನದ ಕೆಲಸ ಮತ್ತು ಮನರಂಜನೆಗಳಿಗೆ ಸಡಗರದ ತಯಾರಿ ನಡೆಯುತ್ತಿತ್ತು. ತಾಯಿಯು ಮಗನನ್ನು ತನ್ನ ತೋಳುಗಳಲ್ಲಿ ಹಿಡಿದೆತ್ತಿ, ಈ ದೃಶ್ಯವನ್ನು ಅವನಿಗೆ ತೋರಿಸುತ್ತಿದ್ದಳು ; ತನ್ನ ಮುಂದಿದ್ದ ವಸ್ತುಗಳಲ್ಲಿ ಅವನ ಆಸಕ್ತಿಯನ್ನು ಕೆರಳಿಸಲು ಯತ್ನಿಸುತ್ತಿದ್ದಳು. ಆದರೆ ಅವನನ್ನು ಬೇಗನೆ ಕೆಳಗಿಳಿಸಿ, ತನ್ನ ಶಾಲಿನಲ್ಲಿ ಮುಖವನ್ನು ಹುದುಗಿಸಿ ಅವಳು ಕಣ್ಣೀರಿಡುತ್ತಿದ್ದಳು. ಏಕೆಂದರೆ ಆ ಹುಡುಗನ ಕಳೆಗುಂದಿದ ಬಡಕಲು ಮುಖವನ್ನು ಆಸಕ್ತಿಯ ಅಥವಾ ವಿನೋದದ ಛಾಯೆ ಬೆಳಗುತ್ತಿರಲಿಲ್ಲ.

ಅವನಿಗಿದ್ದ ನೆನಪುಗಳು ಕೆಲವೇ ಕೆಲವು. ಅದು ಕೂಡ ಎಲ್ಲ ಒಂದೇ ಬಗೆಯವು – ಎಲ್ಲವೂ ತನ್ನ ಹೆತ್ತವರ ಬಡತನ ಮತ್ತು ದುಃಖಗಳಿಗೆ ಸಂಬಂಧಿಸಿದವು. ಆತ ತನ್ನ ತಾಯಿಯ ತೊಡೆಯ ಮೇಲೆ ಗಂಟೆಗಟ್ಟಲೆ ಕುಳಿತು ಅವಳ ಕೆನ್ನೆಗಳಿಂದ ಹರಿಯುತ್ತಿದ್ದ ಕಣ್ಣೀರಿನ ಕೋಡಿಯನ್ನು ಬಾಲಿಶ ಅನುಕಂಪದಿಂದ ಆಗಾಗ ನೋಡಿದ್ದ. ಅನಂತರ ಸದ್ದಿಲ್ಲದೆ ಯಾವುದಾದರೊಂದು ಕತ್ತಲು ಮೂಲೆಗೆ ತೆವಳಿ ಅಲ್ಲಿ ಅತ್ತು ಅತ್ತು ನಿದ್ದೆ ಮಾಡುತ್ತಿದ್ದ. ಬುದ್ಧಿ ಬರಲು ಆರಂಭವಾದಾಗಿನಿಂದಲೇ ಅವನಿಗೆ ಅನುಭವವಾಗಿದ್ದುದು ಜಗತ್ತಿನ ಕಠೋರ ಸತ್ಯಗಳು, ಅದರ ಅತ್ಯಂತ ಕಠಿಣ ಸಂಕಷ್ಟಗಳು – ಹಸಿವು ಮತ್ತು ನೀರಡಿಕೆ, ಚಳಿ ಮತ್ತು ಅಭಾವ. ಅವನಿಗೆ ಮಗುವಿನ ಆಕೃತಿಯೇನೋ ಇತ್ತು. ಆದರೆ ಅದರಲ್ಲಿ ಮಗುವಿನ ತಿಳಿ ಹೃದಯವಿರಲಿಲ್ಲ. ಉಲ್ಲಾಸದ ನಗುವಿರಲಿಲ್ಲ, ಮಿನುಗುವ ಕಣ್ಣುಗಳಿರಲಿಲ್ಲ.

ಅವನ ತಂದೆ ಮತ್ತು ತಾಯಿ ಇದನ್ನು ನೋಡುತ್ತಿದ್ದರು. ಆಮೇಲೆ ಮಾತಿನಲ್ಲಿ ಉಸುರಲಾಗದ ಮನೋವೇದನೆಯಿಂದ ಒಬ್ಬರನ್ನೊಬ್ಬರು ದಿಟ್ಟಿಸುತ್ತಿದ್ದರು. ಅವರಿಬ್ಬರಲ್ಲಿ ಗಂಡ ಹಿಂದೆ ಆರೋಗ್ಯವಂತನಾಗಿದ್ದ, ದೃಢಕಾಯನಾಗಿದ್ದ, ಎಂತಹ ಶಾರೀರಿಕ ಶ್ರಮವನ್ನಾದರೂ ಸಹಿಸಬಲ್ಲವನಾಗಿದ್ದ. ಆದರೆ ಸೆರೆಮನೆಯ ಸಂಕುಚಿತವಾಸ ಮತ್ತು ಕೈದಿಗಳಿಂದ ಕಿಕ್ಕಿರಿದು ತುಂಬಿದ ಅಲ್ಲಿನ ಅನಾರೋಗ್ಯಕರ ವಾತಾವರಣದಿಂದಾಗಿ ಆತ ಕ್ಷಯಿಸಿಹೋಗಿದ್ದ. ಕೃಶಾಂಗಿಯೂ ಕೋಮಲೆಯೂ ಆಗಿದ್ದ ಅವನ ಹೆಂಡತಿಯು ಮಾನಸಿಕ ಮತ್ತು ದೈಹಿಕ ಅಸ್ವಾಸ್ಥ್ಯಗಳೆರಡರ ಒಟ್ಟು ಪರಿಣಾಮವಾಗಿ ಕುಸಿಯುತ್ತಿದ್ದಳು. ಮಗುವಿನ ಬಾಲಹೃದಯ ಬಿರಿಯುತ್ತಿತ್ತು.

ಹೀಗಿರುವಾಗ ಚಳಿ ಮಳೆಗಳನ್ನು ಹೊತ್ತು ಹಿಮಗಾಲ ಬಂತು. ವಾರಗಟ್ಟಲೆ ಕೊರೆಯುವ ಚಳಿ, ಧಾರಾಕಾರವಾಗಿ ಸುರಿಯುವ ಮಳೆ. ಆ ಬಡ ಯುವತಿ ತನ್ನ ಗಂಡನ ಸೆರೆಮನೆಯ ಸಮೀಪದಲ್ಲಿದ್ದ ಒಂದು ಹೊಲಸು ಕೋಣೆಯಲ್ಲಿ ಈಗ ವಸತಿ ಹೂಡಿದ್ದಳು. ಬೆಳೆಯುತ್ತಿದ್ದ ತಮ್ಮ ಬಡತನವೇ ಈ ಬದಲಾವಣೆಗೆ ಮುಖ್ಯ ಕಾರಣವಾಗಿದ್ದರೂ, ಗಂಡನಿಗೆ ಹೆಚ್ಚು ಹತ್ತಿರದಲ್ಲಿದ್ದುದರಿಂದ ಅವಳ ದುಃಖ ಹಿಂದಿಗಿಂತ ಈಗ ಕೊಂಚ ಕಡಿಮೆಯಾಗಿತ್ತು. ಅನಂತರ ಎರಡು ತಿಂಗಳ ಕಾಲ ಅವಳು ತನ್ನ ಪುಟ್ಟ ಮಗನೊಂದಿಗೆ ಎಂದಿನಂತೆ ಸೆರೆಮನೆಯ ಮುಂದೆ ಬಂದು ಅದರ ಬಾಗಿಲು ತೆರೆಯುವುದನ್ನು ಕಾಯುತ್ತಿದ್ದಳು. ಒಂದು ದಿನ ಮೊಟ್ಟ ಮೊದಲ ಬಾರಿಗೆ ಅವಳು ಅಲ್ಲಿ ಹಾಜರಾಗಲಿಲ್ಲ. ಮತ್ತೊಂದು ಮುಂಜಾನೆ ಉದಯಿಸಿತು. ಅದರೊಂದಿಗೆ ಅವಳೂ ಬಂದಳು – ಆದರೆ ಒಬ್ಬಳೇ. ಮಗು ತೀರಿಹೋಗಿತ್ತು.

ಬಡ ಕುಟುಂಬಗಳಲ್ಲಿ ಯಾರಾದರೂ ಕಣ್ಣು ಮುಚ್ಚಿದಾಗ, 'ಅಳಿದವರಿಗೆ ನೋವಿನಿಂದ ಮುಕ್ತಿ, ಉಳಿದವರಿಗೆ ವೆಚ್ಚದಿಂದ ಬಿಡುಗಡೆ' ಎಂದು ಕೆಲವರು ನಿರ್ವಿಕಾರವಾಗಿ ಹೇಳುವುದುಂಟು. ಇಂಥವರಿಗೇನು ಗೊತ್ತು ಆ ಅಗಲಿಕೆಯ ಅಳಲು ? ಎಲ್ಲರೂ ತಾತ್ಸಾರದಿಂದ

ಮುಖ ತಿರುಗಿಸಿರುವಾಗ, ಆದರ ಮತ್ತು ಅಭಿಮಾನಗಳ ಒಂದು ಮೌನ ನೋಟ; ಎಲ್ಲರೂ ನಮ್ಮನ್ನು ಪರಿತ್ಯಜಿಸಿರುವಾಗ, ಒಬ್ಬ ವ್ಯಕ್ತಿಯ ಸಹಾನುಭೂತಿ ಮತ್ತು ವಾತ್ಸಲ್ಯಗಳಾದರೂ ನಮ್ಮೊಂದಿಗಿವೆ ಎಂಬ ಅರಿವು – ಇದರ ಬೆಲೆ ಏನು ಗೊತ್ತು ಇಂಥವರಿಗೆ? ಅತ್ಯಂತ ಆಳವಾದ ದುಃಖದಲ್ಲಿ ಇದೊಂದು ಆಸರೆ; ಯಾವ ಸಂಪತ್ತಿನಿಂದಲೂ ಕೊಳ್ಳಲಾಗದ, ಯಾವ ಅಧಿಕಾರದಿಂದಲೂ ಪಡೆಯಲಾಗದ ಒಂದು ಆಸರೆ, ಒಂದು ರಕ್ಷೆ, ಒಂದು ಸಮಾಧಾನ. ಆ ಗಂಡು ಮಗು ತನ್ನ ಪುಟ್ಟ ಕೈಗಳನ್ನು ಜೋಡಿಸಿ, ಸೊರಗಿ ಬಾಡಿದ ತನ್ನ ಮುಖವನ್ನು ಮೇಲೆತ್ತಿ ತಂದೆತಾಯಿಯರನ್ನು ನೋಡುತ್ತಾ, ಅವರ ಕಾಲಬುಡದಲ್ಲಿ ತಾಳ್ಮೆಯಿಂದ ಗಂಟೆಗಟ್ಟಲೆ ಕಾಲ ಕುಳಿತಿರುತ್ತಿತ್ತು. ಅವನ ಅಲ್ಪಕಾಲಿಕ ಜೀವನ ಸಂತೋಷ ರಹಿತವಾಗಿದ್ದರೂ, ಮಗುವಾಗಿದ್ದಾಗ ಈ ಜಗತ್ತಿನಲ್ಲಿ ತನಗೆ ದೊರೆಯದಿದ್ದ ಶಾಂತಿ ಮತ್ತು ನೆಮ್ಮದಿಗಳ ತಾಣವನ್ನು ಅವನೀಗ ಸೇರಿದ್ದರೂ, ಅವರದು ಹೆತ್ತವರ ಕರುಳಲ್ಲವೆ? ಆತ ದಿನದಿಂದ ದಿನಕ್ಕೆ ಕೊರಗಿ ಕರಗಿಹೋಗುವುದನ್ನು ಅವರು ನೋಡಿದ್ದರು. ಅವನ ವಿಯೋಗ ಅವರ ಹೃದಯದ ಮೇಲೆ ಆಳವಾದ ಬರೆ ಎಳೆಯಿತು.

ಮರುದಿನ ಬೆಳಿಗ್ಗೆ ಎಂದಿನಂತೆ ಸೆರೆಮನೆಯ ಬಾಗಿಲ ಬಳಿ ಬಂದಾಗ ಆಕೆಯ ಮುಖವೇ ಮಾರ್ಪಾಟಾಗಿತ್ತು. ಅವಳ ಕ್ಲೇಶ ಮತ್ತು ಸಂಕಟಗಳನ್ನು ಸಾವು ಬೇಗನೆ ಅಂತ್ಯಗೊಳಿಸಲಿದೆ ಎಂದು, ಆ ಮುಖವನ್ನು ನೋಡಿದ ಯಾರಿಗಾದರೂ ಸ್ಪಷ್ಟವಾಗುತ್ತಿತ್ತು. ಅವಳ ಗಂಡನ ಸಹ–ಕೈದಿಗಳು ಅವನ ದುಃಖವನ್ನು ನೋಡಲಾಗದೆ, ಈ ಸಮಯದಲ್ಲಿ ತಮ್ಮ ಸಹವಾಸವನ್ನು ಅವನ ಮೇಲೆ ಹೊರಿಸುವುದು ಸರಿಯಲ್ಲವೆಂದು ಭಾವಿಸಿ, ಹಿಂದೆ ಇತರ ಇಬ್ಬರು ಕೈದಿಗಳೊಂದಿಗೆ ಆತನಿದ್ದ ಕೋಣೆಯನ್ನು ಅವನೊಬ್ಬನಿಗೇ ಬಿಟ್ಟುಕೊಟ್ಟರು. ಮುಂದೆ ಆಕೆಯೂ ಅವನೊಂದಿಗೆ ಅಲ್ಲಿಯೇ ಇರತೊಡಗಿದಳು. ಯಾವ ಆಶಾಭಾವನೆಯೂ ಇಲ್ಲದೆ, ಅವಳ ಜೀವ ನಿಧಾನವಾಗಿ ನೋವಿಲ್ಲದೆ ಸವೆದುಹೋಗುತ್ತಿತ್ತು.

ಒಂದು ದಿನ ಸಂಜೆ ತನ್ನ ಪತಿಯ ತೋಳುಗಳಲ್ಲಿ ಇದ್ದಕ್ಕಿದ್ದಂತೆ ಆಕೆ ಮೂರ್ಛೆ ಹೋದಳು. ಅದನ್ನು ನೋಡಿ ಕೋಣೆಯ ತೆರೆದ ಕಿಟಕಿಯ ಬಳಿ ಅವಳನ್ನಾತ ಎತ್ತಿಕೊಂಡು ಹೋಗಿ, ಪ್ರಜ್ಞೆ ಮರಳುವಂತೆ ಮಾಡಲು ಅವಳ ಮುಖವನ್ನು ಗಾಳಿಗೊಡ್ಡಿದ. ಆಗ ಚಂದ್ರನ ಪೂರ್ಣ ಬೆಳಕು ಅದರ ಮೇಲೆ ಬಿತ್ತು. ಆ ಮುಖದ ಲಕ್ಷಣದಲ್ಲಿ ಒಂದು ಬದಲಾವಣೆ ಯಾಗಿದ್ದುದನ್ನು ಆ ಬೆಳಕಿನಲ್ಲಿ ಆತ ಕಂಡ. ತಕ್ಷಣ, ಆಕೆಯನ್ನು ಎತ್ತಿಕೊಂಡಿದ್ದಂತೆಯೇ, ಆತ ನಿಸ್ಸಹಾಯಕ ಮಗುವಿನಂತೆ ಮುಗ್ಗರಿಸಿದ.

ಮುಖದ ಮೇಲೆ ಗಾಳಿ ಬೀಸಿದುದರಿಂದಾಗಿಯೋ ಅಥವಾ ಈ ಚಲನೆಯಿಂದಾಗಿಯೋ, ಆಕೆ ಚೇತರಿಸಿಕೊಂಡು ಕ್ಷೀಣ ಸ್ವರದಲ್ಲಿ ನುಡಿದಳು:

"ಜಾರ್ಜ್, ನನ್ನನ್ನು ಕೆಳಗಿಳಿಸು."

ಆತ ಹಾಗೆಯೇ ಮಾಡಿದ. ಅನಂತರ ಅವಳ ಪಕ್ಕದಲ್ಲಿ ಕುಳಿತು, ಕೈಗಳಿಂದ ತನ್ನ ಮುಖ ವನ್ನು ಮುಚ್ಚಿ ಗಳಗಳನೆ ಕಣ್ಣೀರು ಸುರಿಸಿದ.

ಅವಳು ಮತ್ತೆ ಮೆಲ್ಲಗೆ ಮಾತನಾಡಲು ಪ್ರಾರಂಭಿಸಿದಳು :

"ನಿನ್ನನ್ನು ಬಿಟ್ಟು ಹೋಗಲು ನನಗೆ ಬಹಳ ಸಂಕಟವಾಗ್ತಿದೆ ಜಾರ್ಜ್. ಆದರೆ ಅದು ದೈವೇಚ್ಛೆ. ನನಗಾಗಿ ಅದನ್ನು ನೀನು ಸಹಿಸಿಕೋಬೇಕು. ಓಹ್! ನಮ್ಮ ಮಗುವನ್ನು ನನಗಿಂತ ಮುಂಚೆಯೇ ತೆಗೆದುಕೊಂಡು ಹೋದದ್ದಕ್ಕಾಗಿ ಆ ಭಗವಂತನನ್ನು ನಾನೀಗ ವಂದಿಸ್ತೇನೆ.

ಮಗುವೀಗ ಸ್ವರ್ಗದಲ್ಲಿ ಸುಖವಾಗಿದ್ದಾನೆ, ಅಲ್ವಾ? ಪಾಪ, ತನ್ನ ಅಮ್ಮನಿಲ್ದೆ ಅವನಿಲ್ಲಿ ಏನು ತಾನೇ ಮಾಡ್ತಿದ್ದ ?"

ಅವಳ ಗಂಡ ಕೂತಲ್ಲಿಂದ ಧಿಗ್ಗನೆದ್ದು ಉದ್ಗರಿಸಿದ :

"ನೀನು ಸಾಯಲಾರೆ ಮೇರಿ, ನೀನು ಸಾಯಲಾರೆ."

ಇಷ್ಟು ಹೇಳಿ, ಬಿಗಿದ ಮುಷ್ಟಿಗಳಿಂದ ತನ್ನ ತಲೆಯನ್ನು ಜಜ್ಜಿಕೊಳ್ಳುತ್ತಾ, ಅವನು ವೇಗವಾಗಿ ಕೋಣೆಯೊಳಗೆ ಶತಪಥ ಹಾಕತೊಡಗಿದ. ತರುವಾಯ ಅವಳ ಪಕ್ಕದಲ್ಲಿ ಪುನಃ ಕುಳಿತು ತನ್ನ ತೋಳುಗಳ ಮೇಲೆ ಅವಳ ತಲೆಯನ್ನಿರಿಸಿ, ಹೆಚ್ಚು ಶಾಂತ ಸ್ವರದಿಂದ ನುಡಿದ :

"ಏಳು ಚಿನ್ನ, ದಯವಿಟ್ಟು ಏಳು. ನೀನು ಖಂಡಿತ ಮತ್ತೆ ಹುಷಾರಾಗ್ತೀಯ."

"ಇಲ್ಲ ಜಾರ್ಜ್, ಇನ್ನೆಂದಿಗೂ ಇಲ್ಲ", ಎಂದು ಮಡಿಯುತ್ತಿದ್ದ ಅವಳು ಉತ್ತರಿಸಿ ಪುನಃ ಗಂಡನನ್ನು ಉದ್ದೇಶಿಸಿ ಹೇಳಿದಳು :

"ಈಗ ನನ್ನ ಕಂದನ ಮಗ್ಗುಲಲ್ಲೇ ಅವರು ನನ್ನನ್ನು ಸಮಾಧಿ ಮಾಡಲಿ. ಆದರೆ ನನಗೊಂದು ಮಾತುಕೊಡು ಜಾರ್ಜ್. ಎಂದಾದರೊಂದು ದಿನ ಈ ಭೀಕರ ಸ್ಥಳದಿಂದ ಪಾರಾಗಿ ನೀನು ಶ್ರೀಮಂತನಾದರೆ, ಆಗ ಇಲ್ಲಿಂದ ಎಲ್ಲಾದರೂ ದೂರ, ಬಹಳ ದೂರಕ್ಕೆ ನಮ್ಮನ್ನು ಸಾಗಿಸು. ನಾವು ನೆಮ್ಮದಿಯಿಂದ ತಂಗಬಹುದಾದ, ಹಳ್ಳಿಗಾಡಿನ ಯಾವುದಾದರೊಂದು ಇಗರ್ಜಿಯ ಪ್ರಶಾಂತ ಸಮಾಧಿ ಸ್ಥಳಕ್ಕೆ ನಮ್ಮನ್ನು ವರ್ಗಾಯಿಸು. ಪ್ರಿಯ ಜಾರ್ಜ್, ಹಾಗೆ ಮಾಡ್ತೇನೆ ಅಂತ ಮಾತು ಕೊಡು."

ಅವಳ ಸ್ವರ ಮತ್ತಷ್ಟು ಕ್ಷೀಣವಾಯಿತು.

ಇದನ್ನು ಕೇಳಿ ಗಂಡ ಭಾವೋದ್ವಿಗ್ನತೆಯಿಂದ ಅವಳ ಮುಂದೆ ಮೊಣಕಾಲೂರಿ ಕುಳಿತು ಗದ್ಗದಿಸಿದ :

"ಕೊಡ್ತೇನೆ ಮೇರಿ, ಮಾತು ಕೊಡ್ತೇನೆ. ನನ್ನೊಂದಿಗೆ ಮಾತಾಡು ಮೇರಿ, ಇನ್ನು ಒಂದೇ ಒಂದು ಮಾತು ; ನನ್ನನ್ನೊಮ್ಮೆ ನೋಡು ಮೇರಿ, ಇನ್ನು ಒಂದೇ ಒಂದು ಬಾರಿಯಾದರೂ..."

ಅವನು ಥಟ್ಟನೆ ಮಾತು ನಿಲ್ಲಿಸಿದ: ಅವನ ಕೊರಳನ್ನು ಬಳಸಿದ್ದ ತೋಳುಗಳು ಸೆಟೆದು ಭಾರವಾಗತೊಡಗಿದ್ದವು. ಅವನ ಮುಂದಿದ್ದ ಸವೆದುಹೋದ ಆಕೃತಿಯಿಂದ ಆಳವಾದ ಒಂದು ನಿಟ್ಟುಸಿರು ಹೊರಬಿತ್ತು. ತುಟಿಗಳು ಚಲಿಸಿದವು. ಮುಖದ ಮೇಲೆ ಒಂದು ನಗು ಲಾಸ್ಯವಾಡಿತು. ಆದರೆ ಆ ತುಟಿಗಳು ಬಿಳಿಚಿಕೊಂಡಿದ್ದವು. ಕ್ರಮೇಣ ನಗು ಮಾಯವಾಯಿತು. ಕಣ್ಣಾಲಿಗಳು ನೆಟ್ಟ ನೋಟದಲ್ಲಿ ಬಿಗಿದುಕೊಂಡವು. ಮುಖದ ಮೇಲೆ ಮೃತ್ಯುವಿನ ವಿಕೃತ ಛಾಯೆ ಪಸರಿಸಿತು. ಜಗತ್ತಿನಲ್ಲಿ ಆತ ಏಕಾಕಿಯಾದ.

ಅಂದು ರಾತ್ರಿ ತನ್ನ ಹಾಳು ಕೋಣೆಯ ಶೂನ್ಯ ಮೌನದಲ್ಲಿ ಆ ನಿರ್ಭಾಗ್ಯ ಮನುಷ್ಯ ತನ್ನ ಪತ್ನಿಯ ಮೃತ ದೇಹದ ಮುಂದೆ ಮೊಣಕಾಲೂರಿ ನಿಂತು, ಅವಳ ಮತ್ತು ಮಗುವಿನ ಸಾವಿಗೆ ಸೇಡು ತೀರಿಸಲು ಆ ಗಳಿಗೆಯಿಂದ ತನ್ನನ್ನು ತಾನೇ ಮುಡಿಪಾಗಿಡುವೆನೆಂದು ದೇವರ ಸಾಕ್ಷಿಯಾಗಿ ಒಂದು ಘೋರ ಪ್ರತಿಜ್ಞೆಯನ್ನು ಕೈಗೊಂಡ. ಅಂದಿನಿಂದ ತನ್ನ ಶಕ್ತಿ ಸಾಮರ್ಥ್ಯಗಳನ್ನೆಲ್ಲ ಈ ಒಂದು ಗುರಿ ಸಾಧನೆಗಾಗಿ ಮೀಸಲಿಡುವೆನೆಂದೂ, ತನ್ನ ಪ್ರತೀಕಾರ ದೀರ್ಘಕಾಲೀನವಾಗಿದ್ದು ಭೀಕರವಾಗಿರುವುದೆಂದೂ, ಎಂದೆಂದೂ ಆರಿಸಲಾಗದ ದ್ವೇಷದಿಂದ ತನ್ನ ಬಲಿಪಶುವಿಗಾಗಿ ವಿಶ್ವದಾದ್ಯಂತ ಬೇಟೆಯಾಡುವೆನೆಂದೂ ಆತ ಮತ್ತೂ ಪ್ರತಿಜ್ಞೆ ಮಾಡಿದ.

ಅತ್ಯಂತ ತೀವ್ರವಾದ ನಿರಾಶೆ ಮತ್ತು ಅಮಾನುಷವೆನ್ನಬಹುದಾದ ಭಾವೋದ್ವಿಗ್ನತೆ – ಇವು

ಆ ಒಂದೇ ಒಂದು ರಾತ್ರಿಯಲ್ಲಿ ಅವನ ಮೈ ಮುಖಗಳ ಮೇಲೆ ಹೇಳಲಾರದಷ್ಟು ಹಾವಳಿ ಮಾಡಿದ್ದವು. ಅವನು ತಮ್ಮ ಬಳಿ ಹಾದುಹೋದಾಗ ಬಂದೀಖಾನೆಯ ಅವನ ಒಡನಾಡಿಗಳು ಆತನ ಮುಖ ನೋಡಿ ಭಯಭೀತರಾಗಿ ಹಿಂದೆ ಸರಿದರು, ಅವನ ಕಣ್ಣುಗಳು ಕೆಂಪಾಗಿ ಭಾರವಾಗಿದ್ದವು. ಅವನ ಮುಖ ವಿಕಾರವಾಗಿ ಬಿಳಿಚಿಕೊಂಡಿತ್ತು. ಅವನ ಶರೀರ ವಯಸ್ಸಾದವನಂತೆ ಬಗ್ಗಿಹೋಗಿತ್ತು. ಮಾನಸಿಕ ಯಾತನೆಯ ಆವೇಗದಲ್ಲಿ ಆತ ತನ್ನ ಕೆಳದುಟಿಯನ್ನು ಎಷ್ಟು ಬಲವಾಗಿ ಕಚ್ಚಿದ್ದನೆಂದರೆ, ಅದು ಸಂಪೂರ್ಣವಾಗಿ ಹರಿದುಹೋಗಿತ್ತು. ಈ ಗಾಯದಿಂದ ಸೋರಿದ ರಕ್ತ ಗಲ್ಲದ ಮೂಲಕ ಕೆಳಗಿಳಿದು ಅವನ ಅಂಗಿ ಮತ್ತು ಕಂಠವಸ್ತ್ರಗಳನ್ನು ತೋಯಿಸಿತ್ತು. ಆತನ ಕಣ್ಣುಗಳಿಂದ ಒಂದೇ ಒಂದು ಹನಿ ಕಂಬನಿಯಾದರೂ ತೊಟ್ಟಿಕ್ಕುತ್ತಿರಲಿಲ್ಲ. ಅವನ ಬಾಯಿಯಿಂದ ದೂರಿನ ಒಂದೇ ಒಂದು ಶಬ್ದವೂ ಹೊರಡುತ್ತಿರಲಿಲ್ಲ. ಆದರೆ ಅವನ ದೃಷ್ಟಿ ಅಸ್ಥಿರವಾಗಿತ್ತು. ಅಂಗಳದಲ್ಲಿ ಗೊತ್ತುಗುರಿಯಿಲ್ಲದೆ ಅವನು ಅವಸರವಸರವಾಗಿ ಅತ್ತಿಂದಿತ್ತ ಸುತ್ತುತ್ತಿದ್ದ. ಅವನ ಅಂತಃಕರಣ ಹೇಗೆ ಕುದಿಯುತ್ತಿತ್ತೆಂಬುದನ್ನು ಇವು ಸಾರಿ ಹೇಳುತ್ತಿದ್ದವು.

ಅವನ ಪತ್ನಿಯ ಕಳೇಬರವನ್ನು ಸೆರೆಮನೆಯಿಂದ ಕೂಡಲೇ ಹೊರಗೆ ಸಾಗಿಸಬೇಕಿತ್ತು. ಈ ವಾರ್ತೆಯನ್ನು ಆತ ಸಂಪೂರ್ಣ ಸಮಾಧಾನದಿಂದ ಸ್ವೀಕರಿಸಿ, ಅದರ ಔಚಿತ್ಯವನ್ನು ಒಪ್ಪಿಕೊಂಡ. ಸೆರೆಮನೆಯ ಒಳಗಿದ್ದ ಸಾಮಾನ್ಯ ಎಲ್ಲ ಬಂದಿಗಳೂ ಶವ ಸಾಗಿಸುವುದನ್ನು ನೋಡಲು ಸೇರಿದ್ದರು. ಆತ ಬಂದಾಗ ಅವರು ಇಕ್ಕೆಲಗಳಿಗೆ ಸರಿದು ಅವನಿಗೆ ನಡುವೆ ದಾರಿ ಮಾಡಿಕೊಟ್ಟರು. ಆತ ವೇಗವಾಗಿ ಮುಂದೆ ಸಾಗಿ, ಸೆರೆಮನೆಯ ಬಾಗಿಲ ಬಳಿ ಕಂಬಿಗಳಿಂದ ಸುತ್ತುವರಿಯಲ್ಪಟ್ಟಿದ್ದ ಒಂದು ಚಿಕ್ಕ ಆವರಣದಲ್ಲಿ ಒಂಟಿಯಾಗಿ ನಿಂತ. ತಮ್ಮ ಹೃದಯದಲ್ಲಿ ಹುದುಗಿದ್ದ ಸೌಜನ್ಯ ಭಾವನೆಯಿಂದ ಪ್ರೇರಿತರಾಗಿ ಅಲ್ಲಿದ್ದ ಇತರರು ಆ ಸ್ಥಳದಿಂದ ಕದಲಿದ್ದರು. ಸರಳವಾದ ಶವಪೆಟ್ಟಿಗೆಯನ್ನು ಇಬ್ಬರು ಹೆಗಲ ಮೇಲೆ ಹೊತ್ತುಕೊಂಡು ನಿಧಾನವಾಗಿ ಮುಂದೆ ಬಂದರು. ಜನರ ಗುಂಪನ್ನು ಗಾಢ ಮೌನ ಆವರಿಸಿತು. ಅದನ್ನು ಭೇದಿಸುತ್ತಿದ್ದುದು ಶಿಲೆಯ ನೆಲಗಟ್ಟಿನ ಮೇಲೆ ನಡೆಯುತ್ತಿದ್ದ ಶವ ವಾಹಕರ ಕಾಲ ಸಪ್ಪಳ ಮತ್ತು ಹೆಂಗಸರು ನಡುನಡುವೆ ಬಿಕ್ಕಳಿಸುತ್ತಿದ್ದ ಸದ್ದು ಮಾತ್ರ. ಪತ್ನೀವಿಯೋಗದಿಂದ ಪರಿತಪಿಸುತ್ತಿದ್ದ ಗಂಡನಿದ್ದೆಡೆ ಬಂದಾಗ, ವಾಹಕರು ನಿಂತರು. ಆತ ಶವಪೆಟ್ಟಿಗೆಯ ಮೇಲೆ ಕೈಯಿಟ್ಟು, ಅದನ್ನು ಮುಚ್ಚಿದ ಹೆಣದ ಬಟ್ಟೆಯನ್ನು ಯಾಂತ್ರಿಕವಾಗಿ ಸರಿಪಡಿಸಿ, ಮುಂದೆ ಸರಿಯುವಂತೆ ಅವರಿಗೆ ಸನ್ನೆ ಮಾಡಿದ. ಅನಂತರ ಶವಪೆಟ್ಟಿಗೆ ಸೆರೆಮನೆಯ ಪ್ರವೇಶದ್ವಾರವನ್ನು ಹಾದು ಹೋಗುವಾಗ, ಅಲ್ಲಿನ ದ್ವಾರಪಾಲಕರು ಮೃತಳ ಗೌರವಾರ್ಥವಾಗಿ ತಮ್ಮ ಹ್ಯಾಟು ಗಳೆನ್ನೆತ್ತಿದರು. ಮರುಕ್ಷಣದಲ್ಲಿ ಭಾರವಾದ ಆ ಬಾಗಿಲುಗಳು ಅದರ ಹಿಂದೆ ಮುಚ್ಚಿಕೊಂಡವು. ಆತ ಜನರ ಗುಂಪನ್ನು ಶೂನ್ಯ ದೃಷ್ಟಿಯಿಂದ ನೋಡಿ ಧೊಪ್ಪೆಂದು ನೆಲಕ್ಕೊರಗಿದ.

ಹಾಗೆ ಬಿದ್ದದ್ದು ಮಾತ್ರ ಅವನಿಗೆ ಗೊತ್ತು. ಅವನ ಮೈ ಕೆಂಡದಂತಾಗಿತ್ತು. ಶರೀರ ನಡುಗುತ್ತಿತ್ತು. ವಿಷಮ ಜ್ವರ. ಕೆಲವು ವಾರಗಳ ಕಾಲ ಆತ ಹಾಸಿಗೆ ಹಿಡಿದಿದ್ದ. ಅವನ ಸಹ ಕೈದಿಗಳು ಹಗಲಿರುಳೂ ಅವನ ಮೇಲೆ ಕಣ್ಣಿಟ್ಟು ಅವನನ್ನು ನೋಡಿಕೊಳ್ಳಬೇಕಾಯಿತು. ಜ್ವರದ ತಾಪದಿಂದ ಅವನಿಗೆ ಲೋಕದ ಪರಿವೆಯಿರಲಿಲ್ಲ. ಅದರ ಮಂಪರಿನಲ್ಲಿ ಅವನು ಆಗಾಗ ಏನೇನೋ ಬಡಬಡಿಸುತ್ತಿದ್ದ. ಆದರೆ ಇಂತಹ ಉನ್ಮಾದಾವಸ್ಥೆಯಲ್ಲಿ ಸಹ, ಎರಡು ವಿಷಯಗಳು ಅವನ ಪ್ರಜ್ಞೆಯಿಂದ ಒಂದು ಕ್ಷಣ ಮಾತ್ರವಾದರೂ ಮಾಸಿ ಹೋಗಿರಲಿಲ್ಲ. –

ಅವನ ನಷ್ಟದ ಅರಿವು ಮತ್ತು ಅವನ ಪ್ರತಿಜ್ಞೆಯ ನೆನಪು. ಉನ್ಮಾದದ ತೀವ್ರತೆಯಲ್ಲಿ ಅವನ ಕಣ್ಣ ಮುಂದೆ ದೃಶ್ಯದ ಮೇಲೆ ದೃಶ್ಯಗಳು ಸುಳಿದಾಡಿದವು. ಸ್ಥಳಗಳು ಬದಲಾಯಿಸಿದವು. ಘಟನೆಗಳು ಒಂದನ್ನೊಂದು ಹಿಂಬಾಲಿಸಿದವು. ಆದರೆ ಅವುಗಳೆಲ್ಲ ಅವನ ಘೋರ ಉದ್ದೇಶಕ್ಕೆ ಒಂದಲ್ಲ ಒಂದು ರೀತಿಯಲ್ಲಿ ಸಂಬಂಧ ಹೊಂದಿದ್ದವು :

ಒಂದು ದೃಶ್ಯದಲ್ಲಿ ಆತ ನೌಕಾಯಾನ ಮಾಡುತ್ತಿದ್ದ. ಸುತ್ತಲೂ ಮೇರೆಯಿಲ್ಲದ ಮಹಾ ಸಾಗರ. ಮೇಲ್ಗಡೆ ನೆತ್ತರುಗೆಂಪಿನ ಬಾನು. ಕೆಳಗಡೆ ಸಿಟ್ಟಿಗೆದ್ದ ನೀರಿನ ರಾಶಿ. ಮಾರಿಯಂತೆ ಬುಸುಗುಟ್ಟುವ ಭೀಕರ ಬಿರುಗಾಳಿ. ನೀರು ಕುದಿಕುದಿದು ಉಕ್ಕೇರಿ ಎಲ್ಲ ಕಡೆಗಳಿಂದಲೂ ನೌಕೆಯ ಮೇಲೆ ಹರಿಹಾಯುತ್ತಿತ್ತು. ಆ ಬಿರುಗಾಳಿಯ ಹುಯ್ಯಲಿನಲ್ಲಿ ಅವರ ಮುಂದುಗಡೆ ಇನ್ನೊಂದು ಹಡಗು ಹೆಣಗಾಡುತ್ತಿತ್ತು. ಅದರ ಹಾಯಿ ಹರಿದು ಚಿಂದಿ ಚಿಂದಿಯಾಗಿ ಪಟ ಸ್ತಂಭದ ಮೇಲಿಂದ ರಪರಪನೆ ಬಡಿಯುತ್ತಿತ್ತು. ಅದರ ಅಟ್ಟದ ಮೇಲೆ ಜನ ಗುಂಪುಗೂಡಿದ್ದರು. ಜೀವದಾಸೆಯಿಂದ ಅವರು ಕಟಕಟೆಗೆ ತಮ್ಮನ್ನು ಬಿಗಿದುಕೊಂಡಿದ್ದರು. ಆದರೆ ದೈತ್ಯಾಕಾರದ ಅಲೆಗಳು ಕ್ಷಣಕ್ಷಣವೂ ಅಬ್ಬರಿಸಿ ಮೇಲಕ್ಕೆ ಹಾಯ್ದು ಅವರಲ್ಲಿ ಕೆಲವರನ್ನು ಕಡಲಿನ ನೊರೆಬಾಯಿಗೆ ನೂಕುತ್ತಿತ್ತು. ಕೊನೆಗೊಮ್ಮೆ ಭೋರ್ಗರೆಯುವ ಆ ಜಲರಾಶಿಯ ಮಧ್ಯೆ ಅಪ್ರತಿಹತವಾದ ಶಕ್ತಿಯಿಂದಲೂ ವೇಗದಿಂದಲೂ ಅವು ಮುನ್ನುಗ್ಗಿ, ಇವರ ಮುಂದಿದ್ದ ಆ ನೌಕೆಯ ಹಿಂಭಾಗವನ್ನು ಅಪ್ಪಳಿಸಿದವು. ಈ ಹೊಡೆತಕ್ಕೆ ನೌಕೆ ನಜ್ಜುಗುಜ್ಜಾಗಿ ಇವರ ಹಡಗಿನ ಅಡಿಯಲ್ಲಿ ಮುಳುಗತೊಡಗಿತು. ಅದು ಮುಳುಗುವಾಗ ಉಂಟಾದ ಅಗಾಧ ಸುಳಿಯಿಂದ ಕರ್ಣಕಠೋರವಾದ ಒಂದು ಚೀತ್ಕಾರದ ಧ್ವನಿ ಹೊರಟಿತು – ಸಾವಿನ ದವಡೆಯಲ್ಲಿ ಸಿಲುಕಿದ ನೂರಾರು ಜೀವಿಗಳ ಬೇರೆ ಬೇರೆ ಆರ್ತನಾದಗಳು ಬೆರೆತು ಒಂದಾಗಿ ಹೊರಹೊಮ್ಮಿದ ಭಯಂಕರ ಚೀತ್ಕಾರ! ಈ ಚೀತ್ಕಾರದ ಧ್ವನಿ ಪ್ರಕೃತಿಯ ಆರ್ಭಟವನ್ನೂ ಮೀರಿಸಿ, ಎಲ್ಲೆಡೆಯಲ್ಲೂ ಮಾರ್ಮೊಳಗಿ ಭೂಮಿ ಮತ್ತು ಆಕಾಶಗಳನ್ನೇ ಭೇದಿಸುವಂತೆ ಭಾಸವಾಯಿತು.

ಆದರೆ ಅದೋ, ಅಲ್ಲಿ ಕಾಣಿಸಿದುದೇನು ? ನರೆತ ಮುದಿ ತಲೆಯೊಂದು ತೆರೆಗಳಿಂದ ಮೇಲೇಳುತ್ತಿತ್ತು. ಯಾತನೆ ತುಂಬಿದ ದೃಷ್ಟಿಯಿಂದ ನೆರವಿಗಾಗಿ ಕಿರಿಚುತ್ತಾ, ಆ ಪುರುಷಾಕೃತಿ ಅಲೆಗಳೊಂದಿಗೆ ಸೆಣಸಾಡುತ್ತಿತ್ತು. ಯಾರದು ?

ಅದನ್ನು ನೋಡಿದುದೇ ತಡ, ಈತ ತನ್ನ ನೌಕೆಯ ಪಾರ್ಶ್ವದಿಂದ ಒಮ್ಮೆಲೆ ನೀರಿಗೆ ಧುಮ್ಮಿಕ್ಕಿದ. ಅದರತ್ತ ರಭಸದಿಂದ ಈಜಿ ಹೋಗಿ ಅದನ್ನು ಸಮೀಪಿಸಿದ. ಹೌದು! ಆತ ತನ್ನ ವೈರಿ. ಅವನದೇ ಆಕೃತಿ, ಸಂಶಯವಿಲ್ಲ, ಅವನೇ! ಈತ ತನ್ನ ಬಳಿ ಕೈಚಾಚಿ ಬರುವುದನ್ನು ಕಂಡ ಆ ಮುದುಕ ಇವನ ಹಿಡಿತದಿಂದ ತಪ್ಪಿಸಲು ಪ್ರಯತ್ನಿಸಿದ. ವಿಫಲ ಯತ್ನ! ಈತ ಅವನನ್ನು ಅಮುಕಿ ನೀರಿನ ಕೆಳಗೆ ತಳ್ಳಿದ – ಕೆಳಗೆ, ಕೆಳಗೆ, ಐವತ್ತು ಆಳುದ್ದದಷ್ಟು ಕೆಳಗೆ. ಮುದುಕನ ಒದ್ದಾಟ ಕ್ರಮೇಣ ಕ್ಷೀಣವಾಗುತ್ತ ಬಂತು. ಕೊನೆಗೆ ಸಂಪೂರ್ಣವಾಗಿ ನಿಂತು ಹೋಯಿತು. ಆತ ಸತ್ತಿದ್ದ. ಈತ ಅವನನ್ನು ಕೊಂದು ತನ್ನ ಪ್ರತಿಜ್ಞೆಯನ್ನು ಪೂರೈಸಿದ್ದ.

ಇನ್ನೊಂದು ದೃಶ್ಯ : ವಿಶಾಲವಾದ ಒಂದು ಮರುಭೂಮಿ. ಉರಿಯುವ ಮರಳಿನ ಮೇಲೆ ಈತ ಒಂಟಿಯಾಗಿ ಬರಿಗಾಲಿನಲ್ಲಿ ನಡೆಯುತ್ತಿದ್ದ. ಮರಳು ಮೂಗು ಬಾಯಿಗಳ ಒಳಹೊಕ್ಕು ಉಸಿರುಕಟ್ಟುವಂತೆ ಮಾಡುತ್ತಿತ್ತು; ಕಣ್ಣುಗಳಿಗೆ ತಾಕಿ, ನೋಡಲು ಕಷ್ಟವಾಗುತ್ತಿತ್ತು. ಮರಳಿನ ಸೂಕ್ಷ್ಮಕಣಗಳು ಚರ್ಮರಂಧ್ರಗಳನ್ನು ಸೇರಿ ಮತಿಗೆಡುವಷ್ಟು ಪೀಡಿಸುತ್ತಿದ್ದವು. ಗಾಳಿ

ಬೀಸಿ ಮರಳನ್ನು ರಾಶಿ ರಾಶಿಯಾಗಿ ಮುಂದೆ ಕೊಂಡೊಯ್ಯುತ್ತಿತ್ತು. ಉರಿಯುವ ಸೂರ್ಯನ ಕಿರಣಗಳಿಂದ ಬೆಳಗಲ್ಪಟ್ಟ ಈ ಮರಳಿನ ರಾಶಿಗಳು ಜೀವಂತ ಬೆಂಕಿಯ ಕಂಬ ಗಳಂತೆ ದೂರದಲ್ಲಿ ಚಲಿಸುತ್ತಿದ್ದವು. ಆ ಬೆಂಗಾಡಿನಲ್ಲಿ ನಶಿಸಿಹೋಗಿದ್ದ ಮನುಷ್ಯರ ಮೂಳೆಗಳು ಅವನ ಕಾಲ ಬುಡದಲ್ಲಿ ಚೆಲ್ಲಿದ್ದವು. ಸುತ್ತಮುತ್ತ ಎಲ್ಲವನ್ನೂ ಕಠೋರವಾದ ಬೆಳಕು ಆವರಿಸಿತ್ತು. ಕಣ್ಣಿಗೆ ಕಾಣಿಸುವಷ್ಟು ದೂರದ ತನಕ ಭಯಾನಕ ವಸ್ತುಗಳ ಹೊರತು ಬೇರೇನೂ ಅಲ್ಲಿ ಗೋಚರಿಸುತ್ತಿರಲಿಲ್ಲ. ಅವನು ಭೀತಿಯಿಂದ ಚೀರಲು ಯತ್ನಿಸಿದ. ಆದರೆ ಸ್ವರ ಹೊರಡಲಿಲ್ಲ. ಅವನ ನಾಲಿಗೆ ಬಾಯಿಗೆ ಅಂಟಿಕೊಂಡಿತ್ತು. ಹಾಗಿದ್ದರೂ ಅತಿಮಾನುಷ ಎನ್ನಬಹುದಾದ ಶಕ್ತಿಯಿಂದ ಆತ ಮರಳನ್ನು ಕಾಲಿನಿಂದ ತಳ್ಳುತ್ತಾ, ಹುಚ್ಚು ಹಿಡಿದವನಂತೆ ಮುಂದೆ ಮುಂದೆ ನುಗ್ಗಿದ. ಕೊನೆಗೆ ಬಾಯಾರಿಕೆ ಮತ್ತು ಬಳಲಿಕೆಗಳಿಂದ ಸಂಪೂರ್ಣ ಸೋತು ಪ್ರಜ್ಞಾಶೂನ್ಯನಾಗಿ ನೆಲದ ಮೇಲೆ ಕುಸಿದ. ಅನಂತರ ಅವನು ಚೇತರಿಸಿಕೊಳ್ಳುವಂತೆ ಮಾಡಿದ ಆ ನರುಗಂಪಿನ ಕುಳಿರು ಯಾವುದು? ಆ ಜುಳು ಜುಳು ನಿನಾದವೇನು? ಓಹ್! ಅದು ನಿಜವಾಗಿಯೂ ಒಂದು ಊಟೆ. ಅದರಿಂದ ಚಿಮ್ಮುತ್ತಿದ್ದ ನಿರ್ಮಲವಾದ ತಿಳಿನೀರಿನ ಝರಿ ಅವನ ಕಾಲ ಬಳಿ ಹರಿಯುತ್ತಿತ್ತು. ಅದರಲ್ಲಿ ಕೈಗಳನ್ನದ್ದಿ ಆತ ಬೊಗಸೆ ಬೊಗಸೆಯಾಗಿ ನೀರು ಕುಡಿದ. ತರುವಾಯ, ದಣಿವಿನಿಂದ ನೋಯುತ್ತಿದ್ದ ತನ್ನ ದೇಹವನ್ನು ಆ ತೊರೆಯ ದಂಡೆಯ ಮೇಲೆ ಚಾಚಿ, ಸುಖಕರವಾದ ನಿದ್ದೆಯಲ್ಲಿ ಮೈಮರೆತ.

ಸ್ವಲ್ಪ ಸಮಯದ ಬಳಿಕ ಅವನಿಗೆ ಥಟ್ಟನೆ ಎಚ್ಚರವಾಯಿತು. ಯಾರದೋ ಕಾಲ ಸಪ್ಪಳ! ಹೆಜ್ಜೆಗಳು ಈ ಕಡೆಯೇ ಬರುತ್ತಿದ್ದವು. ಈತ ಎದ್ದುನೋಡಿದ. ನರೆಗೂದಲಿನ ಒಬ್ಬ ಮುದುಕ, ನೀರಡಿಕೆಯಿಂದ ಉರಿಯುವ ತನ್ನ ಮೈಬಾಯಿಗಳನ್ನು ತಣಿಸಲು ತೊರೆಯ ಬದಿಗೆ ಮುಗ್ಗರಿಸುತ್ತಿದ್ದ. ಪುನಃ ಅದೇ ವ್ಯಕ್ತಿ; ಅವನೇ! ಈತ ಆ ಮುದುಕನನ್ನು ತನ್ನ ತೋಳುಗಳಿಂದ ಹಿಡಿದು ಹಿಂದೆ ನೂಕಿದ. ಆತ ಕೊಸರಿಕೊಂಡು ಒದ್ದಾಡಿದ, ನೀರಿಗಾಗಿ ಬೇಡಿದ, ಒಂದೇ ಒಂದು ಹನಿ ಸಾಕೆಂದು ಚೀರಿದ! ಆದರೆ ಈತ ಬಿಡಲಿಲ್ಲ. ಅವನನ್ನು ಬಲವಾಗಿ ಹಿಡಿದು, ಹಣದ ರಾಶಿಯನ್ನು ದಿಟ್ಟಿಸುವ ಕೃಪಣನಂತೆ ಅವನ ಮಾರಣಾಂತಿಕ ಯಾತನೆಗಳನ್ನು ನೋಡಿದ. ಅನಂತರ ಅವನ ನಿರ್ಜೀವ ರುಂಡ, ಮುಂಡದ ಮೇಲೆ ಬಾಗಿಬಿದ್ದಾಗ, ಆ ಹೆಣವನ್ನು ಕಾಲಿನಿಂದ ಒದ್ದು ಜಾಡಿಸಿದ.

ಕೊನೆಗೊಂದು ದಿನ ಜ್ವರ ತೊಲಗಿ ಇವನಿಗೆ ಅರಿವು ಮರಳಿದಾಗ, ಈತನ ಪ್ರಾಪಂಚಿಕ ಪರಿಸ್ಥಿತಿಯಲ್ಲಿ ಒಂದು ದೊಡ್ಡ ಬದಲಾವಣೆಯಾಗಿತ್ತು. ಅವನೀಗ ಒಮ್ಮೆಲೆ ಸಂಪನ್ನನೂ, ಸೆರೆಯಿಂದ ವಿಮುಕ್ತನೂ ಆದ ವ್ಯಕ್ತಿಯಾಗಿದ್ದ. ಜ್ವರ ಬಿಟ್ಟು ಪ್ರಜ್ಞೆ ತಿಳಿದೊಡನೆಯೇ ಅವನ ಕಿವಿಗೆ ಬಿದ್ದ ಮೊದಲ ಸುದ್ದಿ ಇದು: ಈ ಮಧ್ಯೆ ಅವನ ಶ್ರೀಮಂತ ತಂದೆ, ತನ್ನ ಮೃದು ಹಾಸಿಗೆಯ ಮೇಲೆ ಪವಡಿಸಿದ್ದಂತೆಯೇ ಆಕಸ್ಮಿಕವಾಗಿ ತೀರಿಹೋಗಿದ್ದ. ಅವನನ್ನು ತಿರಸ್ಕರಿಸಿ ಸೆರೆಮನೆಯಲ್ಲಿ ಸಾಯಲು ಬಿಟ್ಟಿದ್ದ ತಂದೆ! ಬದುಕಿ ಉಳಿದಿದ್ದರೆ ಇನ್ನಾದರೂ ಅಲ್ಲಿಯೇ ಸಾಯಲು ಬಿಡುತ್ತಿದ್ದ ತಂದೆ!! ಅಷ್ಟೇಕೆ, ಅವನಿಗೆ ತನ್ನ ಪ್ರಾಣಕ್ಕಿಂತಲೂ ಪ್ರಿಯರಾಗಿದ್ದವರನ್ನು ಸಹ ಉಪವಾಸ ಮತ್ತು ಮನೋವ್ಯಥೆಗಳಿಂದ ಕೊರಗಿ ಸಾಯಲು ಬಿಟ್ಟಿದ್ದ ತಂದೆ!!!

ಮರಣಾನಂತರ ತನ್ನ ಸಂಪತ್ತು ಬೇರೆಯವರಿಗೆ ಹೋಗುವಂತೆ ಉಯಿಲು ಬರೆದು ಮಗನನ್ನು ಭಿಕಾರಿಯಾಗಿಯೇ ಉಳಿಯುವಂತೆ ಮಾಡುವಷ್ಟು ಕಠಿಣ ಹೃದಯವೇನೋ ಆತನಿಗಿದ್ದಿತ್ತು. ಆದರೆ ತನ್ನ ದೇಹಾರೋಗ್ಯ ಹಾಗೂ ಕಸುವುಗಳ ಮೇಲಣ ಹೆಮ್ಮೆಯಿಂದ,

ಸಮಯ ಮಿಂಚಿಹೋಗುವ ತನಕ ಈ ಕಾರ್ಯವನ್ನಾತ ಮುಂದೂಡಿದ್ದ. ಈ ಅಚಾತುರ್ಯದಿಂದಾಗಿ ತನ್ನ ಐಶ್ವರ್ಯವೆಲ್ಲ ಮಗನಿಗೆ ಹೋಗುವಂತಾಯಿತಲ್ಲ ಎಂಬ ಯೋಚನೆಯಿಂದ ಅವನೀಗ ಪರಲೋಕದಲ್ಲಿ ಹಲ್ಲು ಕಡಿಯುತ್ತಿರಬಹುದೆಂದು, ಜ್ವರದಿಂದ ಎಚ್ಚೆತ್ತೊಡನೆಯೇ ಈ ವರ್ತಮಾನ ಕೇಳಿದ ಮಗ ಭಾವಿಸಿದ. ಇದರೊಂದಿಗೆ ಇತರ ಭಾವನೆಗಳೂ ಮರುಕಳಿಸಿದವು. ತನ್ನ ಬದುಕಿನ ಉದ್ದೇಶವನ್ನು ಅವನು ಜ್ಞಾಪಿಸಿಕೊಂಡ. ತನ್ನ ಹೆಂಡತಿಯ ತಂದೆಯೇ ತನ್ನ ವೈರಿಯೆಂಬುದನ್ನು ನೆನಪಿಸಿಕೊಂಡ. ಆತ ತನ್ನನ್ನು ಸೆರೆಮನೆಗೆ ತಳ್ಳಿದ್ದ. ಅವನ ಮಗಳು ತನ್ನ ಪುಟ್ಟ ಮಗುವಿನೊಂದಿಗೆ ಅವನ ಕಾಲಿಗೆ ಬಿದ್ದು ದಯೆಗಾಗಿ ಬೇಡಿದಾಗ, ಅವರನ್ನು ಬಾಗಿಲಿನಿಂದ ಹೊರ ನೂಕಿದ್ದ : ಓಹ್! ತನ್ನ ಈ ನಿಶ್ಶಕ್ತಿ! ಅದು ತನ್ನನ್ನೀಗ ಮೇಲೇಳದಂತೆ ಮಾಡಿದೆ. ತನ್ನ ಸೇಡಿನ ಯೋಜನೆಯಲ್ಲಿ ಕಾರ್ಯನಿರತನಾಗದಂತೆ ತನ್ನನ್ನು ತಡೆಹಿಡಿದಿಟ್ಟಿದೆ. ಅದನ್ನಾತ ಶಪಿಸಿದ.

ಒಂದೆರಡು ದಿನಗಳ ಬಳಿಕ ಆತ ಸೆರೆಮನೆಯಿಂದ ತೊಲಗಲು ಸಿದ್ಧನಾದ. ತಾನು ಅಪಾರ ದುಃಖ ಮತ್ತು ನಷ್ಟಗಳನ್ನನುಭವಿಸಿದ್ದ ಆ ಸ್ಥಳದಿಂದ ಕಡಲತೀರದ ಒಂದು ಪ್ರಶಾಂತ ವಸತಿಗೆ ತನ್ನನ್ನು ಕರೆದೊಯ್ಯುವಂತೆ ಅವನು ಏರ್ಪಾಟು ಮಾಡಿದ – ಕಳೆದುಹೋಗಿದ್ದ ತನ್ನ ಮನಶ್ಶಾಂತಿಯನ್ನಾಗಲಿ ಅಥವಾ ಉಲ್ಲಾಸವನ್ನಾಗಲಿ ಮರಳಿ ಪಡೆಯುವ ಆಶೆಯಿಂದಲ್ಲ. ಏಕೆಂದರೆ ಅವು ಶಾಶ್ವತವಾಗಿ ಅವನಿಂದ ಮಾಯವಾಗಿದ್ದವು. ಉಡುಗಿಹೋಗಿದ್ದ ತನ್ನ ಶಕ್ತಿಯನ್ನು ಪುನಃ ಗಳಿಸಿ ತನ್ನ ಅಚ್ಚುಮೆಚ್ಚಿನ ಬಯಕೆಯ ಬಗ್ಗೆ ಚಿಂತಿಸುವ ಸಲುವಾಗಿ ಆತ ಈ ಕ್ರಮವನ್ನು ಕೈಗೊಂಡಿದ್ದ. ಅದಕ್ಕೋಸ್ಕರ ಸದ್ದುಗದ್ದಲವಿಲ್ಲದ ಈ ತಾಣವನ್ನು ಆರಿಸಿದ್ದ. ಹೀಗೆ ಅಲ್ಲಿ ವಿಶ್ರಾಂತಿ ಪಡೆಯುತ್ತಿದ್ದಾಗಲೇ ತನ್ನ ಸೇಡಿನ ಮೊದಲ ಹಂತವನ್ನು ಬಹಳ ಭೀಕರವಾದ ರೀತಿಯಲ್ಲಿ ತೀರಿಸಲು ಯಾವುದೋ ದುಷ್ಟ ಶಕ್ತಿಯೊಂದು ಅವನಿಗೆ ಅವಕಾಶವನ್ನು ಕಲ್ಪಿಸಿಕೊಟ್ಟಿತ್ತು.

ಅದು ಬೇಸಿಗೆಯ ಸಮಯ. ವಿಷಣ್ಣವದನನಾಗಿ ಆತ ತನ್ನ ವಸತಿಯಲ್ಲಿ ಒಂಟಿಯಾಗಿ ಜೀವಿಸುತ್ತಿದ್ದ. ಒಮ್ಮೊಮ್ಮೆ ಗೊತ್ತುಗುರಿಯಿಲ್ಲದೆ ಸುತ್ತಮುತ್ತ ಅಲೆದಾಡುತ್ತಿದ್ದ. ಹೀಗೆ ಅಲೆದಾಡುತ್ತಿದ್ದಾಗ ಒಮ್ಮೆ ಕಣ್ಣಿಗೆ ಬಿದ್ದ ಒಂದು ನಿರ್ಜನ ಸ್ಥಳ ಅವನ ಮನಸ್ಸನ್ನು ಸೆರೆಹಿಡಿದಿತ್ತು. ಕಡಿದಾದ ಬಂಡೆಗಳ ಕೆಳಗಣ ಒಂದು ಕಿರುದಾರಿಯ ಮೂಲಕ ಈ ಸ್ಥಳವನ್ನು ತಲಪಬೇಕಾಗಿತ್ತು. ಸಂಜೆಯ ಸಮಯದಲ್ಲಿ ಭಾರವಾದ ಭಾವನೆಗಳನ್ನು ಹೊತ್ತು ಈ ಜಾಗಕ್ಕೆ ಆತ ಬರುತ್ತಿದ್ದ. ಒಂದು ಬಂಡೆಕಲ್ಲಿನ ಮೇಲೆ ಕುಳಿತು, ಮುಖವನ್ನು ಕೈಗಳಿಂದ ಮುಚ್ಚಿ ಗಂಟೆಗಟ್ಟಲೆ ಹಾಗೆಯೇ ಆಸೀನನಾಗಿರುತ್ತಿದ್ದ – ಕೆಲವೊಮ್ಮೆ ಇರುಳು ಸಂಪೂರ್ಣವಾಗಿ ಕವಿದು, ಹುಬ್ಬು ಗಂಟಿಕ್ಕಿ ನಿಟ್ಟಿಸುವಂತೆ ತೋರುತ್ತಿದ್ದ ಮೇಲಣ ಬಂಡೆಗಳ ನೀಳವಾದ ನೆರಳು ಅವನ ಪಕ್ಕದಲ್ಲಿದ್ದ ಎಲ್ಲ ಪದಾರ್ಥಗಳನ್ನೂ ದಟ್ಟವಾದ ಕತ್ತಲೆಯಿಂದ ಹೊದಿಸುವ ತನಕವೂ ಆತ ಅಲ್ಲೇ ಇರುತ್ತಿದ್ದ.

ಒಂದು ಪ್ರಶಾಂತ ಸಂಜೆ. ಈತ ಎಂದಿನಂತೆ ಆ ಜಾಗದಲ್ಲಿ ಕುಳಿತಿದ್ದ. ಕಡಲಕಾಗೆಗಳು ಮೇಲೆ ಹಾರಾಡುತ್ತಿದ್ದವು. ಕಡಲಿನ ಅಂಚಿನಲ್ಲಿ ಮುಳುಗುತ್ತಿದ್ದ ಸೂರ್ಯನ ಕೆಂಬೆಳಕು, ಸಮುದ್ರಮಧ್ಯದಿಂದ ಆ ಅಂಚಿನ ತನಕವೂ ಒಂದು ರಕ್ತರಂಜಿತ ಸೇತುವೆಯನ್ನು ನಿರ್ಮಿಸಿದಂತೆ ತೋರುತ್ತಿತ್ತು. ಆ ಜಾಗವನ್ನೆಲ್ಲ ಗಾಢ ನೀರವತೆ ಆವರಿಸಿತ್ತು. ಆತ ಒಮ್ಮೆ ಕಣ್ಣೆತ್ತಿ ಕಡಲ ಕಾಗೆಯೊಂದರ ಹಾರಾಟವನ್ನು ವೀಕ್ಷಿಸುತ್ತಿದ್ದ; ಅಥವಾ ಸೂರ್ಯಕಿರಣಗಳ ಭವ್ಯ ಸೇತುವೆಯ ಮೇಲೆ ದೃಷ್ಟಿ ಹಾಯಿಸುತ್ತಿದ್ದ. ಆದರೆ ಅಲ್ಲಿನ ನೀರವತೆ ಒಮ್ಮೆಲೆ ಭಗ್ನವಾಯಿತು.

ಗಟ್ಟಿಯಾದ ಧ್ವನಿಯಲ್ಲಿ ಯಾರೋ ಸಹಾಯಕ್ಕಾಗಿ ಕೂಗುತ್ತಿರುವುದು ಅವನಿಗೆ ಕೇಳಿಸಿತು. ಆತ ತನ್ನ ಕಿವಿಗಳನ್ನೇ ನಂಬದೆ ಪುನಃ ಆಲಿಸಿದ. ಕೂಗು ಪುನಃ ಕೇಳಿಸಿತು, ಹಿಂದಿಗಿಂತ ಹೆಚ್ಚು ಜೋರಾಗಿ, ಆತ ಎದ್ದು ನಿಂತು ಆ ಕೂಗು ಬಂದ ದಿಕ್ಕಿನತ್ತ ಓಡತೊಡಗಿದ.

ನಡೆದ ಕಥೆಯನ್ನು ಅಲ್ಲಿನ ದೃಶ್ಯವೇ ಅವನಿಗೆ ಹೇಳಿತು. ಕಡಲದಡದಲ್ಲಿ ಕೆಲವು ಅರಿವೆಗಳು ಹರಡಿ ಬಿದ್ದಿದ್ದವು. ತೀರದಿಂದ ಸ್ವಲ್ಪ ದೂರದಲ್ಲಿ ತೆರೆಗಳ ಮೇಲೆ ಮಾನವ ತಲೆಯೊಂದು ಕಾಣುತ್ತಿತ್ತು. ಒಬ್ಬ ಮುದುಕ ಸಹಾಯಕ್ಕಾಗಿ ಚೀರಾಡುತ್ತಾ ಅತ್ತಿಂದಿತ್ತ ಓಡಾಡುತ್ತಿದ್ದ; ಸಂಕಟದಿಂದ ಕೈ ಕೈ ಹಿಸುಕಿಕೊಳ್ಳುತ್ತಿದ್ದ. ಈತ ಇನ್ನೂ ಅಸ್ವಸ್ಥನಾಗಿದ್ದರೂ ದೇಹಬಲ ಸಾಕಷ್ಟು ಮರುಕಳಿಸಿತ್ತು. ಆದುದರಿಂದ ಅವನು ತನ್ನ ಕೋಟನ್ನು ಕಳಚಿ, ನೀರಿನತ್ತ ಧಾವಿಸಿದ – ಸಮುದ್ರಕ್ಕೆ ಹಾರಿ, ಮುಳುಗುತ್ತಿರುವ ಮನುಷ್ಯನನ್ನು ದಡಕ್ಕೆಳೆಯುವ ಉದ್ದೇಶದಿಂದ.

ಇವನನ್ನು ಕಂಡ ಕೂಡಲೇ ಆ ಮುದುಕ ಅಂಗಲಾಚಿದ :

"ಇತ್ತ ಬನ್ನಿ ಸರ್, ದಯವಿಟ್ಟು ತ್ವರೆ ಮಾಡಿ; ಉಳಿಸಿ ಸರ್, ಉಳಿಸಿ ! ನನ್ನ ಮಗನನ್ನು ಉಳಿಸಿ ಪುಣ್ಯ ಕಟ್ಟಿಕೊಳ್ಳಿ. ಆತ ನನ್ನ ಮಗ, ನನ್ನ ಒಬ್ಬನೇ ಮಗ ಸರ್; ಅಯ್ಯಯ್ಯೋ, ನನ್ನ ಕಣ್ಣ ಮುಂದೆಯೇ ಅವನನ್ನು ಸಾವು ಹಿಡಿದೆಳೀತಿದೆಯಲ್ಲಾ !"

ಆದರೆ, ತನ್ನ ಸ್ವರ ಕೇಳಿದೊಡನೆಯೇ, ಓಡಿಬರುತ್ತಿದ್ದ ಈ ಅಪರಿಚಿತ ವ್ಯಕ್ತಿ ನಡುದಾರಿಯಲ್ಲಿ ತಡೆದು, ಒಮ್ಮೆಲೆ ಕೈಕಟ್ಟಿ ನಿಶ್ಚಲನಾಗಿ ನಿಂತುದನ್ನು ಕಂಡು, ಆ ವೃದ್ಧ ದಿಗ್ಭ್ರಮೆಗೊಂಡ. ಅನಂತರ ಇವನನ್ನು ನಿಟ್ಟಿಸಿ ನೋಡಿ ಅಚ್ಚರಿಯಿಂದ ಹಿಮ್ಮೆಟ್ಟಿ, ಉದ್ಗರಿಸಿದ :

"ಅಯ್ಯೋ ದೇವರೇ ! ಹೇಯ್ಲಿಂಗ್ !"

ಆಗಂತುಕ ಮುಗುಳ್ನಕ್ಕು ಮೌನವಾಗಿ ನಿಂತ. ಮುದುಕ ಹುಚ್ಚನಂತೆ ಪುನಃ ಕೂಗಿದ :

"ಹೇಯ್ಲಿಂಗ್ !"

ತರುವಾಯ ಆ ಬಡಪಾಯಿ ತಂದೆ, ತೆರೆಗಳ ಮಧ್ಯೆ ಸಾವಿನೊಂದಿಗೆ ಹೆಣಗಾಡುತ್ತಿದ್ದ ಯುವಕನ ಕಡೆಗೆ ಬೆರಳು ತೋರಿಸಿ ಮತ್ತೆ ನುಡಿದ:

"ಹೇಯ್ಲಿಂಗ್, ಅದೋ ಅಲ್ಲಿ ನೋಡು ಹೇಯ್ಲಿಂಗ್; ನನ್ನ ಮಗ, ನನ್ನ ಪ್ರೀತಿಯ ಪುತ್ರ! ಹಾಂ, ನಿನಗೆ ಕೇಳಿಸಲ್ವೇ? ಆತ ಮತ್ತೊಮ್ಮೆ ಕೂಗ್ತಿದ್ದಾನೆ. ಆತ ಇನ್ನೂ ಬದುಕಿದ್ದಾನೆ. ಹೇಯ್ಲಿಂಗ್, ಅವನನ್ನು ಒಮ್ಮೆ ಉಳಿಸಪ್ಪಾ, ಉಳಿಸು !"

ಆಗಂತುಕ ಪುನಃ ಮುಗುಳ್ನಕ್ಕ. ಆದರೆ ನಿಂತಲ್ಲಿಂದ ಕದಲದೆ ಪ್ರತಿಮೆಯಂತೆ ನಿಶ್ಚಲನಾಗಿದ್ದ.

ವೃದ್ಧ ತನ್ನ ಕೈಗಳನ್ನು ಜೋಡಿಸಿ ಅವನ ಕಾಲುಗಳಿಗೆ ಅಡ್ಡಬಿದ್ದು ಇನ್ನೊಮ್ಮೆ ಬೇಡಿಕೊಂಡ:

"ನಿನ್ನ ಬಗ್ಗೆ ನಾನು ತಪ್ಪು ಮಾಡಿದ್ದೇನೆ, ನಿಜ. ಅದಕ್ಕಾಗಿ ನನ್ನ ಮೇಲೆ ಸೇಡು ತೀರಿಸಿಕೊ, ನನ್ನದಾಗಿರುವ ಎಲ್ಲವನ್ನೂ ತೆಗೆದುಕೊ; ಬೇಕಾದರೆ ನನ್ನ ಪ್ರಾಣವನ್ನೇ ತೆಗೆದುಕೊ; ನಿನ್ನ ಕಾಲ ಬದಿಯಲ್ಲಿರುವ ಕಡಲಿಗೆ ನನ್ನನ್ನು ತಳ್ಳು. ಹೋರಾಡದೆ ಮಡಿಯೋದು ಮಾನವ ಸ್ವಭಾವಕ್ಕೆ ಸಾಧ್ಯವಾದರೆ, ನಾನು ಮಡೀತೇನೆ, ಕೈಕಾಲು ಅಲ್ಲಾಡಿಸ್ದೇನೇ ಮಡೀತೇನೆ. ಹಾಗೆ ಮಾಡು, ಹೇಯ್ಲಿಂಗ್, ಹಾಗೆ ಮಾಡು; ಆದ್ರೆ ನನ್ನ ಹುಡುಗನನ್ನು ಬದುಕಿಸು; ಅವನಿನ್ನೂ ತುಂಬಾ ಚಿಕ್ಕವ, ಹೇಯ್ಲಿಂಗ್; ಇಷ್ಟೊಂದು ಚಿಕ್ಕ ವಯಸ್ನಲ್ಲೇ ಆತ ಸಾಯ್ಬೇಕೆ?"

ಮುದುಕನ ಮುಂಗೈಗಳನ್ನು ಬಲವಾಗಿ ಹಿಡಿದು ಆಗಂತುಕ ಉತ್ತರಿಸಿದ :

"ಇಲ್ಲಿ ಕೇಳು! ಒಂದು ಜೀವಕ್ಕೆ ಪ್ರತಿಯಾಗಿ ಇನ್ನೊಂದು ಜೀವ. ನನ್ನ ಮಗುವಿನ

ಪ್ರಾಣಕ್ಕೆ ಪ್ರತಿಯಾಗಿ ಈ ಪ್ರಾಣ ಹೋಗಲಿ. ನನ್ನ ಮಗು ತನ್ನ ಅಪ್ಪನ ಕಣ್ಣ ಮುಂದೆಯೇ ಸತ್ತಿತ್ತು; ನೋಡಿನಿಂಗ ನಗಳಿ ನಗಳಿ ಸತ್ತಿತು. ನಾನೀಗ ಮಾತಾಡ್ತಿರುವಂತೆಯೇ ಸಾಯ್ತಿರುವ ಈ ಚಾಡಿಕೋರ, ತನ್ನ ಸ್ವಂತ ಸೋದರಿಯನ್ನೇ ಹೀನೈಸಿದ ಈ ಯುವಕ ಚಾಡಿಕೋರ ಈಗ ಅನುಭವಿಸ್ತಿರೋ ಯಾತನೆಗಿಂತ ಎಷ್ಟೋ ಹೆಚ್ಚುಪಾಲು ಸಂಕಟಪಟ್ಟು ನನ್ನ ಮಗು ಜೀವಬಿಟ್ಟಿತು. ಆಗ ನೀನು ನಿನ್ನ ಮಗಳ ದುಃಖ ಕಂಡು ಸಂತೋಷಪಟ್ಟಿದ್ದೆ. ಸಾವು ಅದಾಗಲೇ ತನ್ನ ಮುದ್ರೆಯನ್ನೊತ್ತಿದ್ದ ಅವಳ ಮುಖ ನೋಡಿ ನಗೆಯಾಡಿದ್ದೆ. ನಮ್ಮ ಸಂಕಷ್ಟಗಳನ್ನು ಕಂಡು ಖುಷಿಪಟ್ಟಿದ್ದೆ. ಅದರ ಬಗ್ಗೆ ಈಗ ಏನನ್ನಿಸ್ತದೆ ನಿನಗೆ? ಅಗೋ ನೋಡಲ್ಲಿ, ಅಲ್ಲಿ ನೋಡು."

ಹೀಗೆನ್ನುತ್ತಾ ಆಗಂತುಕ ಕಡಲಿನತ್ತ ಕೈತೋರಿಸಿದ. ಕ್ಷೀಣವಾದ ಕೂಗೊಂದು ತೆರೆಗಳ ಮೇಲಿಂದ ತೇಲಿ ಬಂದು ಮಾಯವಾಯಿತು. ಮರಣೋನ್ಮುಖ ವ್ಯಕ್ತಿಯ ಕೊನೆಯ ಒದೆದಾಟಗಳು ಕುಣಿಯುತ್ತಿದ್ದ ಅಲೆಗಳನ್ನು ಒಮ್ಮೆ ಕಲಕಿದವು – ಕೆಲವು ಕ್ಷಣಗಳ ತನಕ. ಬಳಿಕ ಎಲ್ಲವೂ ಶಾಂತವಾಯಿತು. ಆತ ಅಕಾಲಿಕವಾಗಿ ಜಲಸಮಾಧಿಯಾದ ಜಾಗವನ್ನು ಕೂಡ ಗುರುತಿಸಲು ಸಾಧ್ಯವಿರಲಿಲ್ಲ.

ಈ ಘಟನೆ ನಡೆದು ಮೂರು ವರ್ಷಗಳು ಗತಿಸಿದ್ದವು. ಆಗ ಲಂಡನ್ನಿನಲ್ಲಿ ಸ್ವಲ್ಪ ಕುಪ್ರಸಿದ್ಧನಾದ ಒಬ್ಬ ವಕೀಲನಿದ್ದ. ಒಂದು ದಿನ ಅವನ ಕಚೇರಿಯ ಬಾಗಿಲ ಮುಂದೆ, ತನ್ನ ಸ್ವಂತ ಕುದುರೆಗಾಡಿಯಲ್ಲಿ ಬಂದ ಒಬ್ಬ ಮಹನೀಯ ಗಾಡಿಯನ್ನು ನಿಲ್ಲಿಸಿ ಕೆಳಗಿಳಿದ. ವೃತ್ತಿ ಸಂಬಂಧವಾದ ವ್ಯವಹಾರಗಳಲ್ಲಿ ನೀತಿನಿಯಮಗಳಿಗೆ ಹೆಚ್ಚಿನ ಪ್ರಾಶಸ್ತ್ಯ ಕೊಡದ ವ್ಯಕ್ತಿಯೆಂದು ಹೆಸರುವಾಸಿಯಾಗಿದ್ದ ಆ ವಕೀಲನೊಂದಿಗೆ ಈ ಆಗಂತುಕ ಖಾಸಗಿ ಸಂದರ್ಶನವನ್ನು ಅಪೇಕ್ಷಿಸಿದ. ಒಂದು ಪ್ರಮುಖ ವ್ಯವಹಾರದ ಬಗ್ಗೆ ಚರ್ಚಿಸಲು ಈ ಭೇಟಿ ಎಂದ.

ಆಗಂತುಕನಿಗೆ ಯೌವನದ ಪ್ರಾಯ ದಾಟಿರಲಿಲ್ಲವೆಂದು ಅವನನ್ನು ನೋಡಿದರೆ ಹೇಳಬಹುದಿತ್ತು. ಆದರೂ ಆತನ ಮುಖ ಬಾಡಿ ಬಿಳಿಚಿಕೊಂಡು, ನಿಸ್ತೇಜವಾಗಿತ್ತು. ಅವನ ಇದುವರೆಗಿನ ಜೀವಿತದ ಎರಡರಷ್ಟು ವರ್ಷಗಳಲ್ಲಾದರೂ ಕಾಲದ ಕೈಗಳಿಂದ ಅವನ ಚರ್ಯೆಯಲ್ಲಿ ಇಷ್ಟೊಂದು ಬದಲಾವಣೆಯನ್ನು ಮಾಡಲು ಸಾಧ್ಯವಾಗುತ್ತಿರಲಿಲ್ಲ. ಇದಕ್ಕೆ ಕಾಯಿಲೆ, ಕ್ಲೇಶ ಅಥವಾ ಸಂಕಷ್ಟಗಳೇ ಕಾರಣವಾಗಿದ್ದಿರಬಹುದೆಂದು ಆ ವ್ಯವಹಾರ ಕುಶಲಿ ವಕೀಲನಷ್ಟು ತೀಕ್ಷ್ಣಮತಿ ಇಲ್ಲದವರು ಕೂಡ, ಇವನತ್ತ ಒಂದು ನೋಟ ಬೀರಿದ ಕೂಡಲೇ ಊಹಿಸಬಹುದಾಗಿತ್ತು.

ಕೊಠಡಿಯೊಳಗೆ ಬಂದ ಕೂಡಲೇ ಆಗಂತುಕ, ವಕೀಲನನ್ನು ನೋಡಿ ಹೇಳಿದ :

"ನನ್ನ ಪರವಾಗಿ ಕಾನೂನಿಗೆ ಸಂಬಂಧಿಸಿದ ಒಂದು ಕೆಲಸವನ್ನು ನಿರ್ವಹಿಸಲು ನಿಮ್ಮಿಂದ ಸಾಧ್ಯವೇ ?"

ವಕೀಲ ಹಲ್ಲು ಕಿರಿಯುತ್ತಾ, ಅತಿ ವಿನಯದಿಂದ ತಲೆಬಾಗಿ, ಆಗಂತುಕನ ಕೈಯಲ್ಲಿದ್ದ ದೊಡ್ಡ ಕಟ್ಟಿನ ಮೇಲೆ ಕಣ್ಣುಹಾಯಿಸಿದ. ಅದನ್ನು ನೋಡಿ ಅವನ ಭಾವೀ ಕಕ್ಷಿದಾರ ನುಡಿದ:

"ಇದೇನೂ ಸಾಮಾನ್ಯ ವ್ಯವಹಾರವಲ್ಲ. ಈ ಕಾಗದ ಪತ್ರಗಳು ನನ್ನ ಕೈಸೇರಲು ಎಷ್ಟು ಹಣ ಮತ್ತು ಶ್ರಮ ವ್ಯಯವಾಗಿದೆ ಅನ್ನೋದು ನನಗೇ ಗೊತ್ತು."

ವಕೀಲ ಇನ್ನಷ್ಟು ತವಕದಿಂದ ಆ ಕಾಗದದ ಕಟ್ಟಿನ ಮೇಲೆ ದೃಷ್ಟಿ ಬೀರಿದ. ಕಕ್ಷಿದಾರ ಗಂಟಿನ ದಾರವನ್ನು ಬಿಚ್ಚಿ, ಒಂದು ರಾಶಿ ಪ್ರಾಮಿಸರಿ ನೋಟುಗಳನ್ನು ಹಾಗೂ ಅನೇಕ ಕರಾರುಗಳ

ಮತ್ತು ಇತರ ದಸ್ತಾವೇಜುಗಳ ನಕಲುಗಳನ್ನು ಅದರಿಂದ ಹೊರತೆಗೆದು ತೋರಿಸಿ ಹೇಳಿದ:

"ಇವನ್ನು ನೋಡಿದರೆ ನಿನಗೆ ಗೊತ್ತಾಗುತ್ತೆ. ಈ ಕಾಗದಪತ್ರಗಳಿಗೆ ಸಹಿ ಮಾಡಿರುವಾತ ಕಳೆದ ಕೆಲವು ವರ್ಷಗಳಿಂದ ದೊಡ್ಡ ಮೊತ್ತದ ಸಾಲಗಳನ್ನೆತ್ತಿದ್ದಾನೆ. ಈ ಪತ್ರಗಳು ಮೊದಲು ಯಾರ ಕೈಗಳನ್ನು ಸೇರಿದ್ದವೋ, ಅವರಿಂದ ಸ್ವಲ್ಪ ಸ್ವಲ್ಪವಾಗಿ ಅವೆಲ್ಲವನ್ನೂ ನಾನೀಗ ಕೊಂಡುಕೊಂಡಿದ್ದೇನೆ – ಅವುಗಳ ಮೂಲ ಬೆಲೆಗಿಂತ ಮೂರು ನಾಲ್ಕು ಪಟ್ಟು ಹೆಚ್ಚು ಹಣ ತೆತ್ತು! ಒಂದು ನಿರ್ದಿಷ್ಟ ಅವಧಿಯ ತನಕ ಈ ಸಾಲಗಳನ್ನು ಕಾಲಕಾಲಕ್ಕೆ ನವೀಕರಿಸ ಬೇಕೆಂದು ಅವರ ಮತ್ತು ಇವನ ನಡುವೆ ಒಂದು ತಿಳಿವಳಿಕೆಯಿತ್ತು. ಆದರೆ ಅದು ಲಿಖಿತ ಒಡಂಬಡಿಕೆಯಲ್ಲ. ಕಾಗದಪತ್ರಗಳಲ್ಲೆಲ್ಲಿಯೂ ಅದು ನಮೂದಿತವಾಗಿಲ್ಲ.

"ಈ ಸಾಲಗಾರ ಇತ್ತೀಚೆಗೆ ಅನೇಕ ನಷ್ಟಗಳನ್ನು ಅನುಭವಿಸಿದ್ದಾನೆ. ಅದರ ಮೇಲಿಂದ ಈ ಋಣಭಾರವನ್ನೆಲ್ಲ ಒಮ್ಮೆಲೆ ತೀರಿಸಬೇಕಾದ ಹೊರೆ ಅವನ ಮೇಲೆ ಬಿದ್ದರೆ, ಆತ ನೆಲಸಮವಾಗೋದರಲ್ಲಿ ಸಂದೇಹವಿಲ್ಲ."

"ಇವುಗಳ ಸಮಗ್ರ ಮೊತ್ತ ಅನೇಕ ಸಹಸ್ರ ಪೌಂಡ್‌ಗಳಷ್ಟಾಗ್ತದೆ," ಎಂದ ವಕೀಲ, ಕಾಗದ ಪತ್ರಗಳನ್ನು ನೋಡುತ್ತಾ.

"ಹೌದು, ಅಷ್ಟಿದೆ," ಎಂದು ಕಕ್ಷಿದಾರ ಉತ್ತರಿಸಿದ.

ವಕೀಲ ಕೇಳಿದ :

"ಈ ಕುರಿತು ನಾವೀಗ ಮಾಡಬೇಕಾದ್ದೇನು ?"

ಕಕ್ಷಿದಾರ ಥಟ್ಟನೆ ಉದ್ವಿಗ್ನನಾಗಿ ನುಡಿದ :

"ಮಾಡಬೇಕಾದ್ದೇನು ! ಕಾನೂನಿನ ಪ್ರತಿಯೊಂದು ಯಂತ್ರವನ್ನೂ ಅವನ ಮೇಲೆ ಛೂಬಿಡಿ; ಚುರುಕು ಬುದ್ಧಿಗೆ ಹೊಳೀಬಹುದಾದ ಎಲ್ಲ ತಂತ್ರಗಳನ್ನೂ ಉಪಯೋಗಿಸಿ; ಕಳ್ಳತನದಿಂದ ಸಾಧಿಸಬಹುದಾದ ಎಲ್ಲ ಕ್ರಮಗಳನ್ನೂ ಅನುಸರಿಸಿ; ಯೋಗ್ಯವಾಗಿರಲಿ ಅಯೋಗ್ಯವಾಗಿರಲಿ, ಯಾವ ಉಪಾಯನಾದ್ರೂ ಸರಿಯೆ; ಕಾನೂನಿನ ಸರ್ವಶಕ್ತಿಯನ್ನೂ ಪ್ರಯೋಗಿಸಿ ಅವನನ್ನು ಹತ್ತಿಕ್ಕಿ – ಬೇಕಾದ್ರೆ ಅತ್ಯಂತ ಚಾಣಾಕ್ಷ ಕಾನೂನು ಪಂಡಿತರ ವೃತ್ತಿ ಕೌಶಲ್ಯದ ನೆರವು ಪಡೀರಿ. ಅವನನ್ನು ನಾಶ ಮಾಡಿ, ಅವನ ಭೂಮಿ ಮತ್ತು ಸೊತ್ತುಗಳನ್ನು ಮುಟ್ಟುಗೋಲು ಹಾಕಿಸಿ, ತನ್ನ ಮನೆಯಿಂದ ಅವನನ್ನು ಹೊರಗೋಡಿಸಿ, ತನ್ನ ಈ ಇಳಿವಯಸ್ಸಿನಲ್ಲಿ ಆತ ಬೀದಿಯ ಭಿಕಾರಿಯಾಗಿ, ಕೊನೆಗೆ ಸಾಮಾನ್ಯ ಸೆರೆಮನೆಯೊಂದ್ರಲ್ಲಿ ಕೊಳೆತು ಸಾಯೋ ಹಾಗೆ ಮಾಡಿ."

ವಕೀಲ ಕ್ಷಣಕಾಲ ವಿಸ್ಮಯದಿಂದ ಸ್ತಬ್ಧನಾಗಿ, ಮತ್ತೆ ಕಕ್ಷಿದಾರನೊಂದಿಗೆ ನುಡಿದ :

"ಆದರೆ ವೆಚ್ಚ, ನನ್ನ ಮಾನ್ಯ ಮಿತ್ರ, ಇದೆಲ್ಲದರ ವೆಚ್ಚ! ಪ್ರತಿವಾದಿ ಒಬ್ಬ ಹುಲು ವ್ಯಕ್ತಿ ಎಂದಾದಲ್ಲಿ ಈ ವ್ಯಾಜ್ಯದ ವೆಚ್ಚ ಅವನಿಂದ ವಸೂಲಾಗೋದಾದ್ರೂ ಹೇಗೆ ? ಬೇರೆ ಯಾರು ಕೊಡ್ತಾರೆ ಇದನ್ನ ?"

"ಎಷ್ಟು ಹಣ ಬೇಕು, ಹೇಳಿ; ಅದು ನಿಮ್ಮದು. ಮೊತ್ತ ಜಾಸ್ತಿ ಆಗ್ಬಹುದೂಂತ ಅಳುಕೋದು ಬೇಡ. ನನ್ನ ಉದ್ದೇಶವನ್ನು ನೀವು ಈಡೇರಿಸಿಕೊಟ್ಟಿದ್ದೇ ಆದ್ರೆ, ವೆಚ್ಚ ದುಬಾರಿಯಾಯ್ತು ಅಂತ ನಾನೇನೂ ತಿಳೀಲಾರೆ," ಎಂದ ಕಕ್ಷಿದಾರ, ಉದ್ರೇಕದಿಂದ ಕಂಪಿಸುತ್ತಾ.

ಅವನು ಎಷ್ಟು ಉದ್ವಿಗ್ನನಾಗಿದ್ದನೆಂದರೆ, ಮಾತನಾಡುತ್ತಿದ್ದಂತೆಯೇ ಅವನೆತ್ತಿಕೊಂಡಿದ್ದ ಪೆನ್ನು ನಡುಗತೊಡಗಿತು.

ಅವನ ಮಾತಿಗೆ ಪ್ರತಿಯಾಗಿ ವಕೀಲ ಅಡ್ಡಾದಿಡ್ಡಿಯಾಗಿ ಒಂದು ದೊಡ್ಡ ಮೊತ್ತವನ್ನು

ಕೇಳಿದ. ಈ ವ್ಯವಹಾರದಲ್ಲಿ ತನಗೇನಾದರೂ ನಷ್ಟವಾದರೆ, ಅದನ್ನು ಭರ್ತಿ ಮಾಡಲು ಒಂದು ಇಡುಗಂಟಿನ ರೂಪದಲ್ಲಿ ಈ ಹಣವನ್ನು ಮುಂಗಡವಾಗಿ ತೆರಬೇಕೆಂದು ವಿವರಿಸಿದ. ವಕೀಲ ಹೀಗೆ ಹೇಳಿದುದು ಕಕ್ಷಿದಾರ ಎಷ್ಟು ದೂರ ಹೋಗಲು ಸಿದ್ಧನಿದ್ದಾನೆ ಎಂಬುದನ್ನು ಪರೀಕ್ಷಿಸುವ ಉದ್ದೇಶದಿಂದಾಗಿತ್ತಲ್ಲದೆ, ಆತ ಇಷ್ಟೊಂದು ಹಣ ಕೊಡಲು ಒಪ್ಪಬಹುದು ಎಂಬ ಯೋಚನೆಯಿಂದಾಗಿರಲಿಲ್ಲ.

ಆದರೆ ಕಕ್ಷಿದಾರ ತಕ್ಷಣ ತನ್ನ ಚೆಕ್ ಪುಸ್ತಕವನ್ನು ಹೊರತೆಗೆದು ವಕೀಲ ಸೂಚಿಸಿದ ಇಡೀ ಮೊತ್ತಕ್ಕೆ ಒಂದು ಚೆಕ್ ಬರೆದುಕೊಟ್ಟು, ಅಲ್ಲಿಂದ ಹೊರಟ.

ಚೆಕ್ಕನ್ನು ಸಕಾಲದಲ್ಲಿ ಬ್ಯಾಂಕ್ ಗೌರವಿಸಿತು. ಕಕ್ಷಿದಾರನ ವಿಶ್ವಾಸಾರ್ಹತೆಯ ಬಗ್ಗೆ ವಕೀಲನಿಗೆ ಖಾತ್ರಿಯಾಯಿತು. ಆತ ಮುತುವರ್ಜಿಯಿಂದ ಕೆಲಸ ಪ್ರಾರಂಭಿಸಿದ.

ಈ ವಿಚಿತ್ರ ಕಕ್ಷಿದಾರ ಜಾರ್ಜ್ ಹೇಯ್ಲಿಂಗ್ ಹೊರತು ಬೇರಾರೂ ಆಗಿರಲಿಲ್ಲ – ಮೂರು ವರ್ಷಗಳ ಹಿಂದೆ ಮಾರ್ಷಲ್ಸೀ ಸೆರೆಮನೆಯಲ್ಲಿದ್ದಾಗ ತನ್ನ ಹೆಂಡತಿ ಮತ್ತು ಮಗುವನ್ನು ಕಳೆದುಕೊಂಡಿದ್ದ ಹೇಯ್ಲಿಂಗ್ ಈತ.

ತದನಂತರ ಸುಮಾರು ಎರಡು ವರ್ಷಗಳಿಗಿಂತ ಹೆಚ್ಚು ಕಾಲ ಹೇಯ್ಲಿಂಗ್ ತನ್ನ ವಕೀಲನ ಕಚೇರಿಯಲ್ಲಿ ದಿನಗಟ್ಟಲೆ ಕುಳಿತಿರುತ್ತಿದ್ದ. ದಿನದಿಂದ ದಿನಕ್ಕೆ ಕಾಗದ ಪತ್ರಗಳು ಸಂಚಯವಾಗುತ್ತಿದ್ದಂತೆ, ಅವುಗಳನ್ನು ತದೇಕಚಿತ್ತದಿಂದ ತಿರುವಿಹಾಕುತ್ತಿದ್ದ. ಪ್ರತಿವಾದಿಯ ವಿರುದ್ಧ ವ್ಯಾಜ್ಯದ ಮೇಲೆ ವ್ಯಾಜ್ಯ ಹೂಡಲ್ಪಟ್ಟು ನೋಟೀಸಿನ ಮೇಲೆ ನೋಟೀಸು ಜಾರಿಯಾದಂತೆ, ಅವನಿಂದ ಪತ್ರಗಳ ಪ್ರವಾಹ ವಕೀಲನ ಕಚೇರಿಗೆ ಹರಿಯತೊಡಗಿತು. ಆಕ್ಷೇಪಣೆಯ ಪತ್ರಗಳು, ಕೊಂಚ ಕಾಲಾವಕಾಶ ನೀಡಲು ಪ್ರಾರ್ಥನೆಗಳು, ಇದಿರಾಳಿಯನ್ನು ಸಂಪೂರ್ಣ ನಾಶ ಮಾಡಬೇಡಿ ಎನ್ನುವ ಯಾಚನೆಗಳು, ಇತ್ಯಾದಿ. ಹಿಗ್ಗಿನಿಂದ ಹೊಳೆಯುವ ಕಣ್ಣುಗಳಿಂದ ಹೇಯ್ಲಿಂಗ್ ಈ ಪತ್ರಗಳನ್ನು ಪುನಃ ಪುನಃ ಓದುತ್ತಿದ್ದ. ಸ್ವಲ್ಪವಾದರೂ ದಯೆ ತೋರಿ, ಎನ್ನುವ ಎಲ್ಲ ಬೇಡಿಕೆಗಳಿಗೂ ಹೇಯ್ಲಿಂಗ್‌ನ ಕಡೆಯಿಂದ ಹೋಗುತ್ತಿದ್ದ ಉತ್ತರ ಒಂದೇ – ಹಣ ಕೂಡಲೇ ಪಾವತಿಯಾಗತಕ್ಕದ್ದು. ಪ್ರತಿವಾದಿಯ ಆಸ್ತಿಪಾಸ್ತಿಗಳನ್ನು ಮುಟ್ಟುಗೋಲು ಹಾಕಲು ಅನೇಕ ನ್ಯಾಯಾಜ್ಞೆಗಳು ಹೊರಟವು. ಅವುಗಳಿಗನುಸಾರವಾಗಿ ಅವನ ಭೂಮಿ, ಮನೆ, ಪೀಠೋಪಕರಣಗಳು – ಇವುಗಳೆಲ್ಲ ಒಂದೊಂದಾಗಿ ವಶಪಡಿಸಲ್ಪಟ್ಟವು. ಕೊನೆಗೆ ಮುದುಕನೇ ಸೆರೆಮನೆಗೆ ನೂಕಲ್ಪಡುತ್ತಿದ್ದ. ಆದರೆ ಕೊನೆಗಳಿಗೆಯಲ್ಲಿ ಆತ ಅಧಿಕಾರಿಗಳ ಕಣ್ಣು ತಪ್ಪಿಸಿ ತಲೆ ಮರೆಸಿಕೊಂಡ.

ವೈರಿಯನ್ನು ಹಿಂಸಿಸಲು ತಾನು ಕೈಗೊಂಡ ಕಾರ್ಯಕ್ರಮ ಇಷ್ಟೊಂದು ಯಶಸ್ವಿಯಾಗಿದ್ದರೂ, ಹೇಯ್ಲಿಂಗ್ ಅದರಿಂದ ತೃಪ್ತನಾಗಲಿಲ್ಲ. ಇದುವರೆಗೆ ವೈರಿಗೆ ತಾನು ಉಂಟುಮಾಡಿದ್ದ ಹಾನಿಯಿಂದ ಅವನ ಅಚಲ ದ್ವೇಷ ಹಿಂದಿಗಿಂತ ನೂರ್ಮಡಿ ಹೆಚ್ಚಾಯಿತೇ ಹೊರತು ಕಡಿಮೆಯಾಗಲಿಲ್ಲ. ಮುದುಕ ತಲೆತಪ್ಪಿಸಿಕೊಂಡ ಸುದ್ದಿ ಕೇಳಿದ ಕೂಡಲೇ ಅವನ ರೋಷಾವೇಶ ಮಿತಿ ಮೀರಿತು. ಅವನು ಸಿಟ್ಟಿನಿಂದ ಹಲ್ಲುಕಡಿದ, ತಲೆಗೂದಲನ್ನು ರಪರಪನೆ ಕೀಳತೊಡಗಿದ, ಬಂಧನದ ಆಜ್ಞೆಯನ್ನು ಜಾರಿಗೊಳಿಸುವ ಜವಾಬ್ದಾರಿ ಹೊತ್ತಿದ್ದ ವ್ಯಕ್ತಿಗಳನ್ನು ಭೀಕರವಾಗಿ ಶಪಿಸಿದ. ಮಾಯವಾದ ವ್ಯಕ್ತಿಯನ್ನು ಹೇಗಾದರೂ ಮಾಡಿ ಪತ್ತೆಹಚ್ಚಲಾಗುವುದು ಎಂದು ಒಂದೇಸಮನೆ ಆಶ್ವಾಸನೆಗಳನ್ನು ನೀಡಿದ ಮೇಲೆ ಮಾತ್ರ ಅವನನ್ನು ಸ್ಥಿಮಿತಕ್ಕೆ ತರಲು ಸಾಧ್ಯವಾಯಿತು. ತಲೆತಪ್ಪಿಸಿಕೊಂಡ ಮುದುಕನನ್ನು ಶೋಧಿಸಲು ಎಲ್ಲ ಕಡೆಗಳಿಗೂ

ಬೇಹುಗಾರರನ್ನು ಕಳುಹಿಸಲಾಯಿತು. ಅವನು ಅಡಗಿ ಕುಳಿತಿದ್ದ ತಾಣವನ್ನು ಕಂಡುಹಿಡಿಯಲು ಸಾಧ್ಯವಿದ್ದ ಎಲ್ಲ ಉಪಾಯಗಳನ್ನೂ ಹೂಡಲಾಯಿತು. ಆದರೆ ಈ ಪ್ರಯತ್ನಗಳೆಲ್ಲ ವಿಫಲವಾದವು. ಅರ್ಧ ವರ್ಷ ಉರುಳಿತು. ಮುದುಕ ನಾಪತ್ತೆಯಾಗಿಯೇ ಉಳಿದ.

ಈ ಮಧ್ಯೆ ಕೆಲವು ವಾರಗಳ ಕಾಲ ಹೇಯ್ಲಿಂಗ್‌ನನ್ನು ಯಾರೂ ಕಂಡಿರಲಿಲ್ಲ. ಕೊನೆಗೊಂದು ರಾತ್ರಿ ಇದ್ದಕ್ಕಿದ್ದಂತೆ ವಕೀಲನ ಮನೆಯ ಮುಂದೆ ಆತ ಪ್ರತ್ಯಕ್ಷನಾಗಿ, ವಕೀಲನನ್ನು ತಕ್ಷಣ ನೋಡಬೇಕೆಂದು ಕೆಳಗಿದ್ದ ಸೇವಕನೊಂದಿಗೆ ಹೇಳಿದ. ಮೆಟ್ಟಿಲುಗಳ ಮೇಲಿನಿಂದಲೇ ಇವನ ಸ್ವರವನ್ನು ಗುರುತಿಸಿದ ವಕೀಲ, ಅವನನ್ನು ಒಳಗೆ ಬಿಡೆಂದು ಸೇವಕನಿಗೆ ಅಪ್ಪಣೆ ಕೊಡುವುದಕ್ಕೆ ಮುಂಚೆಯೇ, ಆತ ದಡಬಡನೆ ಮೆಟ್ಟಿಲುಗಳನ್ನೇರಿ ಏದುಸಿರು ಬಿಡುತ್ತಾ ಹಜಾರವನ್ನು ಪ್ರವೇಶಿಸಿದ. ಉದ್ವೇಗದಿಂದ ಅವನ ಮುಖ ಬಿಳಿಚಿಕೊಂಡಿತ್ತು. ಆಮೇಲೆ ತಮ್ಮ ಮಾತು ಹೊರಗೆ ಕೇಳಿಸದಿರಲೆಂದು ಕೋಣೆಯ ಬಾಗಿಲನ್ನು ಮುಚ್ಚಿ, ಒಂದು ಕುರ್ಚಿಯ ಮೇಲೊರಗಿ ತಗ್ಗಿಸಿದ ದನಿಯಲ್ಲಿ ಆತ ಉದ್ಗರಿಸಿದ :

"ಶ್ ಶ್, ಹುಶಾರು ! ಕೊನೆಗೂ ಅವನನ್ನ ನಾನು ಪತ್ತೆ ಹಚ್ಚಿದ್ದೇನೆ."

"ಹೌದೇ ? ! ಶಹಭಾಸ್, ಮಾನ್ಯ ಮಿತ್ರ, ಶಹಭಾಸ್" ಎಂದ ವಕೀಲ,

ಹೇಯ್ಲಿಂಗ್ ಮುಂದುವರಿಸಿದ :

"ಆತ ಕ್ಯಾಮ್‌ಡೆನ್ ಟೌನಿನಲ್ಲಿ ಒಂದು ಗತಿಗೆಟ್ಟ ವಸತಿಯೊಳಗೆ ಅಡಗಿ ಕುಳಿತಿದ್ದಾನೆ. ಆತ ನಮ್ಮ ಕಣ್ಣು ತಪ್ಪಿಸಿದ್ದು ಬಹುಶಃ ಒಳ್ಳೆಯದೇ ಆಯಿತೂಂತ ನನಗೀಗ ತೋರುತ್ತೆ. ಯಾಕೇಂದ್ರೆ, ಇಷ್ಟು ದಿವಸಗಳ ಕಾಲವೂ ಆತ ಒಂಟಿಯಾಗಿ ದಟ್ಟ ದಾರಿದ್ರ್ಯದಲ್ಲಿ ಅಲ್ಲೇ ಕೊಳೀವಂತಾಯ್ತು ಅವನೀಗ ಬಡವ, ಕಡುಬಡವ."

ಇದನ್ನು ಕೇಳಿ ಸಂತಸದಿಂದ ತಲೆಯಾಡಿಸುತ್ತಾ ವಕೀಲ ನುಡಿದ :

"ಬಹಳ ಒಳ್ಳೇದಾಯ್ತು, ಬಿಡಿ. ಅವನನ್ನು ನಾಳೇನೇ ಸೆರೆಹಿಡಿಯೋ ಹಾಗೆ ಏರ್ಪಾಟು ಮಾಡಿಸ್ಬೇಕಲ್ವೇ?"

ಹೇಯ್ಲಿಂಗ್ ಉತ್ಸಾಹದಿಂದ ಉತ್ತರಿಸಿದ : "ಹೌದು." ಆದರೆ ತಕ್ಷಣ ಮನಸ್ಸು ಬದಲಾಯಿಸಿ ಹೇಳಿದ:

"ಬೇಡ, ಸ್ವಲ್ಪ ತಾಳಿ. ನಾಳೆ ಬೇಡ, ಅದರ ಮರುದಿನ."

ಇದರಿಂದ ಬೆರಗಾದ ವಕೀಲನತ್ತ ಒಂದು ವಿಕಟ ನಗೆ ಬೀರಿ ಆತ ವಿವರಿಸಿದ :

"ಬಂಧನವನ್ನು ಮುಂದೂಡ್ಬೇಕು ಅನ್ನೋ ನನ್ನ ಇಚ್ಛೆಯಿಂದ ನಿಮಗೆ ಆಶ್ಚರ್ಯವಾಗಿದೆ ಅಲ್ವಾ? ನಾಡಿದ್ದು, ಅವನ ಜೀವನದಲ್ಲಿನ ಒಂದು ಮುಖ್ಯ ಘಟನೆಯ ವಾರ್ಷಿಕೋತ್ಸವದ ದಿನ. ಆದ್ದರಿಂದ ನಾಡಿದ್ದೇ ನಡೀಲಿ."

"ಬಹಳ ಒಳ್ಳೇದು; ಸಂಬಂಧಪಟ್ಟ ಅಧಿಕಾರಿಗೋಸ್ಕರ ಸೂಚನೆಗಳನ್ನು ಬರೆದಿಟ್ಟು ಹೋಗ್ತೀರಾ ?"

"ಇಲ್ಲ. ಆತ ಇಲ್ಲೇ ನನ್ನನ್ನು ಭೇಟಿಯಾಗ್ಲಿ, ಸಂಜೆ ಎಂಟು ಗಂಟೆಗೆ ನಾನೇ ಸ್ವತಃ ಅವನೊಂದಿಗೆ ಹೋಗ್ತೇನೆ."

ನಿಶ್ಚಿತ ದಿನದಂದು ಸಂಜೆ ವಕೀಲನ ಮನೆಯಲ್ಲಿ ಅವರು ಜೊತೆಗೂಡಿದರು. ಅನಂತರ ಕುದುರೆ ಗಾಡಿಯೊಂದನ್ನು ಗೊತ್ತು ಮಾಡಿ, ಹಳೆ ಪ್ಯಾಂಕ್ರಾಸ್ ರಸ್ತೆಯ ಮೂಲೆಯಲ್ಲಿರುವ ಅನಾಥಾಲಯದ ಬಳಿ ಗಾಡಿಯನ್ನು ನಿಲ್ಲಿಸಬೇಕೆಂದು ಚಾಲಕನಿಗೆ ತಿಳಿಸಿದರು. ಅವರು ಆ

ಸ್ಥಳವನ್ನು ತಲಪಿ ಗಾಡಿಯಿಂದ ಇಳಿಯುವಾಗ ಚೆನ್ನಾಗಿ ಕತ್ತಲಾಗಿತ್ತು. ತರುವಾಯ ವೆಟರಿನರಿ ಆಸ್ಪತ್ರೆಗೆ ಸೇರಿದ್ದ ಗೋಡೆಯ ಪಕ್ಕದಲ್ಲಿ ಮುನ್ನಡೆಯುತ್ತಾ, ಆಗ ಲಿಟ್ಲ್ ಕಾಲೇಜ್ ಸ್ಟ್ರೀಟ್ ಎಂದು ಕರೆಯಲ್ಪಡುತ್ತಿದ್ದ ಕಿರಿದಾದ ಒಂದು ಅಡ್ಡರಸ್ತೆಯನ್ನು ಅವರು ಪ್ರವೇಶಿಸಿದರು. ಅದರ ಈಗಿನ ಹೆಸರು ಮತ್ತು ಪರಿಸ್ಥಿತಿಗಳೇನಿದ್ದರೂ, ಅಂದಿನ ದಿನಗಳಲ್ಲಿ ಅದೊಂದು ಪಾಳುಬಿದ್ದ ಪ್ರದೇಶವಾಗಿತ್ತು. ಅದರ ಸುತ್ತಮುತ್ತ ಗದ್ದೆಗಳು ಮತ್ತು ತೋಡುಗಳ ಹೊರತು ಬೇರೇನೂ ಇರಲಿಲ್ಲ.

ಇಲ್ಲಿಗೆ ಬಂದೊಡನೆಯೇ ಹೇಯ್ಲಿಂಗ್ ಮೊದಲು ತನ್ನ ಟೋಪಿಯನ್ನು ಕೆಳಗೆಳೆದು ಮುಖವನ್ನು ಅರ್ಧ ಮರೆಮಾಡಿಕೊಂಡ; ಮೇಲಂಗಿಯಿಂದ ದೇಹದ ಉಳಿದ ಭಾಗವನ್ನು ಸಂಪೂರ್ಣ ಮುಚ್ಚಿಕೊಂಡ. ಅನಂತರ ಆ ರಸ್ತೆಯಲ್ಲಿದ್ದ ವಸತಿಗಳ ಪೈಕಿ ಅತ್ಯಂತ ಹೀನ ಸ್ಥಿತಿಯಲ್ಲಿದ್ದ ಮನೆಯೊಂದರ ಮುಂದೆ ನಿಂತು ಅದರ ಕದವನ್ನು ಮೃದುವಾಗಿ ತಟ್ಟಿದ. ಒಳಗಿನಿಂದ ಒಬ್ಬ ಹೆಂಗಸು ಕೂಡಲೇ ಕದ ತೆರೆದು, ಹೇಯ್ಲಿಂಗ್‌ನನ್ನು ನೋಡಿ ಅವನನ್ನು ಗುರುತಿಸಿ ವಂದಿಸಿದಳು. ಹೇಯ್ಲಿಂಗ್ ಅಧಿಕಾರಿಯತ್ತ ತಿರುಗಿ, ಅಲ್ಲಿಯೇ ನಿಂತಿರುವಂತೆ ಪಿಸುನುಡಿಯಲ್ಲಿ ಅವನಿಗೆ ಸೂಚಿಸಿ, ಮೆಲ್ಲನೆ ನಿಶ್ಶಬ್ದವಾಗಿ ಮೆಟ್ಟಿಲುಗಳನ್ನು ಹತ್ತಿ ಮುಂದಿನ ಕೋಣೆಯ ಬಾಗಿಲು ತೆರೆದು ಒಳಹೊಕ್ಕ.

ಅವನ ಬದ್ಧ ದ್ವೇಷಕ್ಕೆ ಗುರಿಯಾಗಿದ್ದ ಹಾಗೂ ಅವನು ಅರಸುತ್ತಿದ್ದ ವ್ಯಕ್ತಿ ಅಲ್ಲಿದ್ದ. ಈಗ ಜರ್ಜರಿತನಾಗಿದ್ದ ಆ ಮುದುಕ ಒಂದು ಮುರುಕು ಮೇಜಿನ ಮುಂದುಗಡೆ ಕುಳಿತಿದ್ದ. ಮೇಜಿನ ಮೇಲೆ ಬಡಕಲು ಮೋಂಬತ್ತಿಯೊಂದು ಕ್ಷೀಣವಾಗಿ ಉರಿಯುತ್ತಿತ್ತು. ಅಪರಿಚಿತನೊಬ್ಬ ಕೋಣೆಯೊಳಗೆ ಬಂದುದನ್ನು ಕಂಡು ಆತ ಬೆಚ್ಚಿ ಪ್ರಯಾಸದಿಂದ ಎದ್ದು ನಿಂತು ಕೇಳಿದ:

"ಈಗೇನಿದು, ಈಗೇನು? ಇದೆಲ್ಲಿಯ ಹೊಸ ಪೀಡೆ? ಇಲ್ಲೇನು ಬೇಕಪ್ಪ ನಿನಗೆ?"

"ನಿನ್ನೊಂದಿಗೆ ಒಂದು ಮಾತು ಮಾತ್ರ."

ಹೇಯ್ಲಿಂಗ್ ಉತ್ತರಿಸಿದ. ಹೀಗೆ ಹೇಳುತ್ತಾ ಹೇಯ್ಲಿಂಗ್ ಮೇಜಿನ ಮತ್ತೊಂದು ಬದಿಯಲ್ಲಿ ಕುಳಿತು, ತನ್ನ ಟೋಪಿ ಮತ್ತು ಮೇಲಂಗಿಗಳನ್ನು ಕಳಚಿ ತಾನು ಯಾರೆಂಬುದು ಮುದುಕನಿಗೆ ಗೊತ್ತಾಗುವಂತೆ ಮಾಡಿದ.

ಮುದುಕನ ನಾಲಿಗೆ ತಕ್ಷಣ ಉಡುಗಿಹೋದಂತೆ ತೋರಿತು. ಆತ ದಿಗ್ಭ್ರಮೆಯಿಂದ ಒಂದು ಹೆಜ್ಜೆ ಹಿಂದೆ ಸರಿದು ಪುನಃ ತನ್ನ ಕುರ್ಚಿಯ ಮೇಲೆ ಕುಕ್ಕರಿಸಿದ. ಆಮೇಲೆ ಕೈಗಳನ್ನು ಜೋಡಿಸಿ, ಬೆದರಿಕೆಯಿಂದಲೂ ತಿರಸ್ಕಾರದಿಂದಲೂ ತನ್ನ ಮುಂದಿದ್ದ ಆಕೃತಿಯನ್ನು ದೃಷ್ಟಿಸಿದ.

ಅವನನ್ನು ನೆಟ್ಟ ನೋಟದಿಂದ ನೋಡುತ್ತಾ ಹೇಯ್ಲಿಂಗ್ ಹೇಳಿದ :

"ಆರು ವರ್ಷಗಳ ಹಿಂದೆ ಇದೇ ದಿನ ನನ್ನ ಮಗುವಿನ ಪ್ರಾಣಹರಣದ ಋಣವನ್ನು ನಿನ್ನಿಂದ ನಾನು ವಸೂಲ್ಮಾಡಿದೆ. ನನ್ನ ಮಗುವಿನ ಜೀವಕ್ಕೆ ಪ್ರತಿಯಾಗಿ ಇನ್ನೊಂದು ಜೀವವನ್ನು ನಿನ್ನಿಂದ ಬಲಿ ತೆಗೆದ್ಕೊಂಡೆ. ಏಕೆ ? ಇಲ್ಲಿ ಕೇಳು: ನಿನ್ನ ಮಗಳ ಶವದ ಮುಂದೆ ಕೂತು ನಾನೊಂದು ಪ್ರತಿಜ್ಞೆ ಮಾಡಿದೆ – ಮುಂದಣ ನನ್ನ ಬಾಳ್ವೆಯನ್ನೆಲ್ಲ ಸೇಡಿಗಾಗಿ ಸಮರ್ಪಿಸ್ತೇನೆ ಅಂತ. ಈ ಗುರಿಸಾಧನೆಯ ಹಾದಿಯಿಂದ ಒಂದು ಕ್ಷಣ ಕಾಲವಾದ್ರೂ ನಾನು ಆಚೀಚೆ ಸರಿದಿಲ್ಲ. ಹಾಗೇನಾದ್ರೂ ಸರಿದಿದ್ರೆ ಒಂದೇ ಒಂದು ನೆನಪು ನನ್ನನ್ನು ಹಾದಿಗೆ ತರಲು ಸಾಕಾಗ್ತಿತ್ತು – ಸಂಕಟದಿಂದ ಸವೆದು ಹೋಗ್ತಿದ್ರೂ ಅದನ್ನು ಮೌನವಾಗಿ ಸಹಿಸಿಕೊಂಡಿರ್ತಿದ್ದ ಆಕೆಯ ಯಾತನಾಮಯ ನೋಟದ ನೆನಪು ಅಥವಾ ಹಸಿವಿನಿಂದ ಬತ್ತಿಹೋಗಿದ್ದ ನಮ್ಮ

ಮುಗ್ಧ ಮಗುವಿನ ಸೊರಗಿದ ಮುಖದ ನೆನಪು! ಪ್ರತೀಕಾರದ ನನ್ನ ಮೊದಲ ಕ್ರಿಯೆಯನ್ನು ನೀನಿನ್ನೂ ಮರೆತಿರಲಾರೆ. ಹಾಂ! ಚೆನ್ನಾಗಿ ನೆನಪಿದೆ ಅಲ್ವಾ? ಅದು ಮೊದಲ್ನೇದಾದ್ರೆ ಇದು ಕೊನೇದು."

ಮುದುಕ ಥರಥರನೆ ನಡುಗಿದ. ಅವನ ಕೈಗಳು ನಿಶ್ಚೇಷ್ಟಿತವಾಗಿ ಪಕ್ಕಕ್ಕೆ ಜೋತುಬಿದ್ದವು.

ಸ್ವಲ್ಪ ಕಾಲ ಮೌನವಾಗಿದ್ದು ಹೇಯ್ಲಿಂಗ್ ಮತ್ತೆ ನುಡಿದ:

"ನಾಳೆ ನಾನು ಇಂಗ್ಲೆಂಡ್‌ನಿಂದ ಹೊರಟು ಹೋಗ್ತೇನೆ. ಆದರೆ ಇವತ್ತು ರಾತ್ರಿ ನಿನ್ನನ್ನು ಜೀವಂತ ಮರಣಕ್ಕೆ ನೂಕ್ತೇನೆ. ನಿನ್ನ ಮಗಳಿಗೆ ನೀನು ಕಾಣಿಸಿದ ಗತಿಯನ್ನೇ ನಿನಗೂ ತೋರಿಸ್ತೇನೆ – ದುರ್ಭರವಾದ ಒಂದು ಸೆರೆಮನೆ."

ಹೀಗೆ ಹೇಳುತ್ತಾ ಮುದುಕನ ಮುಖವನ್ನು ಕಣ್ಣೆತ್ತಿ ನೋಡಿ ಆತ ಥಟ್ಟನೆ ಮಾತು ನಿಲ್ಲಿಸಿದ. ಮೋಂಬತ್ತಿಯನ್ನು ಮೇಲೆತ್ತಿ ಅದರ ಬೆಳಕಿನಲ್ಲಿ ಆ ಮುಖವನ್ನು ಮತ್ತೊಮ್ಮೆ ವೀಕ್ಷಿಸಿದ. ಅನಂತರ ಮೋಂಬತ್ತಿಯನ್ನು ಮೆಲ್ಲಗೆ ಕೆಳಗಿಟ್ಟು ಕೋಣೆಯಿಂದ ಹೊರ ನಡೆದ.

ಅವನೊಂದಿಗೆ ಬಂದಿದ್ದ ಅಧಿಕಾರಿ, ಮನೆಯ ಒಡತಿಯೊಂದಿಗೆ ಇನ್ನೂ ಹೊರಗೇ ನಿಂತಿದ್ದ. ರಸ್ತೆಗೆ ತನ್ನನ್ನು ಹಿಂಬಾಲಿಸುವಂತೆ ಹೇಯ್ಲಿಂಗ್ ಅಧಿಕಾರಿಗೆ ಸನ್ನೆ ಮಾಡಿ, ಹೆಂಗಸಿನತ್ತ ತಿರುಗಿ ಹೇಳಿದ:

"ನೀನು ಮೇಲೆ ಹೋಗಿ ಮುದುಕನನ್ನ ಒಮ್ಮೆ ನೋಡೋದು ಒಳ್ಳೇದು. ಅವನಿಗೆ ಹುಷಾರಿಲ್ಲಾಂತ ಕಾಣ್ತದೆ."

ಹೆಂಗಸು ಬೇಗನೆ ಬಾಗಿಲು ಮುಚ್ಚಿ ಧಡಧಡನೆ ಮೆಟ್ಟಿಲುಗಳನ್ನೇರಿ ಅವನ ಬಳಿ ಸಾರಿದಳು. ಅವಳು ನೋಡಿದಾಗ ಅವನ ಜೀವ ಹಾರಿ ಹೋಗಿತ್ತು.

ಇಂಗ್ಲೆಂಡ್ ಎಂಬ ಉದ್ಯಾನವನದಲ್ಲಿ ಅತ್ಯಂತ ಮನೋಹರವಾದ ತಾಣ ಕೆಂಟ್. ಇಲ್ಲಿ, ಕಾಡು ಹೂಗಳು ಹುಲ್ಲಿನೊಂದಿಗೆ ಬೆರೆತು, ನಿಸರ್ಗದ ಸೌಮ್ಯ ರಮಣೀಯತೆಯಿಂದ ಸುತ್ತುವರಿಯಲ್ಪಟ್ಟಿರುವ ಇಗರ್ಜಿಯೊಂದರ ಪ್ರಶಾಂತ ಸಮಾಧಿ ಸ್ಥಳದಲ್ಲಿ ಸರಳವಾದ ಒಂದು ಸಮಾಧಿ ಶಿಲೆಯಿದೆ. ಅದರಡಿಯಲ್ಲಿ ಆ ತರುಣ ತಾಯಿಯ ಮತ್ತು ಆಕೆಯ ಪುಟ್ಟ ಮಗುವಿನ ಎಲುಬುಗಳು ವಿಶ್ರಮಿಸುತ್ತಿವೆ. ಆದರೆ ತಂದೆಯ ಚಿತಾಭಸ್ಮ ಮಾತ್ರ ಅವರ ಅವಶೇಷಗಳೊಂದಿಗೆ ಬೆರೆತಿಲ್ಲ.

ಆ ರಾತ್ರಿಯ ಬಳಿಕ ಆತ ಯಾರ ಕಣ್ಣಿಗೂ ಕಾಣಿಸಲಿಲ್ಲ. ಅವನ ವಕೀಲನಿಗೆ ಸಹ ತನ್ನ ವಿಚಿತ್ರ ಕಕ್ಷಿದಾರನ ಮುಂದಿನ ಚರಿತ್ರೆಯ ಬಗ್ಗೆ ಎಂದೂ ಯಾವ ಸುಳಿವೂ ದೊರೆಯಲಿಲ್ಲ.

○ **ಥಾಮಸ್ ಹಾರ್ಡಿ**

ಟೋನಿ ಕ್ರೈಟ್ಸ್ – ವಂಚಕಾಗ್ರೇಸರ

ಟೋನಿ ಕ್ರೈಟ್ಸ್‌ನ ಮುಖಮುದ್ರೆಯನ್ನು ನಾನೆಂದಿಗೂ ಮರೆಯಲಾರೆ. ಅದೊಂದು ಚಿಕ್ಕ ಗುಂಡನೆಯ ಮುಖ; ಬಿಗಿಯಾಗಿದ್ದು, ದೃಢವಾದ್ದು. ಅದರ ಮೇಲೆ ಅಲ್ಲೊಂದು ಇಲ್ಲೊಂದರಂತೆ ಸಿಡುಬಿನ ಕೆಲವು ಕಲೆಗಳು. ಬಾಲ್ಯದಲ್ಲಿ ಸಿಡುಬು ರೋಗ ಬಹಳ ತೀವ್ರವಾಗಿ ಅವನನ್ನು ಬಾಧಿಸಿತ್ತು. ಆದರೆ ಆ ಕಲೆಗಳು ಹೆಂಗಸರ ಕಣ್ಣುಗಳಿಗೆ ಅಸಹ್ಯವೆನಿಸುವಷ್ಟು ಅಧಿಕವಾಗಿರಲಿಲ್ಲ. ಮುಗುಳ್ನಗೆ ಬೀರದ ಗಂಭೀರವಾದ ಅವನ ಮುಖಮುದ್ರೆಯನ್ನು ನೋಡಿದಾಗ, ನಕ್ಕರೆ ಅವನ ಅಂತಃಕರಣಕ್ಕೆ ನೋವಾಗುತ್ತಿತ್ತೇನೋ, ಅದಕ್ಕೆ ಹೀಗಿರುವನೇನೋ ಎನಿಸುತ್ತಿತ್ತು. ಇನ್ನೊಬ್ಬರೊಂದಿಗೆ ಮಾತನಾಡುವಾಗ ಅವರ ಕಣ್ಣುಗುಡ್ಡೆಯ ಮೇಲಿನ ಚುಕ್ಕಿಯನ್ನೇ ಟೋನಿ ದೃಷ್ಟಿಸುತ್ತಿದ್ದ. ಅವನ ಮುಖದ ಮೇಲೆ ಗಡ್ಡಮೀಸೆಗಳ ಚಿಹ್ನೆಯೇ ಕಾಣುತ್ತಿರಲಿಲ್ಲ. ಅಂಗೈಯಂತೆ ಅದು ಬೋಳಾಗಿತ್ತು. ಆತ 'ಚಿಪ್ಪಿಗನ ಇಜಾರ' ಎಂಬ ಹಾಡನ್ನು ಅದೊಂದು ಸ್ತೋತ್ರವೋ ಎಂಬಂತೆ ದೇವತಾ ಪ್ರಾರ್ಥನೆ ಮಾಡುವ ರೀತಿಯಲ್ಲಿ ಹಾಡುತ್ತಿದ್ದ:

"ಜಾರಿ ಸರಿದವು ಕೆಳಗೆ ಒಳಗಿನಾ ಲಂಗಗಳು
ಏರಿಹೋದವು ಮೇಲೆ ಸೊಬಗಿನಾ ಇಜಾರಗಳು!"

ಹೀಗೆ ಪ್ರಾರಂಭವಾಗುತ್ತಿತ್ತು ಈ ಅಶ್ಲೀಲ ಪದ್ಯ. ಇದನ್ನು ಕೊನೆತನಕ ಆತ ಹಾಡುತ್ತಿದ್ದ. ಇಂತಹ ಟೋನಿ ಯುವತಿಯರ ಅರಗಿಳಿಯಾಗಿದ್ದುದರಲ್ಲಿ ಆಶ್ಚರ್ಯವಿಲ್ಲ. ಅದಕ್ಕೆ ಪ್ರತಿಯಾಗಿ ಅವನೂ ತರುಣಿಯರನ್ನು ಹಿಂಡುಹಿಂಡಾಗಿ ಪ್ರೀತಿಸುತ್ತಿದ್ದ.

ಆದರೆ ಕಾಲಕ್ರಮದಲ್ಲಿ ಟೋನಿಯ ಪ್ರೇಮ ಒಬ್ಬ ನಿರ್ದಿಷ್ಟ ತರುಣಿಯ ಮೇಲೆ ನೆಟ್ಟಿತು. ಅವಳ ಹೆಸರು ಮಿಲ್ಲಿ ರಿಚರ್ಡ್ಸ್. ಅವಳು ನಗುಮುಖದ, ಕೋಮಲಕಾಯದ, ಚಿಕ್ಕ ಮೈಕಟ್ಟಿನ ಒಳ್ಳೆಯ ಹುಡುಗಿ. ಅವರಿಬ್ಬರೂ ಮದುವೆಯಾಗಲಿದ್ದಾರೆ ಎಂಬ ಸುದ್ದಿ ಬಹಳ ಬೇಗ ಊರೆಲ್ಲ ಹರಡಿತು. ಒಂದು ಶನಿವಾರ ಕುದುರೆಗಾಡಿಯನ್ನು ಕಟ್ಟಿಕೊಂಡು ತನ್ನ ತಂದೆಯ ಕೆಲಸದ ಮೇಲೆ ಸಂತೆಗೆ ಹೋಗಿದ್ದ ಟೋನಿ ಖಾಲಿ ಗಾಡಿಯಲ್ಲಿ ಸಂಜೆ ಹಿಂತಿರುಗುತ್ತಿದ್ದ. ಕುದುರೆಗಾಡಿ ಒಂದು ಸಣ್ಣ ಗುಡ್ಡದ

ಬುಡವನ್ನು ತಲಪಿದಾಗ, ಅದರ ತುದಿಯಲ್ಲಿ ಯಾರೋ ತನಗಾಗಿ ಕಾದು ಕುಳಿತಿರುವಂತೆ ಅವನಿಗೆ ಕಂಡಿತು. ಆಕೆ ಯೂನಿಟಿ ಸಾಲೆಟ್. ಸುಂದರ ತರುಣಿ. ಟೋನಿಯ ನಿಶ್ಚಿತಾರ್ಥ ಮಿಲ್ಲಿಯ ಜತೆ ಆಗುವ ಮೊದಲು ಈ ಯುವತಿ ಅವನ ಪ್ರೇಮಕ್ಕೆ ಪಾತ್ರಳಾಗಿದ್ದಳು.

ಟೋನಿ ಹೊಡೆಯುತ್ತಿದ್ದ ಗಾಡಿ ಆಕೆಯ ಸಮೀಪಕ್ಕೆ ಬಂದಿತು. ಆಗ ಆಕೆ ಕೇಳಿದಳು:

"ಪ್ರಿಯ ಟೋನಿ, ನಿನ್ನ ಗಾಡಿಯಲ್ಲಿ ನನ್ನನ್ನು ಮನೆಗೆ ಮುಟ್ಟಿಸ್ತೀಯಾ ?"

"ಅಗತ್ಯವಾಗಿ ಆಗಬಹುದು ಚಿನ್ನ. ನಿನ್ನ ಕೋರಿಕೆಯನ್ನು ಹೇಗೆ ತಾನೆ ನಿರಾಕರಿಸಲಿ ?" ಎಂದು ಟೋನಿ ಮಾರುತ್ತರ ನೀಡಿದ.

ಆಕೆ ಮೃದುವಾಗಿ ನಕ್ಕು ಗಾಡಿಯನ್ನೇರಿದಳು. ಟೋನಿ ಗಾಡಿಯನ್ನು ಮುಂದಕ್ಕೆ ಹೊಡೆದ.

ಗಾಡಿ ಚಲಿಸುತ್ತಿದ್ದಂತೆ ಆಕೆ ನಯವಾಗಿ ಅವನನ್ನು ಛೇಡಿಸತೊಡಗಿದಳು:

"ಹೌದಾ ಟೋನಿ, ನೀನು ಬೇರೊಬ್ಬಳಿಗೋಸ್ಕರ ನನಗೆ ಕೈಕೊಟ್ಟೆಯಲ್ಲ – ಯಾಕೆ ? ನನಗಿಂತ್ಲೂ ಆಕೆ ಯಾವುದರಲ್ಲಿ ಹೆಚ್ಚು? ನಾನು ನಿನಗೆ ಅವಳಿಗಿಂತ ಎಷ್ಟೋ ಸೊಗಸಾದ ಹೆಂಡತಿಯಾಗ್ತಿದ್ದೆ. ಆಕೆಗಿಂತ ಹೆಚ್ಚು ಪ್ರೀತಿ ತೋರಿಸ್ತಿದ್ದೆ. ಪ್ರಾರಂಭದಲ್ಲಿ ಸುಲಭವಾಗಿ ಕೈವಶರಾಗುವ ಕನ್ಯೆಯರು ನಿಜವಾಗ್ಲೂ ಅಷ್ಟೊಂದು ಶ್ರೇಷ್ಠರಲ್ಲ. ನೀನೇ ಯೋಚಿಸಿ ನೋಡು ಟೋನಿ. ಎಷ್ಟು ಕಾಲದಿಂದ ನಾವು ಒಡನಾಡಿಗಳಾಗಿದ್ದೆವು ಅನ್ನೋದನ್ನು ಒಮ್ಮೆ ಚಿಂತಿಸಿ ನೋಡು. ನಾವು ಬಾಲ್ಯದಿಂದಲೂ ಆಪ್ತರಾಗಿರ್ಲಿಲ್ವೆ, ನೀನೇ ಹೇಳು."

"ಹೌದು ನೀನು ಹೇಳೋದು ನಿಜ" ಎಂದು ಅದರ ಸತ್ಯತೆಯನ್ನು ಒಮ್ಮೆಲೆ ಮನಗಂಡು ಟೋನಿ ನುಡಿದ.

"ಇದುವರೆಗೆ ನಾನೇನಾದರೂ ತಪ್ಪು ಮಾಡಿದ್ದನ್ನು ನೀನು ಕಂಡಿದ್ದೀಯಾ ? ನಿಜ ಹೇಳು ಟೋನಿ."

"ನಿನ್ನಲ್ಲಿ ಒಂದೇ ಒಂದು ದೋಷವನ್ನೂ ನಾನು ಕಂಡಿಲ್ಲ, ಬೇಕಾದರೆ ಆಣೆ ಹಾಕ್ತೇನೆ."

"ಅಲ್ಲದೆ – ನಾನು ಸುಂದರಿಯಲ್ಲಾಂತ ನಿನ್ನಿಂದ ಹೇಳಲು ಸಾಧ್ಯವೆ, ಟೋನಿ ? ಒಮ್ಮೆ ನೋಡು ನನ್ನ ಕಡೆ."

ಯೂನಿಟಿಯ ಕಡೆಗೆ ಟೋನಿ ದೃಷ್ಟಿ ಹಾಯಿಸಿ, ಅವಳನ್ನು ಬಹಳ ಹೊತ್ತು ನೋಡಿದ. ಆಮೇಲೆ ಹೇಳಿದ :

"ನೀನು ಸುಂದರಿಯಲ್ಲ ಅಂತ ನಾನು ಹೇಗೆ ಹೇಳ್ಲಿ ? ನೀನು ಇಷ್ಟು ಚೆಲುವೆ ಅಂತ ನಿಜಕ್ಕೂ ಈ ತನಕ ನನಗೇ ತಿಳಿದಿರ್ಲಿಲ್ಲ."

"ಮಿಲ್ಲಿಗಿಂತ್ಲೂ ಚೆಲುವೇನಾ ?"

ಈ ಪ್ರಶ್ನೆಗೆ ಟೋನಿ ಏನು ಉತ್ತರ ಕೊಡುತ್ತಿದ್ದ ಎನ್ನುವುದನ್ನು ಯಾರೂ ತಿಳಿಯುವಂತಿರಲಿಲ್ಲ; ಏಕೆಂದರೆ ಅವನು ಬಾಯಿ ತೆರೆಯುವುದರೊಳಗೆ, ಮುಂದಿನ ತಿರುವಿನಲ್ಲಿದ್ದ ಬೇಲಿಯ ಬಳಿ ಚಿರಪರಿಚಿತವಾದ ಗರಿಯನ್ನೊಳಗೊಂಡ ಹ್ಯಾಟ್ ಒಂದು ಅವನ ದೃಷ್ಟಿಗೆ ಬೀಳಬೇಕಿತ್ತೆ ? ಅದು ಮಿಲ್ಲಿಯ ಹ್ಯಾಟ್. ಅಂದರೆ ಅಲ್ಲಿ ಬರುತ್ತಿರುವವಳು ಮಿಲ್ಲಿ! ತಮ್ಮ ಮದುವೆಯ ಅಧಿಕೃತ ಸೂಚನೆಯನ್ನು ಇದೇ ವಾರ ಇಗರ್ಜಿಯಲ್ಲಿ ಪ್ರಕಟಿಸುವ ಬಗ್ಗೆ ಯಾರೊಂದಿಗೆ ಕೇಳಬೇಕೆಂದು ಆತ ಯೋಚಿಸಿದ್ದನೋ ಅದೇ ಮಿಲ್ಲಿ.

ಸಂದರ್ಭಕ್ಕೆ ತಕ್ಕಂತೆ ನಯವಾಗಿ ಮಾತನಾಡಬಲ್ಲವ ಟೋನಿ. ಈಗಲೂ ಆತ ಹಾಗೆಯೇ ಮಾಡಿದ :

“ಯೂನಿಟಿ, ಯೂನಿಟಿ. ನೋಡಲ್ಲಿ, ಮಿಲ್ಲಿ ಬರ್ತಿದ್ದಾಳೆ. ನೀನು ನನ್ನೊಂದಿಗೆ ಗಾಡಿ ಸವಾರಿ ಮಾಡ್ತಿರೋದನ್ನು ಆಕೆ ನೋಡಿಬಿಟ್ರೆ ಫಜೀತಿಯಾಗೀತು. ಈಗೇನು ಮಾಡೋಣ? ಇನ್ನೊಂದು ಕ್ಷಣದಲ್ಲಿ ಮಿಲ್ಲಿ ಆ ತಿರುವು ದಾಟಿ ಮುಂದೆ ಬಂದುಬಿಡ್ತಾಳೆ. ಒಂದು ವೇಳೆ ನೀನೀಗ ಗಾಡಿಯಿಂದ ಕೆಳಗಿಳಿದ್ರೂ, ರಸ್ತೆಯಲ್ಲಿ ನಿನ್ನನ್ನು ನೋಡಿ ನಾವಿಬ್ರೂ ಒಟ್ಟಿಗೇ ಪ್ರಯಾಣ ಮಾಡಿದ್ದೆವು ಅನ್ನೋದು ಆಕೆಗೆ ಗೊತ್ತಾಗಿಯೇ ಬಿಡ್ತದೆ. ಆದ್ದರಿಂದ ನನ್ನ ಮುದ್ದು ಯೂನಿಟಿ, ಇಲ್ಲಿ ಕೇಳು. ಈಗ ನಾನು ಹೇಳಿದ ಹಾಗೆ ಮಾಡು. ಹಾಗೆ ಮಾಡಿದ್ರೆ ನಾವಿಬ್ರೂ ಸಂಕಟದಿಂದ ಪಾರಾಗ್ಬಹುದು. ಇಂತಹ ಬೇಸರದ ಪ್ರಸಂಗವನ್ನು ನನ್ನಂತೆ ನೀನೂ ಸಹಿಸಲಾರೆ ಅಂತ ನನಗೆ ಗೊತ್ತು. ಆದ್ರಿಂದ ನೀನೀಗ ಗಾಡಿಯ ಹಿಂಭಾಗದಲ್ಲಿ ಸ್ವಲ್ಪ ಮಲಕೋತೀಯಾ? ಮಿಲ್ಲಿ ದಾಟಿ ಹೋಗೋತನಕ? ನಿನ್ನ ಮೇಲೊಂದು ಟಾರ್ಪಾಲಿನ್ ಹೊದಿಸ್ತೇನೆ. ಎಲ್ಲ ಒಂದೇ ನಿಮಿಷದ ಕೆಲ್ಸ. ಹಾಗೆ ಮಾಡಿಬಿಡು! ನಾವೀಗ ಮಾತ್ನಾಡಿದ್ದರ ವಿಷಯ ನಾನು ಯೋಚ್ನೆ ಮಾಡ್ತೀನಿ. ‘ನನ್ನನ್ನು ಮದುವೆ ಆಗ್ತೀಯ?’ ಎಂಬ ಪ್ರೀತಿಯ ಪ್ರಶ್ನೆಯನ್ನು ಬಹುಶಃ ನಾನು ಕೊನೆಗೂ ಮಿಲ್ಲಿಗೆ ಬದಲಾಗಿ ನಿನ್ನೊಡನೆ ಕೇಳಿದ್ರೂ ಕೇಳ್ಬಹುದು. ಯಾಕೇಂದ್ರೆ, ಮಿಲ್ಲಿಯ ಮತ್ತು ನನ್ನ ನಡುವೆ ಎಲ್ಲ ನಿಶ್ಚಯವಾಗಿ ಹೋಗಿದೆ ಅನ್ನೋ ಮಾತು ನಿಜವಲ್ಲ.”

ಸರಿ; ಈ ಸಲಹೆಗೆ ಯೂನಿಟಿ ಒಪ್ಪಿದಳು. ಗಾಡಿಯ ಹಿಂಭಾಗದಲ್ಲಿ ಅವಳು ಮಲಗಿದಳು; ಅವಳ ಮೇಲೆ ಟೋನಿ ಟಾರ್ಪಾಲಿನನ್ನು ಹೊದಿಸಿದ. ಬಿಚ್ಚಿದ ಟಾರ್ಪಾಲಿನನ್ನು ಬಿಟ್ಟರೆ, ಗಾಡಿ ಖಾಲಿಯಾಗಿದ್ದಂತೆ ತೋರುತ್ತಿತ್ತು. ಅನಂತರ ಆತ ಗಾಡಿಯನ್ನು ಮಿಲ್ಲಿಯ ಬಳಿಗೆ ಓಡಿಸಿದ.

ಅವನು ಹತ್ತಿರವಾದಂತೆ ಮುಖವನ್ನು ಸ್ವಲ್ಪ ಸೊಟ್ಟಗೆ ಮಾಡಿ ತನ್ನ ಅಸಮಾಧಾನವನ್ನು ಸೂಚಿಸುತ್ತಾ ಮಿಲ್ಲಿ ನುಡಿದಳು:

“ಪ್ರಿಯ ಟೋನಿ, ಸಂತೆಯಿಂದ ಮನೆಗೆ ಬರಲು ನಿನಗೆಷ್ಟು ಹೊತ್ತು? ನಾನು ಮೇಲಣ ಲಾಂಗ್‌ಪಡ್ಲ್‌ನಲ್ಲಿ ವಾಸವಾಗಿದ್ದೀನಿ ಅನ್ನೋದನ್ನು ನೀನು ಮರೆತೇ ಬಿಟ್ಟಿರುವಂತೆ ಕಾಣಿಸ್ತದೆ! ನನ್ನನ್ನು ಇಲ್ಲಿಗೆ ಬರ್ಲಿಕ್ಕೆ ಹೇಳಿದವನೇ ನೀನು. ಇಲ್ಲಿಂದ ನಿನ್ನೊಂದಿಗೆ ಜೊತೆಯಾಗಿ ಗಾಡಿಯಲ್ಲಿ ಮನೆಗೆ ಹೋಗ್ಬಹುದು; ನಮ್ಮ ಭಾವೀ ಮನೆಯ ಕುರಿತು ಮಾತ್ನಾಡಬಹುದು ಅಂತ ನೀನೇ ತಿಳಿಸಿದ್ದೆ. ‘ಆದೀತು ಸರಿ’ ಅಂತ ನಾನು ಭಾಷೆ ಕೊಟ್ಟಿದ್ದೆ. ಇಲ್ದಿದ್ರೆ ನಾನಿಲ್ಲಿ ಬರ್ತಿದ್ನೆ ಟೋನಿ?”

“ಹೌದು ಪ್ರಿಯೆ, ನಾನೇ ಹೇಳಿದ್ದೆ – ನಿಜ, ನಿಜ, ಈಗ ನೆನಪಾಗ್ತಿದೆ – ನಾನೇ ನಿನ್ನನ್ನು ಬರ್ಲಿಕ್ಕೆ ಹೇಳಿದ್ದೆ. ಆದ್ರೆ ಇಷ್ಟರವರೆಗೆ ನನಗದು ಮರ್ತೇಹೋಗಿತ್ತು. ಅಂದ ಹಾಗೆ ನನ್ನೊಂದಿಗೆ ಜೊತೆಯಾಗಿ ಗಾಡಿಯಲ್ಲಿ ಮನೆಗೆ ಹಿಂದೆ ಬರ್ತೀ ಅಂತ್ಲಾ ನೀನೀಗ ಹೇಳಿದ್ದು ಮಿಲ್ಲಿ?”

“ಅಲ್ವೇ ಮತ್ತೆ! ನಾನು ಬೇರೇನು ಮಾಡ್ಲಿ? ಇಷ್ಟು ದೂರ ನಿನಗಾಗಿ ನಡೆದು ಬಂದೆ. ಈಗ ನನ್ನನ್ನು ನಡೆದುಕೊಂಡೇ ವಾಪಸು ಹೋಗ್ಬೇಕೂಂತ ಹೇಳ್ತೀಯಾ?”

“ಹಾಗಲ್ಲ ಚಿನ್ನ, ಹಾಗಲ್ಲ. ನೀನು ನಿನ್ನ ತಾಯಿಯನ್ನು ನೋಡಲು ಪೇಟೆಗೆ ಹೋಗ್ತಿರ ಬಹುದೂಂತ ನಾನು ಭಾವಿಸಿದ್ದೆ. ಪೇಟೆಯಲ್ಲಿ ನಾನಾಕೆಯನ್ನು ನೋಡಿದೆ. ನಿನ್ನ ಬರವನ್ನು ಆಕೆ ಇದಿರು ನೋಡ್ತಾ ಇದ್ದಂತೆ ಕಾಣ್ತಿತ್ತು.”

“ಇಲ್ಲ, ಇಲ್ಲ. ಅವಳೀಗಾಗ್ಲೇ ಮನೆಗೆ ಬಂದ್ಳು. ಅವಳು ಗದ್ದೆಗಳನ್ನು ಹಾಯ್ದು ಒಳದಾರಿಯಲ್ಲಿ ಬಂದ್ಳು, ಹೀಗಾಗಿ ನಿನಗಿಂತ ಮುಂಚೆಯೇ ಆಕೆ ಮನೆ ಸೇರಿದ್ಳು.”

"ಹೋ ಹಾಗೋ? ಈ ವಿಷಯ ನನಗೆ ಗೊತ್ತಿರ್ಲಿಲ್ಲ" ಎಂದ ಟೋನಿ. ಮಿಲ್ಲಿಯನ್ನು ತನ್ನ ಬಳಿ ಗಾಡಿಯಲ್ಲಿ ಕುಳಿತುಕೊಳ್ಳಿಸುವುದರ ಹೊರತು ಅವನಿಗೆ ಬೇರೆ ದಾರಿಯೇ ಇರಲಿಲ್ಲ.

ಸುತ್ತಮುತ್ತಲ ಮರಗಳು, ಮೃಗಪಕ್ಷಿಗಳು, ಕ್ರಿಮಿಕೀಟಗಳು, ಹೊಲಗಳಲ್ಲಿ ಉಳುತ್ತಿರುವ ರೈತರು, ಹೀಗೆ ಈ ಕಡೆಗಳಿಗೆಲ್ಲ ದೃಷ್ಟಿ ಹರಿಸುತ್ತಾ, ಮಧುರ ಸಂಭಾಷಣೆ ನಡೆಸುತ್ತಾ ಅವರು ಊರನ್ನು ಸಮೀಪಿಸಿದರು. ಅಷ್ಟರಲ್ಲಿ ಅವರು ಕಂಡದ್ದಾದರೂ ಏನನ್ನು? ಒಂದು ಮನೆಯ ಮಹಡಿಯ ಕಿಟಕಿ ಬಳಿ ನಿಂತಿದ್ದ ಸುಂದರಿ ಹನ್ನಾ ಜಾಲ್ಲಿವರ್‌ಳನ್ನು. ಆ ಪ್ರದೇಶದ ಅಂದಿನ ಬೆಡಗಿನ ರಾಣಿಯರಲ್ಲೊಬ್ಬಳಾಗಿದ್ದಳು ಹನ್ನಾ. ಮಿಲ್ಲಿಯನ್ನು ಭೇಟಿಯಾಗುವುದಕ್ಕಿಂತ ಮುಂಚೆ, ಯೂನಿಟಿಯನ್ನು ಕಾಣುವುದಕ್ಕಿಂತಲೂ ಮುಂಚೆ, ಟೋನಿ ಮೊತ್ತಮೊದಲು ಪ್ರೇಮಿಸಿದ್ದ ಕನ್ಯೆ ಅವಳೇ. ಅಷ್ಟೇ ಅಲ್ಲ. ಮಿಲ್ಲಿಯ ಮೇಲೆ ದೃಷ್ಟಿ ಬೀಳುವ ಮೊದಲು ಅವಳನ್ನೇ ಆತ ಮದುವೆಯಾಗುವುದರಲ್ಲಿದ್ದ. ಮಿಲ್ಲಿಗಿಂತಲೂ ಈಕೆ ಹೆಚ್ಚು ದಿಟ್ಟತನದ ಕನ್ಯೆ, ಆದರೆ ಇತ್ತೀಚೆಗೇಕೋ ಆಕೆಯ ಬಗ್ಗೆ ಟೋನಿ ನಿರಾಸಕ್ತನಾಗಿ, ಆಕೆಯ ಯೋಚನೆಯನ್ನೇ ಬಿಟ್ಟಿದ್ದ. ಕಿಟಕಿಯ ಬಳಿ ಹನ್ನಾ ನಿಂತು ದಿಟ್ಟಿಸುತ್ತಿದ್ದ ಮನೆ ಆಕೆಯ ಚಿಕ್ಕಮ್ಮನದು.

ಹನ್ನಾಳ ಮುಖ ಕಂಡೊಡನೆಯೇ ಟೋನಿ ಮಿಲ್ಲಿಯ ಬಳಿ ತಿರುಗಿ "ಇಲ್ನೋಡು ಮುದ್ದು, ನನ್ನ ಭಾವೀ ಪತ್ನಿ ಮಿಲ್ಲಿ – ನಿನ್ನನ್ನು ಹಾಗೆ ನಾನು ಕರೀಬಹುದಲ್ವೆ?" ಎಂದು ತನ್ನ ವಿನಯಶೀಲ ಧಾಟಿಯಲ್ಲಿ ಮಾತನಾಡತೊಡಗಿದ. ಆದರೆ ತನ್ನ ಸ್ವರವನ್ನು ಮಾತ್ರ ಆತ ತಗ್ಗಿಸಿದ್ದ. ಏಕೆಂದರೆ ಈ ಮಾತುಗಳನ್ನು ಯೂನಿಟಿ ಕೇಳಿಸಿಕೊಳ್ಳಬಾರದಲ್ಲ? ಟೋನಿ ಮತ್ತೆ ಮುಂದರಿಸಿದ :

"ನೋಡು ಆ ಕಿಟಕಿಯ ಬಳಿ ಒಬ್ಬಳು ಯುವತಿ ನಿಂತಿದ್ದಾಳಲ್ಲ? ಅವಳು ನನ್ನನ್ನು ನೋಡಿ ಮಾತಾಡಿಸ್ಬಹುದು. ನಿಜ ಹೇಳ್ಬೇಕೂಂದ್ರೆ ಮಿಲ್ಲಿ, ಅವಳನ್ನು ಮದುವೆಯಾಗಲು ನಾನು ಇಚ್ಛಿಸ್ತೀನಿ ಅಂತ ಅವಳಲ್ಲೊಂದು ಭ್ರಮೆ ಇತ್ತು. ಈಗಂತೂ ಅವಳಿಗೆ ಗೊತ್ತಾಗಿ ಬಿಟ್ಟಿದೆ – ತನಗಿಂತ್ಲೂ ಚೆಲುವೆಯಾದ ಇನ್ನೊಬ್ಬಾಕೆಗೆ ನಾನು ಮಾತುಕೊಟ್ಟಿದ್ದೀನಿ ಅಂತ. ಆದ್ರಿಂದ ನಾವಿಬ್ರೂ ಈಗ ಜೊತೆಯಾಗಿ ಹೋಗೋದನ್ನ ಕಂಡ್ರೆ, ಅವಳೆಲ್ಲಾದರೂ ಮುನಿಸಿಕೊಳ್ತಾಳೋ ಅಂತ ಭಯ ನನಗೆ. ಆದಕಾರಣ ನನಗೊಂದು ಉಪಕಾರ ಮಾಡ್ತೀಯಾ ಮಿಲ್ಲಿ, ನನ್ನ ಭಾವೀ ರಾಣಿ?"

"ಪ್ರಿಯ ಟೋನಿ, ಖಂಡಿತಕ್ಕೂ ಮಾಡ್ತೇನೆ."

"ಹಾಗಾದ್ರೆ ಒಂದು ಕೆಲ್ಸ ಮಾಡು. ಗಾಡಿಯ ಮುಂಭಾಗದಲ್ಲಿ ಖಾಲಿ ಚೀಲಗಳಿವೆಯಲ್ಲ – ಅವುಗಳಡಿಯಲ್ಲಿ ಸ್ವಲ್ಪ ಹೊತ್ತು ಅವಿತು ಮರೆಯಾಗಿರು. ಹನ್ನಾ ನಿಂತಿರುವ ಮನೆ ದಾಟಿದರೆ ಸಾಕು, ಅವಳು ನಮ್ಮನ್ನು ಇನ್ನೂ ಕಂಡಿಲ್ಲ. ನೋಡು– ಕ್ರಿಸ್‌ಮಸ್ ಹತ್ತಿರ ಬರ್‍ತಿದೆ. ಈ ಕಾಲದಲ್ಲಿ ನಾವು ಶಾಂತಿ ಸೌಹಾರ್ದದಿಂದ ಇರಬೇಕಲ್ವೆ? ಹೀಗೆ ಮಾಡಿದ್ರೆ ಕೋಪತಾಪಗಳು ಉಂಟಾಗಲಾರವು ಅಲ್ವೆ?"

"ನಿನಗೋಸ್ಕರ ಹಾಗೆ ಮಾಡಲು ನನಗೇನೂ ಅಭ್ಯಂತರವಿಲ್ಲ ಟೋನಿ," ಎಂದು ನುಡಿದಳು ಮಿಲ್ಲಿ. ಹಾಗೆ ಹೇಳಿದವಳೇ ಮನಸ್ಸಿಲ್ಲದ ಮನಸ್ಸಿನಿಂದ ಟೋನಿ ಹೇಳಿದಂತೆ ಮಾಡಿದಳು. ಗಾಡಿಯ ಮುಂಭಾಗದಲ್ಲಿ ಆತ ಕೂತಿದ್ದ ಸೀಟಿನ ಹಿಂದುಗಡೆ ಇದ್ದ ಗೋಣಿ ಚೀಲಗಳ ಮಧ್ಯೆ ಆಕೆ ತೂರಿಕೊಂಡಳು. ಇನ್ನೊಂದೆಡೆ ಗಾಡಿಯ ಹಿಂಭಾಗದಲ್ಲಿ ಟಾರ್ಪಲಿನಡಿಯಲ್ಲಿ ಹಾಯಾಗಿ ಮಲಗಿದ್ದಳು ಯೂನಿಟಿ. ಹೀಗೆ, ಹನ್ನಾ ನಿಂತಿದ್ದ ಬೀದಿಯ

ಬಳಿಯ ಆ ಮನೆಯ ಸಮೀಪಕ್ಕೆ ಅವರು ಬಂದರು. ಟೋನಿ ಬರುತ್ತಿರುವುದನ್ನು ಕಂಡಿದ್ದ ಹನ್ನಾ ಕಿಟಕಿಯ ಬಳಿ ಆತನಿಗಾಗಿ ಕಾದು ಕುಳಿತಿದ್ದಳು. ಅವನನ್ನು ಕಂಡೊಡನೆಯೇ ಅವಳು ತಿರಸ್ಕಾರ ಭಾವದಿಂದ ತಲೆಯಲ್ಲಾಡಿಸಿ ಬೇಕೋ ಬೇಡವೋ ಎಂಬಂತೆ ಮುಗುಳ್ನಕ್ಕಳು.

ಆತ ತಲೆ ಅಲುಗಿಸಿ ಆಕೆಯೆಡೆ ಮುಗುಳ್ನಗೆ ಬೀರಿ ಗಾಡಿಯನ್ನು ಬೇಗ ಬೇಗನೇ ಓಡಿಸುತ್ತಿದ್ದ. ಅದನ್ನು ನೋಡಿ ಆಕೆಯೇ ಆತನನ್ನು ಪ್ರಶ್ನಿಸಿ ತಡೆಹಿಡಿದಳು.

"ಏನು ಟೋನಿ, ಗಾಡಿಯಲ್ಲಿ ಕುಳಿತು ಒಟ್ಟಿಗೆ ಮನೆಗೆ ಹೋಗೋಣ, ಬಾ, ಅಂತ ಕರೆಯುವ ಸೌಜನ್ಯವೂ ನಿನ್ನಲ್ಲಿ ಇಲ್ವೇನು ?"

ಟೋನಿ ಗಡಿಬಿಡಿಯಿಂದ ಹೇಳಿದ :

"ಹಾಂ, ಸರಿ, ಸರಿ ! ಆಗ್ಲಿ ಹಾಗೇ ಮಾಡೋಣವಂತೆ. ನಾನೇನೋ ಬೇರೆ ಯೋಚನೆ ಮಾಡ್ತಿದ್ದೆ, ಅಷ್ಟೆ. ಆದ್ರೆ ನೀನು ನಿನ್ನ ಚಿಕ್ಕಮ್ಮನ ಮನೆಯಲ್ಲೇ ತಂಗಲು ಬಂದಿರುವಂತೆ ಕಾಣ್ತಿತ್ತೆ ಅಲ್ವಾ ?"

"ನಾನು ಇಲ್ಲಿ ಉಳಿಯಲು ಬಂದವಳಲ್ಲ. ನಾನು ಉಟ್ಟಿರುವ ಉಡುಪನ್ನು ನೋಡುವಾಗ್ಲೇ ಗೊತ್ತಾಗೋಲ್ವೆ ನಿನಗೆ ? ಮನೆಗೆ ಹೋಗುವ ಹಾದಿಯಲ್ಲಿ ಚಿಕ್ಕಮ್ಮನ ಮನೆ ಸಿಕ್ತು. ಅವಳನ್ನು ಮಾತನಾಡಿಸಿ ಹೋಗೋಣ ಅಂತ ಇಲ್ಲಿ ಬಂದೆ. ಏನೂ ಗೊತ್ತಾಗದ ದಡ್ಡನಂತೆ ಆಡ್ತೀಯಲ್ಲ ಟೋನಿ ?"

"ಹಾಗಿದ್ರೆ – ಹಾಂ – ಖಂಡಿತವಾಗಿಯೂ ನೀನು ನನ್ನೊಂದಿಗೆ ಬರ್ಬೇಕು," ಎಂದ ಟೋನಿ. ಆದರೆ ಏಕೋ ತನ್ನ ಮೈ ಬೆವರುತ್ತಿರುವಂತೆ ಅವನಿಗೆ ಭಾಸವಾಯಿತು. ಆದರೂ ಮುಖದಲ್ಲಿ ಗೆಲುವು ಮೂಡಿಸಿಕೊಂಡು ಕುದುರೆಯ ಕಡಿವಾಣವನ್ನು ಜಗ್ಗಿ ಗಾಡಿಯನ್ನು ನಿಲ್ಲಿಸಿ, ಹನ್ನಾ ಮಹಡಿಯಿಂದ ಇಳಿಯುವ ತನಕ ಆತ ಕಾದ. ಅವಳು ಬಂದೊಡನೇ ಅವಳನ್ನು ಗಾಡಿಗೇರಿಸಿ ತನ್ನ ಪಕ್ಕದಲ್ಲಿ ಕುಳ್ಳಿರಿಸಿದ. ಗಾಡಿ ಸಾಗಿತು ಮುಂದಕ್ಕೆ. ಆದರೆ ಟೋನಿಯ ಮುಖ ಮಾತ್ರ, ಗುಂಡು ಮುಖವೊಂದು ಎಷ್ಟು ಜೋತು ಬೀಳಲು ಸಾಧ್ಯವೋ ಅಷ್ಟು ಜೋತು ಬಿದ್ದಿತ್ತು.

ಟೋನಿಯ ಕಡೆಗೆ ಕಡೆಗಣ್ಣು ಬೀರಿ ಹನ್ನಾ ನುಡಿದಳು :

"ಎಷ್ಟು ಸೊಗಸು ಅಲ್ವೆ ಟೋನಿ ? ನಿನ್ನ ಜತೆಯಲ್ಲಿ ಸವಾರಿ ಮಾಡೋದೆಂದ್ರೆ ನನಗೆಷ್ಟು ಇಷ್ಟ ಗೊತ್ತೆ ?"

ಅವಳತ್ತ ತನ್ನ ದೃಷ್ಟಿ ಹಾಯಿಸಿ, ಸ್ವಲ್ಪ ಸಮಯ ತಡೆದು ಟೋನಿ ಹೇಳಿದ:

"ನನಗೂ ಹಾಗೆಯೇ ಹನ್ನಾ."

ಹೆಚ್ಚು ಹೇಳಬೇಕಾದ್ದು ಏನೂ ಇರಲಿಲ್ಲ. ಅವಳನ್ನು ಚೆನ್ನಾಗಿ ಪರಿಶೀಲಿಸಿದ ಮೇಲೆ ಟೋನಿಗೆ ಹರ್ಷವೆನಿಸಿತು. ಅವಳನ್ನು ನೋಡಿದಷ್ಟೂ ಅವನ ಅನುರಾಗ ಬೆಳೆಯತೊಡಗಿತು. ಈಕೆ ಎಷ್ಟೊಂದು ಸುಂದರಿ ? ಈಕೆಯ ಇದಿರು ಮಿಲ್ಲಿ ಮತ್ತು ಯೂನಿಟಿ ಇವರನ್ನು ನಿವಾಳಿಸಿ ತೆಗೆಯಬೇಕು. ಹೀಗಿರುವಾಗ ಅವರೊಂದಿಗೆ ತಾನೇಕೆ ಲಗ್ನದ ಪ್ರಸ್ತಾಪ ಮಾಡಿದೆ, ಎಂದಾತ ಪಶ್ಚಾತ್ತಾಪ ಪಟ್ಟ. ಅವರಿಬ್ಬರೂ ತಾವು ಕುಳಿತಿದ್ದ ಕಡೆ ಪರಸ್ಪರ ಹತ್ತಿರ–ಹತ್ತಿರ ಬಂದರು. ಗಾಡಿಯ ಫೂಟ್‌ಬೋರ್ಡ್‌ನಲ್ಲಿ ಕಾಲುಗಳು ಒಂದನ್ನೊಂದು ತಾಕಿದವು. ಭುಜಕ್ಕೆ ಭುಜ ಸ್ಪರ್ಶಿಸಿತು. ಹನ್ನಾ ಎಷ್ಟು ಚೆಲುವೆ ಎಂದು ಟೋನಿ ಮತ್ತೆ ಯೋಚಿಸಿದ. ಕೊನೆಗೆ ಪಿಸುಮಾತಿನಲ್ಲಿ ಆತ ಆಕೆಯನ್ನು ಕರೆದ:

"ಮುದ್ದು ಹನ್ನಾ"

ಹನ್ನಾಳ ಪ್ರಶ್ನೆ .:

"ಮಿಲ್ಲಿಯನ್ನು ಮದುವೆಯಾಗಲು ಈಗಾಗಲೆ ನೀನು ನಿರ್ಧರಿಸಿರಬೇಕು ಅಲ್ವೆ ಟೋನಿ?"

"ಇ – ಇ – ಇಲ್ಲ, ಇನ್ನೂ ಖಚಿತವಾಗಿಲ್ಲ."

"ಏನು? ಹಾಗೇಕೆ ಕುಗ್ಗಿದ ಸ್ವರದಲ್ಲಿ ಮಾತ್ನಾಡ್ತಿಯಾ ಟೋನಿ?"

"ಏಕೋ ಗಂಟಲು ಕೆರೀತಿದೆ. ನಾನು ಹೇಳಿದ್ದು 'ಇನ್ನೂ ಖಚಿತವಾಗಿಲ್ಲ' ಅಂತ"

"ಅಂದ್ರೆ ಅವಳನ್ನು ಮದುವೆಯಾಗೋ ಉದ್ದೇಶ ನಿನಗಿದೆ ಅಂತ ನಾನು ಭಾವಿಸಲೇ?"

ಆ ವಿಷಯ ಹೇ ... ಳೋ... ದಾದ್ರೆ" ಮಾತು ಮುಗಿಯುವುದರೊಳಗಾಗಿ ಆತನ ದೃಷ್ಟಿ ಹನ್ನಾಳ ಮುಖದ ಮೇಲೆ ನೆಟ್ಟಿತು. ಆಕೆಯ ಕಣ್ಣುಗಳೂ ಟೋನಿಯನ್ನು ದಿಟ್ಟಿಸಿದವು. ತಾನೇಕೆ ಹನ್ನಾಳ ಸಹವಾಸವನ್ನು ತೊರೆಯುವಷ್ಟು ಮೂರ್ಖನಾದೆ ಎಂದಾತ ಅಚ್ಚರಿಪಟ್ಟ. ಕಡೆಗೆ ಉಕ್ಕಿ ಬಂದ ಭಾವನೆಗಳನ್ನು ತಡೆಹಿಡಿಯಲಾಗದೆ ಅವನು ಆಕೆಯ ಕೈಹಿಡಿದು "ಹನ್ನಾ! ಚಿನ್ನ!" ಎಂದು ಉದ್ಗರಿಸಿದ. ಮಿಲ್ಲಿ, ಯೂನಿಟಿ ಇವರೇಕೆ, ಇಡಿಯ ಬಾಹ್ಯ ಪ್ರಪಂಚವನ್ನೇ ಒಂದು ಕ್ಷಣ ಅವನು ಮರೆತುಬಿಟ್ಟು ಹೇಳಿದ :

"ಮಿಲ್ಲಿಯನ್ನು ಲಗ್ನವಾಗೋದಕ್ಕೆ ನಾನು ನಿಶ್ಚಯಿಸಿರಬಹುದು ಅಂದಿಯಾ? ಇಲ್ಲ, ನಾನು ನಿಶ್ಚಯಿಸಿಲ್ಲ."

ಹನ್ನಾ ಕೇಳಿದಳು:

"ಓಹ್ ಅದೇನು ಸದ್ದು?"

"ಎಲ್ಲಿ? ಏನು?" ಹಿಡಿದಿದ್ದ ಅವಳ ಕೈ ಬಿಟ್ಟು ಟೋನಿ ಕೇಳಿದ.

"ಆ ಚೀಲಗಳಡಿಯಿಂದ ಏನೋ ಒಂದು ಕೀರಲು ಶಬ್ದ ಕೇಳಿಸ್ತು ಅಲ್ಲವೆ? ಏನು ಈ ಗಾಡಿಯಲ್ಲಿ ದವಸ ಧಾನ್ಯಗಳನ್ನು ಹೇರಿದ್ದೀಯಾ? ಬಹುಶಃ ಗಾಡಿಯೊಳಗೆ ಇಲಿಯೊಂದು ಸೇರಿರ್ಬೇಕು," ಎನ್ನುತ್ತಾ, ಹನ್ನಾ ತನ್ನ ಲಂಗದ ಕೆಳತುದಿಯನ್ನು ಮೇಲಕ್ಕೆ ಸರಿಸತೊಡಗಿದಳು.

ಅವಳನ್ನು ಸಮಾಧಾನ ಮಾಡುವ ರೀತಿಯಲ್ಲಿ ಟೋನಿ ಹೇಳಿದ.

"ಛೇ, ಛೇ, ಇಲಿ ಗಿಲಿ ಏನಲ್ಲ. ಈ ಗಾಡಿಯ ಅಚ್ಚುಮರ ಇದೆಯಲ್ಲ? ಬೇಸಿಗೆಯ ಒಣ ಹವೆಯಲ್ಲಿ ಅದು ಹಾಗೆ ಶಬ್ದ ಮಾಡುತ್ತೆ."

ಹೌದೇನು ? ಆದ್ರೆ ಅದೆಲ್ಲ ಹಾಗಿರ್ಲಿ, ನಿಜ ಹೇಳ್ತೀಯ ಪ್ರಿಯ ಟೋನಿ, ನನಗಿಂತ ಮಿಲ್ಲಿ ನಿನಗೆ ಹೆಚ್ಚು ಇಷ್ಟವಾ ? ಯಾಕೇಂದ್ರೆ... ಯಾಕೇಂದ್ರೆ, ಇದುವರೆಗೂ ಸ್ವಲ್ಪ ಜಂಭದಿಂದ ನಾನು ತುಟಿ ಬಿಚ್ಚಿರ್ಲಿಲ್ಲ. ಆದ್ರೆ ಈಗ ನಾನು ಒಪ್ಪಿಕೊಳ್ತೀನಿ ಟೋನಿ – ನಿಜವಾಗಿಯೂ ನಿನ್ನನ್ನು ನಾನು ಮೆಚ್ಚಿಕೊಂಡಿದೀನಿ ಅಂತ. ಆದ್ರಿಂದ ನೀನೊಂದು ಪ್ರಶ್ನೆ ಕೇಳಿದ್ರೆ ಅದಕ್ಕೆ 'ಇಲ್ಲ' ಅಂತ ನಾ ಹೇಳಲಾರೆ, ಟೋನಿ. ಪ್ರಶ್ನೆ ಏನೂಂತ ನಿನಗೆ ನಾನು ಹೇಳ್ಬೇಕಾಗಿಲ್ಲ."

ಟೋನಿಯೊಂದಿಗೆ ಹನ್ನಾಳು ಹಿಂದೆ ನಡೆದುಕೊಂಡಿದ್ದ ರೀತಿ ಇದಕ್ಕಿಂತ ತೀರ ವಿರುದ್ಧ ವಾಗಿತ್ತು. ಏಕೆಂದರೆ ಯಾರಾದರೂ ಸಹಿಸುವಂತಿದ್ದರೆ ಒಮ್ಮೊಮ್ಮೆ ವಕ್ರವಾಗಿ ವರ್ತಿಸುವ ಅಭ್ಯಾಸ ಅವಳಲ್ಲಿತ್ತು. ಆದುದರಿಂದ ತನಗೆ ಪ್ರೇಮದ ಕಾಣಿಕೆ ನೀಡಲು ಸಿದ್ಧಳಾಗಿ ನಿಂತ ಅವಳ ಈ ಸುಪ್ರಸನ್ನ ಮನೋಭಾವ ಟೋನಿಯ ಹೃದಯವನ್ನು ಸಂಪೂರ್ಣವಾಗಿ ಗೆದ್ದಿತು. ಒಂದು ಕ್ಷಣ ಆತ ಹಿಂದಿರುಗಿ ನೋಡಿದ. ಅನಂತರ ಪಿಸುಮಾತಿನಲ್ಲಿ ಹೇಳಿದ:

"ನಾನೇನೂ ಮಿಲ್ಲಿಗೆ ಸ್ಪಷ್ಟವಾಗಿ ಮಾತು ಕೊಟ್ಟಿಲ್ಲ. ಆ ಬಲೆಯಿಂದ ಹೇಗಾದರೂ ನಾನು

ನುಣುಚಿಕೊಂಡು, ನೀನೀಗ ಒಂದು ಪ್ರಶ್ನೆಯ ಬಗ್ಗೆ ಮಾತಾಡಿದ್ದೀಯಲ್ಲ – ಆ ಪ್ರಶ್ನೆಯನ್ನು ನಿನಗೆ ಹಾಕಬಲ್ಲೆ"

ಇದನ್ನು ಕೇಳಿ ಹನ್ನಾ ಕೈ ಚಪ್ಪಾಳೆ ತಟ್ಟಿ ಸಂತೋಷದಿಂದ ಸ್ವಲ್ಪ ಗಟ್ಟಿಯಾಗಿ ಕೂಗಿಕೊಂಡಳು:

"ಮಿಲ್ಲಿಯನ್ನು ಬಿಟ್ಟುಬಿಡ್ತೀಯಾ ? – ಎಲ್ಲ ನನ್ನ ಕೈ ಹಿಡಿಯೋದಕ್ಕಾಗಿ ? ಎಷ್ಟು ಸಂತೋಷದ ಸಂಗ್ತಿ ! ಓಹ್ ಬಹಳ ಸಂತೋಷ !"

ಅವಳು ಹೀಗೆ ಹೇಳಿದ ತಕ್ಷಣ ಪುನಃ ಒಂದು ಚೀತ್ಕೃತಿ ಕೇಳಿಸಿತು – ಸಿಟ್ಟು ಮತ್ತು ಸೇಡುಗಳ ಭಾವದಿಂದ ಕೂಡಿದ ಚೀತ್ಕಾರ. ಅನಂತರ ಯಾರದೋ ಹೃದಯ ಬಿರಿದು ಹೊರಟಂತಹ ಒಂದು ದೀರ್ಘ ನರಳಾಟ. ಖಾಲಿ ಚೀಲಗಳ ವಿಲಿವಿಲಿ ಒದ್ದಾಟ.

ಬೆಚ್ಚಿಬಿದ್ದು ಹನ್ನಾ ಪ್ರಶ್ನಿಸಿದಳು :

"ಅದೋ, ಅಲ್ಲೇನೋ ಇದೆ !"

"ಅದೊಂದು ದೊಡ್ಡ ಸಂಗ್ತಿಯಲ್ಲ; ನಿಜವಾಗಿಯೂ," ಎಂದು ಅವಳನ್ನು ಸಾಂತ್ವನ ಗೊಳಿಸುವ ಸ್ವರದಲ್ಲಿ ಟೋನಿ ನುಡಿದ. ಅದೇ ವೇಳೆ 'ಈ ಸಂಕಟದಿಂದ ನನ್ನನ್ನು ಪಾರು ಮಾಡಪ್ಪಾ' ಎಂದಾತ ಮನಸ್ಸಿನೊಳಗಿಂದಲೇ ದೇವರನ್ನು ಬೇಡಿಕೊಂಡು ಹನ್ನಾಳಿಗೆ ಹೇಳಿದ :

"ಈ ವಿಷಯವನ್ನು ನಿನಗೆ ನಾನು ಮೊದಲೇ ತಿಳಿಸಲಿಲ್ಲ. ಏಕಂತೀಯಾ ? ನಿಜ ಹೇಳ್ತಿದ್ರೆ ನೀನು ಹೆದರಿಬಿಡ್ತಿದ್ದಿ. ಆ ಚೀಲದೊಳಗಿರೋದು ಒಂದು ಜೊತೆ ಕಾಡು ಬೆಕ್ಕುಗಳು, ಮೊಲಗಳನ್ನು ಹಿಡಿಯಲು ಅವು ಬೇಕಾಗ್ತವೆ. ಒಮ್ಮೊಮ್ಮೆ ಅವು ಪರಸ್ಪರ ಕಚ್ಚಾಡೋದೂ ಉಂಟು. ಅವನ್ನು ಬಚ್ಚಿಡದಿದ್ರೆ ಒಂದು ತೊಂದರೆ. ಈತ ಕಾಡು ಪ್ರಾಣಿಗಳನ್ನು ಕದೀತಾನೆ ಅನ್ನೋ ಆರೋಪ ಬರ್ತದೆ. ಚೀಲಗಳಿಂದ ಅವು ಖಂಡಿತ ಹೊರಬರೋಲ್ಲ ಹೆದರಬೇಡ. ಅದಿರ್ಲಿ ಬಿಡು. ಅಲ್ಲದೆ – ಅಲ್ಲದೆ– ಇವತ್ತಿನ ದಿನ ಎಷ್ಟೊಂದು ಸೊಗಸಾಗಿದೆ, ಅಲ್ವೇ ಹನ್ನಾ? ವರ್ಷದ ಈ ಸಮಯದಲ್ಲಿ ಇದು ಬಹಳ ಅಪರೂಪ, ಅಲ್ವಾ? ಅಂದ ಹಾಗೆ ಮುಂದಿನ ಶನಿವಾರ ನೀನು ಸಂತೆಗೆ ಹೋಗ್ತೀಯಾ ? ನಿಮ್ಮ ಚಿಕ್ಕಮ್ಮ ಹ್ಯಾಗಿದ್ದಾರೆ ಈಗ?" ಹೀಗೆ ಏನೇನೋ ಆತ ಬಡಬಡಿಸಿದ. ಮಿಲ್ಲಿಯ ಸನಿಹದಲ್ಲಿ ಆಕೆ ಸರಸ ಸಲ್ಲಾಪ ಮಾಡದಂತೆ ತಡೆಹಿಡಿಯುವ ಉದ್ದೇಶದಿಂದ.

ಆದರೆ ಅದೇನೂ ಸುಲಭದ ಕೆಲಸವಾಗಿರಲಿಲ್ಲ. ಹುಡುಗಿಯರು ಅವನನ್ನು ಪೇಚಿಗೆ ಸಿಕ್ಕಿಸಿದ್ದರು. ಈ ಪೇಚಿನಿಂದ ಪಾರಾಗುವುದು ಹೇಗೆ ಎಂಬುದೇ ಅವನಿಗೆ ತೋಚದಾಯಿತು. ಅದಕ್ಕಾಗಿ ಅವಕಾಶವೊಂದನ್ನು ಆತ ಕಾಯುತ್ತಿದ್ದ. ಗಾಡಿ ಇನ್ನೇನು ಮನೆ ಸೇರಬೇಕು ಎನ್ನುವಷ್ಟರಲ್ಲಿ ಟೋನಿಗೆ ಅಂತಹ ಅವಕಾಶವೂ ದೊರೆಯಿತು. ಹತ್ತಿರದ ಹೊಲವೊಂದರಲ್ಲಿ ಟೋನಿಯ ತಂದೆ ನಿಂತಿದ್ದ. ಟೋನಿಯೊಂದಿಗೆ ಮಾತನಾಡುವ ಇಚ್ಛೆಯುಳ್ಳವನಂತೆ ಆತ ತನ್ನ ಕೈ ಮೇಲೆತ್ತಿ ಏನೋ ಸನ್ನೆ ಮಾಡಿದ.

ಸಂಕಟದಿಂದ ಪಾರಾದವನಂತೆ ಟೋನಿ ಕೂಡಲೇ ಹನ್ನಾಳಿಗೆ ಹೇಳಿದ :

"ನೋಡು ನನ್ನ ತಂದೆ ಕರೀತಿದ್ದಾರೆ. ಯಾಕೇಂತ ಕೇಳಿ ಬರ್ತೇನೆ. ಅಷ್ಟರವರೆಗೆ ಈ ಕಡಿವಾಣವನ್ನು ಹಿಡಿದುಕೊಳ್ತೀಯಾ ಹನ್ನಾ?"

ಹನ್ನಾ ಒಪ್ಪಿದಳು. ಟೋನಿ ಅವಸರವಸರವಾಗಿ ಹೊಲದೆಡೆಗೆ ಧಾವಿಸಿದ. ಪೇಚಿನಿಂದ ತಪ್ಪಿಸಿಕೊಳ್ಳಲು ಸ್ವಲ್ಪ ಸಮಯಾವಕಾಶ ದೊರೆಯಿತಲ್ಲಾ ಎಂದು ಅವನಿಗೆ ಸಂತಸವಾಗಿತ್ತು.

ಹೊಲಕ್ಕೆ ಬಂದಾಗ ತಂದೆ ತನ್ನತ್ತ ದುರುಗುಟ್ಟಿ ನೋಡುತ್ತಿರುವುದನ್ನು ಅವನು ಕಂಡ.

ಮಗ ತನ್ನ ಬಳಿ ತಲಪಿದಾಗ ಹಿರಿಯ ಮಿಸ್ಟರ್ ಕೈಟ್ಸ್ ಪ್ರಾರಂಭಿಸಿದರು :

"ಟೋನಿ, ಬಾ ಇಲ್ಲಿ! ನೀನು ಹೀಗೆ ಮಾಡ್ತಿರೋದು ಸರಿಯೇ ? ನೀನೇ ಹೇಳು."

"ಏನು ವಿಷಯ? ನನಗೆ ಅರ್ಥವಾಗ್ತಿಲ್ಲವಲ್ಲ ?"

"ಸರಿ. ನಿನಗೆ ಮಿಲ್ಲಿ ರಿಚರ್ಡ್ಸಳನ್ನು ಮದುವೆಯಾಗ್ಬೇಕೆ ? ಹಾಗಿದ್ದರೆ ಮಾಡಿ ಮುಗಿಸಿಕೊ. ನನ್ನ ಅಡ್ಡಿಯಿಲ್ಲ. ಆದರೆ ಆ ಜಾಲ್ಲಿವರ್‌ನ ಮಗಳ ಜತೆ ಗಾಡಿ ಸವಾರಿ ಮಾಡ್ಕೊಂಡು ಊರೆಲ್ಲ ಸುತ್ತಿ ಗುಲ್ಲಾಗುವಂತೆ ಮಾಡ್ಬೇಡ, ಕೆಟ್ಟ ಮಾತಿಗೆ ಎಡೆ ಕೊಡ್ಬೇಡ, ನಾನದನ್ನು ಸರ್ವಥಾ ಒಪ್ಪಲಾರೆ."

"ನಾನು ಅವಳನ್ನ ಕೇಳಿದ್ದು – ಅಂದ್ರೆ ಅವಳೇ ಕೇಳಿದ್ದು, ಮನೆತನಕ ಗಾಡೀಲಿ ನನ್ನನ್ನ ಕರ್‍ಕೊಂಡು ಹೋಗ್ತೀಯಾಂತ."

"ಏನು ಅವಳೇ ಕೇಳಿದ್ಳೇ ? ಹಾಗೇನಾದ್ರೂ ಮಿಲ್ಲಿ ಕೇಳಿರ್ತಿದ್ರೆ, ಅದರಲ್ಲೇನೂ ದೋಷವಿರ್ತಿರಲಿಲ್ಲ. ಆದ್ರೆ ನೀನು ಮತ್ತು ಹನ್ನಾ ಜಾಲ್ಲಿವರ್ ನಿಮ್ಮಷ್ಟಕ್ಕೆ ನೀವಿಬ್ರೇ ಜೊತೆಯಾಗಿ ತಿರುಗಾಡೋದೂಂದ್ರೆ..."

"ಮಿಲ್ಲಿಯೂ ಅಲ್ಲಿ ಇದ್ದಾಳೆ ಅಪ್ಪಾ."

"ಮಿಲ್ಲಿ ? ಎಲ್ಲಿದ್ದಾಳೆ ?"

"ಗೋಧಿ ಚೀಲಗಳ ಕೆಳಗಿದ್ದಾಳೆ ! ಅಪ್ಪಾ, ನಿಜ ಹೇಳ್ಬೇಕೂಂದ್ರೆ, ನಾನೊಂದು ಪೇಚಿನಲ್ಲಿ ಸಿಕ್ಕಿಬಿದ್ದಿದ್ದೇನೆ ಅಂತ ನನಗೆ ಭಯವಾಗ್ತಿದೆ ! ಯಾಕೇಂದ್ರೆ ಯೂನಿಟಿ ಸಾಲೆಟ್ ಕೂಡಾ ಅಲ್ಲಿದಾಳೆ– ಹೌದು ! ಗಾಡಿಯ ಹಿಂಭಾಗದಲ್ಲಿ, ಟಾರ್ಪಾಲಿನ್‌ನ ಅಡಿಯಲ್ಲಿ. ಆ ಗಾಡಿಯಲ್ಲಿ ಮೂವರೂ ಇದಾರೆ. ಅವರನ್ನು ಈಗ ಏನ್ಮಾಡೋದು ಅಂತ ಎಷ್ಟು ತಲೆ ಚಚ್ಚಿದ್ರೂ ನನಗೆ ಗೊತ್ತಾಗೋದಿಲ್ಲ ! ಒಳ್ಳೇ ಫಜೀತಿಯಾಯ್ತಲ್ಲ ? ಅವರಲ್ಲೊಬ್ಬಳನ್ನು ನಾನು ಮದುವೆಯಾಗ್ತೇನೇಂತ ಎಲ್ಲರ ಮುಂದೆ ಸ್ಪಷ್ಟವಾಗಿ ಗಟ್ಟಿಯಾಗಿ ಹೇಳೋದೇ ಒಳ್ಳೇದೂಂತ ನನಗೆ ಕಾಣಿಸ್ತದೆ. ಹೀಗ್ಮಾಡಿದ್ರೆ ಪ್ರಸಂಗ ಮುಕ್ತಾಯವಾಗುತ್ತೆ. ಆದ್ರೆ ಅವರು ಸ್ವಲ್ಪ ರಂಪ ಮಾಡೋದು ಮಾತ್ರ ಖಂಡಿತ. ಮಾಡಿದ್ರೆ ಮಾಡ್ಲಿ, ಆದ್ರಿಂದ ಅಪ್ಪಾ, ಈಗ ನನ್ನ ಜಾಗದಲ್ಲಿ ನೀನಿರ್ತಿದ್ರೆ, ನೀನ್ಯಾರ ಕೈಹಿಡೀತಿದ್ದಿ ?"

"ಗಾಡೀಲಿ ಜೊತೆಯಾಗಿ ಕರ್‍ಕೊಂಡು ಹೋಗು ಅಂತ ಕೇಳದ ಹುಡುಗೀನ್ನ ಮದುವೆಯಾಗ್ತಿದ್ದೆ."

"ಅದು ಮಿಲ್ಲಿ ಅಂತ ನಾನು ಒಪ್ಪಲೇಬೇಕು. ನಾನು 'ಬಾ' ಅಂತ ಕರೆದ ಮೇಲೇನೇ ಅವಳು ಗಾಡಿ ಏರಿದ್ದು. ಆದ್ರೆ ಮಿಲ್ಲಿ..."

"ಹಾಗಾದ್ರೇ ಮಿಲ್ಲೀನೇ ವಾಸಿ, ಮೂವರಲ್ಲಿ ಅವಳೇ ಉತ್ತಮ... ಆದ್ರೆ ಅಲ್ಲೇನಾಗ್ತಿದೆ ನೋಡು !"

ಗಾಡಿಯ ಕಡೆಗೆ ಬೊಟ್ಟು ಮಾಡಿ ಟೋನಿಯ ತಂದೆ ಮುಂದುವರಿಸಿದ;

"ಆ ಕುದುರೆಯನ್ನು ಹತೋಟಿಯಲ್ಲಿಡೋದಕ್ಕೆ ಅವಳಿಗೆ ಸಾಧ್ಯವಾಗ್ತಿಲ್ಲ, ಅವಳ ಕೈಗಳಿಗೆ ನೀನು ಕಡಿವಾಣ ಕೊಟ್ಟದ್ದೇ ತಪ್ಪು. ಓಡು, ಓಡು, ಕುದುರೆಯನ್ನು ಹದ್ದುಬಸ್ತಿಗೆ ತಾ. ಇಲ್ಲವಾದ್ರೆ ಆ ಹುಡುಗಿಯರಿಗೆ ಏನಾದರೂ ಅಪಾಯವಾದೀತು."

ನಿಜ ಹೇಳಬೇಕಿದ್ದರೆ ಟೋನಿಯ ಕುದುರೆ ಹನ್ನಾಳ ಅಂಕೆ ಮೀರಿತ್ತು. ಅವಳು

ಕಡಿವಾಣವನ್ನು ಎಷ್ಟೇ ಬಿಗಿ ಹಿಡಿದಿದ್ದರೂ ಕುದುರೆ ಅದನ್ನು ಅಲಕ್ಷಿಸಿ ಮನೆಯ ಕಡೆಗೆ ಚುರುಕಿನಿಂದ ಮುಂದೋಡುತ್ತಿತ್ತು. ದಿನವಿಡೀ ಅಲೆದಾಡಿ ಬಳಲಿದ್ದುದರಿಂದ ಬೇಗ ಲಾಯ ಸೇರುವ ಆತುರ ಅದಕ್ಕೆ. ಮರುಮಾತಿಲ್ಲದೆ ಟೋನಿ ಕುದುರೆಯನ್ನು ಹಿಡಿಯಲು ಓಡಿದ.

ಮಿಲ್ಲಿಯಿಂದ ಅವನ ಮನಸ್ಸನ್ನು ತಿರುಗಿಸಲು ಅವನ ತಂದೆ ಅವಳನ್ನು ಶಿಫಾರಸು ಮಾಡಿದುದಕ್ಕಿಂತ ಹೆಚ್ಚು ಪ್ರಬಲವಾದ ಕಾರಣ ಟೋನಿಗೆ ಬೇರೆ ಬೇಕಿರಲಿಲ್ಲ. ಆದುದರಿಂದ ಮಿಲ್ಲಿ ಬೇಡ. ಒಂದು ವೇಳೆ ಮೂವರನ್ನೂ ಮದುವೆಯಾಗಲು ಸಾಧ್ಯವಿದ್ದಿದ್ದರೆ ಎಷ್ಟು ಚೆನ್ನು? ಆದರೆ ಅದು ಸಾಧ್ಯವಿಲ್ಲವಲ್ಲ? ಹಾಗಾಗಿ ಇದ್ದುದರಲ್ಲಿ ಹನ್ನಾಳೇ ಯೋಗ್ಯ ವಧು. ಗಾಡಿಯ ಹಿಂದೆ ಓಡುತ್ತಿದ್ದಾಗ ಟೋನಿ ಹೀಗೆಲ್ಲ ಯೋಚಿಸುತ್ತಿದ್ದ. ಆದರೆ ಗಾಡಿಯೊಳಗೆ ನಡೆಯುತ್ತಿದ್ದುದೇ ಬೇರೆ.

ಹನ್ನಾಳೊಡನೆ ಟೋನಿ ಸಂಭಾಷಿಸುತ್ತಿದ್ದುದೆಲ್ಲ ಮಿಲ್ಲಿಗೆ ಕೇಳಿಸಿತ್ತು. ಇದರಿಂದ ಅವಳಿಗೆ ರೋಷವುಂಟಾಗಿತ್ತು; ಅವಮಾನವಾಗಿತ್ತು. ಆದರೆ ಅವಳಿಗೆ ಎದ್ದು ನಿಂತು ಮುಖ ತೋರಿಸುವ ಧೈರ್ಯವಿರಲಿಲ್ಲ. ಒಂದು ಕಡೆ ಪ್ರತಿಷ್ಠೆಯ ಪ್ರಶ್ನೆ, ಇನ್ನೊಂದು ಕಡೆ, ಅಡಗಿ ಕೂತ ಕಾರಣ ಗೇಲಿಗೆ ಗುರಿಯಾಗಬಹುದೆಂಬ ಭಯ. ಆದುದರಿಂದ ಅವಳು ಚೀತ್ಕರಿಸುವ ಮೂಲಕ ಮಾತ್ರ ತನ್ನ ಕೋಪ ತಾಪಗಳನ್ನು ಹೊರಗೆಡಹಿದ್ದಳು. ಹೀಗೆ ಹೆಚ್ಚು ಹೆಚ್ಚು ವ್ಯಗ್ರಳಾಗಿ ಹೊರಳಾಡುತ್ತಾ ಪರದಾಡುತ್ತಾ ಇದ್ದಾಗ ಆಕೆ ತನ್ನ ತಲೆಯ ಬಳಿ ಕಂಡುದೇನು? ಬಿಳಿಯ ಸಾಕ್ಸ್ ಹಾಕಿಕೊಂಡಿದ್ದ ಇನ್ನೊಂದು ಹುಡುಗಿಯ ಕಾಲುಗಳನ್ನು! ಮಿಲ್ಲಿ ಗಾಬರಿಗೊಂಡಳು. ತನ್ನಂತೆಯೇ ಯೂನಿಟಿ ಸಾಲೆಟ್ ಕೂಡಾ ಗಾಡಿಯಲ್ಲಿ ಅಡಗಿರುವ ಸಂಗತಿ ಅವಳಿಗೆ ತಿಳಿಯದು. ಆದರೆ ಗಾಬರಿ ಕೊಂಚ ಕಡಿಮೆಯಾದ ಬಳಿಕ ಆಕೆ ನಿಜ ಸಂಗತಿಯನ್ನು ತಿಳಿಯಲು ನಿರ್ಧರಿಸಿದಳು. ಟಾರ್ಪಾಲಿನ್‌ನ ಅಡಿಯಲ್ಲಿ ಹಾವಿನಂತೆ ಮೆಲ್ಲ ಮೆಲ್ಲನೆ ತೆವಳುತ್ತಾ ಅವಳು ಗಾಡಿಯ ಮುಂಭಾಗದಿಂದ ಹಿಂದಕ್ಕೆ ಹೋದಳು. ಏನಾಶ್ಚರ್ಯ! ಅಲ್ಲಿ ಅವಳಿಗೆ ಇದಿರಾದುದು ಯೂನಿಟಿಯ ಮುಖ!

ಅವಳೊಡನೆ ಮಿಲ್ಲಿ ಸಿಟ್ಟಿನಿಂದ ಪಿಸುಗುಟ್ಟಿದಳು:

"ಓಹ್! ನಿನಗೆ ನಾಚಿಕೆಯಾಗೊಲ್ವೆ?"

"ಖಂಡಿತಕ್ಕೂ, ಯುವಕನೊಬ್ಬನ ಗಾಡಿಯಲ್ಲಿ ನೀನು ಹೀಗೆ ಅಡಗಿ ಕೂತಿರೋದನ್ನ ನೋಡಿ! ನಿಮಗಿಬ್ಬರಿಗೂ ಅಷ್ಟೇನೂ ಮಾನ ಮರ್ಯಾದೆ ಇದ್ದ ಹಾಗೆ ಕಾಣೋದಿಲ್ಲ."

ಮಿಲ್ಲಿಯ ಸ್ವರ ಹೆಚ್ಚು ಗಡುಸಾಯಿತು.

"ನಾಲಿಗೆ ಬಿಗಿಹಿಡಿದು ಮಾತ್ನಾಡು! ಅವನೊಂದಿಗೆ ನನ್ನ ಮದುವೆ ನಿಶ್ಚಯವಾಗಿದೆ. ಆದಕಾರಣ ಇಲ್ಲಿ ಇರಲಿಕ್ಕೆ ನನಗೆ ಹಕ್ಕಿದೆ. ಆದ್ರೆ ನಿನಗೇನು ಅಧಿಕಾರವಿದೆ? ಸ್ವಲ್ಪ ಹೇಳ್ತೀಯಾ? ನಿನಗೇನೆಂದು ಆತ ಮಾತು ಕೊಟ್ಟಿದ್ದಾನೆ? ನನ್ನನ್ನು ಕೇಳಿದ್ರೆ, ಏನೇನೋ ಅಸಂಬದ್ಧ ಪ್ರಲಾಪ ಮಾಡಿರ್ಬಹುದು. ಆದರೆ ಇತರ ಹೆಂಗಸ್ರಿಗೆ ಅವನೇನೇ ಭಾಷೆ ಕೊಟ್ಟಿರಲಿ, ಅದೆಲ್ಲ ಜಳ್ಳು, ಅದಕ್ಕೂ ನನಗೂ ಸಂಬಂಧವೇ ಇಲ್ಲ"

"ಆದ್ರೆ ಮಿಲ್ಲಿ, ಅದೆಲ್ಲ ಅಷ್ಟು ಸುಲಭಾಂತ ಗಟ್ಟಿ ಮಾಡ್ಬೇಡ. ಅವನು ಮದುವೆಯಾಗೋದು ಹನ್ನಾಳನ್ನೇ ಹೊರತು ನನ್ನನ್ನೂ ಅಲ್ಲ. ನಿನ್ನನ್ನೂ ಅಲ್ಲ. ಅವರ ಮಾತೆಲ್ಲ ನನಗೆ ಕೇಳಿಸ್ತು," ಎಂದು ಯೂನಿಟಿ ಉತ್ತರ ನೀಡಿದಳು.

ಗಾಡಿಯೊಳಗೆ ಹಾಸಿದ ಬಟ್ಟೆಯೊಳಗಿಂದ ಇಂತಹ ವಿಚಿತ್ರ ಸ್ವರಗಳು ಹೊರಡುತ್ತಿದ್ದುದನ್ನು

ಕೇಳಿ ಹನ್ನಾ ಅವಾಕ್ಕಾದಳು, ಆಕೆಗೆ ಮೂರ್ಛೆ ಬರುವಂತಾಯಿತು, ಆದರೆ ಅದೇ ಕ್ಷಣದಲ್ಲಿ ಕುದುರೆ ಮುನ್ನಡೆಯತೊಡಗಿತು, ಹನ್ನಾ ಕಡಿವಾಣವನ್ನು ಅಡ್ಡಾದಿಡ್ಡಿಯಾಗಿ ಜಗ್ಗತೊಡಗಿದಳು. ತಾನೇನು ಮಾಡುತ್ತಿದ್ದೇನೆಂದೇ ಅವಳಿಗೆ ಗೊತ್ತಿರಲಿಲ್ಲ. ಗಾಡಿಯ ಒಳಗಿನ ಜಗಳ ಜೋರು ಜೋರಾಗಿ ಕೇಳಿ ಬರತೊಡಗಿದಂತೆ, ಹನ್ನಾ ಬಹಳ ಕಸಿವಿಸಿಗೊಂಡು ಕಡಿವಾಣವನ್ನು ಸಂಪೂರ್ಣ ಬಿಟ್ಟುಬಿಟ್ಟಳು. ಕುದುರೆ ತನ್ನಷ್ಟಕ್ಕೆ ತಾನೇ ದಾಪುಗಾಲು ಹಾಕಿತು. ಗಾಡಿ ವೇಗವಾಗಿ ಮುಂದೆ ಸಾಗಿತು. ಸ್ವಲ್ಪ ದೂರದಲ್ಲೇ ಒಂದು ಕಡಿದಾದ ತಿರುವು. ಅದು ಗುಡ್ಡದ ತುದಿಯಿಂದ ಕೆಳಗಣ ಲಾಂಗ್‌ಪಡ್ಲ್‌ಗೆ ತಿರುಗುವ ಇಳಿಜಾರು ದಾರಿ. ಇಲ್ಲಿಗೆ ತಲಪಿದಾಗ ಕುದುರೆ ವೇಗವನ್ನು ಕಡಿಮೆ ಮಾಡದೆ ಸರ್ರನೆ ತಿರುಗಿತು. ಗಾಡಿಯ ಮುಂದಿನ ಚಕ್ರಗಳು ದಂಡೆಯ ಮೇಲೆ ಏರಿದವು. ಗಾಡಿ ಒಂದು ಬದಿಗೆ ತೀವ್ರವಾಗಿ ವಾಲಿ ಅಡಿ ಮಗುಚಿತು. ಅದರೊಳಗಿದ್ದ ಮೂವರು ಯುವತಿಯರೂ ಒಂದು ಮುದ್ದೆಯಾಗಿ ರಸ್ತೆಗೆ ಉರುಳಿಬಿದ್ದರು. ಕುದುರೆ ಸುತ್ತುಮುತ್ತು ನೋಡಿ ಅಲ್ಲೇ ನಿಂತಿತು.

ಅಷ್ಟರಲ್ಲಿ ಗಾಬರಿಗೊಂಡ ಟೋನಿ ಏದುಸಿರುಬಿಡುತ್ತಾ ಗಾಡಿಯ ಬಳಿ ಬಂದು ಸೇರಿದ. ತನ್ನ ಪ್ರೇಯಸಿಯರಾರಿಗೂ ಗಾಯಗಳಾಗಿಲ್ಲ ಎಂದು ಆತ ಸಮಾಧಾನಪಟ್ಟುಕೊಂಡ. ರಸ್ತೆಯ ಬದಿಯಲ್ಲಿದ್ದ ಬೇಲಿಯ ಮುಳ್ಳುಗಳು ಅವರ ಮೈ ಮುಖಗಳನ್ನು ಸ್ವಲ್ಪ ಪರಚಿದ್ದವು ಅಷ್ಟೆ. ಆದರೆ ಅವರ ಪರಸ್ಪರ ಜಗಳಾಟ ಮಾತ್ರ ಅವನನ್ನು ದಿಗಿಲುಗೊಳಿಸಿತು.

ಆತ ತಕ್ಷಣ ತನ್ನ ಹ್ಯಾಟನ್ನು ತಲೆಯ ಮೇಲಿಂದೆತ್ತಿ ಅವರಿಗೆ ಗೌರವ ಸೂಚಿಸುತ್ತಾ ಕೂಗಿಕೊಂಡ:

"ಜಗಳ ಮಾಡ್ಬೇಡಿ ಮದ್ದುಮಣಿಗಳೇ ! ದಯವಿಟ್ಟು ಜಗಳ ಮಾಡ್ಬೇಡಿ."

ಸಾಧ್ಯವಾಗುತ್ತಿದ್ದರೆ ಅವರ ಮೂವರ ಕೆನ್ನೆಗಳಿಗೂ ಮುದ್ದಿಟ್ಟು ಅವರೆಲ್ಲರೂ ತನಗೆ ಸಮಾನರು, ಭೇದಭಾವವಿಲ್ಲ ಎಂದು ಆತ ತೋರಿಸುತ್ತಿದ್ದ. ಆದರೆ ಅದಕ್ಕೆ ಎಡೆಯಿರಲಿಲ್ಲ. ಏಕೆಂದರೆ ಅವರೆಲ್ಲರೂ ಅಷ್ಟೊಂದು ಕೋಪಗೊಂಡಿದ್ದರು. ಕೂಗಿ ಕೂಗಿ ದಣಿವಾಗುವ ತನಕ ಅವರು ಅತ್ತು, ರೇಗಾಡಿದರು.

ಕೊನೆಗೆ ಅವರ ಕೂಗಾಟ ನಿಂತು ತನಗೆ ಮಾತನಾಡಲು ಅವಕಾಶ ದೊರೆತೊಡನೆ ಟೋನಿ ನುಡಿದ:

"ಈಗ ನಾನು ಪ್ರಾಮಾಣಿಕವಾಗಿ ನಿಮ್ಮೊಡನೆ ಮಾತ್ನಾಡಬೇಕಾಗಿದೆ, ಹಾಗೆ ಮಾತ್ನಾಡದೆ ಬೇರೆ ಹಾದಿಯಿಲ್ಲ. ಸತ್ಯ ಹೇಳ್ತೇನೆ ಕೇಳಿ. ನನ್ನನ್ನು ಮದುವೆಯಾಗು ಅಂತ ಹನ್ನಾಳನ್ನು ನಾನು ಕೇಳಿದ್ದೀನಿ. ಅವಳೂ ಅದಕ್ಕೆ ಒಪ್ಪಿದ್ದಾಳೆ. ನಮ್ಮ ಲಗ್ನದ ನಿಶ್ಚಿತಾರ್ಥ ಮುಂದಿನ..."

ಹಿಂದಿನಿಂದ ಹನ್ನಾಳ ತಂದೆ ಬರುತ್ತಿದ್ದುದನ್ನಾಗಲಿ ಅಥವಾ ಮುಳ್ಳಿನ ಗಾಯದಿಂದ ಹನ್ನಾಳ ಮುಖದಿಂದ ರಕ್ತ ತೊಟ್ಟಿಕ್ಕುತ್ತಿದ್ದುದನ್ನಾಗಲಿ, ಅಷ್ಟರ ತನಕ ಟೋನಿ ಗಮನಿಸಿರಲಿಲ್ಲ, ಆದರೆ ತನ್ನ ತಂದೆ ಬರುತ್ತಿದ್ದುದನ್ನು ಹನ್ನಾ ನೋಡಿದ್ದಳು. ತಂದೆಯ ಮುಖ ಕಂಡಾಕ್ಷಣ ಆಕೆಯ ಅಳು ಜೋರಾಯಿತು. ತಂದೆಯ ಬಳಿ ಓಡಿ ಆಕೆ ಆತನಿಗೆ ತೆಕ್ಕೆ ಬಿದ್ದಳು.

ಟೋನಿಯ ಮಾತುಗಳನ್ನು ಕೇಳಿಸಿಕೊಂಡಿದ್ದ ಮಿಸ್ಟರ್ ಜಾಲ್ಲಿವರ್ ಈಗ ಕೋಪದಿಂದ ಕಟುವಾಗಿ ನುಡಿದ:

"ನನ್ನ ಮಗಳು ಖಂಡಿತವಾಗಿಯೂ ನಿನ್ನನ್ನು ಮದುವೆಯಾಗೋದಕ್ಕೆ ಬಯಸೋದಿಲ್ಲ. ನೀನವನನ್ನು ಮದುವೆಯಾಗ್ತೀಯಾ ಹನ್ನಾ ! ನಿನ್ನ ಶೀಲವನ್ನು ನೀನು ಕಾಪಾಡಿಕೊಂಡಿದ್ದಿ,

ಏನೂ ಅಪಾಯವಾಗಿಲ್ಲ ಅಂತ ನಾನು ಭಾವಿಸ್ತೀನಿ. ಹಾಗಿದ್ರೆ ಅವನನ್ನು ನಿರಾಕರಿಸುವಷ್ಟು ಧೈರ್ಯ ಮಾಡ್ಬೇಕು ನೀನು."

ಟೋನಿಯ ಸಿಟ್ಟು ಉಕ್ಕೇರಿತು. ಅವನೆಂದ :

"ಹನ್ನಾಳ ಶೀಲಕ್ಕೆ ಏನೂ ಕುಂದು ಬಂದಿಲ್ಲ – ಬೇಕಾದ್ರೆ ಆಣೆ ಹಾಕ್ತೇನೆ. ಇನ್ನಿಬ್ಬರು ಹುಡುಗಿಯರೂ ಹಾಗೆಯೇ. ಇದೊಂದು ವಿಚಿತ್ರ ಅಂತ ನಿಮಗೆ ಕಾಣಬಹುದಾದ್ರೂ ನನ್ನ ಮಟ್ಟಿಗೆ ಅದು ನಿಜ."

ಅಷ್ಟರಲ್ಲಿ ಹನ್ನಾ ಉದ್ಗರಿಸಿದಳು:

"ಟೋನಿಯನ್ನು ನಿರಾಕರಿಸುವಷ್ಟು ಧೈರ್ಯ ನನಗಿದೆ."

ಅವಳು ಹಾಗೆ ಹೇಳಲು ಎರಡು ಕಾರಣಗಳಿದ್ದವು. ಅವಳ ತಂದೆ ಇದಿರಲ್ಲೇ ಇದ್ದುದ್ದು ಒಂದು ಕಾರಣ; ತನ್ನ ಮುಖಕ್ಕೆ ಮುಳ್ಳಿನಿಂದಾದ ಗಾಯದ ಕಲೆ ಉಳಿಯಬಹುದೇ ಎಂಬ ಭಯ ಮತ್ತು ಅಂದಿನ ಘಟನೆಗಳ ಪರಿಣಾಮವಾಗಿ ಉಂಟಾಗಿದ್ದ ರೋಷ ಎರಡನೇ ಕಾರಣ. ಅವಳು ಮಾತು ಮುಂದುವರಿಸಿದಳು:

"ಸ್ವಲ್ಪ ಸಮಯಕ್ಕೆ ಹಿಂದೆ ತಾನೇ, ಟೋನಿಯ ಬಗ್ಗೆ ನಾನು ಬಹಳ ಮೃದುವಾಗಿದ್ದೆ. ಆದರೆ ಇಂತಹ ಒಬ್ಬ ಮೋಸಗಾರನೊಡನೆ ಮಾತಾಡ್ತಿದ್ದೇನೆ ಅಂತ ಆಗ ನಾನು ಭಾವಿಸಿರ್ಲಿಲ್ಲ."

ಇದನ್ನು ಕೇಳಿ ಟೋನಿಯ ಮುಖ ಶವದ ಮುಖದಂತೆ ಜೋತು ಬಿದ್ದಿತು. ಆತ ಪ್ರಶ್ನಿಸಿದ:

"ಏನು ನಾನು ನಿನಗೆ ಬೇಡ್ವೆ, ಹನ್ನಾ?"

"ಇಲ್ಲ, ಎಂದೆಂದಿಗೂ ಇಲ್ಲ. ನಿನ್ನ ಬದಲು ಯಾರನ್ನಾದ್ರೂ ... ನಾನು ಯಾ–ಯಾರನ್ನೂ ಮದುವೆಯಾಗೋಲ್ಲ" ಎಂದು ಹನ್ನಾ ಒಂದೇ ಉಸಿರಿನಲ್ಲಿ ಉಸುರಿಬಿಟ್ಟಳು. ಆದರೆ ಅವಳ ಮನಸ್ಸು ಬೇರೆಯೇ ಇತ್ತು. ಅಲ್ಲಿ ತನ್ನ ತಂದೆ ಇಲ್ಲದೇ ಹೋಗಿದ್ದರೆ, ಮುಳ್ಳಿನಿಂದ ಮುಖಕ್ಕೆ ಗೀರು ಬೀಳದೆ ಹೋಗಿದ್ದರೆ, ಟೋನಿ ಆಕೆಯನ್ನು ಮೆಲ್ಲಗೆ ಪ್ರತ್ಯೇಕವಾಗಿ ಕರೆದು ಕೇಳುತ್ತಿದ್ದರೆ, ಅವಳು ಅವನನ್ನು ನಿರಾಕರಿಸುತ್ತಿದ್ದಿಲ್ಲ. ಆದರೆ ಇಲ್ಲಿನ ಪರಿಸ್ಥಿತಿ ಬೇರಾಗಿತ್ತು. ಆದುದರಿಂದ ಹೀಗೆ ಹೇಳಿದವಳೇ ತಂದೆಯ ಕೈ ಹಿಡಿದುಕೊಂಡು ಹನ್ನಾ, ಅಲ್ಲಿಂದ ಧಡಧಡನೆ ನಡೆದೇಬಿಟ್ಟಳು. ಆದರೂ ಇನ್ನೊಮ್ಮೆ ಟೋನಿ ತನ್ನ ಪ್ರೀತಿಯನ್ನು ಯಾಚಿಸಬಹುದು, ಮದುವೆಯಾಗು ಅಂತ ಮತ್ತೊಮ್ಮೆ ತನ್ನನ್ನು ಬೇಡಬಹುದು ಎಂಬ ಒಳ ಆಸೆ ಅವಳಲ್ಲಿ ಇದ್ದೇ ಇತ್ತು.

ಮುಂದೇನು ಹೇಳಬೇಕೆಂಬುದೇ ಟೋನಿಗೆ ಹೊಳೆಯಲಿಲ್ಲ. ಮಿಲ್ಲಿ ತನ್ನ ಹೃದಯ ಬಿರಿಯುವಂತೆ ಬಿಕ್ಕಳಿಸುತ್ತಿದ್ದಳು. ಆದರೆ ತನ್ನ ತಂದೆ ಅವಳನ್ನು ಬಲವಾಗಿ ಶಿಫಾರಸು ಮಾಡಿದ್ದುದರಿಂದ, ಟೋನಿಗೆ ಅವಳು ಇಷ್ಟವಿರಲಿಲ್ಲ, ಹೀಗಾಗಿ ಅವನು ಯೂನಿಟಿಯ ಕಡೆಗೆ ಹೊರಳಿ ಕೇಳಿದ.

"ಸರಿ. ನೀನಾದರೂ ನನ್ನವಳಾಗ್ತಿಯೇ ಯೂನಿಟಿ, ನನ್ನ ಮುದ್ದು."

ಯೂನಿಟಿ ಬಿರುಸಿನಿಂದ ಉತ್ತರಿಸಿದಳು :

"ಏನು ? ಅವಳು ಬಿಟ್ಟುದನ್ನು ನಾನು ಸ್ವೀಕರಿಸಲೆ ? ಇನ್ನೊಬ್ಬರ ಎಂಜಲು ನನಗೆ ಬೇಡ."

ಹೀಗೆನ್ನುತ್ತಾ ಹನ್ನಾಳಂತೆಯೇ ಅವಳೂ ಅಲ್ಲಿಂದ ಕಾಲ್ತೆಗೆದಳು. ಅವಳು ಮುಂದೆ ಹೋಗುತ್ತಿದ್ದರೂ ಅವಳ ಮನಸ್ಸು ಮಾತ್ರ ಹಿಂದೆಯೇ ಇತ್ತು. ಸ್ವಲ್ಪ ಮುಂದೆ ಹೋದವಳೇ, ಟೋನಿ ಎಲ್ಲಾದರೂ ಹಿಂಬಾಲಿಸಿ ಬರುತ್ತಾನೋ ಎಂದು ಅವಳು ಮುಖ ತಿರುಗಿಸಿ ನೋಡಿದಳು.

ಕೊನೆಗೆ ಅಲ್ಲಿ ಉಳಿದವರು ಮಿಲ್ಲಿ ಮತ್ತು ಟೋನಿ ಇಬ್ಬರೇ ಕಣ್ಣುಗಳಿಂದ ನೀರಿನ ಪ್ರವಾಹ ಹರಿಸುತ್ತಾ ಮಿಲ್ಲಿ ಅಳುತ್ತಿದ್ದಳು. ಸಿಡಿಲು ಬಡಿದ ಮರದಂತೆ ಟೋನಿ ನಿಂತುಕೊಂಡಿದ್ದ.

ಕೊನೆಗೆ ಅವಳ ಬಳಿ ಸಾರಿ ಅವನು ಹೇಳಿದ :

"ಸರಿ, ಮಿಲ್ಲಿ, ನಿನಗೆ ನಾನು, ನನಗೆ ನೀನು, ಇಲ್ಲವಾದ್ರೆ ಇಬ್ರಿಗೂ ಯಾರೂ ಇಲ್ಲ ಅಂತ ವಿಧಿಯೇ ಬರೆದಿರ್ಬೇಕು. ಸರಿ! ಆಗೋದೆಲ್ಲ ಆಗಲೇಬೇಕಷ್ಟೆ? ಅಲ್ವೆ ಮಿಲ್ಲಿ ?"

"ನಿನಗೆ ಇಷ್ಟವಿದ್ರೆ ಹಾಗೆಯೇ ಆಗ್ಲಿ ಟೋನಿ. ಅಂದಹಾಗೆ ಹನ್ನಾ, ಯೂನಿಟಿಯರಿಗೆ ನೀನು ಹೇಳಿದ್ದೆಲ್ಲ ನಿಜವಲ್ಲ ತಾನೆ ?"

"ಅಯ್ಯೋ! ಅದರಲ್ಲಿನ ಒಂದಕ್ಷರವೂ ಸತ್ಯವಲ್ಲ" ಎಂದು ಅಂಗೈಯನ್ನು ಮುಷ್ಟಿಯಿಂದ ಗುದ್ದಿ ಖಚಿತವಾಗಿ ನುಡಿದ ಟೋನಿ.

ಇದನ್ನು ಪುಷ್ಟೀಕರಿಸಲು ಮಿಲ್ಲಿಯನ್ನು ಟೋನಿಯೊಮ್ಮೆ ಚುಂಬಿಸಿಬಿಟ್ಟ. ಅನಂತರ ಗಾಡಿಯನ್ನು ಸರಿಪಡಿಸಿ ಅವರಿಬ್ಬರೂ ಅದನ್ನೇರಿದರು.

ಮುಂದಿನ ಭಾನುವಾರವೇ ಅವರ ಮದುವೆ ನಿಶ್ಚಯವಾಯಿತು. ಅನಾರೋಗ್ಯದಿಂದಾಗಿ ಆ ಮದುವೆಯಲ್ಲಿ ಭಾಗವಹಿಸಲು ನನಗೆ ಆಗಲಿಲ್ಲ. ಆದರೆ ನನಗೆ ತಿಳಿದು ಬಂದಂತೆ ಎಲ್ಲ ವಿಧದಲ್ಲೂ ಅದೊಂದು ಅಪೂರ್ವ ಸಮಾರಂಭವಾಗಿತ್ತು. ◐

○ ಎಚ್. ಜಿ. ವೆಲ್ಸ್

ಪಾತಾಳ ಕೂಪದಲ್ಲಿ

ಅದೊಂದು ಉಕ್ಕಿನ ಗೋಲ. ಆದರೆ ಮುಂದೆ ನಿಂತು, ಪೈನ್ ಮರದ ಚೆಕ್ಕೆಯೊಂದನ್ನು ಹಲ್ಲುಗಳಿಂದ ಕಡಿಯುತ್ತಾ, ಲೆಫ್ಟಿನೆಂಟ್ ವೇಬ್ರಿಜ್ ಕೇಳಿದ:

"ಸ್ಟೀವನ್ಸ್, ಇದರ ಬಗ್ಗೆ ನಿನ್ನ ಅಭಿಪ್ರಾಯವೇನು ?"

"ಇದೊಂದು ಯೋಚನೆ," ಎಂದ ಸ್ಟೀವನ್ಸ್.

ಯಾವ ಪೂರ್ವನಿರ್ಧಾರವನ್ನೂ ಮಾಡದೆ, ತೆರೆದ ಮನಸ್ಸಿನಿಂದ ವಿಷಯವನ್ನು ಪರಿಶೀಲಿಸುತ್ತಿರುವ ವ್ಯಕ್ತಿಯೊಬ್ಬನ ಭಾವವಿತ್ತು ಅವನ ಧ್ವನಿಯಲ್ಲಿ.

ಅಷ್ಟಕ್ಕೇ ತೃಪ್ತನಾಗದೆ ಲೆಫ್ಟಿನೆಂಟ್ ತನ್ನ ಸಂಶಯವನ್ನು ವ್ಯಕ್ತಪಡಿಸಿದ:

"ಇದು ನುಚ್ಚುನುರಿಯಾಗಿ ಚಪ್ಪಟೆಯಾಗೋದು ಖಂಡಿತ ಅಂತ ನನಗನ್ನಿಸ್ತದೆ."

"ಅದನ್ನೆಲ್ಲ ಆತ ಮೊದಲೇ ಚೆನ್ನಾಗಿ ಎಣಿಕೆ ಮಾಡಿರೋ ಹಾಗೆ ಕಾಣ್ತದೆ."

ಸ್ಟೀವನ್ಸ್‌ನ ದನಿಯಲ್ಲಿ ಇನ್ನೂ ನಿಷ್ಪಕ್ಷಪಾತ ಭಾವವಿತ್ತು.

ಅವನ ಮಾತನ್ನು ಆಕ್ಷೇಪಿಸುತ್ತಾ, ಲೆಫ್ಟಿನೆಂಟ್ ಹೇಳಿದ :

"ಆದರೆ ಸ್ಟೀವನ್ಸ್, ಒತ್ತಡದ ಬಗ್ಗೆ ನೀನು ಚಿಂತಿಸಿದ್ದೀಯೇನು ? ಸ್ವಲ್ಪ ಯೋಚಿಸಿ ನೋಡು, ನೀರಿನ ಮೇಲ್ಮೈಯಲ್ಲಿ ಒಂದು ಚದರ ಅಂಗುಲಕ್ಕೆ ಹದಿನಾಲ್ಕು ಪೌಂಡ್‌ಗಳಷ್ಟು ಒತ್ತಡ ಇದೆ. ಮೂವತ್ತು ಅಡಿ ಆಳದಲ್ಲಿ ಒತ್ತಡ ಅದರ ಎರಡ ರಷ್ಟಾಗ್ತದೆ. ಅರವತ್ತು ಅಡಿ ಆಳದಲ್ಲಿ ಅದರ ಮೂರರಷ್ಟು, ತೊಂಬತ್ತರಲ್ಲಿ ನಾಲ್ಕು ಪಾಲಷ್ಟು, ಒಂಬೈನೂರರಲ್ಲಿ ನಲವತ್ತು ಪಾಲಷ್ಟು. ಐದು ಸಾವಿರದ ಮುನ್ನೂರು ಅಡಿಗಳಷ್ಟು – ಅಂದರೆ ಒಂದು ಮೈಲಿಯಷ್ಟು – ಆಳದಲ್ಲಿ ಅದು ಹದಿನಾಲ್ಕು ಪೌಂಡ್‌ಗಳಿಗಿಂತ ಇನ್ನೂರ ನಲವತ್ತು ಪಟ್ಟು ಹೆಚ್ಚಾಗ್ತದೆ. ಅಷ್ಟಂದ್ರೆ ಎಷ್ಟು ? ಸ್ವಲ್ಪ ನೋಡೋಣ – ಮೂವತ್ತು ಹಂಡ್ರೆಡ್ ವೇಟ್‌ಗಳು – ಒಂದೂವರೆ ಟನ್ ಸ್ಟೀವನ್ಸ್! ಒಂದು ಚದರ ಅಂಗುಲದ ಮೇಲೆ ಒಂದೂವರೆ ಟನ್ ಒತ್ತಡ !! ಇನ್ನು ಈತ

ಹೋಗೋ ಜಾಗದಲ್ಲಂತೂ ಸಾಗರದ ತಳ ಐದು ಮೈಲಿಗಳಷ್ಟು ಆಳದಲ್ಲಿದೆ. ಹಾಗಂದ್ರೆ ಏಳೂವರೆ..."

ಅಷ್ಟರಲ್ಲಿ ಸ್ಟೀವನ್ಸ್ ನಡುವೆ ಬಾಯಿಹಾಕಿ ಹೇಳಿದ :

"ಬಹಳ ಜಾಸ್ತಿ ಅಂತ ಕಾಣ್ತದೆ, ನಿಜ; ಆದರೆ ಈ ಉಕ್ಕು ಕೂಡ ಸಾಕಷ್ಟು ದಪ್ಪನಾಗಿದೆಯಲ್ವೆ ?"

ಇದಕ್ಕೆ ಏನೂ ಉತ್ತರ ಕೊಡದೆ ಲೆಫ್ಟಿನೆಂಟ್ ತನ್ನ ಪೈನ್ ಚೆಕ್ಕೆಯನ್ನು ಪುನಃ ಜಗಿಯಲಾರಂಭಿಸಿದ.

ಲೆಫ್ಟಿನೆಂಟ್ ವೇಬ್ರಿಜ್ ಮತ್ತು ಸ್ಟೀವನ್ಸ್ – ಇವರ ನಡುವೆ ಈ ಮಾತುಕತೆ ನಡೆಯುತ್ತಿದ್ದುದು 'ಟಾರ್ಮಿಗನ್' ಎಂಬ ಒಂದು ಹಡಗಿನ ಮೇಲೆ. ಅವರ ಸಂಭಾಷಣೆಯ ವಸ್ತುವಾಗಿದ್ದ ಆ ಗೋಲವು ಒಂದು ದೊಡ್ಡ ಉಕ್ಕಿನ ಚೆಂಡಿನಂತಿದ್ದು, ಅದರ ಹೊರಮೈಯ ವ್ಯಾಸ ಸುಮಾರು ಒಂಭತ್ತು ಅಡಿಗಳಷ್ಟಿತ್ತು. ಅದೊಂದು ದೈತ್ಯ ಫಿರಂಗಿಯ ಗುಂಡಿನಂತೆ ತೋರುತ್ತಿತ್ತು. ಹಡಗಿನ ಚೌಕಟ್ಟಿಗೆ ಜೋಡಿಸಲಾಗಿದ್ದ ಬೃಹದಾಕಾರದ ಒಂದು ಅಟ್ಟಣೆಯೊಳಗೆ, ಹಕ್ಕಿಯನ್ನು ಗೂಡಿನಲ್ಲಿರಿಸುವಂತೆ ಅದನ್ನು ಬಹಳ ಜೋಪಾನವಾಗಿ ಇರಿಸಲಾಗಿತ್ತು. ಅದನ್ನು ಸದ್ಯದಲ್ಲಿಯೇ ಹಡಗಿನಿಂದ ನೀರಿಗಿಳಿಸಲಿದ್ದ ರಾಕ್ಷಸ ಪ್ರಮಾಣದ ಆಸರೆಗಂಬಗಳು ಹಡಗಿನ ಹಿಂಭಾಗಕ್ಕೆ ಒಂದು ವಿಚಿತ್ರ ರೂಪವನ್ನು ನೀಡಿದ್ದವು. ಲಂಡನ್ ಬಂದರದಿಂದ ಮಕರ ಸಂಕ್ರಾಂತಿ ವೃತ್ತದ ತನಕ ದಾರಿಯಲ್ಲಿ ಅದನ್ನು ಕಂಡ ಪ್ರತಿಯೊಬ್ಬ ನಾವಿಕನಲ್ಲೂ ಆ ನೋಟ ಕುತೂಹಲವನ್ನು ಕೆರಳಿಸಿತ್ತು.

ಗೋಲದ ಒಂದು ಬದಿಯಲ್ಲಿ, ಒಂದರ ಮೇಲ್ಗಡೆ ಇನ್ನೊಂದರಂತೆ, ವೃತ್ತಾಕಾರದ ಎರಡು ಕಿಟಿಕಿಗಳಿದ್ದವು. ಇವು ಅತ್ಯಂತ ದಪ್ಪವಾದ ಗಾಜಿನಿಂದ ಮಾಡಲ್ಪಟ್ಟಿದ್ದವು. ಅವುಗಳಲ್ಲಿ ಒಂದು ಬಹಳ ಘನವಾದ ಉಕ್ಕಿನ ಚೌಕಟ್ಟಿನೊಳಗೆ ಕೂರಿಸಲ್ಪಟ್ಟಿದ್ದು, ತಿರುಗು ಮೊಳೆಗಳ ಮೂಲಕ ಅದನ್ನು ಹೊರಗಿನಿಂದ ಗೋಲಕ್ಕೆ ಜೋಡಿಸಲಾಗಿತ್ತು. ಇದು ಗೋಲವನ್ನು ಪ್ರವೇಶಿಸುವ ದ್ವಾರವೂ ಆಗಿತ್ತು. ಈ ಗಾಜಿನ ಕಿಂಡಿ ಈಗ ಸಂಪೂರ್ಣ ಮುಚ್ಚಲ್ಪಟ್ಟಿರಲಿಲ್ಲ. ಇದರ ಮೂಲಕ ಸ್ಟೀವನ್ಸ್ ಮತ್ತು ವೇಬ್ರಿಜ್ ಆ ದಿನ ಬೆಳಿಗ್ಗೆ ಮೊತ್ತಮೊದಲ ಬಾರಿಗೆ ಗೋಲವನ್ನು ಪ್ರವೇಶಿಸಿ ಅದರ ಒಳಭಾಗವನ್ನು ನೋಡಿ ಬಂದಿದ್ದರು. ಒಳಮೈಯ ಎಲ್ಲ ಕಡೆಗಳಲ್ಲೂ ಗಾಳಿ ತುಂಬಿದ ದಟ್ಟವಾದ ದಿಂಬುಗಳನ್ನು ಪೇರಿಸಿ, ಅದಕ್ಕೆ ಭದ್ರವಾದ ಮೆತ್ತೆಯೊದಗಿಸಲಾಗಿತ್ತು. ಈ ಉಬ್ಬಿದ ದಿಂಬುಗಳ ನಡುವೆ ಅದರ ಸರಳ ಯಂತ್ರವ್ಯೂಹವನ್ನು ಚಲಾಯಿಸುವ ಚಿಕ್ಕ ಗುಂಡಿಗಳು ಹುದುಗಿದ್ದವು. ಗಾಜಿನ ಕಿಂಡಿ ಸಂಪೂರ್ಣವಾಗಿ ಮುಚ್ಚಲ್ಪಟ್ಟಾಗ, ಅದರೊಳಗೆ ಕುಳಿತ ವ್ಯಕ್ತಿ ಹೊರಸೂಸಿದ ಅಂಗಾರಾಮ್ಲವನ್ನು ಹೀರಿ ಆಮ್ಲಜನಕವನ್ನು ಪುನಃ ಭರ್ತಿ ಮಾಡುವ ಸಲುವಾಗಿ ಅಲ್ಲೊಂದು ಮೇಯರ್ಸ್ ಉಪಕರಣವನ್ನು ಇರಿಸಲಾಗಿತ್ತು. ಇದರ ಸಮೇತ ಅಲ್ಲಿದ್ದ ಪ್ರತಿಯೊಂದು ವಸ್ತುವಿಗೆ ಕೂಡ ಬೇಕಾದಷ್ಟು ದಿಂಬುಗಳ ಆಸರೆಯನ್ನು ಕೊಡಲಾಗಿತ್ತು, ಅದರ ಒಳಮೈಗೆ ಹೀಗೆ ಎಷ್ಟು ಧಾರಾಳವಾಗಿ ಮೆತ್ತೆಯೊದಗಿಸಲಾಗಿತ್ತೆಂದರೆ, ಅದನ್ನೊಂದು ಫಿರಂಗಿಯಿಂದ ಹಾರಿಸಿದ್ದರೂ, ಒಳಗೆ ಕುಳಿತ ವ್ಯಕ್ತಿಗೆ ಏನೂ ಅಪಾಯವಾಗುತ್ತಿರಲಿಲ್ಲ. ಅದನ್ನು ಇಷ್ಟು ಸುರಕ್ಷಿತವಾಗಿ ಮಾಡಬೇಕಾದುದು ನಿಜವಾಗಿಯೂ ಅಗತ್ಯವಾಗಿತ್ತು. ಏಕೆಂದರೆ ಸದ್ಯದಲ್ಲಿಯೇ ಆ ಗಾಜಿನ ಕಿಂಡಿಯ ಮೂಲಕ ಒಬ್ಬ ವ್ಯಕ್ತಿ ಅದರೊಳಗೆ ತೆವಳಿ ಹೋಗಲಿದ್ದ. ಅನಂತರ ಗಾಳಿ ಕೂಡ

ಒಳಗೆ ನುಸುಳದಂತೆ ಕಿಂಡಿಯನ್ನು ಭದ್ರವಾಗಿ ಜಡಿದು, ಇಡೀಗೋಲವನ್ನು ಹಡಗಿನಿಂದ ಸಮುದ್ರಕ್ಕೆ ಇಳಿಸಬೇಕಿತ್ತು. ತರುವಾಯ ಅದು ನೀರಿನಲ್ಲಿ ಮುಳುಗಿ ಕೆಳಗಿಳಿಯಬೇಕಿತ್ತು – ಲೆಫ್ಟಿನೆಂಟ್ ವೇಬ್ರಿಜ್ ಹೇಳಿದಂತೆ ಕೆಳಗೆ – ಕೆಳಗೆ – ಕೆಳಗೆ ಐದು ಮೈಲಿ ಆಳದಷ್ಟು ಕೆಳಗೆ. ಆದಕಾರಣ ಅವನ ಮನಸ್ಸನ್ನು ಅದು ಬಲವಾಗಿ ಸೆರೆಹಿಡಿದಿತ್ತು. ಇದರಿಂದಾಗಿ ಊಟದ ವೇಳೆಯಲ್ಲಿ ತನ್ನ ಸಂಗಾತಿಗಳಿಗೆಲ್ಲ ಅವನೊಂದು ದೊಡ್ಡ ತಲೆಶೂಲೆಯಾಗಿ ಪರಿಣಮಿಸಿದ್ದ. ಆದರೆ ಈ ವಿಷಯವಾಗಿ ತನ್ನ ಬಾಯಿ ತೀಟೆ ತೀರಿಸಿಕೊಳ್ಳಲು ಒಂದು ದೈವದತ್ತ ವರದಂತೆ ಲೆಫ್ಟಿನೆಂಟನಿಗೆ ಈಗ ಸ್ಟೀವನ್ಸ್ ದೊರೆತಿದ್ದ. ಸ್ಟೀವನ್ಸ್ ಹಡಗಿಗೆ ಹೊಸದಾಗಿ ಬಂದಿದ್ದ.

ಲೆಫ್ಟಿನೆಂಟ್ ಮಾತು ಮುಂದುವರಿಸಿದ :

"ಅಂತಹ ಒತ್ತಡಕ್ಕೆ ಸಿಲುಕಿದಾಗ ಈ ಗಾಜು ಒಳಕ್ಕೆ ಬಾಗಿ, ಉಬ್ಬಿ, ಪುಡಿ ಪುಡಿ ಯಾಗೋದರಲ್ಲಿ ಸಂದೇಹವಿಲ್ಲ ಅಂತ ನನ್ನ ಅಭಿಪ್ರಾಯ. ಅಧಿಕ ಪ್ರಮಾಣದ ಒತ್ತಡಗಳಿಂದ ಕಲ್ಲುಗಳನ್ನು ಕೂಡ ಕರಗಿಸಿ ನೀರಿನಂತೆ ಹರಿಸಬಹುದೆಂಬುದನ್ನು ಡಾಬ್ರಿ ಪ್ರಯೋಗ ಮಾಡಿ ತೋರಿಸಿಕೊಟ್ಟಿದ್ದಾನೆ – ಅಲ್ಲದೆ, ಇನ್ನೊಂದು ಮಾತನ್ನು ನೆನಪಿನಲ್ಲಿಟ್ಟುಕೋ..."

ಅವನ ವಾಕ್ಪ್ರವಾಹವನ್ನು ಅರ್ಧದಲ್ಲೇ ತಡೆದು ಸ್ಟೀವನ್ಸ್ ಕೇಳಿದ :

"ನೀನಂದಂತೆ ಗಾಜು ಒಡೆದು ಹೋದೀತು ಅಂತಲೇ ಇಟ್ಟುಕೊಳ್ಳೋಣ. ಆಗೇನು?"

"ಆಗ ಕಬ್ಬಿಣದ ಕಾರಂಜಿಯಂತೆ ನೀರು ಪ್ರಚಂಡ ಶಕ್ತಿಯಿಂದ ಒಳಗೆ ಧುಮ್ಮಿಕ್ಕಲಿದೆ. ಅಧಿಕ ಒತ್ತಡದಿಂದ ಹಾರಿಬರುವ ನೇರ ಜಲಧಾರೆಯನ್ನು ನೀನೆಂದಾದರೂ ಇದಿರಿಸಿದ್ದೀಯಾ ? ಅದು ಗುಂಡಿನ ಏಟಿನಷ್ಟು ಬಲವಾಗಿ ತಾಗ್ತದೆ. ಅದರ ಪೆಟ್ಟಿಗೆ ಆತ ನಜ್ಜುಗುಜ್ಜಾಗಿ ಚಪ್ಪಟೆಯಾಗ್ತಾನೆ. ಅದು ಅವನ ಗಂಟಲನ್ನು ಹರಿದು ಶ್ವಾಸಕೋಶಗಳಿಗೆ ನುಗ್ಗಲಿದೆ; ಅವನ ಕಿವಿಗಳನ್ನು ಭೇದಿಸಲಿದೆ..."

ಅಷ್ಟರಲ್ಲಿ, ಈ ದೃಶ್ಯವನ್ನು ಮನಸ್ಸಿನಲ್ಲೇ ಚಿತ್ರಿಸಿಕೊಂಡ ಸ್ಟೀವನ್ಸ್ ಆಕ್ಷೇಪಿಸಿದ :

"ನಿನ್ನ ಕಲ್ಪನಾ ಶಕ್ತಿ ಅದ್ಭುತವಾಗಿದೆಯಲ್ಲ ?"

"ನಾನು ಹೇಳಿದ್ರಲ್ಲಿ ಏನೂ ಉತ್ಪ್ರೇಕ್ಷೆಯಿಲ್ಲ. ಹಾಗಾಗೋದು ಅನಿವಾರ್ಯ."

"ಹಾಗಾದ್ರೆ ಗೋಲ ?"

"ಅದರಿಂದ ಕೆಲವು ನೀರ್ಗುಳ್ಳೆಗಳು ಮೇಲೇಳ್ಬಹುದು. ಆಮೇಲೆ ಸಾಗರದಡಿಯ ಕೆಸರು ಮತ್ತು ಜೇಡಿ ಮಣ್ಣುಗಳ ನಡುವೆ ಜಗತ್ತಿನ ಅಂತ್ಯಕಾಲದ ತನಕ ಅದು ಸುಖವಾಗಿ ತಳವೂರಲಿದೆ. ಅದರೊಳಗೆ ಪಾಪ, ಎಲ್‌ಸ್ಟೆಡ್ ! ನುಚ್ಚುನುರಿಯಾದ ತನ್ನ ದಿಂಬುಗಳ ಮೇಲೆ ಅವನ ದೇಹವೆಲ್ಲ ಹರಡಲಿದೆ – ಬ್ರೆಡ್‌ನ ಮೇಲೆ ಬೆಣ್ಣೆಯಂತೆ !"

ಈ ವಾಕ್ಯವನ್ನು ತನಗೆ ತಾನೇ ಬಹಳ ಮೆಚ್ಚಿಕೊಂಡವನಂತೆ ಲೆಫ್ಟಿನೆಂಟ್ ವೇಬ್ರಿಜ್ ಅದನ್ನು ಪುನರುಚ್ಚರಿಸಿದ:

"ಬ್ರೆಡ್‌ನ ಮೇಲೆ ಬೆಣ್ಣೆಯಂತೆ."

ಆತ ಹೀಗೆ ಹೇಳುತ್ತಿದ್ದಂತೆ ಅವರ ಹಿಂದಿನಿಂದ ಹೊಸ ದನಿಯೊಂದು ತೇಲಿ ಬಂತು.

"ನನ್ನ ವಾಹನವನ್ನು ನೋಡ್ತಿದ್ದೀರಾ ?"

ಅದು ಎಲ್‌ಸ್ಟೆಡ್‌ನ ದನಿ. ಆತ ಅವರ ಹಿಂಬದಿಯಲ್ಲಿ ನಿಂತಿದ್ದ. ಬಿಳಿ ಬಣ್ಣದ ಹೊಸ ಪೋಷಾಕು ಧರಿಸಿ ಆತ ಅಚ್ಚುಕಟ್ಟಾಗಿ ಕಾಣುತ್ತಿದ್ದ. ಅವನ ಬಾಯಿಯಲ್ಲಿ ಒಂದು ಸಿಗರೇಟಿತ್ತು. ತಲೆಯ ಮೇಲೆ ಅಗಲವಾದ ಅಂಚುಳ್ಳ ಒಂದು ಹ್ಯಾಟಿತ್ತು. ಅದರ

ಮರೆಯಲ್ಲಿದ್ದ ಅವನ ಕಣ್ಣುಗಳು ನಗು ಸೂಸುತ್ತಿದ್ದವು, ಅವನೀಗ ಕೇಳಿದ:

"ಅದೇನು ವೇಬ್ರಿಜ್, ಬ್ರೆಡ್ ಮತ್ತು ಬೆಣ್ಣೆ ಅಂತ ಏನೋ ಹೇಳ್ತಿದ್ದಿಯಲ್ಲಾ? ನೌಕಾ ಅಧಿಕಾರಿಗಳಿಗೆ ಕೊಡೋ ಸಂಬಳ ಸಾಲದು ಅಂತ ಎಂದಿನಂತೆ ಗೊಣಗ್ತಾ ಇದ್ದೀಯಾ? ಇರಲಿ, ನಾನು ಹೊರಡೋಕೆ ಇನ್ನೊಂದು ದಿನಕ್ಕಿಂತ ಹೆಚ್ಚು ಕಾಯ್ಬೇಕಾಗಿಲ್ಲ ಅಂತ ಕಾಣ್ತದೆ. ಇದನ್ನು ನೀರಿಗಿಳಿಸಲು ಬೇಕಾದ ತೂಗಾಸರಗಳು ಇವತ್ತು ಬರ್ತವೆ. ಆಕಾಶ ಈಗ ಶುಭ್ರವಾಗಿದೆ. ಸಾಗರವೂ ಸಾಕಷ್ಟು ಶಾಂತವಾಗಿದೆ. ಒಂದು ಡಜನ್ ಟನ್‌ಗಳಷ್ಟು ಸೀಸ ಮತ್ತು ಕಬ್ಬಿಣವನ್ನು ಬೀಸಿ ಸಮುದ್ರಕ್ಕೆಸೆಯಲು ಇದು ಹೇಳಿ ಮಾಡಿಸಿದಂಥ ಸಮಯ; ಅಲ್ವೆ?"

ವೇಬ್ರಿಜ್ ಹೇಳಿದ :

"ಒಂದು ವೇಳೆ ಅಲೆಗಳೆದ್ದರೂ ಅದರಿಂದ ನಿನಗೇನೂ ಬಾಧಕವಾಗಲಾರದಲ್ವೆ?"

"ಇಲ್ಲ, ಬಾಧಕವಾಗಲಾರದು. ಯಾಕೇಂತಂದ್ರೆ ಹತ್ತು ಹನ್ನೆರಡು ಸೆಕೆಂಡುಗಳೊಳಗೆ ನಾನು ಎಪ್ಪತ್ತು ಅಥವಾ ಎಂಬತ್ತು ಅಡಿಗಳಷ್ಟು ಕೆಳಗೆ ಹೋಗ್ಬಹುದು. ಮೇಲ್ಗಡೆ ಬಿರುಗಾಳಿ ಹುಯ್ಯಲಿಟ್ಟು, ನೀರು ಮುಗಿಲೆತ್ತರಕ್ಕೆ ಚಿಮ್ಮಿದರೂ ಅಲ್ಲಿ ಒಂದು ಕಣ ಕೂಡ ಅಲ್ಲಾಡೋದಿಲ್ಲ. ಇಲ್ಲ, ಕೆಳಗಡೆ ಅಲ್ಲಿ..."

ಹೀಗೆನ್ನುತ್ತಾ ಆತ ಹಡಗಿನ ಪಾರ್ಶ್ವಕ್ಕೆ ನಡೆದ. ಉಳಿದಿಬ್ಬರೂ ಅವನನ್ನು ಹಿಂಬಾಲಿಸಿದರು. ಮೂವರೂ ಮೊಣಕೈಗಳನ್ನೂರಿ ಮುಂದೆ ಬಾಗಿ ಕೆಳಗಿದ್ದ ಹಳದಿ – ಹಸಿರು ನೀರಿನ ರಾಶಿಯನ್ನು ದಿಟ್ಟಿಸಿ ನೋಡಿದರು.

"ಎಲ್ಲವೂ ಶಾಂತ," ಎಂದು ನುಡಿದು ಎಲ್‌ಸ್ಟೆಡ್ ತನ್ನ ವಾಕ್ಯವನ್ನು ಪೂರ್ತಿಗೊಳಿಸಿದ.

ಸ್ವಲ್ಪ ಹೊತ್ತಿನ ಬಳಿಕ ವೇಬ್ರಿಜ್ ಕೇಳಿದ :

"ಗಡಿಯಾರಯಂತ್ರದ ಕ್ರಿಯೆಗೆ ಏನೂ ತೊಡಕಾಗದು ಅನ್ನೋ ಖಚಿತ ಭರವಸೆ ನಿನಗಿದೆಯಾ?"

"ಯಾಕೆ ತೊಡಕಾಗ್ಬೇಕು? ಅದು ಮೂವತ್ತೈದು ಸಲ ಸರಿಯಾಗಿ ಕೆಲಸ ಮಾಡಿದೆ. ಈಗ್ಲೂ ಮಾಡೋದು ಖಂಡಿತ."

"ಒಂದು ವೇಳೆ ಮಾಡದಿದ್ರೆ?"

"ಹಾಗಾಗೋದಕ್ಕೆ ಕಾರಣವಿಲ್ಲ."

ವೇಬ್ರಿಜ್‌ಗೆ ಇದರಿಂದೇನೂ ಸಮಾಧಾನವಾದಂತೆ ಕಾಣಲಿಲ್ಲ. ಆತ ಹೇಳಿದ.

"ನನಗೆ ಇಪ್ಪತ್ತು ಸಹಸ್ರ ಪೌಂಡ್ ಹಣ ಕೊಟ್ಟರೂ, ಈ ಯಮಯಂತ್ರದೊಳಗೆ ಕೂತು ನಾನು ಕೆಳಗಿಳಿಯಲಾರೆ."

"ಒಳ್ಳೇ ಆಶಾವಾದಿ ಕಣಯ್ಯ ನೀನು!"

ಹೀಗಂದು ಕೆಳಗಿನ ನೀರ್ಗುಳ್ಳೆಯೊಂದರ ಮೇಲೆ ಎಲ್‌ಸ್ಟೆಡ್ ಸಸ್ನೇಹದಿಂದ ಉಗುಳಿದ.

ಇಷ್ಟರತನಕ ಸುಮ್ಮನಿದ್ದು ಇವರ ಸಂಭಾಷಣೆಯನ್ನು ಆಲಿಸುತ್ತಿದ್ದ ಸ್ಟೀವನ್ಸ್ ಈಗ ಮಾತಿನ ಎಳೆಯನ್ನು ಎತ್ತಿಕೊಂಡು ಎಲ್‌ಸ್ಟೆಡ್‌ನನ್ನು ಪ್ರಶ್ನಿಸಿದ :

"ಇದನ್ನು ನೀನು ನಡೆಸಿಕೊಂಡು ಹೋಗೋದು ಹೇಗೆ ಅನ್ನೋದೇ ನನಗಿನ್ನೂ ಅರ್ಥವಾಗಿಲ್ಲ."

ಎಲ್‌ಸ್ಟೆಡ್ ವಿವರಿಸಿದ :

"ಮೊದಲನೆಯದಾಗಿ ನಾನು ಗೋಲದೊಳಕ್ಕೆ ಪ್ರವೇಶಿಸ್ತೇನೆ. ಬಳಿಕ ತಿರುಪು ಮೊಳೆಗಳ

ಮೂಲಕ ಈ ಗಾಜಿನ ಕಿಂಡಿಯನ್ನು ಭದ್ರವಾಗಿ ಮುಚ್ಚಲಾಗ್ತದೆ. ತರುವಾಯ ಒಳಗಿನ ವಿದ್ಯುದ್ದೀಪವನ್ನು ನಾನು ಮೂರು ಮೂರು ಸಲ ಬೆಳಗಿಸಿ ಆರಿಸ್ತೇನೆ. ಒಳಗೆ ನಾನು ಕ್ಷೇಮ ವಾಗಿದ್ದೇನೆ ಅನ್ನೋದರ ಸಂಕೇತ ಅದು. ಆ ಸಂಕೇತವನ್ನು ಕಂಡಕೂಡಲೇ ಈ ಕ್ರೇನ್ ತನ್ನ ಕೆಲಸವನ್ನು ಪ್ರಾರಂಭಿಸ್ತದೆ. ಅದು ಗೋಲವನ್ನು ಹಡಗಿನ ಹಿಂಭಾಗದಿಂದ ಆಚೆಗೆ ಒಯ್ದು ನೀರಿನ ಮೇಲ್ಗಡೆ ನಿಲ್ಲಿಸ್ತದೆ. ಆಗ, ಗೋಲಕ್ಕೆ ತಗಲಿಸಲಾಗಿರುವ ಈ ದೊಡ್ಡ ದೊಡ್ಡ ಸೀಸದ ಗುಂಡುಗಳಿವೆಯಲ್ಲ, ಅವುಗಳೆಲ್ಲ ಅದರ ಕೆಳಗೆ ತೂಗಾಡ್ತವೆ. ಈ ಸೀಸದ ಗುಂಡುಗಳು ಗೋಲವನ್ನು ಮುಳುಗಿಸಿ ಕೆಳಗೆಳೆಯೋ ಸಾಧನಗಳಾಗಿರೋದರಿಂದ ಅವುಗಳನ್ನು ನಿಮಜ್ಜಕಗಳು ಅಂತ ಕರೀತಾರೆ. ಅವುಗಳ ಪೈಕಿ ಮೇಲಿನ ಗುಂಡಿನಲ್ಲಿ ಒಂದು ರಾಟೆಯಿದೆ. ನೂರು ಆಳುದ್ದವುಳ್ಳ ಒಂದು ಬಲವಾದ ಹಗ್ಗ ಇದರಲ್ಲಿ ಸುರುಳಿಯಾಗಿ ಕೂತಿದೆ. ಈ ಹಗ್ಗದಿಂದ ನಿಮಜ್ಜಕಗಳನ್ನು ಗೋಲಕ್ಕೆ ಜೋಡಿಸಲಾಗಿದೆ. ಈಗ ತೂಗಾಸರೆಗಳೂ ಅವುಗಳನ್ನು ಬಿಗಿಹಿಡಿದಿವೆ. ಆದರೆ ಗೋಲವನ್ನು ನೀರಿಗಿಳಿಸಿದ ಬಳಿಕ ಈ ತೂಗಾಸರೆಗಳನ್ನು ಕತ್ತರಿಸಲಾಗ್ತದೆ. ಮತ್ತೆ ಹಗ್ಗದ ಮೂಲಕ ಮಾತ್ರ ಅವು ಗೋಲಕ್ಕೆ ಬಂಧಿಸಲ್ಪಟ್ಟಿರ್ತವೆ. ಹಗ್ಗಕ್ಕಿಂತ ಸರಿಗೆ ಒಳ್ಳೆದಿತ್ತಲ್ಲ? ಅಂತ ಯಾರಾದರೂ ಕೇಳ್ಬಹುದು. ಇಲ್ಲ. ಸರಿಗೆಗೆ ಬದಲಾಗಿ ನಾವು ಹಗ್ಗವನ್ನು ಉಪಯೋಗಿಸಿರೋದಕ್ಕೆ ಎರಡು ಕಾರಣಗಳಿವೆ. ಮೊದಲನೆಯದಾಗಿ, ಅದನ್ನು ತುಂಡರಿಸೋದು ಹೆಚ್ಚು ಸುಲಭ. ಎರಡನೆಯದಾಗಿ, ಅದು ಲಘುವಾಗಿರೋದರಿಂದ ಅದಕ್ಕೆ ಹೆಚ್ಚು ತೇಲುವ ಗುಣ ಇದೆ – ಇವೆರಡೂ ಎಷ್ಟು ಮುಖ್ಯ ಅನ್ನೋದು ನಿನಗೆ ಮುಂದೆ ಗೊತ್ತಾಗ್ತದೆ.

"ಈ ಸೀಸದ ಗುಂಡುಗಳಲ್ಲಿ ಪ್ರತಿಯೊಂದರ ನಡುವೆಯೂ ಒಂದು ತೂತಿದೆ ನೋಡು. ಗುಂಡಿನ ಕೆಳಭಾಗದಲ್ಲಿ ಆರು ಅಡಿಗಳಷ್ಟು ಉದ್ದಕ್ಕೆ ಚಾಚುವಂತೆ ಈ ತೂತಿನೊಳಗೆ ಒಂದು ಕಬ್ಬಿಣದ ಸರಳನ್ನು ಸೇರಿಸಲಾಗ್ತದೆ. ಈ ಸರಳು ಕೆಳಗಿನಿಂದ ಮೇಲೆ ಒತ್ತಲ್ಪಟ್ಟಾಗ, ಅದೊಂದು ಮೀಟುಗೋಲನ್ನು ಎತ್ತಿಹಾಕ್ತದೆ. ಆಗ ಹಗ್ಗವನ್ನು ಹಿಡಿದಿರೋ ರಾಟೆಯ ಬದಿಯಲ್ಲಿರುವ ಗಡಿಯಾರಯಂತ್ರ ಚಲಿಸಲು ಪ್ರಾರಂಭವಾಗ್ತದೆ.

"ಸರಿ. ಈ ಸಮಗ್ರ ಉಪಕರಣವನ್ನು ಮೆಲ್ಲಗೆ ನೀರಿಗಿಳಿಸಿ, ತೂಗಾಸರೆಗಳನ್ನು ತುಂಡರಿಸ ಲಾಯಿತು ಅಂತ ಭಾವಿಸೋಣ. ಆಗ ಗೋಲ ನೀರಿನ ಮೇಲೆ ತೇಲ್ತದೆ. ಯಾಕೇಂತಂದ್ರೆ ಅದರೊಳಗೆ ಗಾಳಿ ತುಂಬಿರೋ ಕಾರಣ, ಅದು ನೀರಿಗಿಂತ ಹಗುರವಾಗಿರ್ತದಲ್ಲ? ಆದರೆ ಸೀಸದ ನಿಮಜ್ಜಕಗಳು ಮಾತ್ರ ನೇರವಾಗಿ ಕೆಳಗಿಳೀತವೆ. ಹಗ್ಗ ಸುರಿಯುತ್ತಾ ಹೋಗ್ತದೆ. ಹಗ್ಗ ಸಂಪೂರ್ಣ ಸುರಿದಾಗ, ಅದರಿಂದ ಎಳೆಯಲ್ಪಟ್ಟು ಗೋಲವು ಕೆಳಗಿಳೀತದೆ."

ನಿಮಜ್ಜಕಗಳನ್ನು ಹಗ್ಗದ ಮೂಲಕ ಗೋಲಕ್ಕೆ ಜೋಡಿಸಬೇಕಾದ ಅಗತ್ಯವೇನು ಎಂಬುದು ಸ್ಟೀವನ್ಸ್‌ಗೆ ಇನ್ನೂ ಅರ್ಥವಾಗಿರಲಿಲ್ಲ. ಆದುದರಿಂದ ಆತ ಕೇಳಿದ :

"ಆದರೆ ಹಗ್ಗ ಯಾತಕ್ಕೆ? ನಿಮಜ್ಜಕಗಳನ್ನು ನೇರವಾಗಿ ಗೋಲಕ್ಕೆ ಜೋಡಿಸಬಹುದಿತ್ತಲ್ಲ?"

"ಹಗ್ಗ ಯಾತಕ್ಕೆ ಅಂತೀಯಾ? ಗೋಲವು ರಭಸದಿಂದ ತಳಕ್ಕೆ ಡಿಕ್ಕಿ ಹೊಡೆಯೋದನ್ನ ತಪ್ಪಿಸೋಕೆ. ಒಂದಾದ ಬಳಿಕ ಇನ್ನೊಂದರಂತೆ ಪ್ರಚಂಡ ವೇಗದಿಂದ ಮೈಲಿಗಳನ್ನು ನುಂಗುತ್ತಾ, ಅದು ಕೆಳಗೆ ನುಗ್ಗಲಿದೆ. ಮುಂದೆ ಮುಂದೆ ಹೋದಂತೆ ಅದರ ವೇಗ ಮತ್ತಷ್ಟು ಹೆಚ್ಚಾಗ್ತಾ ಹೋಗಲಿದೆ. ಆದ್ದರಿಂದ ಹಗ್ಗವಿಲ್ಲದಿದ್ದರೆ, ತಳವನ್ನು ಭರದಿಂದ ಅಪ್ಪಳಿಸಿ ಅದು ಪುಡಿ ಪುಡಿಯಾಗಿ ಹೋದೀತು. ಆದರೆ ಹಗ್ಗವಿರೋದರಿಂದ ಹಾಗಾಗೋದಿಲ್ಲ. ಅದರಿಂದ ನೇತಾಡ್ತಿರೋ ಸೀಸದ ಗುಂಡುಗಳು ಮೊದಲು ತಳವನ್ನು ಸೇರ್ತವೆ. ಅವು ನೆಲವನ್ನು

ಮುಟ್ಟಿದೊಡನೆಯೇ ಗೋಲದ ತೇಲುವ ಗುಣ ಜಾರಿಗೆ ಬರ್ತದೆ. ಅದು ಹೆಚ್ಚು ಹೆಚ್ಚು ನಿಧಾನವಾಗಿ ಮುಳುಗತೊಡಗಿ ಕೊನೆಗೆ ನಿಂತುಬಿಡ್ತದೆ. ಆಮೇಲೆ ಅದು ಪುನಃ ಮೇಲಕ್ಕೆ ತೇಲಿಬರಲು ಶುರು ಮಾಡ್ತದೆ.

"ಗಡಿಯಾರಯಂತ್ರದ ಉಪಯುಕ್ತತೆ ಇರೋದು ಇಲ್ಲೇನೇ. ಸೀಸದ ಗುಂಡುಗಳು ಸಾಗರದ ತಳವನ್ನು ಅಪ್ಪಳಿಸಿದ ತಕ್ಷಣ, ಅವುಗಳ ಅಡಿಯಿಂದ ಹೊರಚಾಚಿರುವ ಸರಳುಗಳು ಮೇಲೆ ನೂಕಲ್ಪಟ್ಟು ಮೀಟುಗೋಲನ್ನು ತಾಟಿ ಗಡಿಯಾರಯಂತ್ರವನ್ನು ಚಲಿಸುವಂತೆ ಮಾಡ್ತವೆ. ಅದು ಚಲಿಸ್ತಿದ್ದಂತೆ ಹಗ್ಗ ಪುನಃ ರಾಟೆಯೊಳಗೆ ಸುತ್ತಿಕೊಳ್ತದೆ. ಗೋಲವು ಭದ್ರವಾಗಿ ತಳದ ಮೇಲೆ ಕುಳಿತುಕೊಳ್ತದೆ. ಅನಂತರ ನಾನು ವಿದ್ಯುದ್ದೀಪವನ್ನು ಬೆಳಗಿಸಿ, ಸುತ್ತಮುತ್ತ ನೋಡ್ತಾ ಒಂದರ್ಧ ಗಂಟೆ ಅಲ್ಲೇ ಉಳಿದಿರ್ತೇನೆ. ತರುವಾಯ ಗಡಿಯಾರಯಂತ್ರವು ಒಂದು ಸ್ಪ್ರಿಂಗ್ ಚಾಕುವನ್ನು ಬಿಡುಗಡೆ ಮಾಡ್ತದೆ. ಹಗ್ಗ ತುಂಡರಿಸಲ್ಪಡ್ತದೆ. ತಕ್ಷಣ ನನ್ನನ್ನು ಹೊತ್ತುಕೊಂಡು ಗೋಲವು ಪುಟಿದು ಮೇಲೇಳ್ತದೆ – ಬಿರಡೆ ತೆರೆದಾಗ ಸೋಡಾ ಬಾಟ್ಲಿಯಿಂದ ಮೇಲೆ ಹಾರುವ ಗುಳ್ಳೆಯಂತೆ ! ಗೋಲವು ತೇಲಿ ಮೇಲೇರಲು ಹಗ್ಗವು ಕೂಡ ಸಹಾಯಕವಾಗ್ತದೆ."

ಈಗ ವೇಬ್ರಿಜ್‌ನ ತಲೆಯಲ್ಲಿ ಒಂದು ಸಂಶಯ ಸುಳಿಯಿತು. ಆತ ಕೇಳಿದ :

"ಹೀಗೆ ಪುಟಿದೇಳುವಾಗ ಗೋಲವು ಯಾವುದಾದರೊಂದು ಹಡಗಿಗೆ ತಾಕಿದರೆ ?"

"ಏನೂ ಭಯವಿಲ್ಲ. ಅದು ಫಿರಂಗಿಯ ಗುಂಡಿನಂತೆ ಹಡಗನ್ನು ಒಂದು ಬದಿಯಿಂದ ಹೊಕ್ಕು, ಇನ್ನೊಂದು ಬದಿಯಿಂದ ಹಾರಿ ಹೋದೀತು. ಅಷ್ಟಿರ್ತದೆ ಅದರ ವೇಗ. ಆ ಬಗ್ಗೆ ನೀನೇನೂ ಚಿಂತೆ ಮಾಡ್ಬೇಕಾಗಿಲ್ಲ."

"ಇರಲಿ, ಅದು ಬೇಡ. ಆದರೆ ಯಾವುದಾದರೊಂದು ಚುರುಕಿನ ಚಿಪ್ಪುಮೀನು ನಿನ್ನ ಗಡಿಯಾರಯಂತ್ರದೊಳಗೆ ತೆವಳಿಬಿಟ್ಟರೆ..."

"ಅಲ್ಲೇ ತಂಗಲು ಅದು ನನಗೊಂದು ವಿಧದ ಒತ್ತಾಯದ ಆಮಂತ್ರಣವಾಗಿ ಪರಿಣಮಿಸ್ಬಹುದು."

ಇಷ್ಟು ಹೇಳಿ ಎಲ್‌ಸ್ಟೆಡ್ ನೀರಿಗೆ ಬೆನ್ನು ತಿರುಗಿಸಿ ಗೋಲವನ್ನು ದಿಟ್ಟಿಸುತ್ತಾ ನಿಂತ.

ಮರುದಿನ ಹನ್ನೊಂದು ಗಂಟೆಯೊಳಗೆ ಎಲ್‌ಸ್ಟೆಡ್‌ನನ್ನು ನೀರಿಗಿಳಿಸಲಾಯಿತು. ಆ ದಿನ ಆಗಸ ಶುಭ್ರವಾಗಿದ್ದು, ವಾತಾವರಣ ಶಾಂತವಾಗಿತ್ತು. ದೂರದ ದಿಗಂತ ಮಬ್ಬಿನಲ್ಲಿ ಮರೆಯಾಗಿತ್ತು. ಗೋಲದ ಚಿಕ್ಕದಾದ ಮೇಲಿನ ಅಂಕಣದಿಂದ ವಿದ್ಯುದ್ದೀಪದ ಬೆಳಕು ಮೂರು ಬಾರಿ ಉಲ್ಲಾಸದಿಂದ ಮಿನುಗಿತು. ಅನಂತರ ಗೋಲವನ್ನು ನಿಧಾನವಾಗಿ ಕೆಳಗಿಳಿಸಿ ನೀರಿನ ಮೇಲ್ಮೈಗೆ ತಲುಪಿಸಲಾಯಿತು. ಅದರ ಸೀಸದ ಗುಂಡುಗಳೊಂದಿಗೆ ಇಷ್ಟರ ತನಕ ಅದನ್ನು ಹಡಗಿಗೆ ಬಿಗಿಹಿಡಿದಿದ್ದ ತೂಗಾಸರಗಳನ್ನು ಕತ್ತರಿಸಲು ಸಿದ್ಧನಾಗಿ ಹಡಗಿನ ಹಿಂಭಾಗದ ಸರಪಳಿಯಿಂದ ನೇತಾಡುತ್ತಾ ಒಬ್ಬ ನಾವಿಕ ನಿಂತ. ಹಡಗಿನ ಅಟ್ಟದ ಮೇಲೆ ಅಷ್ಟು ದೊಡ್ಡದಾಗಿ ಕಾಣುತ್ತಿದ್ದ ಗೋಲವು, ಈಗ ಅದರ ಹಿಂಭಾಗದಡಿಯಲ್ಲಿ ಅತ್ಯಂತ ಚಿಕ್ಕದಾದ ಒಂದು ವಸ್ತುವಿನಂತೆ ಮೇಲಿಂದ ತೋರುತ್ತಿತ್ತು. ನೀರಿನ ಮೇಲೆ ಅದು ಸ್ವಲ್ಪ ಉರುಳಾಡುತ್ತಿತ್ತು. ಮೇಲ್ಮೊಗವಾಗಿ ತೇಲುತ್ತಿದ್ದ ಅದರ ಎರಡು ಕರಿಯ ಕಿಟಿಕಿಗಳು ಹಡಗಿನ ಕಟಕಟೆಯ ಬಳಿ ಗುಂಪುಗೂಡಿದ್ದ ಜನರತ್ತ ಕೌತುಕದಿಂದ ನೋಡುವ ಉರುಟು ಕಣ್ಣುಗಳಂತೆ ಕಾಣುತ್ತಿದ್ದವು. ಉರುಳಾಟ ಎಲ್‌ಸ್ಟೆಡ್‌ನಿಗೆ ಹೇಗೆ ಒಗ್ಗಿರಬಹುದು ಎಂದು ಒಂದು ದನಿ ಕುತೂಹಲ ವ್ಯಕ್ತಪಡಿಸಿತು. ಅಷ್ಟರೊಳಗೆ ಸರಪಳಿಯಿಂದ ನೇತಾಡುತ್ತಿದ್ದ ನಾವಿಕನನ್ನು

ಉದ್ದೇಶಿಸಿ ಕಮಾಂಡರ್ ಪ್ರಶ್ನಿಸಿದ:

"ಎಲ್ಲ ಸಿದ್ಧವಾಗಿದೆ ತಾನೆ ?"

"ಹೌದು, ಹೌದು, ಸರ್."

"ಹಾಗಾದ್ರೆ, ಅದು ಹೋಗ್ಲಿ !"

ಅಲಗಿನ ಒತ್ತಡಕ್ಕೆ ಆಸರೆಕಟ್ಟಿನ ತೂಗುದಾರ ಬಿಗಿಯಾಯಿತು. ಮತ್ತೆ ಟಪ್ಪೆಂದು ತುಂಡರಿಯಿತು. ನೀರಿನಲ್ಲೆದ್ದ ಸುಳಿಯೊಂದಕ್ಕೆ ಸಿಲುಕಿ ಗೋಲವು ಒಮ್ಮೆ ವಿಕಟವಾದ ರೀತಿಯಲ್ಲಿ ಉರುಳಾಡಿತು. ಯಾರೋ ಒಬ್ಬ ಒಂದು ಕರವಸ್ತ್ರವನ್ನು ಬೀಸಿದ, ಇನ್ನೊಬ್ಬ ನಿಷ್ಪರಿಣಾಮಕಾರಿಯಾದ ಒಂದು ಜಯಘೋಷ ಹಾಕಿದ. ನೌಕೆಯ ಅಧಿಕಾರಿಯೊಬ್ಬ ನಿಧಾನವಾಗಿ ಎಣಿಕೆ ಮಾಡುತ್ತಿದ್ದ, "ಎಂಟು, ಒಂಬತ್ತು, ಹತ್ತು!" ಗೋಲವು ಮತ್ತೊಮ್ಮೆ ಉರುಳಾಡಿತು. ತರುವಾಯ ಒಂದು ಸೆಳೆತದೊಂದಿಗೆ ನೀರನ್ನು ಕಲಕಿಸುತ್ತಾ ಅದು ಸ್ಥಿರಗೊಂಡಿತು.

ಒಂದು ಕ್ಷಣ ಕಾಲ ಅದು ನಿಶ್ಚಲವಾಗಿದ್ದಂತೆ ಕಂಡಿತು. ಬಳಿಕ ಶೀಘ್ರವಾಗಿ ಚಿಕ್ಕದಾಗುತ್ತಿದ್ದಂತೆ ತೋರಿತು. ಕೊನೆಗೆ ನೀರಿನಿಂದ ಸಂಪೂರ್ಣವಾಗಿ ಆವರಿಸಲ್ಪಟ್ಟು, ವಕ್ರೀಕರಣದಿಂದಾಗಿ ಹೆಚ್ಚು ದೊಡ್ಡದಾದಂತೆ ಭಾಸವಾಗಿ ಸ್ವಲ್ಪ ಅಸ್ಪಷ್ಟವಾಗಿ ಗೋಚರಿಸಿತು. ಅನಂತರ ಮೂರು ಸಲ ರೆಪ್ಪೆ ಬಡಿಯುವುದರೊಳಗಾಗಿ ಅದು ಅದೃಶ್ಯವಾಯಿತು. ನೀರಿನಡಿಯಲ್ಲಿ ಬಹಳ ಕೆಳಗೆ ಬಿಳಿ ಬೆಳಕೊಂದು ಮಿನುಗಿತು. ತುಸು ಹೊತ್ತಿನಲ್ಲಿ ಅದು ಕೂಡ ಒಂದು ಚುಕ್ಕೆಯಷ್ಟು ಚಿಕ್ಕದಾಗಿ, ಬಳಿಕ ಮಾಯವಾಯಿತು. ಆಮೇಲೆ ಕರಾಳ ಆಳದ ತನಕ ಕೆಳಗೆ ವ್ಯಾಪಿಸಿದ ನೀರಿನ ರಾಶಿಯ ಹೊರತು ಅಲ್ಲಿ ಬೇರೇನೂ ಇರಲಿಲ್ಲ. ಈ ಜಲರಾಶಿಯಲ್ಲಿ ಶಾರ್ಕ್ ಮೀನೊಂದು ಚಲಿಸುತ್ತಿತ್ತು.

ಇದ್ದಕ್ಕಿದ್ದಂತೆ ಹಡಗಿನ ಚಾಲಕಯಂತ್ರದ ಅಲಗುಗಳು ತಿರುಗಲಾರಂಭಿಸಿದವು. ನೀರು ಕಲ್ಲೋಲವಾಯಿತು. ಶಾರ್ಕ್ ಮೀನು ಗಲಿಬಿಲಿಯಿಂದ ಚಡಪಡಿಸಿ, ಸುತ್ತಿ ಸುರುಳಿ ಮರೆಯಾಯಿತು. ಕೆಲವು ಕ್ಷಣಗಳ ಹಿಂದೆ ಎಲ್‌ಸ್ಟೆಡ್‌ನನ್ನು ತನ್ನೊಳಗೆ ತೆಗೆದುಕೊಂಡಿದ್ದ ಸ್ಫಟಿಕ ಸದೃಶ ಸ್ವಚ್ಛ ನೀರಿನ ಮೇಲೆ ನೊರೆಯ ನೆರೆಯೊಂದು ಉಕ್ಕಿ ಹರಿಯಿತು. ಒಬ್ಬ ನಾವಿಕ ತನ್ನ ಪಕ್ಕದಲ್ಲಿದ್ದ ಇನ್ನೊಬ್ಬನೊಡನೆ ಕೇಳಿದ:

"ಇದರ ಅರ್ಥವೇನು?"

ಅವನ ಸಂಗಾತಿ ವಿವರಿಸಿದ.

"ಆತ ಮೇಲೆ ಬರುವಾಗ ನಮಗೆ ಢಿಕ್ಕಿ ಹೊಡೀಬಾರ್ದಲ್ಲ? ಅದಕೋಸ್ಕರ ಇಲ್ಲಿಂದ ಒಂದೆರಡು ಮೈಲಿ ದೂರದಲ್ಲಿ ನಾವು ತಂಗಲಿದ್ದೇವೆ. ಅಷ್ಟೆ."

ಹಡಗು ನಿಧಾನವಾಗಿ ತನ್ನ ಹೊಸ ತಂಗುದಾಣದತ್ತ ಚಲಿಸಿತು. ಅದರ ಮೇಲೆ, ಕೆಲಸದಲ್ಲಿ ನಿರತರಾಗಿರದಿದ್ದ ಸಾಮಾನ್ಯ ಪ್ರತಿಯೊಬ್ಬರೂ ಗೋಲವು ಮುಳುಗಿದ ಜಾಗದಲ್ಲಿ ಏರಿಳಿಯುತ್ತಿದ್ದ ಅಲೆಯನ್ನೇ ನೋಡುತ್ತಾ ನಿಂತಿದ್ದರು. ಮುಂದಿನ ಒಂದರ್ಧ ಗಂಟೆಯಷ್ಟು ಕಾಲ, ನೇರವಾಗಿಯಾಗಲಿ ಅಥವಾ ಪರೋಕ್ಷವಾಗಿಯಾಗಲಿ, ಎಲ್‌ಸ್ಟೆಡ್‌ನಿಗೆ ಸಂಬಂಧಿಸಿದ ವಿಷಯದ ಹೊರತು ಹಡಗಿನೊಳಗೆ ಬೇರೆ ಮಾತೇ ಇರಲಿಲ್ಲ. ಡಿಸೆಂಬರ್ ತಿಂಗಳಿನ ಸೂರ್ಯ ಈಗ ಬಾನಿನಲ್ಲಿ ಬಹಳ ಎತ್ತರಕ್ಕೆ ಏರಿದ್ದ. ಪರಿಣಾಮವಾಗಿ ಬಿಸಿಲು ಜೋರಾಗಿತ್ತು. ಚೆನ್ನಾಗಿ ಸೆಖೆಯಾಗುತ್ತಿತ್ತು. ಇದನ್ನು ಗಮನಿಸಿ ವೇಬ್ರಿಜ್ ಹೇಳಿದ:

"ಅಲ್ಲಿ ಕೆಳಗಡೆ ಮಾತ್ರ ಅವನೀಗ ಸಾಕಷ್ಟು ತಂಪಾಗಿರಬಹುದಲ್ವೆ? ಒಂದು ನಿರ್ದಿಷ್ಟ ಆಳದಿಂದ ಕೆಳಗೆ, ಸಮುದ್ರದ ನೀರು ಯಾವಾಗಲೂ ಹೆಪ್ಪುಗಟ್ಟುವಷ್ಟು ತಣ್ಣಗಾಗಿರ್‍ತದೆ ಅಂತ ಹೇಳ್ತಾರೆ."

ಸ್ಟೀವನ್ಸ್ ಕೇಳಿದ :
"ಆತ ಎಲ್ಲಿ ಮೇಲೆ ಬರ್ತಾನೆ? ನನಗೆ ದಿಕ್ಕು ತಪ್ಪಿಹೋಗಿದೆಯಲ್ಲ?"
ಇದಕ್ಕೆ ಕಮಾಂಡರ್ ಉತ್ತರ ನೀಡಿದ, ಅವನಲ್ಲಿ ತಾನೊಬ್ಬ ಸರ್ವಜ್ಞನೆಂಬ ಹೆಮ್ಮೆಯಿತ್ತು. ಆಗ್ನೇಯ ದಿಕ್ಕಿನತ್ತ ಒಂದು ಬೆರಳನ್ನು ಖಚಿತವಾಗಿ ಮುಂದೆ ಚಾಚಿ, ಆ ಜಾಗವನ್ನು ನಿರ್ದೇಶಿಸುತ್ತಾ, ಆತ ಹೇಳಿದ :
"ಅಗೋ, ಅದೇ ಜಾಗ. ಅಲ್ಲದೆ ನನ್ನೆಣಿಕೆಯಂತೆ ಆತ ಮೇಲೆ ಬರಬೇಕಾದ ಸಮಯವೂ ಹೆಚ್ಚು ಕಡಿಮೆ ಇದೇ. ಗೋಲ ಕೆಳಗಿಳಿದು ಈಗ ಮೂವತ್ತೈದು ನಿಮಿಷಗಳಾಗಿವೆ."
ಸ್ಟೀವನ್ಸ್ ಪುನಃ ಪ್ರಶ್ನಿಸಿದ :
"ಸಾಗರದ ತಳವನ್ನು ತಲಪೋದಕ್ಕೆ ಅದಕ್ಕೆ ಬೇಕಾಗೋ ಸಮಯವೆಷ್ಟು?"
"ತಳ ಇರೋದು ಐದು ಮೈಲಿ ಆಳದಲ್ಲಿ. ನಮ್ಮೆಣಿಕೆಯಂತೆ ಅದರ ವೇಗ ಪ್ರತಿ ಸೆಕೆಂಡಿಗೆ ಎರಡೆರಡು ಅಡಿಗಳಷ್ಟು ಹೆಚ್ಚಾಗ್ತಾ ಹೋಗ್ತದೆ. ಈ ಲೆಕ್ಕಾಚಾರದ ಪ್ರಕಾರ, ಹೋಗ್ಲಿಕ್ಕಾಗ್ಲಿ, ಅಥವಾ ಬರ್ಲಿಕ್ಕಾಗ್ಲಿ, ಅದಕ್ಕೆ ಬೇಕಾಗೋ ಸಮಯ ಸಾಮಾನ್ಯ ಮುಕ್ಕಾಲು ನಿಮಿಷ."
"ಹಾಗಿದ್ರೆ ಇದಕ್ಕುಂಚೇನೇ ಆತ ಬರ್ಬೇಕಾಗಿತ್ತು; ಈಗ ವೇಳೆ ಸ್ವಲ್ಪ ಮೀರಿ ಹೋಯ್ತಲ್ಲ?" ಎಂದ ವೇಬ್ರಿಜ್.
ಕಮಾಂಡರ್ ವಿವರಿಸಿದ :
"ಇಲ್ಲ, ಹೆಚ್ಚೇನೂ ಮೀರಿ ಹೋಗ್ಲಿಲ್ಲ. ಅವನ ಆ ಹಗ್ಗ ಇದೆಯಲ್ಲ? ಅದು ರಾಟೆಯೊಳಗೆ ಪುನಃ ಸುತ್ತಿಕೊಳ್ಳೋದಕ್ಕೆ ಕೆಲವು ನಿಮಿಷಗಳು ಬೇಕಾಗ್ಬಹುದು ಅಂತ ಕಾಣ್ತದೆ."
ವೇಬ್ರಿಜ್ ಸಮಾಧಾನದಿಂದ ಉಸಿರ್ಗರೆದು ನುಡಿದ :
"ಓ, ನನಗದು ಮರೆತೇಹೋಗಿತ್ತು!"
ಅನಂತರ ಕಾತರದ ನಿರೀಕ್ಷೆ. ಒಂದು ನಿಮಿಷ ಬಲು ನಿಧಾನವಾಗಿ ಉರುಳಿತು. ನೀರಿನಿಂದ ಯಾವ ಗೋಲವೂ ಮೇಲೆ ಹಾರಿ ಬರಲಿಲ್ಲ. ಇನ್ನೊಂದು ನಿಮಿಷ ಕಳೆಯಿತು. ಎಣ್ಣೆ ಬಳಿದಂತಿದ್ದ ಸಮುದ್ರದ ಸಣ್ಣ ತರಂಗಗಳನ್ನು ಯಾವ ವಸ್ತುವೂ ಭೇದಿಸಲಿಲ್ಲ. ಹಗ್ಗವು ಮರಳಿ ಸುತ್ತಿಕೊಳ್ಳಬೇಕಾದ ವಿಚಾರವನ್ನು ನಾವಿಕರು ಒಬ್ಬರಿಗೊಬ್ಬರು ವಿವರಿಸಿದರು. ಹಡಗಿನ ಎಲ್ಲ ಕಡೆಗಳಲ್ಲೂ ನಿರೀಕ್ಷೆಯಿಂದ ನೋಡುತ್ತಿದ್ದ ಮುಖಗಳು. ಎದೆಯ ಮೇಲೆ ಸೊಂಪಾಗಿ ಕೂದಲು ಬೆಳೆದಿದ್ದ ಒಬ್ಬ ನಾವಿಕ ಆತುರದಿಂದ ಕೂಗಿದ :
"ಎಲ್‌ಸ್ಟೆಡ್, ಬಾ ಮೇಲೆ!"
ತಕ್ಷಣ ಉಳಿದವರೂ ಈ ಕರೆಯನ್ನೆತ್ತಿಕೊಂಡು, ರಂಗಮಂದಿರದಲ್ಲಿ ಪರದೆ ಮೇಲೇಳಲು ಕಾಯುತ್ತಿರುವ ಪ್ರೇಕ್ಷಕರಂತೆ ಗಟ್ಟಿಯಾಗಿ ಕೂಗಿದರು.
ಕಮಾಂಡರ್ ಸ್ವಲ್ಪ ಸಿಡುಕಿನಿಂದ ಅವರತ್ತ ನೋಡಿ ಹೇಳಿದ :
"ಸ್ವಲ್ಪ ಸುಮ್ಮನಿರಿ. ಬಹುಶಃ ಗೋಲದ ವೇಗದಲ್ಲಿ ಏನೋ ಹೆಚ್ಚು ಕಡಿಮೆಯಾಗಿರ್ಬಹುದು. ವೇಗವೃದ್ಧಿ ಸೆಕೆಂಡಿಗೆ ಎರಡಡಿಗಳಿಗಿಂತ ಕಡಿಮೆಯಾಗಿದ್ದಿದ್ರೆ, ಸ್ವಾಭಾವಿಕವಾಗಿಯೇ ಅವನಿಗೆ ಮೇಲೆ ಬರೋದಕ್ಕೆ ಅಷ್ಟೇ ಸಮಯ ಜಾಸ್ತಿ ಬೇಕಾಗ್ತದೆ. ಆ ಸಂಖ್ಯೆ ನೂರಕ್ಕೆ ನೂರರಷ್ಟು ಸರಿ ಅಂತ ನಿಖರವಾಗಿ ಹೇಳೋದಕ್ಕೆ ನಮ್ಮಿಂದ ಸಾಧ್ಯವಿಲ್ಲ. ಇಂತಹ ಲೆಕ್ಕಾಚಾರಗಳಲ್ಲಿ ನನಗೇನೂ ಕುರುಡು ನಂಬಿಕೆಯಿಲ್ಲ."
ಈ ಮಾತನ್ನು ಸ್ಟೀವನ್ಸ್ ಚುಟುಕಾಗಿ ಅನುಮೋದಿಸಿದ. ಕೆಲವು ನಿಮಿಷಗಳ ತನಕ

ಹಡಗಿನ ಮೇಲಟ್ಟದ ಹಿಂಭಾಗದಲ್ಲಿದ್ದ ಇವರ ಪೈಕಿ ಯಾರೂ ಮಾತಾಡಲಿಲ್ಲ. ಬಳಿಕ ಸ್ಟೀವನ್ಸ್‌ನ ಗಡಿಯಾಗ "ಟಿಕ್" ಎಂದಿತು.

ಇಪ್ಪತ್ತೊಂದು ನಿಮಿಷಗಳ ತರುವಾಯ ಸೂರ್ಯ ನೆತ್ತಿಯ ಮೇಲೆ ಬಂದ. ಅವರಿನ್ನೂ ಗೋಲದ ಪುನರಾಗಮನಕ್ಕಾಗಿ ಕಾಯುತ್ತಿದ್ದರು. ಇನ್ನು ಅದರ ಆಸೆಯಿಲ್ಲ ಎನ್ನುವ ಧೈರ್ಯ ಹಡಗಿನಲ್ಲಿ ಯಾರೊಬ್ಬನಿಗೂ ಈವರೆಗೆ ಬಂದಿರಲಿಲ್ಲ. ಈ ಭಾವನೆಯನ್ನು ಮೊದಲು ವ್ಯಕ್ತಪಡಿಸಿದಾತ ವೇಬ್ರಿಜ್. ಮಧ್ಯಾಹ್ನದ ಸೂಚಕವಾಗಿದ್ದ ಹಡಗಿನ ಎಂಟು ಘಂಟಾ ನಾದಗಳು ಗಾಳಿಯಲ್ಲಿ ತೇಲುತ್ತಿದ್ದಂತೆಯೇ ಆತ ಸ್ಟೀವನ್ಸ್‌ನೊಂದಿಗೆ ಒಮ್ಮೆಲೆ ನುಡಿದ :

"ಆ ಕಿಟಕಿಯ ಬಗ್ಗೆ ನನಗೆ ಯಾವತ್ತೂ ವಿಶ್ವಾಸವಿರಲಿಲ್ಲ."

ಸ್ಟೀವನ್ಸ್ ಗಾಬರಿಯಿಂದ ಉದ್ಗರಿಸಿದ :

"ಅಯ್ಯೋ ದೇವರೆ ! ಅಂದರೆ, ನಿನ್ನ ಅಭಿಪ್ರಾಯ... ಅದೇನಾದರೂ... ?"

"ಸರಿ !"

ವೇಬ್ರಿಜ್ ಅಷ್ಟೇ ನುಡಿದು, ಉಳಿದುದನ್ನು ಸ್ಟೀವನ್ಸ್‌ನ ಕಲ್ಪನೆಗೆ ಬಿಟ್ಟುಕೊಟ್ಟ.

ಇದನ್ನು ಕೇಳಿ ಕಮಾಂಡರ್ ಹೇಳಿದ :

"ಲೆಕ್ಕಾಚಾರಗಳಲ್ಲಿ ನನಗೇನೂ ಹೆಚ್ಚು ನಂಬಿಕೆಯಿಲ್ಲ. ಆದಕಾರಣ ನಾನಿನ್ನೂ ಸಂಪೂರ್ಣ ಆಶೆ ತೊರೆದಿಲ್ಲ."

ಆದರೂ ಅವನ ದನಿಯಲ್ಲಿ ಸಂಶಯವಿತ್ತು.

ಮಧ್ಯರಾತ್ರಿಯ ಹೊತ್ತಿಗೆ ಹಡಗು ನಿಂತಲ್ಲಿಂದ ಕದಲಿತು, ಗೋಲವು ಮುಳುಗಿದ್ದ ಜಾಗದ ಸುತ್ತಲೂ ಅದು ಸುರುಳಿ ಸುರುಳಿಯಾಗಿ ಮೆಲ್ಲಗೆ ಚಲಿಸತೊಡಗಿತು. ಆಗಸದಲ್ಲಿ ಮಿನುಗುತ್ತಿದ್ದ ಚಿಕ್ಕ ತಾರೆಗಳಡಿಯಲ್ಲಿ ಆ ರಂಜಕರಂಜಿತ ಜಲರಾಶಿಯ ಬೆಂಗಾಡಿನ ಮೇಲೆ ಅದರ ವಿದ್ಯುದ್ದೀಪದ ಬೆಳಕಿನ ಬಿಳಿ ಧಾರೆ, ನೆಗೆಯುತ್ತಾ, ನಿಲ್ಲುತ್ತಾ ಅತೃಪ್ತಿಯಿಂದ ಪುನಃ ಪುನಃ ಹರಿದಾಡಿತು.

ವೇಬ್ರಿಜ್‌ನ ಕಲ್ಪನಾಶಕ್ತಿ ಈಗ ಗರಿಗೆದರಿ ಹಾರಾಡಲಾರಂಭಿಸಿತ್ತು. ಅವನು ಹೇಳಿದ :

"ಒಂದು ವೇಳೆ ಆ ಕಿಟಕಿ ಸಿಡಿದು ಆತ ನುಚ್ಚುನುರಿಯಾಗಿರದಿದ್ರೆ, ಪರಿಸ್ಥಿತಿ ಅದಕ್ಕಿಂತ್ಲೂ ಕಠಿಣವಾಗಿರ್ಬಹುದು ಅಂತ ನನಗೆ ಕಾಣ್ತದೆ. ಯಾಕಂದ್ರೆ ಅವನ ಗಡಿಯಾರಯಂತ್ರ ಹಾಳಾಗಿರ್ಬೇಕು. ಹಾಗಿದ್ರೆ ಆತ ಈಗ ಜೀವಂತವಾಗಿದ್ದಾನೆ – ನಮ್ಮ ಕಾಲ ಕೆಳಗಡೆ ಐದು ಮೈಲಿ ಆಳದಲ್ಲಿ; ಆ ಚಳಿ ಮತ್ತು ಕತ್ತಲೆಯಲ್ಲಿ; ಈ ಮಹಾ ಜಲರಾಶಿ ಸೃಷ್ಟಿಯಾದಂದಿನಿಂದ ಇಂದಿನ ತನಕ ಬೆಳಕಿನ ಒಂದೇ ಒಂದು ಕಿರಣವಾದರೂ ಬೆಳಗಿರದ, ಒಬ್ಬನೇ ಒಬ್ಬ ಮಾನವಜೀವಿಯಾದರೂ ಬಾಳಿರದ ಆ ತಾಣದಲ್ಲಿ, ತನ್ನ ಉಕ್ಕಿನ ಗುಳ್ಳೆಯೊಳಗೆ ಸೆರೆಯಾಗಿ ಆತ ಇನ್ನೂ ಬದುಕಿದ್ದಾನೆ. ಆಹಾರವಿಲ್ಲದೆ, ಹಸಿವು ಮತ್ತು ಆಸರುಗಳಿಂದ ಕಂಗಾಲಾಗಿ, ಭೀತಿಯಿಂದ ನಡುಗುತ್ತಾ, ತಾನು ಉಪವಾಸದಿಂದ ಸಾಯಲಿದ್ದೇನೆಯೇ ಅಥವಾ ಉಸಿರುಕಟ್ಟಿ ಮರಣ ಹೊಂದಲಿದ್ದೇನೆಯೇ ಎಂದು ಚಿಂತಿಸುತ್ತಾ, ಆತ ಇನ್ನೂ ಅಲ್ಲಿದ್ದಾನೆ. ಆ ಮೇಯರ್ಸ್ ಉಪಕರಣದ ಶಕ್ತಿ ಈಗ ಕುಂದುತ್ತಾ ಬಂದಿರಬಹುದು ಅಂತ ನನ್ನೆಣಿಕೆ. ಅಂದಹಾಗೆ, ಅವು ಎಷ್ಟು ಕಾಲಕ್ಕೆ ಸಾಕಾಗ್ತವೆ ?"

ಇಷ್ಟು ಹೇಳಿದ ಬಳಿಕ ವೇಬ್ರಿಜ್‌ನ ತಲೆಯೊಳಗೆ ಇನ್ನೊಂದು ವಿಚಾರ ಸುಳಿದು, ಆತ ಪುನಃ ಉದ್ಗರಿಸಿದ :

“ಇದೆಂಥ ವೈಚಿತ್ರ್ಯ? ನಾವೆಷ್ಟು ಚಿಕ್ಕ ವಸ್ತುಗಳು! ಆದರೆ ನಮ್ಮ ಸಾಹಸ ಎಷ್ಟು ದೊಡ್ಡದು? ನಿಜವಾಗಿಯೂ ನಾವು ಚಿಕ್ಕ ಸಾಹಸೀ ದೆವ್ವಗಳೇ ಸರಿ! ಅಲ್ನೋಡಿ, ಕೆಳಗೆ ಮೈಲಿ ಮೈಲಿ ನೀರು – ಎಲ್ಲ ನೀರು! ನಮ್ಮ ಸುತ್ತಮುತ್ತ ಈ ನಿರ್ಜನ ನೀರು, ಕೆಳಗೆ ಪಾತಾಳ, ಮೇಲೆ ಆಕಾಶ. ಮಹಾನ್ ಅಂತರಗಳು!”

ಈ ಮಾತುಗಳಿಗೆ ಪುಷ್ಟಿ ನೀಡಲು ಆತ ತನ್ನ ಕೈಗಳನ್ನು ಮೇಲೆ ಚಾಚುತ್ತಿದ್ದಂತೆ, ರಜತ ರೇಖೆಯೊಂದು ಸದ್ದಿಲ್ಲದೆ ಬಾಣದಂತೆ ಗಗನಕ್ಕೇರಿತು. ಕ್ರಮೇಣ ಅದು ಹೆಚ್ಚು ಹೆಚ್ಚು ನಿಧಾನವಾಗಿ ಚಲಿಸತೊಡಗಿತು; ಕೊನೆಗೆ ನಿಂತಿತು; ಕ್ಷಣ ಕಾಲ ಒಂದು ನಿಶ್ಚಲ ಬಿಂದುವಾಗಿ ಪರಿಣಮಿಸಿ ಆಕಾಶದ ಮೇಲೆ ಏರಿಬಿದ್ದ ಒಂದು ಹೊಸ ತಾರೆಯೋ ಎಂಬಂತೆ ಕಂಡಿತು. ಅನಂತರ ಅದು ಪುನಃ ಹಿಂದೆ ಜಾರಿಬೀಳತೊಡಗಿ, ನಕ್ಷತ್ರಗಳ ಪ್ರತಿಫಲನ ಹಾಗೂ ಕಡಲಿನ ರಂಜಕಛಾಯೆಯ ಬಿಳಿ ಮಬ್ಬುಗಳ ನಡುವೆ ಮರೆಯಾಯಿತು.

ಈ ದೃಶ್ಯವನ್ನು ನೋಡಿ ವೇಬ್ರಿಜ್ ಸ್ತಬ್ಧನಾಗಿದ್ದ. ಅವನ ಕೈ ಚಾಚಿಕೊಂಡೇ ಇತ್ತು. ಬಾಯಿ ತೆರೆದಿತ್ತು. ಅವನೀಗ ತೆರೆದ ಬಾಯಿಯನ್ನು ಒಮ್ಮೆ ಮುಚ್ಚಿ, ಪುನಃ ತೆರೆದು, ತನ್ನ ಕೈಗಳನ್ನು ಆತುರದಿಂದ ಬೀಸಿದ. ತರುವಾಯ ನಿಂತಲ್ಲಿಂದ ತಿರುಗಿ, “ಎಲ್‌ಸ್ಟೆಡ್ ಅಹೋಯ್” ಎಂದು ಮೊದಲ ಪಹರೆಯವರತ್ತ ಕೂಗಿ, ಸರ್ಚ್‌ಲೈಟನ್ನು ಚಲಾಯಿಸುತ್ತಿದ್ದ ಲಿಂಡ್ಲೆಯ ಬಳಿ ಓಡಿ ಹೇಳಿದ:

“ಅಲ್ಲಿ ಬಲಗಡೆಗೆ! ಅವನ ವಿದ್ಯುದ್ದೀಪದ ಬೆಳಕು ಕಾಣ್ತದೆ. ಈಗ ತಾನೇ ಗೋಲ ನೀರಿನಿಂದ ಮೇಲೆ ನೆಗೆದಿದೆ. ಲೈಟನ್ನು ತಿರುಗಿಸು. ಅಲೆಗಳ ಮೇಲೆ ತೇಲಾಡತೊಡಗಿದಾಗ ಅದು ನಮ್ಮ ಕಣ್ಣಿಗೆ ಬೀಳೋದು ಖಂಡಿತ.”

ಆದರೆ ಮುಂಜಾನೆಯ ತನಕ ಆ ಪಾತಾಳ ಪಯಣಿಗ ಅವರಿಗೆ ಗೋಚರಿಸಲಿಲ್ಲ. ಹಾಗೆ ಗೋಚರಿಸಿದಾಗ ಹಡಗು ಅವನಿಗೆ ಢಿಕ್ಕಿ ಹೊಡೆಯುವುದರಲ್ಲಿತ್ತು. ತಕ್ಷಣ ಕ್ರೇನಿನ ಬಾಹುಗಳು ಹೊರಚಾಚಿದವು. ಕೆಲವು ನಾವಿಕರು ಅದರ ಸರಪಳಿಯನ್ನು ಗೋಲಕ್ಕೆ ತಗಲಿಸಿದರು. ಅದನ್ನು ಮೇಲೆ ಸರಿಸಿದ ಬಳಿಕ ಅವರು ದ್ವಾರದ ಕಿಂಡಿಯನ್ನೆತ್ತಿ ಒಳಗೆ ಇಣಿಕಿ ನೋಡಿದರು. ಅಲ್ಲಿ ಮಬ್ಬು ಕವಿದಿತ್ತು. ಏಕೆಂದರೆ, ಗೋಲದ ವಿದ್ಯುದ್ದೀಪವು ಸುತ್ತಮುತ್ತಲಿನ ನೀರನ್ನು ಬೆಳಗಿಸಲು ಮಾತ್ರ ಉದ್ದೇಶಿತವಾಗಿದ್ದುದರಿಂದ, ಗೋಲದ ಮುಖ್ಯ ಕುಹರಕ್ಕೆ ಅದರ ಪ್ರಕಾಶ ಬೀಳದಂತೆ ತಡೆಗಟ್ಟಲಾಗಿತ್ತು.

ಈ ಕುಹರದೊಳಗಿನ ಗಾಳಿ ಬಹಳ ಬಿಸಿಯಾಗಿತ್ತು. ಕಿಂಡಿಯ ಅಂಚಿಗೆ ಕೂರಿಸಿದ್ದ ರಬ್ಬರ್ ಪಟ್ಟಿ ಮೆತ್ತಗಾಗಿತ್ತು. ಅವರ ತವಕದ ಪ್ರಶ್ನೆಗಳಿಗೆ ಒಳಗಿನಿಂದ ಉತ್ತರ ಬರಲಿಲ್ಲ. ಅಲ್ಲಿಂದ ಯಾವ ಸದ್ದು ಕೂಡ ಕೇಳಿಸಲಿಲ್ಲ. ಗೋಲದ ತಳದಲ್ಲಿ ಎಲ್‌ಸ್ಟೆಡ್ ನಿಶ್ಚಲನಾಗಿ ಮುದುರಿ ಬಿದ್ದಿರುವಂತೆ ಕಂಡಿತು. ಹಡಗಿನ ಡಾಕ್ಟರ್ ಒಳಗೆ ತೆವಳಿ ಅವನನ್ನು ಹೊರಗಿದ್ದ ಜನರ ಕೈಗೆ ತಂದಿತ್ತ. ಆತ ಬದುಕಿದ್ದನೋ ಅಥವಾ ಸತ್ತಿದ್ದನೋ ಎಂದು ಒಂದು ಕ್ಷಣ ಕಾಲ ಅವರಿಗೆ ಅರಿಯಲಿಲ್ಲ. ಅವನ ಮುಖದ ಮೇಲೆ ಮೂಡಿದ್ದ ಬೆವರಿನ ಹನಿಗಳು ಹಡಗಿನ ದೀಪಗಳ ಹಳದಿ ಬೆಳಕಿನಲ್ಲಿ ಹೊಳೆಯುತ್ತಿದ್ದವು. ಅವನ ಸ್ವಂತ ಕ್ಯಾಬಿನ್ನಿಗೆ ಅವನನ್ನವರು ಎತ್ತಿಕೊಂಡು ಹೋಗಿ ಮಲಗಿಸಿದರು.

ಆತ ಸತ್ತಿರಲಿಲ್ಲ; ಆದರೆ ಮಾನಸಿಕ ಆಘಾತದಿಂದ ಸಂಪೂರ್ಣ ನಿಶ್ಚೇಷ್ಟಿತನಾಗಿದ್ದ. ಇದಲ್ಲದೆ ತೀವ್ರವಾದ ಗುದ್ದುಗಾಯಗಳಿಂದ ಅವನ ಮೈ ಅಲ್ಲಲ್ಲಿ ಊದಿಕೊಂಡು ವಿವರ್ಣವಾಗಿತ್ತು.

ಕೆಲವು ದಿನಗಳ ಕಾಲ ಆತ ಮಲಗಿದ್ದಲ್ಲಿಂದ ಅಲುಗಾಡುವ ಹಾಗಿರಲಿಲ್ಲ. ತನ್ನ ಅನುಭವಗಳನ್ನು ಹೇಳುವಷ್ಟು ಶಕ್ತನಾಗಲು ಅವನಿಗೆ ಒಂದು ವಾರ ಬೇಕಾಯಿತು.

ಹೀಗೆ ಮಾತಾಡಲು ಪ್ರಾರಂಭಿಸಿದಾಗ, ತಾನು ಪುನಃ ಕೆಳಗಿಳಿಯಲಿದ್ದೇನೆ ಎಂಬುದು ಅವನ ಬಾಯಿಯಿಂದ ಬಿದ್ದ ಮೊದಲ ಪದಗಳಾಗಿದ್ದವು. ಅವಶ್ಯಬಿದ್ದರೆ ಹಗ್ಗವನ್ನು ಕಿತ್ತು ಬಿಸಾಡಲು ತನಗೆ ಸಾಧ್ಯವಾಗುವಂತೆ ಗೋಲವನ್ನು ಒಂದಿಷ್ಟು ಮಾರ್ಪಡಿಸುವುದರ ಹೊರತು ಇದಕ್ಕೆ ಬೇರೇನೂ ಬೇಡವೆಂದೂ ಆತ ನುಡಿದ. ಕೆಳಗಡೆ ಅತ್ಯಂತ ಅದ್ಭುತವಾದ ಅನುಭವ ಅವನ ಪಾಲಿಗೆ ದೊರೆತಿತ್ತು. ಇದನ್ನು ನೆನಪಿಸಿಕೊಳ್ಳುತ್ತಾ ಆತ ಹೇಳಿದ:

"ಅಲ್ಲಿ ಕೆಸರುಮಣ್ಣಿನ ಹೊರತು ಬೇರೇನೂ ನನಗೆ ಕಾಣಸಿಗಲಾರದೆಂದು ನೀವು ಭಾವಿಸಿದ್ದಿರಲ್ವೆ? ನನ್ನ ಅನ್ವೇಷಣೆಗಳ ಬಗ್ಗೆ ನೀವು ಹಾಸ್ಯ ಮಾಡುತ್ತಿದ್ದಿರಲ್ವೆ? ಆದರೆ ನಾನೊಂದು ಹೊಸ ಲೋಕವನ್ನೇ ಕಂಡುಹಿಡಿದಿದ್ದೇನೆ!"

ಅನಂತರ ಅವನು ತನ್ನ ಕಥೆಯನ್ನು ಉಸುರಿದ. ಆದರೆ ಅವನದನ್ನು ಕೊನೆಯಿಂದ ಪ್ರಾರಂಭಿಸಿ, ಒಂದಕ್ಕೊಂದು ಸಂಬಂಧವಿಲ್ಲದಂತೆ ತುಂಡು ತುಂಡಾಗಿ ಹೇಳಿದುದರಿಂದ, ಅದನ್ನು ಅವನ ಮಾತುಗಳಲ್ಲೇ ಪುನಃ ಹೇಳಲು ಸಾಧ್ಯವಿಲ್ಲ. ಅದರ ಸಾರಾಂಶವನ್ನು ಮಾತ್ರ ಇಲ್ಲಿ ನಿರೂಪಿಸಬಹುದಷ್ಟೆ.

ಪ್ರಯಾಣ ಬಹಳ ಕೆಟ್ಟದಾಗಿ ಆರಂಭವಾಯಿತು ಎಂದು ಆತ ಹೇಳಿದ. ಹಗ್ಗ ಸಂಪೂರ್ಣವಾಗಿ ರಾಟೆಯಿಂದ ಸುರಿಯುವ ತನಕ ಗೋಲವು ಉರುಳುತ್ತಲೇ ಇತ್ತು. ಇದರಿಂದಾಗಿ ಅವನ ಅವಸ್ಥೆ ಕಾಲ್ಚೆಂಡಿನೊಳಗೆ ಸಿಲುಕಿದ ಕಪ್ಪೆಯಂತಾಗಿತ್ತು. ಮೇಲಿನ ಬಾನು ಮತ್ತು ಕ್ರೇನು ಹಾಗೂ ಒಮ್ಮೊಮ್ಮೆ ಹಡಗಿನ ಕಟಕಟೆಯ ಬಳಿ ನಿಂತಿದ್ದ ಜನರ ಕ್ಷಣಿಕ ನೋಟ – ಇವುಗಳ ಹೊರತು ಅವನಿಗೆ ಬೇರೇನೂ ಕಾಣುತ್ತಿರಲಿಲ್ಲ. ಗೋಲವು ಮತ್ತೊಮ್ಮೆ ಯಾವ ಬದಿಗೆ ಹೊರಳಬಹುದೆಂದು ಒಂದಿಷ್ಟಾದರೂ ತಿಳಿಯಲು ಅವನಿಗೆ ಸಾಧ್ಯವಿರಲಿಲ್ಲ. ಇದ್ದಕ್ಕಿದ್ದಂತೆ ಅವನ ಕಾಲುಗಳು ಮೇಲೆ ಹೋಗುತ್ತಿದ್ದವು. ಅದನ್ನು ಕಂಡು ಹೆಜ್ಜೆ ಸರಿಪಡಿಸಲು ಯತ್ನಿಸಿದಾಗ, ಆತ ತಲೆಕೆಳಗಾಗಿ ಮೆತ್ತೆಯ ಮೇಲೆ ಹೇಗೆ ಹೇಗೋ ಉರುಳಿ ಬೀಳುತ್ತಿದ್ದ. ಅವನ ವಾಹನಕ್ಕೆ ಗೋಲಾಕಾರದ ಹೊರತು ಬೇರೆ ಯಾವ ಆಕೃತಿಯನ್ನು ನೀಡಿದ್ದರೂ, ಇದಕ್ಕಿಂತ ಹೆಚ್ಚು ಹಾಯಾಗಿರುತ್ತಿತ್ತು. ಆದರೆ ಅಧೋಲೋಕದ ಅತ್ಯಂತ ಅಗಾಧ ಆಳದಲ್ಲಿರುವ ಪ್ರಚಂಡ ಒತ್ತಡವನ್ನು ತಾಳಲು ಬೇರೆ ಯಾವ ವಿಧವಾದ ಆಕೃತಿಗೂ ಶಕ್ಯವಿರಲಿಲ್ಲ.

ಆದರೆ ಒಮ್ಮೆಲೆ ಈ ತೊನೆದಾಟ ನಿಂತಿತು. ಗೋಲವು ಸ್ಥಿರಗೊಂಡಿತು. ಆತ ಬಿದ್ದಲ್ಲಿಂದ ಎದ್ದು ನಿಂತು ಗಾಜಿನ ಕಿಂಡಿಯ ಮೂಲಕ ಹೊರ ನೋಡಿದ. ಅವನ ಸುತ್ತ ಹಸಿರು – ನೀಲಿ ನೀರು. ಮೇಲಿನಿಂದ ಕೃಶವಾದ ಬೆಳಕು ಸೋಸಿ ಬರುತ್ತಿತ್ತು. ಕೆಳಗಿನಿಂದ ತೇಲುವ ಚಿಕ್ಕ ಜಲಚರಗಳ ತಂಡವೊಂದು ಅವನನ್ನು ದಾಟಿ, ಬೆಳಕಿನತ್ತ ಮೇಲೇರುತ್ತಿದ್ದಂತೆ ಅವನಿಗೆ ಕಂಡಿತು. ಆದರೆ ಅವನು ನೋಡನೋಡುತ್ತಿದ್ದಂತೆ ಕತ್ತಲು ಹೆಚ್ಚು ಹೆಚ್ಚು ದಟ್ಟವಾಗಿ ಕವಿಯತೊಡಗಿತು. ಮೇಲಿನ ನೀರು ಮಧ್ಯ ರಾತ್ರಿಯ ಆಕಾಶದಂತೆ ನೀಲಿಗಪ್ಪಾಗಿತ್ತು. ಕೆಳಗಿನ ನೀರು ಕಡುಗಪ್ಪಾಗಿತ್ತು. ನೀರಿನಲ್ಲಿದ್ದ ಕೆಲವು ಚಿಕ್ಕ ಪಾರದರ್ಶಕ ಪ್ರಾಣಿಗಳು ನಸು ಹೊಳಪು ಬೀರುತ್ತಾ, ಹಸಿರು ಗೆರೆಗಳಂತೆ ಅವನನ್ನು ದಾಟಿಹೋದವು.

ಇನ್ನು, ಕೆಳಗೆ ಬೀಳುತ್ತಿರುವಂತೆ ಭಾಸವಾಗುತ್ತಿದ್ದ ಆ ಭಾವನೆಯೋ! ಅದು ಒಂದು

ಲಿಫ್ಟ್‌ನಲ್ಲಿ ಕೆಳಗಿಳಿಯಲು ಪ್ರಾರಂಭಿಸಿದಾಗ ಆಗುವ ಭಾವನೆಯಂತಿತ್ತು ಎಂದು ಆತ ಹೇಳಿದ. ಆದರೆ ಇಲ್ಲಿ ಮಾತ್ರ ಅದಕ್ಕೆ ಅಂತ್ಯವಿರಲಿಲ್ಲ. ಅಂತ್ಯವಿಲ್ಲದ ಪತನ! ಈ ಭಾವನೆಯ ಭೀಕರತೆಯನ್ನು ಇತರರಿಗೆ ಊಹಿಸಲು ಮಾತ್ರ ಸಾಧ್ಯ. ಇದರಿಂದಾಗಿ ಎಲ್‌ಸ್ಟೆಡ್‌ನಿಗೆ ಒಮ್ಮೆ ಅಂಜಿಕೆಯಾಯಿತು, ತಾನೇಕೆ ಈ ಸಾಹಸವನ್ನು ಕೈಗೊಂಡೆ ಎಂದು ಮೊತ್ತಮೊದಲ ಬಾರಿಗೆ ಅವನಾಗ ಪಶ್ಚಾತ್ತಾಪಪಟ್ಟ. ತನ್ನ ಕಾರ್ಯ ಸಾಧನೆಗೆ ಪ್ರತಿಕೂಲವಾದ ಅಂಶಗಳ ಮೇಲೆ ಈಗ ಹೊಸ ಬೆಳಕು ಮೂಡಿದಂತೆ ಅವನಿಗೆ ತೋರಿತು. ಸಾಗರ ಮಧ್ಯದಲ್ಲಿ ದೊಡ್ಡ ದೊಡ್ಡ ಸೊಂಡಿಲು ಮೀನುಗಳಿವೆಯೆಂದು ಎಲ್ಲರಿಗೂ ಗೊತ್ತು, ಒಮ್ಮೊಮ್ಮೆ ತಿಮಿಂಗಿಲಗಳ ಹೊಟ್ಟೆಗಳೊಳಗೆ ಇವು ಅರೆ – ಜೀರ್ಣವಾಗಿ ಕಾಣಸಿಗುತ್ತವೆ. ಕೆಲವೊಮ್ಮೆ ಸತ್ತು, ಕೊಳೆತು ಹೋಗಿ, ಇತರ ಜಲಚರಗಳಿಂದ ಅರ್ಧ ತಿನ್ನಲ್ಪಟ್ಟ ಇವುಗಳ ದೇಹಗಳು ಮೇಲೆ ತೇಲಾಡುವುದೂ ಉಂಟು. ಇಂತಹ ದೈತ್ಯ ಮೀನೊಂದು ತನ್ನ ಎಂಟು ಸೊಂಡಿಲುಗಳನ್ನೂ ಗೋಲಕ್ಕೆ ತಗಲಿಸಿ, ಮತ್ತೆ ಬಿಟ್ಟುಬಿಡದಿದ್ದರೆ ಏನು ಗತಿ ಎಂದಾತ ಚಿಂತಿಸಿದ. ಅಲ್ಲದೆ ಗಡಿಯಾರ ಯಂತ್ರವನ್ನು ನಿಜವಾಗಿಯೂ ಸಾಕಷ್ಟು ಪರೀಕ್ಷಿಸಲಾಗಿತ್ತೆ? ಆದರೆ ಅವುಗಳ ಬಗ್ಗೆ ಈಗ ಚಿಂತಿಸಿ ಫಲವಿರಲಿಲ್ಲ. ಮುಂದೆ ಸಾಗಬೇಕೆ ಅಥವಾ ಹಿಂದೆ ಹೋಗಬೇಕೆ ಎನ್ನುವುದು ಈಗ ಅವನ ಇಚ್ಛಾನಿಚ್ಛೆಗಳನ್ನು ಅವಲಂಬಿಸಿರಲಿಲ್ಲ.

ಐವತ್ತು ಸೆಕೆಂಡುಗಳೊಳಗೆ, ಅವನ ವಿದ್ಯುದ್ದೀಪದ ಕಿರಣಗಳಿಗೆ ನೀರನ್ನು ಭೇದಿಸಲು ಸಾಧ್ಯವಾದಷ್ಟು ಜಾಗದ ಹೊರತು, ಹೊರಗಡೆ ಎಲ್ಲವೂ ಕಗ್ಗತ್ತಲಿನಷ್ಟು ಅಂಧಕಾರಮಯ ವಾಗಿತ್ತು. ದೀಪವು ಬೆಳಗಿದ ಕಡೆಗಳಲ್ಲಿ ಮಾತ್ರ, ಕೆಲವು ಜಲಚರಗಳು ಅಥವಾ ಮುಳುಗುತ್ತಿದ್ದ ಯಾವುದಾದರೂ ಪದಾರ್ಥಗಳು ಆಗೊಮ್ಮೆ ಈಗೊಮ್ಮೆ ಅವನ ಕಣ್ಣುಗಳಿಗೆ ಗೋಚರಿಸುತ್ತಿದ್ದವು. ಆದರೆ ಅವು ಬಹಳ ಶೀಘ್ರವಾಗಿ ಬಳಿಸರಿದು ಹಿಂದೆ ಬೀಳುತ್ತಿದ್ದುದರಿಂದ, ಅವುಗಳೇನೆಂದೂ ಸ್ಪಷ್ಟವಾಗಿ ತಿಳಿಯಲು ಅವನಿಗೆ ಸಾಧ್ಯವಾಗುತ್ತಿರಲಿಲ್ಲ. ಒಮ್ಮೆ ಒಂದು ಶಾರ್ಕ್ ಮೀನು ತನ್ನ ದೃಷ್ಟಿಪಥದಲ್ಲಿ ಹೀಗೆ ದಾಟಿ ಹೋಗಿರಬಹುದೆಂದು ಅವನ ನೆನಪು. ಅಷ್ಟರೊಳಗೆ ನೀರಿನ ತಿಕ್ಕಾಟದಿಂದಾಗಿ ಗೋಲವು ಬಿಸಿಯಾಗತೊಡಗಿತು. ಈ ಅಂಶವನ್ನು ಯಾರೂ ಸಾಕಷ್ಟು ಗಣನೆಗೆ ತೆಗೆದುಕೊಂಡಿರಲಿಲ್ಲ.

ಅವನಿಗೆ ಮೊತ್ತಮೊದಲು ಇದರ ಅರಿವಾದುದು ಅವನ ಮೈಯಿಂದ ಬೆವರು ಹರಿಯ ತೊಡಗಿದಾಗ, ಇದರೊಂದಿಗೇ ಅವನ ಕಾಲ ಕೆಳಗಡೆಯಿಂದ ಭುಸ್ಸೆನ್ನುವ ಶಬ್ದವೊಂದು ಹೆಚ್ಚು ಹೆಚ್ಚು ಜೋರಾಗಿ ಕೇಳಿಸತೊಡಗಿತು. ತರುವಾಯ ಗೋಲದ ಹೊರಗಡೆ ಚಿಕ್ಕಚಿಕ್ಕ ನೀರ್ಗುಳ್ಳೆಗಳ ರಾಶಿಗಳು ಬೀಸಣಿಗೆಯಾಕಾರದಲ್ಲಿ ಮೇಲೇರುತ್ತಿರುವುದನ್ನು ಆತ ಕಂಡ. ಆವಿ! ಆತ ಕಿಟಕಿಯನ್ನು ಮುಟ್ಟಿ ನೋಡಿದ. ಅದು ಬಹಳ ಬಿಸಿಯಾಗಿತ್ತು. ಆಮೇಲೆ ತನ್ನ ಕುಹರದ ಮಿಣುಕು ದೀಪವನ್ನು ಬೆಳಗಿಸಿ, ಗುಂಡಿಗಳ ಬಳಿ ಮೆತ್ತಕೊಟ್ಟು ಸುರಕ್ಷಿತವಾಗಿ ಇರಿಸಲಾಗಿದ್ದ ತನ್ನ ಕೈಗಡಿಯಾರವನ್ನು ನೋಡಿದ. ಅವನೀಗ ಎರಡು ನಿಮಿಷಗಳ ಕಾಲ ಪ್ರಯಾಣ ಮಾಡಿದ್ದ. ಪ್ರಯಾಣ ಇನ್ನೂ ಸ್ವಲ್ಪ ಹೆಚ್ಚು ಕಾಲ ಮುಂದುವರಿದರೆ, ಉಷ್ಣಮಾನಗಳ ಘರ್ಷಣೆಯಿಂದಾಗಿ ಕಿಟಕಿ ಒಡೆದುಹೋಗಬಹುದೆಂಬ ವಿಚಾರ ಅವನ ತಲೆಯೊಳಗೆ ಸುಳಿಯಿತು. ಏಕೆಂದರೆ ತಳದ ನೀರು, ಘನೀಭವಿಸುವ ಮಟ್ಟವನ್ನು ಸಮೀಪಿಸುವಷ್ಟು ತಣ್ಣಗಿದೆ ಯೆಂಬುದು ಅವನಿಗೆ ಗೊತ್ತಿತ್ತು.

ಇದ್ದಕ್ಕಿದ್ದಂತೆ ಗೋಲದ ನೆಲಗಟ್ಟು ತನ್ನ ಪಾದಗಳನ್ನು ಒತ್ತುತ್ತಿರುವಂತೆ ಅವನಿಗೆ

ಭಾಸವಾಯಿತು. ಹೊರಗಡೆ ನೀರ್ಗುಳ್ಳೆಗಳ ಮೇಲ್ನೋಟ ಹೆಚ್ಚು ಹೆಚ್ಚು ನಿಧಾನವಾಗತೊಡಗಿತು. ಭುಸ್ಸೆನ್ನುವ ಶಬ್ದ ಕಡಿಮೆಯಾಯಿತು. ಗೋಲವು ಒಂದಿಷ್ಟು ಹೊರಳಾಡಿತು. ಆದರ ಕಿಟಕಿ ಒಡೆದಿರಲಿಲ್ಲ. ಯಾವುದೂ ಕುಸಿದು ಬಿದ್ದಿರಲಿಲ್ಲ, ಅದು ಎಲ್ಲಿಯೂ ಸಗ್ಗಿರಲಿಲ್ಲ. ಬೇರೆ ಏನೇ ಆದರೂ, ತಾನು ಮುಳುಗಿಹೋಗುವ ಅಪಾಯ ಇನ್ನಿಲ್ಲವೆಂಬುದನ್ನು ಆತ ಅರಿತ.

ಹೆಚ್ಚು ಕಡಿಮೆ ಇನ್ನೊಂದು ನಿಮಿಷದೊಳಗೆ ಆತ ಪಾತಾಳ ಕೂಪದ ತಳದ ಮೇಲೆ ಕಾಲೂರಲಿದ್ದ. ಅವನ ಮೇಲ್ಗಡೆ ಐದು ಮೈಲಿಗಳ ಎತ್ತರದಲ್ಲಿ, ನಿಧಾನವಾಗಿ ಚಲಿಸುವ ಹಡಗಿನ ಮೇಲೆ ನಿಂತು ಸ್ಟೀವನ್ಸ್, ವೇಬ್ರಿಜ್ ಮತ್ತು ಉಳಿದವರು ಕೆಳಗೆ ನೋಡುತ್ತಾ ತನ್ನ ಪರಿಸ್ಥಿತಿಯ ಬಗ್ಗೆ ಈಗ ಚಿಂತಿಸುತ್ತಿರಬಹುದೆಂದು ಆತ ಯೋಚಿಸಿದ. ಅವನ ಪಾಲಿಗೆ ಈ ಐದು ಮೈಲಿಗಳು, ನಮಗೆ ಆಕಾಶ ಎಷ್ಟು ಎತ್ತರವಾಗಿದೆಯೋ ಅದಕ್ಕಿಂತಲೂ ಹೆಚ್ಚು ಎತ್ತರವಾಗಿದ್ದವು.

ಅವನು ಕಿಟಕಿಯ ಮೂಲಕ ಇಣಿಕಿ ನೋಡಿದ. ಈಗ ನೀರ್ಗುಳ್ಳೆಗಳೂ ಮೇಲೇಳುತ್ತಿರಲಿಲ್ಲ. ಭುಸ್ಸೆನ್ನುವ ಶಬ್ದ ನಿಂತುಹೋಗಿತ್ತು. ಹೊರಗಡೆ ಕಾಡಿಗೆಯಂತೆ ನುಣುಪುಗಪ್ಪಾದ ದಟ್ಟ ಅಂಧಕಾರ ವ್ಯಾಪಿಸಿತ್ತು. ವಿದ್ಯುದ್ದೀಪದ ಬೆಳಕು ಬಿದ್ದಕಡೆ ಮಾತ್ರ ನೀರಿನ ಬಣ್ಣ ಹಳದಿ – ಹಸುರಾಗಿ ಕಾಣುತ್ತಿತ್ತು. ಬಳಿಕ ಬೆಂಕಿಯಿಂದ ಮಾಡಿದಂತಿದ್ದ ಮೂರು ಆಕೃತಿಗಳು ಅವನ ದೃಷ್ಟಿಗೆ ಬಿದ್ದವು. ಅವು ಒಂದರ ಹಿಂದೆ ಇನ್ನೊಂದರಂತೆ ನೀರನ್ನು ಸೀಳಿ ಈಜಿಕೊಂಡು ಹೋಗುತ್ತಿದ್ದವು. ಅವು ಚಿಕ್ಕದಾಗಿದ್ದು ಹತ್ತಿರದಲ್ಲಿದ್ದವೆ, ಅಥವಾ ದೊಡ್ಡದಾಗಿದ್ದು ದೂರದಲ್ಲಿದ್ದವೆ ಎಂಬುದನ್ನು ಹೇಳಲು ಅವನಿಂದ ಸಾಧ್ಯವಿರಲಿಲ್ಲ.

ಅವುಗಳಲ್ಲಿ ಪ್ರತಿಯೊಂದೂ ಒಂದು ವಿಧದ ನೀಲಿ ಬೆಳಕಿನಿಂದ ಆವರಿಸಲ್ಪಟ್ಟಿತ್ತು. ಮೀನು ಹಿಡಿಯುವ ಸಣ್ಣ ನಾವೆಯೊಂದರ ದೀಪಗಳಷ್ಟು ಪ್ರಕಾಶಮಾನವಾಗಿದ್ದ ಈ ಬೆಳಕು ತುಂಬ ಹೊಗೆ ಸೂಸುತ್ತಿರುವಂತೆ ಕಾಣುತ್ತಿತ್ತು. ಪ್ರಕಾಶ ಬೀರುವ ಹಡಗಿನ ಕಿಂಡಿಗಳಂತೆ, ಅವುಗಳ ಪಾರ್ಶ್ವಗಳೆಲ್ಲ ಈ ಬೆಳಕಿನ ಬಿಂದುಗಳಿಂದ ತುಂಬಿದ್ದವು. ಅದೊಂದು ವಿಧದ ರಂಜಕ – ಜನಿತ ಕಾಂತಿಯಾಗಿತ್ತೆಂಬುದರಲ್ಲಿ ಸಂದೇಹವಿರಲಿಲ್ಲ. ಅವನ ದೀವಿಗೆಯ ಪ್ರಕಾಶದ ಪರಿಧಿಯೊಳಗೆ ಅವು ಸುಳಿದಾಗ, ಅವುಗಳ ಈ ರಂಜಕ–ದೀಪ್ತಿ ಆರಿಹೋಗುವಂತೆ ತೋರುತ್ತಿತ್ತು. ಅವುಗಳು ಯಾವುದೋ ಒಂದು ವಿಚಿತ್ರ ಜಾತಿಯ ಚಿಕ್ಕ ಮೀನುಗಳೆಂಬುದನ್ನು ಆತ ಆಗ ಕಂಡುಕೊಂಡ. ಅವುಗಳ ತಲೆಗಳು ಬಹಳ ದೊಡ್ಡದಾಗಿದ್ದು, ಕಣ್ಣುಗಳು ವಿಶಾಲವಾಗಿದ್ದವು; ಆದರೆ ದೇಹಗಳು ಮಾತ್ರ ಕಿರಿದಾಗುತ್ತಾ ಹೋಗಿ, ಕೊನೆಗೆ ಬಾಲಗಳಲ್ಲಿ ಅಂತ್ಯವಾಗಿದ್ದವು. ಅವುಗಳ ಕಣ್ಣುಗಳು ಅವನತ್ತ ತಿರುಗಿದ್ದುದರಿಂದ, ಅವು ಗೋಲವನ್ನು ಹಿಂಬಾಲಿಸುತ್ತಿರಬಹುದೆಂದು ಆತ ತೀರ್ಮಾನಿಸಿದ. ಬಹುಶಃ ಅವನ ದೀಪದ ಪ್ರಕಾಶ ಅವುಗಳನ್ನು ಆಕರ್ಷಿಸಿದ್ದಿರಬೇಕು.

ಅದೇ ಜಾತಿಗೆ ಸೇರಿದ ಇತರ ಹಲವಾರು ಮೀನುಗಳು ಸದ್ಯದಲ್ಲೇ ಅವುಗಳನ್ನು ಸೇರಿಕೊಂಡವು. ಹೀಗೆ ಕೆಳಗಿಳಿಯುತ್ತ ಹೋದಂತೆ ನೀರು ಹೆಚ್ಚು ಮಸುಕಾಗಿ ಬಿಳಿಚಿಕೊಂಡಿದ್ದಂತೆ ತೋರಿತು. ಅಲ್ಲದೆ ಅವನ ದೀಪದ ಕಿರಣಗಳಿಂದ ಬೆಳಗಲ್ಪಟ್ಟ ನೀರಿನಲ್ಲಿ, ಸೂರ್ಯನ ರಶ್ಮಿಯಲ್ಲಿ ಹೊಳೆಯುವ ಧೂಳಿನ ರೇಣುಗಳಂತೆ ಅನೇಕಾನೇಕ ಚಿಕ್ಕ ಕಣಗಳು ಮಿನುಗುತ್ತಿದ್ದವು. ಅವನ ಸೀಸದ ನಿಮಜ್ಜಕಗಳು ತಳವನ್ನು ಅಪ್ಪಳಿಸಿದ ರಭಸಕ್ಕೆ ರಾಶಿ ರಾಶಿಯಾಗಿ ಮೇಲೆ ಚಿಮ್ಮಿದ ಕೆಸರು ಮತ್ತು ಹಸಿಮಣ್ಣುಗಳಿಂದಾಗಿ ನೀರು ಕದಡಿ ಬಹುಶಃ ಹೀಗಾಗಿದ್ದಿರಬೇಕು.

ಒಂದೆರಡು ಸೆಕೆಂಡುಗಳೊಳಗೆ ಗೋಲವು ಕೆಳಗೆ ಸೆಳೆಯಲ್ಪಟ್ಟು, ಸೀಸದ ಗುಂಡುಗಳ ಮೇಲೆ ತಂಗಿತು. ಅವನ ಸುತ್ತಮುತ್ತಲೆಲ್ಲ ದಟ್ಟವಾದ ಬಿಳಿ ಮಂಪರು ಕವಿದಿತ್ತು. ಕೆಲವು ಗಜಗಳಿಗಿಂತ ಹೆಚ್ಚು ದೂರಕ್ಕೆ ಇದನ್ನು ಭೇದಿಸಲು ಗೋಲದ ವಿದ್ಯುದ್ದೀಪ ಸಂಪೂರ್ಣ ಅಶಕ್ತವಾಗಿದ್ದುದರಿಂದ, ಈ ಕೆಸರಿನ ಮೋಡಗಳು ಸ್ವಲ್ಪಮಟ್ಟಿಗಾದರೂ ಪುನಃ ತಳ ಸೇರುವ ತನಕ ಅವನಿಗೆ ಏನೂ ಕಾಣಿಸಲಿಲ್ಲ. ಇದಕ್ಕೆ ಹಲವು ನಿಮಿಷಗಳು ಹಿಡಿದವು. ತರುವಾಯ ತನ್ನ ಬೆಳಕಿನ ಮೂಲಕ ಹಾಗೂ ದೂರದಲ್ಲಿ ಚಲಿಸುತ್ತಿದ್ದ ಮೀನುಗಳ ತಂಡವೊಂದರ ರಂಜಕದೀಪ್ತಿಯ ಸಹಾಯದಿಂದ ಹೊರಗಿನ ದೃಶ್ಯವನ್ನು ನೋಡಲು ಅವನಿಗೆ ಸಾಧ್ಯವಾಯಿತು. ತನ್ನ ಮೇಲ್ಗಡೆ ದಟ್ಟಯಿಸಿದ್ದ ಅಪಾರ ಜಲರಾಶಿಯ ಗಾಢ ತಿಮಿರದಡಿಯಲ್ಲಿ ಸಾಗರದ ತಳ ಅವನ ಮುಂದೆ ವಿಶಾಲವಾಗಿ ಹರಡಿತ್ತು. ಇಲ್ಲಿನ ನೆಲ ತರಂಗಿತವಾಗಿದ್ದು, ಬೂದು ಮಿಶ್ರಿತ ಬಿಳಿ ಬಣ್ಣದ ಕೆಸರುಮಣ್ಣಿನಿಂದ ಆಚ್ಛಾದಿತವಾಗಿತ್ತು. ಈ ಕೆಸರಿನ ರಾಶಿಯ ವಿಸ್ತಾರದ ನಡುವೆ ಅಲ್ಲೊಂದು ಇಲ್ಲೊಂದರಂತೆ ಅಸ್ತವ್ಯಸ್ತವಾಗಿ ಬೆಳೆದು ನಿಂತಿದ್ದ ಕೆಲವು ಕಡಲ ನೈದಿಲೆಗಳ ಪೊದರುಗಳು ತಮ್ಮ ಗ್ರಹಣಾಂಗಗಳನ್ನು ಕೊಳ್ಳೆಗಾಗಿ ಅತ್ತಿಂದಿತ್ತ ಬೀಸುತ್ತಿದ್ದವು.

ಇದಕ್ಕಿಂತ ಸ್ವಲ್ಪ ದೂರದಲ್ಲಿ ದೈತ್ಯಾಕಾರದ ಸ್ಪಂಜುಗಳ ಗುಂಪೊಂದರ ಅಂದವಾದ ಆಕೃತಿಗಳು ಅಸ್ಪಷ್ಟವಾಗಿ ಕಾಣುತ್ತಿದ್ದವು. ಇದಲ್ಲದೆ ಚಪ್ಪಟೆಯಾಗಿ ಮುಳ್ಳುಮುಳ್ಳಾಗಿದ್ದ, ಕಡು ನೇರಳೆ ಮತ್ತು ಕಪ್ಪು ಬಣ್ಣದ ಅನೇಕ ಗುಚ್ಛಗಳು ತಳದ ಮೇಲೆ ಅಲ್ಲಲ್ಲಿ ಹರಡಿದ್ದವು. ಇವು 'ಕಡಲ ಮರಿ' ಎಂಬ ಜಾತಿಗೆ ಸೇರಿದ ಒಂದು ಬಗೆಯ ವಲ್ಕವಂತ ಸಮುದ್ರಜೀವಿಗಳಾಗಿರ ಬೇಕೆಂದು ಆತ ಊಹಿಸಿದ. ಇವುಗಳ ಮಧ್ಯೆ ದಶಪಾದಿ ನಳ್ಳಿಗಳನ್ನು ಅಥವಾ ಮರಹೇನುಗಳನ್ನು ಹೋಲುವ ಚಿಕ್ಕ ಜಲಚರಗಳು ಬೆಳಕಿನ ಹಾದಿಯಲ್ಲಿ ಮಂದಗತಿಯಿಂದ ತೆವಳಿ ಮಾಯ ವಾಗುತ್ತಿದ್ದವು. ಇವುಗಳಲ್ಲಿ ಕೆಲವಕ್ಕೆ ದೊಡ್ಡ ಕಣ್ಣುಗಳಿದ್ದವು. ಕೆಲವಕ್ಕೆ ಕಣ್ಣುಗಳೇ ಇರಲಿಲ್ಲ. ಕೆಸರಿನ ಮೇಲೆ ಅವುಗಳ ಕಾಲೆಳೆತದಿಂದ ಮೂಡಿದ ಓಳಿಗಳು ಸ್ಪಷ್ಟವಾಗಿ ಕಾಣುತ್ತಿದ್ದವು.

ಈ ದೃಶ್ಯವನ್ನು ಎಲ್‌ಸ್ಟೆಡ್ ನೋಡುತ್ತಿದ್ದಂತೆ, ದೂರದಲ್ಲಿ ಸುಳಿದಾಡುತ್ತಿದ್ದ ಚಿಕ್ಕ ಮೀನುಗಳ ತಂಡವು ಒಮ್ಮೆಲೆ ದಿಕ್ಕು ಬದಲಾಯಿಸಿ, ಮೈನಾ ಹಕ್ಕಿಗಳ ಗುಂಪೊಂದು ಹಾರಿಬರುವ ರೀತಿಯಲ್ಲಿ ಅವನ ಬಳಿ ಸಾರಿದವು. ಬಳಿಕ ಅವನ ತಲೆಯ ಮೇಲಿಂದ ರಂಜಕರಂಜಿತ ಮಂಜಿನಂತೆ ಅವು ಹಾರಿಹೋದವು. ಅವುಗಳ ಹಿಂದಿನಿಂದ ಗೋಲದತ್ತ ಬರುತ್ತಿದ್ದ ಬೇರೆ ಯಾವುದೋ ಸ್ವಲ್ಪ ದೊಡ್ಡ ಪ್ರಾಣಿಯೊಂದು ಆಗ ಅವನ ದೃಷ್ಟಿಗೆ ಬಿತ್ತು.

ಆದರೆ ಮೊದಮೊದಲು ಅದು ಸ್ಪಷ್ಟವಾಗಿ ಅವನಿಗೆ ಕಾಣಿಸಲಿಲ್ಲ. ಮಸಕುಮಸುಕಾಗಿ ಚಲಿಸುತ್ತಿದ್ದ ಅದರ ಆಕೃತಿಯಲ್ಲಿ ನಡೆಯುತ್ತಿರುವ ಮನುಷ್ಯನೊಬ್ಬನಿಗೆ ಒಂದು ವಿಧವಾದ ದೂರದ ಹೋಲಿಕೆಯಿತ್ತು. ಅನಂತರ ಗೋಲದ ದೀಪದಿಂದ ಹೊರಹೊಮ್ಮುತ್ತಿದ್ದ ಪ್ರಕಾಶದ ಪರಿಧಿಯೊಳಗೆ ಅದು ಪ್ರವೇಶಿಸಿತು. ಈ ಬೆಳಕಿನ ಝಳ ತನ್ನ ಮೇಲೆ ಬಿದ್ದಾಗ, ಅದರ ಕಣ್ಣು ಕೋರೈಸಿದಂತಾಗಿ, ಅದು ಕಣ್ಣುಗಳನ್ನು ಮುಚ್ಚಿತು. ಆಶ್ಚರ್ಯದಿಂದ ಸ್ತಬ್ಧವಾಗಿ ಅದನ್ನು ನೆಟ್ಟ ನೋಟದಿಂದ ಆತ ದಿಟ್ಟಿಸಿದ.

ಅದೊಂದು ವಿಲಕ್ಷಣವಾದ ಕಶೇರುಕ ಪ್ರಾಣಿಯಾಗಿತ್ತು. ಕಡು ನೇರಳೆ ಬಣ್ಣದ ಅದರ ತಲೆ ಒಂದು ಓತಿಯನ್ನು ನೆನಪಿಗೆ ತರುವಂತಿತ್ತು. ಆದರೆ ಉನ್ನತವಾದ ಆ ಹಣೆ! ಆ ದೊಡ್ಡ ತಲೆಬುರುಡೆ! ಇಂತಹ ಹಣೆ ಮತ್ತು ತಲೆಬುರುಡೆಗಳನ್ನು ಯಾವ ಸರೀಸೃಪಗಳು ಹೊಂದಿದ್ದವು? ಇದಲ್ಲದೆ ಲಂಬವಾಗಿದ್ದ ಅದರ ಮುಖದ ಕೋನವು

ಅದಕ್ಕೊಂದು ಅಸಾಧಾರಣ ರೀತಿಯ ಮಾನವ ಹೋಲಿಕೆಯನ್ನು ನೀಡಿತ್ತು.

ದೊಡ್ಡದಾದ ಅದರ ಎರಡು ಉಬ್ಬುಗಣ್ಣುಗಳು, ಓತಿಯ ಕಣ್ಣುಗಳಂತೆ ಕಣ್ಣಗೂಡುಗಳಿಂದ ಮುಂಚಾಚಿಕೊಂಡಿದ್ದವು. ಅದರ ಬಾಯಿ, ಸರೀಸೃಪಗಳ ಬಾಯಿಯಂತೆ ಅಗಲವಾಗಿದ್ದು ಮೇಲ್ತುದಿ ನರೆಗೂದಲಿನಿಂದ ತುಂಬಿತ್ತು. ತುಟಿಯ ಮೇಲಣ ನಾಸಾಪುಟಗಳು ಚಿಕ್ಕದಾಗಿದ್ದವು. ಕಿವಿಗಳ ಜಾಗದಲ್ಲಿ ಎರಡು ದೊಡ್ಡ ಕಿವಿರು ರಕ್ಷಕಗಳಿದ್ದವು. ಹವಳಗೆಂಪಿನ ಹಲವು ಎಳೆಗಳು ಅವುಗಳಿಂದ ಕವಲೊಡೆದು ಮರದ ರೆಂಬೆಗಳಂತೆ ಹೊರಗೆ ಪಸರಿಸಿದ್ದವು. ಚಿಕ್ಕ ರೇ ಮೀನು ಮತ್ತು ಶಾರ್ಕ್ ಮೀನುಗಳಲ್ಲಿ ಕಂಡುಬರುವ ವೃಕ್ಷಸದೃಶ ಕಿವಿರುಗಳಂತೆ ಅವು ತೋರುತ್ತಿದ್ದವು.

ಆದರೆ ಮಾನವೀಯ ಮುಖಲಕ್ಷಣ ಒಂದೇ ಅದರ ಅತ್ಯಂತ ಅಸಾಧಾರಣ ವೈಶಿಷ್ಟ್ಯವಾಗಿರಲಿಲ್ಲ. ಅದೊಂದು ದ್ವಿಪಾದಿಯೂ ಆಗಿತ್ತು. ಕಪ್ಪೆಯ ಕಾಲುಗಳಂತಿದ್ದ ಎರಡು ಕಾಲುಗಳು, ದಪ್ಪನೆಯ ಒಂದು ದೀರ್ಘ ಬಾಲ – ಈ ತಿವಟಿಗೆಯ ಮೇಲೆ ಅದರ ಉರುಟು ಶರೀರ ನಿಂತಿತ್ತು. ತಾಮ್ರಖಚಿತ ತುದಿಯಿಂದ ಕೂಡಿದ ಉದ್ದನೆಯ ಒಂದು ಎಲುಬಿನ ಸಲಾಕೆಯನ್ನು ಹಿಡಿದಿದ್ದ ಅದರ ಮುನ್ನವಯವಗಳು ಕೂಡ, ಹೆಚ್ಚು ಕಡಿಮೆ ಕಪ್ಪೆಯ ಮುಂಗಾಲುಗಳ ರೀತಿಯಲ್ಲಿ, ಮಾನವ ಕೈಗಳ ವಿಕೃತ ವ್ಯಂಗ್ಯಚಿತ್ರಗಳಂತಿದ್ದವು. ಅದರ ಬಣ್ಣ ವೈವಿಧ್ಯಮಯವಾಗಿದ್ದು, ತಲೆ ಮತ್ತು ಕೈಕಾಲುಗಳು ನೇರಳೆಯಾಗಿದ್ದರೆ, ಬಟ್ಟೆಗಳಂತೆ ಸಡಿಲವಾಗಿ ಜೋತಾಡುತ್ತಿದ್ದ ಅದರ ಮೈದೊಗಲು ಬೂದು ಬಣ್ಣದ ರಂಜಕ ಛಾಯೆಯಿಂದ ಹೊಳೆಯುತ್ತಿತ್ತು. ದೀಪದ ಪ್ರಕಾಶವನ್ನು ನೋಡಲಾರದೆ ಅದು ಸ್ವಲ್ಪ ಕಾಲ ಹಾಗೆಯೇ ಕಣ್ಣುಮುಚ್ಚಿ ಅಲ್ಲಿ ನಿಂತಿತ್ತು.

ಕಟ್ಟಕಡೆಗೆ ಪಾತಾಳಕೂಪದ ಈ ಅಜ್ಞಾತ ಪ್ರಾಣಿ ತನ್ನ ರೆಪ್ಪೆಗಳನ್ನು ಮಿಟುಕಿಸಿ ಕಣ್ಣು ತೆರೆಯಿತು. ಬಳಿಕ, ಬಿಡುವಾಗಿದ್ದ ತನ್ನ ಒಂದು ಕೈಯಿಂದ ಕಣ್ಣುಗಳನ್ನು ಮರೆಮಾಡಿ, ಅದು ಬಾಯಗಲಿಸಿ ಗಟ್ಟಿಯಾಗಿ ಒಂದು ಬೊಬ್ಬೆ ಹಾಕಿತು. ಮಾತಿನಂತೆ ಸ್ಪಷ್ಟವಾಗಿ ಉಚ್ಚರಿಸಲ್ಪಟ್ಟಿದ್ದ ಈ ಬೊಬ್ಬೆಯ ಸದ್ದು ಗೋಲದ ಉಕ್ಕಿನ ಮೈ ಮತ್ತು ಮೆತ್ತೆಯ ಒಳಕವಚಗಳನ್ನೂ ಭೇದಿಸಿ ಎಲ್‌ಸ್ಟೆಡ್‌ನ ಕಿವಿಗಳಿಗೂ ಕೇಳಿಸಿತು. ಶ್ವಾಸಕೋಶಗಳಿಲ್ಲದೆ ಬೊಬ್ಬೆ ಹಾಕುವ ಬಗೆ ಹೇಗೆಂಬುದು ಅವನಿಗೂ ಅರಿಯದ ವಿಚಾರ. ತದನಂತರ ಕಣ್ಣು ಕೋರೈಸುವಂತಿದ್ದ ಆ ಬೆಳಕಿನ ಹಾದಿಯಿಂದ ಹೊರಳಿ, ಅದರ ಇಕ್ಕೆಲಗಳಲ್ಲಿದ್ದ ನಿಗೂಢ ನೆರಳಿನ ಆಶ್ರಯದಲ್ಲಿ ಅದು ಮರೆಯಾಯಿತು. ಆದರೆ ಕಣ್ಣಿಗೆ ಕಾಣಿಸದಿದ್ದರೂ, ಅದು ತನ್ನ ಕಡೆಗೇ ಬರುತ್ತಿದೆಯೆಂಬ ಭಾವನೆ ಎಲ್‌ಸ್ಟೆಡ್‌ನಲ್ಲಿ ಮೂಡಿತು. ದೀಪದ ಪ್ರಕಾಶ ಅದನ್ನು ಆಕರ್ಷಿಸಿದ್ದಿರಬೇಕೆಂದು ಊಹಿಸಿ, ಆತ ಕೀಲುಗುಂಡಿಯನ್ನು ತಿರುಗಿಸಿ ಅದನ್ನಾರಿಸಿದ. ಆದರೆ ಮತ್ತೊಂದು ಕ್ಷಣದಲ್ಲಿ ಮೃದುವಾದ ಯಾವುದೋ ಒಂದು ವಸ್ತು ಉಕ್ಕಿನ ಮೇಲೆ ಕೈಯಾಡಿಸಿತು. ಗೋಲ ತೊನೆದಾಡಿತು.

ತರುವಾಯ ಹಿಂದಿನ ಬೊಬ್ಬೆ ಪುನರುಚ್ಚರಿಸಲ್ಪಟ್ಟಿತು. ದೂರದ ಪ್ರತಿಧ್ವನಿಯೊಂದು ಅದನ್ನು ಉತ್ತರಿಸಿದಂತೆಯೂ ಅವನಿಗೆ ಭಾಸವಾಯಿತು. ಗೋಲದ ಮೇಲೆ ಮತ್ತೊಮ್ಮೆ ಕೈಯಾಡಿಸಲ್ಪಟ್ಟಿತು. ಅದು ತೊನೆದು ಹಗ್ಗದ ಸುರುಳಿಯಿದ್ದ ರಾಟೆಗೆ ತಾಗಿತು. ಆತ ಕತ್ತಲಿನಲ್ಲಿ ನಿಂತು ಆ ಪಾತಾಳ ಕೂಪದ ಶಾಶ್ವತ ರಾತ್ರಿಯತ್ತ ಇಣಿಕಿ ನೋಡಿದ. ತುಸು ಹೊತ್ತಿನೊಳಗೆ ಇತರ ರಂಜಕರಂಜಿತ ಅರೆಮಾನವ ಆಕೃತಿಗಳು ತನ್ನತ್ತ ಧಾವಿಸಿ ಬರುತ್ತಿರುವುದು ಅವನಿಗೆ ಕಾಣಿಸಿತು. ಅವು ಬಹಳ ದೂರದಲ್ಲಿದ್ದು ಮಸುಕುಮಸುಕಾಗಿದ್ದವು.

ಮುಂದೇನು ? ಎಲ್‌ಸ್ಟೆಡ್‌ನಿಗೆ ಯಾವ ಯೋಚನೆಯೂ ಹೊಳೆಯಲಿಲ್ಲ. ಹೊರಗೆ

ಬೆಳಕು ಹರಿಸುವ ದೀಪದ ಕೀಲುಗುಂಡಿಗಾಗಿ ತೊನೆದಾಡುತ್ತಿದ್ದ ತನ್ನ ಸೆರೆಮನೆಯೊಳಗೆ ಆತ ತಡಕಾಡತೊಡಗಿದ. ಆದರೆ ತಾನೇನು ಮಾಡುತ್ತಿದ್ದೇನೆಂಬ ಪೂರ್ಣ ಅರಿವು ಅವನಿಗಿರಲಿಲ್ಲ. ಈ ಗಡಿಬಿಡಿಯಲ್ಲಿ ಮೆತ್ತೆಯ ಗೂಡಿನೊಳಗಿದ್ದ ತನ್ನ ಸ್ವಂತ ಮಿಣುಕು ದೀಪದ ಗುಂಡಿಯನ್ನು ಅವನ ಕೈ ಆಕಸ್ಮಿಕವಾಗಿ ಒತ್ತಿತು. ಅಷ್ಟರಲ್ಲಿ ಗೋಲವು ಹೊರಳಿ ಅವನನ್ನು ಕೆಳಗೆ ಬೀಳಿಸಿತು. ಹೊರಗಿನಿಂದ ಅಚ್ಚರಿಯ ಕೂಗುಗಳಂತಹ ಬೊಬ್ಬೆ ಅವನಿಗೆ ಕೇಳಿಸಿತು... ಆತ ಎದ್ದು ನಿಂತಾಗ, ತೊಟ್ಟುಗಳ ಮೇಲೆ ನಿಂತಂತಿದ್ದ ಎರಡು ಜೊತೆ ಉಬ್ಬುಗಣ್ಣುಗಳು ಕೆಳಗಿನ ಕಿಟಕಿಯ ಮೂಲಕ ಒಳಗೆ ಇಣಿಕಿ ನೋಡುತ್ತಿದ್ದವು. ಅವನ ಬೆಳಕನ್ನು ಆ ಕಣ್ಣುಗಳು ಪ್ರತಿಫಲಿಸುತ್ತಿದ್ದವು.

ಮತ್ತೊಂದು ಕ್ಷಣದಲ್ಲಿ ಅವನ ಉಕ್ಕಿನ ಹೊದಿಕೆಯ ಮೇಲೆ ಅನೇಕ ಕೈಗಳು ರಭಸದಿಂದ ಹರಿದಾಡಿದವು. ಸುತ್ತಿಗೆಯಿಂದ ಹೊಡೆದ ಹಾಗೆ ಅವನ ಗಡಿಯಾರಯಂತ್ರದ ಲೋಹಕವಚವನ್ನು ಕಸುವಿನಿಂದ ಕುಟ್ಟುವ ಶಬ್ದ ಕೇಳಿಬಂತು. ಆ ಸಂದರ್ಭದಲ್ಲಿ ಅವನ ಪಾಲಿಗೆ ಅದೊಂದು ಭೀಕರ ಶಬ್ದವೇ ಆಗಿತ್ತು. ಅವನ ಎದೆ ಒಮ್ಮೆ ಧಸಕ್ಕೆಂದಿತ್ತು. ಏಕೆಂದರೆ, ಈ ವಿಚಿತ್ರಪ್ರಾಣಿಗಳು ಅದನ್ನು ನಿಷ್ಕ್ರಿಯಗೊಳಿಸಿದರೆ ಅವನು ಮತ್ತೆಂದೂ ಮೇಲೇರುವ ಸಾಧ್ಯತೆ ಇರಲಿಲ್ಲ. ಅವನು ಹೀಗೆ ಯೋಚಿಸುವಷ್ಟರೊಳಗೆ ಗೋಲವು ಜೋರಾಗಿ ಜೋಲಾಡಿತು. ಅದರ ತಳ ಅವನ ಪಾದಗಳನ್ನು ಬಿಗಿಯಾಗಿ ಒತ್ತಿತು. ಆತ ತನ್ನ ಕುಹರವನ್ನು ಬೆಳಗಿಸುತ್ತಿದ್ದ ಮಿಣುಕು ದೀಪವನ್ನು ಆರಿಸಿ, ಪ್ರತ್ಯೇಕ ಅಂಕಣದಲ್ಲಿದ್ದ ದೊಡ್ಡ ದೀಪದ ಬೆಳಕನ್ನು ಹೊರಗೆ ಹರಿಸಿದ. ಸಾಗರತಳವೂ ಆ ಮಾನವ ಸದೃಶ ಪ್ರಾಣಿಗಳೂ ಈಗ ಅದೃಶ್ಯವಾಗಿದ್ದವು. ಒಂದನ್ನೊಂದು ಬೆನ್ನಟ್ಟುತ್ತಿದ್ದ ಕೆಲವು ಮೀನುಗಳು ಒಮ್ಮೆಲೆ ಕಿಟಕಿಯ ಬಳಿ ಸುಳಿದವು.

ಗಭೀರ ಸಾಗರದ ವಿಲಕ್ಷಣ ನಿವಾಸಿಗಳು ತನ್ನ ಹಗ್ಗವನ್ನು ಕಡಿದಿರಬೇಕೆಂದೂ, ಅದರ ಪರಿಣಾಮವಾಗಿ ತಾನು ಪಾರಾಗಿರಬೇಕೆಂದೂ ಆತ ತಕ್ಷಣ ಯೋಚಿಸಿದ. ಗೋಲವು ಹೆಚ್ಚು ಹೆಚ್ಚು ವೇಗದಿಂದ ಮುಂದೆ ಸರಿಯಿತು. ಬಳಿಕ, ಇದ್ದಕ್ಕಿದ್ದಂತೆ ಅದು ಗಡಕ್ಕನೆ ನಿಂತು, ಅವನನ್ನು ಕುಳಿತಲ್ಲಿಂದ ಮೇಲೆ ಹಾರಿಸಿತು. ಅವನ ತಲೆ ತನ್ನ ಸೆರೆಮನೆಯ ಮೇಲ್ಛಾವಣಿಯ ಮೆತ್ತೆಗವಚಕ್ಕೆ ತಾಕಿತು. ಒಂದರ್ಧ ನಿಮಿಷದಷ್ಟು ಕಾಲ ವಿಸ್ಮಯದಿಂದ ಆತ ದಿಜ್ಮೂಢನಾದ.

ಅನಂತರ ಗೋಲವು ಅಲ್ಲಾಡುತ್ತಾ, ನಿಧಾನವಾಗಿ ತಿರುಗುತ್ತಿರುವಂತೆ ಅವನಿಗೆ ಭಾಸವಾಯಿತು. ಅಲ್ಲದೆ ನೀರಿನ ನಡುವೆ ಅದು ಎಳೆಯಲ್ಪಡುತ್ತಿರುವಂತೆಯೂ ತೋರಿತು. ಆತ ಕಿಟಕಿಯ ಬಳಿ ಒತ್ತರಿಸಿ ಬಗ್ಗಿ ನಿಂತ. ಅಲ್ಲಿಂದ ತನ್ನ ಭಾರವನ್ನು ಪ್ರಯೋಗಿಸಿ, ಗೋಲದ ಆ ಭಾಗವನ್ನು ಕೆಳಗಡೆಗೆ ತಳ್ಳಲು ಅವನಿಗೆ ಸಾಧ್ಯವಾಯಿತು. ಆದರೆ ಹೊರಗಣ ಕತ್ತಲಿನ ಮೇಲೆ ಯಾವ ಪ್ರಯೋಜನವೂ ಇಲ್ಲದೆ ಬೀಳುತ್ತಿದ್ದ ತನ್ನ ಬೆಳಕಿನ ಕಿರಣಗಳ ಹೊರತು ಬೇರೇನೂ ಅವನಿಗೆ ಕಾಣಿಸಲಿಲ್ಲ. ದೀಪವನ್ನು ಆರಿಸಿ, ದಟ್ಟವಾದ ಆ ಮಬ್ಬಿಗೆ ಹೊಂದಿಕೊಳ್ಳಲು ತನ್ನ ಕಣ್ಣಗಳಿಗೆ ಅವಕಾಶ ನೀಡಿದರೆ ಸ್ವಲ್ಪ ಹೆಚ್ಚು ನೋಡಲು ಸಾಧ್ಯವಾಗಬಹುದೆಂದು ಅವನಿಗೀಗ ಹೊಳೆಯಿತು.

ಅವನ ಊಹೆ ಸರಿಯಾಯಿತು. ಕೆಲವು ನಿಮಿಷಗಳ ತರುವಾಯ ಕಾಡಿಗೆಯಂತಿದ್ದ ಸುತ್ತಮುತ್ತಣ ಕತ್ತಲು ಪಾರದೀಪಕ ಕತ್ತಲಾಗಿ ಪರಿಣಮಿಸಿತು. ಆಮೇಲೆ ಬೇಸಿಗೆಯಲ್ಲಿ ಇಂಗ್ಲಿಷ್ ಮುಸ್ಸಂಜೆಯ ಮಂದ ಬೆಳಕಿನಂತೆ ಮಸುಕುಮಸುಕಾದ ಕೆಲವು ಆಕೃತಿಗಳು ಕೆಳಗಡೆ ದೂರದಲ್ಲಿ ಅವನಿಗೆ ಗೋಚರಿಸಿದವು. ಅವು ಚಲಿಸುತ್ತಿದ್ದವು. ಈ ಪ್ರಾಣಿಗಳು ತನ್ನ

ಹಗ್ಗವನ್ನು ಬಿಡಿಸಿ, ಅದರ ಮೂಲಕ ಗೋಲವನ್ನು ಸಾಗರ ತಳದ ಮೇಲೆ ಎಳೆದುಕೊಂಡು ಹೋಗುತ್ತಿವೆಯೆಂದು ಆತ ತೀರ್ಮಾನಿಸಿದ.

ಸ್ವಲ್ಪ ಸಮಯದ ತರುವಾಯ, ಸಮುದ್ರ ತಳದ ಏರುತಗ್ಗುಗಳ ಮೇಲಿಂದ ಮಂದಕಾಂತಿಯ ಅಗಲ ದಿಗಂತವೊಂದು ದೂರದಲ್ಲಿ ಅಸ್ಪಷ್ಟವಾಗಿ ಕಾಣಿಸಿತು. ಅವನು ಚಿಕ್ಕ ಕಿಟಿಕಿಯ ವ್ಯಾಪ್ತಿಯೊಳಗೆ ಎಷ್ಟು ವಿಸ್ತಾರವನ್ನು ನೋಡಲು ಸಾಧ್ಯವಿತ್ತೋ, ಅಷ್ಟು ವಿಸ್ತಾರವಾಗಿ ಅವನ ಇಕ್ಕೆಲಗಳಲ್ಲಿಯೂ ಅದು ಹರಡಿತ್ತು. ಬಯಲು ಪ್ರದೇಶದಿಂದ ಪಟ್ಟಣದೊಳಕ್ಕೆ ಒಂದು ಬಲೂನನ್ನು ಜನರು ಹೇಗೆ ಜಗ್ಗಿಕೊಂಡು ಹೋಗಬಹುದೋ, ಹಾಗೆಯೇ ಆ ಕಾಂತಿಯುಕ್ತ ಸ್ಥಳದತ್ತ ಅವನನ್ನು ಎಳೆದುಕೊಂಡು ಹೋಗಲಾಗುತ್ತಿತ್ತು. ಅದರ ಹತ್ತಿರ ಬಂದಾಗ ಗೋಲದ ಚಲನೆ ಬಹಳ ನಿಧಾನವಾಯಿತು. ಅದರೊಂದಿಗೆ, ಹಿಂದೆ ಅವಿಚ್ಛಿನ್ನವಾಗಿ ತೋರುತ್ತಿದ್ದ ಆ ಮಂದ ಪ್ರಕಾಶವೂ ಅಷ್ಟೇ ನಿಧಾನಗತಿಯಲ್ಲಿ ಹೆಚ್ಚು ಸ್ಪಷ್ಟವಾದ ಭಿನ್ನ ಭಿನ್ನ ಆಕೃತಿಗಳಾಗಿ ಒಡಮೂಡಿತು.

ಈ ತೇಜೋಮಯ ಪ್ರದೇಶವನ್ನು ಆತ ತಲುಪಿದಾಗ ಸುಮಾರು ಐದು ಗಂಟೆಯಾಗಿತ್ತು. ಅದರ ಮಧ್ಯದಲ್ಲಿ ಮಾಡಿಲ್ಲದ ಕಟ್ಟಡದಂತಹ ಒಂದು ವಿಶಾಲ ರಚನೆ ಎದ್ದು ಕಾಣುತ್ತಿತ್ತು. ಪಾಳುಬಿದ್ದ ಇಗರ್ಜಿಯೊಂದರ ವಿಕೃತ ರೂಪದಂತಿದ್ದ ಈ ದೊಡ್ಡ ಕಟ್ಟಡದ ಸುತ್ತಮುತ್ತಣ ರಚನೆಗಳು ಬೀದಿಗಳನ್ನೂ ಮನೆಗಳನ್ನೂ ಹೋಲುತ್ತಿದ್ದವು. ಈ ಸಮಗ್ರ ಪ್ರದೇಶವು ಒಂದು ಭೂಪಟದಂತೆ ಅವನ ಕೆಳಗಡೆ ಹರಡಿತ್ತು. ಆ ಮನೆಗಳೆಲ್ಲ ಬರೇ ಗೋಡೆಗಳಿಂದ ಕೂಡಿದ ಮಾಡಿಲ್ಲದ ಆವರಣಗಳಾಗಿದ್ದವು. ಅವನಿಗೆ ಅನಂತರ ತಿಳಿದುಬಂದಂತೆ ಅವುಗಳನ್ನು ರಂಜಕ ರಂಜಿತ ಎಲುಬುಗಳಿಂದ ನಿರ್ಮಿಸಲಾಗಿತ್ತು. ಇದರಿಂದಾಗಿ ನೀರೊಳಗೆ ಮುಳುಗಿಹೋದ ಬೆಳದಿಂಗಳಿನಿಂದ ಆ ಪ್ರದೇಶವಿಡೀ ರಚಿಸಲ್ಪಟ್ಟಿತ್ತೋ ಎಂಬಂತೆ ಅದು ಭಾಸವಾಗುತ್ತಿತ್ತು.

ಆ ಮಾಯಾನಗರದ ಸರ್ವವ್ಯಾಪೀ ಕಾಂತಿಯ ಹಿನ್ನೆಲೆಯಲ್ಲಿ, ಅದರ ಒಳಗಿನ ಗವಿಗಳ ನಡುವೆ ಹಲವು ಬಗೆಯ ವಲ್ಕವಂತಗಳು ತಮ್ಮ ಗ್ರಹಣಾಂಗಗಳನ್ನು ಮುಂಚಾಚಿ ಮರಗಳಂತೆ ಬಳುಕುತ್ತಿದ್ದವು. ತೆಳುವಾಗಿ ಎತ್ತರವಾಗಿದ್ದ ಗಾಜಿನಂಥ ಸ್ಪಂಜುಗಳು ಹೊಳೆಯುವ ಮಸೀದಿ – ಸ್ತಂಭಗಳಂತೆ ತಲೆಯೆತ್ತಿ ನಿಂತಿದ್ದವು. ಕಡಲ ನೈದಿಲೆಗಳು ಮಂಜಿನ ಪರದೆಯಂತಹ ಬೆಳಕು ಬೀರುತ್ತಿದ್ದವು. ನಗರದ ಬಹಿರಂಗ ಜಾಗಗಳಲ್ಲಿ ಗುಂಪುಗೂಡಿದ ಜನರ ನೂಕುನುಗ್ಗಲಿನಂತಹ ಕದಡಿದ ಚಲನೆ ಕಂಡುಬಂತು. ಆದರೆ ಅವುಗಳಿಗಿಂತ ಆತ ಹಲವು ಆಳುದ್ದದಷ್ಟು ಎತ್ತರದಲ್ಲಿದ್ದುದರಿಂದ ಈ ಗುಂಪುಗಳಲ್ಲಿದ್ದ ವ್ಯಕ್ತಿಗಳ ಪ್ರತ್ಯೇಕ ರೂಪರೇಖೆಗಳನ್ನು ಸ್ಪಷ್ಟವಾಗಿ ಗುರುತಿಸಲು ಎಲ್‌ಸ್ಟೆಡ್‌ನಿಗೆ ಸಾಧ್ಯವಾಗಲಿಲ್ಲ.

ಬಳಿಕ ಅವನನ್ನು ನಿಧಾನವಾಗಿ ಅವುಗಳು ಕೆಳಗೆಳೆದವು. ಹೀಗೆ ಕೆಳಗಿಳಿದಂತೆ ಆ ಸ್ಥಳದ ವಿವರಗಳು ಮೆಲ್ಲಮೆಲ್ಲಗೆ ಅವನ ಪ್ರಜ್ಞೆಯೊಳಗೆ ಸುಳಿದವು. ಆ ಮೋಡಸದೃಶ ಕಟ್ಟಡಗಳ ಚೌಕಟ್ಟುಗಳು ಯಾವುದೋ ದುಂಡಗಿನ ವಸ್ತುಗಳಿಂದ ಪೋಣಿಸಲ್ಪಟ್ಟ ಮಣಿಮಯ ರೇಖೆಗಳಿಂದ ಗುರುತಿಸಲ್ಪಟ್ಟಿದ್ದವು. ಅವನ ಕೆಳಗಡೆ ವಿಶಾಲವಾದ ಬಹಿರಂಗ ಸ್ಥಳಗಳಿದ್ದ ಅನೇಕ ಕಡೆಗಳಲ್ಲಿ ಪೊರೆಗಟ್ಟಿದ ಹಡಗುಗಳಂತೆ ತೋರುತ್ತಿದ್ದ ಹಲವು ಆಕೃತಿಗಳನ್ನೂ ಆತ ಕಂಡ.

ನಿಧಾನವಾಗಿಯಾದರೂ, ಗೋಲವು ಖಚಿತವಾಗಿ ಮತ್ತೂ ಮತ್ತೂ ಕೆಳಗೆಳೆಯಲ್ಪಟ್ಟಿತು. ತನ್ನ ಅಡಿಯಲ್ಲಿದ್ದ ವಸ್ತುಗಳ ರೂಪಗಳು ಹೆಚ್ಚು ಪ್ರಕಾಶಮಯವಾಗಿಯೂ, ಹೆಚ್ಚು ಸ್ಪಷ್ಟವಾಗಿಯೂ, ಹೆಚ್ಚು ಪ್ರತ್ಯಪ್ರತ್ಯೇಕವಾಗಿಯೂ ಎಲ್‌ಸ್ಟೆಡ್‌ನಿಗೆ ಈಗ ಗೋಚರಿಸಿದವು. ನಗರದ ಮಧ್ಯದಲ್ಲಿದ್ದ ಆ ದೊಡ್ಡ ಕಟ್ಟಡದತ್ತ ಅವನನ್ನು ಸೆಳೆಯಲಾಗುತ್ತಿತ್ತು. ಈ ಸಾಗರ ನಿವಾಸಿಗಳ

ಒಂದು ದೊಡ್ಡ ತಂಡ ಅವನ ಹಗ್ಗವನ್ನು ಹಿಡಿದು ಜಗ್ಗುತ್ತಿತ್ತು. ಅವುಗಳ ಆಕೃತಿಗಳು ಆಗೊಮ್ಮೆ ಈಗೊಮ್ಮೆ ಅವನಿಗೆ ಕಾಣಿಸುತ್ತಿದ್ದವು. ಆತ ಪಕ್ಕಕ್ಕೆ ದೃಷ್ಟಿ ಹೊರಳಿಸಿದ. ಆ ಸ್ಥಳದ ಪ್ರಧಾನ ವೈಶಿಷ್ಟ್ಯಗಳಲ್ಲೊಂದಾಗಿದ್ದ ಪೊರೆಗಟ್ಟಿದ ಹಡಗುಗಳ ಪೈಕಿ ಒಂದು ಅಲ್ಲಿ ಬಿದ್ದಿತ್ತು. ಈ ವಿಲಕ್ಷಣ ಪ್ರಾಣಿಗಳ ಇನ್ನೊಂದು ದೊಡ್ಡ ತಂಡ ಅದರ ಮೇಲೆ ಗುಂಪುಗೂಡಿತ್ತು. ಕೂವೆಮರ ಮತ್ತು ಅಡ್ಡದಿಮ್ಮಿಗಳ ಸಮೇತ ಅದರ ಮೇಲಟ್ಟವೆಲ್ಲ ಅವುಗಳ ಆಕೃತಿಗಳಿಂದ ತುಂಬಿತ್ತು. ಅವು ಜೋರಾಗಿ ಕೈಗಳನ್ನು ಆಡಿಸುತ್ತಾ ಅವನನ್ನು ದಿಟ್ಟಿಸುತ್ತಿದ್ದವು. ಈ ದೃಶ್ಯವನ್ನು ನೋಡಿ ಆತ ಚಕಿತನಾದ. ಅಷ್ಟರಲ್ಲಿ ಆ ಬೃಹತ್ ಕಟ್ಟಡದ ಗೋಡೆಗಳು ಸದ್ದಿಲ್ಲದೆ ಅವನ ಸುತ್ತಮುತ್ತ ತಲೆಯೆತ್ತಿದವು. ನಗರವು ಅವನ ದೃಷ್ಟಿಪಥದಿಂದ ಮರೆಯಾಯಿತು.

ಇನ್ನು ಆ ಗೋಡೆಗಳೋ! ನೀರಿನಲ್ಲಿ ಬಹುಕಾಲ ನೆನೆದು ತೇಲಲಾರದಷ್ಟು ಭಾರವಾದ ಮರದ ಕೊರಡುಗಳು, ಹೊಸೆದು ಹುರಿ ಮಾಡಲ್ಪಟ್ಟ ಸರಿಗೆಗಳು, ಕಬ್ಬಿಣದ ಸಲಾಕೆಗಳು, ತಾಮ್ರದ ತುಂಡುಗಳು ಹಾಗೂ ಸತ್ತ ಮನುಷ್ಯರ ಮೂಳೆ ಮತ್ತು ತಲೆಬುರುಡೆಗಳು – ಇವುಗಳನ್ನೆಲ್ಲ ಕಲೆಹಾಕಿ ಅವುಗಳನ್ನು ನಿರ್ಮಿಸಲಾಗಿತ್ತು. ಈ ತಲೆಬುರುಡೆಗಳನ್ನು ಓರೆಕೋರೆ ರೇಖೆಗಳಂತೆ ಅಥವಾ ಸುರುಳಿಸುರುಳಿಯಾಗಿ ಅಥವಾ ಚಿತ್ರವಿಚಿತ್ರವಾದ ವಕ್ರಾಕಾರಗಳಲ್ಲಿ ಕಟ್ಟಡದ ಮೇಲೆಲ್ಲ ನಾನಾ ವಿಧವಾಗಿ ಅಳವಡಿಸಲಾಗಿತ್ತು. ಅವುಗಳ ಕಣ್ಣಿನ ಗೂಡುಗಳ ಒಳಹೊರ ಚಲಿಸುತ್ತಾ, ಹಲವು ಬಗೆಯ ಚಿಕ್ಕ ಬೆಳ್ಳಿ ಮೀನುಗಳು ಈ ತಾಣದ ಸಮಗ್ರ ಮೇಲ್ಮೈಯಲ್ಲಿ ತಂಡೋಪತಂಡವಾಗಿ ಚಕ್ಕಂದವಾಡುತ್ತಿದ್ದವು.

ಇದ್ದಕ್ಕಿದ್ದಂತೆ ಅವನಿಗೆ ಇಳಿದನಿಯಲ್ಲಿ ಒಂದು ಕೂಗು ಕೇಳಿಸಿತು. ಅದರ ಬೆನ್ನಲ್ಲೇ ಜೋರಾಗಿ ಕಹಳೆಯೂದಿದಂತಹ ಒಂದು ಸದ್ದು ಅವನ ಕಿವಿಗಳನ್ನು ಬಡಿಯಿತು. ತರುವಾಯ ಸ್ವರಬದ್ಧವಾದ ಮಂತ್ರ ಪಠನೆಯಂತಹ ಒಂದು ವಿಲಕ್ಷಣ ಘೋಷ ಪ್ರಾರಂಭವಾಯಿತು. ಗೋಲವು ಮತ್ತಷ್ಟು ಕೆಳಗೆ ಸರಿಯಿತು. ಕಟ್ಟಡದ ಚೂಪಾದ ದೊಡ್ಡ ಕಿಟಿಕಿಗಳನ್ನು ಅದು ದಾಟಿತು. ಈ ವಿಚಿತ್ರ ನರಪೇತಲಗಳು ಗುಂಪು ಗುಂಪಾಗಿ ತನ್ನತ್ತ ದಿಟ್ಟಿಸುತ್ತಿದ್ದುದನ್ನು ಅವುಗಳ ಮೂಲಕ ಆತ ಅಸ್ಪಷ್ಟವಾಗಿ ಕಂಡ. ಕೊನೆಗೆ ಕಟ್ಟಡದ ಮಧ್ಯಭಾಗದಲ್ಲಿ ಒಂದು ವಿಧದ ವೇದಿಕೆ ಅಥವಾ ದೇವತಾಪೀಠದಂತೆ ತೋರುತ್ತಿದ್ದ ಜಾಗದ ಮೇಲೆ ಗೋಲವು ಬಂದು ತಂಗಿತು.

ಇದರಿಂದಾಗಿ ಪಾತಾಳ ಕೂಪದ ಈ ವಿಲಕ್ಷಣ ಜನರನ್ನು ಪುನಃ ನಿಚ್ಚಳವಾಗಿ ನೋಡಲು ಅವನಿಗೆ ಸಾಧ್ಯವಾಯಿತು. ಗೋಲವು ಈಗ ನಿಂತಿದ್ದ ಮಟ್ಟ ಇದಕ್ಕೆ ಅನುಕೂಲಕರವಾಗಿತ್ತು. ಆದರೆ ಹೊರಗೆ ದೃಷ್ಟಿಹರಿಸಿದಾಗ ಆತ ಬೆರಗಾದ. ಅಲ್ಲಿದ್ದವರ ಪೈಕಿ ಒಬ್ಬ ವ್ಯಕ್ತಿಯ ಹೊರತು ಉಳಿದೆಲ್ಲರೂ ಅವನ ಮುಂದೆ ಸಾಷ್ಟಾಂಗ ಎರಗಿಕೊಂಡಿದ್ದರು. ನಿಂತುಕೊಂಡಿದ್ದ ಆ ವ್ಯಕ್ತಿ ತಟ್ಟೆಯಾಕಾರದ ಪೊರೆಗಳಿಂದ ಮಾಡಿದ ಬಟ್ಟೆ ಧರಿಸಿದಂತೆ ತೋರುತ್ತಿತ್ತು. ಅವನ ತಲೆಯ ಮೇಲೆ ಒಂದು ಕಿರೀಟ ಹೊಳೆಯುತ್ತಿತ್ತು. ಸಾಷ್ಟಾಂಗ ಎರಗಿ ಕೀರ್ತನೆ ಮಾಡುತ್ತಿದ್ದ ಉಪಾಸಕರಿಗೆ ಆತ ನೇತೃತ್ವ ನೀಡುತ್ತಿದ್ದನೋ ಎಂಬಂತೆ ಅವನ ಸರೀಸೃಪ – ಸದೃಶ ಬಾಯಿ ಕ್ಷಣಕ್ಕೊಮ್ಮೆ ತೆರೆದು ಮುಚ್ಚುತ್ತಿತ್ತು.

ಇದನ್ನು ನೋಡಿ ಎಲ್‌ಸ್ಟೆಡ್‌ನ ಕುತೂಹಲ ಕೆರಳಿತು. ಅವನು ತನ್ನ ಕೋಣೆಯ ಚಿಕ್ಕದೀಪವನ್ನು ಬೆಳಗಿಸಿದ. ಈ ಬೆಳಕಿನ ಪರಿಣಾಮವಾಗಿ ಅವನ ದೃಷ್ಟಿಯಿಂದ ಅವರು ರಾತ್ರಿಯ ಕಗ್ಗತ್ತಲಿನಲ್ಲಿ ಮರೆಯಾದರೂ, ಅವರಿಗೆ ಮಾತ್ರ ಆತ ಸ್ಪಷ್ಟವಾಗಿ ಗೋಚರಿಸಿದ. ಅವನನ್ನು ಕಂಡೊಡನೆಯೇ, ಕೀರ್ತನೆಯ ಸ್ಥಾನದಲ್ಲಿ ಹರ್ಷೋದ್ಗಾರಗಳ ಘೋಷ ಮೊಳಗಿತು.

ಆದರೆ ಅವರನ್ನು ವೀಕ್ಷಿಸಲು ಕಾತರನಾಗಿದ್ದ ಎಲ್‌ಸ್ಟೆಡ್ ಕೂಡಲೇ ದೀಪವನ್ನಾರಿಸಿ ಅವರ ಪಾಲಿಗೆ ಪುನಃ ಅದೃಶ್ಯನಾದ. ಗೋಲದ ಒಳಭಾಗವನ್ನು ಮತ್ತೊಮ್ಮೆ ಕತ್ತಲೆ ಆವರಿಸಿತು. ಈ ಕತ್ತಲೆಗೆ ತನ್ನ ದೃಷ್ಟಿಯನ್ನು ಪುನಃ ಹೊಂದಿಸಿಕೊಳ್ಳಲು ಅವನಿಗೆ ಸ್ವಲ್ಪ ಸಮಯ ಬೇಕಾಯಿತು. ಆದುದರಿಂದ ಅಷ್ಟು ಕಾಲ ಅವರೇನು ಮಾಡುತ್ತಿದ್ದರೆಂಬುದು ಅವನಿಗೆ ತಿಳಿಯಲಿಲ್ಲ. ಕೊನೆಗೆ ಹಿಂದಿನಂತೆ ಅವನಿಗೆ ನೋಡಲು ಸಾಧ್ಯವಾದಾಗ ಅವರು ಪುನಃ ನೆಲದ ಮೇಲೆ ಮಂಡಿಯೂರಿದ್ದರು. ಹೀಗೆ ಸುಮಾರು ಮೂರು ಗಂಟೆಗಳ ಕಾಲ ವಿಶ್ರಾಂತಿ ಅಥವಾ ವಿರಾಮವಿಲ್ಲದೆ ಅವರಿಂದ ಅವನ ಭಜನೆ ಮುಂದುವರಿಯಿತು.

ಈ ಜನರ ಬಗ್ಗೆ – ಸೂರ್ಯನನ್ನಾಗಲಿ, ಚಂದ್ರನನ್ನಾಗಲಿ ಅಥವಾ ನಕ್ಷತ್ರಗಳನ್ನಾಗಲಿ ಎಂದೂ ಕಂಡಿರದ, ಹಸಿರು ಸಸ್ಯಗಳನ್ನು ನೋಡಿರದ, ಗಾಳಿಯ ಮೂಲಕ ಉಸಿರಾಡುವ ಜೀವಂತ ಪ್ರಾಣಿಗಳನ್ನು ವೀಕ್ಷಿಸಿರದ, ಬೆಂಕಿಯೆಂದರೇನೆಂಬುದನ್ನೇ ಅರಿಯದ, ಸಮುದ್ರಜೀವಿಗಳ ರಂಜಕ ದೀಪ್ತಿಯ ಹೊರತು ಬೇರೆ ಯಾವ ಬೆಳಕನ್ನೂ ದಿಟ್ಟಿಸಿರದ, ಶಾಶ್ವತ ನಿಶೆಯಲ್ಲಿ ಜೀವಿಸುತ್ತಿರುವ ಈ ಸಾಗರ ನಿವಾಸಿಗಳ ಬಗ್ಗೆ ಮತ್ತು ಅವರ ಆಶ್ಚರ್ಯಕರ ನಗರದ ಬಗ್ಗೆ ಎಲ್‌ಸ್ಟೆಡ್ ನೀಡಿದ ನಿರೂಪಣೆ ಅತ್ಯಂತ ಪ್ರಾಸಂಗಿಕವಾಗಿತ್ತು.

ಎಲ್‌ಸ್ಟೆಡ್‌ನ ಈ ವೃತ್ತಾಂತ ದಿಗ್ಭ್ರಮೆಗೊಳಿಸುವಂತಹದು ಎಂಬುದೇನೋ ನಿಜ. ಆದರೆ ಆಡಮ್ಸ್ ಮತ್ತು ಜೆಂಕಿನ್ಸ್‌ರವರಂತಹ ಉನ್ನತ ವಿಜ್ಞಾನಿಗಳು ಸಹ ಇದರಲ್ಲಿ ನಂಬಲಸಾಧ್ಯವಾದುದೇನೂ ಇಲ್ಲವೆಂದಿರುವುದು ಇನ್ನಷ್ಟು ದಿಗ್ಭ್ರಮೆಗೊಳಿಸುವ ವಿಚಾರ. ಅಧಿಕ ಒತ್ತಡ ಮತ್ತು ಕಡಿಮೆ ಉಷ್ಣಮಾನಕ್ಕೆ ಒಗ್ಗಿಕೊಂಡ, ಬದುಕಿದ್ದರೂ ಸತ್ತರೂ ತೇಲಲಾರದಷ್ಟು ಭಾರವಾದ ಶರೀರ ರಚನೆಯನ್ನು ಹೊಂದಿದ, ನೀರಿನ ಮೂಲಕ ಉಸಿರಾಡುವ, ಬುದ್ಧಿಶಕ್ತಿಯುಳ್ಳ ಕಶೇರುಕ ಪ್ರಾಣಿಗಳು ಆಳವಾದ ಸಾಗರತಳದಲ್ಲಿ ನಮ್ಮ ಅರಿವಿಗೆ ಬಾರದೆ ಏಕೆ ಜೀವಿಸಿರಬಾರದು ಎಂದು ಅವರು ನನಗೆ ತಿಳಿಸಿದ್ದಾರೆ. ಇಂತಹ ಮಾನವ ಸದೃಶ ಸಾಗರಜೀವಿಗಳು ಅಸ್ತಿತ್ವದಲ್ಲಿರಲಾರವು ಎನ್ನಲು ಯಾವ ಕಾರಣಗಳೂ ಇಲ್ಲ; ನಮ್ಮಂತೆಯೇ ಅವುಗಳು ಕೂಡ ಕೆಂಪು ಮರಳುಗಲ್ಲಿನ ನೂತನ ಭೂಯುಗದಲ್ಲಿದ್ದ ನರಮೃಗಗಳ ವಂಶಜರಾಗಿರಬೇಕೆಂಬುದು ಅವರ ಅಭಿಪ್ರಾಯ.

ಈ ಸಾಗರಮಾನವರ ವಿಷಯ ನಮಗೇನೂ ಗೊತ್ತಿಲ್ಲದಿದ್ದರೂ, ಅವರಿಗೆ ಮಾತ್ರ ನಾವು ಅಷ್ಟು ಅಜ್ಞಾತರಾಗಿರಲಾರೆವು. ತಮ್ಮ ಜಲಮಯ ಆಕಾಶದ ನಿಗೂಢ ಕತ್ತಲೆಯಿಂದ ಆಗಾಗ ಸತ್ತು ಕೆಳಗೆ ಬೀಳುವ ಒಂದು ವಿಧದ ವಿಚಿತ್ರ ಪ್ರಾಣಿಗಳೆಂದು ಅವರು ನಮ್ಮನ್ನು ಅರಿತಿರಬಹುದು – ನಮ್ಮ ಆಕಾಶದಿಂದ ಸಿಡಿದು ಕೆಳಗೆ ಬೀಳುವ ಉಲ್ಕೆಗಳ ಪರಿಚಯ ನಮಗಿರುವಂತೆ. ಹೀಗೆ ನಾವು ಮಾತ್ರವಲ್ಲ, ನಮ್ಮ ಹಡಗುಗಳು, ನಮ್ಮ ಲೋಹಗಳು ಮತ್ತು ನಮ್ಮ ಉಪಕರಣಗಳು ಮೇಲಿನ ಅಂಧಕಾರದಿಂದ ಕೆಳಗೆ ಅವರತ್ತ ಮಳೆಗರೆಯುತ್ತಿರುತ್ತವೆ. ಊರ್ಧ್ವಲೋಕದ ಯಾವುದೋ ಒಂದು ಅದೃಶ್ಯ ಶಕ್ತಿಯ ಸಂಕಲ್ಪವೋ ಎಂಬಂತೆ, ಮುಳುಗುತ್ತಿರುವ ಈ ವಸ್ತುಗಳು ಒಮ್ಮೊಮ್ಮೆ ಅವರ ಮೈಮೇಲೆರಗಿ ಅವರನ್ನು ನುಚ್ಚುನುರಿ ಮಾಡಬಹುದು. ಕೆಲವೊಮ್ಮೆ ಅವರಿಗೆ ಅತ್ಯಂತ ವಿಶೇಷವಾದ ಅಥವಾ ಉಪಯುಕ್ತವಾದ ವಸ್ತುಗಳು ಕೆಳಗೆ ಬೀಳಬಹುದು. ಕೆಲವೊಮ್ಮೆ ಸ್ಫೂರ್ತಿಯುತವಾದ ಆಕೃತಿಗಳು ದೊರೆಯಬಹುದು. ಆದಕಾರಣ ಅಲ್ಲಿಗೆ ಜೀವಂತ ಮಾನವನೊಬ್ಬನ ಅವತರಣ ಅವರ ಮೇಲೆ

ಎಂತಹ ಪರಿಣಾಮ ಬೀರಿರಬಹುದೆಂಬುದನ್ನು ನಾವು ಊಹಿಸಬಹುದು. ಪ್ರಭಾವಲಯದಿಂದ ಪರಿವೇಷ್ಟಿತವಾದ ತೇಜೋಮಯ ಜೀವಿಯೊಂದು ಅನಾಗರಿಕ ಜನರ ಮಧ್ಯೆ ಒಮ್ಮೆಲೆ ಬಾನಿನಿಂದ ಬಂದು ಕೆಳಗಿಳಿದರೆ ಅವರೇನು ಮಾಡಬಹುದು? ಎಲ್‌ಸ್ಟೆಡ್ ತಮ್ಮ ಮುಂದೆ ಪ್ರತ್ಯಕ್ಷವಾದಾಗ ಈ ಸಾಗರ ನಿವಾಸಿಗಳ ಪ್ರತಿಕ್ರಿಯೆ ಹೆಚ್ಚು ಕಡಿಮೆ ಹಾಗಿದ್ದಿರಬೇಕು.

ಪಾತಾಳ ಕೂಪದಲ್ಲಿ ತಾನು ಕಳೆದ ಹನ್ನೆರಡು ಗಂಟೆಗಳ ವಿಚಿತ್ರ ಅನುಭವದ ಪ್ರತಿಯೊಂದು ವಿವರವನ್ನು ಸಹ ಬಹುಶಃ ಒಂದಲ್ಲ ಒಂದು ಬಾರಿಯಾದರೂ 'ಟಾರ್ಮಿಗನ್'ನ ಅಧಿಕಾರಿಗಳಿಗೆ ಎಲ್‌ಸ್ಟೆಡ್ ತಿಳಿಸಿರಬೇಕು. ಅವುಗಳನ್ನು ಬರೆದಿಡುವ ಯೋಚನೆಯೂ ಅವನಿಗಿತ್ತೆಂಬುದು ಖಂಡಿತ. ಆದರೆ ದುರದೃಷ್ಟವಶಾತ್ ಆತ ಹಾಗೆ ಮಾಡಲಿಲ್ಲ. ಆದಕಾರಣ ಕಮಾಂಡರ್ ಸಿಮ್ಮನ್ಸ್, ವೇಬ್ರಿಜ್, ಸ್ಟೀವನ್ಸ್, ಲಿಂಡ್ಲೇ, ಮೊದಲಾದವರಿಂದ ತುಂಡು ತುಂಡಾಗಿ ದೊರೆತ ಸ್ಮರಣೆಗಳಿಂದ ಅವನ ಕಥೆಯನ್ನು ನಾವು ಪೋಣಿಸಬೇಕಾಗಿ ಬಂದಿದೆ.

ಅವರ ಹೇಳಿಕೆಗಳ ಮೂಲಕ ಆ ಕೊನೆಯ ದೃಶ್ಯದ ಚೂರುಗಳು ಮಸುಕುಮಸುಕಾಗಿ ನಮ್ಮ ಕಣ್ಣ ಮುಂದೆ ಸುಳಿಯುತ್ತವೆ – ಅತ್ತ ಆ ದೊಡ್ಡ ಮಾಯಾರೂಪೀ ಕಟ್ಟಡ, ಆ ಸಾಷ್ಟಾಂಗ ವಂದನೆ, ಭಜನೆ ಮಾಡುತ್ತಿದ್ದ ಆ ಜನರು, ಓತಿಯ ತಲೆಯನ್ನು ಹೋಲುತ್ತಿದ್ದ ಕಡು ನೇರಳೆ ಬಣ್ಣದ ಅವರ ಬಗ್ಗಿದ ತಲೆಗಳು, ಮಂದವಾಗಿ ಹೊಳೆಯುತ್ತಿದ್ದ ಅವರ ಉಡುಗೆ, ಇತ್ತ ತನ್ನ ಗೋಲದೊಳಗೆ ನಿಸ್ಸಹಾಯಕನಾಗಿ ನಿಂತು ಇದನ್ನೆಲ್ಲ ನೋಡುತ್ತಿದ್ದ ಎಲ್‌ಸ್ಟೆಡ್.

ಸಮಯ ಹೀಗೆಯೇ ಮುಂದುವರಿಯಿತು. ಭಜನೆ ನಿಲ್ಲುವ ಲಕ್ಷಣ ಕಾಣಲಿಲ್ಲ. ಕೊನೆಗೆ ಎಲ್‌ಸ್ಟೆಡ್ ಹತಾಶನಾಗಿ ತನ್ನ ದೀಪವನ್ನು ಮತ್ತೊಮ್ಮೆ ಬೆಳಗಿಸಿ ಅವರಿಗೆ ಕಾಣಿಸಿಕೊಂಡ; ಗೋಲವನ್ನು ಬಿಗಿಹಿಡಿದಿದ್ದ ಹಗ್ಗವನ್ನು ತುಂಡರಿಸಬೇಕೆಂದು ಕೈಕರಣಗಳ ಮೂಲಕ ಅವರಿಗೆ ಸೂಚಿಸಲು ಪ್ರಯತ್ನಿಸಿದ. ಆದರೆ ಇದರಿಂದ ಯಾವ ಫಲವೂ ದೊರೆಯಲಿಲ್ಲ. ನಿಮಿಷಗಳ ಮೇಲೆ ನಿಮಿಷಗಳು ಉರುಳಿಹೋದವು. ಎಲ್‌ಸ್ಟೆಡ್ ತನ್ನ ಗಡಿಯಾರವನ್ನು ನೋಡಿದ. ಇನ್ನು ನಾಲ್ಕು ಗಂಟೆಗಳ ಕಾಲಕ್ಕೆ ಸಾಕಾಗುವಷ್ಟು ಮಾತ್ರ ಆಮ್ಲಜನಕ ಉಳಿದಿತ್ತೆಂಬುದನ್ನು ಕಂಡು ಅವನಿಗೆ ದಿಗಿಲು ಬಡಿಯಿತು. ಆದರೆ ಅವನ ಗೌರವಾರ್ಥವಾದ ಕೀರ್ತನೆ ವಿಧಿಯ ಚಕ್ರದಂತೆ ನಿರ್ದಾಕ್ಷಿಣ್ಯವಾಗಿ ಮುಂದುವರಿಯುತ್ತಲೇ ಇತ್ತು. ತನ್ನನ್ನು ಸಮೀಪಿಸುತ್ತಿರುವ ಮೃತ್ಯುವಿನ ಮಸಣಗೀತೆಯೋ ಎಂಬಂತೆ ಅವನಿಗದು ಭಾಸವಾಯಿತು.

ಈ ಬಂಧನದಿಂದ ಕಟ್ಟಕಡೆಗೆ ತಾನು ಬಿಡುಗಡೆ ಪಡೆದ ಬಗೆ ಹೇಗೆಂಬುದು ಎಲ್‌ಸ್ಟೆಡ್‌ಗೆ ಆಗ ಅರ್ಥವಾಗಲಿಲ್ಲ. ಆದರೆ ಗೋಲದಿಂದ ನೇತಾಡುತ್ತಿದ್ದ ಹಗ್ಗದ ತುದಿಯನ್ನು ಅನಂತರ ಪರೀಕ್ಷಿಸಿದಾಗ ಅದು ಕಡಿದು ಹೋಗಿದ್ದಂತೆ ಕಂಡುಬಂತು. ಬಹುಶಃ ದೇವರ ಪೀಠದ ಚೂಪಾದ ಅಂಚಿಗೆ ತಿಕ್ಕಿ ತಿಕ್ಕಿ ಅದು ತುಂಡಾಗಿದ್ದಿರಬೇಕು. ಪರಿಣಾಮವಾಗಿ ಅದು ಒಮ್ಮೆಲೆ ಹೊರಳಿ ಸರ್ರನೆ ಮೇಲೆ ಹಾರಿತು. ತರುವಾಯ, ಆಕಾಶದಿಂದ ಧರೆಗಿಳಿದ ದಿವ್ಯ ಜೀವಿಯೊಂದು ಶೂನ್ಯದಿಂದ ಆವೃತವಾಗಿ ನಮ್ಮ ವಾತಾವರಣವನ್ನು ಮಿಂಚಿನಂತೆ ಹಾದು ತನ್ನ ಸ್ವಂತ ಲೋಕಕ್ಕೆ ಮರಳಬಹುದಾದ ರೀತಿಯಲ್ಲಿ ಅವರ ಜಗತ್ತಿನಿಂದ ಆತ ಅತ್ಯಂತ ವೇಗವಾಗಿ ಮೇಲೇರಿದ. ನಮ್ಮ ಗಾಳಿಯಿಂದ ಜಲಜನಕ ಅನಿಲದ ಗುಳ್ಳೆಯೊಂದು ಮೇಲೆ ನೆಗೆದು ಮಾಯವಾಗುವಂತೆ, ಕಣ್ಣು ಮುಚ್ಚಿ ತೆರೆಯುವುದರೊಳಗೆ ಅವರ ದೃಷ್ಟಿಯಿಂದ ಆತ ಅದೃಶ್ಯನಾಗಿದ್ದಿರಬೇಕು. ಅದೊಂದು ಅದ್ಭುತ ಆರೋಹಣದಂತೆ ಅವರಿಗೆ ತೋರಿರಬಹುದು.

ಗೋಲವು ರಭಸದಿಂದ ಮೇಲೆ ಮೇಲೆ ಏರಿತು. ಸೀಸದ ನಿಮಜ್ಜಕಗಳ ಭಾರದಿಂದ ಸೆಳೆಯಲ್ಪಟ್ಟ ಹಿಂದಿನ ಅಧೋಗಮನದ ಗತಿಗಿಂತಲೂ ಅದರ ಈಗಿನ ಊರ್ಧ್ವಗಮನದ ವೇಗ ಹೆಚ್ಚಾಗಿತ್ತು. ಗೋಲದೊಳಗೆ ವಿಪರೀತ ಸೆಖೆಯಾಗತೊಡಗಿತು. ಮೇಲ್ಮೊಗವಾಗಿದ್ದ ಅದರ ಗಾಜಿನ ಕಿಂಡಿಗಳ ಮೂಲಕ, ನೊರೆನೊರೆಯಾಗಿ ಉಕ್ಕೇರುತ್ತಿದ್ದ ಬುದ್ಬುದಗಳ ಸ್ರೋತ ಅವನಿಗೆ ಕಾಣಿಸುತ್ತಿತ್ತು. ಈಗಲ್ಲದಿದ್ದರೆ, ಇನ್ನೊಂದು ಕ್ಷಣದೊಳಗೆ ಕಿಟಿಕಿ ಹಾರಿಹೋಗಬಹುದೆಂದು ಆತ ಭಾವಿಸಿದ. ಆಗ ಇದ್ದಕ್ಕಿದ್ದಂತೆ ತನ್ನ ತಲೆಯೊಳಗೆ ಯಾವುದೋ ಒಂದು ದೊಡ್ಡ ಚಕ್ರ ಚಲಿಸಲಾರಂಭಿಸಿದಂತೆ ಅವನಿಗೆ ಭಾಸವಾಯಿತು. ಮೆತ್ತೆಯೊದಗಿಸಲ್ಪಟ್ಟಿದ್ದ ಗೋಲದ ಒಳ ಕುಹರ ಅವನ ಸುತ್ತಲೂ ಗಿರಗಿರನೆ ತಿರುಗತೊಡಗಿತು. ಆತ ಮೂರ್ಛೆ ಹೋದ. ಅನಂತರ ಏನಾಯಿತೆಂಬುದು ಅವನಿಗೆ ಗೊತ್ತಿರಲಿಲ್ಲ. ಅರಿವು ಮರುಕಳಿಸಿದಾಗ ಆತ ಹಡಗಿನೊಳಗೆ ತನ್ನ ಕ್ಯಾಬಿನ್‌ನಲ್ಲಿದ್ದ. ಪಕ್ಕದಲ್ಲಿ ಡಾಕ್ಟರನ ಸ್ವರ ಕೇಳಿಸುತ್ತಿತ್ತು.

ಇದು 'ಟಾರ್ಮಿಗನ್'ನ ಅಧಿಕಾರಿಗಳಿಗೆ ತುಂಡುತುಂಡಾಗಿ ಎಲ್‌ಸ್ಟೆಡ್ ನಿರೂಪಿಸಿದ ಅಸಾಧಾರಣ ಕಥೆಯ ಸಾರಾಂಶ. ಮುಂದೆ ಪುರುಸೊತ್ತಾದಾಗ ಇದನ್ನೆಲ್ಲ ಬರೆದಿಡುವುದಾಗಿ ಆತ ಆಶ್ವಾಸನೆ ನೀಡಿದ್ದ. ಸದ್ಯಃ ತನ್ನ ಉಪಕರಣದಲ್ಲಿ ಮಾಡಬೇಕಾದ ಸುಧಾರಣೆಗಳ ಚಿಂತೆಯಲ್ಲೇ ಅವನ ಮನಸ್ಸು ಮುಳುಗಿತ್ತು. ಈ ಬದಲಾವಣೆಗಳನ್ನು ರಿಯೋ–ಡಿ–ಜೆನ್ನೈರೋದಲ್ಲಿ ಮಾಡಲಾಯಿತು.

ಇನ್ನು ಹೇಳಲು ಉಳಿದಿರುವುದಿಷ್ಟೆ:

ಮೊದಲನೇ ಅನುಭವದಿಂದ ಸೂಚಿತವಾದಂತೆ ಸುಧಾರಿಸಲ್ಪಟ್ಟ ತನ್ನ ಗೋಲದಲ್ಲಿ 1896ರ ಫೆಬ್ರವರಿ 2ರಂದು ದ್ವಿತೀಯ ಬಾರಿಗೆ ಎಲ್‌ಸ್ಟೆಡ್ ಸಾಗರಗರ್ಭದೊಳಕ್ಕೆ ಪ್ರವೇಶಿಸಿದ. ಅಲ್ಲಿ ಏನಾಯಿತೆಂಬುದನ್ನು ಬಹುಶಃ ನಾವೆಂದೂ ತಿಳಿಯಲಾರೆವು. ಈ ಪಯಣದಿಂದ ಆತ ಹಿಂದಿರುಗಿ ಬರಲಿಲ್ಲ. ಅವನು ಮುಳುಗಿದ ಜಾಗದ ಸುತ್ತಮುತ್ತ ಸುಳಿದಾಡುತ್ತಾ ಹದಿಮೂರು ದಿನಗಳ ಕಾಲ ಅವನಿಗಾಗಿ 'ಟಾರ್ಮಿಗನ್' ಶೋಧೆ ನಡೆಸಿತು. ಅನಂತರ ಅದು ರಿಯೋಗೆ ಮರಳಿತು. ಅಲ್ಲಿಂದ ತಂತಿಯ ಮೂಲಕ ಈ ವರ್ತಮಾನವನ್ನು ಅವನ ಮಿತ್ರರಿಗೆ ಕಳುಹಿಸಲಾಯಿತು. ಸದ್ಯಕ್ಕೆ ಈ ವಿಷಯ ಹೀಗೆ ನಿಂತಿದೆ. ಆದರೆ ಅದು ಹಾಗೆಯೇ ಉಳಿಯುವುದು ತೀರಾ ಅಸಂಭವ. ಇದುವರೆಗೆ ನಾವು ಊಹಿಸಿರದಿದ್ದಂತಹ, ಆಳ ಸಾಗರತಳದ ಈ ನಗರಗಳ ಕುರಿತು ಎಲ್‌ಸ್ಟೆಡ್ ನೀಡಿದ ವಿಚಿತ್ರ ವೃತ್ತಾಂತದ ಸತ್ಯಾಸತ್ಯತೆಯನ್ನು ಪರೀಕ್ಷಿಸಲು ಹೊಸ ಪ್ರಯತ್ನಗಳು ನಡೆಯಲಾರವೆಂದು ಹೇಳಲು ಖಂಡಿತ ಸಾಧ್ಯವಿಲ್ಲ. ○

❍ ಕ್ಯಾಥರೀನ್ ಮ್ಯಾನ್ಸ್‌ಫೀಲ್ಡ್

ಒಂದು ನೊಣ

"ಇಲ್ಲಿ ನೀನು ಎಷ್ಟು ಹಾಯಾಗಿರುವೆ! ಏನು ಸೌಕರ್ಯ!" ಮುದುಕ ಮಿ. ವುಡಿಫೀಲ್ಡ್ ತನ್ನ ಮಿತ್ರನಾಗಿದ್ದ ಧಣಿಯ ಕಚೇರಿಯಲ್ಲಿ ಕುಳಿತು ಈ ರೀತಿ ಕೀರಲು ದನಿಯಲ್ಲಿ ಉದ್ಗರಿಸಿದ.

ಹಸಿರು ಚರ್ಮ ಹೊದಿಸಿದ್ದ ಒಂದು ದೊಡ್ಡ ಆರಾಮ ಕುರ್ಚಿಯಲ್ಲಿ ಆತ ಒರಗಿದ್ದ. ತಳ್ಳು ಬಂಡಿಯಿಂದ ದೃಷ್ಟಿ ಹರಿಸುವ ಮಗುವಿನಂತೆ ಅದರೊಳಗಿಂದ ಇಣುಕಿ ನೋಡುತ್ತಿದ್ದ ಆ ವೃದ್ಧ. ಅವರ ಮಾತುಕತೆ ಮುಗಿದಿತ್ತು. ಈಗ ಮನೆಗೆ ಹಿಂದಿರುಗಬೇಕಾದ ಸಮಯ. ಆದರೆ ಅದು ಅವನಿಗೆ ಇಷ್ಟವಿರಲಿಲ್ಲ. ಅವನು ಕೆಲಸದಿಂದ ನಿವೃತ್ತನಾದಂದಿನಿಂದ, ಅವನ.... ಹೃದಯಾಘಾತದ ತರುವಾಯ, ಅವನ ಹೆಂಡತಿ ಮತ್ತು ಹೆಣ್ಣುಮಕ್ಕಳು ಅವನನ್ನು ಹೊರಕ್ಕೆ ಎಲ್ಲೂ ಹೋಗದಂತೆ ನೋಡಿಕೊಳ್ಳುತ್ತಿದ್ದರು – ಮಂಗಳವಾರ ಒಂದು ದಿನ ವಿನಾ. ಪ್ರತಿ ಮಂಗಳವಾರ ಮಾತ್ರ ಅವನಿಗೆ ಸರಿಯಾದ ಉಡುಪು ತೊಡಿಸಿ, ತಲೆಬಾಚಿ, ಪೇಟೆಗೆ ಹೋಗಲು ಬಿಡುತ್ತಿದ್ದರು. ಅಲ್ಲಿ ಅವನು ಏನು ಮಾಡುತ್ತಿದ್ದ ಎಂಬುದರ ಬಗ್ಗೆ ಹೆಂಡತಿ ಮಕ್ಕಳಿಗೆ ಯಾವ ಕಲ್ಪನೆಯೂ ಇರಲಿಲ್ಲ. ಸ್ನೇಹಿತರನ್ನು ಕಾಡುತ್ತಿರಬಹುದು ಎಂದು ಅವರು ಊಹಿಸಿದ್ದರು... ಬಹುಶಃ ಹಾಗಿರಲೂ ಸಾಕು. ಎಷ್ಟೆ ಆದರೂ ನಮ್ಮ ಕೊನೆಯ ದಿನಗಳ ಸುಖಗಳಿಗೆ ನಾವು ಅಂಟಿಕೊಳ್ಳುವುದು ಸ್ವಾಭಾವಿಕ – ಚಳಿಗಾಲದಲ್ಲಿ ಮರವೊಂದು ಅಳಿದುಳಿದ ತನ್ನ ಎಲೆಗಳಿಗೆ ಅಂಟಿಕೊಂಡಂತೆ. ಹೀಗೆ ಮುದುಕ ವುಡಿಫೀಲ್ಡ್ ಸಿಗಾರ್ ಸೇದುತ್ತಾ, ತನ್ನ ಮಾಜಿ ಧಣಿಯ ಕಡೆ ಹಂಬಲದ ದೃಷ್ಟಿ ಬೀರುತ್ತಾ ಕುಳಿತಿದ್ದ. ಆತ ವುಡಿಫೀಲ್ಡ್‌ಗಿಂತ ಐದು ವರ್ಷ ಹಿರಿಯ. ಆದರೂ ಆತ ಕೆಂಪು ಕೆಂಪಾಗಿ ಹೃಷ್ಟಪುಷ್ಟನಾಗಿದ್ದ. ತನ್ನ ಕಚೇರಿಯ ಕುರ್ಚಿಯ ಮೇಲೆ ಸುತ್ತ ತಿರುಗುತ್ತಾ, ಇನ್ನೂ ಅಧಿಕಾರ ಚಲಾವಣೆ ಮಾಡುತ್ತಿದ್ದ. ಅವನನ್ನು ನೋಡಿದರೇ ಸಾಕು ಯಾರಿಗಾದರೂ ಸಂತೋಷವಾಗುವಂತಿತ್ತು.

ಹಂಬಲ ಮತ್ತು ಮೆಚ್ಚಿಕೆಗಳನ್ನು ವ್ಯಕ್ತಪಡಿಸುತ್ತಾ, ಮುದುಕ ತನ್ನ ಕೀರಲು ದನಿಯಲ್ಲಿ ಮತ್ತೆ ಹೇಳಿದ :

"ನನ್ನಾಣೆಗೂ, ಈ ಕೋಣೆ ಎಷ್ಟು ಆರಾಮವಾಗಿದೆ!"

"ಹೌದು ಇಲ್ಲಿ ತಕ್ಕಮಟ್ಟಿಗೆ ಸೌಕರ್ಯಗಳಿವೆ" ಎಂದು ಧಣಿ ತನ್ನ ಮಿತ್ರನ ಮಾತಿಗೆ ಒಪ್ಪಿ 'ಫೈನಾನ್ಷಿಯಲ್ ಟೈಮ್ಸ್' ಪತ್ರಿಕೆಯ ಹಾಳೆಗಳನ್ನು ಒಂದು ಕಾಗದ ಕತ್ತರಿಸುವ ಚಾಕುವಿನಿಂದ ತಿರುವಿ ಹಾಕತೊಡಗಿದ. ವಾಸ್ತವವಾಗಿ, ಆ ಕೋಣೆಯ ವಿಷಯದಲ್ಲಿ ಅವನಿಗೆ ಹೆಮ್ಮೆಯಿತ್ತು. ಅದರ ಬಗ್ಗೆ ಇತರರ ಹೊಗಳಿಕೆ ಅವನಿಗೆ ಇಷ್ಟವಾಗಿತ್ತು. ಅದರಲ್ಲೂ ಮುದುಕ ವುಡಿಫೀಲ್ಡ್‌ನ ಮೆಚ್ಚುಗೆ ಆಪ್ಯಾಯಮಾನವಾಗಿತ್ತು. ಕಂಠಕ್ಕೆ ಮಫ್ಲರ್ ಸುತ್ತಿಕೊಂಡಿದ್ದ ಬಡಕಲು ಶರೀರದ ತನ್ನ ಮುದುಕ ಮಿತ್ರನ ಮುಂದೆ ಈ ಎಲ್ಲ ಸೌಕರ್ಯಗಳ ಮಧ್ಯೆ ಹೀಗೆ ಸುಖಕರವಾದ ಶೈಲಿಯಲ್ಲಿ ಕುಳಿತಿರುವುದು ಅವನಿಗೆ ಗಾಢವಾದ ತೃಪ್ತಿಯನ್ನು ಉಂಟುಮಾಡಿತ್ತು.

"ಈಚೆಗೆ ಇದನ್ನು ನಾನು ಸ್ವಲ್ಪ ದುರಸ್ತಿ ಮಾಡಿಸಿದ್ದೇನೆ."

ಹೀಗೆ ಎಷ್ಟು ವಾರಗಳಿಂದ ಎಷ್ಟು ಜನರಿಗೆ ಆತ ವಿವರಿಸಿದ್ದನೋ? ಅವನಿಗೇ ಗೊತ್ತು. "ಹೊಸ ಜಮಖಾನ," ನೆಲಕ್ಕೆ ಹಾಸಿದ್ದ ದೊಡ್ಡ ಬಿಳೀ ವರ್ತುಲಗಳುಳ್ಳ ಮಿರುಗುವ ಕೆಂಪು ಜಮಖಾನವನ್ನು ತೋರಿಸುತ್ತಾ ಆತ ಹೇಳಿದ. "ಹೊಸ ಪೀಠೋಪಕರಣ," ಎನ್ನುತ್ತಾ ಒಂದು ದೊಡ್ಡ ಪುಸ್ತಕಗಳ ಕಪಾಟನ್ನೂ, ವಿಚಿತ್ರವಾಗಿ ಕಡೆದು ಮಾಡಿದ್ದ ಕಾಲುಗಳುಳ್ಳ ಮೇಜನ್ನೂ ತಲೆಯಾಡಿಸಿ ನಿರ್ದೇಶಿಸಿದ. "ವಿದ್ಯುಚ್ಛಕ್ತಿಯಿಂದ ಕಾವು," ಎಂದು ತನ್ನ ಹಿಗ್ಗನ್ನು ತಡೆಯಲಾರದೆ ಮೃದುವಾದ ಬೆಳಕನ್ನು ಬೀರುವ, ಸ್ವಲ್ಪ ಬಾಗಿದ ತಾಮ್ರದ ತಟ್ಟೆಯ ಮೇಲೆ ಇದ್ದ, ಮುತ್ತಿನಂತೆ ಹೊಳೆಯುತ್ತಿದ್ದ ಪಾರದರ್ಶಕ ದೀಪಗಳತ್ತ ಬೊಟ್ಟುಮಾಡಿದ.

ಆದರೆ ಒಂದು ವಸ್ತುವಿನ ಮೇಲೆ ಮಾತ್ರ ಮುದುಕ ವುಡಿಫೀಲ್ಡ್‌ನ ಗಮನವನ್ನು ಆತ ಸೆಳೆಯಲಿಲ್ಲ; ಮೇಜಿನ ಮೇಲೆ ಇದ್ದ ಛಾಯಾಚಿತ್ರದ ಕಡೆ. ಅದು ಗಂಭೀರ ಮುಖಮುದ್ರೆಯ ಒಬ್ಬ ಯುವಕನ ಫೋಟೋ. ಸೈನಿಕನ ಸಮವಸ್ತ್ರ ಧರಿಸಿದ್ದ ಆತ ಛಾಯಾಚಿತ್ರಗಾರರು ಸೃಷ್ಟಿಸಿದ್ದ ಒಂದು ಕೃತಕ ಹೂ ತೋಟದಲ್ಲಿ ಕೃತಕ ಕಾರ್ಮೋಡಗಳ ಹಿನ್ನೆಲೆಯಲ್ಲಿ ನಿಂತಿದ್ದ. ಆದರೆ ಅದೇನೂ ಹೊಸ ಫೋಟೋ ಆಗಿರಲಿಲ್ಲ. ಆರು ವರ್ಷಗಳಿಗಿಂತಲೂ ಹಿಂದಿನದು.

ಧಣಿಯ ವಿವರಣೆ ಮುಗಿಯುವುದರೊಳಗೆ ಮುದುಕ ವುಡಿಫೀಲ್ಡ್ ಒಮ್ಮೆಲೆ ಹೇಳಿದ:

"ನಿನಗೆ ಏನೋ ಹೇಳಬೇಕು ಅಂತಿದ್ದೆ."

ಅದನ್ನು ಜ್ಞಾಪಕಕ್ಕೆ ತಂದುಕೊಳ್ಳುವ ಶ್ರಮದಿಂದ ಅವನ ಕಣ್ಣುಗಳು ಮಸುಕಾದವು. "ಏನು ಅದು? ನಾನು ಮನೆಯಿಂದ ಈ ಬೆಳಿಗ್ಗೆ ಹೊರಟಾಗ ಅದನ್ನು ಜ್ಞಾಪಿಸಿಕೊಂಡಿದ್ದೆ." ಮುದುಕನ ಕೈ ನಡುಗಲು ಆರಂಭವಾಯಿತು. ಅವನ ಗಡ್ಡದ ಮೇಲೆ ಮುಖ ಕೆಂಪೇರಿದ್ದನ್ನು ಕಾಣಬಹುದಾಗಿತ್ತು.

ಅಯ್ಯೊ ಪಾಪ! ಈತ ಕೊನೆಯ ಹೆಜ್ಜೆ ಹಾಕಲು ಇನ್ನು ಹೆಚ್ಚು ಕಾಲವಿಲ್ಲ ಎಂದು ಧಣಿ ಭಾವಿಸಿದ. ಆತ ಕರುಣೆಯಿಂದ ಮುದುಕನ ಕಡೆ ಕಣ್ಣು ಮಿಟುಕಿಸಿ, ವಿನೋದದಿಂದ ನುಡಿದ:

"ನಾನು ಹೇಳ್ತೀನಿ ಕೇಳು. ಇಲ್ಲಿ ಒಂದು ತೊಟ್ಟು ಏನೋ ಇದೆ. ಈ ಚಳಿಯಲ್ಲಿ ಹೊರಗೆ ಹೋಗುವ ಮುನ್ನ ಅದನ್ನು ಸೇವಿಸೋದ್ರಿಂದ ನಿನಗೆ ಒಳ್ಳೇದಾಗುತ್ತೆ. ಸೊಗಸಾದ ದ್ರಾವಕ. ಚಿಕ್ಕ ಮಕ್ಕಳಿಗೂ ಏನೂ ತೊಂದರೆ ಮಾಡೋಲ್ಲ."

ಹೀಗೆ ಹೇಳಿ ತನ್ನ ಗಡಿಯಾರದ ಸರಪಣಿಯಲ್ಲಿದ್ದ ಒಂದು ಬೀಗದ ಕೈ ಉಪಯೋಗಿಸಿ ಮೇಜಿನ ಕೆಳಗೆ ಕಪಾಟಿನಲ್ಲಿದ್ದ ಗಿಡ್ಡನೆಯ ಒಂದು ಕಪ್ಪು ಬಾಟಲಿಯನ್ನು ಆತ ಹೊರಕ್ಕೆ ತೆಗೆದು ಹೇಳಿದ:

"ಇದೇ ಆ ಔಷಧಿ. ಇದನ್ನು ನನಗೆ ಕೊಟ್ಟ ಆಸಾಮಿ ಇದು ವಿಂಡ್ಸರ್ ಅರಮನೆಯ ನೆಲಮಾಳಿಗೆಯಿಂದಲೇ ಬಂದಿರೋದು ಅಂತ ಗುಟ್ಟಾಗಿ ತಿಳಿಸಿದ."

ಇದನ್ನು ಕಂಡ ವುಡಿಫೀಲ್ಡ್‌ನ ಬಾಯಿ ಅಗಲವಾಗಿ ತೆರೆಯಿತು. ಜಾದೂಗಾರನಂತೆ ಒಂದು ಮೊಲವನ್ನು ತನ್ನ ಮಿತ್ರ ಹೊರದೆಗೆದಿದ್ದರೆ ಅವನಿಗೆ ಇದಕ್ಕಿಂತ ಹೆಚ್ಚು ಆಶ್ಚರ್ಯ ಉಂಟಾಗುತ್ತಿರಲಿಲ್ಲ.

"ಅದು ವ್ಹಿಸ್ಕಿ ಅಲ್ಲವೆ?"

ಬಲಹೀನವಾದ ಕೀರಲು ದನಿಯಲ್ಲಿ ವುಡಿಫೀಲ್ಡ್ ಕೇಳಿದ. ಧಣಿ ತನ್ನ ಮಿತ್ರನ ಕಡೆ ಬಾಟಲಿಯನ್ನು ತಿರುಗಿಸಿ ಹೆಮ್ಮೆಯಿಂದ ಅದರ ಮೇಲಿದ್ದ ಹೆಸರು ಪಟ್ಟಿಯನ್ನು ತೋರಿಸಿದ. ಅದು ವ್ಹಿಸ್ಕಿಯೇ ಸರಿ.

ಧಣಿಯತ್ತ ಆಶ್ಚರ್ಯಭರಿತವಾದ ದೃಷ್ಟಿಯನ್ನು ಬೀರುತ್ತಾ ವುಡಿಫೀಲ್ಡ್ ಉದ್ಗರಿಸಿದ :

"ನಿನಗೆ ಗೊತ್ತಾ? ಮನೆಯಲ್ಲಿ ನಮ್ಮವರು ಇದನ್ನು ಮುಟ್ಟಲು ಕೂಡ ನನ್ನನ್ನು ಬಿಡೋದಿಲ್ಲ." ಅವನ ಕಂಠ ಗದ್ಗದಿತವಾದಂತೆ ತೋರಿತು.

"ಆಹಾ, ಅಲ್ಲೇ ಮತ್ತೆ ಮಹಿಳೆಯರಿಗಿಂತ ನಮಗೆ ಹೆಚ್ಚಿನ ತಿಳಿವಳಿಕೆ ಇರೋದು."

ಹೀಗೆನ್ನುತ್ತಾ ಧಣಿ ಮೇಜಿನ ಮೇಲೆ ನೀರಿನ ಬಾಟಲ್ ಪಕ್ಕ ಇದ್ದ ಎರಡು ಟಂಬ್ಲರ್‌ಗಳ ಬಳಿ ಧಾವಿಸಿ, ಎರಡಕ್ಕೂ ಒಂದು ಅಂಗುಲದಷ್ಟು ದ್ರಾವಕವನ್ನು ಧಾರಾಳವಾಗಿ ಸುರಿದ.

"ಇದನ್ನು ಕುಡಿ. ಇದರಿಂದ ನಿನಗೆ ಬಹಳ ಒಳ್ಳೇದಾಗ್ತದೆ. ಒಂದು ತೊಟ್ಟೂ ನೀರು ಬೆರಸಬೇಡ. ಇಂಥ ದಿವ್ಯ ವಸ್ತುವಿಗೆ ಏನಾದ್ರೂ ಬೆರೆಸೋದೂಂದ್ರೆ ದೈವದ್ರೋಹ ಮಾಡಿದಂತೆಯೇ ಸರಿ. ಆಹ !"

ಟಂಬ್ಲರ್‌ನಲ್ಲಿದ್ದ ದ್ರಾವಕವನ್ನು ಧಣಿ ಒಂದೇ ಗುಟುಕಿನಲ್ಲಿ ಹೀರಿದ. ಅನಂತರ ಕರವಸ್ತ್ರವನ್ನು ಹೊರತೆಗೆದು ತನ್ನ ಮೀಸೆಯನ್ನು ತಟಕ್ಕನೆ ಒರೆಸಿಕೊಂಡು, ಒಕ್ಕಣ್ಣಿನಿಂದ ಮುದುಕ ವುಡಿಫೀಲ್ಡ್‌ನತ್ತ ನೋಡಿದ. ಅವನಿನ್ನೂ ತನ್ನ ಗುಟುಕುನ್ನು ಬಾಯಿಯೊಳಗೇ ಇರಿಸಿಕೊಂಡು ಆಚೀಚೆ ಹೊರಳಾಡಿಸಿ ಅದರ ರುಚಿ ಸವಿಯುತ್ತಿದ್ದ.

ಮುದುಕ ಕೊನೆಗೊಮ್ಮೆ ದ್ರಾವಕವನ್ನು ನುಂಗಿದ. ಆಮೇಲೆ ಒಂದು ಕ್ಷಣ ಮೌನದಿಂದ ಇದ್ದ. ಬಳಿಕ ಮೆಲ್ಲಗೆ ನುಡಿದ :

"ಆಹ ! ಏನು ಕಂಪು ! ಎಷ್ಟು ಸ್ವಾದಿಷ್ಟವಾಗಿದೆ !"

ಆದರೆ ಅದರಿಂದಾಗಿ ಅವನ ಮೈ ಬೆಚ್ಚಗಾಯಿತು. ಚಳಿ ಹಿಡಿದಿದ್ದ ಅವನ ಮೆದುಳಿಗೂ ಅದರ ಬಿಸಿ ವ್ಯಾಪಿಸಿ ಅವನ ಜ್ಞಾಪಕಶಕ್ತಿ ಮರಳಿತು. ಕುರ್ಚಿಯಿಂದ ಸ್ವಲ್ಪ ಕಷ್ಟಪಟ್ಟು ಕತ್ತನ್ನು ಮೇಲಕ್ಕೆತ್ತಿ ಅವನು ಹೇಳಿದ :

"ಹಾಂ ! ಈಗ ನೆನಪಾಯಿತು. ಈ ವಿಷಯದಲ್ಲಿ ನಿನಗೂ ಆಸಕ್ತಿ ಇರ್ಬಹುದು ಅಂತ ನನ್ನ ಭಾವನೆ. ನನ್ನ ಹೆಣ್ಣುಮಕ್ಕಳು, ಕಳೆದ ವಾರ ಬೆಲ್ಜಿಯಂನಲ್ಲಿದ್ದಾಗ ನಮ್ಮ ನತದೃಷ್ಟ ರೆಗ್ಗಿಯ ಗೋರಿ ನೋಡುತ್ತಿದ್ದರು. ಆ ಸಂದರ್ಭದಲ್ಲಿ ನಿನ್ನ ಮಗನ ಗೋರಿಯೂ ಅವರಿಗೆ ಕಾಣಸಿಕ್ಕಿತು. ಎರಡೂ ಒಂದರ ಪಕ್ಕದಲ್ಲಿ ಒಂದು ಇವೆಯಂತೆ."

ಮುದುಕ ವುಡಿಫೀಲ್ಡ್ ಇಲ್ಲಿಗೆ ಮಾತು ಮೊಟಕುಮಾಡಿದ. ಆದರೆ ಧಣಿಯಿಂದ ಯಾವ ಉತ್ತರವೂ ಬರಲಿಲ್ಲ. ಅವನ ಕಣ್ಣುರೆಪ್ಪೆಗಳು ಮಾತ್ರ ಸ್ವಲ್ಪ ಅಲುಗಿದವು. ಅವನಿಗೆ ತನ್ನ ಮಿತ್ರ ಹೇಳಿದ್ದು ಕೇಳಿಬಂತು ಎಂಬುದನ್ನು ಇದರಿಂದಷ್ಟೆ ಅರಿಯಬಹುದಾಗಿತ್ತು.

ಮುದುಕನ ಕೀರಲು ಸ್ವರ ಮುಂದುವರಿಯಿತು.

"ಆ ಜಾಗ ಬಹು ಅಚ್ಚುಕಟ್ಟಾಗಿರುವಂತೆ ನೋಡಿಕೊಂಡಿರುವ ಅಂಶ ನನ್ನ ಹುಡುಗಿಯರಿಗೆ ಹೆಚ್ಚಿನ ಸಂತೋಷ ಉಂಟುಮಾಡಿತು. ಸೊಗಸಾಗಿ ನೋಡಿಕೊಳ್ತಿದ್ದಾರೆ. ಮನೆಗೆ ತಂದ್ರೂ ಇದಕ್ಕಿಂತ ಚೆನ್ನಾಗಿ ಇಡಲು ಸಾಧ್ಯವಿಲ್ಲ. ನೀನು ಆಚೆ ಹೋಗಿಲ್ಲ, ಅಲ್ವೆ? ಅಲ್ಲ, ಹೋಗಿದ್ದೀಯಾ ?"

"ಇಲ್ಲ, ಇಲ್ಲ !" ಅನೇಕ ಕಾರಣಗಳಿಂದಾಗಿ ಧಣಿ ಅತ್ತ ದಾಟಿರಲಿಲ್ಲ.

ನಡುಗುವ ಧ್ವನಿಯಲ್ಲಿ ಮುದುಕನ ವರ್ಣನೆ ಮುಂದೆ ಸಾಗಿತು.

"ಮೈಲಿಗಟ್ಟಲೆ ಇವೆ, ಅವು. ಕೈದೋಟದಂತೆ ಅಂದವಾಗಿದೆ ಆ ಜಾಗ. ಗೋರಿಗಳ ಮೇಲೆ ಹೂಗಿಡಗಳು ಬೆಳೆಯುತ್ತಿವೆ. ನಡುವಣ ಕಾಲ್ದಾರಿಗಳು ಅಗಲವಾಗಿ ಚೊಕ್ಕಟವಾಗಿವೆ." ಅಗಲವಾಗಿ ಅಂದವಾಗಿರುವ ದಾರಿ ಅವನಿಗೆ ಬಹು ಇಷ್ಟ ಎಂಬುದು ಅವನ ಸ್ವರದಿಂದ ವ್ಯಕ್ತವಾಯಿತು.

ಮಾತು ಮತ್ತೆ ತಟಸ್ಥವಾಯಿತು. ಅನಂತರ ಮುದುಕನಿಗೆ ವಿಶೇಷ ಉತ್ಸಾಹ ಬಂದು ಪುನಃ ಮಾತನಾಡತೊಡಗಿದ :

"ಒಂದು ಭರಣಿ ಮುರಬ್ಬಾಕ್ಕೆ ಆ ಹೋಟೆಲ್ ಮಾಲಿಕರು ನನ್ನ ಹುಡುಗಿಯರಿಂದ ಎಷ್ಟು ವಸೂಲಿ ಮಾಡಿದರು. ನಿನಗೆ ಗೊತ್ತೆ ? ಹತ್ತು ಫ್ರಾಂಕ್‌ಗಳು ! ನನ್ನ ಕೇಳಿದ್ರೆ ಇದು ಹಗಲು ದರೋಡೆ. ಬಹಳ ಚಿಕ್ಕ ಭರಣಿ ಅನ್ನುತ್ತಾಳೆ ಗರ್ಟ್ರೂಡ್. ಒಂದು ಬೆಳ್ಳಿ ನಾಣ್ಯಕ್ಕಿಂತ ಹೆಚ್ಚು ದೊಡ್ಡದಿರಲಿಲ್ಲವಂತೆ. ಒಂದು ಚಮಚದಷ್ಟು ರುಚಿ ನೋಡಿದ್ದಕ್ಕೆ ಹತ್ತು ಫ್ರಾಂಕ್‌ಗಳನ್ನು ತೆರಬೇಕಾಯಿತಂತೆ. ಭರಣಿಯನ್ನೂ ಗರ್ಟ್ರೂಡ್ ತಗೊಂಡು ಬಂದುಬಿಟ್ಟಳು. ಅವರಿಗೆ ಬುದ್ಧಿಕಲಿಸಬೇಕೂಂತ. ಅವಳು ಮಾಡಿದ್ದು ಸರಿ. ನಮ್ಮ ಮರುಕದ ಮೇಲೆ ಹಾಕುವ ಸುಂಕದಂತಿದೆ ಅವರ ವ್ಯಾಪಾರ. ನಮ್ಮವರ ಗೋರಿಗಳನ್ನು ನೋಡೋದಿಕ್ಕೆ ಅಂತ ನಾವು ಅತ್ತ ಕಾಲಿಟ್ಟ ಮಾತ್ರಕ್ಕೆ, ಏನು ಕೇಳಿದರೂ ನಾವು ಕೊಡಲು ಸಿದ್ಧ ಅಂತ ಆ ಜನ ಎಣಿಸುತ್ತಾರೆ. ಇಷ್ಟೇ ಅದರ ಗುಟ್ಟು."

ಹೀಗೆ ಹೇಳಿ ಮುದುಕ ಬಾಗಿಲು ಕಡೆ ತನ್ನ ಮುಖ ಮಾಡಿದ.

"ಸರಿ, ಸರಿ; ಖಂಡಿತವಾಗಿಯೂ ಸರಿ !" ಎಂದು ಧಣಿ ಒಪ್ಪಿದ. ಆದರೆ ಯಾವುದು ಸರಿ ಎಂಬ ವಿಷಯ ಅವನಿಗೇ ಗೊತ್ತಿರಲಿಲ್ಲ. ಅನಂತರ ಆತ ತನ್ನ ಮೇಜನ್ನು ಬಳಸಿ ಬಂದು, ಕಾಲೆಳೆದುಕೊಂಡು ನಡೆಯುತ್ತಿದ್ದ ಆ ಮುದುಕನನ್ನು ಹಿಂಬಾಲಿಸಿ ಬೀಳ್ಕೊಟ್ಟ. ವುಡಿಫೀಲ್ಡ್ ಹೊರಟುಹೋದ.

ಧಣಿ ಶೂನ್ಯದತ್ತ ನಿಟ್ಟಿಸಿ ನೋಡುತ್ತಾ ಬಹಳ ಹೊತ್ತು ಕಳೆದ. ಕೂದಲು ನರೆಯುತ್ತಿದ್ದ ಕಚೇರಿಯ ಜವಾನ ತನ್ನ ಗೂಡಿನ ಒಳಗಿನಿಂದ ಹೊರಕ್ಕೆ, ಹೊರಗಿನಿಂದ ಒಳಕ್ಕೆ, ಹೋಗುತ್ತಾ ಬರುತ್ತಾ ಧಣಿಯನ್ನು ದಿಟ್ಟಿಸುತ್ತಿದ್ದ – ಹೊರಗಡೆ ಓಡಾಡಲು ಯಜಮಾನ ತನ್ನನ್ನು ಕರೆದು ಕೊಂಡು ಹೋಗುತ್ತಾನೆ, ಎಂಬ ನಿರೀಕ್ಷೆಯಿಂದ ಅಡ್ಡಾಡುತ್ತಿರುವ ನಾಯಿಯಂತೆ. ಧಣಿ ಬಾಗಿಲಿನ ಬಳಿ ಬಂದು ಅವನಿಗೆ ತಾಕೀತು ಮಾಡಿದ.

"ಮೇಸಿ, ಇನ್ನು ಅರ್ಧಗಂಟೆ ನಾನು ಯಾರನ್ನೂ ನೋಡುವುದಿಲ್ಲ. ಗೊತ್ತಾಯಿತೆ? ಒಬ್ಬರನ್ನೂ ಒಳಗೆ ಬಿಡಬೇಡ."

"ಆಗಲಿ ಸರ್."

ಬಾಗಿಲು ಮುಚ್ಚಿತು. ಧಣಿಯ ದೃಢ ಹೆಜ್ಜೆಗಳು ಹೊಸ ಜಮಖಾನವನ್ನು ಪುನಃ ದಾಟಿ

ಕುರ್ಚಿಯ ಕಡೆ ಮರಳಿದವು. ಅವನ ಸ್ಥೂಲ ಶರೀರ ಕುರ್ಚಿಯ ಮೇಲೆ ಕುಸಿದು ಬಿತ್ತು. ಆತ ತನ್ನ ತಲೆಯನ್ನು ಮುಂದಕ್ಕೆ ಚಾಚಿ ಎರಡೂ ಕೈಗಳಿಂದ ಮುಖ ಮುಚ್ಚಿಕೊಂಡ. ಅವನಿಗೆ ಅಳಬೇಕಾಗಿತ್ತು, ಅಳಬೇಕೆಂದಿತ್ತು, ಅಳುವುದಕ್ಕಾಗಿ ಈ ತಯಾರಿ... ತನ್ನ ಮಗನ ಗೋರಿಯ ಕುರಿತು ಮುದುಕ ವುಡಿಫೀಲ್ಡ್ ಅನಿರೀಕ್ಷಿತವಾಗಿ ಮಾಡಿದ ಪ್ರಸ್ತಾಪದಿಂದ ಅವನಿಗೆ ಭಯಂಕರವಾದ ಆಘಾತವಾಗಿತ್ತು. ತಕ್ಷಣ ಭೂಮಿ ಅವನ ಮುಂದೆಯೇ ಬಿರಿದು ತನ್ನ ಮಗ ಅಲ್ಲಿ ಮಲಗಿರುವಂತೆಯೂ, ವುಡಿಫೀಲ್ಡನ ಹೆಣ್ಣುಮಕ್ಕಳು ಅವನನ್ನು ನಿಟ್ಟಿಸಿ ನೋಡುತ್ತಿರುವಂತೆಯೂ ಅವನಿಗೆ ಭಾಸವಾಗಿತ್ತು. ಅವನಿಗೆ ಅದೊಂದು ವಿಚಿತ್ರ ಅನುಭವ. ಏಕೆಂದರೆ ಆರು ವರ್ಷಗಳು ಉರುಳಿಹೋಗಿದ್ದರೂ ತನ್ನ ಮಗ ಈಗಲೂ ಸಮವಸ್ತ್ರ ಧರಿಸಿ, ಯಾವ ಕಳಂಕವೂ ಇಲ್ಲದೆ, ಯಾವ ಬದಲಾವಣೆಯೂ ಇಲ್ಲದೆ ಚಿರನಿದ್ರೆಯಲ್ಲಿ ಮಲಗಿರುವ ಚಿತ್ರವೇ ಈ ತನಕ ಅವನ ಮನಸ್ಸಿನಲ್ಲಿತ್ತು. ಮಗನನ್ನು ಬೇರಾವ ರೀತಿಯಲ್ಲಿ ಚಿತ್ರಿಸಿಕೊಳ್ಳುವುದೂ ಅವನಿಂದ ಸಾಧ್ಯವಿರಲಿಲ್ಲ. "ನನ್ನ ಮಗ !" ಧಣಿ ಗೋಳಿಟ್ಟ. ಆದರೆ ಕಣ್ಣೀರು ಕೂಡಲೇ ಹರಿಯಲಿಲ್ಲ. ಹಿಂದೆ, ಹುಡುಗ ತೀರಿಹೋದ ಮೊದಲ ಕೆಲವು ತಿಂಗಳುಗಳು ಅಥವಾ ವರ್ಷಗಳಲ್ಲಿ 'ಮಗ' ಎಂಬ ಎರಡಕ್ಷರಗಳನ್ನು ಹೇಳಿಕೊಂಡ ಕೂಡಲೇ ಅವನಿಗೆ ದುಃಖ ಉಮ್ಮಳಿಸಿ ಬಂದು ಬಿಕ್ಕಿ ಬಿಕ್ಕಿ ಅಳುವಂತೆ ಮಾಡುತ್ತಿತ್ತು. ಈ ಸ್ಥಿತಿಯಲ್ಲಿ ಕಾಲದಿಂದ ಯಾವ ಬದಲಾವಣೆಯೂ ಆಗದು ಎಂದಾತ ಸಾರಿದ್ದ, ಎಲ್ಲರಿಗೂ ಹಾಗೆ ಹೇಳಿದ್ದ. ಬಹುಶಃ ಇತರರು ಇಂತಹ ದುಃಖದಿಂದ ಮೇಲೇಳಬಹುದು; ತಮ್ಮ ನಷ್ಟವನ್ನು ಮರೆಯಬಹುದು, ಆದರೆ ತಾನು ಹಾಗಲ್ಲ. ಅದು ಹೇಗೆ ಸಾಧ್ಯ ? ಅವನಿಗೆ ಇದ್ದದ್ದು ಒಬ್ಬನೇ ಒಬ್ಬ ಮಗ. ಆ ಮಗ ಹುಟ್ಟಿದಾಗಿನಿಂದ ಧಣಿಯು ತನ್ನ ವ್ಯಾಪಾರೋದ್ಯಮವನ್ನು ಅವನಿಗಾಗಿ ಅಭಿವೃದ್ಧಿ ಪಡಿಸುತ್ತಿದ್ದ. ತನ್ನ ಮಗನಿಗಲ್ಲದಿದ್ದರೆ ಅದೆಲ್ಲಾ ವೃಥಾಶ್ರಮ, ಅರ್ಥಶೂನ್ಯ. ಇದರ ಹೊರತು ಅವನಿಗೆ ಬದುಕಿನಲ್ಲಿ ಬೇರೆ ಉದ್ದೇಶವೇ ಇದ್ದಿರಲಿಲ್ಲ. ತನ್ನ ಮಗ ಕಾಲಕ್ರಮದಲ್ಲಿ ತನ್ನ ಆಸ್ತಿಗೆ ವಾರಸುದಾರನಾಗುತ್ತಾನೆ, ಅವನು ಅಪ್ಪನ ಉದ್ಯಮವನ್ನು ಮುಂದುವರಿಸುತ್ತಾನೆ, ಎಂಬ ನಿರೀಕ್ಷೆ ಇಲ್ಲದಿರುತ್ತಿದ್ದರೆ, ಅಷ್ಟು ವರ್ಷಗಳ ಕಾಲ ಜೀವ ಬಿಗಿಹಿಡಿದು ಕತ್ತೆಯಂತೆ ದುಡಿಯಲು ಅವನಿಗೆ ಹೇಗೆ ಸಾಧ್ಯವಾಗುತ್ತಿತ್ತು ?

ಅವನ ಅಭಿಲಾಷೆ ಇನ್ನೇನು ಕೈಗೂಡುವುದರಲ್ಲಿತ್ತು. ಯುದ್ಧಕ್ಕೆ ಒಂದು ವರ್ಷ ಮುಂಚೆ ಹುಡುಗ ಕಚೇರಿಗೆ ಬಂದು ಅಲ್ಲಿಯ ಕೆಲಸಕಾರ್ಯಗಳ ಪರಿಚಯ ಪಡೆಯುತ್ತಿದ್ದ. ಬೆಳಗ್ಗೆ ತಂದೆ ಮಗ ಒಟ್ಟಿಗೇ ಕಚೇರಿಗೆ ಹೋಗುತ್ತಿದ್ದರು. ಸಂಜೆ ಒಟ್ಟಿಗೇ ರೈಲಿನಲ್ಲಿ ಹಿಂದಿರುಗುತ್ತಿದ್ದರು. ಬಹಳ ಒಳ್ಳೆಯ ಯುವಕ ಎಂದು ಅದೆಷ್ಟು ಜನ ತಂದೆಗೆ ಅಭಿನಂದನೆ ಸಲ್ಲಿಸುತ್ತಿರಲಿಲ್ಲ ! ಅದರಲ್ಲೇನೂ ಆಶ್ಚರ್ಯಕ್ಕೆ ಕಾರಣ ಇರಲಿಲ್ಲ; ಏಕೆಂದರೆ ತನ್ನ ಕಾರ್ಯ ನಿರ್ವಹಣೆಯಲ್ಲಿ ಹುಡುಗ ಅಷ್ಟೊಂದು ಮುತುವರ್ಜಿ ವಹಿಸುತ್ತಿದ್ದ. ಅವನ ಜನಪ್ರಿಯತೆಯ ವಿಷಯ ಕೇಳಬೇಕಾಗಿರಲಿಲ್ಲ. ಕಚೇರಿಯ ನೌಕರರಿಗೆಲ್ಲರಿಗೂ, ಮುದುಕ ಮೇಸಿಗೂ ಕೂಡ, ಅವನು ಅಚ್ಚುಮೆಚ್ಚಾಗಿದ್ದ. ಅವನಿಗೆ ಕೊಂಚವೂ ಜಂಭ ಇರಲಿಲ್ಲ; ಯಾವಾಗಲೂ ಸ್ವಭಾವಸಿದ್ಧವಾದ ನಗುಮುಖದಿಂದ ಇರುತ್ತಿದ್ದ. ಎಲ್ಲರಿಗೂ ಒಂದು ಒಳ್ಳೆಯ ಮಾತು ಹೇಳುತ್ತಿದ್ದ. ಪ್ರಾಪ್ತ ವಯಸ್ಕನಾಗಿದ್ದರೂ ನೋಡುವುದಕ್ಕೆ ಹುಡುಗನಂತೆ ಕಾಣುತ್ತಿದ್ದ. ಅಂತೆಯೇ ಮಾತು ಮಾತಿಗೂ 'ಬಲ್ಸೊಗಸು' ಎಂದು ನುಡಿಯುತ್ತಿದ್ದ.

ಆ ಕತೆಯೆಲ್ಲಾ ಮುಗಿದಿತ್ತು; ಅದು ನಡೆದದ್ದೇ ಇಲ್ಲವೇನೊ ಎನಿಸುವಂತೆ ಮುಗಿದು

ಹೋಗಿತ್ತು. ಒಂದು ದುರ್ದಿನ ಮೇಸಿ ತಂದ ತಾರನ್ನು ನೋಡಿ ಧಣಿಗೆ ಆಕಾಶವೇ ಕಳಚಿ ಬಿದ್ದಂತೆ ತೋರಿತ್ತು : "ತುಂಬ ವಿಷಾದದಿಂದ ಈ ವಿಷಯ ತಿಳಿಸಬೇಕಾಗಿದೆ..." ಕಚೇರಿ ಬಿಟ್ಟು ಹೊರಟ ಧಣಿ ಹತಾಶನಾಗಿದ್ದ, ಅವನ ಬದುಕೇ ನುಚ್ಚುನೂರಾಗಿತ್ತು.

ಆರು ವರ್ಷಗಳ ಹಿಂದೆ, ಆರು ವರ್ಷಗಳು... ಕಾಲ ಎಷ್ಟು ವೇಗವಾಗಿ ಸಾಗಿತ್ತು! ಆ ಘಟನೆ ನಿನ್ನೆ ನಡೆದಂತೆ ಕಾಣುತ್ತಿದೆ. ಧಣಿ ಕೈಗಳನ್ನು ಮುಖದಿಂದ ಹಿಂತೆಗೆದ, ಅವನು ತಬ್ಬಿಬ್ಬಾಗಿದ್ದ. ತನಗೆ ಏನೋ ಊನವಾಗಿದೆ ಎಂದು ಅವನಿಗೆ ಅನಿಸಿತು. ಅವನ ಇರವು ಹೇಗಿರಬೇಕೊ ಹಾಗೆ ಇರಲಿಲ್ಲ. ಮೇಲೆದ್ದು ತನ್ನ ಮಗನ ಛಾಯಾಚಿತ್ರವನ್ನು ಒಮ್ಮೆ ನೋಡಬೇಕೆಂದು ಆತ ನಿರ್ಧರಿಸಿದ. ಅದು ಅವನಿಗ ಮೆಚ್ಚಿಗೆಯಾದ ಚಿತ್ರವಲ್ಲ; ಅದರಲ್ಲಿ ಹುಡುಗನ ಮುಖಮುದ್ರೆ ಅಸ್ವಾಭಾವಿಕವಾಗಿತ್ತು. ಅದು ಸಪ್ಪೆಯಾಗಿದ್ದುದು ಮಾತ್ರವಲ್ಲ, ಗಡುಸಾಗಿಯೂ ಇತ್ತು. ತನ್ನ ಹುಡುಗ ಹೀಗಿರಲಿಲ್ಲ.

ಆ ಕ್ಷಣದಲ್ಲಿ ಧಣಿಯ ಕಣ್ಣಿಗೆ ಒಂದು ದೃಶ್ಯ ಬಿತ್ತು. ಅವನ ಅಗಲವಾದ ಮಸಿ ಕುಡಿಕೆಗೆ ಒಂದು ನೊಣ ಬಿದ್ದು ಅದರಿಂದ ಹೊರಗೆ ಬರಲು ಬಹಳ ಸಂಕಟದಿಂದಲಾದರೂ ಭಗೀರಥ ಪ್ರಯತ್ನ ಮಾಡುತ್ತಿತ್ತು. ಒದ್ದಾಡುತ್ತಿದ್ದ ಅದರ ಕಾಲುಗಳು "ಸಹಾಯಕ್ಕೆ ಬನ್ನಿ! ಸಹಾಯಕ್ಕೆ ಬನ್ನಿ!" ಎಂದು ಮೊರೆ ಇಡುವಂತೆ ಭಾಸವಾಗುತ್ತಿತ್ತು.

ಮಸಿಕುಡಿಕೆಯ ಬದಿಗಳು ಒದ್ದೆಯಾಗಿಯೂ ನುಣುಪಾಗಿಯೂ ಇದ್ದ ಕಾರಣ, ನೊಣವು ಪುನಃ ಜಾರಿ ಶಾಯಿಯೊಳಕ್ಕೆ ಬಿದ್ದು ಈಜಲು ಆರಂಭಿಸಿತು. ಒಂದು ಲೇಖನಿಯನ್ನು ಹಿಡಿದು ಧಣಿಯು ಆ ನೊಣವನ್ನು ಮೇಲಕ್ಕೆ ಎತ್ತಿದ. ಒಂದು ಚೂರು ಬ್ಲಾಟಿಂಗ್ ಕಾಗದದ ಮೇಲೆ ಅದನ್ನು ಕೊಡವಿದ. ಅದರ ಮೈಯಿಂದ ಇಳಿದ ಶಾಯಿ ಅದರ ಸುತ್ತ ಕಾಗದದ ಮೇಲೆ ಕಪ್ಪು ಕಲೆಯನ್ನು ಹರಡಿಸಿತು. ಈ ಕಲೆಯ ಮೇಲೆ ನೊಣ ಒಂದು ಕ್ಷಣ ಕಾಲ ತೆಪ್ಪಗೆ ಬಿದ್ದಿತ್ತು.

ಅನಂತರ ಅದರ ಮುಂಗಾಲುಗಳು ಅಲುಗಾಡಿದವು. ಕಾಲೂರಿ ಒದ್ದೆಯಾಗಿದ್ದ ತನ್ನ ಚಿಕ್ಕ ದೇಹವನ್ನು ಮೇಲಕ್ಕೆತ್ತಿ ನೊಣವು ತನ್ನ ರೆಕ್ಕೆಗಳನ್ನು ಶುಭ್ರಗೊಳಿಸುವ ಪ್ರಯಾಸಕರವಾದ ಕಾರ್ಯದಲ್ಲಿ ತೊಡಗಿತು. ಸಾಣೆಕಲ್ಲಿನಿಂದ ಕುಡುಗೋಲನ್ನು ಮೇಲೆ – ಕೆಳಗೆ ಉಜ್ಜುವ ಹಾಗೆ ನೊಣದ ಕಾಲುಗಳೂ ಒಮ್ಮೆ ಒಂದು ರೆಕ್ಕೆಯ ಮೇಲೂ ಮತ್ತೊಮ್ಮೆ ಇನ್ನೊಂದು ರೆಕ್ಕೆಯ ಮೇಲೂ ಲಯಬದ್ಧವಾಗಿ ಕೆಳಗೆ ಮೇಲೆ, ಕೆಳಗೆ ಮೇಲೆ ಹೋಗಲಾರಂಭಿಸಿದವು. ಸ್ವಲ್ಪ ಸುಧಾರಿಸಿಕೊಂಡ ಮೇಲೆ ನೊಣವು ತುದಿಗಾಲಿನ ಮೇಲಿ ನಿಂತು ಒಂದಾದ ಮೇಲೆ ಒಂದು ರೆಕ್ಕೆಯನ್ನು ಹರಡುವ ಯತ್ನ ಮಾಡಿತು. ಕೊನೆಗೆ ಅದರ ಶ್ರಮ ಸಾರ್ಥಕವಾಯಿತು. ಅನಂತರ ಅದು ಕುಳಿತುಕೊಂಡು ಒಂದು ಅಣುಗಾತ್ರದ ಬೆಕ್ಕಿನಂತೆ ಮುಖಪ್ರಕ್ಷಾಳನ ಮಾಡಲು ಉಪಕ್ರಮಿಸಿತು. ಈಗ ಮುಂಗಾಲುಗಳ ಚಟುವಟಿಕೆ ಸಂತೋಷ ಸೂಚಕವಾಗಿತ್ತು. ಮೈದಡವಿಕೊಂಡಂತೆ ತೋರುತ್ತಿತ್ತು. ಆ ಭೀಕರ ಅಪಾಯ ತೀರಿಹೋಗಿತ್ತು, ಸಾವಿನ ದವಡೆ ಯಿಂದ ಅದು ಪಾರಾಗಿತ್ತು; ಬದುಕನ್ನೆದುರಿಸಲು ನೊಣ ಪುನಃ ಸಿದ್ಧವಾಗಿತ್ತು.

ಆದರೆ ಧಣಿಗೆ ಆಗತಾನೇ ಒಂದು ಯೋಚನೆ ಹೊಳೆಯಿತು. ಆತ ಲೇಖನಿಯನ್ನು ಪುನಃ ಶಾಯಿಯಲ್ಲಿ ಅದ್ದಿ ತನ್ನ ಕೈಯ ದಪ್ಪವಾದ ಮಣಿಕಟ್ಟನ್ನು ಬ್ಲಾಟಿಂಗ್ ಕಾಗದದ ಮೇಲೆ ಊರಿದ. ನೊಣ ರೆಕ್ಕೆಗಳನ್ನು ಕೊಡವಿಕೊಳ್ಳುತ್ತಿದ್ದಂತೆ ದೊಡ್ಡದೊಂದು ಹನಿ ಶಾಯಿ ಅದರ ಮೇಲೆ ಬಿತ್ತು. ಈಗ ಅದು ಏನು ಮಾಡಬಲ್ಲದು ? ನಿಜವಾಗಿಯೂ ಏನು ? ಆ ಚಿಕ್ಕ ಪ್ರಾಣಿ ಭಯಗ್ರಸ್ಥ ವಾಯಿತು, ಸ್ತಬ್ಧವಾಯಿತು. ಮುಂದೇನು ಸಂಭವಿಸಬಹುದೋ ಎಂದು ಹೆದರಿ ಚಲನೆಯನ್ನು

ನಿಲ್ಲಿಸಿತು. ಸ್ವಲ್ಪ ಹೊತ್ತಿನ ಮೇಲೆ ನೋವಿನಿಂದಲೋ ಎಂಬಂತೆ ತನ್ನ ದೇಹವನ್ನು ಮುಂದಕ್ಕೆ ಸರಿಸಿತು. ಮುಂದಣ ಕಾಲುಗಳು ಅಲುಗಾಡಿದವು; ಕಾಲೂರಿ, ಈ ಸಲ ಹಿಂದಿಗಿಂತ ನಿಧಾನವಾಗಿ ಅದು ತನ್ನ ಕಠಿಣ ಪರಿಶ್ರಮವನ್ನು ಪುನಃ ಮೊದಲಿನಿಂದ ಆರಂಭಿಸಿತು.

ಪರವಾ ಇಲ್ಲ, ಧೈರ್ಯಶಾಲಿಯಾದ ಪ್ರಾಣಿ, ಎಂದು ಮನಸ್ಸಿನಲ್ಲೇ ಧಣಿ ಅಂದುಕೊಂಡ. ನೊಣದ ಸಾಹಸವನ್ನು ನೋಡಿ ಅವನಿಗೆ ಅದರ ವಿಷಯದಲ್ಲಿ ನಿಜವಾದ ಮೆಚ್ಚುಗೆ ಉಂಟಾಯಿತು. ಹೀಗೆ ನಡೆದುಕೊಳ್ಳಬೇಕು. ಅದೇ ತಕ್ಕ ಎದೆಗಾರಿಕೆ! ಕೆಟ್ಟೆ ಎಂದು ಯಾವತ್ತೂ ಭಾವಿಸಬಾರದು; ಅದೆಲ್ಲಾ... ಇಷ್ಟರಲ್ಲಿ ನೊಣ ಕಷ್ಟಕರವಾದ ತನ್ನ ಕೆಲಸವನ್ನು ಮುಗಿಸಿತ್ತು. ಧಣಿ ತಡಮಾಡದೆ ಲೇಖನಿಯನ್ನು ಪುನಃ ಶಾಯಿಯಲ್ಲಿ ಅದ್ದಿ ಹೊಸದಾಗಿ ಶುಚಿ ಮಾಡಿ ಕೊಂಡಿದ್ದ ನೊಣದ ಮೇಲೆ ನೇರವಾಗಿ ಇನ್ನೊಂದು ತೊಟ್ಟು ಶಾಯಿಯನ್ನು ಚೆಲ್ಲಿದ. ಅವನಿಗೆ ಅಷ್ಟು ಮಾಡಲು ಅಲ್ಲಿಂದಲ್ಲಿಗೆ ಸಮಯ ದೊರೆತಿತ್ತಷ್ಟೆ. ಸ್ವಲ್ಪ ತಡವಾಗಿದ್ದರೂ ನೊಣ ಹಾರಿ ಹೋಗಿರುತ್ತಿತ್ತು. ನೊಣ ಈ ಸಲ ಏನು ಮಾಡೀತು?

ಕೆಲವು ಕ್ಷಣ ಸಂಕಟಭರಿತ ಅನಿಶ್ಚಿತ ಸ್ಥಿತಿ, ಆಮೇಲೆ ಏನಿದು ಆಶ್ಚರ್ಯ! ನೊಣದ ಮುಂದಣ ಕಾಲುಗಳು ಒದ್ದಾಡುತ್ತಿದ್ದಂತೆ ಗೋಚರಿಸಿತು. ಧಣಿಗೆ ಸಮಾಧಾನ ಎಂಬ ಸುರಿಮಳೆ ಹೊಯ್ದಂತೆ ಅನುಭವವಾಯಿತು. ಅವನು ನೊಣದ ಮೇಲೆ ಬಗ್ಗಿ "ಚೂಟಿ ಪ್ರಾಣಿ ನೀನು" ಎಂದು ಕೋಮಲವಾಗಿ ಹೇಳಿದ. ನೊಣದ ತೊಯ್ದ ದೇಹವನ್ನು ಒಣಗಿಸಲು ಅದರ ಮೇಲೆ ತನ್ನ ಉಸಿರುಬಿಟ್ಟರೆ ಒಳ್ಳೆಯದೆಂಬ ಧೀಮಂತ ಯೋಚನೆ ಧಣಿಗೆ ಹೊಳೆಯಿತು. ಹಾಗಿದ್ದರೂ ನೊಣದ ಯತ್ನ ಈಗ ಉತ್ಸಾಹಶೂನ್ಯವಾಗಿ ದುರ್ಬಲವಾಗಿತ್ತು. ಇದೇ ಕೊನೆ ಎಂದು ಅಧಿಕಾರಿ ಲೇಖನಿಯನ್ನು ಮತ್ತೊಮ್ಮೆ ಮಸಿಯಲ್ಲಿ ಅದ್ದಿದ.

ಅದೇ ಕೊನೆ. ಕೊನೆಯ ಸಲ ಬಿದ್ದ ಶಾಯಿಯ ಹನಿ ಆಗಲೇ ಹೀರಿ ಹಿಪ್ಪೇಕಾಯಿ ಆಗಿದ್ದ ಬ್ಲಾಟಿಂಗ್ ಕಾಗದದ ಮೇಲೆ ಹರಡಿತು, ನೊಣದ ತೊಯ್ದ ದೇಹ ಅಲ್ಲೇ ಒರಗಿತು, ಅದರ ಚಲನವಲನಗಳು ನಿಂತುಹೋದವು. ಅದರ ಹಿಂದಣ ಕಾಲುಗಳು ದೇಹಕ್ಕೆ ಅಂಟಿಕೊಂಡವು, ಮುಂದಿನವು ಮರೆಯಾದವು.

ಧಣಿ ನೊಣವನ್ನು ಪ್ರಚೋದಿಸಲು ಯತ್ನಿಸಿದ. "ಎದ್ದೇಳು, ಇಲ್ಲಿ ನೋಡು" ಎಂದ. ಲೇಖನಿಯಿಂದ ಅದನ್ನು ಅಲುಗಾಡಿಸಿದ – ಫಲವಿಲ್ಲ. ಬಾಯಿಯಿಂದ ಊದಿದ. ಊಹುಂ! ಏನೂ ಆಗಲಿಲ್ಲ, ಆಗುವಂತೆ ಇರಲೂ ಇಲ್ಲ. ನೊಣ ಸತ್ತುಹೋಗಿತ್ತು.

ಅದರ ಕಳೇಬರವನ್ನು ಕಾಗದದ ಚಾಕುವಿನ ಕೊನೆಯಿಂದ ಎತ್ತಿ ಧಣಿ ಅದನ್ನು ಕಸದ ಬುಟ್ಟಿಗೆ ಎಸೆದ. ಆದರೆ ದುಸ್ಸಹವಾದ ಒಂದು ಸಂಕಟಕ್ಕೆ ಒಳಗಾದವನಂತೆ ಭಾಸವಾಗಿ ಅವನಿಗೆ ಹೆದರಿಕೆಯಾಯಿತು. ಅವನು ತನ್ನ ಕೈಯನ್ನು ಮುಂದೆ ಚಾಚಿ ಮೇಸಿಯನ್ನು ಬರಹೇಳುವ ಗಂಟೆಯ ಗುಂಡಿ ಒತ್ತಿದ.

ಅನಂತರ ಗಡಸು ಧ್ವನಿಯಲ್ಲಿ ಅವನು ಜವಾನನಿಗೆ ಆಜ್ಞೆ ಮಾಡಿದ :

"ಒಂದು ಹೊಸ ಬ್ಲಾಟಿಂಗ್ ಕಾಗದ ತಂದು ಕೊಡು. ಬೇಗ ತಾ."

ಆ ಹಳೇ ಸೇವಕ ಮೆಲ್ಲಗೆ ಹೆಜ್ಜೆ ಹಾಕುತ್ತಾ ಹಿಂದೆ ಹೋದ ಮೇಲೆ, ಇದಕ್ಕೆ ಮುಂಚೆ ತಾನು ಏನು ಯೋಚಿಸುತ್ತಿದ್ದೆ ಎಂದಾತ ಚಿಂತಿಸತೊಡಗಿದ. ಅದಾವ ಯೋಚನೆ? ಅದು... ಅವನು ತನ್ನ ಕರವಸ್ತ್ರವನ್ನು ಹೊರ ತೆಗೆದು ಅದನ್ನು ಕತ್ತಿನ ಪಟ್ಟಿಯೊಳಗೆ ಸೇರಿಸಿದ. ಆದರೆ ಜೀವ ಹೋಗುವಷ್ಟು ಯೋಚಿಸಿದರೂ ಅವನಿಗೆ ಅದರ ನೆನಪು ಬರಲಿಲ್ಲ. ❍

○ ಡಿ. ಎಚ್. ಲಾರೆನ್ಸ್

ಸ್ಯಾಮ್ಸನ್ ಮತ್ತು ಡಿಲೈಲ

ಕಾರ್ನ್‌ವಾಲ್‌ನ* ಪೆನ್‌ಜಾನ್ಸ್‌ನಿಂದ ಸೈಂಟ್, ಜಸ್ಟ್-ಇನ್-ಪೆನ್‌ವಿತ್‌ಗೆ ಹೋಗುವ ಬಸ್ಸಿನಿಂದ ಇಳಿದು ಒಬ್ಬ ಗಂಡಸು ಉತ್ತರ ದಿಕ್ಕಿಗೆ ತಿರುಗಿ, ಧ್ರುವ ನಕ್ಷತ್ರದತ್ತ ಚಾಚಿದ ಬೆಟ್ಟದ ಏರು ದಾರಿಯಲ್ಲಿ ನಡೆಯಲು ಉಪಕ್ರಮಿಸಿದ. ಆಗ ಇನ್ನೂ ಸಂಜೆ ಆರೂವರೆ ಗಂಟೆ ಆಗಿತ್ತಷ್ಟೆ. ಆದರೆ ಆಕಾಶದಲ್ಲಿ ನಕ್ಷತ್ರಗಳು ಮಿನುಗಲಾರಂಭಿಸಿದ್ದವು. ಸಮುದ್ರದಿಂದ ತಣ್ಣನೆಯ ಗಾಳಿ ಮೆಲ್ಲಗೆ ಬೀಸುತ್ತಿತ್ತು, ಬೆಟ್ಟದ ಕೋಡುಗಳ ಕೆಳಗಿದ್ದ ದೀಪಸ್ತಂಭದಿಂದ ಸ್ಫಟಿಕದಂತೆ ಶುಭ್ರವಾದ ಮೂರು ಸ್ಪಂದನದ ಬೆಳಕಿನ ಕೋಲು ಆ ಸಂಜೆಗತ್ತಲಿನಲ್ಲಿ ಲಯಬದ್ಧವಾಗಿ ಮಿಂಚಿ ಮಾಯವಾಗುತ್ತಿತ್ತು.

ಒಬ್ಬಂಟಿಗನಾದ ಆ ವ್ಯಕ್ತಿ ನಿಶ್ಶಂಕೆಯಿಂದ ತನ್ನ ದಾರಿಯಲ್ಲಿ ಮುಂದೆ ಸಾಗುತ್ತಿದ್ದ. ಆದರೆ ಎಡಬಲಗಳ ಕಡೆ ಎಚ್ಚರಿಕೆ ಮತ್ತು ಕುತೂಹಲಗಳಿಂದ ನೋಡುತ್ತಿದ್ದ. ಅಲ್ಲಿನ ತವರದ ಗನಿಗಳ ಪಾಳುಬಿದ್ದ ಉನ್ನತ ವಿದ್ಯುದಾಗಾರಗಳು ಆ ಕತ್ತಲೆಯಲ್ಲಿ ಅಲ್ಲೊಮ್ಮೆ ಇಲ್ಲೊಮ್ಮೆ ತಲೆಯೆತ್ತುತ್ತಿದ್ದವು - ಯಾವುದೋ ಪುರಾತನ ಸಂಸ್ಕೃತಿಯ ಅವಶೇಷಗಳಂತೆ. ಬೆಟ್ಟಗುಡ್ಡಗಳ ಮರೆಯಲ್ಲಿ ಹರಡಿದ್ದ ಗಣಿ ಕೆಲಸಗಾರರ ಅನೇಕ ಗುಡಿಸಲುಗಳ ದೀಪಗಳು ಅಸ್ತವ್ಯಸ್ತವಾದ ರೀತಿಯಲ್ಲಿ ಮೌನವಾಗಿ ಮಿನುಗುತ್ತಿದ್ದವು. ಆದರೂ ಆ ಕೆಲ್ಟಿಕ್ ರಾತ್ರಿಯ ನೀರವತೆಯಲ್ಲಿ ಮನೆ ಬೆಳಕಿನಂತೆ ಹಿತಕರವಾಗಿ ಮಿನುಗುತ್ತಿದ್ದವು.

ಪಯಣಿಗ ಒಂದೇ ಸಮನೆ ದಾರಿ ತುಳಿಯುತ್ತಿದ್ದ; ಆದರೆ ಕುತೂಹಲಭರಿತನಾಗಿ ಸದಾ ಜಾಗೃತನಾಗಿ ನಡೆಯುತ್ತಿದ್ದ. ಆತ ಒಳ್ಳೆಯ ಮೈಕಟ್ಟಿನ ಎತ್ತರವಾದ ವ್ಯಕ್ತಿಯಾಗಿದ್ದು, ನಡುಹರೆಯದ ಉಬ್ಬರದಲ್ಲಿರುವವನಂತೆ ಕಾಣುತ್ತಿದ್ದ. ಅವನ ಭುಜಗಳು ಚೌಕಾಕಾರವಾಗಿದ್ದು ಸ್ವಲ್ಪ ಗಡುಸಾದಂತೆ ತೋರುತ್ತಿದ್ದವು. ಅವನು ಸೊಂಟದಿಂದ ತನ್ನ ದೇಹವನ್ನು ಸ್ವಲ್ಪ ಮುಂದಕ್ಕೆ ಬಾಗಿಸಿ ನಡೆಯುತ್ತಿದ್ದ - ತನ್ನ ಎತ್ತರವನ್ನು ಕಡಿಮೆ ಮಾಡಲು

---

* ಅಟ್ಲಾಂಟಿಕ್ ಸಾಗರಕ್ಕೆ ಒತ್ತಿಕೊಂಡಿರುವ ಇಂಗ್ಲೆಂಡಿನ ನೈಋತ್ಯ ತುದಿ. ಇಲ್ಲಿನ ಜನ ಹೆಚ್ಚಾಗಿ ಕೆಲ್ಟಿಕ್ ಬುಡಕ್ಕೆ ಸೇರಿದವರು.

ತಲೆಬಗ್ಗಿಸಿ ನಡೆಯುವ ವ್ಯಕ್ತಿಯಂತೆ. ಆದರೆ ಅವನ ಭುಜಗಳು ಬಾಗಿರಲಿಲ್ಲ. ಅವನ ಬೆನ್ನು ನೇರವಾಗಿತ್ತು. ಆ ಬೆನ್ನನ್ನು ಸೊಂಟದಿಂದಲೇ ಆತ ಕೆಳಕ್ಕೆ ಬಾಗಿಸಿದ್ದ.

ದಾರಿಯಲ್ಲಿ ಆಗಿಂದಾಗ ಅಡ್ಡ ದೇಹದ, ದಪ್ಪಕಾಲುಗಳ, ಗಿಡ್ಡ ಕಾರ್ನಿಶ್ ಗಣಿ ಕೆಲಸಗಾರರು ಅವನಿಗೆ ಎದುರಾಗುತ್ತಿದ್ದರು. ಅವರಿಗೆಲ್ಲಾ ಪಯಣಿಗ ಸುಖ ನಿದ್ರೆ ಕೋರುತ್ತಿದ್ದ – ಈ ನೆಲಕ್ಕೆ ತಾನು ಪರಕೀಯನಲ್ಲ ಎನ್ನುವ ವಿಷಯವನ್ನು ಇತರರಿಗೆ ಖಚಿತಪಡಿಸುವುದಕ್ಕಾಗಿಯೊ ಎಂಬಂತೆ. ಪಶ್ಚಿಮ ಕಾರ್ನ್‌ವಾಲ್ ನಿವಾಸಿಗಳು ಮಾತಾಡುವ ಧಾಟಿಯಲ್ಲಿ ಅವನು ಮಾತಾಡುತ್ತಿದ್ದ. ಹಾಳು ಸುರಿಯುತ್ತಿದ್ದ ಆ ರಸ್ತೆಯಲ್ಲಿ ಹೆಜ್ಜೆ ಹಾಕುತ್ತಾ, ಅವನು ಒಮ್ಮೆ ಭೂಮಿಯ ಕಡೆ ತಿರುಗಿ ಮನೆಗಳಿಂದ ಹೊರಚೆಲ್ಲುತ್ತಿದ್ದ ಬೆಳಕುಗಳನ್ನು ಗಮನಿಸುತ್ತಿದ್ದ. ಇನ್ನೊಮ್ಮೆ ಸಮುದ್ರದ ಮೇಲೆ ದೂರದಿಂದ ಕಂಡುಬರುತ್ತಿದ್ದ ಪ್ರಕಾಶಗಳನ್ನು ನೋಡುತ್ತಿದ್ದ – ಲಾಂಗ್‌ಶಿಪ್ಸ್ ದೀಪಸ್ತಂಭವನ್ನು ಕಂಡು ಆ ದಾರಿಯಾಗಿ ತಿರುಗುತ್ತಿದ್ದ ಹಡಗುಗಳಿಂದ ಹೊರಟ ಪ್ರಕಾಶಗಳು. ಅತ್ತ ಸಮಗ್ರ ಅಟ್ಲಾಂಟಿಕ್ ಸಾಗರವೆಲ್ಲ ಕತ್ತಲಿನಲ್ಲಿ ಮುಳುಗಿತ್ತು. ಅಮೆರಿಕ ಮತ್ತು ಅವನ ನಡುವೆ ಶೂನ್ಯಾಕಾಶದ ಹೊರತು ಬೇರೇನೂ ಇರಲಿಲ್ಲ. ಇವುಗಳನ್ನೆಲ್ಲ ನೋಡುತ್ತಾ ದಾರಿ ಕ್ರಮಿಸುತ್ತಿದ್ದಾಗ, ಆತ ಸ್ವಲ್ಪ ಉತ್ತೇಜಿತನಾದಂತೆ, ತನ್ನ ಬಗ್ಗೆ ತಾನೇ ಸ್ವಲ್ಪ ಸಂತುಷ್ಟನಾದಂತೆ, ಪುಳಕಿತನಾದಂತೆ, ಹೋರಾಟದಲ್ಲಿ ಜಯಗಳಿಸುವ ಹುಮ್ಮಸ್ಸಿನಿಂದ ಮುನ್ನಡೆಯುತ್ತಿರುವವನಂತೆ ಕಾಣುತ್ತಿದ್ದ. ಆದರೂ ಆತ ಜಾಗರೂಕನಾಗಿದ್ದ.

ಮನೆಗಳು ರಸ್ತೆಯ ಹತ್ತಿರ ಹತ್ತಿರ ಬರಲು ಆರಂಭವಾದವು. ಚದರಿದ, ರೂಪರೇಖೆ ಇಲ್ಲದ, ಹಾಳು ಸುರಿಯುವ, ಗಣಿ ಕೆಲಸಗಾರರು ವಾಸಿಸುವ ಆ ಊರು ಅವನಿಗೆ ಚಿರಪರಿಚಿತವಾಗಿತ್ತು. ಎಡಗಡೆ ರಸ್ತೆಗೆ ಕೊಂಚ ದೂರವಾಗಿ ಇದ್ದ ಒಂದು ಚಿಕ್ಕ ಆವರಣದಲ್ಲಿ ಖಾನಾವಳಿಯೊಂದರ ದೀಪಗಳು ಆರಾಮದ ಆಶ್ವಾಸನೆ ನೀಡುತ್ತಿದ್ದವು. ಆತ ಅದನ್ನು ತಲಪಿ ಗುರುತು ಹಲಗೆಯ ಮೇಲೆ ಇದ್ದ ಒಕ್ಕಣೆಯನ್ನು ಓದಿದ : "ತವರಕಾರರ ವಿಶ್ರಾಂತಿಧಾಮ." ಮಾಲಿಕನ(ಳ) ಹೆಸರು ಮಸುಕಾಗಿತ್ತು. ಆತ ಸ್ವಲ್ಪ ಹೊತ್ತು ಅಲ್ಲೇ ನಿಂತು ಆಲಿಸಿದ. ಒಳಗಿನಿಂದ ಗಡಿಬಿಡಿಯಿಂದ ಕೂಡಿದ ಮಾತೂ, ನಗುವೂ ಕೇಳಿ ಬಂದವು. ಗಂಡಸರ ಧ್ವನಿಗಳ ಮಧ್ಯೆ, ಕೀರಲು ದನಿಯಲ್ಲಿ ನಗುವ ಒಬ್ಬ ಹೆಂಗಸಿನ ಸ್ವರವೂ ಅದರಲ್ಲಿ ಸೇರಿತ್ತು.

ಅನಂತರ ಬೆನ್ನನ್ನು ಸ್ವಲ್ಪ ಬಾಗಿಸಿ, ಪ್ರಕಾಶಮಾನವೂ ಬೆಚ್ಚಗೂ ಆಗಿ ಇದ್ದ ಬಾರ್ ರೂಮನ್ನು ಅವನು ಪ್ರವೇಶಿಸಿದ. ಅಲ್ಲಿ ದೊಡ್ಡ ದೀಪವೊಂದು ಉರಿಯುತ್ತಿತ್ತು. ದಷ್ಟಪುಷ್ಟಳಾದ ಒಬ್ಬ ಹೆಂಗಸು ಬೆಳ್ಳಗೆ ಹೊಳೆಯುತ್ತಿದ್ದ ಜಾಕಾಯಿ ಮರದ ಮೇಜನ್ನು ಬಿಟ್ಟು ಎದ್ದಳು. ಮೇಜಿನ ಮೇಲೆ ಇಸ್ಪೀಟ್ ಆಟ ಸಾಗಿತ್ತು; ಬಿಳಿ, ಕಪ್ಪು, ಕೆಂಪು ಎಲೆಗಳು ಚಲ್ಲಾಪಿಲ್ಲಿಯಾಗಿ ಹರಡಿದ್ದವು. ಗಣಿ ಕೆಲಸ ಮಾಡುವ ಅನೇಕ ಗಂಡಾಳುಗಳು ತಮ್ಮ ಆಟ ನಿಲ್ಲಿಸಿ ಆಗಂತುಕನ ಕಡೆ ದೃಷ್ಟಿ ಹಾಯಿಸಿದರು.

ಪಯಣಿಗ ತನ್ನ ಮುಖವನ್ನು ತೋರಗೊಡದೆ ಕೌಂಟರ್ ಕಡೆ ನಡೆದ. ಅವನು ತನ್ನ ಟೋಪಿಯನ್ನು ಮುಖ ಮುಚ್ಚುವಂತೆ ಧರಿಸಿದ್ದ.

ಖಾನಾವಳಿಯ ಒಡತಿ ಗಿರಾಕಿಗಳನ್ನು ತೃಪ್ತಿಪಡಿಸುವ ತನ್ನ ಕೃತಕ ದನಿಯಲ್ಲಿ ಆಗಂತುಕನಿಗೆ ಸಮಯೋಚಿತವಾದ ಸ್ವಾಗತ ಕೋರಿದಳು. ಅವಳಿಗೆ ಯಥೋಚಿತವಾದ ಉತ್ತರ ಕೊಟ್ಟು, ಆತ ಹೇಳಿದ :

"ಒಂದು ಗ್ಲಾಸ್ ಬೀರ್."

"ಒಂದು ಗ್ಲಾಸ್ ಬೀರ್" ಯಜಮಾನಿ ಆಗಂತುಕನ ಮಾತುಗಳನ್ನು ನಯವಾಗಿ ಪುನರುಚ್ಚರಿಸಿ ಮತ್ತೆ ನುಡಿದಳು :

"ತಣ್ಣನೆಯ ರಾತ್ರಿ, ಆದರೆ, ಶುಭ್ರವಾಗಿದೆ."

ಅದಕ್ಕಾತ ಒಂದೇ ಶಬ್ದದಲ್ಲಿ ಉತ್ತರಿಸಿದ :

"ಹೌದು."

ಆಮೇಲೆ ಅವನಿಂದ ಹೆಚ್ಚಿಗೆ ಮಾತುಗಳನ್ನು ಯಾರೂ ನಿರೀಕ್ಷಿಸದಿದ್ದಾಗ ಆತ ಮತ್ತೆರಡು ಶಬ್ದಗಳನ್ನು ಅದಕ್ಕೆ ಸೇರಿಸಿದ :

"ಕಾಲೋಚಿತವಾದ ಹವೆ."

"ತುಂಬ ಕಾಲೋಚಿತವಾದದ್ದು, ಖಂಡಿತವಾಗಿ." ಹೀಗೆ ಹೇಳಿ ಯಜಮಾನಿ, "ನಿಮಗೆ ವಂದನೆ," ಎಂದಳು.

ಆಗಂತುಕ ಬೀರ್ ತುಂಬಿದ ಗ್ಲಾಸನ್ನು ತುಟಿಯವರೆಗೆ ಎತ್ತಿ ಅದನ್ನು ಖಾಲಿ ಮಾಡಿದ. ಬಳಿಕ ಜಿಂಕ್ ಕೌಂಟರ್‌ನ ಮೇಲೆ ಟಕ್ ಎಂದು ಶಬ್ದ ಮಾಡುವಂತೆ ಅದನ್ನು ಇಟ್ಟು ಕೇಳಿದ :

"ಇನ್ನೊಂದು ಗ್ಲಾಸ್ ಕೊಡಿ."

ಆ ಹೆಂಗಸು ಗ್ಲಾಸ್ ಭರ್ತಿ ಮಾಡಿದ ಮೇಲೆ ಆಗಂತುಕ ಅದನ್ನು ಹಿಡಿದುಕೊಂಡು ಚಳಿ ಕಾಯಿಸುವ ಸಲುವಾಗಿ ಬೆಂಕಿಗೂಡಿನ ಹತ್ತಿರ ಇದ್ದ ಎರಡನೇ ಮೇಜಿನ ಬಳಿ ಸೇರಿದ. ಸ್ವಲ್ಪ ಹಿಂದು ಮುಂದು ಯೋಚಿಸಿ ಆ ಹೆಂಗಸು ಪುನಃ ಇಸ್ಪೀಟು ಆಟಗಾರರ ಮಧ್ಯೆ ಹೋಗಿ ಸ್ವಸ್ಥಾನದಲ್ಲಿ ಕುಳಿತಳು. ಆ ಗಂಡಸಿನ ರೂಪರೇಖೆಗಳನ್ನು ಅವಳು ಗಮನಿಸಿದ್ದಳು : ಸೊಗಸಾದ ಭಾರಿ ಆಳು, ಲಕ್ಷಣವಾದ ಉಡುಪು, ಮತ್ತು ಹೊಸಬ.

ಅವನ ಉಚ್ಚಾರಣೆಯು ಸ್ವಾಭಾವಿಕವಾಗಿ ಮೂಗಿನಲ್ಲಿ ಮಾತಾಡುವ ಗಣಿ ಕೆಲಸಗಾರರ ಕಾರ್ನಿಶ್-ಯಾಂಕೀ ಮಾದರಿಯಲ್ಲಿ ಇದ್ದುದರಿಂದ ಅವಳಿಗೆ ಅದು ವಿಶೇಷ ಅನ್ನಿಸಲಿಲ್ಲ.

ಇತ್ತ ಹೊಸ ಗಿರಾಕಿಯು ಬೆಂಕಿಗೂಡಿನ ಬಳಿ ಕೆಂಡ ತಡೆಯುವ ಲೋಹದ ಚೌಕಟ್ಟಿನ ಮೇಲೆ ತನ್ನ ಕಾಲನ್ನು ಒರಗಿಸಿ ಬೆಂಕಿ ಉರಿಯುತ್ತಿರುವುದನ್ನು ನೋಡುತ್ತಾ ಕುಳಿತ. ಅವನು ಸ್ಫುರದ್ರೂಪಿಯಾಗಿದ್ದ. ಒಳ್ಳೆಯ ಮೈಬಣ್ಣ, ಕಾರ್ನಿಶ್ ಮಾದರಿಯ ಸ್ಫುಟವಾದ ಹುಬ್ಬುಗಳು ಹಾಗೂ ಕಾರ್ನ್‌ವಾಲ್‌ನಲ್ಲಿ ಸರ್ವೇಸಾಮಾನ್ಯವಾದ ಶೂನ್ಯನೋಟದ ಹೊಳೆಯುವ ಕಪ್ಪು ಕಣ್ಣುಗಳು. ಅವನು ಸ್ವಲ್ಪ ಹೊತ್ತು ಚಿಂತಾಮಗ್ನನಾಗಿದ್ದ. ಆಮೇಲೆ ಅವನ ದೃಷ್ಟಿ ಇಸ್ಪೀಟ್ ಆಟಗಾರರ ಮೇಲೆ ಬಿತ್ತು.

ಆ ಹೆಂಗಸು ಆರೋಗ್ಯವಂತೆ; ದೃಢಕಾಯಳಾಗಿದ್ದಳು. ಕಪ್ಪು ಕೂದಲು, ಕಂದು ಬಣ್ಣದ ಚಿಕ್ಕ ಚುರುಕು ಕಣ್ಣುಗಳು. ಅವಳು ಉತ್ಸಾಹ ಚೈತನ್ಯಗಳಿಂದ ತುಂಬಿ ತುಳುಕುತ್ತಿದ್ದಳು. ಅವಳ ಬಿರುಸಿನ ಆಟ ಕಂಡು ಗಂಡಸರೆಲ್ಲ ಉತ್ತೇಜಿತರಾಗಿದ್ದರು. ಅವರು ಗಟ್ಟಿಯಾಗಿ ಕೂಗುತ್ತಿದ್ದರು, ನಗುತ್ತಿದ್ದರು. ಆ ಹೆಂಗಸು ತನ್ನ ಸ್ತನಗಳನ್ನು ಬಿಗಿಯಾಗಿ ಹಿಡಿದು ಅಬ್ಬರಿಸಿ ಕೇಕೆ ಹಾಕುತ್ತಿದ್ದಳು.

ಕೊನೆಗೆ ಮೇಲುಸಿರು ಬಿಡುತ್ತಾ ಅವಳು ನುಡಿದಳು :

"ಇದಕ್ಕೇನನ್ನಲಿ ? ಹೀಗೇನೇ ಆಟ ಮುಂದುವರಿದ್ರೆ ನನ್ನ ಅಂತ್ಯಕಾಲ ಸಮೀಪಿಸಿದಂತೇನೇ ಸರಿ ! ಮಿ. ಟ್ರೆವೊರ್ರೊ ಅವರೆ, ನ್ಯಾಯಬದ್ಧವಾಗಿ ಆಟವಾಡಿ. ನ್ಯಾಯಸಮ್ಮತವಾಗಿ ಆಟ ಆಡದಿದ್ದರೆ ನನ್ನ ಎಲೆಗಳನ್ನು ಕೆಳಗೆ ಎಸೆಯಬೇಕಾಗ್ತದೆ."

ಮಿ. ಟ್ರೆವೊರ್ರೊ ತಟಕ್ಕನೆ ಉತ್ತರಿಸಿದ :

"ನ್ಯಾಯ ಸಮ್ಮತ! ಅನ್ಯಾಯವಾಗಿ ಆಡ್ತಿರೋವವರು ಯಾರು?" ಶ್ರೀಮತಿ ನ್ಯಾನ್‌ಕರ್ವಿಸ್ ಅವರೆ, ನನ್ನ ಮೇಲೆ ತಪ್ಪು ಹೊರಸಲು ಪ್ರಯತ್ನಿಸ್ತಿದೀರಾ? ನಾನು ನ್ಯಾಯಬದ್ಧವಾಗಿ ಆಡ್ತಿಲ್ಲವೆ?"

"ಹೌದು. ಹಾಗೆ ನಾನು ಹೇಳಿದ್ದು ನಿಜ. ಅದೇ ನನ್ನ ಮಾತಿನ ಅರ್ಥ. ಇಸ್ಪೀಟ್ ರಾಣಿ ನಿಮ್ಮಲ್ಲಿ ಇಲ್ವೆ? ಎಲ್ಲಿ, ನಿಜ ಹೇಳಿ, ನನ್ನನ್ನು ಮಂಕು ಮಾಡಲು ಸಾಧ್ಯವಿಲ್ಲ. ನನ್ನ ಹೆಸರು ಆಲಿಸ್ ಅಂತ ನನಗೆ ಹೇಗೆ ಗೊತ್ತೊ ಹಾಗೇ ಆ ರಾಣಿ ನಿಮ್ಮಲ್ಲಿ ಇದೆ ಅಂತ್ಲೂ ನನಗೆ ಗೊತ್ತು."

"ನಿಜ. ನಿಮ್ಮ ಹೆಸರು ಆಲಿಸ್ ಆದರೆ, ನೀವು ಹೇಳಿದಂತೆಯೇ ಸರಿ."

"ಈಗ ನೋಡಿ! ನಾನು ಹೇಳಲಿಲ್ವೆ? ಇಂಥ ಮನುಷ್ಯನನ್ನು ಹಿಂದೆ ಎಂದಾದರೂ ನೀವು ನೋಡಿದ್ದಿರಾ? ನನ್ನಾಣೆ, ನಿನ್ನ ಹೆಂಡತಿ ಸುಲಭವಾಗಿ ಮೋಸಹೋಗುವಂಥ ವ್ಯಕ್ತಿ ಆಗಿರ್ಬೇಕು ಅಂತ ಕಾಣ್ತದೆ."

ಆಕೆ ಹ ಹ್ಹ ಹ್ಹಾ ಎಂದು ಜೋರಾಗಿ ನಗಲು ಪ್ರಾರಂಭಿಸಿದಳು. ಅಷ್ಟರಲ್ಲಿ ನಾಲ್ಕು ಖಾಕಿ ಸಮವಸ್ತ್ರಧಾರಿಗಳ ಆಗಮನ ಈ ಗಡಿಬಿಡಿಗೆ ಅಡ್ಡ ಬಂತು. ಒಬ್ಬ ಮಧ್ಯ ವಯಸ್ಸಿನ ಗಿಡ್ಡ ದೇಹದ ಸಾರ್ಜಂಟ್, ಒಬ್ಬ ತರುಣ ಕಾರ್ಪೊರಲ್, ಮತ್ತು ಇಬ್ಬರು ಯುವಕ ಸಿಪಾಯಿಗಳು. ಆ ಹೆಂಗಸು ಕುರ್ಚಿಯ ಹಿಂದಕ್ಕೆ ಸರಿದು ಅದರ ಬೆನ್ನಿನ ಮೇಲೆ ಒರಗಿಕೊಂಡು ಕೂಗಿದಳು :

"ಓಹೋ! ಇದಾರು? ನಮ್ಮ ಜವಾನರು ಹಿಂದಿರುಗಿ ಬಂದಿರುವಂತೆ ಕಾಣಿಸ್ತದಲ್ಲಾ? ಹಸಿವಿನಿಂದ ಸಾಯ್ತಿರುವಂತೆ ತೋರುತ್ತೆ..."

ಸಾರ್ಜಂಟ್ ಉದ್ಗರಿಸಿದ :

"ಸಾವೆ? ಇನ್ನೂ ಇಲ್ಲ, ತಾಯಿ!"

"ಆದ್ರೂ ಅದರ ಸಮೀಪಕ್ಕೆ ಬಂದಿದ್ದೇವೆ," ಎಂದು ಒಬ್ಬ ಯುವಕ ಸಿಪಾಯಿ ವಕ್ರವಾಗಿ ನುಡಿದ. ಹೆಂಗಸು ಕುರ್ಚಿಯಿಂದ ಎದ್ದಳು.

"ಅದು ನನಗೆ ಗೊತ್ತು. ಈಗ ನಿಮಗೆ ರಾತ್ರಿಯ ಊಟ ಬೇಕು. ಅಲ್ವಾ?"

"ಹೌದು. ಊಟ ಸಿಕ್ಕಿದ್ರೆ ಖಂಡಿತವಾಗಿಯೂ ಆಗ್ಬಹುದು."

"ಮೊದಲು ದಾಹ ಅಡಗಿಸೋಣ," ಎಂದು ಸಾರ್ಜಂಟ್ ನುಡಿದ.

ಹೆಂಗಸು ಸಡಗರದಿಂದ ಪಾನೀಯವನ್ನು ಒದಗಿಸುವ ಕಾರ್ಯದಲ್ಲಿ ತೊಡಗಿದಳು. ಸೈನಿಕರು ಬೆಂಕಿ ಕಾಯಿಸಿಕೊಳ್ಳುವ ಸಲುವಾಗಿ ಬೆಂಕಿಗೂಡು ಇದ್ದ ಕಡೆ ಹೋಗಿ ಅದಕ್ಕೆ ಕೈಚಾಚಿದರು.

ಹೆಂಗಸು ಅವರೊಂದಿಗೆ ಕೇಳಿದಳು :

"ನೀವು ಇಲ್ಲೇ ಭೋಜನ ಮಾಡ್ತೀರೋ ಅಥವಾ ಅಡುಗೆ ಮನೆಗೆ ಹೋಗ್ಬೇಕೊ?"

ಸಾರ್ಜಂಟ್ ಉತ್ತರಿಸಿದ :

"ಇಲ್ಲೇ ಆಗ್ಬಹುದು, ನಿಮಗೆ ತೊಂದರೆ ಆಗದಿದ್ದರೆ. ಅಡುಗೆಮನೆಗಿಂತ ಈ ಬೆಚ್ಚನೆಯ ಕೋಣೆ ಹೆಚ್ಚು ಹಿತಕರ."

"ನೀವು ಹೇಗೆ ಇಷ್ಟಪಡ್ತೀರೋ ಹಾಗೆ. ನಿಮ್ಮ ಇಚ್ಛೆಯಂತೆ ಆಗಲಿ."

ಹೀಗೆ ಹೇಳಿ ಹೆಂಗಸು ಒಳಗೆ ಹೋದಳು.

ಮರುಕ್ಷಣ ಸುಮಾರು ಹದಿನಾರು ವಯಸ್ಸಿನ ಹುಡುಗಿಯೊಬ್ಬಳು ಬಾರ್ ರೂಮಿಗೆ ಬಂದಳು. ಎತ್ತರವಾಗಿ ಶುಭ್ರಳಾಗಿದ್ದ ಆ ತರುಣಿಯ ಕಣ್ಣುಗಳು ಕಪ್ಪಗಾಗಿ, ಎಳೆಯದಾಗಿ, ಭಾವಶೂನ್ಯವಾಗಿ ಇದ್ದವು. ಹುಬ್ಬುಗಳು ತಿದ್ದಿದಂತಿದ್ದವು. ಕೆಲ್ಟಿಕ್ ಮಾದರಿಯ ಅಪಕ್ವ ಕೋಮಲತೆ ಮತ್ತು ಶೂನ್ಯಮನಸ್ಕತೆಗಳು ಆಕೆಯಲ್ಲಿ ಎದ್ದು ಕಾಣುತ್ತಿದ್ದವು.

"ಓ, ಮೇರಿಯಾನ್, ಸುಸ್ವಾಗತ, ಮೇರಿಯಾನ್. ಮೇರಿಯಾನ್, ಕ್ಷೇಮತಾನೆ?" ಹೀಗೆ ಎಲ್ಲರೂ ಬಹುವಿಧವಾಗಿ ಆಕೆಯನ್ನು ಸ್ವಾಗತಿಸಿದರು.

ಅವಳು ಪ್ರತಿಯೊಬ್ಬನಿಗೂ ತಕ್ಕಂತೆ ಮೆಲುದನಿಯಲ್ಲಿ ಉತ್ತರಿಸಿದಳು. ಅವಳ ಸ್ವರದಲ್ಲಿ ಒಂದು ವಿಧದ ನಾವೀನ್ಯವಿತ್ತು; ಮೃದುವಾದ ಸ್ಥೈರ್ಯವಿತ್ತು. ಅದು ಬಹಳ ಮೋಹಕವಾಗಿತ್ತು. ಅವಳ ಚಲನವಲನಗಳು ಆಕರ್ಷಕವಾಗಿದ್ದರೂ, ಸ್ವಲ್ಪ ಯಾಂತ್ರಿಕವಾಗಿದ್ದು, ಆಕೆ ಅನ್ಯಮನಸ್ಕಳಾಗಿದ್ದಂತೆ ಕಂಡಳು. ಆದರೆ ಎಲ್ಲಿಯೋ ದೂರ ನೋಡುತ್ತಿರುವಂತೆ ಭಾಸವಾಗುವ ಇಂತಹ ಅಸ್ಪಷ್ಟ ಅನ್ಯಮನಸ್ಕತೆ ಅವಳ ನಡೆಯಲ್ಲಿ ಯಾವಾಗಲೂ ಇರುತ್ತಿತ್ತು: ಒಂದು ವಿಧದ ಸಂಕೋಚ ಎಂದರೂ ಸರಿಯೆ. ಬೆಂಕಿಯ ಬಳಿ ಕುಳಿತಿದ್ದ ಆಗಂತುಕ ಅವಳನ್ನು ಕುತೂಹಲದಿಂದ ನಿರೀಕ್ಷಿಸುತ್ತಿದ್ದ. ಅವನ ಕಾಂತಿಯುಕ್ತಮುಖದ ಮೇಲೆ ಒಂದು ಎಚ್ಚರಿಕೆಯ, ಶೋಧಕ ಬುದ್ಧಿಯ, ಭಾವಶೂನ್ಯವಾದ ಕುತೂಹಲ ಕಂಡುಬರುತ್ತಿತ್ತು.

ಆತ ಅವಳೊಡನೆ ಕೇಳಿದ:

"ನೀನು ಒಪ್ಪೋದಾದರೆ ನಾನೂ ನಿನ್ನ ಜೊತೆ ಊಟಕ್ಕೆ ಕುಳಿತುಕೊಳ್ತೇನೆ. ಆಗಬಹುದೆ?"

ಒಂದು ಅಮಾನುಷ ಜೀವಿಯ ಕಣ್ಣುಗಳಂತಿದ್ದ ಶುಭ್ರವಾದ ವಿಚಾರ ರಹಿತ ಕಣ್ಣುಗಳಿಂದ ಅವನತ್ತ ಒಂದು ಶೂನ್ಯ ನೋಟ ಬೀರಿ ಅವಳೆಂದಳು:

"ನನ್ನ ಅಮ್ಮನ್ನ ಕೇಳಬೇಕು" ಅವಳ ದನಿ ಮೃದುವಾಗಿದ್ದು, ಹಾಡೊಂದನ್ನು ಮೂಗಿನಲ್ಲಿ ಗುಂಯ್‌ಗುಟ್ಟುವಂತಿತ್ತು.

ಮತ್ತೆ ಹಿಂದಿರುಗಿದ ಅವಳು ಪಿಸು ದನಿಯಲ್ಲಿ ನುಡಿದಳು:

"ಆಗಬಹುದು, ಊಟಕ್ಕೆ ಏನು ಬೇಕು?"

"ಊಟಕ್ಕೆ ಏನಿದೆ?" ಎಂದು ಆಗಂತುಕ ಹುಡುಗಿಯ ಮುಖ ನೋಡುತ್ತಾ ಕೇಳಿದ.

"ತಂಗಳು ಮಾಂಸ ಉಂಟು..."

"ನನಗೆ ಅದು ಸಾಕು."

ಬಳಲಿಕೆಯಿಂದ ನಿಶ್ಶಬ್ದವಾಗಿ ಊಟ ಮಾಡುತ್ತಿದ್ದ ಸೈನಿಕರು ಕುಳಿತಿದ್ದ ಮೇಜಿನ ಕೊನೆಯಲ್ಲಿ ಕುಳಿತು ಆಗಂತುಕ ಊಟ ಮಾಡತೊಡಗಿದ. ಆಗ ಖಾನಾವಳಿಯ ಒಡತಿ ಆಗಂತುಕನ ಬಗ್ಗೆ ವಿಶೇಷ ಕುತೂಹಲವನ್ನು ವ್ಯಕ್ತಪಡಿಸಿದಳು. ಅವಳ ಹುಬ್ಬು ಗಂಟಿಕ್ಕಿತ್ತು, ಅವಳ ಅಗಲವಾದ ಹಾಗೂ ಆರೋಗ್ಯಸೂಚಕವಾದ ಮುಖದಲ್ಲಿ ಗಾಬರಿಯ ಚಿಹ್ನೆ ಕಂಡುಬರುತ್ತಿತ್ತು. ಆದರೆ ಅವಳ ಕಂದು ಬಣ್ಣದ ಕಣ್ಣುಗಳ ನೆಟ್ಟ ನೋಟ ಅಪಾಯಕರವಾಗಿತ್ತು. ದೊಡ್ಡದೇಹದ ಹೆಂಗಸಾಗಿದ್ದರೂ ಅವಳ ಕಣ್ಣುಗಳು ಬಹಳ ಚಿಕ್ಕದಾಗಿದ್ದವು. ಆ ಚಿಕ್ಕ ಕಣ್ಣುಗಳು ಈಗ ಉದ್ವೇಗಭರಿತವಾಗಿದ್ದವು. ಅವಳು ಆಗಂತುಕನತ್ತ ಸರಿದಳು. ಅವಳು ಎದ್ದು ಕಾಣು ವಂತಹ ಬಣ್ಣ ಬಣ್ಣದ ನಮೂನೆಯ ಕುಪ್ಪಸ ತೊಟ್ಟಿದ್ದಳು, ಕಪ್ಪು ಬಣ್ಣದ ಲಂಗ ಉಟ್ಟಿದ್ದಳು.

"ಊಟದ ಜೊತೆಗೆ ಎಂಥ ಪಾನೀಯಬೇಕು, ನಿಮಗೆ?" ಎಂದು ಅವಳು ಆಗಂತುಕನನ್ನು ಕೇಳಿದಳು. ಅವಳ ದನಿಯಲ್ಲಿ ಅಪಾಯಕರವಾದ ಒಂದು ಹೊಸ ಛಾಯೆ ಇತ್ತು.

ಅವನು ಸ್ವಲ್ಪ ಸಂಕೋಚದಿಂದ ಮೈ ಅಲುಗಿಸಿ ಹೇಳಿದ :

"ಓ, ನನಗೆ ಬೀರೇ ಸಾಕು."

ಆಕೆ ಇನ್ನೊಂದು ಗ್ಲಾಸ್ ಬೀರ್ ಬಗ್ಗಿಸಿದಳು. ಅನಂತರ ಸೈನಿಕರ ಮತ್ತು ಆಗಂತುಕನ ಬಳಿ ಬೆಂಚಿನ ಮೇಲೆ ಕುಳಿತು ಅವನ ಮೇಲೆ ತನ್ನ ದೃಷ್ಟಿಯನ್ನು ಕೇಂದ್ರೀಕರಿಸಿ ಕೇಳಿದಳು :

"ನೀವು ಸೈಂಟ್ – ಜಸ್ಟ್‌ನಿಂದ ಬಂದಿರಿ ಅಲ್ಲವೆ?"

ತಿಳಿಯಾದ, ಕಪ್ಪಾದ, ಅಭೇದ್ಯವಾದ ತನ್ನ ಕಾರ್ನಿಶ್ ಕಣ್ಣುಗಳಿಂದ ಆತ ತುಸು ಹೊತ್ತು ಅವಳನ್ನು ನಿಟ್ಟಿಸಿ ನೋಡಿದ. ಕೊನೆಗೆ ಹೇಳಿದ :

"ಇಲ್ಲ ಪೆನ್‌ಜಾನ್ಸ್‌ನಿಂದ ಬಂದೆ."

"ಪೆನ್‌ಜಾನ್ಸ್! ಈ ರಾತ್ರಿ ಅಲ್ಲಿಗೆ ಹಿಂದಿರುಗುವ ಯೋಚನೆ ಮಾಡಿಲ್ಲ ತಾನೆ ?"

"ಇಲ್ಲ... ಇಲ್ಲ."

ಸ್ಫಟಿಕದಂತಿದ್ದ, ಅಗಲವೂ ನಿರ್ಮಲವೂ ಆದ ತನ್ನ ಕಣ್ಣುಗಳಿಂದ ಆತ ಅವಳನ್ನು ನೋಡುತ್ತಲೇ ಇದ್ದ. ಅವಳ ಕೋಪ ಕೆರಳುತ್ತಿತ್ತು. ಅವಳು ಹುಬ್ಬು ಗಂಟಿಕ್ಕುವುದನ್ನು ನೋಡಿದರೆ ಇದು ವ್ಯಕ್ತವಾಗುತ್ತಿತ್ತು. ಹೀಗಿದ್ದರೂ ಅವಳ ದನಿ ಎಂದಿನಂತೆ ನಯವಾಗಿ, ಬೇಡಿಕೊಳ್ಳುವಂತಿತ್ತು.

"ಹಾಗಿರಲಾರದು ಎಂದೆಣಿಸಿದ್ದೆ. ನೀವು ಈ ಭಾಗದ ನಿವಾಸಿಯಲ್ಲ, ಅಲ್ವೆ ?"

"ಇಲ್ಲ... ಇಲ್ಲ. ನನ್ನ ವಾಸಸ್ಥಳ ಇಲ್ಲಿಲ್ಲ." ನಿಧಾನವಾಗಿ ಉತ್ತರಿಸುವುದು ಅವನ ವಾಡಿಕೆ– ಇತರರು ಕೇಳುವ ಪ್ರಶ್ನೆಗೂ ತನಗೂ ಮಧ್ಯೆ ಏನೋ ಅಡ್ಡಬಂದಂತೆ.

"ಓ. ಈಗ ತಿಳೀತು. ಇಲ್ಲಿ ನಿಮ್ಮ ನೆಂಟರು ಯಾರಾದರೂ ಇರ್ಬಹುದು, ಅಲ್ವೇ ?" ಎಂದು ಅವಳು ಕೇಳಿದಳು.

ಬರೀ ನೋಟದಿಂದಲೇ ಅವಳನ್ನು ಮೂಕಳಾಗಿ ಮಾಡುವವನಂತೆ ಅವಳ ಕಣ್ಣುಗಳನ್ನು ಆತ ಮತ್ತೆ ದೃಷ್ಟಿಸಿ ನೋಡಿ "ಇದಾರೆ" ಎಂದು ಉತ್ತರಿಸಿದ.

ಅವನು ತನ್ನ ಉತ್ತರವನ್ನು ವಿಶದೀಕರಿಸಲಿಲ್ಲ. ಅವಳು ರಭಸದಿಂದ ಮೇಲೆದ್ದಳು. ಅವಳ ಕೋಪ ಮೂಗಿನ ತುದಿಗೆ ಬಂದಿತ್ತು. ಉಳಿದ ಗಿರಾಕಿಗಳ ವಿಷಯದಲ್ಲಿ ಅವಳು ವಾತ್ಸಲ್ಯ, ನಯ, ಒಳ್ಳೆಯ ಗುಣ – ಇವನ್ನು ತೋರಿಸುತ್ತಿದ್ದರೂ, ಆ ಸಂಜೆಯ ಇಸ್ಪೀಟು ಮತ್ತು ನಗೆಕೂಟ ಮುಗಿದಂತೆಯೇ ಸರಿ ಎಂಬುದು ಅವರಿಗೆ ಗೊತ್ತಾಯಿತು. ಆಟಗಾರರಿಗೆ ಅವಳ ಮನೋಭಾವ ತಿಳಿದಿತ್ತು. ಅವಳನ್ನು ಕಂಡರೆ ಅವರಿಗೆಲ್ಲ ಸ್ವಲ್ಪ ಅಂಜಿಕೆಯೂ ಇತ್ತು.

ಊಟ ಮುಗಿಯಿತು. ಊಟೋಪಕರಣಗಳನ್ನು ತೆಗೆಯಲಾಯಿತು. ಆದರೂ ಆಗಂತುಕ ಅಲ್ಲಿಂದ ಕದಲಲಿಲ್ಲ. ಇಬ್ಬರು ಸೈನಿಕರು ಮಲಗಲು ಸನ್ನದ್ಧರಾಗಿ ತಾಯಿಗೂ ಮಗಳಿಗೂ ಸುಖನಿದ್ರೆ ಕೋರಿದರು.

ಆಗಂತುಕ ಸಾರ್ಜಂಟ್‌ನೊಡನೆ ಮಹಾಯುದ್ಧದ ವಿಷಯವಾಗಿ ಸ್ವಲ್ಪ ಮಾತುಕತೆ ನಡೆಸಿದ. ಯುದ್ಧ ಈಗ ಮೊದಲನೇ ವರ್ಷದಲ್ಲಿತ್ತು. ಹೊಸ ಸೈನ್ಯದ ಒಂದು ತುಂಡು ಆ ಜಿಲ್ಲೆಯಲ್ಲಿ ಬೀಡು ಮಾಡಿತ್ತು. ಅಮೆರಿಕದ ಬಗ್ಗೆಯೂ ಚರ್ಚೆ ಆಯಿತು.

ಖಾನಾವಳಿಯ ಒಡತಿ ತನ್ನ ಸಣ್ಣ ಕಣ್ಣುಗಳನ್ನು ಆಗಂತುಕನತ್ತ ಆಗಾಗ ತಿರುಗಿಸಿ ಅವನ ಮೇಲೆ ದೃಷ್ಟಿ ಬೀರುತ್ತಿದ್ದಳು. ಅವನು ಕದಲದಿರುವುದನ್ನು ಕಂಡು ಅವಳ ಹೃದಯದಲ್ಲಿ ಕ್ಷಣಕ್ಷಣಕ್ಕೆ ಕ್ರೋಧದ ಬಿರುಗಾಳಿ ಉಕ್ಕುತ್ತಿತ್ತು. ಭಯಂಕರವೂ ಅಸಾಧಾರಣವೂ ಆದ, ಆದರೆ

ಬಿಗಿಹಿಡಿದ ಉದ್ರೇಕದಿಂದ ಅವಳು ನಡುಗುತ್ತಿದ್ದಳು. ಅವಳಿಗೆ ಒಂದು ನಿಮಿಷವೂ ಸುಮ್ಮನೆ ಕೂಡಲು ಆಗುತ್ತಿರಲಿಲ್ಲ. ಕ್ಷಣಕ್ಷಣಕ್ಕೂ ಅವಳ ಸ್ಥೂಲದೇಹ ಅನಪೇಕ್ಷಿತ ಚಲನವಲನಗಳಿಂದ ತಟಕ್ಕನೆ ಸ್ಪಂದಿಸುತ್ತಿತ್ತು. ಇಷ್ಟಾದರೂ ಆಗಂತುಕ ಆ ಸ್ಥಳವನ್ನು ಬಿಟ್ಟು ಏಳಲೇ ಇಲ್ಲ. ಈ ಪರಿಸ್ಥಿತಿಯನ್ನು ಸಹಿಸಲು ಅವಳಿಗೆ ಅಸಾಧ್ಯ ಎನಿಸಿತು. ಗಡಿಯಾರದ ಮುಳ್ಳುಗಳು ತಿರುಗುವುದನ್ನು ಅವಳು ಈಕ್ಷಿಸಿದಳು. ಮೂವರು ಸೈನಿಕರು ಮಲಗುವ ಕೋಣೆಯನ್ನು ಸೇರಿದ್ದರು. ವಯಸ್ಸಾದ, ಕ್ರಾಪ್ ಮಾಡಿಸಿಕೊಂಡ, ಟೆರ್ರಿಯರ್ ನಾಯಿಯಂತೆ ಕಾಣುತ್ತಿದ್ದ ಸಾರ್ಜಂಟ್ ಮಾತ್ರ ಇನ್ನೂ ಬಾರ್ ರೂಮಿನಲ್ಲೇ ಕುಳಿತಿದ್ದ.

ಖಾನಾವಳಿಯ ಒಡತಿ ಬಾರ್‌ನ ಹಿಂದುಗಡೆ ಕುಳಿತು ದಿನಪತ್ರಿಕೆಯ ಹಾಳೆಗಳನ್ನು ಯದ್ವಾತದ್ವಾ ತಿರುವಿ ಹಾಕತೊಡಗಿದಳು. ಅವಳು ಪುನಃ ಗಡಿಯಾರದತ್ತ ನೋಡಿದಳು. ಕೊನೆಗೆ ಅದು ಹತ್ತು ಗಂಟೆಗೆ ಐದು ನಿಮಿಷ ಇರುವುದನ್ನು ತೋರಿಸಿತು.

ಕೂಡಲೇ ಅವಳು ಕೋಪ ಕೊಂಚ ಕಡಿಮೆಯಾದ ಸ್ವರದಲ್ಲಿ ಕೂಗಿದಳು :

"ಮಹನೀಯರೆ – ಅದೋ ವೈರಿ ! ಸಮಯ ನೋಡಿ, ಸಮಯ. ಪ್ರಿಯ ಗಿರಾಕಿಗಳೇ, ನಿಮಗೆ ಸುಖ ನಿದ್ರೆ ಕೋರ್ತೇನೆ."

ಗಿರಾಕಿಗಳೂ ಒಬ್ಬೊಬ್ಬರಾಗಿ ಸಮಯೋಚಿತವಾದ ವಂದನೆಗಳೊಂದಿಗೆ ಬಾರ್ ರೂಮಿನಿಂದ ಹೊರಹೊರಟರು. ಆಗ ಹತ್ತು ಗಂಟೆಗೆ ಒಂದು ನಿಮಿಷ ಇತ್ತು. ಯಜಮಾನಿ ಮೇಲಕ್ಕೆ ಎದ್ದಳು :

"ಹೊರಡಲು ಅನುವಾಗಿ. ನಾನು ಕದ ಮುಚ್ಚಬೇಕಾಗಿದೆ."

ಗಣಿ ಕೆಲಸಗಾರರ ಪೈಕಿ ಕೊನೆಯವನು ಹೊರಬಿದ್ದ. ಅನಂತರ ಗಟ್ಟಿಮುಟ್ಟಾಗಿದ್ದ ಆಕೆ ಬೆದರಿಸುವ ಭಂಗಿಯಲ್ಲಿ ತೆರೆದ ಬಾಗಿಲನ್ನು ಕೈಯಲ್ಲಿ ಹಿಡಿದುಕೊಂಡು ನಿಂತಳು. ಆದರೆ ತನ್ನ ಕರಿ ನಿಲುವಂಗಿಯ ಗುಂಡಿಗಳನ್ನು ಹಾಕದೆ, ತಂಬಾಕು ಸೇವಿಸುತ್ತಾ, ಬೆಂಕಿಯ ಬಳಿ ಕುಳಿತಿದ್ದ ಆಗಂತುಕ ಅಲ್ಲಿಂದ ಕದಲಲೇ ಇಲ್ಲ.

"ಸ್ವಾಮಿ, ಖಾನಾವಳಿ ಮುಚ್ಚಿದೆ," ಎಂದು ಯಜಮಾನಿ ಬೆದರಿಕೆಯ ದನಿಯಲ್ಲಿ ನುಡಿದಳು.

ಟೆರ್ರಿಯರ್ ನಾಯಿಯಂತೆ ಕಾಣುತ್ತಿದ್ದ ಕ್ರಾಪ್ ಮಾಡಿದ ತಲೆಯ, ಚಿಕ್ಕ ಮೈಕಟ್ಟಿನ ಆ ಸಾರ್ಜಂಟ್ ಆಗಂತುಕನ ಕೈಮುಟ್ಟಿ ಹೇಳಿದ : "ಮುಚ್ಚುವ ಸಮಯ."

ಆಗಂತುಕ ಕುಳಿತಲ್ಲಿಂದಲೇ ತಿರುಗಿ ಸಾರ್ಜಂಟ್‌ನ ಮುಖದಿಂದ ಯಜಮಾನಿಯ ಕಡೆ ತನ್ನ ಕಣ್ಣುಗಳನ್ನು ಹಾಯಿಸಿದ : ಶೀಘ್ರಗತಿಯ, ಕಪ್ಪನೆಯ, ಹರಳಿನಂಥ ಕಣ್ಣುಗಳು.

ತನ್ನ ಕಾರ್ನಿಶ್ – ಯಾಂಕಿ ಧಾಟಿಯಲ್ಲಿ ಆತ ಮಿತವಾಗಿ ನುಡಿದ :

"ಈ ರಾತ್ರಿ ನಾನು ಇಲ್ಲೇ ತಂಗಿರ್ತೇನೆ."

ಯಜಮಾನಿ ಬೃಹದಾಕಾರ ತಳೆದಂತೆ ಭಾಸವಾಯಿತು. ಅವಳ ಕಣ್ಣಾಲಿಗಳು ಭಯಂಕರವಾಗಿ ಹೊರಳಿದವು.

"ಓ, ಹಾಗೊ ! ಹಾಗೇಂತ ನಾನೆಣಿಸಿರಲಿಲ್ಲ ! ಯಾರ ಅಪ್ಪಣೆ ಮೇರೆಗೆ ಹಾಗೆ ತೀರ್ಮಾನಿಸಿದ್ದಿ ಅಂತ ಕೇಳಬಹುದೆ ?"

ಅವಳತ್ತ ದೃಷ್ಟಿಸಿ ಅವನು ಉತ್ತರಿಸಿದ : "ನನ್ನ ಅಪ್ಪಣೆ."

ತನಗರಿವಿಲ್ಲದಂತೆಯೇ ಆಕೆ ಬಾಗಿಲು ಮುಚ್ಚಿ, ಭಾರೀ ಗಾತ್ರದ ಒಂದು ಭೀಕರ ಪಕ್ಷಿಯಂತೆ ಅವನ ಮೇಲೆ ನುಗ್ಗಿ ಗುಡುಗಿದಳು. ಅವಳ ದನಿ ಎತ್ತರಿಸಿತ್ತು, ಗಂಟಲು ಕಟ್ಟಿದ ಹಾಗೆ ಆಗಿತ್ತು.

"ನಿನ್ನ ಅಪ್ಪಣೆ ಏನು, ದಯವಿಟ್ಟು ತಿಳಿಸ್ತೀಯಾ ? ಈ ಮನೆಯಲ್ಲಿ ಆಜ್ಞೆ ಮಾಡಲು ನೀನು ಯಾರು ?"

ಅವಳನ್ನೇ ದೃಷ್ಟಿಸುತ್ತಾ ಆಗಂತುಕ ಸುಮ್ಮನೆ ಕುಳಿತ. ಮತ್ತೆ ಹೇಳಿದ :

"ನಾನು ಯಾರು ಅನ್ನೋದು ನಿನಗೆ ಗೊತ್ತು. ಕನಿಷ್ಠ ಪಕ್ಷ, ನೀನು ಯಾರು ಅನ್ನೋದಂತೂ ನನಗೆ ಗೊತ್ತು."

"ಓ, ನಿನಗೆ ಗೊತ್ತು, ಹಾಗೊ ? ಹಾಗಾದ್ರೆ ನಾನು ಯಾರು ? ದಯವಿಟ್ಟು ಹೇಳ್ತೀಯಾ ?"

ತನ್ನ ಹೊಳೆಯುವ ಕಪ್ಪು ಕಣ್ಣುಗಳಿಂದ ಅವಳನ್ನು ದುರುಗುಟ್ಟಿ ನೋಡಿ, ಆತ ನುಡಿದ :

"ನೀನು ನನ್ನ ಹೆಂಡ್ತಿ. ಹೌದು, ನನ್ನ ಹೆಂಡ್ತಿ ! ಇದು ನನ್ನಷ್ಟೇ ನಿನಗೂ ಗೊತ್ತು."

ಇದನ್ನು ಕೇಳಿ ಹೊಟ್ಟೆಯೊಳಗೆ ಏನೋ ಸ್ಫೋಟವಾದಂತೆ ಅವಳು ಹಾರಿಬಿದ್ದಳು.

ಅವಳ ಕಣ್ಣುಗಳೂ ಸಿಟ್ಟಿನಿಂದ ಅರಳಿ ಕಿಡಿ ಕಾರುವಂತೆ ತೋರಿದವು.

"ಓಹೋ ! ನನಗೆ ಗೊತ್ತೋ? ಅಂಥದೇನೂ ನನಗೆ ಗೊತ್ತಿಲ್ಲ ! ನನಗೆ ಗೊತ್ತಿಲ್ಲ ! ಒಬ್ಬ ಆಗಂತುಕ ನನ್ನ ಖಾನಾವಳಿಗೆ ಕಾಲಿಟ್ಟು ತಟಕ್ಕನೆ 'ನೀನು ನನ್ನ ಹೆಂಡ್ತಿ' ಅಂತ ಹೇಳಿದ ಮಾತ್ರಕ್ಕೆ ಅವನನ್ನು ನಾನು ನಂಬ್ತೇನೇಂತ ಭಾವಿಸ್ತೀಯಾ ? ನಿನಗೆ ನಾನು ಹೇಳೋದು ಇಷ್ಟೆ: ನೀನು ಯಾರಾದ್ರೂ ಸರಿ, ನೀನು ತಪ್ಪು ತಿಳಿದಿದ್ದಿ. ನಿನ್ನ ಹೆಂಡತಿ ನಾನಲ್ಲ ಅನ್ನೋದು ನನಗೆ ಗೊತ್ತು. ನನ್ನ ಮನೆಯಿಂದ ಈ ಕ್ಷಣ ನೀನು ಹೊರಟು ಹೋಗೋದು ಒಳ್ಳೇದು. ಇಲ್ಲವಾದ್ರೆ ನಿನ್ನನ್ನು ಹೊರದೂಡಬಲ್ಲ ಜನರನ್ನು ನಾನು ಕರೀಬೇಕಾಗ್ತದೆ."

ಅವಳ ಕಡೆ ಸ್ವಲ್ಪ ತಲೆ ಬಾಗಿಸಿ ಆಗಂತುಕ ಎದ್ದು ನಿಂತ. ಸೊಗಸಾದ ಮೈಕಟ್ಟಿನ ನಡುಹರೆಯದ ಕಾರ್ನಿಶ್ ಗಂಡಸು. ತನ್ನ ಏಕತಾನ ಧ್ವನಿಯಲ್ಲಿ ಆತ ಪ್ರಶ್ನಿಸಿದ :

"ನೀನು ಹೇಳೋದೇನು ? ನಾನು ಯಾರು ಅಂತ ತಿಳೀದು, ಅಂತಲೆ ?" ಭಾವರಹಿತವಾಗಿ, ಅಸ್ಪಷ್ಟವಾಗಿ, ಕಷ್ಟಪಟ್ಟು ಅವನು ಮಾತನಾಡುತ್ತಿದ್ದ ಧಾಟಿ ಮೇರಿಯಾನಳ ರೀತಿಯನ್ನು ನೆನಪಿಗೆ ತರುತ್ತಿತ್ತು.

"ಇಲ್ನೋಡು, ನಿನ್ನನ್ನು ಎಲ್ಲಾದರೂ ನಾನು ಗುರುತು ಹಿಡಿಯಬಲ್ಲೆ. ಹಿಡಿಯಲೇ ಬೇಕು ! ಎರಡನೇ ಸಲ ನೋಡ್ಡೋ ಅಗತ್ಯಾನೇ ಇಲ್ಲ, ನಿನ್ನನ್ನು ಗುರುತು ಹಚ್ಚೋದಕ್ಕೆ. ಈಗಲಾದ್ರೂ ಅರ್ಥವಾಯ್ತಲ್ಲ ?"

ಆ ಹೆಂಗಸು ಕಕ್ಕಾಬಿಕ್ಕಿ ಆದಳು. ಅರಳು ಹುರಿದಂತೆ ಅವಳು ಪಟಪಟನೆ ನುಡಿದಳು :

"ಹಾಗೆ ನೀನು ಹೇಳ್ಬಹುದು, ಹಾಗೆ ಹೇಳೋದು ಸುಲಭ. ಈ ಪ್ರಾಂತದಲ್ಲಿ ಹತ್ತು ಮೈಲಿ ಸುತ್ತ ಬಹುತೇಕ ಜನರಿಗೆ ನನ್ನ ಹೆಸರು ಗೊತ್ತು, ನನ್ನ ಪರಿಚಯ ಇದೆ. ಆದರೆ ನಿನ್ನ ಪರಿಚಯ ನನಗಿಲ್ಲ."

ಅನಂತರ ವ್ಯಂಗ್ಯದಿಂದ ಕೂಡಿದ ದನಿಯಲ್ಲಿ ಅವಳು ಮುಂದುವರಿಸಿದಳು :

"ನಿನ್ನ ಪರಿಚಯ ನನಗೆ ಇದೆ, ಅಂತ ಹೇಳಲಾರೆ. ನೀನು ತೀರ ಅಪರಿಚಿತ. ಈ ರಾತ್ರಿಗೆ ಮುಂಚೆ ನೀನು ನಿನ್ನ ದೃಷ್ಟಿ ಪಥಕ್ಕೆ ಬಂದಿದ್ದೆ, ಅಂತ ಹೇಳೋದಕ್ಕೆ ನನ್ನಿಂದ ಸಾಧ್ಯವಿಲ್ಲ."

ಆಗಂತುಕ ಸಮಾಧಾನದಿಂದ ನುಡಿದ :

"ಯಾಕೆ ಸಾಧ್ಯವಿಲ್ಲ ? ಸಾಧ್ಯವಿದೆ. ನಿನಗೆ ನನ್ನ ಪರಿಚಯ ಚೆನ್ನಾಗಿ ಇದೆ. ನಿನ್ನ ಹೆಸರು ನನ್ನದು. ಆ ಹುಡುಗಿ ಮೇರಿಯಾನ್ ನನ್ನ ಮಗಳು. ನೀನು ನನ್ನ ಧರ್ಮಪತ್ನಿ. ನನ್ನ ಹೆಸರು ವಿಲ್ಲಿ ನ್ಯಾನ್‌ಕರ್ವಿಸ್ ಎಂಬುದು ಎಷ್ಟು ಖಚಿತವೋ ಅದು ಅಷ್ಟೇ ಖಚಿತ."

ಈ ವಿಷಯದಲ್ಲಿ ಯಾವ ಸಂದೇಹಕ್ಕೂ ಎಡೆಯಿಲ್ಲ ಎಂಬ ರೀತಿ ಇತ್ತು ಅವನ ಮಾತುಗಳು. ಲಕ್ಷಣವಾದ ಅವನ ಮುಖದಲ್ಲಿ ಕಂಡುಬಂದ ಒಂದು ವಿಲಕ್ಷಣ ಜಾಗೃತಿ ಮತ್ತು ತನ್ನ ಉದ್ದೇಶದಿಂದ ವಿಚಲಿತನಾಗದಂತಹ ಅವನ ದೃಢ ಮನೋಭಾವಗಳು ಅವಳನ್ನು ಮತ್ತಷ್ಟು ವ್ಯಗ್ರಳನ್ನಾಗಿ ಮಾಡಿದವು.

"ನೀನೊಬ್ಬ ದುರಾತ್ಮ!" ಎಂದು ಅವಳು ಅಬ್ಬರಿಸಿದಳು. "ನಿನ್ನ ದೌರ್ಜನ್ಯ ಎಷ್ಟಿರಬೇಕು. ನನ್ನ ಮನೆಗೆ ಬಂದು ನನ್ನೆದುರಿಗೆ ಹೀಗೆ ಮಾತಾಡಲಿಕ್ಕೆ! ನೀನು ದುಷ್ಟ; ಶುದ್ಧ ಮೋಸಗಾರ!"

ಅವನು ಅವಳ ಕಡೆ ನೋಡಿದ. ಅನಂತರ ಶಾಂತ ಸ್ವರದಲ್ಲಿ ನುಡಿದ : "ಹೌದು ಅದೆಲ್ಲಾ ಸರಿ." ಅವಳೆದುರಿನಲ್ಲಿ ಆತ ಸ್ವಲ್ಪ ಚಡಪಡಿಸುತ್ತಿದ್ದಂತೆ ಕಾಣುತ್ತಿತ್ತು. ಆದರೆ ಭಯಪಟ್ಟಂತೆ ಇರಲಿಲ್ಲ. ಅವನ ಇಂಗಿತವನ್ನು ಅರಿಯಲು ಅಸಾಧ್ಯವಾಗಿತ್ತು. ಅದು ಹೊಳೆಯುವ ಅವನ ಹರಳುಗಣ್ಣಿನ ನೋಟದಂತೆ ದುರ್ಭೇದ್ಯವಾಗಿತ್ತು.

ಅವಳು ತನ್ನ ದೇಹವನ್ನು ನೆಟ್ಟಗೆ ಮಾಡಿ, ಭಯ ಹುಟ್ಟಿಸುವ ರೀತಿಯಲ್ಲಿ ಅವನ ಬಳಿ ಸಾರಿದಳು.

"ಈ ಮನೆ ಬಿಟ್ಟು ಹೊರಗೆ ಹೋಗ್ತೀಯೋ ಇಲ್ಲವೋ ?" ಒಮ್ಮೆಲೆ ಉನ್ಮತ್ತಳಾದವಳಂತೆ ಅವಳು ನೆಲದ ಮೇಲೆ ಕಾಲು ಅಪ್ಪಳಿಸುತ್ತಾ ಕೂಗಿದಳು. "ಈ ಕ್ಷಣ !"

ಆಗಂತುಕ ಅವಳನ್ನು ಬಹಳ ಎಚ್ಚರಿಕೆಯಿಂದ ನೋಡುತ್ತಿದ್ದ. ತನ್ನ ಮೇಲೆ ಹಲ್ಲೆ ಮಾಡಲು ಅವಳು ಕಾತರಳಾಗಿದ್ದಾಳೆ ಎಂಬುದನ್ನು ಆತ ಅರಿತಿದ್ದ. ಅವನು ಬಿಗಿದ ಸ್ವರದಲ್ಲಿ ಒತ್ತಿ ಹೇಳಿದ :

"ಇಲ್ಲ. ನಾನು ಆಗಲೇ ತಿಳಿಸಿದಂತೆ ಇಲ್ಲೇ ಇರ್ತೇನೆ."

ಅವಳ ವ್ಯಕ್ತಿತ್ವವನ್ನು ಕಂಡು ಅವನಿಗೆ ಸ್ವಲ್ಪ ಹೆದರಿಕೆ ಆಗಿತ್ತು. ಆದರೆ ಅವನ ನಡೆವಳಿಕೆ ಇದರಿಂದ ಬದಲಾಗಲಿಲ್ಲ. ಅವಳ ಮನಸ್ಸು ಡೋಲಾಯಮಾನವಾಗತೊಡಗಿತು. ಹಳದಿ ಮಿಶ್ರವಾದ ಕಂದು ಬಣ್ಣದ ಅವಳ ಸಣ್ಣ ಕಣ್ಣುಗಳು ಎದ್ದು ಕಾಣುವಂತಹ ಕುರುಡು ಕೋಪದಿಂದ ಹುಲಿಯ ಕಣ್ಣುಗಳಂತೆ ಅವನ ಮೇಲೆ ಕೇಂದ್ರೀಕರಿಸಿದವು. ಆಗಂತುಕನಿಗೆ ಸ್ವಲ್ಪ ಅಳುಕಾಯಿತು. ಆದರೂ ನಿಂತಲ್ಲಿಂದ ಆತ ಕದಲಲಿಲ್ಲ. ಆ ಸಮಯದಲ್ಲಿ ಆಕೆಗೆ ಒಂದು ಯೋಚನೆ ಹೊಳೆಯಿತು. ತನ್ನ ಬೆಂಬಲಿಗರನ್ನು ಕೂಡಿಹಾಕಲು ಅವಳು ನಿರ್ಧರಿಸಿದಳು.

"ನೋಡೋಣ, ನೀನು ಇಲ್ಲಿ ಹೇಗೆ ಇರುತ್ತೀ ?" ಎಂದು ಹೇಳಿ ಅವಳು ಕಾರ್ಯೋನ್ಮುಖಳಾದಳು. ವಿಲಕ್ಷಣವೂ ಭಯಂಕರವೂ ಆದ ರೀತಿಯಲ್ಲಿ ತನ್ನ ಕಣ್ಣುಗಳನ್ನು ಮೇಲಕ್ಕೆ ಹೊರಳಿಸಿ ಅವಳು ಬಾರ್ ರೂಮನ್ನು ಬಿಟ್ಟು ರಭಸದಿಂದ ಹೊರಹೋದಳು. ಆಗಂತುಕ ಕೇಳುತ್ತಿದ್ದಂತೆಯೇ ಅವಳು ಮಹಡಿ ಮೇಲಕ್ಕೆ ಹತ್ತಿಹೋಗಿ ಅಲ್ಲಿದ್ದ ಒಂದು ಮಲಗುವ ಕೋಣೆಯ ಬಾಗಿಲು ಬಡಿದು ಕೂಗಿದಳು :

"ತರುಣ ಮಿತ್ರರೇ, ಒಂದು ಕ್ಷಣ ದಯವಿಟ್ಟು ಕೆಳಗೆ ಇಳಿದು ಬರುವ ಉಪಕಾರ ಮಾಡಿ. ನಿಮ್ಮ ಸಹಾಯ ಬೇಕಾಗಿದೆ. ನಾನು ತೊಂದರೆಗೆ ಈಡಾಗಿದ್ದೇನೆ."

ಬಾರ್ ರೂಮಿನಲ್ಲಿದ್ದ ಆಗಂತುಕ ತನ್ನ ಟೋಪಿಯನ್ನೂ ಕಪ್ಪು ನಿಲುವಂಗಿಯನ್ನೂ ಕಳಚಿ ಅವುಗಳನ್ನು ತನ್ನ ಹಿಂದೆ ಇದ್ದ ಬೆಂಚಿನ ಮೇಲೆ ಎಸೆದ. ಅವನ ತಲೆ ಕೂದಲು ಕಪ್ಪಗೆ ಇತ್ತು. ಆದರೆ ಕಪೋಲದತ್ತ ನರೆ ತಿರುಗಿತ್ತು, ಅವನು ಧರಿಸಿದ್ದ ಅಮೆರಿಕನ್ ಮಾದರಿಯ ಬೂದು ಬಣ್ಣದ ಸೂಟ್ ಸೊಗಸಾಗಿ ಹೊಲಿಯಲ್ಪಟ್ಟಿದ್ದು ಅವನಿಗೆ ಹೇಳಿ ಮಾಡಿಸಿದಂತಿತ್ತು.

ಅದರ ಕತ್ತುಪಟ್ಟಿ ಮಡಿಸಿತ್ತು. ಆತ ನೋಡುವುದಕ್ಕೆ ಅನುಕೂಲಸ್ಥನಂತೆ ಇದ್ದ. ಒಳ್ಳೆಯ ಗಟ್ಟಿಮುಟ್ಟಾದ ಗಂಡಸು. ಅವನ ಭುಜಗಳು ಮಾತ್ರ ಸ್ವಲ್ಪ ಸೆಟೆದುಕೊಂಡಿದ್ದವು. ಏಕೆಂದರೆ ಗಣಿ ಕೆಲಸದಲ್ಲಿ ಎರಡು ಸಲ ಕತ್ತಿನ ಎಲುಬುಗಳು ಮುರಿದುಹೋದ ಪ್ರಯುಕ್ತ ಅವು ಜಡ್ಡು ಕಟ್ಟಿದ್ದವು.

ಮಲಿನವಾದ ಖಾಕಿ ಪೋಷಾಕು ಧರಿಸಿ ಸಣ್ಣ ಟೆರ್ರಿಯರ್‌ನಂತೆ ಕಾಣುತ್ತಿದ್ದ ಸಾರ್ಜಂಟ್ ಆಗಂತುಕನತ್ತ ಕದ್ದು ನೋಡುತ್ತಿದ್ದ.

"ಅವಳು ನಿನ್ನ ಹೆಂಡ್ತಿಯೆ ?" ಎಂದು ಆ ಸಾರ್ಜೆಂಟ್ ಅಲ್ಲಿಂದ ಹೊರಬಿದ್ದ ಹೆಂಗಸಿನತ್ತ ತನ್ನ ತಲೆ ಕೊಡವಿ ಕೇಳಿದ.

"ಹೌದು. ಅವಳು ನನ್ನ ಹೆಂಡತಿ," ಎಂದು ಆಗಂತುಕ ಗುರುಗುಟ್ಟಿದ. "ಅವಳು ನಿಜವಾಗಿಯೂ ನನ್ನ ಹೆಂಡತಿ."

"ಆಕೆಯನ್ನು ನೋಡಿ ಬಹುಕಾಲ ಆಗಿರ್ಬೇಕು, ಅಲ್ವೆ ?"

"ಮುಂದಿನ ಮಾರ್ಚ್ ತಿಂಗಳಿಗೆ ಹದಿನಾರು ವರ್ಷ ಕಳೆದುಹೋದಂತೆ ಆಗ್ತದೆ."

"ಅ ಮ್ಮ ಮ್ಮ!"

ಮಿತಭಾಷಿಯಾದ ಸಾರ್ಜಂಟ್ ತನ್ನ ಧೂಮಪಾನ ಮುಂದುವರಿಸಿದ. ಖಾನಾವಳಿಯ ಒಡತಿ ಮೇಲಿದ್ದ ಮೂವರು ತರುಣ ಸೈನಿಕರೊಂದಿಗೆ ಬಾರ್ ರೂಮಿಗೆ ಹಿಂದಿರುಗಿದಳು. ಷರ್ಟು, ಇಜಾರು ಮತ್ತು ಕಾಲುಚೀಲಗಳನ್ನು ಮಾತ್ರ ಧರಿಸಿದ್ದ ಆ ತರುಣರು ನಸು ಲಜ್ಜೆಯಿಂದ ಅವಳನ್ನು ಹಿಂಬಾಲಿಸಿ ಕೋಣೆಯನ್ನು ಪ್ರವೇಶಿಸಿದರು. ಆಕೆ ಬಾರ್‌ನ ಕೊನೆಯಲ್ಲಿ ನಾಟಕೀಯವಾಗಿ ನಿಂತು ಉದ್ಗರಿಸಿದಳು :

"ಆ ಗಂಡಸು ಈ ಹೋಟೆಲ್ ಬಿಟ್ಟು ಹೋಗೋದಿಲ್ವಂತೆ, ಈ ರಾತ್ರಿ ಇಲ್ಲೇ ತಂಗೋ ಉದ್ದೇಶ ಅವನಿಗೆ ಇದೆಯಂತೆ. ಇಲ್ಲಿ ಮಲಗೋದಕ್ಕೆ ಹಾಸಿಗೆ ಇಲ್ಲ; ಇದು ನಿಮಗೆ ತಿಳಿದ ವಿಷಯ. ಪಯಣಿಗರಿಗೆ ಇಲ್ಲಿ ವಸತಿ ಸೌಕರ್ಯವಿಲ್ಲ. ಹಾಗಿದ್ದರೂ ಆತ ಇಲ್ಲಿ ತಂಗುತ್ತಾನಂತೆ ! ನಾನು ಸತ್ತರೂ ಚಿಂತಿಲ್ಲ; ನನ್ನ ಧಮನಿಯಲ್ಲಿ ಒಂದು ತೊಟ್ಟು ರಕ್ತ ಇರುವವರೆಗೆ ಅದು ಸಾಧ್ಯವಿಲ್ಲ. ಹೆಸರಿಗೆ ತಕ್ಕಂತೆ ನೀವು ಗಂಡಸ್ತನ ತೋರಿಸಿ, ಅಸಹಾಯಕಳಾದ ಒಬ್ಬ ಅಬಲೆಗೆ ಸಹಾಯ ನೀಡೋದಾದ್ರೆ, ಅದು ಸಾಧ್ಯವಿಲ್ಲ."

ಅವಳ ಕಣ್ಣುಗಳು ಥಳಥಳಿಸಿದವು. ಅವಳ ಮುಖ ಕೆಂಪೇರಿತು. ಅವಳು ಅಮಜಾನ್ ಸ್ತ್ರೀಯೋಧೆಯಂತೆ ಯುದ್ಧಸನ್ನದ್ಧಳಾದಳು.

ಆ ತರುಣ ಸೈನಿಕರು ಕೊಂಚ ತಬ್ಬಿಬ್ಬಾದರು. ತಾವೇನು ಮಾಡಬೇಕೆಂಬುದು ಅವರಿಗೆ ಸ್ಪಷ್ಟವಾಗಲಿಲ್ಲ. ಅವರು ಆಗಂತುಕನನ್ನು ನೋಡಿದರು, ಸಾರ್ಜಂಟ್‌ನತ್ತ ದೃಷ್ಟಿ ಹಾಯಿಸಿದರು, ಕೊನೆಗೆ ಒಬ್ಬ ಸೈನಿಕ ಅಧೋಮುಖನಾಗಿ ತನ್ನ ಹೆಗಲುಪಟ್ಟಿಯನ್ನು ಇಜಾರಿನ ಎರಡನೇ ಗುಂಡಿಗೆ ಸಿಕ್ಕಿಸಿದ.

"ಸಾರ್ಜಂಟರ ಅಪ್ಪಣೆ ಏನು ?" ಎಂದು ಒಬ್ಬ ಸೈನಿಕ ಕೇಳಿದ. ಕದನ ಕುತೂಹಲದಿಂದ ಅವನ ಕಣ್ಣುಗಳು ಮಿನುಗುತ್ತಿದ್ದವು.

ಸಾರ್ಜೆಂಟ್ ಅಂದ :

"ಈ ಮನುಷ್ಯ ತಾನು ಮಿಸೆಸ್ ನ್ಯಾನ್‌ಕರ್ವಿಸಳ ಗಂಡ ಅಂತ ಹೇಳಿಕೊಳ್ತಾನೆ."

"ಅವನೇನೂ ನನ್ನ ಗಂಡ ಅಲ್ಲ: ಈ ರಾತ್ರಿಗೆ ಮುಂಚೆ ಅವನು ನನ್ನ ದೃಷ್ಟಿಗೆ ಬಿದ್ದವನೇ ಅಲ್ಲ. ಇದೊಂದು ಕುತಂತ್ರ. ಬೇರೇನೂ ಅಲ್ಲ, ಕುತಂತ್ರ."

ಬೆಂಕಿಯ ಬಳಿ ಕುಳಿತಿದ್ದ ಗಂಡಸು ಗುರುಗುಟ್ಟಿದ :

"ಇದಕ್ಕೆ ಮೊದಲು ನನ್ನನ್ನು ನೀನು ನೋಡಿಯೇ ಇರಲಿಲ್ಲ ಅನ್ನೋದು ಸುಳ್ಳು. ನೀನೊಬ್ಬ ಸುಳ್ಳುಗಾರ್ತಿ. ನೀನು ನನ್ನ ಕೈಹಿಡಿದ ಮಡದಿ. ಆ ಹುಡುಗಿ ಮೇರಿಯಾನ್ ನನ್ನಿಂದಾಗಿ ನಿನ್ನ ಹೊಟ್ಟೆಯಲ್ಲಿ ಹುಟ್ಟಿದ್ಳು. ಅವಳು ಯಾರ ಮಗಳೂ ಅನ್ನೋದು ನಿನಗೆ ಚೆನ್ನಾಗಿ ಗೊತ್ತು."

ಈ ರಂಪ ಕಂಡು ಸೈನಿಕರಿಗೆ ಆನಂದವಾಯಿತು; ಸಾರ್ಜಂಟ್ ಮಾತ್ರ ಯಾವ ಮನೋವಿಕಾರವನ್ನೂ ಸೂಚಿಸದೆ ಧೂಮಪಾನದಲ್ಲಿ ನಿರತನಾಗಿದ್ದ.

ತನ್ನ ತಲೆಯನ್ನು ವ್ಯಂಗ್ಯಾತಿಶಯದಿಂದ ಮೆಲ್ಲಗೆ ಅಲ್ಲಾಡಿಸುತ್ತಾ ಹೆಂಗಸು ನುಡಿದಳು :

"ನೀನು ಹೇಳೋದು ಸತ್ಯ ಅಂತ ಹೇಗೆ ರುಜುವಾತುಪಡಿಸ್ತಿ? ಕೇಳೋದಿಕ್ಕೆ ಬಹಳ ಸೊಗಸಾಗಿದೆ ಕಥೆ, ಅಲ್ವೆ? ಆದರೆ ನೀನು ಹೇಳುವ ಒಂದು ಮಾತನ್ನೂ ನಾವು ನಂಬೋದಿಲ್ಲ."

ಆ ಗಂಡಸು ಒಂದು ಕ್ಷಣ ಈ ಹಗರಣವನ್ನು ನೋಡುತ್ತಲಿದ್ದ. ಆಮೇಲೆ ಹೇಳಿದ : "ಇದಕ್ಕೆ ರುಜುವಾತು ಬೇಕಾಗಿಲ್ಲ."

ಹೆಂಗಸಿನ ವ್ಯಂಗ್ಯ ಸ್ವರ ಅವನಿಗೆ ಉತ್ತರ ನೀಡಿತು :

"ರುಜುವಾತು ಬೇಕು, ಸ್ವಾಮಿ. ಬೇಕೇ ಬೇಕು. ಈ ಮಾತಿಗೆ ಬಹಳಷ್ಟು ರುಜುವಾತು ಅಗತ್ಯ. ನಿನ್ನ ಮಾತನ್ನು ಚಕಾರ ಎತ್ತದೆ ಒಪ್ಪಿಕೊಳ್ಳುವಂಥ ದಡ್ಡರು ನಾವೂಂತ ಭಾವಿಸಿದ್ದೀಯಾ ?"

ಆದರೆ ಆಗಂತುಕ ಇದರಿಂದ ವಿಚಲಿತನಾಗಲಿಲ್ಲ. ಆತ ಬೆಂಕಿಯ ಬಳಿ ನಿಂತಿದ್ದ. ಆಕೆ ಒಂದು ಕೈಯನ್ನು ಜಿಂಕ್ ಹೊದಿಸಿದ್ದ ಬಾರ್ ಮೇಲೆ ಇರಿಸಿ ನಿಂತಿದ್ದಳು. ಕಾಲ ಮೇಲೆ ಕಾಲು ಹಾಕಿಕೊಂಡು ಸಾರ್ಜಂಟ್ ಧೂಮಪಾನ ಮಾಡುತ್ತಿದ್ದ. ಇವರಿಬ್ಬರ ಮಧ್ಯೆ ಇದ್ದ ಜಾಗದಲ್ಲಿ ಆ ಮೂವರು ಸೈನಿಕರೂ ತಮ್ಮ ಷರ್ಟ್, ಷರಾಯಿ ಪಟ್ಟಿ ಸಮೇತ ಬಾರ್ ಹಿಂದೆ ಇದ್ದ ಕತ್ತಲೆಯಲ್ಲಿ ಹಿಂದು ಮುಂದು ನೋಡುತ್ತಾ ಕುಳಿತಿದ್ದರು.

ಸಾರ್ಜಂಟ್ ನ್ಯಾಯಮೂರ್ತಿಯ ಧಾಟಿಯಲ್ಲಿ ಒಂದು ಪ್ರಶ್ನೆ ಹಾಕಿದ :

"ಮಿಸೆಸ್ ನ್ಯಾನ್‌ಕರ್ವಿಸ್ ಅವರೇ, ನಿಮ್ಮ ಯಜಮಾನರು ಎಲ್ಲಿರಬಹುದು ಅನ್ನೋ ವಿಷಯದ ಬಗ್ಗೆ ನಿಮಗೆ ಏನಾದರೂ ತಿಳಿದಿದೆಯೇ ? ಆತ ಇನ್ನೂ ಬದುಕಿದ್ದಾರೆಯೇ ?"

ತಟಕ್ಕನೆ ಆಕೆ ಅಳುವುದಕ್ಕೆ ಉಪಕ್ರಮಿಸಿದಳು. ಅವಳ ಕಣ್ಣುಗಳಿಂದ ಬಿಸಿ ಬಿಸಿಯಾದ ಕಂಬನಿಯ ದೊಡ್ಡ ದೊಡ್ಡ ಬಿಂದುಗಳು ಉದುರತೊಡಗಿದವು. ಅದನ್ನು ನೋಡಿ ತರುಣ ಸೈನಿಕರು ತಲ್ಲಣಗೊಂಡರು.

ತನ್ನ ಜೇಬಿನಲ್ಲಿದ್ದ ಕರವಸ್ತ್ರವನ್ನು ಹೊರಕ್ಕೆ ತೆಗೆಯುತ್ತಾ ಅವಳು ಬಿಕ್ಕಳಿಸಿದಳು :

"ಅವನ ವಿಷಯ ನನಗೆ ಏನೂ ತಿಳಿಯದು. ಮೇರಿಯಾನ್ ಚಿಕ್ಕ ಮಗುವಾಗಿದ್ದಾಗ ಅವನು ನನ್ನನ್ನು ಬಿಟ್ಟುಹೋದ. ಗಣಿ ಕೆಲಸಕ್ಕಾಗಿ ಅಮೆರಿಕಕ್ಕೆ ವಲಸೆಹೋದ. ಹೋಗಿ ಆರು ತಿಂಗಳು ಕಳೆದ ಮೇಲೆ ಅವನು ನನಗೆ ಒಂದು ಪತ್ರವನ್ನೂ ಬರೀಲಿಲ್ಲ, ಒಂದು ದುಗ್ಗಾಣಿಯನ್ನೂ ಕಳಿಸ್ಲಿಲ್ಲ. ಆತ ಬದುಕಿದ್ದಾನೋ ಸತ್ತನೋ ಅಂತಲೂ ನನಗೆ ಗೊತ್ತಿಲ್ಲ. ಅವನ ಬಗ್ಗೆ ನನಗೆ ಬಂದ ಸುದ್ದಿಯೆಲ್ಲ ಅವ ಕೆಟ್ಟುಹೋಗ್ತಿದಾನೆ ಅಂತಲೇ. ಅದೂ ಕಳೆದ

ಅನೇಕ ವರ್ಷಗಳಿಂದ ಯಾವ ಸುದ್ದೀನೂ ಇಲ್ಲ." ಇಷ್ಟು ಹೇಳಿ ಅವಳು ಬಿಕ್ಕಿ ಬಿಕ್ಕಿ ಅಳುತ್ತಾ ಕುಳಿತಳು.

ಕಾಂಚನ ವರ್ಣದ ಆ ಸುಂದರ ಪುರುಷ ಬೆಂಕಿಯ ಬಳಿ ಕುಳಿತು ಅವಳು ಅಳುತ್ತಿರುವುದನ್ನು ನೋಡುತ್ತಿದ್ದ. ಅವನಿಗೆ ಗಾಬರಿ ಆಗಿತ್ತು, ಮನಃಕ್ಲೇಶವಾಗಿತ್ತು. ಕಕ್ಕಾಬಿಕ್ಕಿ ಆಗಿತ್ತು; ಆದರೆ ಈ ಯಾವ ಭಾವವನ್ನೂ ಆತ ಬಹಿರಂಗ ಪಡಿಸಲಿಲ್ಲ.

ಆ ಹೆಂಗಸಿನ ತೀವ್ರ ರೋದನವನ್ನು ಬಿಟ್ಟರೆ ಇನ್ನು ಯಾವ ಶಬ್ದವೂ ಆ ಕೋಣೆಯಲ್ಲಿ ಕೇಳಿಬರುತ್ತಿರಲಿಲ್ಲ. ಗಂಡಸರೆಲ್ಲರ ಮೇಲೂ ಅದು ಪರಿಣಾಮ ಬೀರಿತ್ತು. ಸಾರ್ಜಂಟ್ ಆಗಂತುಕನಿಗೆ ನಯವಾಗಿ ಹೇಳಿದ :

"ಈ ರಾತ್ರಿ ನೀನು ಈ ಜಾಗ ಬಿಟ್ಟು ಹೊರಗೆ ಹೋಗೋದೇ ಸರಿ ಅಂತ ನಿನಗೆ ಅನಿಸೋದಿಲ್ವೆ? ಈ ವಿಷಯಕ್ಕೆ ಸ್ವಲ್ಪ ಕಾಲಾವಕಾಶ ಕೊಡೋದು ಒಳ್ಳೆಯದು. ನೀವಿಬ್ಬರೂ ಏನಾದರೂ ಒಂದು ಒಪ್ಪಂದಕ್ಕೆ ಮತ್ತೆ ಬರ್ಬಹುದು. ಆಕೆ ಹೇಳೋದು ನಿಜ ಅಂತಾದ್ರೆ, ಅವಳ ಮೇಲೆ ನಿನಗೆ ಹೆಚ್ಚು ಹಕ್ಕು ಇರುವಂತೆ ನನಗೆ ಅನಿಸ್ತಿಲ್ಲ. ಅಲ್ಲದೆ ಅವಳನ್ನು ನೀನೀಗ ಕಾಣ ಬಂದಿರೋದು ಸ್ವಲ್ಪ ಅನಿರೀಕ್ಷಿತ ಅಂತ ಹೇಳಬಹುದಲ್ವೇ ?"

ಮನೆಯೊಡತಿ ಎದೆ ಬಿರಿಯುವಂತೆ ಅಳುತ್ತಿದ್ದಳು. ಅವಳ ತುಂಬು ಸ್ತನಗಳು ಅಲುಗಾಡುತ್ತಿರುವುದನ್ನು ಆಗಂತುಕ ನೋಡಿದ. ತನ್ನ ಮೇಲೆ ಅವು ಮೋಡಿ ಹಾಕುತ್ತಿರುವಂತೆ ಅವನಿಗೆ ಭಾಸವಾಯಿತು. ಸಾರ್ಜಂಟ್‌ನ ಮಾತುಗಳಿಗೆ ಅವನು ಉತ್ತರಿಸಿದ :

"ಅವಳ ಬಗ್ಗೆ ನಾನು ಹಿಂದೆ ಹೇಗೆ ನಡೆದುಕೊಂಡೆ ಅನ್ನೋದು ಈಗ ಅಪ್ರಸಕ್ತ. ನಾನು ಹಿಂದಿರುಗಿದ್ದಾಯಿತು. ನನ್ನ ಮನೇಲಿ ನಾನು ಇರಬೇಕು ಅಂತಿದ್ದೇನೆ, ಸ್ವಲ್ಪ ದಿನಗಳ ಮಟ್ಟಿಗಾದರೂ. ಇದೇ ನನ್ನ ನಿರ್ಧಾರ."

ಸಾರ್ಜಂಟನ ಮುಖ ಕಪ್ಪೇರಿತು. ಅವನು ಹೇಳಿದ :

"ಕೆಟ್ಟ ನಡತೆ. ಇಷ್ಟು ವರ್ಷಗಳ ಕಾಲ ಹೆಂಡತೀನ ಬಿಟ್ಟು, ಈಗ ಬಂದು ಅವಳ ಇರಾದೆಗೆ ವಿರುದ್ಧವಾಗಿ ಅವಳೊಂದಿಗೆ ಬಾಳ್ವೆ ನಡೆಸಲು ಬಯಸೋದು ಕೆಟ್ಟ ನಡತೆ ಅಲ್ಲದೆ ಬೇರೇನು ? ಅದು ಕಾನೂನಿಗೆ ವಿರುದ್ಧ."

ಮನೆಯೊಡತಿ ಕಣ್ಣುಗಳನ್ನು ಒರೆಸಿಕೊಂಡಳು.

ಆಗಂತುಕ ವಿಲಕ್ಷಣವಾದ ದನಿಯಲ್ಲಿ ಗಟ್ಟಿಯಾಗಿ ಹೇಳಿದ :

"ಕಾನೂನು ವಿಚಾರ ಎತ್ತಬೇಡಿ. ಏನನ್ನೂ ವಿಚಾರ ಮಾಡ್ಬೇಕಾಗಿಲ್ಲ. ಈ ರಾತ್ರಿ ನಾನು ಇಲ್ಲಿಂದ ಕದಲೋದಿಲ್ಲ."

ಮನೆಯೊಡತಿ ಹಿಂದೆ ನಿಂತಿದ್ದ ಸೈನಿಕರ ಕಡೆ ತಿರುಗಿ ವ್ಯಂಗ್ಯದಿಂದ ಕೂಡಿದ ದನಿಯಲ್ಲಿ ಅವರನ್ನು ಪುಸಲಾಯಿಸಿದಳು :

"ತರುಣ ಮಿತ್ರರೇ, ಇಂಥ ವರ್ತನೆಯನ್ನು ಸಹಿಸೋದಕ್ಕೆ ಸಾಧ್ಯವೆ ? ಸಾರ್ಜಂಟ್ ಥಾಮಸ್, ಹೀಗೆ ಮೋಸಮಾಡಲು ಅವಕಾಶ ಕೊಡ್ಬಹುದೆ ? ಈ ಕೃತ್ಯ ಮಾಡೋನು ಎಂಥವನು – ದುಷ್ಟ, ಹಿಂಸಕ, ಅಮೆರಿಕದ ಗಣಿ ಹಟ್ಟಿಗಳಲ್ಲಿ ಹೆಸರಿಸೋದಕ್ಕೆ ಕೂಡ ಅಸಹ್ಯವಾದಂಥ ಜೀವನ ನಡೆಸ್ತಿದ್ದ ಮನುಷ್ಯ! ಈಗ ಒಬ್ಬ ಹೆಂಗಸಿನ ಜೀವನ ಹಾಳ್ಮಾಡೋಕೆ, ಅವಳು ಕೂಡಿಟ್ಟ ಹಣವನ್ನು ದೋಚಿಕೊಳ್ಳೋಕೆ ಇಲ್ಲಿ ಬಂದಿದ್ದಾನೆ. ಈ ಗಂಡಸು ! ಬಾಣಂತಿ – ಮಗು ಹೇಗೆ ಬೇಕಾದರೂ ಬದುಕಲಿ ಅಂತ ಅವರನ್ನು ಬಿಟ್ಟು ಹೋದವ!

ಇಂಥವನ ಕಾಟದಿಂದ ನನ್ನನ್ನು ಕಾಪಾಡೋಕೆ ಯಾರೂ ಮುಂದೆ ಬಾರದಿದ್ರೆ ಅದು ನಾಚಿಕೆಗೇಡಲ್ವೆ?"

ಸೈನಿಕರು ಮತ್ತು ಆ ಚಿಕ್ಕ ಸಾರ್ಜಂಟ್ ಕಾರ್ಯೋನ್ಮುಖರಾಗಲು ಹಾತೊರೆಯುತ್ತಿದ್ದರು. ಮನೆಯೊಡತಿ ಬಗ್ಗಿ ಕೌಂಟರ್‌ನ ಕೆಳಗಿದ್ದ ಸಾಮಾನುಗಳಲ್ಲಿ ಏನನ್ನೋ ತಡಕುತ್ತಿದ್ದಳು. ಬೆಂಕಿಯ ಬಳಿ ಕುಳಿತಿದ್ದ ಆಗಂತುಕನಿಗೆ ಗೋಚರಿಸಿದಂತೆ ಮೂಟೆ ಕಟ್ಟಲು ಉಪಯೋಗಿಸುವಂಥ ಒಂದು ಹುಲ್ಲಿನ ಹಗ್ಗವನ್ನು ಪತ್ತೆಹಚ್ಚಿ, ಅದನ್ನು ತರುಣ ಸೈನಿಕರು ನಿಂತಿದ್ದ ಕಡೆ ಆಕೆ ಸರಿಸಿದಳು. ಬಾರ್ ರೂಂನ ಹಿಂಭಾಗದಲ್ಲಿ ನಡೆದ ಈ ಘಟನೆ ಅಲ್ಲಿಯ ಮಬ್ಬಿನಿಂದಾಗಿ ಬೇರೆ ಯಾರ ಕಣ್ಣಿಗೂ ಬೀಳಲಿಲ್ಲ.

ಅನಂತರ ಅವಳು ಮೇಲೆದ್ದು ಸನ್ನಿವೇಶವನ್ನು ಎದುರಿಸಲು ಸಿದ್ಧಳಾದಳು. ಅವಳು ಸಮಾಧಾನಚಿತ್ತಳಾಗಿ, ಪುಸಲಾಯಿಸುವ ರೀತಿಯಲ್ಲಿ ಆಗಂತುಕನಿಗೆ ಹೇಳಿದಳು.

"ಬಾರಯ್ಯ ಬಾ, ಕೋಟ್ ಹಾಕಿಕೊಂಡು ನಮ್ಮ ಪಾಡಿಗೆ ನಮ್ಮನ್ನು ಬಿಟ್ಟು ಹೊರಕ್ಕೆ ಹೊರಡು. ಗಂಡಸಿಗೆ ಯೋಗ್ಯವಾದ ರೀತೀಲಿ ವರ್ತಿಸು. ಜರ್ಮನ್ ಮೃಗಗಳಿಗಿಂತಲೂ ಕೀಳಾದ ರೀತೀಲಿ ನಡ್ಕೋಬೇಡ. ಸೈಂಟ್ – ಜಸ್ಟ್‌ನಲ್ಲಿ ಮಲಗೋದಿಕ್ಕೆ ನಿನಗೆ ಸುಲಭವಾಗಿ ಜಾಗ ಸಿಗ್ಬಹುದು. ಬಾಡಿಗೆ ಕೊಡೋಕೆ ನಿನ್ನಲ್ಲಿ ಹಣ ಇಲ್ದಿದ್ರೆ, ಸಾರ್ಜಂಟ್ ಥಾಮಸಿನಿಂದ ಒಂದೆರಡು ಷಿಲ್ಲಿಂಗ್ ಸಾಲ ಪಡೀಬಹುದು. ಅವರು ಸಾಲ ಕೊಡ್ತಾರೆ ಅಂತ ನಾನು ಭರವಸೆ ನೀಡಬಲ್ಲೆ."

ಎಲ್ಲರ ದೃಷ್ಟಿಯೂ ಆಗಂತುಕನ ಮೇಲೆ ಕೇಂದ್ರೀಕೃತವಾಯಿತು. ಮನೆಯೊಡತಿಯ ಕಡೆ ನೋಡುತ್ತಿದ್ದ ಅವನು ಮಂತ್ರಮುಗ್ಧನಂತೆ ಅಥವಾ ಯಾವುದೋ ಒಂದು ಭೂತ ಹಿಡಿದವನಂತೆ ಕಂಡ. ಅವನು ಹೇಳಿದ :

"ನನ್ನ ಹತ್ತಿರ ಸ್ವಂತ ಹಣ ಇದೆ. ಹಣ ಕಸಿದುಕೊಳ್ತಾನೆ ಅಂತ ನೀವು ಹೆದರ್ಬೇಕಾಗಿಲ್ಲ. ಹಣ ಬೇಕಾದಷ್ಟಿದೆ, ಸದ್ಯಕ್ಕೆ."

ಎಷ್ಟೋ ವಿಧದಲ್ಲಿ ಅವನನ್ನು ಅವಳು ಪುಸಲಾಯಿಸಿದಳು. ಅವಳ ಸಮಾಧಾನಕರವಾದ ಮಾತು ಅವನನ್ನು ಅಣಕಿಸುವಂತೆ ತೋರಿತು: "ಒಳ್ಳೇದು. ಈಗ ನೀನು ಕೋಟು ಹಾಕಿಕೊಂಡು ಎಲ್ಲಿ ನಿನಗೆ ಸ್ವಾಗತ ದೊರೆಯುತ್ತದೆಯೋ ಅಲ್ಲಿಗೆ ಹೋಗು – ಗಂಡಸಿನ ಹಾಗೆ ವರ್ತಿಸು, ಒಬ್ಬ ಜರ್ಮನ್ ಪಶುವಿನ ಹಾಗಲ್ಲ."

ಹೀಗೆ ಸವಾಲು ಹಾಕುವ ರೀತಿಯಲ್ಲಿ ಪುಸಲಾಯಿಸುತ್ತಾ, ಆಕೆ ಆತನ ಸಮೀಪಕ್ಕೆ ಸೇರಿದ್ದಳು. ಅವನು ಗರಬಡಿದವನಂತೆ ಆಕೆಯನ್ನೇ ನೋಡುತ್ತ ಕುಳಿತಿದ್ದ. ಅವನೆಂದ :

"ಇಲ್ಲ; ನಾನು ಹೋಗೋದಿಲ್ಲ. ಖಂಡಿತ ಹೋಗೋದಿಲ್ಲ. ಈ ರಾತ್ರಿ ಇಲ್ಲಿರಲು ನೀನು ಅವಕಾಶ ಕೊಡಲೇಬೇಕು."

"ಕೊಡ್ಬೇಕೆ?" ಎಂದು ಆಕೆ ಅಬ್ಬರಿಸಿದಳು. ತಟಕ್ಕನೆ ತನ್ನ ತೋಳುಗಳಿಂದ ಅವನನ್ನು ತಬ್ಬಿ, ತನ್ನ ಶಕ್ತಿಯುತವಾದ ಭಾರವನ್ನೆಲ್ಲಾ ಅವನ ಮೇಲೆ ಹಾಕಿ, ಅವನು ಮೇಲೆ ಏಳದಂತೆ ಅದುಮಿಕೊಂಡು, ಅವಳು ಸೈನಿಕರಿಗೆ ಕೂಗಿ ಹೇಳಿದಳು :

"ಮಿತ್ರರೇ, ಆ ಹಗ್ಗ ತಗೊಂಡು ಈತನನ್ನು ಕಟ್ಟಿಹಾಕಿ. ಆಲ್‌ಫ್ರೆಡ್, ಜಾನ್, ತ್ವರೆ ಮಾಡಿ."

ಆಗಂತುಕ ಥಟ್ಟನೆ ಎದ್ದುನಿಂತ; ಸುತ್ತಲೂ ಹುಚ್ಚನಂತೆ ಕಣ್ಣು ತಿರುಗಿಸಿ ತನ್ನ ಶಕ್ತಿಪೂರ್ಣವಾದ ದೇಹವನ್ನು ಅತ್ತ ಇತ್ತ ಹೊರಳಿಸಿದ. ಆದ್ರೆ ಆ ಹೆಂಗಸೂ ಒಳ್ಳೇ ಬಲಿಷ್ಠಳಾಗಿ ಭಾರವಾಗಿದ್ದುದಲ್ಲದೆ, ಮೃತ್ಯು ಸದೃಶ ನಿರ್ಧಾರದಿಂದ ಪ್ರೇರಿತಳಾಗಿದ್ದಳು. ಜಯೋನ್ಮತ್ತವೂ,

ಭೀಕರ ವೈರ ಸಾಧಕವೂ ಆದ ನೋಟದಿಂದ ಕೂಡಿದ ಅವಳ ಮುಖ ಅವನ ಎದೆಗೆ ಎದುರಾಗಿತ್ತು. ಅದರಿಂದ ದೂರವಾಗಿರಲು ಆಗಂತುಕ ಹುಚ್ಚಾಬಟ್ಟೆ ತಲೆ ಕೊಡವಿಕೊಂಡ. ಹಾವಡರಿದ ಲಾಓಕೂನ್‌ನಂತೆ* ಭಯಂಕರವಾಗಿ ತೊನೆದಾಡುತ್ತಿದ್ದ ಅವನನ್ನು ಒಂದು ಕ್ಷಣ ನೋಡಿ, ತದನಂತರ ಸೈನಿಕರು ಕಾರ್ಯೋನ್ಮುಖರಾದರು. ಅವರಲ್ಲಿ ಕದನಕುತೂಹಲಿಯಾಗಿದ್ದ ಸೈನಿಕ ಹಗ್ಗದೊಡನೆ ಶೀಘ್ರವಾಗಿ ಮುಂದೆ ಬಂದ. ಅದು ಸ್ವಲ್ಪ ಸಿಗ್ಗಾಗಿತ್ತು.

"ಅದರ ಒಂದು ಕೊನೆ ಇಲ್ಲಿ ಕೊಡು," ಎಂದ ಸಾರ್ಜಂಟ್.

ಏತನ್ಮಧ್ಯೆ ಭೀಮಕಾಯದ ಆಗಂತುಕ ಒದ್ದಾಡಿದ, ಶ್ರಮಪಟ್ಟ, ಆಕೆಯ ಹಿಡಿತದಿಂದ ತಪ್ಪಿಸಿಕೊಳ್ಳಲು ಮತ್ತೆ ಮತ್ತೆ ಪ್ರಯತ್ನಿಸಿದ. ಆ ಹೆಂಗಸನ್ನು ಎತ್ತಿ ಬೆಂಚು ಮೇಜುಗಳಿಗೆ ತಾಕಿಸಿದ. ಏನು ಮಾಡಿದರೂ ಆಕೆ ತನ್ನ ಪಟ್ಟನ್ನು ಬಿಡಲಿಲ್ಲ. ಒಂದು ದೊಡ್ಡ ಸೊಂಡಿಲು ಮೀನು ಅವನ ದೇಹದ ಸುತ್ತ ಹಾರದಂತೆ ತಗಲಿಕೊಂಡ ರೀತಿಯಲ್ಲಿ ಅವಳು ಅವನ ಕೈಗಳನ್ನು ಅಲುಗಾಡಲು ಅವಕಾಶ ಕೊಡದೆ ಗಟ್ಟಿಯಾಗಿ ಹಿಡಿದಿದ್ದಳು. ಅವಳನ್ನು ಎತ್ತಿ ಒಗೆಯಲು ಆತ ಪ್ರಯತ್ನ ಮಾಡಿದ, ಅತ್ತ ಇತ್ತ ಹೊರಳಿದ, ಕೋಣೆಯಲ್ಲಿದ್ದ ಪದಾರ್ಥಗಳಿಗೆ ಡಿಕ್ಕಿ ಹೊಡೆದ. ಸೈನಿಕರ ನೆಗೆದಾಟ, ಮರದ ಸಾಮಾನುಗಳ ತಾಕಲಾಟ – ಇವುಗಳು ಕೋಲಾಹಲವನ್ನು ಇಮ್ಮಡಿಸಿದವು.

ಕೊನೆಗೆ ಸಾರ್ಜಂಟನ ಚುರುಕು ವರ್ತನೆಯ ಸಹಾಯ ಪಡೆದು ಒಬ್ಬ ತರುಣ ಸೈನಿಕ ಆಗಂತುಕನ ಸುತ್ತ ಹಗ್ಗವನ್ನು ಒಂದು ಸುತ್ತು ಸುತ್ತಿದ. ತರುವಾಯ ಆ ಹೆಂಗಸು ಆತನನ್ನು ಒತ್ತಿ ಹಿಡಿದುಕೊಂಡಿದ್ದ ಹಾಗೆ, ಹಗ್ಗದ ಅನೇಕ ಮಡಿಕೆಗಳನ್ನು ಅವರು ಆಗಂತುಕನ ಸುತ್ತ ಸುತ್ತಿದರು. ಬಿಡಿಸಿಕೊಳ್ಳುವ ಪ್ರಯತ್ನದಲ್ಲಿ ಆ ಯಜ್ಞಪಶು ಮೇಜಿನ ಮೇಲೆ ಬಿದ್ದ. ಇದರ ಪರಿಣಾಮವಾಗಿ ಹಗ್ಗ ಬಿಗಿಯಾಗಿ ಅವನ ತೋಳುಗಳಿಗೆ ಗಾಯವಾಯಿತು. ಆ ಹೆಂಗಸು ಅವನ ಮೊಣಕಾಲುಗಳನ್ನು ಅದುಮಿ ಹಿಡಿದಳು. ಸಮಯಸ್ಫೂರ್ತಿಯಿಂದ ವರ್ತಿಸಿದ ಮಗದೊಬ್ಬ ಸೈನಿಕ ತನ್ನ ಸೊಂಟಪಟ್ಟಿಯನ್ನು ಉಪಯೋಗಿಸಿ ಅವನ ಕಾಲುಗಳನ್ನು ಬಿಗಿಯಾಗಿ ಕಟ್ಟಿದ.

ಮಗದೊಬ್ಬ ಸೈನಿಕ ತನ್ನ ಸೊಂಟಪಟ್ಟಿಯನ್ನು ಉಪಯೋಗಿಸಿ ಅವನ ಕಾಲುಗಳನ್ನು ಬಿಗಿಯಾಗಿ ಕಟ್ಟಿದ. ಈ ಘರ್ಷಣೆಯಲ್ಲಿ ಕುರ್ಚಿ, ಬೆಂಚುಗಳು ಮಗುಚಿಬಿದ್ದವು. ಮೇಜು ಗೋಡೆಯ ಹತ್ತಿರಕ್ಕೆ ಎಸೆಯಲ್ಪಟ್ಟಿತ್ತು. ಏನೇ ಆದರೂ ಆಗಂತುಕನನ್ನು ಕಟ್ಟಿಹಾಕಿದ್ದಾಯಿತು. ಅವನ ತೋಳುಗಳಿಗೆ ಹಿಂಗಟ್ಟುಮುರಿ ಮತ್ತು ಕಾಲುಗಳಿಗೆ ಬಲವಾದ ಕಟ್ಟು – ಇವುಗಳಿಂದಾಗಿ ಆಗಂತುಕ ಅಸಹಾಯಕನಾಗಿದ್ದ. ಅವನ ದೇಹ ಅರ್ಧ ನೆಲದ ಮೇಲೆ

---

* ಪ್ರಾಚೀನ ಗ್ರೀಕ್ ಪೌರಾಣಿಕ ಕಥೆಗಳಲ್ಲಿ ಬರುವ ಒಬ್ಬ ವ್ಯಕ್ತಿ. ಆತ ಟ್ರಾಯ್ ನಗರದ ಒಬ್ಬ ಪೂಜಾರಿಯಾಗಿದ್ದ. ಗ್ರೀಕರ ಕಪಟೋಪಾಯದ ಬಗ್ಗೆ ಟ್ರೋಜನರಿಗೆ ಎಚ್ಚರಿಕೆ ನೀಡಿದ್ದ. ಅವನನ್ನೂ ಅವನ ಇಬ್ಬರು ಮಕ್ಕಳನ್ನೂ ಎರಡು ಮಹಾ ಕಡಲ ಸರ್ಪಗಳು ಸುತ್ತುಗಟ್ಟಿ ಬಿಗಿಯಾಗಿ ಅಮುಕಿ ಕೊಂದುಹಾಕಿದವಂತೆ. ಹೀಗೆ ತನ್ನ ಮಕ್ಕಳ ಸಹಿತ ಹಾವುಗಳಿಂದ ಲಾಓಕೂನ್ ಬಿಗಿಯಲ್ಪಟ್ಟಿರುವ ದೃಶ್ಯದ ಚಿತ್ರವೊಂದು ರೋಮ್‌ನ ವ್ಯಾಟಿಕನ್ ಅರಮನೆಯಲ್ಲಿದೆ. ಖಾನಾವಳಿಯ ಒಡತಿಯಿಂದ ಬಿಗಿ ಹಿಡಿಯಲ್ಪಟ್ಟ ಆಗಂತುಕನನ್ನು ಹಾವುಗಳಿಂದ ಸುತ್ತಲ್ಪಟ್ಟ ಲಾಓಕೂನನಿಗೆ ಇಲ್ಲಿ ಹೋಲಿಸಲಾಗಿದೆ – ಮಹಾಭಾರತದಲ್ಲಿ ಅಜಗರದಿಂದ ಬಿಗಿಯಲ್ಪಟ್ಟ ಭೀಮನಂತೆ.

ಕುಸಿದಿತ್ತು, ಇನ್ನರ್ಧ ಮೇಜಿಗೆ ಒರಗಿತ್ತು. ಸ್ವಲ್ಪ ಕಾಲ ಅವನು ಅಲುಗಾಡಲಿಲ್ಲ.

ಖಾನಾವಳಿಯ ಒಡತಿ ಮೇಲಕ್ಕೆ ಎದ್ದಳು. ಆದರೆ ನಿಶ್ಶಕ್ತಳಾಗಿದ್ದ ಕಾರಣ ಗೋಡೆಯ ಪಕ್ಕದಲ್ಲಿದ್ದ ಬೆಂಚಿನ ಮೇಲೆ ಆಕೆ ಕುಸಿದು ಬಿದ್ದಳು. ಅವಳ ಸ್ತನಗಳು ಕಂಪಿಸುತ್ತಿದ್ದವು. ಗಂಟಲು ಕಟ್ಟಿತ್ತು, ತಾನು ಸಾಯುತ್ತಿದ್ದೇನೆ ಎಂದು ಅವಳು ಭಾವಿಸಿದಳು. ಬಂಧಿತನಾದ ಗಂಡಸು ತಲೆಕೆಳಗಾಗಿದ್ದ ಮೇಜನ್ನು ಒರಗಿ ಬಿದ್ದಿದ್ದ. ಅವನ ಅಂಗಿ ಹಗ್ಗಕ್ಕೆ ಸಿಕ್ಕಿ ಹಿಗ್ಗಾಮುಗ್ಗಾಗಿ, ಕಟ್ಟಿನಿಂದ ಮೇಲಕ್ಕೆ ಸರಿದಿತ್ತು. ಆದಕಾರಣ ಅವನ ಸೊಂಟ ಬರಿದಾಗಿತ್ತು. ಸೈನಿಕರು ಸ್ವಲ್ಪ ಮಂಕಾಗಿ ಸುತ್ತಲೂ ನಿಂತಿದ್ದರು. ಆದರೆ ಜಗಳದಲ್ಲಿ ಪಾಲ್ಗೊಂಡ ಕಾರಣ ಅವರು ಉದ್ರಿಕ್ತರಾಗಿದ್ದರು.

ಆಗಂತುಕ ದೀರ್ಘವಾಗಿ ಉಸಿರು ಸೇದುತ್ತಾ, ಪುನಃ ಕಟ್ಟನ್ನು ಮುರಿಯಲು ಪ್ರಯತ್ನಿಸಿದ. ತನ್ನ ಬಲಪ್ರಯೋಗದಿಂದ ಹಗ್ಗವನ್ನು ಹಿಗ್ಗಲಿಸುವ ಸಾಹಸದಲ್ಲಿ ತೊಡಗಿದ. ಬಂಗಾರದ ಬಣ್ಣದ ಅವನ ಮುಖ ಈ ಪ್ರಯತ್ನಗಳಿಂದಾಗಿ ರಕ್ತ ತುಂಬಿ ಕಪ್ಪಗೆ ಆಯಿತು. ಅವನ ಕಂಠದ ಸ್ನಾಯುಗಳು ಉಬ್ಬಿದವು. ಆದರೆ ಈ ಯತ್ನ ನಿಷ್ಫಲವಾದದ್ದನ್ನು ಕಂಡು ಅವನು ಸ್ವಲ್ಪ ಹೊತ್ತು ತೆಪ್ಪಗಿದ್ದ. ಆಮೇಲೆ ಪುನಃ ಕಾಲುಗಳನ್ನು ಝಾಡಿಸಲು ಆರಂಭಿಸಿದ.

"ಇನ್ನೊಂದು ಜತೆ ಸೊಂಟದ ಪಟ್ಟಿಗಳನ್ನು ತೆಗೆದುಕೊಂಡು ಬಾ, ವಿಲಿಯಂ," ಎಂದು ಉದ್ರಿಕ್ತನಾದ ಸೈನಿಕ ಕೂಗಿ ಹೇಳಿದ. ಬಂಧಿತನಾದ ಗಂಡಸಿನ ಕಾಲುಗಳ ಮೇಲೆ ತನ್ನ ಭಾರ ಹಾಕಿ, ಅವನ ಮೊಣಕಾಲುಗಳನ್ನು ಆತ ಕಟ್ಟಿಹಾಕಿದ. ಎಲ್ಲವೂ ಪುನಃ ಶಾಂತವಾಯಿತು. ಗಡಿಯಾರದ ಟಿಕ್ – ಟಾಕ್ ಶಬ್ದ ಮಾತ್ರ ಕೇಳಬಹುದಾಗಿತ್ತು.

ಆ ಹೆಂಗಸು ನೆಲದ ಮೇಲೆ ಅಡ್ಡ ಬಿದ್ದಿದ್ದ ವ್ಯಕ್ತಿಯನ್ನು ನೋಡಿದಳು. ಬಲಿಷ್ಠವಾಗಿಯೂ ನೇರವಾಗಿಯೂ ಇದ್ದ ಕೈಕಾಲುಗಳು, ಈಗ ಸ್ವಾತಂತ್ರ್ಯವನ್ನು ಕಳೆದುಕೊಂಡಿದ್ದ ಆ ಬಲವಾದ ಬೆನ್ನು, ಅಗಲವಾದ ಮುಖ, ಗೋಣಿಚೀಲದಲ್ಲಿ ತುರುಕಿ ಗಾಡಿಯೊಳಕ್ಕೆ ಹಾಕಲ್ಪಟ್ಟು ತನ್ನ ತಲೆಯನ್ನು ಮಾತ್ರ ಮೂಕವಾಗಿ ಹಿಂದೆ ತಿರುಗಿಸಿ ನೋಡುವ ಕರುವಿನ ನೆನಪು ತರುವಂತಿತ್ತು ಆ ಮುಖ. ಹೆಂಗಸು ಗೆಲುವಿನ ಸವಿಯನ್ನು ಅನುಭವಿಸಿದಳು.

ಬಂಧನಕ್ಕೆ ಒಳಗಾದ ವ್ಯಕ್ತಿ ಪುನಃ ಒದ್ದಾಡಲು ಆರಂಭಿಸಿದ. ಅವನ ಮಾಂಸಖಂಡಗಳ ಉಬ್ಬುವಿಕೆ, ಅವನ ಬಲಿಷ್ಠವಾದ ಭುಜ, ಸೊಂಟ ಮತ್ತು ನಿಷ್ಕಳಂಕವಾದ ತೊಡೆಗಳು – ಇವುಗಳನ್ನು ನೋಡಿ ಯಾವ ಕ್ಷಣದಲ್ಲಿ ಹಗ್ಗ ಚೂರು ಚೂರಾಗುತ್ತದೆಯೊ ಎಂದು ಹೆಂಗಸು ಹೆದರಿದಳು. ಆದರೆ ಚುರುಕಾಗಿದ್ದ ಆ ತರುಣ ಸೈನಿಕ ಬಂಧಿತನಾಗಿದ್ದ ಅವನ ಭುಜಗಳ ಮೇಲೆ ತನ್ನ ಭಾರ ಹಾಕಿ ಕುಳಿತ. ಕೆಲವು ಅಪಾಯಕರ ಕ್ಷಣಗಳ ಬಳಿಕ ಭಯ ತೊಲಗಿ, ಮತ್ತೆ ಎಲ್ಲವೂ ನಿಶ್ಶಬ್ದವಾಯಿತು.

ಆಗ ವಿವೇಕಶಾಲಿಯಾಗಿದ್ದ ಸಾರ್ಜಂಟ್ ಆಗಂತುಕನೊಡನೆ ಕೇಳಿದ :

"ಈಗ ನಾವು ನಿನ್ನ ಕಟ್ಟನ್ನು ಬಿಚ್ಚಿದರೆ, ನೀನು ಗಲಾಟೆ ಮಾಡದೆ ಈ ಜಾಗ ಬಿಟ್ಟು ಹೋಗುವುದಾಗಿ ವಾಗ್ದಾನ ಮಾಡ್ತೀಯ ?"

ಇದಕ್ಕೆ ಹೆಂಗಸು ತನ್ನ ಅಸಮ್ಮತಿ ಸೂಚಿಸಿದಳು :

"ಅವನ ಕಟ್ಟುಗಳನ್ನು ಇಲ್ಲಿ ಖಂಡಿತ ಬಿಚ್ಚೋದು ಬೇಡ. ಅವನ ನೆರಳು ನನ್ನ ಮೇಲೆ ಬೀಳುವಷ್ಟು ದೂರದಲ್ಲಿ ಕೂಡ ಆ ಗಂಡಸನ್ನು ನಂಬಲು ನಾನು ತಯಾರಿಲ್ಲ."

ಕೋಣೆ ಮತ್ತೆ ನಿಶ್ಶಬ್ದವಾಯಿತು.

ಅನಂತರ ಒಬ್ಬ ಸೈನಿಕ ಹೀಗೆ ಸಲಹೆ ಮಾಡಿದ :

"ನಾವು ಬಂಧಿತನನ್ನು ಹೊರಗೆ ಸಾಗಿಸಿ, ಆಮೇಲೆ ಅವನ ಕಟ್ಟನ್ನು ಬಿಚ್ಚಬಹುದು. ಅವನೇನಾದರೂ ತಂಟೆ ತಕರಾರು ಮಾಡಿದರೆ ಪೊಲೀಸ್ ಸಹಾಯ ಕೋರಬಹುದು."

ಸಾರ್ಜಂಟ್ ಈ ಸಲಹೆಗೆ ತನ್ನ ಒಪ್ಪಿಗೆ ನೀಡಿದ : "ಆಗಬಹುದು. ಹಾಗೆ ಮಾಡುವುದು ಯುಕ್ತ." ಆಮೇಲೆ ಆಗಂತುಕನ ಕಡೆ ತಿರುಗಿ ಸ್ವಲ್ಪ ಗಡಸು ದನಿಯಲ್ಲಿ ಹೇಳಿದ : "ನಿನ್ನನ್ನು ಹೊರಕ್ಕೆ ಸಾಗಿಸಿ ಬಿಡುಗಡೆ ಮಾಡಿದ್ರೆ, ನೀನು ನಿನ್ನ ಕೋಟು ಹಾಕಿಕೊಂಡು ಯಾವ ತೊಂದರೆಯೂ ಮಾಡದೆ ಹೊರಟು ಹೋಗ್ತೀಯಾ ?"

ಈ ಮಾತಿಗೆ ಬಂಧಿತನಾದ ಗಂಡಸು ಯಾವ ಉತ್ತರವನ್ನೂ ಕೊಡಲಿಲ್ಲ. ಪ್ರಕಾಶಮಾನವಾಗಿದ್ದ ತನ್ನ ಕಪ್ಪು ಕಣ್ಣುಗಳನ್ನು ಅಗಲವಾಗಿ ತೆರೆದು, ಬಂಧಿತವಾದ ಮೂಕಪ್ರಾಣಿಯಂತೆ ಅವನು ನೆಲದ ಮೇಲೆ ಬಿದ್ದಿದ್ದ. ಸ್ವಲ್ಪ ಹೊತ್ತು ತಬ್ಬಿಬ್ಬಾದವರಂತೆ ಸೈನಿಕರು ಸುಮ್ಮನಿದ್ದರು.

ಅನಂತರ ಆ ಹೆಂಗಸು ಸ್ವಲ್ಪ ಸಿಡುಕಿನಿಂದ ನುಡಿದಳು.

"ಆಗಲಿ, ನೀವು ಯೋಚಿಸಿದಂತೆ ಮಾಡಿ. ಇವನನ್ನು ಹೊರಕ್ಕೆ ಸಾಗಿಸಿಕೊಂಡು ಹೋಗಿ. ನಾನು ಖಾನಾವಳಿಯ ಬಾಗಿಲನ್ನು ಹಾಕ್ತೇನೆ."

ಅವರು ಹಾಗೆಯೇ ಮಾಡಿದರು. ಬಂಧಿತನಾದ ವ್ಯಕ್ತಿಯನ್ನು ಎತ್ತಿಕೊಂಡು ನಾಲ್ಕು ಜನ ಸೈನಿಕರು ತತ್ತರಿಸುತ್ತಾ ವಕ್ರಗತಿಯಿಂದ ನಡೆದು ಹೋಟೆಲಿನ ಮುಂಭಾಗದಲ್ಲಿದ್ದ ನಿಶ್ಶಬ್ದವಾದ ಚೌಕಕ್ಕೆ ಒಯ್ದರು. ಆಗಂತುಕನ ಕೋಟು, ಟೋಪಿ ಹಿಡಿದುಕೊಂಡು ಹೆಂಗಸು ಸೈನಿಕರ ಹಿಂದೆ ನಡೆದಳು. ಆ ತರುಣ ಸೈನಿಕರು ಬೇಗನೆ ಬಂದಿಯ ಕಾಲಿಗೆ ಕಟ್ಟಿದ್ದ ಪಟ್ಟಿಯನ್ನು ಬಿಚ್ಚಿದರು. ಬಳಿಕ ಅಷ್ಟೇ ವೇಗದಿಂದ ಹೋಟೆಲಿನ ಒಳಕ್ಕೆ ಹಾರಿದರು. ಏಕೆಂದರೆ ಅವರ ಕಾಲುಗಳಲ್ಲಿ ಕಾಲುಚೀಲ ಮಾತ್ರ ಇತ್ತು; ಹೊರಗೆ ನಕ್ಷತ್ರಗಳು ತಣ್ಣಗೆ ಮಿನುಗುತ್ತಿದ್ದವು. ಆದುದರಿಂದ ಅವರು ಬಾಗಿಲಲ್ಲಿ ನಿಂತು ಬಂದಿಯನ್ನು ನೋಡುತ್ತಿದ್ದರು. ಥಂಡಿ ಹಿಡಿದಿದ್ದ ನೆಲದ ಮೇಲೆ ಆತ ಚಲಿಸದೆ ಮಲಗಿದ್ದ.

ಆಗ ಸಾರ್ಜಂಟ್ ಮೆಲುದನಿಯಲ್ಲಿ ಹೆಂಗಸಿಗೆ ಹೇಳಿದ :

"ಈಗ ನಾನು ಅವನ ಗಂಟುಗಳನ್ನು ಸಡಿಲಿಸ್ತೇನೆ. ಅನಂತರ ಅವನೇ ಅವುಗಳನ್ನು ನಿಧಾನವಾಗಿ ಬಿಚ್ಚಿ ವಿಮುಕ್ತನಾಗಬಹುದು. ಆದ್ರಿಂದ ನೀವೀಗ ಒಳಗೆ ಹೋಗೋದು ಒಳ್ಳೇದಮ್ಮ."

ನೆಲದ ಮೇಲೆ ಕುಳಿತಿದ್ದ, ಹೆಡೆಮುರಿ ಕಟ್ಟಿದ್ದ, ತಲೆ ಕೆದರಿದ್ದ ಗಂಡಸಿನ ಮೇಲೆ ಕೊನೆಯ ಬಾರಿಗೆ ಆಕೆ ದೃಷ್ಟಿ ಹರಿಸಿದಳು. ಮರುಕ್ಷಣ ಅವಳು ಹೋಟೆಲಿನ ಒಳಕ್ಕೆ ಕಾಲಿಟ್ಟಳು. ಕೂಡಲೇ ಸಾರ್ಜಂಟ್ ಅವಳನ್ನು ಹಿಂಬಾಲಿಸಿದ. ಒಳಗೆ ಸೇರಿದವರು ಬಾಗಿಲನ್ನು ಹಾಕಿ ಒದೆಗೋಲನ್ನು ಅಳವಡಿಸಿದ ಶಬ್ದ ಕೇಳಿಬಂತು.

ಹೊರಗೆ ಕುಳಿತಿದ್ದ ವ್ಯಕ್ತಿ ಕೂಡಲೇ ಕಾರ್ಯೋನ್ಮುಖನಾಗಿ ಹಗ್ಗವನ್ನು ಬಿಡಿಸಲು ಯತ್ನಿಸಿದ. ಆದರೆ ಈಗಲೂ ಬಂಧನದಿಂದ ವಿಮುಕ್ತನಾಗುವುದು ಸುಲಭವಾಗಿರಲಿಲ್ಲ. ಕೈಕಟ್ಟಿದ್ದುದರಿಂದ ಏಳಬೇಕಾದರೆ ಸ್ವಲ್ಪ ಪ್ರಯಾಸವಾಯಿತು. ಎದ್ದು ಒಂದು ಮುರುಕಲು ಗೋಡೆಯ ಬಳಿ ಹೋಗಿ ಅದರ ಹರಿತವಾದ ಅಂಚಿನ ಮೇಲೆ ಕೈಗೆ ಕಟ್ಟಿದ್ದ ಹಗ್ಗವನ್ನು ಆತ ಉಜ್ಜಿದ. ಹುಲ್ಲು ಹೊಸೆದು ಮಾಡಿದ ಹಗ್ಗವಾಗಿದ್ದ ಕಾರಣ ಅದು ಬೇಗ ಸವೆದು ತುಂಡು ತುಂಡಾಯಿತು. ಆತ ಬಂಧವಿಮುಕ್ತನಾದ. ಅವನ ದೇಹದ ಹಲವೆಡೆ ಬಾಸುಂಡೆಗಳು ಮೂಡಿದ್ದವು. ಮೈ ಅಲ್ಲಲ್ಲಿ ತರಚಿಹೋಗಿತ್ತು. ಬಿಗಿಯಾಗಿ ಕಟ್ಟಿದ್ದ ಹಗ್ಗ ಕೊರೆದು ತೋಳಿನ ಮೇಲೆ

ಗಾಯಗಳಾಗಿದ್ದವು. ಅವುಗಳಿಂದಾಗಿ ಸ್ವಲ್ಪ ಬಾಧೆಯೂ ಉಂಟಾಗಿತ್ತು. ಆತ ಬಾಸುಂಡೆಗಳನ್ನು ಸಾವಧಾನವಾಗಿ ನೀವಿಕೊಂಡ, ತರುವಾಯ ಬಟ್ಟೆಬರೆ ಸರಿಮಾಡಿಕೊಂಡು, ಬಗ್ಗಿ ಟೋಪಿ ಎತ್ತಿ ತಲೆ ಮೇಲೆ ಧರಿಸಿ, ನಿಲುವಂಗಿಯನ್ನು ಪ್ರಯಾಸದಿಂದ ಹಾಕಿಕೊಂಡು, ಆ ಜಾಗ ಬಿಟ್ಟು ಆತ ಬೇರೆ ಕಡೆ ನಡೆದುಹೋದ.

ನಕ್ಷತ್ರಗಳ ಬೆಳಕು ಪ್ರಖರವಾಗಿತ್ತು. ಬೆಟ್ಟದ ಕೋಡುಗಳ ಕೆಳಗಿದ್ದ ದೀಪಸ್ತಂಭದಿಂದ ಸ್ಫಟಿಕದಂತೆ ಶುಭ್ರವಾದ ಬೆಳಕು ಇರುಳಿನ ಕತ್ತಲೆಯ ಮೇಲೆ ತಾಳಗತಿಯಿಂದ ಮಿಡಿಯುತ್ತಿತ್ತು. ಮಂಕು ಕವಿದವನಂತೆ ಆ ಗಂಡಸು ರಸ್ತೆಯಲ್ಲಿ ನಡೆದು ಇಗರ್ಜಿಯ ಪ್ರಾಂಗಣವನ್ನು ದಾಟಿದ. ಆಮೇಲೆ ಒಂದು ಗೋಡೆಯನ್ನು ಆಸರಿಸಿ ಬಹಳ ಹೊತ್ತು ಅಲ್ಲೇ ನಿಂತ.

ಹಾಗೆಯೇ ನಿಂತು ಕಾಲು ಥಂಡಿಹಿಡಿದ ಕಾರಣ ಅವನ ಬುದ್ಧಿ ಚುರುಕಾಯಿತು. ಅವನು ತನ್ನನ್ನು ತಾನೇ ಸಂಭಾಳಿಸಿಕೊಂಡು ಆ ನಿಶ್ಶಬ್ದವಾದ ರಾತ್ರಿಯಲ್ಲಿ ಪುನಃ ಖಾನಾವಳಿಯ ಕಡೆಗೆ ನಡೆದ.

ಬಾರ್ ಕೋಣೆಯಲ್ಲಿ ಕತ್ತಲು ಕವಿದಿತ್ತು. ಆದರೆ ಅಡುಗೆಮನೆಯಲ್ಲಿ ಒಂದು ದೀಪ ಉರಿಯುತ್ತಿತ್ತು. ಆತ ಸ್ವಲ್ಪ ಹೊತ್ತು ಹಿಂದು ಮುಂದು ನೋಡಿದ. ಆಮೇಲೆ ಸದ್ದಿಲ್ಲದೆ ಬಾಗಿಲು ಹಾಕಿದೆಯೆ, ಇಲ್ಲವೆ ಎಂದು ಪರೀಕ್ಷಿಸಿದ.

ಬಾರ್ ಕೋಣೆಗೆ ಬೀಗ ಹಾಕದೆ ಇದ್ದದ್ದನ್ನು ಪತ್ತೆಹಚ್ಚಿ ಆತ ಚಕಿತನಾದ. ಒಳಹೊಕ್ಕು ಸದ್ದಿಲ್ಲದೆ ಬಾಗಿಲನ್ನು ಹಾಕಿದ. ಆಮೇಲೆ ಮೆಟ್ಟಲುಗಳನ್ನು ಇಳಿದು ಕೌಂಟರ್ ದಾಟಿ, ದೀಪ ಉರಿಯುತ್ತಿದ್ದ ಅಡುಗೆಮನೆ ಬಾಗಿಲನ್ನು ಸಮೀಪಿಸಿದ. ಪುರಲೆಯ ಬೆಂಕಿ ಉರಿಯುತ್ತಿದ್ದ ಒಲೆಯ ಬಳಿ ಅವನ ಹೆಂಡತಿ ಕುಳಿತಿದ್ದಳು. ಒಲೆಗೆ ಎದುರಾಗಿದ್ದ ಒಂದು ಕುರ್ಚಿಯಲ್ಲಿ ಆಸೀನಳಾಗಿ ಒಲೆಯ ಇಕ್ಕೆಲಗಳಲ್ಲಿ ಕಾಲು ಚಾಚಿ ಪಾದಗಳನ್ನು ಬೆಂಕಿ ತಡೆಯುವ ಕಬ್ಬಿಣದ ಚೌಕಟ್ಟಿನ ಮೇಲೆ ಅವಳು ಇಟ್ಟಿದ್ದಳು. ಆಕೆ ಹಿಂದಿರುಗಿ ನೋಡಿ, ಒಳ ಬಂದಿದ್ದ ಅವನನ್ನು ದಿಟ್ಟಿಸಿದಳು. ಆದರೆ ಮಾತಾಡಲಿಲ್ಲ. ತರುವಾಯ ಬೆಂಕಿಯ ಮೇಲೆ ಆಕೆ ತನ್ನ ದೃಷ್ಟಿಯನ್ನು ನೆಟ್ಟಳು.

ಅಡುಗೆಮನೆಯ ಪ್ರಮಾಣ ಸಣ್ಣದು. ಹಳದಿ ಬಣ್ಣದ ಅಮೆರಿಕನ್ ಬಟ್ಟೆ ಹೊದಿಸಿದ್ದ ಮೇಜಿನ ಮೇಲೆ ತನ್ನ ಟೋಪಿ ಎಸೆದು, ಒಲೆಯ ಬಳಿ ಗೋಡೆಗೆ ಬೆನ್ನು ಮಾಡಿ ಆತ ಕುಳಿತ. ಮೊದಲಿನಂತೆ ಅವನ ಹೆಂಡತಿ ಕಾಲು ಚಾಚಿ ಕಬ್ಬಿಣದ ಚೌಕಟ್ಟಿನ ಮೇಲೆ ತನ್ನ ಪಾದಗಳನ್ನು ಇರಿಸಿ ಮೌನವಾಗಿ, ಬೆಂಕಿಯನ್ನೇ ನೋಡುತ್ತ ಅಲುಗಾಡದೆ ಕುಳಿತಿದ್ದಳು. ಬೆಂಕಿಯ ಬೆಳಕಿನಲ್ಲಿ ಅವಳ ದೇಹ ನುಣುಪಾಗಿಯೂ ಗುಲಾಬಿ ಬಣ್ಣದ್ದೂ ಆಗಿದ್ದಂತೆ ಕಾಣುತ್ತಿತ್ತು. ಆ ಕೋಣೆಯಲ್ಲಿದ್ದ ಎಲ್ಲ ವಸ್ತುಗಳೂ ಸ್ವಚ್ಛವಾಗಿಯೂ ಥಳಥಳಿಸುತ್ತಲೂ ಇದ್ದವು. ಆ ಗಂಡಸು ಕೂಡ ತಲೆತಗ್ಗಿಸಿ ಮೌನವಾಗಿದ್ದ.

ಯಾರು ಮೊದಲು ಮಾತಾಡುತ್ತಾರೆ ಎಂಬುದೇ ಈಗ ಪ್ರಶ್ನೆಯಾಗಿತ್ತು. ಆಕೆ ಮುಂದೆ ಬಗ್ಗಿ ಒಲೆಗೆ ಹಾಕಿದ್ದ ಕಬ್ಬಿಣದ ಸಲಾಕಿಗಳ ಮಧ್ಯೆ ಕಂಡುಬಂದ ಸೌದೆ ತುಂಡುಗಳನ್ನು ಕೆದರಿದಳು. ಅವನು ತಲೆ ಎತ್ತಿ ಅವಳ ಕಡೆ ನೋಡಿ ಕೇಳಿದ :

"ಉಳಿದವರು ನಿದ್ದೆ ಮಾಡ್ತಿದ್ದಾರೆ, ಅಲ್ಲವೆ ?"

ಅವಳು ಮೌನವಾಗಿದ್ದಳು.

"ಹೊರಗೆ ಎಷ್ಟು ಚಳಿ !" ಎಂದು ತನ್ನಷ್ಟಕ್ಕೆ ತಾನೇ ಅವನು ಹೇಳಿಕೊಂಡ.

ಅನಂತರ ಆತ ತನ್ನ ಹಸ್ತಗಳನ್ನು ಮಕಮಲಿನಂತೆ ನುಣುಪಾಗಿದ್ದ ಕಪ್ಪು ಬಣ್ಣದ ಆ ಲೋಹದ ಒಲೆಯ ಮೇಲೆ ಇಟ್ಟ. ಆ ಹಸ್ತಗಳು ದುಡಿಮೆಗಾರನೊಬ್ಬನ ದೊಡ್ಡ ಹಸ್ತಗಳಾಗಿದ್ದರೂ ಕಡೆದು ಮಾಡಿದಂತಿದ್ದವು. ಆದರೆ ಅವನ ಕಡೆ ಆಕೆ ನೇರವಾಗಿ ನೋಡಲಿಲ್ಲ; ಓರೆಗಣ್ಣಿನ ನೋಟವನ್ನು ಬೀರಿದಳು.

ಹೊಳೆಯುತ್ತಿದ್ದ ಅವನ ಕಣ್ಣುಗಳು ಆಕೆಯ ಮೇಲೆ ನೆಟ್ಟವು. ಅವನ ಕಣ್ಣು ಗುಡ್ಡೆಗಳು ದೊಡ್ಡದಾಗಿದ್ದು ಬೆಕ್ಕಿನ ಕಣ್ಣುಗಳಂತೆ ಮಿಂಚುತ್ತಿದ್ದವು. ಅವನು ಪುನಃ ಹೇಳಿದ :

"ಸಾವಿರಾರು ಹೆಂಗಸರ ಮಧ್ಯದಲ್ಲಿದ್ದರೂ ನಿನ್ನನ್ನು ನಾನು ಗುರುತು ಹಿಡೀತಿದ್ದೆ. ನನ್ನ ನಿರೀಕ್ಷೆಗಿಂತ ನೀನೀಗ ಸ್ವಲ್ಪ ದೊಡ್ಡದಾಗಿ ಬೆಳೆದಿದ್ದಿ ಅಷ್ಟೆ. ನಿನ್ನ ಮೈ ಕೈಗಳು ಈಗ ಸೊಗಸಾಗಿ ತುಂಬಿಕೊಂಡಿವೆ."

ಸ್ವಲ್ಪ ಹೊತ್ತು ಮೌನದಿಂದಿದ್ದು ಆಮೇಲೆ ಕುರ್ಚಿಯಲ್ಲಿ ಕುಳಿತಂತೆಯೇ ಅವನ ಕಡೆ ತಿರುಗಿ ಅವಳು ಉತ್ತರಿಸಿದಳು :

"ಹದಿನೈದು ವರ್ಷಗಳ ಮೇಲೆ ಹೀಗೆ ಹಠಾತ್ತನೆ ನನ್ನನ್ನು ನೋಡಲು ಬಂದಿರೋ ನೀನು ಎಂಥ ಮನುಷ್ಯ? ನಿನ್ನ ಬಗ್ಗೆ ನನಗೇನೂ ತಿಳೀದು ಅಂತ ಭಾವಿಸಿದ್ದೀಯಾ? ಅಮೆರಿಕದ ಬುಟ್ಟೆ ಮತ್ತು ಇತರ ಪಟ್ಟಣಗಳಲ್ಲಿ ನೀನೇನು ಮಾಡ್ತಿದ್ದೆ ಅನ್ನೋದನ್ನ ನಾನು ಕೇಳಿಲ್ಲ ಅಂತ ತಿಳಿದಿದ್ದೀಯಾ?"

ಅವನು ತಿಳಿಯಾದ, ಆದರೆ ಅಭೇದ್ಯವಾದ ತನ್ನ ಕಣ್ಣುಗಳಿಂದ ಆಕೆಯನ್ನೇ ನೋಡುತ್ತಾ ನುಡಿದ :

"ಹೌದು, ನೀನು ತಿಳಿದಿರ್ಬಹುದು. ಜನ ಹೋಗ್ತಾ ಬರ್ತಾ ಇರ್ತಾರೆ. ನಾನೂ ಆಗಿಂದಾಗ್ಗೆ ನಿನ್ನ ಬಗ್ಗೆ ಕೇಳಿದೀನಿ."

ಅವಳು ಠೀವಿಯಿಂದ ಕತ್ತೆತ್ತಿ ನೋಡಿ ಪ್ರಶ್ನಿಸಿದಳು :

"ಹಾಗೂ ನನ್ನ ವಿಷಯ ಏನೇನು ಸುಳ್ಳು ಕತೆ ಕೇಳಿದ್ದಿ?"

"ಸುಳ್ಳು ಸುದ್ದಿ ಕೇಳಿದೆ, ಅಂತ ಹೇಳೋಕಾಗೊಲ್ಲ. ನೀನು ದಿನೇ ದಿನೇ ಅಭಿವೃದ್ಧಿ ಹೊಂದುತ್ತಾ ಇದ್ದಿ ಅನ್ನೋ ವಿಷಯ ಮಾತ್ರ ನನ್ನ ಕಿವಿಗೆ ಬೀಳ್ತಿತ್ತು."

ಅವನ ಧ್ವನಿ ಹುಷಾರಾಗಿದ್ದರೂ, ನಿರ್ವಿಕಾರವಾಗಿತ್ತು. ಅವಳ ಕೋಪ ಒಳಗೊಳಗೇ ಉಲ್ಬಣಗೊಂಡಿತು. ಆದರೆ ಅದನ್ನು ಅವಳು ತಡೆಹಿಡಿದಳು, ಏಕೆಂದರೆ ಅವನಲ್ಲಿ ಅಡಗಿದ್ದ ಅಪಾಯ ಅವಳಿಗೆ ತಿಳಿದಿತ್ತು. ಅಲ್ಲದೆ ಮಾಟವಾಗಿದ್ದ ತಲೆ ಮತ್ತು ಸಮನಾಗಿ ತಿದ್ದಿದ ಹುಬ್ಬು – ಇವುಗಳಿಂದ ಕೂಡಿದ ಆ ಸುಂದರ ಪುರುಷನನ್ನು ಕಳೆದುಕೊಳ್ಳಲು ಬಹುಶಃ ಅವಳು ತಯಾರಿರಲಿಲ್ಲ.

"ನಿನ್ನ ವಿಷಯದಲ್ಲಿ ಅಂಥ ಒಳ್ಳೆ ಸುದ್ದಿ ನನಗೆ ಸಿಕ್ಕಿತ್ತು ಅನ್ನೋಕಾಗಲ್ಲ. ನಾನು ಕೇಳಿದ್ರಲ್ಲಿ ಒಳ್ಳೇದಕ್ಕಿಂತ ಕೆಟ್ಟದ್ದೇ ಜಾಸ್ತಿಯಾಗಿತ್ತು," ಎಂದು ಅವಳೆಂದಳು.

"ಹೌದು, ಆಗಿರ್ಬಹುದು," ಎಂದು ಹೇಳಿ ಅವನು ಬೆಂಕಿಯ ಕಡೆ ತನ್ನ ದೃಷ್ಟಿ ಹೊರಳಿಸಿದ. 'ಪುರಲೆಯ ಬೆಂಕಿಯನ್ನು ನೋಡದೆ ಎಷ್ಟು ದಿನಗಳಾದವು' ಎಂದು ತನ್ನಷ್ಟಕ್ಕೆ ತಾನೇ ಅವನು ಹೇಳಿಕೊಂಡ. ಸ್ವಲ್ಪ ಹೊತ್ತು ಅಡುಗೆಮನೆ ನಿಶ್ಶಬ್ದವಾಗಿತ್ತು. ಆ ಸಮಯದಲ್ಲಿ ಆಕೆ ಆತನ ಮುಖವನ್ನು ಪರೀಕ್ಷಿಸುತ್ತಿದ್ದಳು.

ಆಮೇಲೆ ಕೋಪಕ್ಕಿಂತ ಹೆಚ್ಚಾಗಿ ತಿರಸ್ಕಾರ ಭಾವದಿಂದ ಆಕೆ ಕೇಳಿದಳು :

"ನೀನೊಬ್ಬ ಗಂಡಸು ಅಂತ ಹೇಳಿಕೊಳ್ತೀಯಾ? ನಿನ್ನ ಹಾಗೆ ಹೆಂಡತಿಯನ್ನು ಬಿಟ್ಟುಹೋಗಿ, ಅವಳ ಗತಿ ಏನಾಯಿತು ಅಂತ ವಿಚಾರಿಸದೆ, ತನ್ನ ವರ್ತನೆಯ ಬಗ್ಗೆ ಏನೂ ಸಮಾಧಾನ ನೀಡದೆ, ಹೀಗೆ ಹಠಾತ್ತನೆ ಹಿಂದಿರುಗಿರೋ ನೀನು ಎಂಥ ಗಂಡಸು ?"

ಅವನು ಕುರ್ಚಿಯಲ್ಲಿ ಕುಳಿತಂತೆಯೇ ಅಲುಗಾಡಿದ, ತನ್ನ ಕಾಲುಗಳನ್ನು ಚಾಚಿದ ಮತ್ತು ಪ್ರತ್ಯುತ್ತರ ಕೊಡದೆ ಬೆಂಕಿಯ ಕಡೆ ಸುಮ್ಮನೆ ನೋಡುತ್ತಾ ಕುಳಿತ. ಅವನ ತಲೆ ಅವಳ ಸಮೀಪದಲ್ಲೇ ಇತ್ತು. ಒತ್ತಾಗಿದ್ದ ಅವನ ತಲೆಕೂದಲು ಕಾಳ ಸರ್ಪದಂತಿದ್ದು ತನ್ನನ್ನು ಕಚ್ಚಲು ಬರಬಹುದೋ ಎಂಬಂತೆ ಬೆಚ್ಚಿ ಅವಳು ಹಿಂಜರಿದಳು. ಅನಂತರ ತನ್ನ ಪ್ರಶ್ನೆಯನ್ನು ಪುನರುಚ್ಚರಿಸಿದಳು.

"ಈ ವರ್ತನೆ ಒಬ್ಬ ಗಂಡಸಿಗೆ ಯೋಗ್ಯವಾದದ್ದೆ ?"

"ಅಲ್ಲ," ಎಂದು ಒಪ್ಪಿಕೊಂಡು ಆತ ತನ್ನ ಬೆರಳುಗಳನ್ನು ಚಾಚಿ ಪುರಲೆ ಕಡ್ಡಿಗಳನ್ನು ಬೆಂಕಿಯೊಳಕ್ಕೆ ತಳ್ಳಿದ. "ಅದನ್ನು ಏನೂಂತ ಹೇಳೋದಿಕ್ಕೂ ನಾನು ಇಷ್ಟಪಡೋದಿಲ್ಲ. ನನಗೆ ತಿಳಿದ ಮಟ್ಟಿಗೆ ಯಾವುದೇ ವಿಷಯಕ್ಕೂ ಸುಮ್ಮಗೆ ಹೆಸರು ಹಚ್ಚೋದ್ರಿಂದ ಯಾವ ಪ್ರಯೋಜನವೂ ಇಲ್ಲ."

ಅವನ ಚಲನವಲನಗಳನ್ನು ಆಕೆ ನೋಡುತ್ತ ಇದ್ದಳು. ಪ್ರಶ್ನೋತ್ತರಗಳ ಮಧ್ಯೆ ಹೆಚ್ಚು ಹೆಚ್ಚು ವಿಳಂಬ ಆಗುತ್ತಿತ್ತು. ಆದರೆ ಅವರಿಬ್ಬರೂ ಇದನ್ನು ಗಮನಿಸಲಿಲ್ಲ. ಕೊನೆಗೆ ಅವಳು ಕೊಂಚ ಅಸಹನೆಯಿಂದ ಉದ್ಗರಿಸಿದಳು :

"ನೀನೆಂಥ ಮನುಷ್ಯ ಅಂತ ನೀನು ತಿಳಿದುಕೊಂಡಿದ್ದಿಯಾ ! ನಿನ್ನ ಬಗ್ಗೆ ನಿನಗೇ ಏನನ್ನಿಸ್ತೆ ಅಂತ ನಾನು ಯೋಚಿಸ್ತಿದೀನಿ." ಅವಳು ನಿಜವಾಗಿಯೂ ತಬ್ಬಿಬ್ಬಾಗಿದ್ದುದಲ್ಲದೆ ಸ್ವಲ್ಪ ಕೋಪೋದ್ರಿಕ್ತಳೂ ಆಗಿದ್ದಳು.

ತಲೆ ಎತ್ತಿ ಅವಳನ್ನು ನೋಡುತ್ತಾ ಅವನು ನುಡಿದ :

"ನನ್ನ ತಪ್ಪುಗಳಿಗೆ ನಾನು ವಿವರಣೆ ಕೊಡ್ತೇನೆ; ಇತರರೂ ತಮ್ಮ ತಪ್ಪುಗಳನ್ನು ಒಪ್ಪಿಕೊಳ್ಳೋಹಾಗಿದ್ರೆ."

ಅವನು ತಲೆ ಎತ್ತಿ ಅವಳನ್ನು ನೋಡಿದಾಗ ಅವಳ ಹೃದಯ ಕೆಂಡದಂತೆ ಸುಡುತ್ತಾ ಮಿಡಿಯುತ್ತಿತ್ತು. ಅವಳು ನಿಟ್ಟುಸಿರು ಬಿಡುತ್ತಾ ತನ್ನ ಮುಖವನ್ನು ತಿರುಗಿಸಿದಳು. ಅವಳು ತನ್ನ ಮೇಲಿನ ಹತೋಟಿಯನ್ನು ಕಳೆದುಕೊಳ್ಳುವ ಸ್ಥಿತಿಯಲ್ಲಿದ್ದಳು. ನಿಸ್ಸಹಾಯಕಳಂತೆ ಅವಳು ಪ್ರಶ್ನಿಸಿದಳು :

"ನಾನು ಎಂಥ ಹೆಂಗಸು ಅಂತ ನೀನು ತಿಳಿದಿದ್ದಿ ?"

ಅವನು ಮುಖ ಎತ್ತಿ ಅವಳನ್ನು ನೋಡುತ್ತಿದ್ದ. ತನಗೆ ವಿಮುಖವಾಗಿದ್ದ ಅವಳ ಮುಖ ಮೃದುವಾಗಿತ್ತು ಮತ್ತು ಅವಳ ದುಂಡು ಕುಚಗಳು ಮೆಲ್ಲಗೆ ಉಬ್ಬುವುದೂ ತಗ್ಗುವುದೂ ಕಾಣಬರುತ್ತಿತ್ತು.

ಅವಳ ಮೇಲೆ ವಿಶೇಷ ಪ್ರಭಾವ ಬೀರುತ್ತಿದ್ದ ಎಂದಿನ ತನ್ನ ಪ್ರಾಮಾಣಿಕ ಮಿತೋಕ್ತಿಯಲ್ಲಿ ಆತ ಉತ್ತರಿಸಿದ :

"ಎಂಥ ಹೆಂಗಸು ಅಂತ ತಿಳಿದಿದ್ದೀನಿ ? ನೀನೊಬ್ಳು ಭರ್ಜರಿ ಹೆಂಗಸು ಅಂತ ತಿಳಿದಿದ್ದೀನಿ. ನನ್ನಾಣೆ, ನಿನ್ನಷ್ಟು ಮಾಟವಾದ ಮೈಕಟ್ಟುಳ್ಳ ಹೆಂಗಸನ್ನು ನಾನೆಲ್ಲೂ ನೋಡ್ಲಿಲ್ಲ –

ಅದರ ಮೇಲಿಂದ ಚೆಲುವೆ ಕೂಡಾ. ನೀನು ಇಷ್ಟೊಂದು ಸೊಗಸಾಗಿ ಮೈಕೈ ತುಂಬಿಕೊಳ್ತೀ ಅಂತ ನಾನು ನಿರೀಕ್ಷೆ ಮಾಡಿರ್ಲಿಲ್ಲ, ಖಂಡಿತ ಮಾಡಿರ್ಲಿಲ್ಲ."

ಸ್ಫಟಿಕದಂತೆ ಹೊಳೆಯುತ್ತಿದ್ದ ಅವನ ಕಣ್ಣುಗಳ ದೃಷ್ಟಿ ಅವಳ ಮೇಲೆ ನೆಟ್ಟಿತ್ತು. ಅವಳ ಎದೆ ಕಾವೇರಿ ಜೋರಾಗಿ ಬಡಿಯತೊಡಗಿತು. ಅವಳು ವ್ಯಂಗ್ಯದ ದನಿಯಲ್ಲಿ ಅಂದಳು :

"ಓಹೋ, ಕಳೆದ ಹದಿನೈದು ವರ್ಷಗಳ ಕಾಲವೂ ನಿನ್ನ ಕಣ್ಣುಗಳಲ್ಲಿ ನಾನು ಸುಂದರಿಯಾಗಿಯೇ ಇದ್ದೆ ಅಲ್ವೆ? ಏನಾಶ್ಚರ್ಯ!"

ಇದಕ್ಕೆ ಯಾವ ಪ್ರತ್ಯುತ್ತರವನ್ನೂ ಕೊಡದೆ ಅವನು ಹೊಳೆಯುವ ತನ್ನ ಚುರುಕು ಕಣ್ಣುಗಳಿಂದ ಅವಳನ್ನು ನಿಟ್ಟಿಸುತ್ತಾ ಕುಳಿತ.

ಸ್ವಲ್ಪ ಕಾಲವಾದ ಮೇಲೆ ಅವನು ಮೇಲಕ್ಕೆ ಎದ್ದ. ಅವಳು ಅನುದ್ದೇಶಿತವಾಗಿ ಬೆಚ್ಚಿದಳು. ಆದರೆ ಅವನು ಶಬ್ದಗಳನ್ನು ತೂಗಿಸಿ ನೋಡಿ ಮಿತವಾಗಿ ಮಾತನಾಡುವ ತನ್ನ ಧಾಟಿಯಲ್ಲಿ ಹೇಳಿದ್ದು ಇಷ್ಟೆ:

"ಈಗ ಇಲ್ಲಿ ಸೆಖೆ ಆಗ್ತಿದೆ."

ಅನಂತರ ಅವನು ತನ್ನ ನಿಲುವಂಗಿಯನ್ನು ಕಳಚಿ ಮೇಜಿನ ಮೇಲೆ ಎಸೆದ. ಅವನ ವರ್ತನೆಯನ್ನು ಸ್ವಲ್ಪ ಅಂಜಿಕೆಯೊಡನೆ ನೋಡುತ್ತಾ ಆಕೆ ಕುಳಿತಳು.

ತನ್ನ ಬಾಸುಂಡೆಗಳನ್ನು ನೀವುತ್ತಾ, ರಾಗ ಎಳೆದು ಅವನು ಮತ್ತೆ ನುಡಿದ :

"ದೇ-ವ-ರಾಣೆ-ಗೂ, ಆ ಹಗ್ಗಗಳು ನನ್ನ ತೋಳುಗಳ ಮೇಲೆ ತಮ್ಮ ಮುದ್ರೆಯೊತ್ತಿವೆ."

ಅವನ ಕುರ್ಚಿಯ ಮುಂದೆ ಸ್ವಲ್ಪ ಬೆದರಿದವಳಂತೆ ಅವಳು ಕುಳಿತಿದ್ದಳು. ಅವನು ನಿಧಾನವಾಗಿ ನಗುತ್ತಾ ಮುಂದುವರಿಸಿದ :

"ಅಬ್ಬಾ! ನೀನು ಒಳ್ಳೆ ಗಡುಸುಗಾತಿ! ನನ್ನನು ಹೇಗೆ ಹಿಡಿದುಬಿಟ್ಟೆ, ಹಂ? ದೇ-ವ-ರಾಣೆ, ನನ್ನನ್ನು ಸರಿಯಾಗಿ ಕಟ್ಟಿಹಾಕಿಸಿ ಬಿಟ್ಟೆ, ಅಲ್ವಾ? ಸರಿಯಾಗಿ. ಎಂಥ ಕೆಚ್ಚು! ನನ್ನಾಣೆ ಎಂಥ ಕೆಚ್ಚು!"

ಅವನು ತನ್ನ ಕುರ್ಚಿಯಲ್ಲಿ ಕುಳಿತಂತೆಯೇ ಅವಳ ಕಡೆ ಬಾಗಿದ.

"ಆದರೆ ಅದ್ರಿಂದಾಗಿ ನಿನ್ನ ಬಗ್ಗೆ ನನಗೆ ಬೇಸರ ಇದೆ ಅಂತ ಭಾವಿಸ್ಬೇಡ. ನನ್ನಾಣೆ, ಬೇಸರ ಇಲ್ಲ. ಬದಲಾಗಿ ಭೇಷ್ ಅಂತೇನೆ. ಒಳ್ಳೇ ಎದೆಗಾರಿಕೆ ಇರೋ ಹೆಂಗಸನ್ನ ನಾನು ಮೆಚ್ಚಿಕೋತೇನೆ... ನಿಜವಾಗ್ಲೂ."

ಆಕೆ ಪ್ರತಿ ನುಡಿಯದೆ ಉರಿಯುವ ಬೆಂಕಿಯನ್ನು ನೋಡುತ್ತಲೇ ಕುಳಿತಿದ್ದಳು. ಅವನು ಮಾತಿನ ಎಳೆಯನ್ನು ಮುಂದುವರಿಸಿದ:

"ಆರಂಭದಿಂದಲೇ ನಾವು ಪರಸ್ಪರ ಕಾದಾಡಿಕೊಂಡಿದ್ವಿ. ಹೌದು ಕಾದಾಡಿಕೊಂಡಿದ್ವಿ. ಈಗ ನನ್ನ ಕಂಡ ಕ್ಷಣ, ನೀನು ಪುನಃ ಶುರುಮಾಡಿದಿ. ನಾನು ಏನ್ಮಾಡೋದಕ್ಕಿಂತಲೂ ಮುಂಚೆ ಒಳ್ಳೇ ಚಾತುರ್ಯದಿಂದ ನನ್ನನ್ನು ಹಣ್ಣುಗಾಯಿ ನೀರುಗಾಯಿ ಮಾಡಿಬಿಟ್ಟೆ. ನೀನು ಇಷ್ಟು ಹುಷಾರಾಗಿರ್ತೀಯ ಅಂತ ನಾನು ಯೋಚಿಸಿರ್ಲಿಲ್ಲ. ಭಾರೀ ಮಜಬೂತು ಹೆಂಗಸು. ಭಾರೀ ಮಜಬೂತಿನ ಸೆಣಸಾಟ. ಬೇರೆ ಯಾವ ಹೆಂಗಸಿಗೆ ನನ್ನನ್ನು ಹಾಗೆ ಬಗ್ಗಿಸ್ಲಿಕ್ಕೆ ಸಾಧ್ಯವಾಗ್ತಿತ್ತು? ನನ್ನಾಣೆ. ಆ ಹಾಳು ಅಮೆರಿಕ ಇಡೀ ಹುಡುಕಿದ್ರೂ ಅಂಥ ಹೆಂಗಸು ಸಿಗೋದು ಸಾಧ್ಯವಿಲ್ಲ. ನಿಜ ಹೇಳ್ತೀನಿ. ನೀನು ಭಾರಿ ಮಜಬೂತು ಹೆಂಗಸು."

ಆಕೆ ಇನ್ನೂ ಬೆಂಕಿಯನ್ನು ಎವೆಯಿಕ್ಕದೆ ನೋಡುತ್ತಲೇ ಇದ್ದಳು.

ಆತ ಪರೀಕ್ಷಾರ್ಥವಾಗಿ, ಸದ್ದಿಲ್ಲದೆ, ಅವಳ ಬೆಚ್ಚನೆಯ ತುಂಬು ಸ್ತನಗಳ ಮಧ್ಯೆ ಕೈ ಚಾಚಿ ಅವಳನ್ನು ಮುಟ್ಟಿ ಹೇಳಿದ :

"ನಾನು ಇಲ್ಲಿ ಕುಳಿತಿರೋದು ಎಷ್ಟು ಸತ್ಯವೋ, ಅಷ್ಟೇ ಸತ್ಯ ನಾನೀಗ ಹೇಳ್ತಿರೋ ಮಾತು. ಒಬ್ಬ ಗಂಡಸು ಹೆಂಗಸೊಬ್ಬಳಲ್ಲಿ ಎಷ್ಟು ಎದೆಗಾರಿಕೆಯನ್ನು ಕಾಣಲು ಬಯಸಬಹುದೋ ಅಷ್ಟು ಕೆಚ್ಚು ನಿನ್ನಲ್ಲಿದೆ. ಭಾರಿ ಕೆಚ್ಚು."

ಅವಳು ಬೆಚ್ಚಿ, ಕಂಪಿಸುತ್ತಿರುವಂತೆ ತೋರಿದಳು. ಆದರೆ ಆಕೆ ಬೆಂಕಿಯ ಕಡೆ ನೋಡುತ್ತಿದ್ದಂತೆ, ಅವನ ಕೈಗಳೂ ಆಕೆಯ ಮೊಲೆಗಳ ಮಧ್ಯೆ ನುಸುಳಿಕೊಂಡವು.

ಹಾಗೆ ಕೈಯಿಟ್ಟು ಆತ ಹೇಳಿದ :

"ಅಲ್ಲದೆ ನಾನೇನೂ ಗತಿಯಿಲ್ಲದೆ, ಭಿಕಾರಿಯಂತೆ ಹಣ ಬೇಡಲು ಬಂದಿದೀನಿ ಅಂತ ಯೋಚಿಸ್ಬೇಡ. ನನ್ನ ಬಳಿ ಒಂದು ಸಾವಿರ ಪೌಂಡ್‌ಗಳಿಗಿಂತ್ಲೂ ಹೆಚ್ಚು ಹಣ ಇದೆ, ಅಷ್ಟಿದೆ ನನ್ನ ಹೆಸರ್ನಲ್ಲಿ. ಹಾಗೆಯೇ ಒಮ್ಮೊಮ್ಮೆ ಕಾದಾಟ ಅಂದ್ರೆ ನನಗೆ ಬಹಳ ಇಷ್ಟಾನೇ. ಆದ್ರೆ ನೀನು ನನ್ನ ಹೆಂಡತಿ ಅನ್ನೋದನ್ನ ಮಾತ್ರ ಮರೀಬೇಡ, ಅದನ್ನು ನಿರಾಕರಿಸ್ಬಹುದೂಂತ ಭಾವಿಸ್ಬೇಡ... ❍

○ ಸೂಸನ್ ಹಿಲ್

ಒಂದಿಷ್ಟು ಸಂಗೀತ ಮತ್ತು ನೃತ್ಯ

ಸಮುದ್ರ ತೀರದಲ್ಲಿ ಸಂಜೆಯ ಆ ಅಪರ ವೇಳೆಯಲ್ಲಿ ಬೇರೆ ಯಾರೂ ಇರಲಿಲ್ಲ. ನೀರಿನ ಅಂಚಿನಲ್ಲಿ ಆಕೆ ಅಡ್ಡಾಡುತ್ತಿದ್ದಳು. ಅಲ್ಲಿ ಗಟ್ಟಿಯಾಗಿದ್ದ ಮರಳಿನ ವೃತ್ತ ಇದ್ದು, ಹಾಯಾಗಿ ನಡೆಯಬಹುದಾಗಿತ್ತು. ಅಲ್ಲಿಂದ ಈಚೆ ಬಿರುಗಾಳಿಯ ಆಘಾತವನ್ನು ತಡೆಗಟ್ಟುವ ಗೋಡೆಗಳವರೆಗೆ ಗುಂಡುಗಲ್ಲುಗಳು ತೆಕ್ಕೆತೆಕ್ಕೆಯಾಗಿದ್ದು ಅವುಗಳ ಮೇಲೆ ನಡೆಯುವುದು ದುಸ್ತರವಾಗಿತ್ತು. 'ಇಲ್ಲಿ ನಾನು ನನ್ನ ಇಷ್ಟವಿದ್ದಷ್ಟು ಹೊತ್ತು ಕಾಲ ಕಳೆಯಬಹುದು. ನನ್ನ ಇಚ್ಛೆಗೆ ಬಂದ ಕಾರ್ಯದಲ್ಲಿ ತೊಡಗಬಹುದು : ಏಕೆಂದರೆ, ಈಗ ನನ್ನನ್ನ ಆಕ್ಷೇಪಿಸುವವರು ಯಾರೂ ಇಲ್ಲ,' ಎಂದು ಯೋಚಿಸುತ್ತಾ ಆಕೆ ಅತ್ತಿಂದಿತ್ತ ನಡೆಯುತ್ತಿದ್ದಳು.

ಆದರೆ, ಸ್ವೇಚ್ಛಾ ವಿಹಾರಕ್ಕೆ ಆ ಸಂಜೆ ತಕ್ಕುದಾಗಿರಲಿಲ್ಲ. ಹೊತ್ತು ಮುಳುಗುವ ಸಮಯ. ಆಗಲೇ ಕತ್ತಲೆ ಆವರಿಸಿತ್ತು. ಸೊಗಸಾಗಿ ಉರಿಯುವ ಅಗ್ಗಿಷ್ಟಿಕೆಯ ಮುಂದೆ ಕುಳಿತು, ಎಂದಿಗಿಂತ ಮುಂಚೆಯೇ ಚಹಪಾನ ಮಾಡಿ, ಟೆಲಿವಿಷನಿನಿಂದ ದೊರಕಬಹುದಾದ ಮನರಂಜನೆಯನ್ನು ಸವಿಯುವುದಕ್ಕೆ ಅದು ಸುಸಮಯ. ಹಾಗೆ ಮಾಡುವುದು ಕೂಡ ಈಗ ತನ್ನ ಇಚ್ಛೆಯನ್ನೇ ಹೊಂದಿಕೊಂಡಿದೆ ಎಂಬುದನ್ನು ನೆನೆದಾಗ ಅವಳ ಮೈ ಜುಮ್ಮೆನಿಸಿತು. ಈಗ ಯಾವ ಕಾರ್ಯಕ್ರಮವನ್ನಾದರೂ ನೋಡಬಹುದು, ಯಾವುದನ್ನೂ ನೋಡದೆಯೇ ಇರಬಹುದು. ಕಳೆದ ಹನ್ನೊಂದು ವರ್ಷಗಳಲ್ಲಿ ಟಿ.ವಿ. ನಿಶ್ಶಬ್ದವಾಗಿದ್ದದ್ದನ್ನು ಒಂದು ಸಂಜೆಯಾದರೂ ಅವಳು ಕಂಡವಳಲ್ಲ : ಈಗ ಅದು ನೀರವವಾಗಿತ್ತು. ಗೋಡೆಯ ಗಡಿಯಾರದ ಟಿಕ್ ಟಾಕ್ ಶಬ್ದ ಹಾಗೂ ಮನೆಯ ಶಾಖ ನಿಯಂತ್ರಣ ಯಂತ್ರದ ಮರ್ಮರ ಈಗ ಕೇಳಿಬರುತ್ತಿತ್ತು.

'ಅವಳಿಗೆ ಇದೊಂದೇ ಸಂತೋಷ ಸಾಧನ. ಯಾವುದನ್ನು ನೋಡಲಿಕ್ಕೆ ಆಗುತ್ತಿರಲಿಲ್ಲವೋ ಅದನ್ನು ಇದರ ಸಹಾಯದಿಂದ ಈಗ ಅವಳು ನೋಡಬಹುದು. ಟಿ.ವಿ.ಇಂದ ಅವಳಿಗೆ ಕಾಯಕಲ್ಪ ಆದಂತೆಯೇ ಸರಿ. ವಯಸ್ಸಾದರೂ ಹೊಸ

ವಿಷಯಗಳನ್ನು ಕಲಿತುಕೊಳ್ಳಲು ಅದರಿಂದ ಏನಡ್ಡಿ?' ಎಂದು ಅಂದುಕೊಂಡು ತನ್ನ ತಾಯಿಯು ಟಿ.ವಿ.ಚಟವನ್ನು ತನ್ನಷ್ಟಕ್ಕೆ ತಾನೇ ಅವಳು ಸಮರ್ಥಿಸಿಕೊಳ್ಳುತ್ತಿದ್ದಳು. ನಿಜ ಹೇಳಬೇಕು ಅಂದರೆ, ತಾಯಿ ನೋಡುತ್ತಿದ್ದುದ್ದು ಚೌ ಚೌ ಪ್ರದರ್ಶನಗಳು, ಜನಪದ ಗೀತೆಗಳು ಮೊದಲಾದ ಲಘು ಕಾರ್ಯಕ್ರಮಗಳನ್ನು ಮಾತ್ರ. ಆದರೆ ಮಗಳಿಗೆ ಅವುಗಳಲ್ಲಿ ಆಸಕ್ತಿಯಿರಲಿಲ್ಲ. ಬುದ್ಧಿ ಜೀವಿಗಳಿಗಾಗಿ ಬಿ. ಬಿ. ಸಿ. ಏರ್ಪಡಿಸುವ ಕಾರ್ಯಕ್ರಮವನ್ನು ಹಾಗೂ ಸಾಂಸ್ಕೃತಿಕ ಅಥವಾ ಶೈಕ್ಷಣಿಕ ಕಾರ್ಯಕ್ರಮಗಳನ್ನು ಅವಳು ನೋಡಬಯಸುತ್ತಿದ್ದಳು.

"ನನಗೆ ಒಂದಿಷ್ಟು ಸಂಗೀತ ಮತ್ತು ನೃತ್ಯ ಅಂದರೆ ಬಹಳ ಇಷ್ಟ. ಬೇಜಾರು ಕಳೆಯಲು ಅವು ಉತ್ತಮ ಸಾಧನ, ಎಸ್ಮೆ. ಅಂತಹ ಕಾರ್ಯಕ್ರಮಗಳು ನಮ್ಮನ್ನು ನಾವು ಮರೆಯುವಂತೆ ಮಾಡ್ತವೆ. ಚಿತ್ರವಿಚಿತ್ರವಾದ ಪ್ರದರ್ಶನಗಳು ನನಗೆ ಪ್ರಿಯವಾದಂಥವು," ಎಂದು ತಾಯಿ ಹೇಳಿಕೊಳ್ಳುತ್ತಿದ್ದಳು.

ಈ ರಾತ್ರಿ ಏನಾದರೊಂದು ನಾಟಕ ಪ್ರದರ್ಶನ ಇರಬಹುದು; ಇಲ್ಲವೇ ಅರೇಬಿಯ ಅಥವಾ ಇತರ ಯಾವುದಾದರೊಂದು ದೇಶದ ಬಗ್ಗೆ ಚಲನಚಿತ್ರವಿರಬಹುದು. ಹಾಗಲ್ಲದ ಪಕ್ಷದಲ್ಲಿ ಪಿಟೀಲುವಾದಕರಿಗೆ ಪಾಠ ನಡೆಯಬಹುದು. ಹೇಗಾದರೂ ಸರಿಯೆ, ಈ ರಾತ್ರಿ ಪ್ರಪ್ರಥಮವಾಗಿ ತಾನು ಬಯಸಿದ್ದನ್ನು ಕೇಳಿ ಸಂತೋಷಪಡಬಹುದು. ಏಕೆಂದರೆ ಅವಳ ತಾಯಿ ಮರಣ ಹೊಂದಿ ಎರಡು ವಾರ ಕಳೆದುಹೋಗಿತ್ತು; ದುಃಖದ ಗಡು ದಾಟಿದ್ದಾಗಿತ್ತು.

ಅದು ಫೆಬ್ರವರಿ ಮಾಸದ ಸಂಜೆಯಾಗಿದ್ದುದರಿಂದ ಚಳಿ ಆಗುತ್ತಿತ್ತು. ಕಣ್ಣಿಗೆ ಕಾಣುವವರೆಗೂ ಸಮುದ್ರ ತೀರ, ಸಮುದ್ರ ಮತ್ತು ಆಕಾಶ, ಎಲ್ಲವೂ ಬೂದು ಬಣ್ಣ ತಾಳಿ, ದೂರದಲ್ಲಿ ಒಂದರೊಳಗೊಂದು ಲೀನವಾದಂತೆ ತೋರುತ್ತಿದ್ದವು. ಅವಳ ತಾಯಿಯ ಸ್ಮಶಾನಯಾತ್ರೆಯ ದಿನ ಬಿರುಗಾಳಿ ಬೀಸುತ್ತಿದ್ದು, ಮಂಜಿನ ಮಳೆ ಸುರಿಯುತ್ತಿತ್ತು. ಸಂತಾಪ ಸೂಚನೆಗೆ ಬಂದಿದ್ದವರೆಲ್ಲಾ ಕಪ್ಪುವಸ್ತ್ರ ಧರಿಸಿ, ಮುಖ ಕಿರಿದು ಮಾಡಿಕೊಂಡಿದ್ದರು. ಇದು ಸಮರ್ಪಕವಾದುದು, ನಾವೆಲ್ಲಾ ಈ ರೀತಿ ವಯಸ್ಸಾದವರಂತೆ ಬಗ್ಗಿ ನಡೆಯುವುದೂ, ಮ್ಲಾನವದನರಾಗಿರುವುದೂ ಸಂದರ್ಭೋಚಿತವಾದುದು ಎಂದು ಅವರನ್ನು ನೋಡಿ ಆಕೆ ಭಾವಿಸಿದ್ದಳು. ಹೀಗೆ ಸಮರ್ಪಕವಾದ ದುಃಖಪ್ರದರ್ಶನ ಮತ್ತು ಬಾಷ್ಪಾಂಜಲಿ ಪಡೆಯುವ ಹಕ್ಕು ಅವಳ ತಾಯಿಗೆ ಇತ್ತು.

ಸಮುದ್ರತೀರವನ್ನು ಬಿಟ್ಟು ಹಿಂದಕ್ಕೆ ಹೋಗಲು ಅವಳು ನಿರ್ಧರಿಸಿದಳು. ನೀಲಿ ಬಣ್ಣದ ಕೋಟಿನ ಜೇಬಿನಲ್ಲಿಟ್ಟಿದ್ದ ಅವಳ ಕೈಗಳು ಚಳಿಯಿಂದಾಗಿ ಬಿಗಿದುಕೊಂಡಿದ್ದವು. ಕಪ್ಪು ವಸ್ತ್ರ ಧರಿಸುವುದನ್ನು ಬಿಟ್ಟು ಬೇರೆ ಬಣ್ಣಕ್ಕೆ ತಿರುಗುವ ಮುಂಚೆ ನೀಲಿಯೇ ಸರಿಯಾದದ್ದು ಎಂದು ಆಕೆ ಯೋಚಿಸಿದ್ದಳು. ಅವಳಿಗೆ ಮನೆಗೆ ಹೋಗಿ ಗೋಧಿ ದೋಸೆಯನ್ನು ಕೆಂಪಗೆ ಬೇಯಿಸಿ ತುಂಬ ಬೆಣ್ಣೆ ಹಚ್ಚಿ ತಿನ್ನಬೇಕೆಂದೆನಿಸಿತು. ಅವಳ ತಾಯಿ ಇದ್ದಿದ್ದರೆ ಇದಕ್ಕೆ ಸಮ್ಮತಿಸುತ್ತಿರಲಿಲ್ಲ. "ನಮಗೆ ಇಂತಹ ತಿಂಡಿ ಎಂದೂ ಸಿಗ್ತಿರಲಿಲ್ಲ. ಬೊಜ್ಜು ಬರುವಂಥ ಆಹಾರ ಪದಾರ್ಥಗಳನ್ನು ತಿನ್ನಲು ನಮ್ಮನ್ನು ಬಿಡ್ತಿರಲಿಲ್ಲ. ಅಲ್ಲದೆ ಬೆಣ್ಣೆ ತಿನ್ನುವವರು ಹೃದಯರೋಗಕ್ಕೆ ಪಕ್ಕಾಗ್ತಾರೆ ಅನ್ನೋ ವಿಷಯವಾಗಿ ಪತ್ರಿಕೆಗಳಲ್ಲಿ ಲೇಖನಗಳು ಪ್ರಕಟವಾಗಿವೆ. ಅವನ್ನು ನೀನು ಓದಿಲ್ಲವೆ, ಎಸ್ಮೆ? ಈ ವಿಷಯದ ಕಡೆಗೆ ನೀನು ನಿಗಾ ಇಟ್ಟಂತೆ ಕಾಣೋದಿಲ್ಲ. ಇದು ಆಶ್ಚರ್ಯಕರ! ನಾನು ಈ ವಿಷಯದಲ್ಲಿ ಎಚ್ಚರದಿಂದಿರ್ತೇನೆ. ಈ ತಿಂಡಿ ಜತೆ ಬೆಣ್ಣೆ, ಆ ತಿಂಡಿ ಜತೆ ಬೆಣ್ಣೆ, ಅಂತ ಊಟ ಮಾಡುವಾಗಲೆಲ್ಲಾ ಬೆಣ್ಣೆ ತಿನ್ನೋದಕ್ಕೆ ಯಾವತ್ತೂ ನಾನು ಸಮ್ಮತಿಸಲಾರೆ."

ಅವಳ ತಾಯಿ ಪ್ರತಿನಿತ್ಯ ಬೆಳಿಗ್ಗೆ ಎರಡು ದಿನಪತ್ರಿಕೆಗಳನ್ನು ಮೊದಲ ಪುಟದಿಂದ ಕೊನೆಯ ಪುಟದ ತನಕ ಆಮೂಲಾಗ್ರವಾಗಿ ಓದುತ್ತಿದ್ದಳು – ಡೈಲಿ ಮಿರರ್ ಮತ್ತು ಡೈಲಿ ಟೆಲಿಗ್ರಾಫ್. ಆಮೇಲೆ ಅವಳ ಅಭಿಪ್ರಾಯದಂತೆ ತನ್ನ ಮಗಳು ಮುಖ್ಯವಾಗಿ ಗಮನಿಸಬೇಕಾದ ಸುದ್ದಿಗಳನ್ನು ಹಸಿರು ಬಾಲ್ ಪಾಯಿಂಟ್ ಪೆನ್ನಿನಿಂದ ಅವುಗಳಲ್ಲಿ ಆಕೆ ಗುರುತು ಮಾಡುತ್ತಿದ್ದಳು. "ಒಂದು ವಿಷಯದ ಬಗ್ಗೆ ಪರ – ವಿರೋಧ ಎಂಬ ಎರಡು ಬಗೆಯ ವಾದಗಳನ್ನೂ ನಾನು ತಿಳಿಯಬಯಸ್ತೇನೆ." ಎಂದು ಆಕೆ ಹೇಳುತ್ತಿದ್ದಳು. ಹೀಗಾಗಿ ತನ್ನ ಮಗಳಾಗಲಿ, ಮನೆಗೆ ಬಂದ ಸಂದರ್ಶಕರಾಗಲಿ, ಯಾವುದಾದರೂ ಪ್ರಚಲಿತ ವಿಷಯದ ಪರ ಮಾತಾಡಿದರೆ, ಅದರ ವಿರುದ್ಧ ಏನು ಹೇಳಬಹುದು ಎಂಬ ಅಂಶವನ್ನು ಅವಳು ತನ್ನ ಎರಡು ಪತ್ರಿಕೆಗಳ ಮೂಲಕ ಅರಿತುಕೊಂಡಿದ್ದಳು. ವಾದ ಮಾಡುವುದರಿಂದ ಬುದ್ಧಿ ಚುರುಕಾಗುತ್ತದೆ ಎಂದು ಅವಳು ಹೇಳುತ್ತಿದ್ದಳು.

"ಎಸ್ಮೆ, ನಾನು ಹಾಸಿಗೆ ಹಿಡಿದು ಮಲಗಿರೋದೇನೋ ನಿಜ. ಆದರೆ ಅದರಿಂದಾಗಿ, ಒಂದು ಮರದ ಕೊರಡಿನಂತೆ ಕಾಲ ಕಳೆಯೋ ಇಚ್ಛೆ ನನಗಿಲ್ಲ."

ಅವಳು ಅಲೆತಡೆಯ ಸಮೀಪಕ್ಕೆ ಬಂದಿದ್ದಳು. ಕೆಲವು ಕಡಲ ಕಾಗೆಗಳು ಆ ಕಂದು ಬಣ್ಣದ ಆಕಾಶದಲ್ಲಿ ಕೂಗುತ್ತಾ ಸುತ್ತ ಹಾರಾಡುತ್ತಿದ್ದವು. ನೀರಿನ ಅಂಚಿನಲ್ಲಿ ಮಾಂಸ ಸವರಲ್ಪಟ್ಟ ಮೀನಿನ ತಲೆಗಳು ಚಲ್ಲಾಪಿಲ್ಲಿಯಾಗಿ ಹರಡಿದ್ದವು. ತಾನೀಗ ಸ್ವತಂತ್ರಳು : ಬೇಕಾದರೆ ಮುಂದೆ ನಡೆಯಬಹುದು, ಅಥವಾ ಹಿಂದೆ ಹೋಗಬಹುದು; ಇಲ್ಲವೇ ಒಂದು ತಾಸು ಸುಮ್ಮನೇ ಇಲ್ಲಿ ನಿಂತರೂ ನಿಲ್ಲಬಹುದು; ಈಗ ತನಗೆ ತಾನೇ ಒಡತಿ; ತನ್ನನ್ನು ಪ್ರಶ್ನಿಸುವವರು ಯಾರೂ ಇಲ್ಲ ಎಂದು ಅವಳು ಯೋಚಿಸಿದಳು.

ಅವಳು ಮನೆಬಿಟ್ಟು ಹೊರಗೆ ಇಷ್ಟು ಹೊತ್ತು ಕಳೆದು ಬಹಳ ಕಾಲವಾಗಿತ್ತು. ಈ ಹೊಸ ಅನುಭವಕ್ಕೆ ಹೊಂದಿಕೊಳ್ಳಲು ಸ್ವಲ್ಪ ಸಮಯ ಬೇಕಾದೀತು. ಇಷ್ಟು ದಿನ ಪದೇ ಪದೇ ಗಡಿಯಾರ ನೋಡಿ, ಹೊತ್ತಾಯಿತು, ಎಂದು ಮನೆ ಕಡೆ ಓಡಬೇಕಾದ ಅವಶ್ಯಕತೆ ಇತ್ತು. ಆದರೆ ಅದು ಥಂಡಿ ಪ್ರದೇಶವಾಗಿದ್ದುದರಿಂದಲೂ ನೋಡತಕ್ಕ ವಸ್ತುಗಳ ಅಭಾವದಿಂದಲೂ ಸ್ವಲ್ಪ ಸಮಯದ ಬಳಿಕ ಆಕೆ ಹಿಂದೆ ತಿರುಗಿದಳು. ಆಗ ನಾಳಿನ ಕಡೆಗೆ ಅವಳ ಮನಸ್ಸು ಹರಿಯಿತು. ಹೊಸ ಬಟ್ಟೆ ಕೊಳ್ಳಲು ನಾಳೆ ಹೊರಗೆ ಹೋಗಬೇಕೆಂದು ಅವಳು ನಿರ್ಧರಿಸಿದ್ದಳು. ಅವಳ ತಾಯಿಯ ಉಯಿಲು ಕಾನೂನು ಪ್ರಕಾರ ಸರಿಯಾಗಿದೆ ಎಂದು ತೀರ್ಮಾನವಾಗಲು ಕೆಲವು ತಿಂಗಳು ಬೇಕಾದೀತು. ಈ ಕಲಾಪಗಳು ಸಾವಕಾಶವಾಗಿ ನಡೆಯುವಂಥವುಗಳು. ಆದರೆ ಅವಳು ಚಿಂತಿಸಲು ಕಾರಣವಿಲ್ಲ. ಎಲ್ಲವೂ ಅವಳಿಗೆ ಅನುಕೂಲವಾಗಿ ಪರಿಣಮಿಸುತ್ತದೆ, ಎಂದು ಅವಳ ವಕೀಲರು ಆಶ್ವಾಸನೆ ನೀಡಿದ್ದರು. ಶ್ರೀಮತಿ ಫ್ಯಾನ್‌ಷಾ ಬಹಳ ಹುಷಾರಾಗಿದ್ದ ವ್ಯಕ್ತಿ, ಬುದ್ಧಿವಂತೆ. ಆದಕಾರಣ ಅವಳ ಮಗಳು ಹಣದ ಬಗ್ಗೆ ಚಿಂತೆ ಮಾಡಬೇಕಾಗಿಲ್ಲ ಎಂದಿದ್ದರು ವಕೀಲರು. ಏತನ್ಮಧ್ಯೆ, ತುರ್ತು ಖರ್ಚಿಗಾಗಿ ಅವಳಿಗೆ ಮುಂಗಡ ಹಣ ಬೇಕೆ ? ಸುಮಾರು ನೂರು ಪೌಂಡ್‌ಗಳಷ್ಟು ಸಾಕಾಗಬಹುದೆ ? ಎಂದು ವಿಚಾರಿಸಿದ್ದರು.

ಉಯಿಲನ್ನು ಮೊದಲು ಬಹಿರಂಗಪಡಿಸಿದಾಗ ಅವಳಿಗೆ ಕೌತುಕವಾಗಿತ್ತು. ತಾಯಿಯ ಬುದ್ಧಿವಂತಿಕೆಗೆ ತಲೆದೂಗಿ 'ಎಂಥ ಚಾಣಾಕ್ಷ ಮುದುಕಿ' ಎಂದು ಪಿಸುದನಿಯಲ್ಲಿ ತನ್ನಷ್ಟಕ್ಕೆ ತಾನೆ ಅವಳು ಹೇಳಿಕೊಂಡಿದ್ದಳು. ಮರುಕ್ಷಣ ತನ್ನ ಮಾತು ಯಾರಿಗಾದರೂ ಕೇಳಿಸೀತು ಎಂದು ಹೆದರಿ ತನ್ನ ಬಾಯಿಯನ್ನು ಕೈಯಿಂದ ಮುಚ್ಚಿಕೊಂಡಿದ್ದಳು. ಆದರೆ 'ಚಾಣಾಕ್ಷ

ಮುದುಕಿ,' ಎಂಬುದು ನಿಜ. ಏಕೆಂದರೆ, ಮಿಲ್‌ಡ್ರೆಡ್ ಫ್ಯಾನ್ ಷಾ ಕೂಡಿಟ್ಟಿದ್ದ ಹಣ ಆರು ಸಾವಿರ ಪೌಂಡುಗಳಷ್ಟು ಆಗಿತ್ತು. ಈ ಮೊಬಲಗು ಬೇರೆ ಬೇರೆ ಬ್ಯಾಂಕ್ ಲೆಕ್ಕಗಳಲ್ಲಿ ಮತ್ತು ಉಳಿತಾಯದ ಲೆಕ್ಕಗಳಲ್ಲಿ ಜಮೆಯಾಗಿತ್ತು. ಹೀಗಿದ್ದರೂ ಎಸ್ಮೆಯ ಸಂಬಳ ಮತ್ತು ತನ್ನ ವೃದ್ಧಾಪ್ಯ ವೇತನ – ಇವುಗಳಿಂದಲೇ ತಮ್ಮ ಜೀವನ ಸಾಗುತ್ತಿದೆ ಎನ್ನುವ ರೀತಿಯಲ್ಲಿ ಆಕೆಯ ತಾಯಿ ನಡೆದುಕೊಂಡಿದ್ದಳು. ವಿದ್ಯುಚ್ಛಕ್ತಿ ಬಳಸುವುದರಲ್ಲೂ ಹಾಲಿನ ಕೆನೆ ಕೊಳ್ಳುವಾಗಲೂ ಅಥವಾ ಮಾಂಸವನ್ನು ಖರೀದಿ ಮಾಡುವಾಗಲೂ ಬಹಳ ಎಚ್ಚರಿಕೆ ವಹಿಸಬೇಕು ಎಂದು ಆಕೆ ಸದಾ ಹೇಳುತ್ತಿದ್ದಳು. "ದುಂದುಗಾರಿಕೆ – ಇದು ಮಹಾಪಾತಕ, ಎಸ್ಮೆ. ಇದರಿಂದಲೇ ಉಳಿದ ಕೇಡುಗಳೆಲ್ಲಾ ಟಿಸಿಲೊಡೀತವೆ – ದುಂದುಗಾರಿಕೆ. ಎಲ್ಲರೂ ಹಾಸಿಗೆ ಇದ್ದಷ್ಟು ಕಾಲು ಚಾಚೋದನ್ನು ಕಲೀಬೇಕು." ಇದು ಮಿಲ್‌ಡ್ರೆಡ್‌ಳ ಉಪದೇಶವಾಗಿತ್ತು.

ಈಗ ನೋಡುವಾಗ ಅವಳ ಹೆಸರಿನಲ್ಲಿ ಆರು ಸಾವಿರ ಪೌಂಡ್‌ಗಳಿದ್ದವು. ಸ್ವಲ್ಪ ಕಾಲ ಎಸ್ಮೆಗೆ ಹುಚ್ಚು ಹಿಡಿದಂತಾಗಿತ್ತು. ಖರ್ಚು ಮಾಡುವ ಹುಚ್ಚು. ಇದಕ್ಕೆ ತಕ್ಕ ಯೋಜನೆಗಳು ಗುಂಪುಗುಂಪಾಗಿ ಅವಳ ತಲೆ ಹೊಕ್ಕು ದಿಗ್ಭ್ರಮೆ ಮಾಡಿದವು : ಒಂದು ಕಾರು ಕೊಂಡು ಅದನ್ನು ನಡೆಸಲು ಕಲಿಯುವುದು; ಬಟ್ಟೆ ಒಗೆಯುವ ಯಂತ್ರ ಕೊಳ್ಳುವುದು; ಹೊಸ ಟಿ. ವಿ. ಖರೀದಿ ಮಾಡುವುದು; ಪರದೇಶಯಾತ್ರೆ ಕೈಗೊಳ್ಳುವುದು, ಹೇಳಿ ಮಾಡಿಸಿದ ಉಡುಪನ್ನು ಧರಿಸುವುದು; ಮತ್ತೆ ಮತ್ತೆ ಹೋಟೆಲುಗಳಿಗೆ ಹೋಗಿ ಊಟ ಮಾಡುವುದು...

ಆದರೆ ಅವಳು ಐವತ್ತು ವರ್ಷ ದಾಟಿದ್ದಳು. ತಾನೇ ಸಾಧ್ಯವಾದಷ್ಟು ಹಣ ಕೂಡಿಡಬೇಕಾದ ಸಮಯ ಈಗ ಬಂದಿತ್ತು – ವೃದ್ಧಾಪ್ಯದಲ್ಲಿ ಕೈಗಾವಲಿಗಾಗಿ, ಅಲ್ಲದೆ ಹಣ ಖರ್ಚು ಮಾಡುವ ಯೋಚನೆಯೇ ಅವಳಲ್ಲಿ ಅಪರಾಧದ ಮನೋಭಾವವನ್ನು ಮೂಡಿಸಿತು. ಏಕೆಂದರೆ ಅವಳ ತಾಯಿ ಬದುಕಿದ್ದಾಗ ಮಗಳ ಮುಖಮುದ್ರೆಯನ್ನು ನೋಡಿಯೇ ಅವಳ ಇಂಗಿತವನ್ನು ಆಕೆ ಅರಿಯುತ್ತಿದ್ದಳು. ಹಾಗೆಯೇ ಈಗ ತನ್ನ ತಲೆಯಲ್ಲಿ ಸುಳಿಯುತ್ತಿರುವ ಯೋಚನೆಗಳು ತಾಯಿಯ ಕಿವಿಗೆ ಕೇಳಿಸುತ್ತಿವೆಯೇನೋ ಎನ್ನುವಂತೆ ಎಸ್ಮೆಗೆ ಭಾಸವಾಯಿತು.

ಇಷ್ಟರೊಳಗೆ ಸಮುದ್ರದ ಕರೆಯಿಂದ ಮೇಲಕ್ಕೆ ಏರುವ ಮೆಟ್ಟಲುಗಳ ಬಳಿಗೆ ಆಕೆ ಬಂದಿದ್ದಳು. ಸುತ್ತಲೂ ಕತ್ತಲೆ ಆವರಿಸಿತ್ತು.

ಅವಳೀಗ ಒಮ್ಮೆಲೆ ಕಂಪಿಸಿದಳು. ತನ್ನ ಹೊಸ ಸ್ವಾತಂತ್ರ್ಯ ಅವಳಲ್ಲಿ ಒಂದು ಕ್ಷಣ ಭೀತಿ ಮತ್ತು ಗಾಬರಿಗಳನ್ನು ಉಂಟುಮಾಡಿದವು. ಅವಳು ಮಾಡಲೇಬೇಕಾದಂತಹ ಕೆಲಸ ಈಗ ಯಾವುದೂ ಇರಲಿಲ್ಲ. ಯಾವುದೇ ಒಂದು ವಿಷಯದಲ್ಲಾಗಲಿ ಅಥವಾ ಎಲ್ಲ ವಿಷಯಗಳಲ್ಲಾಗಲಿ ಅವಳೀಗ ತನ್ನ ಮನಬಂದಂತೆ ವರ್ತಿಸಬಹುದು. ಅವಳ ಮೇಲೆ ಯಾವ ನಿರ್ಬಂಧವೂ ಇರಲಿಲ್ಲ. ಈ ಹೊಸ ಪರಿಸ್ಥಿತಿಗೆ ಹೊಂದಿಕೊಳ್ಳುವುದು ಆಕೆಗೆ ಕಷ್ಟ ಸಾಧ್ಯವಾಗಿತ್ತು. ಬಹುಶಃ ಈ ಊರನ್ನು ಬಿಟ್ಟು ಅವಳು ಬೇರೆಲ್ಲಾದರೂ ಹೋದರೆ ಒಳ್ಳೆಯದೋ ಏನೋ ? ಒಬ್ಬಳ ವಾಸಕ್ಕೆ ದೊಡ್ಡದಾದ ಆ ಮನೆಯನ್ನು ಮಾರಲೂ ಪ್ರಯತ್ನಿಸಬಹುದು. ಬಹುಶಃ ಆಕೆ ಲಂಡನಿಗೆ ತೆರಳಬಹುದು. ಅಲ್ಲೊಂದು ಕೆಲಸ ದೊರಕಿಸಿಕೊಂಡು ಒಂದು ಚಿಕ್ಕ ಮನೆಯನ್ನು ಬಾಡಿಗೆಗೆ ಹಿಡಿಯಬಹುದು. ಲಂಡನ್‌ನಲ್ಲಿ ಎಷ್ಟು ಅವಕಾಶಗಳಿಲ್ಲ...?

ತನ್ನ ಮೈ ಬಿಸಿಯಾಗಿ ಮುಖ ಕೆಂಪೇರಿದಂತೆ ಅವಳಿಗೆ ತೋಚಿತು; ಮಾದಕದ್ರವ್ಯ

ಸೇವಿಸಿದವಳ ಹಾಗೆ ಸ್ವಲ್ಪ ಅಮೇಲೇರಿದಂತೆ ಅನಿಸಿತು. ಈ ಗುಂಗಿನಲ್ಲಿ ಎಲ್ಲವೂ ಸಾಧ್ಯ ಎಂದು ಅವಳಿಗೆ ಕಂಡಿತು. ಅವಳ ಭವಿಷ್ಯ ಅವಳ ಕೈಯಲ್ಲಿತ್ತು. ಫೆಬ್ರವರಿ ತಿಂಗಳ ಆ ಮುಚ್ಚಂಜೆಯಲ್ಲಿ ನಿರ್ಜನವಾಗಿದ್ದ ಸಮುದ್ರತೀರವನ್ನು ದಿಟ್ಟಿಸುತ್ತಾ ಏಕಾಂಗಿಯಾಗಿ ನಿಂತಿದ್ದ ಆಕೆಗೆ ಗಟ್ಟಿಯಾಗಿ ಕೂಗಿ, ಹಾಡಿ, ಕುಣಿಯಬೇಕೆಂದೆನಿಸಿತು. ಸಮುದ್ರದ ಇದಿರಿನ ವಿಹಾರ ಪಥದ ಉದ್ದಕ್ಕೂ ಸಾಲಾಗಿ ನಿಂತಿದ್ದ ಮನೆಗಳ ಕಿಟಕಿಗಳೆಲ್ಲ ಶೂನ್ಯವಾಗಿದ್ದವು. ಏಕೆಂದರೆ ಆ ಊರು ಬೇಸಗೆಯ ವಿರಾಮಧಾಮವಾಗಿತ್ತು. ಫೆಬ್ರವರಿ ತಿಂಗಳಿನಲ್ಲಿ ಅದು ಅರ್ಧ ಜೀವಂತವಾಗಿರುತ್ತಿತ್ತಷ್ಟೆ.

'ಈತನಕ ನಾನೂ ಹಾಗೆಯೇ ಅರೆಜೀವಂತವಾಗಿದ್ದೆ. ಆದರೆ ಈಗ ನನಗೆ ಐವತ್ತೊಂದು ವರ್ಷ ವಯಸ್ಸು. ಇನ್ನು ನನ್ನ ಮುಂದಿರುವ ಅವಕಾಶಗಳಾದರೂ ಯಾವುವು?' ಎಂದು ಅವಳು ಮನಸ್ಸಿನಲ್ಲಿಯೇ ಹೇಳಿಕೊಂಡಳು.

ದೂರ, ಬಹುದೂರ, ಕಲ್ಲಿನ ಹರಳುಗಳಿಂದ ಹಾಸಲ್ಪಟ್ಟ ಕಡಲದಂಡೆಯಲ್ಲಿ ಎಚ್ಚರಿಕೆಯ ಹಸಿರು ಬೆಳಕು ಮಿಂಚಿ ಮಾಯವಾಗುತ್ತಿತ್ತು. ಅವಳ ತಾಯಿ ಹೃದಯಾಘಾತಕ್ಕೆ ತುತ್ತಾಗಿದ್ದ ರಾತ್ರಿಯೂ ಅದು ಹೀಗೆಯೇ ಮಿಂಚುತ್ತಿತ್ತು. ಅಂದು ತಾಯಿ ತೀರಿಹೋದ ಬಳಿಕ ಇರುಳು ಮೂರು ಗಂಟೆಯ ಹೊತ್ತಿಗೆ ಅವಳು ಕಿಟಕಿಯ ಬಳಿ ಹೋಗಿ ಈ ಬೆಳಕು ಮಿಂಚಿ ಮಾಯವಾಗುವುದನ್ನು ನೋಡುತ್ತಾ ನಿಂತಿದ್ದಳು. ಅದು ಅವಳಿಗೆ ಸ್ವಲ್ಪ ಸಮಾಧಾನವನ್ನು ನೀಡಿತ್ತು. ಆ ಸಾವಿನ ಆಘಾತ ಕಪಾಲಕ್ಕೆ ಏಟು ಹೊಡೆದಂತೆ ಈಗ ಮತ್ತೊಮ್ಮೆ ಅವಳನ್ನು ಅಪ್ಪಳಿಸಿತು. ತನ್ನ ತಾಯಿ ಇಲ್ಲಿಲ್ಲ ; ಅವಳೀಗ ನೆಲದಡಿಯಲ್ಲಿ ಹೂತ ಪೆಟ್ಟಿಯೊಳಗೆ ಇದ್ದಾಳೆ ಎಂಬುದನ್ನು ಅವಳು ಸ್ಮರಿಸಿದಳು. ಅದರೊಂದಿಗೇ ಮೃತ ದೇಹವು ಕ್ರಿಮಿಕೀಟಗಳಿಂದ ಆವೃತವಾಗಿರುವ ದೃಶ್ಯ ಮನಸ್ಸಿನಲ್ಲಿ ಮೂಡಿ ಅವಳ ಮೈ ನಡುಗಿತು. ವಿಹಾರ ಪಥದಲ್ಲಿ ಆಕೆ ಬೇಗಬೇಗನೆ ಹೆಜ್ಜೆ ಇಟ್ಟು, ದಿಣ್ಣೆ ಏರಿ ಮನೆ ಕಡೆ ಸಾಗಿದಳು.

ಮನೆಯ ಮುಂದಿನ ಬಾಗಿಲು ತೆರೆದು ಆಲಿಸಿದಾಗ ಎಲ್ಲೆಲ್ಲೂ ನಿಶ್ಶಬ್ದ. ಎಲ್ಲಾ ಸ್ತಬ್ಧವಾದಂತಿತ್ತು. ಬಾಗಿಲು ತೆಗೆದ ಕೂಡಲೆ 'ಎಸ್ಮೆ' ಎಂದು ಪ್ರಶ್ನಿಸುವ ಚಿರಪರಿಚಿತ ದನಿ ಹಿಂದೆ ಯಾವಾಗಲೂ ಕೇಳಿಸುತ್ತಿತ್ತು. 'ಎಸ್ಮೆ ಅಲ್ಲದೆ ಇನ್ನು ಯಾರು ಬರಲು ಸಾಧ್ಯ?' ಎಂದು ಉತ್ತರಿಸಬೇಕೆಂದು ಅವಳು ಕೆಲವು ಸಲ ಯೋಚಿಸಿದ್ದಳು. ಆದರೆ ಶಬ್ದಗಳನ್ನು ತಡೆಹಿಡಿದು ನುಂಗಿ "ಹಲ್ಲೋ, ನಾನೆ" ಎಂದು ಉತ್ತರಿಸುತ್ತಿದ್ದಳು. ಈಗಲೂ "ಹಲ್ಲೋ, ನಾನು ಎಸ್ಮೆ" ಎಂದು ಅವಳು ಕೂಗು ಹಾಕಿದಳು. ತನ್ನ ಮಾತು ಮಹಡಿಯಿಂದ ಪ್ರತಿಧ್ವನಿತವಾದದ್ದನ್ನು ಕೇಳಿ ಅವಳಿಗೆ ಗಾಬರಿಯಾಯಿತು. ತನ್ನಷ್ಟಕ್ಕೆ ತಾನೇ ಮಾತಾಡಿಕೊಳ್ಳುವ ಮಹಿಳೆ ಎಂಥವಳಿರಬೇಕು? ಖಾಲಿ ಮನೆ ನೋಡಿ ಹೆದರಿಕೊಳ್ಳುವವಳು ? ಆಕೆ ಎಂಥ ಮಹಿಳೆ ?

ಅವಳು ಬೇಗ ದಿವಾನಖಾನೆಗೆ ಹೋಗಿ ಕಿಟಕಿಯ ಪರದೆಯನ್ನು ಹಿಂದಕ್ಕೆ ಸರಿಸಿ ಒಂದು ಗ್ಲಾಸ್ ಷೆರ್ರಿ ಕುಡಿಯಲು ಅನುವಾದಳು, ಆ ಷೆರ್ರಿ ತನ್ನ ತಾಯಿಗೆ ಮೆಚ್ಚುಗೆಯಾಗಿತ್ತು. ಅವಳ ಬಂಧುಗಳು ಅವಳಿಗೆ ಹೀಗೆ ದಂಗು ಬಡಿದಂತೆ ಆಗಬಹುದೆಂದು ಮುನ್ನೆಚ್ಚರಿಕೆ ನೀಡಿದ್ದರು– ಅವಳ ಭಾವ, ಚಿಕ್ಕಪ್ಪ ಸೆಸಿಲ್ ಮತ್ತು ಅವಳ ಸೋದರ ಸಂಬಂಧಿ ಜಾರ್ಜ್ ಗೋಲ್ಡ್ಲೈಟ್ಲಿ. ಶವ ಸಂಸ್ಕಾರ ಮುಗಿದ ಮೇಲೆ ಅವರೆಲ್ಲ ಸ್ಯಾಂಡ್‌ವಿಚ್ ತಿಂದು ಚಹಾಪಾನ ಮಾಡಲು ಮನೆಗೆ ಬಂದಿದ್ದರು.

"ನಿನಗೆ ನಿಜವಾಗಿ ದಂಗು ಬಡೆದಂತೆ ಆಗೋದು ಆಮೇಲೆ, ತಡವಾಗಿ ಬರೋದು

ಅದರ ಲಕ್ಷಣ." ಅವಳು ಅಷ್ಟು ಶಾಂತಳಾಗಿ, ಸಮಚಿತ್ತಳಾಗಿ ಎಲ್ಲಾ ಏರ್ಪಾಡುಗಳನ್ನು ಅಷ್ಟು ಚೆನ್ನಾಗಿ ಮಾಡಿದ್ದರಿಂದ ಅವರು ಆಶ್ಚರ್ಯಚಕಿತರಾಗಿ ಹೀಗೆ ನುಡಿದಿದ್ದರು.

"ನೀನು ಇಷ್ಟಮಿತ್ರರ ಸಂಗ ಬಯಸೋದಾದರೆ – ಹಾಗಾಗೋದು ಸ್ವಾಭಾವಿಕ – ಎಸ್ಮೆ, ನೀನು ಖಂಡಿತ ನಮ್ಮ ಮನೆಗೆ ಬರಬೇಕು. ಒಂದು ಟೆಲಿಫೋನ್ ಕರೆ ಧಾರಾಳ ಸಾಕು. ಈ ಮೂಲಕ, ನೀನು ಬರೋದನ್ನು ಸ್ವಲ್ಪ ಮುಂಚಿತವಾಗಿ ನಮಗೆ ಸೂಚಿಸಿದರಾಯಿತು. ನಿನಗೆ ಈಗ ಎಲ್ಲವೂ ವಿಚಿತ್ರವಾಗಿ ಕಾಣೋದರಲ್ಲಿ ಸಂದೇಹವಿಲ್ಲ."

ವಿಚಿತ್ರ, ಹೌದು, ಅವಳು ವಿದ್ಯುತ್ ಶಾಖಯಂತ್ರದ ಕಡೆ ಕುಳಿತಳು. ಸಮುದ್ರ ತೀರದಲ್ಲಿ ಸಂಜೆ ಹೊತ್ತು ಕತ್ತಲಾಗುವವರೆಗೆ ಅಡ್ಡಾಡಿದ್ದರಿಂದ ಅವಳು ಚಳಿಯಿಂದ ಜಡಗಟ್ಟಿದ್ದಳು. ಅದು ಅವಳದೇ ತಪ್ಪು.

ಸ್ವಲ್ಪ ಹೊತ್ತಿನ ಮೇಲೆ ಮನೆಯ ನೀರವತೆ ಅವಳನ್ನು ಬಾಧಿಸಿತು. ಆದುದರಿಂದ ಇನ್ನೊಂದು ಗ್ಲಾಸ್ ಷೆರ್ರಿ ಕುಡಿದು, ಮೊಟ್ಟೆ ಬೇಯಿಸಿ ಟೋಸ್ಟ್ ಮೇಲೆ ಸವರಿ, ಅದನ್ನು ತಿಂದಬಳಿಕ ಅವಳು ಟೆಲಿವಿಷನ್ ತಿರುಗಿಸಿ ಒಂದು ಚೌ ಚೌ ಪ್ರದರ್ಶನವನ್ನು ವೀಕ್ಷಿಸಿದಳು. ಏಕೆಂದರೆ ಅದು ವಿನೋದಕರವಾಗಿತ್ತು. ಅವಳಿಗೆ ತನ್ನ ಸ್ವಂತ ಯೋಚನೆಗಳ ಸುಳಿಯಿಂದ ಹೊರಬರಬೇಕಿತ್ತು. ಈ ಹೊಸ ಬದುಕಿಗೆ ಹೊಂದಿಕೊಂಡ ಬಳಿಕ ಶೈಕ್ಷಣಿಕ ಕಾರ್ಯಕ್ರಮ ಗಳನ್ನು ನೋಡಬಹುದು, ಅದಕ್ಕೆ ಬೇಕಾದಷ್ಟು ಸಮಯ ಮುಂದೆ ಇದೆ ಎಂದವಳು ಯೋಚಿಸಿದಳು. ಆದರೆ ಒಂದು ವಿಷಯ ಮಾತ್ರ ಅವಳ ತಲೆಯಲ್ಲಿ ಗುಂಯ್‌ಗುಟ್ಟುತ್ತಿತ್ತು. ಅದು ಒಮ್ಮೆ ಹಿಂದಕ್ಕೆ ಒಮ್ಮೆ ಮುಂದಕ್ಕೆ ಸುತ್ತಿ ಸುಳಿಯುತ್ತಿತ್ತು – ಹಳೇ ಟೇಪ್ ರೆಕಾರ್ಡನ್ನು ಕೇಳಿದಂತೆ. 'ಅವಳು ಮಹಡಿಯ ಮೇಲಿದ್ದಾಳೆ. ಅವಳ ಕೊಠಡಿಯಲ್ಲೇ ಇದ್ದಾಳೆ. ಮೇಲೆ ಹೋದರೆ ಅವಳನ್ನು ನೀನು ನೋಡಬಹುದು. ನಿನ್ನ ತಾಯಿ.' ಈ ಮಾತುಗಳು ಟಿ. ವಿ. ಪರದೆಯ ಮೇಲೆ ಕುಣಿದಾಡುವಂತೆ ಅವಳಿಗೆ ಭಾಸವಾಯಿತು. ನಟ – ನಟಿಯರ ಕಾಲುಗಳ ಮಧ್ಯೆ ಅವು ನುಸುಳುವಂತೆ ಕಂಡಿತು. ಅದು ವಿದೂಷಕರ ಮತ್ತು ಸಂಗೀತಗಾರರ ಬಾಯಿಯಿಂದ ಹೊರಬೀಳುವ ಉಗುಳಿನ ತುಂತುರುಗಳಂತೆ ಇತ್ತು, ಡಮರುಗಳ ಮತ್ತು ವಾದ್ಯಗಳ ಲಯವನ್ನು ಅನುಸರಿಸುವಂತಿತ್ತು.

'ಮಹಡಿ ಮೇಲೆ. ಅವಳ ಕೊಠಡಿಯಲ್ಲಿ. ಮಹಡಿ ಮೇಲೆ. ಅವಳ ಕೊಠಡಿಯಲ್ಲಿ.

ನಿನ್ನ ತಾಯಿ. ನಿನ್ನ ತಾಯಿ. ನಿನ್ನ ತಾಯಿ.

ಮಹಡಿ ಮೇಲೆ ...'

ಅವಳು ಟಿ.ವಿ. ಯಂತ್ರದ ಗುಂಡಿಯನ್ನು ರಭಸದಿಂದ ಒತ್ತಿದಳು. ಚಿತ್ರ ಸಣ್ಣದಾಗಿ ಮಾಯವಾಯಿತು. ನೀರವತೆ ಎಲ್ಲೆಲ್ಲೂ ಆವರಿಸಿತು. ಅವಳ ಹೃದಯದ ಡವಡವ ಶಬ್ದ ಕೇಳಿಬಂತು. ಗಂಟಲಲ್ಲಿ ಏನೋ ಸಿಕ್ಕಿಕೊಂಡಂತೆ, ಅವಳ ಉಸಿರು ಕಟ್ಟಿ ಕಟ್ಟಿ ಬರಲಾರಂಭಿಸಿತು. ಚಿತ್ತಭ್ರಮಣೆಯಿಂದ ಮನೋರೋಗಿಯಂತೆ ವರ್ತಿಸುತ್ತಿರುವುದಕ್ಕಾಗಿ ಅವಳು ತನ್ನನ್ನು ತಾನೇ ಹೀಯಾಳಿಸಿಕೊಂಡಳು.

'ಆಗಲಿ, ಮೇಲೆ ಹೋಗಿ ನೀನೇ ನೋಡು,' ಎಂದು ತನಗೆ ತಾನೇ ಹೇಳಿಕೊಂಡಳು.

ತಾನು ನಿಂತಿದ್ದ ಕೋಣೆಯನ್ನು ಬಿಟ್ಟು ಅವಳು ನಿಧಾನವಾಗಿ ಶಾಂತಚಿತ್ತಳಾಗಿ ಮಹಡಿ ಮೆಟ್ಟಿಲುಗಳನ್ನು ಹತ್ತಿ ತನ್ನ ತಾಯಿ ಮಲಗುತ್ತಿದ್ದ ಕೊಠಡಿಯನ್ನು ಪ್ರವೇಶಿಸಿದಳು. ಕಿಟಕಿಯ ಪಕ್ಕದಲ್ಲೇ ಬೀದಿ ದೀಪ ಉರಿಯುತ್ತಿತ್ತು. ಅದರ ಮಂದವಾದ ಬೆಳಕು ಕೋಣೆಯೊಳಗಣ

ಮೇಜಿನ ಮೇಲಿದ್ದ ಒಂದು ಬಿಳಿ ಗೊಂಬೆಯ ಮೇಲೆ, ಪರದೆಗಳ ಬಿಳಿ ಪಟ್ಟಿಗಳ ಮೇಲೆ ಮತ್ತು ಹಾಸಿಗೆಗೆ ಹೊದಿಸಿದ್ದ ನುಣುಪಾದ ಬಿಳಿ ಹಚ್ಚಡದ ಮೇಲೆ ತ್ರಿಕೋಣಾಕಾರವಾಗಿ ಬಿದ್ದು, ಅವು ಎದ್ದು ಕಾಣುವಂತೆ ಮಾಡಿತ್ತು. ಆ ಕೋಣೆ ಈಗ ಬರಿದಾಗಿ ಅವಳ ತಾಯಿ ಅಲ್ಲಿ ಇರಲೇ ಇಲ್ಲವೇನೋ ಎನಿಸುವಂತೆ ತೋರುತ್ತಿತ್ತು. ತನ್ನ ತಾಯಿಯನ್ನು ಜ್ಞಾಪಕಕ್ಕೆ ತರುವ ಯಾವ ವಸ್ತುವೂ ಅಲ್ಲಿರಬಾರದೆಂದು ಯೋಚಿಸಿ, ಅವಳ ಶವ ಸಂಸ್ಕಾರವಾದ ಮರುದಿನವೇ ಅವನ್ನೆಲ್ಲಾ ಎಸ್ಮೆ ಗಂಟು ಕಟ್ಟಿ ಹೊರಕ್ಕೆ ಸಾಗಿಸಿದ್ದಳು. ಬಟ್ಟೆ ಬರೆ, ಔಷಧಿ, ದಿನಪತ್ರಿಕೆಗಳು, ಕನ್ನಡಕ ಎಲ್ಲವನ್ನೂ ಅವಳು ನಿರ್ದಾಕ್ಷಿಣ್ಯವಾಗಿ ಅಲ್ಲಿಂದ ಸಾಗಿಸಿ ಕೋಣೆಯಿಂದ ತಾಯಿಯ ನೆನಪನ್ನು ಬಹಿಷ್ಕರಿಸಿದ್ದಳು.

ಲಾವೆಂಡರ್ ಪಾಲಿಷ್ ಮತ್ತು ಧೂಳು ಇವುಗಳ ವಾಸನೆಯನ್ನು ಆಘ್ರಾಣಿಸುತ್ತಾ ಬಾಗಿಲಲ್ಲಿ ನಿಂತ ಎಸ್ಮೆಗೆ ಈಗ ನಾಚಿಕೆಯಾಯಿತು. ಏಕೆಂದರೆ ತಾನು ತಾಯಿಯ ಮರಣವನ್ನು ಇಚ್ಛಿಸಿದ್ದೆನೋ ಎಂಬಂತೆ, ಅವಳ ನೆನಪನ್ನು ಸಂಪೂರ್ಣವಾಗಿ ಅಳಿಸಲು ಈಗ ಇಚ್ಛಿಸುತ್ತಿದ್ದೇನೋ ಎಂಬಂತೆ ಅವಳಿಗೆ ತೋರಿತು. ಆದರೆ, ತಾನು ಇಚ್ಛಿಸಿದ್ದು ಅದನ್ನೇ, ಐವತ್ತು ವರ್ಷಗಳ ಕಾಲ ತನ್ನನ್ನು ಹಿಡಿತದಲ್ಲಿಟ್ಟುಕೊಂಡಿದ್ದ ವ್ಯಕ್ತಿಯಿಂದ ಬಿಡುಗಡೆ ಹೊಂದುವ ಅವಕಾಶವನ್ನೇ, ಎಂದು ಅವಳ ಮನಸ್ಸು ನುಡಿಯಿತು. ಅವಳು ಮಲಗುವ ಕೋಣೆಯ ಮುಂದೆ ಗಟ್ಟಿಯಾಗಿ ಕೂಗಿ ಹೇಳಿದಳು : "ನಿನ್ನ ಸಾವನ್ನು ನಾನು ಬಯಸಿದ್ದೆ." ನಡುಗುತ್ತಿರುವ ಕೈಗಳನ್ನು ಬಿಗಿಹಿಡಿದು ತಾನು ಒಬ್ಬ ಕೆಟ್ಟ ಹೆಂಗಸು ಎಂದು ಆಕೆ ಭಾವಿಸಿದಳು. ಆದರೆ ಅವಳು ಕುಡಿದಿದ್ದ ಷೆರ್ರಿ ಈಗ ಸ್ವಲ್ಪ ಪರಿಣಾಮ ಬೀರತೊಡಗಿತ್ತು. ಅವಳ ಹೃದಯದ ಮಿಡಿತ ಹದಕ್ಕೆ ಬಂದಿತ್ತು. ಅವಳು ಕೋಣೆಯಿಂದ ಹೊರಹೊರಟು ಪರದೆಗಳನ್ನು ಶಾಂತಚಿತ್ತಳಾಗಿ ಎಳೆದಳು. ಉದ್ರೇಕಗೊಂಡದ್ದಕ್ಕಾಗಿ ತನಗೆ ತಾನೇ ಛೀಮಾರಿ ಹಾಕಿಕೊಂಡಳು.

ಬಳಿಕ ದಿವಾನಖಾನೆಯಲ್ಲಿ ಬಂದು ಬೆಂಕಿ ಕಾಯಿಸಿಕೊಳ್ಳುತ್ತಾ ಒಂದು ಐತಿಹಾಸಿಕ ಜೀವನಚರಿತ್ರೆಯನ್ನು ರಾತ್ರಿ ಹನ್ನೊಂದರವರೆಗೆ ಓದುತ್ತಾ ಅವಳು ಕುಳಿತಳು. ಅವಳ ತಾಯಿ ಇದ್ದಾಗ ಹತ್ತು ಗಂಟೆಗೆ ಮಲಗುವ ಪರಿಪಾಠ ಇತ್ತು. ಈಗ ಎಲ್ಲ ಭಯವೂ ತೊಲಗಿ ಅವಳು ಶಾಂತಚಿತ್ತಳಾಗಿದ್ದಳು. ಅವಳಿಗೆ ಅನಿಸಿತು, ಗಾಬರಿಯ ಪ್ರಸಂಗ ಉಂಟಾದರೆ ಯಾರಾದರೂ ಹೀಗೆ ವರ್ತಿಸುವುದು ಸ್ವಾಭಾವಿಕ ಎಂದು. ಆ ರಾತ್ರಿ ಅವಳು ಚೆನ್ನಾಗಿ ನಿದ್ದೆ ಮಾಡಿದಳು.

ಮಾರನೆಯ ಬೆಳಗ್ಗೆ ಹನ್ನೊಂದೂ ಕಾಲು ಗಂಟೆಗೆ ಒಬ್ಬ ಆಗಂತುಕ ಕರೆಗಂಟೆ ಬಾರಿಸಿದ್ದನ್ನು ಕೇಳಿ ಅವಳು ಹೊರಬಾಗಿಲನ್ನು ತೆಗೆದಾಗ, ಹ್ಯಾಟನ್ನು ಕೈಯಲ್ಲಿ ಹಿಡಿದು, ಮೆಟ್ಟಿಲಿನ ಮೇಲೆ ನಿಂತ ಒಬ್ಬ ವ್ಯಕ್ತಿ "ಇಲ್ಲಿ ರೂಂ ಬಾಡಿಗೆಗೆ ದೊರೆಯುತ್ತದೆಯೇ ?" ಎಂದು ಪ್ರಶ್ನಿಸಿದ. ಆಗ ಅವಳಿಗೆ ತನ್ನ ಚಿಕ್ಕಪ್ಪ ಸೆಸಿಲ್ ಶವ ಸಂಸ್ಕಾರದ ದಿನ ಹೇಳಿದ ಮಾತು ಜ್ಞಾಪಕಕ್ಕೆ ಬಂತು : 'ಇಂಥ ದೊಡ್ಡಮನೆಯಲ್ಲಿ ಒಬ್ಬಳೇ ಇರಬೇಕೂಂತ ನೀನು ಯೋಚಿಸುವುದಿಲ್ಲ ತಾನೆ, ಎಸ್ಮೆ ? ಯಾರಾದರೊಬ್ಬ ಬಾಡಿಗೆದಾರರನ್ನು ಪತ್ತೆಹಚ್ಚೋದು ಮೇಲು.'

ಆಗಂತುಕನ ಹೆಸರು ಆಮೋಸ್ ಕರ್ರಿ ಎಂದಾಗಿತ್ತು. ಆತ ಸ್ವಭಾವತಃ ಅಪರಿಚಿತರೊಂದಿಗೆ ಮಾತಾಡಲು ಹಿಂಜರಿಯುತ್ತಿದ್ದ. ಅವನು ತನ್ನ ಎಡ ಹುಬ್ಬನ್ನು ಬೆರಳಿನಿಂದ ಉಜ್ಜುತ್ತಾ,

ಸಂಕೋಚದಿಂದ "ಬಾಡಿಗೆಗೆ ಒಂದು ಕೋಣೆ" ಅಂದ. ಅವನು ತನ್ನ ಷರ್ಟಿನ ತೋಳಿಗೆ ಚಿನ್ನದ ಕೊಂಡಿ ಹಾಕಿದ್ದನ್ನೂ ಅವನ ಷೂಗಳು ಪಾಲಿಷ್‌ನಿಂದ ಹೊಳೆಯುತ್ತಿದ್ದದ್ದನ್ನೂ ಎಸ್ಮೆ ಗಮನಿಸಿದಳು. ಅವನು ಮಾತು ಮುಂದುವರಿಸಿದ :

"ಒಂದು ರೂಂ ಬಾಡಿಗೆಗೆ ಕೊಡ್ತೀರಾ? ಮನೆ ಏಜಂಟರಿಂದ ತಿಳಿದುಬಂತು, ಇಲ್ಲಿ ಒಂದು ಕೊಠಡಿ ಬಾಡಿಗೆಗೆ ದೊರೀತದೆ, ಬೆಳಗಿನ ಊಟ ಸಹಿತ, ಅಂತ."

"ಏಜಂಟರ ಸಮಾಚಾರ ನನಗೆ ಏನೂ ಗೊತ್ತಿಲ್ಲ. ಬಹುಶಃ ನೀವು ವಿಳಾಸ ತಪ್ಪಾಗಿ ತಿಳಿದಿದ್ದೀರಿ."

ಆತ ಬಿಡಿ ಹಾಳೆಗಳಿರುವ ಒಂದು ಚಿಕ್ಕ ನೋಟ್ ಬುಕ್ಕನ್ನು ಜೇಬಿನಿಂದ ತೆಗೆದು ವಿಳಾಸ ಓದಿದ : ನಂ.23, ಪಾರ್ಕ್ ಕ್ಲೋಸ್.

"ಓ, ಅದು ಬೇರೆ ಮನೆ. ಬಹಳ ವಿಷಾದಕರ; ನಮ್ಮದು... ಅಲ್ಲ ನನ್ನದು 23, ಪಾರ್ಕ್ ವಾಕ್."

ಆಗಂತುಕನಿಗೆ ಮುಜುಗರವಾಯಿತು. ಶಾಯಿ ಹರಡಿದಂತೆ ಅವನ ಕತ್ತು ಮುಖಗಳು ಕೆಂಪಡರಿದವು. ಕತ್ತು ಪಟ್ಟಿಯನ್ನು ಸಡಿಲ ಮಾಡುತ್ತಾ ನಿಂತ ಆ ವ್ಯಕ್ತಿಯನ್ನು ನೋಡಿ ಎಸ್ಮೆಗೆ ಅವನ ಮೇಲೆ ಕನಿಕರ ಮೂಡಿತು. ಅವಳು ಕಸಿವಿಸಿಗೊಂಡು ನುಡಿದಳು :

"ಇಂಥ ತಪ್ಪು ಸುಲಭವಾಗಿ ಆಗಬಹುದು. ಅದು ನನಗೆ ಪೂರ್ಣವಾಗಿ ಅರ್ಥವಾಗ್ತದೆ. ಇದಕ್ಕಾಗಿ ಮಿಸ್ಟರ್..."

"ಕರ್‍ರಿ. ಆಮೋಸ್ ಕರ್‍ರಿ."

".... ನೀವು ಬೇಸರ ಪಡುವ ಅವಶ್ಯಕತೆ ಇಲ್ಲ."

"ಹೆಚ್ಚು ಸದ್ದುಗದ್ದಲ ಇಲ್ಲದ ಸ್ಥಳದಲ್ಲಿ ನಾನು ಒಂದು ಕೊಠಡಿ (ಬೆಳಗಿನ ಊಟ ಸಹಿತ) ಬಾಡಿಗೆಗೆ ಪಡೆಯುವ ಯತ್ನದಲ್ಲಿದ್ದೇನೆ. ಈ ವಿಳಾಸ ಅಷ್ಟೊಂದು ಆಶಾಜನಕವಾಗಿತ್ತು. ಪಾರ್ಕ್ ಕ್ಲೋಸ್. ಬಹಳ ನೆಮ್ಮದಿಯ ತಾಣದಂತೆ ತೋರುವ ವಿಳಾಸ."

ಅವಳು ಯೋಚಿಸಿದಳು : 'ಈ ಮನುಷ್ಯ ಶುಚಿಯಾಗಿದ್ದಾನೆ. ಇವನ ಉಡುಪೂ ಅಚ್ಚುಕಟ್ಟಾಗಿ ಲಕ್ಷಣವಾಗಿದೆ. ಅವನ ಬಾಯಿಯಲ್ಲಿ ಒಂದು ಚಿನ್ನದ ಹಲ್ಲಿದೆ. ಕೈಚೀಲ ತೊಟ್ಟಿದ್ದಾನೆ.' ಎಸ್ಮೆಯ ತಾಯಿ ಕೈಚೀಲ ತೊಟ್ಟವರು ಒಳ್ಳೆಯವರು ಎಂದು ಭಾವಿಸಿದ್ದಳು. 'ಈಗ ಕೈಚೀಲ ತೊಡುವವರೂ ಹ್ಯಾಟ್ ಧರಿಸುವವರೂ ಬಹಳ ಅಪರೂಪ. ಇವು ಸದ್ಗೃಹಸ್ಥನ ಲಕ್ಷಣಗಳು.'

ಮಿ. ಕರ್‍ರಿ ಒಂದು ಹ್ಯಾಟ್ ಸಹ ಧರಿಸಿದ್ದ.

"ನನ್ನ ತಪ್ಪನ್ನು ಕ್ಷಮಿಸಿ, ಮ್ಯಾಡಮ್. ನನಗೆ ಏನನ್ನಿಸ್ತದೆ ಅಂತ.... ಈ ರೀತಿ ನಿಮಗೆ ತೊಂದರೆ ಕೊಡುವ..."

"ಇಲ್ಲ. ತೊಂದರೆಯಾಗಿಲ್ಲ, ದಯವಿಟ್ಟು...."

"ನಾನು ಪಾರ್ಕ್ ಕ್ಲೋಸ್, ನಂ. 23ನೇ ಮನೆಯನ್ನು ಈಗ ಹುಡುಕ್ಬೇಕು."

"ಆ ತಿರುವನ್ನು ದಾಟಿ ಎಡಗಡೆ ತಿರುಗಿ, ಸುಮಾರು ನೂರುಗಜ ನಡೆದರೆ ಆ ಮನೆ ಸಿಗ್ತದೆ. ಅದು ಹೆಚ್ಚು ಜನಸಂಚಾರವಿಲ್ಲದ ರಸ್ತೆ."

"ಇದರ ಹಾಗೆ. ಈ ರಸ್ತೆಯಲ್ಲೂ ಜನ ಸಂಚಾರ ಕಡಿಮೆ. ಈ ಮನೆಯ ಹತ್ತಿರ ಬಂದ ಕೂಡಲೆ ಎಷ್ಟು ಅನುಕೂಲವಾದ ಮನೆ ಅಂತ ಅನ್ನಿಸ್ತು. ನನ್ನ ಮನಸ್ಸು... ನನಗೆ ಅನಿಸ್ತದೆ,

ಮನೆ ನೋಡಿದ ತಕ್ಷಣ ಹೇಳಬಹುದು, ಪ್ರತಿಯೊಂದು ಮನೆಗೂ ಒಂದು ವ್ಯಕ್ತಿತ್ವ... ಆದರೆ ನನ್ನನ್ನು ಕ್ಷಮಿಸಿ."

ಆತ ಬೂದುಬಣ್ಣಕ್ಕೆ ತಿರುಗುತ್ತಿದ್ದ ನೀಟಾದ ತನ್ನ ತಲೆಕೂದಲ ಮೇಲೆ ಹ್ಯಾಟನ್ನು ಏರಿಸಿದ. ಆಮೇಲೆ ಗೌರವಸೂಚಕವಾಗಿ ಅದನ್ನು ಸ್ವಲ್ಪ ಮೇಲೆತ್ತಿ ಹಿಂದೆ ತಿರುಗಿದ.

ಅವಳು ಶೀಘ್ರವಾಗಿ ಒಂದು ಶ್ವಾಸ ತೆಗೆದಳು. ಬಳಿಕ ಅವನನ್ನು ಉದ್ದೇಶಿಸಿ ಹೇಳಿದಳು :

"ನಿಮಗೆ ಏನು... ಅಂದರೆ, ಬೆಳಗಿನ ಊಟದೊಂದಿಗೆ ಒಂದು ರೂಮಿಗಾಗಿ ನೀವು ಹುಡುಕುತ್ತಿದ್ದರೆ, ನಾನು ಏನಾದರೂ..."

ಮಿ. ಅಮೋಸ್ ಕರ್ರಿ ಹಿಂದಿರುಗಿದ.

ಬೇಯಿಸಿದ ಒಂದು ಸಣ್ಣ ಈರುಳ್ಳಿ ಗಡ್ಡೆಯನ್ನು ಫೋರ್ಕ್‌ನ ತುದಿಯಲ್ಲಿ ನಾಜೂಕಾಗಿ ಸಿಕ್ಕಿಸಿ, ಅವನು ಹೇಳಿದ :

"ನನ್ನ ಸಲಕರಣೆಗಳ ವಿಷಯ ಒಂದಿದೆ."

ಎಸ್ಮೆ ಫ್ಯಾನ್‌ಷಾಗೆ ಅವನ ಧ್ವನಿ ರೇಡಿಯೋದಿಂದ ಹೊರಬಂದಂತೆ ಕೇಳಿಸಿತು. ಅದು ಸ್ವಲ್ಪ ವಿಕೃತವಾಗಿತ್ತು; ವಿಚಿತ್ರವಾದ ಪ್ರತಿಧ್ವನಿಯಂತಿತ್ತು. ಅವಳು ತಲೆ ಕೊಡವಿಕೊಂಡಳು. ಆತ ಒಬ್ಬ ನೈಜ ವ್ಯಕ್ತಿ ಆಗಿರಲಾರ ಎಂದು ಆಕೆ ಭಾವಿಸಿದಳು. ಆದರೆ ಅವನು ಅಲ್ಲಿಯೇ ಇದ್ದ. ಮಿ. ಆಮೋಸ್ ಕರ್ರಿ. ಆತ ಸಣ್ಣ ಗೆರೆಗಳುಳ್ಳ ನೇವಿಬ್ಲೂ ಸೂಟ್ ಧರಿಸಿದ್ದ. ಅವನ ಷರ್ಟಿನ ಕಾಲರ್ ಕೆಳಗೆ ಹೊಲಿದು ಸರಿಮಾಡಿದ್ದ ಒಂದು ನೀಟಾದ ಗೆರೆ ಇತ್ತು. ಅವನು ಅವಳ ಅಡುಗೆಮನೆಯ ಮೇಜಿನ ಬಳಿ ಕುಳಿತಿದ್ದ. ಏಕೆಂದರೆ, ಊಟದ ಕೋಣೆಗೆ ಅವನನ್ನು ಆಹ್ವಾನಿಸಲು ಎಸ್ಮೆ ಹಿಂಜರಿದಿದ್ದಳು. ಹೇಗಿದ್ದರೂ ಆ ಕೋಣೆಯನ್ನು ಉಪಯೋಗಿಸುವುದು ಅಪರೂಪವಾಗಿತ್ತು. ಆದುದರಿಂದ ಅಡುಗೆಮನೆಯೇ ಇಬ್ಬರಿಗೂ ಸಮರ್ಪಕವೆಂದು ಆಕೆಗೆ ಅನಿಸಿತ್ತು. ಆತ ಅಲ್ಲಿ ಕುಳಿತಿದ್ದ. ಅವಳು ಮೊದಲು ಒಂದು ಬಟ್ಟಲು ಕಾಫಿ ತಯಾರಿಸಿದ್ದಳು. ಅದಾದ ಒಂದು ಗಂಟೆಯ ಬಳಿಕ ತಣ್ಣನೆಯ ಉಪಾಹಾರ ಸಾಮಗ್ರಿಗಳನ್ನು ಮೇಜಿನ ಮೇಲೆ ಜೋಡಿಸಿದ್ದಳು – ದನದ ಮಾಂಸ, ಮಸಾಲೆ, ಬ್ರೆಡ್ ಮತ್ತು ಬೆಣ್ಣೆ. ಉದ್ವೇಗದಿಂದಾಗಿ ಅವಳ ಕೈಗಳು ಬೆವರಿ ಸ್ವಲ್ಪ ಒದ್ದೆಯಾಗಿದ್ದವು. ತಾನು ದುಡುಕಿದ್ದೇನೋ ಎಂಬ ಸಂದೇಹ ಅವಳಲ್ಲಿ ಪುನಃ ಮೂಡಿತು. ಅವನು ಕೇವಲ ಅಪರಿಚಿತ, ಬೀದಿಯಲ್ಲಿ ಹೋಗುತ್ತಿದ್ದವ, ಅಕಸ್ಮಾತ್ ಭೇಟಿ ಆದವ. ಅವನ ಬಗ್ಗೆ ತನಗೆ ಏನೂ ತಿಳಿಯದು. ಆದರೆ ಇದು ತನ್ನ ತಾಯಿಯ ದನಿ ಎಂಬುದನ್ನು ಗುರುತಿಸಿ ಅದರ ವಿರುದ್ಧ ಆಕೆ ತಕ್ಷಣ ಬಂಡೆದ್ದಳು. ಅಲ್ಲದೆ ಅವನ ಬಗ್ಗೆ ಏನೂ ಗೊತ್ತಿಲ್ಲ ಅನ್ನುವುದು ಸುಳ್ಳು, ಆತ ಎಷ್ಟೋ ವಿಷಯಗಳನ್ನು ಆಕೆಗೆ ತಿಳಿಸಿದ್ದ. ಅವಳು ಯೋಚಿಸಿದಳು : 'ಬದುಕು ನಿಜವಾಗಿಯೂ ಹೀಗಿರಬೇಕು; ನಾನು ಧೈರ್ಯದಿಂದ ವರ್ತಿಸಬೇಕು ; ಹೊಸ ಹೊಸ ಅನುಭವಗಳಿಂದ ಸದಾ ಆಶ್ಚರ್ಯಚಕಿತಳಾಗುತ್ತಿರಬೇಕು; ದಿನಂಪ್ರತಿ ಯಾವುದಾದರೊಂದು ಹೊಸ ಪರಿಚಯಕ್ಕೆ ಸಿದ್ಧಳಾಗಿರಬೇಕು. ಚಿರತಾರುಣ್ಯದ ಗುಟ್ಟು ಇದೇ,' ತಾರುಣ್ಯವತಿಯಾಗಿಯೇ ಉಳಿಯಲು ಅವಳ ಮನಸ್ಸು ಹಾತೊರೆಯುತ್ತಿತ್ತು.

ಚಿಕ್ಕವನಾಗಿದ್ದಾಗ ಮಿ. ಕರ್ರಿ ಬೇಕಾದಷ್ಟು ದೇಶಾಟನೆ ಮಾಡಿದ್ದನಂತೆ. ಅವನು ಹೇಳಿದ ಪ್ರಕಾರ ಸಿಂಹಳ ದ್ವೀಪ, ಸುಮಾತ್ರ, ಇಂಡಿಯ ದೇಶಗಳನ್ನು ಆತ ನೋಡಿ ಬಂದಿದ್ದ. ಅವನು ಹೇಳಿದ್ದ :

"ನನ್ನದು ಸದಾ ತೆರೆದ ಮನಸ್ಸು, ಮಿಸ್ ಫ್ಯಾನ್‌ಷಾ. ಸಹನೆ ಅನ್ನೋ ತತ್ವದಲ್ಲಿ ನನಗೆ ನಂಬಿಕೆ. ತಾನೂ ಬದುಕಬೇಕು, ಇನ್ನೊಬ್ಬನೂ ಬದುಕುವಂತಿರಬೇಕು. ರಾಷ್ಟ್ರಗಳು ಪರಸ್ಪರ ಸ್ನೇಹದಿಂದ ಬಾಳ್ವೆ ನಡೆಸ್ಬೇಕು."

"ಓ, ನಿಮ್ಮ ಅಭಿಪ್ರಾಯವನ್ನು ನಾನು ಸಂಪೂರ್ಣವಾಗಿ ಅನುಮೋದಿಸ್ತೇನೆ."

"ನಾನು ಪ್ರಪಂಚ ನೋಡಿದ್ದೇನೆ, ಜನರ ನಡವಳಿಕೆಗಳನ್ನು ಕಂಡಿದ್ದೇನೆ. ನನಗೆ ಯಾವ ಪೂರ್ವಗ್ರಹವೂ ಇಲ್ಲ. ಇತರ ಜನಾಂಗಗಳ ರೀತಿ ನೀತಿಗಳು ನಮ್ಮ ಹಾಗೆ ಇಲ್ಲದಿರ್ಬಹುದು. ಆದರೆ ಮಾನವ ಎಲ್ಲೆಲ್ಲೂ ಮಾನವನಂತೇ ನಡೆದುಕೊಳ್ತಾನೆ. ಒಬ್ಬರಿಂದೊಬ್ಬರು ಅನೇಕ ವಿಷಯಗಳನ್ನು ಕಲೀಬಹುದು, ಮಿಸ್ ಫ್ಯಾನ್‌ಷಾ, ನಮಗೆ ತೆರೆದ ಮನಸ್ಸಿದ್ದರೆ."

"ಹೌದು, ಹೌದು."

'ನೀವು ದೇಶಾಟನೆ ಮಾಡಿದ್ದೀರಿ, ಅಲ್ಲವೆ?'

"ನಾನು ಯೂರೋಪ್ ಖಂಡ ನೋಡಿದ್ದೇನೆ. ಆದರೆ ಅದು ದೂರ ದೇಶ ಅಂತ ಹೇಳು ವಂತಿಲ್ಲ. ಯೂರೋಪಿನ ಬಹುತೇಕ ರಾಷ್ಟ್ರಗಳನ್ನು ನಾನು ಕಾಲ್ನಡೆಯಲ್ಲಿ ನೋಡಿ ಬಂದಿದ್ದೇನೆ. ಅದಕ್ಕೆ ತಗಲಿದ ವೆಚ್ಚವನ್ನು ಯಾವಾಗಲೂ ನಾನೇ ದುಡಿದು ಸಂಪಾದಿಸ್ತಿದ್ದೆ."

ಅದು ಹೇಗೆ ಎಂದು ಕೇಳಲು ಅವಳಿಗೆ ಮನಸ್ಸು ಬರಲಿಲ್ಲ. ಆದರೆ ಅವಳು ಫ್ರಾನ್ಸ್ ದೇಶದವರೆಗೆ ಮಾತ್ರ ಒಮ್ಮೆ ಪ್ರವಾಸ ಕೈಗೊಂಡಿದ್ದಳಷ್ಟೆ. ಆದುದರಿಂದ ಅವನ ವಿಶಾಲ ಅನುಭವಗಳನ್ನು ಕೇಳಿ ಆಕೆಗೆ ತಲೆದೂಗುವಂತೆ ಆಯಿತು.

ಮಿ. ಕರ್ರಿ ತಿಳಿಸಿದಂತೆ ಅವನೊಬ್ಬ ಅನಾಥ ಶಿಶುವಾಗಿದ್ದ. ಅವನ ಜೀವನ ಆರಂಭವಾಗಿದ್ದುದೇ ಅನಾಥಾಲಯ ಒಂದರಲ್ಲಿ. "ಆದರೆ ಅದು ಬೇಕಾದ್ದಕ್ಕಿಂತಲೂ ಹೆಚ್ಚು ಸಮರ್ಪಕವಾದ ಆರಂಭವಾಗಿತ್ತು, ಮಿಸ್ ಫ್ಯಾನ್‌ಷಾ. ಅಲ್ಲಿ ನಾವೆಲ್ಲಾ ಸಂತೋಷದಿಂದ ಇದ್ದೆವು. ನನ್ನ ಜ್ಞಾಪಕ ಶಕ್ತಿಗೆ ಕುಂದೇನೂ ಇಲ್ಲ. ನಾವು ಒಂದು ಬೃಹತ್ ಸಂಸಾರದಂತೆ ಇದ್ದೆವು. ಅನಾಥಾಲಯದವರು ನನ್ನನ್ನು ಚೆನ್ನಾಗಿ ನೋಡಿಕೊಂಡಿದ್ದರು ಅನ್ನೋದನ್ನು ನಾನು ಹೇಳದಿರಲಾರೆ. ನಿಜವಾಗಿಯೂ ನಾನು ಒಬ್ಬ ಅದೃಷ್ಟವಂತ. ಮಿಸ್ ಫ್ಯಾನ್‌ಷಾ, ನೀವು ನಿಮ್ಮ ಸುತ್ತ ನೋಡಿದರೆ ನಿಮಗೇ ಗೊತ್ತಾಗುತ್ತದೆ, – ಒಡೆದ ಸಂಸಾರಗಳಿಗೆ ಸೇರಿದ ಎಷ್ಟು ಜನರನ್ನು ನೀವು ಕಂಡಿಲ್ಲ? ದುಃಖ ಭರಿತವಾದ ಮನೆಗಳಲ್ಲಿರುವ ಎಷ್ಟು ಮಂದಿಯನ್ನು ನೀವು ನೋಡಿಲ್ಲ? ಈ ಅನುಭವಗಳು ನನ್ನ ಪಾಲಿಗೆ ಬರಲಿಲ್ಲ. ನಾನೊಬ್ಬ ಅದೃಷ್ಟಶಾಲಿ ಅಂತ ಪರಿಗಣಿಸ್ತೇನೆ. ಪರಿಸ್ಥಿತಿಯ ಸದುಪಯೋಗದಿಂದಾಗಿ ನಾನು ಹುಟ್ಟಿದ ಸ್ಥಿತಿಗಿಂತ ಈಗ ಹೆಚ್ಚು ಉತ್ತಮ ಸ್ಥಿತಿಯಲ್ಲಿದ್ದೇನೆ ಅಂತ ನನ್ನ ಭಾವನೆ."

ಅವನ ಹೇಳಿಕೆಯಂತೆ ಅವನು ಹೆಚ್ಚು ಕಲಿತಿರಲಿಲ್ಲ. ಆದುದರಿಂದ ಅವನಿಗೆ ಒಳ್ಳೆಯ ಮೆದುಳು ಇದ್ದರೂ ಅದಕ್ಕೆ ಬೇಕಾದಷ್ಟು ಕೆಲಸ ದೊರೆತಿರಲಿಲ್ಲ.'

'ದಾಸ್ತಾನು ಬೇಕಾದ ಹಾಗೆ ಇದೆ, ಅದರ ಉಪಯೋಗ ಮಾತ್ರ ಕಡಿಮೆ.' ಹೀಗೆಂದು ಅವನು ತನ್ನ ತಲೆಯ ಕಡೆ ಬೆರಳು ತೋರಿಸಿದ್ದ.

ಅವರ ನಡುವೆ ಸಂಭಾಷಣೆ ಹೀಗೆ ಸುಲಭವಾಗಿ ಹರಿದಿತ್ತು. ಈ ರೀತಿ ಮಾತುಕತೆಗಳನ್ನು ಬೇರೆ ಯಾವ ಅಪರಿಚಿತನೊಂದಿಗೂ ಯಾವ ಗಂಡಸಿನೊಂದಿಗೂ ತಾನು ನಡೆಸಿದ್ದಿಲ್ಲವೆಂದು ಅವಳು ಯೋಚಿಸಿದಳು. ಮಿ. ಕರ್ರಿಯಲ್ಲಿ ಸಂಪ್ರದಾಯಬದ್ಧವಾದ ಸಭ್ಯ ವರ್ತನೆಯೊಂದಿಗೆ ಸಲೀಸಾಗಿ ವರ್ತಿಸುವ ಜಾಣ್ಮೆಯೂ ಸೇರಿತ್ತು. ಆತ ತನ್ನ ಮನೆಯಲ್ಲಿ ಬಾಡಿಗೆದಾರ

ನಾಗಿರುವುದು ವಿಧಿನಿಯಾಮಕ ಎಂದೇ ಆಕೆ ತೀರ್ಮಾನಿಸಿದಳು. ಅವನ ನಡತೆಯಲ್ಲಿ ಒಂದು ಠೀವಿಯಿತ್ತು ಮತ್ತು ಈ ಮನೆಗೆ ಅವನು ಅಷ್ಟೊಂದು ಹೊಂದಿಕೊಂಡಂತೆ ತೋರುತ್ತಿತ್ತು.

ಅವನ ಮುಖಮುದ್ರೆಯಲ್ಲಿ ಯಾವ ವೈಶಿಷ್ಟ್ಯವೂ ಇರಲಿಲ್ಲ. ಅದು ಸಾಮಾನ್ಯ ವ್ಯಕ್ತಿಯೊಬ್ಬನ ಮುಖಮುದ್ರೆಯಾಗಿತ್ತು. ಇದಕ್ಕಾಗಿ ಅವಳು ಕೃತಜ್ಞಳಾಗಿದ್ದಳು. ಆದರೆ ಅದರಲ್ಲಿ ಏನೋ ಅವಾಸ್ತವಾಂಶ ಸೇರಿತ್ತು, ರಜತ ಪರದೆಯ ಮೇಲೆ ಕಾಣುವ ಆಕೃತಿಯಂತೆ. ಹೇಗಿದ್ದರೂ ಆತ ತನ್ನ ಅಡುಗೆಮನೆಯಲ್ಲಿ ಬೆಳಗಿನ ಊಟಕ್ಕೆ ಕೂಡುವುದು, ಅನಂತರ ಚಿಕ್ಕ ಗರಿಯೊಂದರಿಂದ ಸಿಂಗರಿಸಲ್ಪಟ್ಟ ಹ್ಯಾಟನ್ನು ಧರಿಸಿ ಪ್ರತಿ ಬೆಳಗ್ಗೆ ತನ್ನ ಕೆಲಸದ ಸಲುವಾಗಿ ಹೊರ ಹೊರಡುವುದು – ಈ ಚಿತ್ರ ಅವಳ ಮನಸ್ಸಿಗೆ ಸಮಾಧಾನ ತರುವಂಥದಾಗಿತ್ತು.

"ನನ್ನ ಸಲಕರಣೆ ಸ್ವಲ್ಪ ದೊಡ್ಡ ಪ್ರಮಾಣದ್ದು, ಅಂತ ಹೇಳಬೇಕು."

"ಎಂತಹ ಸಲಕರಣೆ...?"

"ನಾನು ಎರಡು ಉದ್ಯೋಗಗಳಲ್ಲಿ ನಿರತನಾಗಿದ್ದೇನೆ, ಮಿಸ್ ಫ್ಯಾನ್‌ಷಾ, ನನ್ನ ಬಿಲ್ಲಿಗೆ ಎರಡು ತಂತಿಗಳಿವೆ ಅನ್ನಬಹುದು. ನಿಮಗೆ ಆಶ್ಚರ್ಯ ಎನಿಸುತ್ತದೆಯೆ? ಒಂದು ಗಳಿಗೆ ಯನ್ನಾದರೂ ವ್ಯರ್ಥವಾಗಿ ಕಳೆಯಬಾರದು ಅನ್ನೋದು ನನ್ನ ಆಶಯ. ನನ್ನಲ್ಲಿ ಅಪಾರ ಚೈತನ್ಯವಿದೆ."

ಅವನ ಕಿವಿಯಲ್ಲೂ ಮೂಗಿನಲ್ಲೂ ಮೆಣಸಿನ ಕಾಳಿನ ಬಣ್ಣದ ಕೂದಲಿನ ಕುಚ್ಚುಗಳು ಚಿಗುರಿದ್ದವು. ಅವನ್ನು ನೋಡಿ, ತಲೆ ಕೂದಲು ಕತ್ತರಿಸಿಕೊಳ್ಳುವುದಕ್ಕೆ ಹಜಾಮನ ಅಂಗಡಿಗೆ ಹೋದಾಗ ಆತ ಇವಕ್ಕೂ ಕತ್ತರಿಯ ಸಂಸ್ಕಾರ ಮಾಡಿಸುತ್ತಾನೋ ಎಂದು ಅವಳು ಯೋಚಿಸಿದಳು. ಗಂಡಸರ ಅಭ್ಯಾಸಗಳ ಬಗ್ಗೆ ಆಕೆಗೆ ಏನೂ ಗೊತ್ತಿರಲಿಲ್ಲ.

"ನಿಜ ಹೇಳಬೇಕು ಅಂದರೆ, ನನ್ನ ಕೆಲಸ ಸ್ವಲ್ಪಮಟ್ಟಿಗೆ ಋತು ಧರ್ಮಾನುಸಾರಿಯಾಗಿದೆ."

"ಋತುಗಳನ್ನು ಹೊಂದಿಕೊಂಡಿದೆಯೆ?"

"ಹೌದು; ನನ್ನದು ಮುಖ್ಯವಾಗಿ ಚಳಿಗಾಲದ ಕೆಲಸ ಮತ್ತು ಇಂಗ್ಲೆಂಡ್‌ನ ಕರಾವಳಿ ಪ್ರದೇಶಗಳನ್ನು ಆಗಾಗ ಬಾಧಿಸುತ್ತಿರುವ ಮಳೆಗಾಳಿಗಳ ಕಾಲದ ಕೆಲಸ. ಪಾತ್ರೆ ಪದಾರ್ಥಗಳ ಶುಚೀಕರಣಕ್ಕೆ ಬೇಕಾದ ಸಾಮಾನುಗಳನ್ನು ಮಾರೋದಕ್ಕೋಸ್ಕರ ನಾನು ಊರಿಂದೂರಿಗೆ ಪ್ರಯಾಣ ಮಾಡ್ತೇನೆ."

ಪಾತ್ರೆಗಳನ್ನು ಬೆಳಗುವುದಕ್ಕೆ, ಮನೆಯನ್ನು ಚೊಕ್ಕಟವಾಗಿಡುವುದಕ್ಕೆ ಬೇಕಾದ ಪಾಲಿಷ್, ಡಸ್ಟರ್, ಮತ್ತು ಪೊರಕೆ ಇವುಗಳು ಎಲ್ಲಿವೆಯೊ, ಅವುಗಳಲ್ಲಿ ಏನಾದರೂ ಕೊರತೆ ಇದೆಯೊ, ಎಂಬುದನ್ನು ಪರೀಕ್ಷಿಸುವ ಸಲುವಾಗಿಯೋ ಎಂಬಂತೆ ಆತ ಆ ಮನೆಯ ಸುತ್ತಲೂ ಒಂದು ಸಲ ಕಣ್ಣು ಹಾಯಿಸಿ ನೋಡಿದ.

"ನಿಮಗೆ ಸಾಮಾನಿಡಲು ಹೆಚ್ಚಿಗೆ ಸ್ಥಳ ಏನಾದರೂ ಬೇಕಾಗಿದೆಯೇ? ಅಂದರೆ ನಿಮ್ಮ ಕೋಣೆಯ ಹೊರತು?"

ಮಿ. ಕರ‍್ರಿ ಮೇಜನ್ನು ಬಿಟ್ಟು ಎದ್ದು ಊಟದ ತಟ್ಟೆಗಳನ್ನು ಬೆಳಗಲು ಆರಂಭಿಸಿದ. ಆಕೆ ಆಶ್ಚರ್ಯದಿಂದ ಅವನನ್ನು ನೋಡುತ್ತಿದ್ದಳು. ತಪ್ಪು ವಿಳಾಸ ಇರುವ ಚೀಟಿಯನ್ನು ಹಿಡಿದು ಹೊಸಲಿನ ಆಚೆ ನಿಂತಿದ್ದ ಮನುಷ್ಯ ಈಗ ಊಟಕ್ಕೆ ಬರುವ ಅಭ್ಯಾಗತನಾಗಿದ್ದ, ಪಾತ್ರೆಗಳನ್ನು ತೊಳೆಯಲು ಸಹಾಯ ಮಾಡುವ ಮಿತ್ರನಾಗಿದ್ದ.

"ನಮ್ಮ ಅಟ್ಟದಲ್ಲಿ ಬೇಕಾದಷ್ಟು ಜಾಗವಿದೆ."

"ಸಿಗಲು ಅಸಾಧ್ಯ."

"ಓಹೋ !"

"ಅಲ್ಲದೆ ನಾನು ಸ್ವಲ್ಪ ಹುಷಾರಾಗಿರ್ಬೇಕು. ಬೆನ್ನಿಗೆ ಹೆಚ್ಚು ಭಾರ ಕೊಡಕೂಡದು. ಅಂದಮಾತ್ರಕ್ಕೆ ನಾನು ಕಾಯಿಲೆ ಮನುಷ್ಯ ಅಂತ ಭಾವಿಸ್ಬೇಡಿ, ಮಿಸ್ ಫ್ಯಾನ್‌ಷಾ. ಈ ಬಗ್ಗೆ ನೀವು ಭಯಪಡ್ಬೇಕಾಗಿಲ್ಲ. ವ್ಯಾಧಿಗ್ರಸ್ತನಾದವನನ್ನು ಶುಶ್ರೂಷೆ ಮಾಡ್ಬೇಕಾದ ಅಗತ್ಯ ಖಂಡಿತಬರಲಿಕ್ಕಿಲ್ಲ, ನನ್ನ ವಯಸ್ಸಿಗೆ ನಾನು ಆರೋಗ್ಯ ದೃಢಕಾಯನಾಗಿದ್ದೇನೆ. ನಾನು ಬಹಳ ಚಟುವಟಿಕೆಯ ಜೀವನ ನಡೆಸ್ತಿರೋದೇ ಇದಕ್ಕೆ ಕಾರಣ."

ಆಕೆ ಅವನ ಚಟುವಟಿಕೆಯ ಬಗ್ಗೆ ಒಂದು ಚಿತ್ರವನ್ನು ಕಲ್ಪಿಸಿಕೊಂಡಳು : ಬಾಗಿಲುಗಳನ್ನು ತಟ್ಟುತ್ತಾ ಮನೆಯಿಂದ ಮನೆಗೆ ಅಡ್ಡಾಡುವುದು, ಮನೆಗಳ ಮುಂದಣ ದಾರಿಗಳನ್ನು ತುಳಿಯುವುದು. ಆದರೆ ಬೇಸಗೆಯಲ್ಲಿ ಮಾಡುವ ಕೆಲಸ ಮಾತ್ರ ಬೇರೆ.

"ಎದೆ ಮತ್ತು ಕೈಕಾಲುಗಳು ಗಟ್ಟಿಯಾಗಿವೆ ಅಂತ ಹೇಳ್ತಾರಲ್ಲ – ಆ ಮಾತನ್ನು ನನಗೆ ಅನ್ವಯಿಸಬಹುದು."

ಅವಳಿಗೆ ಜೂಜಿನ ಕುದುರೆಗಳ ಜ್ಞಾಪಕ ಬಂತು. ಅವನು ಎಂದಾದರೂ ಮದುವೆ ಆಗಿದ್ದಿರಬಹುದೆ ಎಂದು ಅಂತರಂಗದಲ್ಲಿ ಯೋಚಿಸುತ್ತಾ ಅವಳು ನುಡಿದಳು :

"ಅಥವಾ, ಮೆಟ್ಟಿಲು ಕೆಳಗೆ ಒಂದು ದೊಡ್ಡ ಅಲಮಾರು ಇದೆ. ಗ್ಯಾಸ್ ಮೀಟರ್ ಇರೋ..."

"ಸರಿಯಾದ ಜಾಗ."

ಪಾತ್ರೆ ತೊಳೆಯಲು ದ್ರಾವಕ ಎಷ್ಟು ಬೇಕೋ ಅಷ್ಟು ಮಾತ್ರ ಆತ ಬೋಗುಣಿಯೊಳಗೆ ಸುರಿದ, ಷರ್ಟಿನ ತೋಳುಗಳ ಕೊಂಡಿಗಳನ್ನು ಕಳಚಿ ಅವುಗಳನ್ನು ಮೊಣಕೈವರೆಗೆ ಆಗಲೇ ಆತ ಮಡಿಸಿದ್ದ. ಹಿಂಬದಿ ಇದ್ದ ಬಾಗಿಲ ಗೂಟಕ್ಕೆ ಅವನ ಮೇಲಂಗಿಯನ್ನು ಸಿಕ್ಕಿಸಿದ್ದ. ಅವನ ಸದೃಢವಾದ ತೋಳುಗಳ ಮೇಲೆ ಕೂದಲು ತೆಕ್ಕೆ ತೆಕ್ಕೆಯಾಗಿ ಬೆಳೆದಿತ್ತು. ಅವನ ಕುರಿತು ಎಸ್ಮೆಯ ಮನಸ್ಸಿನಲ್ಲಿ ಹಲವಾರು ಪ್ರಶ್ನೆಗಳು ಮೂಡಿದವು. ಆತ ಎಷ್ಟೋ ವಿಷಯಗಳನ್ನು ಅವಳಿಗೆ ತಿಳಿಯಪಡಿಸಿದ್ದರೂ, ತಿಳಿಯಬೇಕಾದ ಅಂಶಗಳು ಇನ್ನೂ ಇದ್ದವು.

ಕಾರ್ಯನಿಮಿತ್ತವಾಗಿ ಈ ಊರಿಗೆ ತಾನು ಹಿಂದೆ ಭೇಟಿ ನೀಡಿದ್ದೆ ಮತ್ತು ಅಂದಿನಿಂದಲೇ ಅದಕ್ಕೆ ಮಾರುಹೋದೆ ಎಂದಾತ ಅವಳಿಗೆ ಹೇಳಿದ. "ಅದನ್ನು ಮತ್ತೆ ನಾನು ಮರೆಯಲೇ ಇಲ್ಲ, ಮಿಸ್ ಫ್ಯಾನ್‌ಷಾ. ಈ ಊರಿನಲ್ಲಿ ನಾನು ಸುಖದಿಂದ ಬಾಳಬಹುದು ಅಂತ ನನಗೆ ಅನಿಸಿತು. ಇದು ನನ್ನಂಥವನಿಗೆ ಹೇಳಿದಂತಹ ಸ್ಥಳ. ನಿಮಗೆ ಅರ್ಥವಾಗ್ತದೆ, ಅಲ್ವೆ ?"

"ಆದ್ದರಿಂದ ಈ ಊರಿಗೇ ಮತ್ತೆ ಬಂದಿರಿ ?"

"ಖಂಡಿತವಾಗಿ. ಯಾವುದಾದ್ರೂ ಒಂದು ಕಾರ್ಯ ನನ್ನಿಂದ ಆಗ್ಬೇಕು ಅಂತ ಭಗವಂತನಿಂದ ಇಚ್ಛಿತವಾಗಿದ್ದಲ್ಲಿ, ನನಗೆ ಅದರ ಅರಿವಾಗ್ತದೆ. ಆ ಭಾವನೆಯನ್ನು ನಾನು ಯಾವತ್ತೂ ಕಡೆಗಾಣಿಸೋದಿಲ್ಲ. ನನ್ನನ್ನು ಇಲ್ಲಿಗೆ ಹಿಂದಿರುಗುವಂತೆ ಮಾಡಿದುದು ದೈವಸಂಕಲ್ಪ."

"ಇದೊಂದು ಚಿಕ್ಕ ಊರು."

"ಆದರೆ ಉತ್ಕೃಷ್ಟವಾದುದು; ಆರಿಸಿ ತೆಗೆದಂಥ ಊರು."

"ಚಿಕ್ಕ ಊರು ಅಂತ ನಾನು ಯಾಕೆ ಹೇಳಿದೆ ಅಂದ್ರೆ, ಈ ಸ್ಥಳ ಜನರನ್ನು ಆಕರ್ಷಿಸೋದು ಸ್ವಲ್ಪಕಾಲ, ಜುಲೈ ಆಗಸ್ಟ್ ತಿಂಗಳುಗಳಲ್ಲಿ ಮಾತ್ರ."

"ಹೌದೆ ?"

"ಬಹುಶಃ ನಿಮ್ಮ – ಹಾಂ– ಬೇಸಿಗೆ ಕಾಲದ ಕೆಲಸಕ್ಕೆ ಇದು ಸಮರ್ಪಕವಾಗಲಾರದೋ ಏನೋ ?"

"ಓಹ್, ಸರಿಹೋಗ್ತದೆ ಅಂತ ನನಗೆ ಅನಿಸ್ತದೆ, ಮಿಸ್ ಫ್ಯಾನ್‌ಷಾ. ಈ ವಿಷಯಗಳನ್ನೆಲ್ಲ ಬಹಳ ಎಚ್ಚರಿಕೆಯಿಂದ ನಾನು ತೂಗಿ ನೋಡ್ತೇನೆ, ಬಹಳ ಎಚ್ಚರಿಕೆಯಿಂದ."

ಆ ವಿಷಯದ ಬಗ್ಗೆ ಮತ್ತೆ ಹೆಚ್ಚಿಗೆ ಪ್ರಸ್ತಾಪ ಮಾಡದೆ, ಆಕೆ ಇಷ್ಟೇ ಹೇಳಿದಳು :

"ನೋಡಿ, ಈಗಂತೂ ಚಳಿಗಾಲ."

"ಹೌದು, ಈಗ ನಾನು ನನ್ನ ಎರಡನೇ ಕಸುಬನ್ನು ಆರಂಭಿಸಲು ಸಕಾಲ. ಇಂಥ ಊರಲ್ಲಿ, ಸಾಕಷ್ಟು ಜೀವನ ಸೌಕರ್ಯಗಳಿದ್ದು, ಅಚ್ಚುಕಟ್ಟಾದ ಮನೆಗಳಲ್ಲಿ ವಾಸಿಸುವ ನಿಮ್ಮಂಥ ಮಹಿಳೆಯರಿಂದ ತುಂಬಿರುವ ಈ ಊರಲ್ಲಿ ಅಂತ್ಯವಿಲ್ಲದಷ್ಟು ಅವಕಾಶಗಳಿವೆ, ಕೊನೆ ಮೊದಲಿಲ್ಲದ ಅವಕಾಶಗಳು."

"ಯಾವುದಕ್ಕೆ – ಆಂ– ಶುಚೀಕರಣ ವಸ್ತುಗಳ ಮಾರಾಟಕ್ಕೆ ?"

"ಹೌದು. ಹೌದು."

"ಈಗ ಅರ್ಥವಾಯಿತು."

"ನಿಮ್ಮ ಮನೆಯ ಬಗ್ಗೆ ನಿಮಗೆ ಹೆಮ್ಮೆ ಅನಿಸ್ತದೆ ಅಲ್ವೆ? ಇದನ್ನು ನೋಡಿದ್ರೇ ಸಾಕು, ಯಾರಿಗಾದ್ರೂ ಅದು ತಿಳಿದೀತು."

ಹೀಗೆ ಹೇಳಿ ಆತ ಒಂದು ಕೈ ಎತ್ತಿ ನೊರೆ ನೀರಿನ ಹನಿಗಳನ್ನು ಉದುರಿಸುತ್ತಾ. ಅಡುಗೆ ಮನೆಯ ಸಲಕರಣೆಗಳನ್ನೆಲ್ಲ ನಿರ್ದೇಶಿಸಿದ. ಆಗ ಅವುಗಳನ್ನು ಕರ್ರಿಯ ಕಣ್ಣಿನಿಂದ ಆಕೆ ನೋಡಿದಳು : ನಿರ್ಮಲವಾದ ಕಿಟಿಕಿಗಳು ಹೊಳೆಯುತ್ತಿರುವ ನಲ್ಲಿ, ಸ್ವಚ್ಛವಾದ ಕೈ ತೊಳೆಯುವ ತೊಟ್ಟಿಗಳು. ಸರಿ, ಅವುಗಳ ಬಗ್ಗೆ ಅವಳಿಗೆ ಹೆಮ್ಮೆ ಎನ್ನುವುದು ನಿಜ. ಅವು ಹಾಗಿರಬೇಕು ಎಂದು ಅವಳ ತಾಯಿ ಆಗ್ರಹಪಡಿಸುತ್ತಿದ್ದಳು. ಈಗ ತಾನಾಗಿಯೇ ಅವಳ ಬಾಯಿಯಿಂದ ಒಂದು ಮಾತು ಹೊರಟಿತು : "ನನ್ನ ತಾಯಿ ಕೇವಲ ಎರಡು ವಾರಗಳ ಹಿಂದೆ ಮಡಿದು ಹೋದಳು." ಆತನಿಗೆ ಆಗಲೇ ಈ ವಿಷಯವನ್ನು ತಾನು ತಿಳಿಸಿದ್ದೆನೆಂಬ ಸಂಗತಿ ಅವಳಿಗೆ ಮರೆತೇಹೋಗಿತ್ತು. ತಾಯಿಯ ನೆನಪು ಅವಳಿಗೆ ತಲ್ಲಣವನ್ನುಂಟುಮಾಡಿತು. ತಾಯಿ ಇದ್ದ ಕೋಣೆ ಖಾಲಿ ಆಗಿದೆ. ಅದನ್ನು ಮಿ. ಕರ್ರಿಗೆ ತಾನು ಬಿಟ್ಟುಕೊಡುವುದರಲ್ಲಿದ್ದೇನೆ ಎಂಬುದನ್ನು ನಂಬುವುದೇ ಅವಳಿಗೆ ಕಷ್ಟವಾಯಿತು. ತಾನು ಮಾಡಿದ್ದು ತಪ್ಪು ಎಂಬ ಭಾವನೆ ಉಂಟಾಗಿ ಅವಳ ಕಣ್ಣುಗಳು ಹನಿಗೂಡಿದವು. ಮಾತ್ರವಲ್ಲ; ಅಪರಿಚಿತ ವ್ಯಕ್ತಿಯೊಬ್ಬ ತಮ್ಮ ಮನೆಯ ಅಡುಗೆಕೋಣೆಯಲ್ಲಿ ಕೈ ತೊಳೆಯು ತ್ತಿರುವುದರ ಬಗ್ಗೆ ಅಥವಾ ಈ ಹೊಸ ಗೆಳೆತನ ಮಾಡಿದ ತನ್ನ ಸಾಹಸದ ಬಗ್ಗೆ ಅವಳ ತಾಯಿ ಏನೆಂದುಕೊಳ್ಳುತ್ತಿದ್ದಳು ?

"ನನ್ನನ್ನು ಕೇಳಬೇಕಾಗಿತ್ತು, ಎಸ್ಮೆ. ನೀನು ಬೆಳ್ಳಗಿರೋದೆಲ್ಲಾ ಹಾಲು ಅಂತ ಭಾವಿಸ್ತಿ. ಪೂರ್ವಾಪರ ಯೋಚನೆಯೇ ಇಲ್ಲ. ನನ್ನನ್ನು ಕೇಳಬೇಕಾಗಿತ್ತು."

ತನ್ನ ತಾಯಿಯ ಅಂತ್ಯಕ್ರಿಯೆ ಮುಗಿದು ಎರಡು ದಿನಗಳಾದ ತರುವಾಯ "ಲೈಲಾಕ್ಸ್"ನ

ಶ್ರೀಮತಿ ಬಿಕರ್‌ಡೈಕ್ ಆಕೆಯನ್ನು ದವಾಖಾನೆಯಲ್ಲಿ ಭೇಟಿ ಮಾಡಿದ್ದಳು. 'ಬಂಧುಗಳ ನಿರ್ಗಮನದಿಂದ ದುಃಖಿತರಾದವರಿಗೆ' ತಾನು 'ನೆರವು ನೀಡುತ್ತಿದ್ದೇನೆ' ಎಂದು ಶ್ರೀಮತಿ ಬಿಕರ್‌ಡೈಕ್ ಅವಳ ಕಿವಿಯಲ್ಲಿ ಪಿಸುಗುಟ್ಟಿದ್ದಳು. ಆಕೆ ಆತ್ಮಗಳನ್ನು ಆವಾಹನೆ ಮಾಡುತ್ತಿದ್ದಳೆಂಬುದೇ ಇದರರ್ಥವೆಂಬುದನ್ನು ಎಸ್ಮೆ ಗ್ರಹಿಸಿದ್ದಳು. ಈ ಮೂಲಕ ದಿವಂಗತ ಶ್ರೀಮತಿ ಮಿಸ್ ಫ್ಯಾನ್‌ಷಾ ಅವಳೊಂದಿಗೆ ಸಂಪರ್ಕ ಸಾಧ್ಯ ಎಂಬುದನ್ನೂ ಎಸ್ಮೆಗೆ ಆಕೆ ಸೂಚಿಸಿದ್ದಳು. ಆಕೆಯ ಪಿಸುಮಾತು ಕೇಳಿ ಎಸ್ಮೆಯ ಗುಂಡಿಗೆ ಹಾರಿದಂತೆ ಆಗಿತ್ತು. ತನ್ನ ತಾಯಿಯೊಂದಿಗೆ ಪುನಃ ಸಂಪರ್ಕ! ಆಕೆಯೊಡನೆ ತನ್ನ ಸಂಬಂಧ ಮುಂದುವರಿಕೆ! ಈ ಯೋಚನೆಯೇ ಅವಳನ್ನು ದಿಗಿಲುಗೊಳಿಸಿತ್ತು. ಆದರೂ ಅದನ್ನು ತೋರ್ಪಡಿಸದೆ, ಸತ್ತವರನ್ನು ಅವರ ಪಾಡಿಗೆ ಬಿಡುವುದೇ ಲೇಸು ಎಂಬ ಅಭಿಪ್ರಾಯವನ್ನು ಮಾತ್ರ ಮಿಸೆಸ್ ಬಿಕರ್‌ಡೈಕ್‌ಗೆ ಅವಳು ವ್ಯಕ್ತಪಡಿಸಿದ್ದಳು : "ನೀನು ಕ್ಷಮಿಸೋದಾದರೆ, ನನಗೆ ತೋಚಿದ್ದನ್ನು ಹೇಳ್ತೀನೆ. ನಿನ್ನಲ್ಲಿ ನನಗೆ ಗೌರವ ಇದೆ. ಆದರೆ ಸತ್ತವರ ವಿಷಯ ಪರಿಶೀಲನೆ ನಡೆಸೋದು ಅಥವಾ ಅವರನ್ನು ಬೆಂಬತ್ತಿ ಹೋಗೋದು ಸರಿಯಲ್ಲ. ಅದು ದೈವೇಚ್ಛೆಗೆ ವಿರೋಧವಾದ ಕೆಲಸ ಅಂತ ನನಗನಿಸ್ತದೆ," ಎಂದಾಕೆ ಹೇಳಿದ್ದಳು.

ಈಗ ತನ್ನ ತಾಯಿ ಮಿ॥ ಕರ್‌ರ್ರಿ ಬಗ್ಗೆ ಮಾತಾಡುತ್ತಿರುವಂತೆ ಅವಳಿಗೆ ಭಾಸವಾಯಿತು :

"ಎಸ್ಮೆ, ಒಬ್ಬ ವ್ಯಕ್ತಿಯ ಕಣ್ಣುಗಳು ಹೇಗಿವೆ ಅನ್ನೋದನ್ನು ಬಹಳ ಎಚ್ಚರಿಕೆಯಿಂದ ನೀನು ನೋಡಬೇಕು, ಒಂದಕ್ಕೊಂದು ತೀರ ಹತ್ತಿರ ಕಣ್ಣುಗಳು ಇರುವ ವ್ಯಕ್ತಿಯನ್ನು ಎಂದಿಗೂ ನಂಬಬಾರದು."

ಆತನ ಕಣ್ಣುಗಳನ್ನು ನೋಡಲು ಅವಳು ಯತ್ನಿಸಿದಳು, ಆದರೆ ಆತ ಪಕ್ಕಕ್ಕೆ ತಿರುಗಿ ನಿಂತಿದ್ದ.

"ಹಾಗಲ್ಲದೆ, ಕಣ್ಣುಗಳು ಬಹಳ ದೂರ ದೂರ ಇರಬಹುದು. ಅದು ಸೋಮಾರಿತನವನ್ನು ಸೂಚಿಸ್ತದೆ."

ತನ್ನ ತಾಯಿಯ ಮರಣದ ಬಗ್ಗೆ ಮಾತಾಡಿ ಮಿ. ಕರ್‌ರ್ರಿಗೆ ಬೇಸರ ಉಂಟುಮಾಡುವ ಉದ್ದೇಶವಾಗಲಿ ಅಥವಾ ಉದ್ವಿಗ್ನಳಂತೆ ತೋರಿಸಿಕೊಳ್ಳುವ ಇಚ್ಛೆಯಾಗಲಿ ಆಕೆಗೆ ಇರಲಿಲ್ಲ. ಆದಕಾರಣ ತಾನೀಗ ಅದರ ಪ್ರಸ್ತಾಪ ಮಾಡಿದುದಕ್ಕೆ ಅವಳಿಗೆ ನಾಚಿಕೆಯೆನಿಸಿತು. ಪಾತ್ರೆ ಬೆಳಗುವ ಕಾರ್ಯ ಮುಗಿಸಿ ಆತ ಕೆಂಪೇರಿದ ಹಾಗೂ ಒದ್ದೆಯಾದ ತನ್ನ ಕೈಗಳನ್ನು ತೊಟ್ಟಿಯ ಅಂಚಿನ ಮೇಲೆ ಇರಿಸಿದ್ದ. ಅವನು ಮಾತಾಡಲು ಉಪಕ್ರಮಿಸಿದಾಗ ಅವನ ಧ್ವನಿ ಸ್ವಲ್ಪ ಬದಲಾಯಿಸಿದಂತೆಯೂ ಗಂಭೀರವಾದಂತೆಯೂ ಕೇಳಿಸಿತು.

"ಮಿಸ್ ಫ್ಯಾನ್‌ಷಾ, ಸತ್ತವರ ಸ್ಮರಣೆಯನ್ನು ಅಳಿಸಿಬಿಡೋದು ಸರಿಯಲ್ಲ ಅಂತ ನನ್ನ ಅಭಿಪ್ರಾಯ. ಅಂತಹ ಸ್ಮರಣೆ ಪವಿತ್ರವಾದುದು ಅಂತ ನನ್ನ ನಂಬಿಕೆ. ಪೂಜ್ಯಳಾದ ನಿಮ್ಮ ತಾಯಿಯ ವಿಷಯ ನೀವು ಮಾತಾಡುವಂತಾಗಿರೋದನ್ನು ಕಂಡು ನನಗೆ ಸಂತೋಷವಾಗಿದೆ."

ಇದರಿಂದ ಎಸ್ಮೆಗೂ ತಕ್ಷಣ ಸಂತೋಷ ಉಂಟಾಯಿತು. ಅವನು ಅಡುಗೆಮನೆಯಲ್ಲಿ ಇದ್ದ ಕಾರಣ, ಇತ್ತೀಚೆಗೆ ಆ ಮನೆಯ ಮೂಲೆ ಮೂಲೆಯಲ್ಲೂ ತುಂಬಿದ್ದ ಶೂನ್ಯ ಕಳೆ ಮತ್ತು ನೀರವತೆ ಮಾಯವಾದಂತಿತ್ತು. ಅವಳು ಹೇಳಿದಳು :

"ಅದು ಯಾವತ್ತೂ ಸುಲಭವಾದ ಕಾರ್ಯವಾಗಿರಲಿಲ್ಲ... ನನ್ನ ತಾಯಿ ಬಹಳಷ್ಟು ... ಖಂಡಿತವಾದಿಯಾಗಿದ್ದಳು."

"ಹೆಚ್ಚಿಗೆ ಹೇಳ್ಬೇಕಾಗಿಲ್ಲ. ನನಗೆ ಎಲ್ಲಾ ಅರ್ಥವಾಗ್ತದೆ. ಹಿಂದಿನ ತಲೆಮಾರಿನವರು ಖಡಾಖಂಡಿತವಾಗಿ ಮಾತಾಡುವ ಪರಿಪಾಠ ಇಟ್ಟುಕೊಂಡಿದ್ದರು."

ಆತ ಸೂಕ್ಷ್ಮಮತಿ, ಇಂಗಿತಜ್ಞ ಎಂಬುದರಲ್ಲಿ ಸಂದೇಹವಿಲ್ಲ ಎಂದು ಆಕೆ ಯೋಚಿಸಿದಳು. ಅವಳ ಮನಸ್ಸು ಹಗುರವಾಯಿತು; ಸಂತಸದಿಂದ ನಗು ಬರುವಂತೆ ಆಯಿತು. ಏಕೆಂದರೆ ಅವಳ ತಾಯಿ ತನ್ನ ಮೇಲೆ ಎಂಥ ಅಧಿಕಾರ ನಡೆಸುತ್ತಿದ್ದಳು. ಅವಳ ಕಾಯಿಲೆಯ ಕೊನೆದಿನಗಳಲ್ಲಿ ತನಗೆ ಎಷ್ಟು ಶ್ರಮ ಆಗಿತ್ತು – ಇವುಗಳನ್ನೆಲ್ಲ ವಿವರವಾಗಿ ಅವನಿಗೆ ತಿಳಿಸಬೇಕಾಗಿರಲಿಲ್ಲ. ಅದೆಲ್ಲ ಅವನಿಗೆ ತಿಳಿದಿತ್ತು; ಆತ ಎಲ್ಲವನ್ನೂ ಅರ್ಥಮಾಡಿಕೊಂಡಿದ್ದ.

ಮಿ. ಕರ್ರಿ ತನ್ನ ಕೈಗಳನ್ನು ಆರಿಸಿಕೊಂಡ, ಕೈಚೀಲಗಳನ್ನು ತೊಡುವ ರೀತಿಯಲ್ಲಿ ಒಂದೊಂದು ಬೆರಳನ್ನೂ ಪ್ರತ್ಯೇಕವಾಗಿ ಟವೆಲಿನಿಂದ ಒರೆಸಿಕೊಂಡ. ಷರಟಿನ ತೋಳುಗಳನ್ನು ಕೆಳಗಿಳಿಸಿ, ಗುಂಡಿ ಹಾಕಿ, ಆಮೇಲೆ ಅಂಗಿ ಧರಿಸಿದ. ಅವನ ಚಲನವಲನಗಳೆಲ್ಲ ಪ್ರಜ್ಞಾಪೂರ್ವಕವಾಗಿದ್ದು, ಅಚ್ಚುಕಟ್ಟಾಗಿದ್ದವು. ಅವನು ಕೆಮ್ಮಿ ಗಂಟಲು ಸರಿಪಡಿಸಿಕೊಂಡು ನುಡಿದ :

"ಕೊಠಡಿಯ ವಿಷಯ, ಮಿಸ್ ಫ್ಯಾನ್‌ಷಾ. ಬಾಡಿಗೆಯ ಪ್ರಶ್ನೆ ಒಂದು ಬಾಕಿ ಇದೆ. ಇಂಥ ವಿಷಯಗಳನ್ನು ಕೂಡಲೇ ನಿಷ್ಕರ್ಷೆ ಮಾಡಿಬಿಡೋದು ಉತ್ತಮ ಅಂತ ನನ್ನ ಭಾವನೆ. ಹಣದ ಬಗ್ಗೆ ಮಾತಾಡೋದಕ್ಕೆ ಯಾರೂ ದಾಕ್ಷಿಣ್ಯ ಪಡ್ಬೇಕಾಗಿಲ್ಲ, ಅಲ್ವೆ?"

"ಓಹ್ ಇಲ್ಲ, ಖಂಡಿತವಾಗಿಯೂ, ನಾನು..."

"ವಾರಕ್ಕೆ ನಾಲ್ಕು ಪೌಂಡುಗಳು, ಅನ್ನೋಣವೇ?"

ಅವಳಿಗೆ ದಿಗ್ಭ್ರಾಂತಿ ಆಯಿತು. ರೂಮಿನ ಬಾಡಿಗೆ ಎಷ್ಟು, ಬೆಳಗ್ಗಿನ ಊಟಕ್ಕೆ ಏನಾಗಬಹುದು – ಈ ವಿಷಯಗಳ ಪರಿಚಯವೇ ಇರಲಿಲ್ಲ ಆಕೆಗೆ. ಆದರೂ ತಾನು ಕೇಳುವ ಮೊಬಲಗು ವ್ಯವಹಾರಜ್ಞರು ಒಪ್ಪತಕ್ಕಂಥದ್ದಾಗಿರಬೇಕು ಮತ್ತು ನ್ಯಾಯಸಮ್ಮತವಾಗಿರಬೇಕು ಎಂದು ಅವಳಿಗೆ ತೋರಿತು. ಸರಿ, ಅವನು ತನಗೆ ಸಮರ್ಪಕವೆಂದು ಅನಿಸಿದ ಮೊಬಲಗನ್ನು ಸೂಚಿಸಿದ್ದ. ಈ ವಿಷಯದಲ್ಲಿ ಆತನಿಗೆ ಅವಳಿಗಿಂತ ಹೆಚ್ಚಿನ ಅನುಭವ ಇತ್ತೆಂಬುದರಲ್ಲಿ ಸಂಶಯವಿರಲಿಲ್ಲ.

"ಸದ್ಯಕ್ಕೆ ನಾನು ಸೆಡಾರ್ಸ್ ರೋಡಿನಲ್ಲಿರುವ ಒಂದು ಅತಿಥಿ ಗೃಹದಲ್ಲಿ ಇಳಿದುಕೊಂಡಿದ್ದೇನೆ. ನನ್ನ ರೂಮಿನ ನೆಲದ ಮೇಲಿರುವ ಹಾಸು ಬಟ್ಟೆ ಅಷ್ಟೇನೂ ಶ್ರೇಷ್ಠವಲ್ಲ. ಬೆಳಗಿನ ಊಟಕ್ಕೆ ಬೇಯಿಸಿದ ಯಾವ ಪದಾರ್ಥಗಳನ್ನೂ ಅಲ್ಲಿ ತಯಾರಿಸೋದಿಲ್ಲ. ನನ್ನ ಜೀವನ ವೃತ್ತಾಂತದಿಂದ ನಿಮಗೆ ತಿಳಿದಿರಬಹುದಾದಂತೆ ನಾನೇನೂ ಸುಖಜೀವಿಯಲ್ಲ, ಮಿಸ್ ಫ್ಯಾನ್‌ಷಾ. ಆದರೆ ದಿನವೆಲ್ಲಾ ದುಡಿದ ಮೇಲೆ ಸ್ವಲ್ಪ ನೆಮ್ಮದಿಯಿಂದ ಇರಲು ಆಶಿಸೋದು ಸಹಜವಲ್ವೆ ?"

"ಓ, ಬರಿ ನೆಮ್ಮದಿಯಲ್ಲ. ಇಲ್ಲಿ ಅದಕ್ಕಿಂತಲೂ ಹೆಚ್ಚಿನ ಸೌಕರ್ಯಗಳು ದೊರೆಯುವಂತೆ ನಾನು ನೋಡಿಕೊಳ್ತೇನೆ. ನನ್ನ ಕೈಲಾದಷ್ಟು ನಾನು ಮಾಡಲು ಸಿದ್ಧ. ನನಗೆ ..."

"ಏನು ?"

ಆತನ ದೃಷ್ಟಿಯಲ್ಲಿ ತಾನು ಹೇಗೆ ಕಾಣಿಸುತ್ತಿರಬಹುದು ಎಂದು ಭಾವಿಸಿ ಆಕೆಗೆ ತತ್‌ಕ್ಷಣ ಅಳುಕು ಉಂಟಾಯಿತು.

"ನನ್ನ ಭಾವನೆ ಏನು ಅಂದರೆ, ನೀವು ವಿಳಾಸವನ್ನು ತಪ್ಪಾಗಿ ತಿಳಿದದ್ದು ಏನೋ ಒಂದು..."

"ಅದೃಷ್ಟವಶಾತ್ ನಡೆದ ಘಟನೆ ?"

"ಹೌದು. ಖಂಡಿತ ಹೌದು."

ಮಿ. ಕರ್ರಿ ತಲೆಬಾಗಿ ಅವಳಿಗ ಒಂದು ಚಿಕ್ಕ ವಂದನೆಯನ್ನು ಸಮರ್ಪಿಸಿದ.

"ಮಿ. ಕರ್ರಿ, ಈ ಮನೆಗೆ ಬರಲು ನಿಮಗೆ ಯಾವಾಗ ಅನುಕೂಲವಾಗ್ಬಹುದು? ಒಂದೆರಡು ಕೆಲಸ..."

"ನಾಳೆ ಸಂಜೆ ಆಗ್ಬಹುದೆ ?"

"ನಾಳೆ ಶುಕ್ರವಾರ."

"ಬಹುಶಃ ಅದು ನಿಮಗೆ ಅನಾನುಕೂಲವಾಗಿರ್ಬಹುದು."

"ಇಲ್ಲ... ಇಲ್ಲ... ಖಂಡಿತವಾಗಿಯೂ ಇಲ್ಲ... ನಮ್ಮ ವಾರ ಶುಕ್ರವಾರದ ದಿನದಿಂದಲೇ ಆರಂಭವಾಗಲಂತೆ."

"ನಿಮ್ಮಂಥ ಮನೆಯೊಡತಿ ದೊರಕುವುದು ನನಗೆ ಬಹು ಸಂತೋಷ, ಮಿಸ್ ಫ್ಯಾನ್‌ಷಾ."

ಮನೆಯೊಡತಿ ? 'ಮಿ. ಕರ್ರಿ ಅವರೆ, ಮನೆಯೊಡತಿಗಿಂತ ಹೆಚ್ಚಾಗಿ ನಿಮ್ಮ ಒಬ್ಬ ಮಿತ್ರನಂತಿರಲು ನಾನು ಬಯಸ್ತೇನೆ' ಎಂದು ಅವಳು ಹೇಳಬಯಸಿದಳು. ಆದರೆ ಅದು ಧಾರ್ಷ್ಟ್ಯವೆನಿಸೀತು ಎಂದು ಭಾವಿಸಿ ಏನೂ ಹೇಳಲಿಲ್ಲ.

ಆತ ಹೊರ ಹೊರಟ ಮೇಲೆ ಒಂದು ಬಟ್ಟಲು ಟೀ ತಯಾರಿಸಿ, ಅಡುಗೆಮನೆ ಮೇಜಿನ ಮುಂದೆ ಅವಳು ಸುಮ್ಮನೆ ಕುಳಿತಳು. ಅವಳಿಗೆ ಸ್ವಲ್ಪ ಮಂಕು ಕವಿದ ಹಾಗಾಗಿತ್ತು. ತನ್ನ ಜೀವನದಲ್ಲಿ ಇದೊಂದು ಹೊಸ ಸ್ತರ, ಎಂದು ಅವಳು ಭಾವಿಸಿದಳು. ಆದರೆ ಅವಳು ಇನ್ನೂ ಗಾಬರಿಗೊಂಡಿದ್ದಳು. ಅವಳ ವರ್ತನೆ ಮಾಮೂಲು ಎಂದು ಹೇಳುವ ಹಾಗಿರಲಿಲ್ಲ; ಅವಳ ವ್ಯಕ್ತಿತ್ವಕ್ಕೆ ಅದು ಹೊಂದಿಕೊಳ್ಳುವಂಥದ್ದಾಗಿರಲಿಲ್ಲ; ವಿವೇಚನೆಗೆ ಒಳಪಟ್ಟದ್ದಾಗಿರಲಿಲ್ಲ, ಅವಳು ಚಿಕ್ಕವಳಾಗಿದ್ದಾಗ ಬೀದಿಯಲ್ಲಿ ಅಪರಿಚಿತರೊಂದಿಗೆ ಮಾತನಾಡುವುದರ ವಿರುದ್ಧ ಅವಳ ತಾಯಿ ಅವಳಿಗೆ ಎಚ್ಚರಿಕೆ ನೀಡುತ್ತಿದ್ದಳು. ಹಾಗೆಯೇ ಅಪರಿಚಿತರನ್ನು ಮನೆಯೊಳಗೆ ಕರೆಯುವುದರ ವಿರುದ್ಧವೂ ಅವಳಿದ್ದಿದ್ದರೆ ಈಗ ಎಚ್ಚರಿಕೆ ಕೊಡುತ್ತಿದ್ದಳು. ಎಸ್ಮೆ, ಎಂಥವರೊಂದಿಗೆ ನೀನು ಮಾತಾಡುತ್ತಿರುವೆ, ಎಂಬುದನ್ನು ಹೇಳುವಂತಿಲ್ಲ; ವಿಚಿತ್ರವಾದ ವ್ಯಕ್ತಿಗಳು ತುಂಬಿರುವ ಪ್ರಪಂಚ ಇದು. ಅವಳು ದಿನಪತ್ರಿಕೆಗಳಲ್ಲಿ ವರದಿಯಾದ ಎಲ್ಲ ದುಷ್ಟ ವ್ಯಾಪಾರದ ಕತೆಗಳನ್ನು ಗಮನಿಸುತ್ತಿದ್ದುದಲ್ಲದೆ ಪ್ರಸಿದ್ಧ ಪಾತಕಿಗಳ ವಿಚಾರಣೆಗಳ ಕುರಿತಾದ ಪುಸ್ತಕಗಳನ್ನೂ ಓದುತ್ತಿದ್ದಳು. ಡಾ. ಕ್ರಿಪ್ಪೆನ್ ಎಂಬುವನ ಜೀವನಕಥೆ ಅವಳ ಮೇಲೆ ವಿಶೇಷ ಪ್ರಭಾವ ಬೀರಿತ್ತು.

ಎಸ್ಮೆ ತಲೆ ಅಲ್ಲಾಡಿಸಿದಳು. ಮನೆ ಮಾರಿ ಲಂಡನ್ ನಗರದಲ್ಲಿ ವಸತಿ ಹೂಡುವ ಮತ್ತು ವಿದೇಶ ಸಂಚಾರ ಕೈಗೊಳ್ಳುವ ತನ್ನ ಯೋಜನೆಗಳನ್ನೆಲ್ಲ ಅವಳೀಗ ಅನಿವಾರ್ಯವಾಗಿ ಕೈಬಿಡಬೇಕಾಗಿತ್ತು. ತನ್ನ ಬದುಕು ಹಿಂದಿನಂತೆಯೇ ಮುಂದುವರಿಯಬಹುದೇನೋ ಎಂಬ ಚಿಂತೆಯಿಂದ ಅವಳು ಒಂದು ಕ್ಷಣಕಾಲ ಖಿನ್ನಳಾದಳು. ಮೇಲಾಗಿ ಅವಳ ನೆರೆಹೊರೆ ಯವರು ಮತ್ತು ಸ್ನೇಹಿತರು ಏನು ಹೇಳಬಹುದು ಎಂದು ಅವಳು ಯೋಚಿಸಿದಳು. ಮಿ. ಕರ್ರಿ ಕೈಯಲ್ಲೊಂದು ಪತ್ರಿಕೆ ಹಿಡಿದುಕೊಂಡು ತನ್ನ ಬಾಗಿಲಲ್ಲಿ ನಿಂತಿದ್ದನ್ನು ಅವರು ಕಂಡಿರಬಹುದೇ ಎಂದು ಅವಳು ಶಂಕಿಸಿದಳು. ಶುಚೀಕರಣ ಸಾಮಗ್ರಿಗಳನ್ನು ಮಾರಲು ಅವನು ಮನೆಯಿಂದ ಮನೆಗೆ ತಿರುಗಾಡುವಾಗ, ಅವರು ಅವನನ್ನು ಮಿಸ್ ಫ್ಯಾನ್‌ಷಾಳ

ಬಾಡಿಗೆದಾರ ಎಂದು ಗುರುತಿಸಿ, ತನ್ನ ವರ್ತನೆಯನ್ನು ಟೀಕಿಸಬಹುದೇ ಎಂದು ಅವಳು ಸಂದೇಹಗ್ರಸ್ತಳಾದಳು. ಅವಳ ತಾಯಿ ನಿಸ್ಸಂದೇಹವಾಗಿ ಮಿ. ಕರ್ರಿಯನ್ನು ನಿರಾಕರಿಸುತ್ತಿದ್ದಳು. ಅದೂ 'ಬೀದಿಯಿಂದ ಬಂದ ಅಪರಿಚಿತ' ಎಂಬ ಒಂದೇ ಕಾರಣಕ್ಕಾಗಿ ಅಲ್ಲ.

"ಎಸ್ಮೆ, ಅವನೊಬ್ಬ ಮಾರಾಟಗಾರ, ಬಾಗಿಲ ಹತ್ತಿರ ನಿಂತು ಸಾಮಾನುಗಳನ್ನು ಬಿಕರಿ ಮಾಡುವ ಮನುಷ್ಯ, ಮತ್ತು ಬೇಸಿಗೆಯಲ್ಲಿ ಅವನು ಏನು ಕೆಲಸ ಹಚ್ಚಿಕೊಂಡಿದ್ದಾನೋ? ಈ ವಿಷಯ ನಿನಗೆ ತಿಳಿಯದು."

ಅವನ ನಡುವಳಿಕೆಯಲ್ಲಿ ಏನೂ ದೋಷವಿಲ್ಲ, ಅಮ್ಮ. ಆತ ಹಳೇ ಮಾದರಿಯ ಶಿಷ್ಟಾಚಾರದಲ್ಲಿ ನಂಬಿಕೆಯುಳ್ಳವ. ಅವನು ಮಾತನಾಡುವ ರೀತಿಯಲ್ಲೂ ಒಳ್ಳೇ ಸಂಭಾವಿತತನ ಎದ್ದು ಕಾಣ್ತದೆ. ಅವನ ಕೈ ಚೀಲಗಳು, ಹ್ಯಾಟನ್ನು ಮೇಲೆತ್ತಿ ಅವನು ಗೌರವವನ್ನು ಸೂಚಿಸಿದ ರೀತಿ, ಈ ಮನೆಯಲ್ಲಿ ಈಗಾಗಲೇ ವಾಸಿಸಲು ಆರಂಭಿಸಿದ್ದಾನೋ ಎಂಬಂತೆ ಸದ್ದಿಲ್ಲದೆ ಅವನು ಪಾತ್ರೆಗಳನ್ನು ಬೆಳಗಿದ ಕ್ರಮ – ಇವುಗಳನ್ನೆಲ್ಲ ಎಸ್ಮೆ ಜ್ಞಾಪಿಸಿದಳು.

"ಇದರ ಪರಿಣಾಮ ಎಲ್ಲಿಗೆ ತಲಪಬಹುದು ನಿನಗೆ ಗೊತ್ತೆ, ಎಸ್ಮೆ?"

"ಇದರಿಂದ ಆಗಬಹುದಾದ ನಷ್ಟವನ್ನು ಅನುಭವಿಸಲು ನಾನು ಸಿದ್ಧ. ಇದುವರೆಗೆ ಕಷ್ಟ ನಷ್ಟಗಳನ್ನು ನಾನು ಎದುರಿಸಿದ್ದೇ ಇಲ್ಲ."

ತಾನು ಹೇಳಿದುದೇ ಸರಿ ಎಂಬ ದೃಢ ನಿರ್ಧಾರದಿಂದ ವಾದವನ್ನು ಮುಂದುವರಿಸಲು ಇಷ್ಟಪಡದೆ, ತನ್ನ ತಾಯಿ ತುಟಿಗಳನ್ನು ಬಿಗಿಹಿಡಿದು ಕೈಗಳನ್ನು ಜೋಡಿಸಿ ನಿಂತಂತೆ ಆಕೆಗೆ ಕಂಡಿತು. ಆದರೆ, ಇದು ಅವಳ ಬದುಕು, ಅವಳ ಬಾಳಿಗೆ ಈಗ ಅವಳೇ ಒಡತಿ. ಒಮ್ಮೆಯಾದರೂ ತನ್ನ ಅಂತರಾತ್ಮದ ಪ್ರಚೋದನೆಗೆ ಅವಳು ಕಿವಿಗೊಟ್ಟರೆ ತಪ್ಪೇನು ?

ಹೀಗೆ ಯೋಚಿಸಿ ಒಂದು ಹಾಳೆ ಬಿಳೀ ಕಾಗದ ಹುಡುಕಿ ತಂದು ತನ್ನ ತಾಯಿಯ ಹಳೇ ಕೋಣೆಯನ್ನು ಮಿ. ಕರ್ರಿಯ ವಾಸಕ್ಕೆ ಆರಾಮದಾಯಕವಾಗಿ ಮಾಡಿಕೊಡಲು ಏನೇನು ಸಾಮಾನುಗಳು ಬೇಕಾಗಬಹುದೋ, ಅವುಗಳನ್ನೆಲ್ಲ ಅದರ ಮೇಲೆ ಆಕೆ ಪಟ್ಟಿ ಮಾಡಿದಳು. ಆಮೇಲೆ ಒಂದು ವಾರದವರೆಗೆ ಬೆಳಗಿನ ಊಟಕ್ಕೆ ಬೇಕಾದ ಸಾಮಗ್ರಿಗಳನ್ನು ಕೊಳ್ಳಬೇಕೆಂದು ನಿರ್ಧರಿಸಿದಳು – ದವಸ ಧಾನ್ಯಗಳು, ಮಾಂಸ ಇತ್ಯಾದಿ.

ಮಿ. ಕರ್ರಿ ತನ್ನ ಮನೆಯಲ್ಲಿ ವಾಸವಾಗಿರುವುದಕ್ಕೆ ತಾನು ಎಷ್ಟು ಬೇಗ ಹೊಂದಿಕೊಂಡೆ, ಎಂಬ ಅಂಶ ಅವಳಿಗೆ ಆಶ್ಚರ್ಯಕರವಾಗಿತ್ತು. ಅವನ ಕ್ರಮಬದ್ಧವಾದ ವರ್ತನೆ ಮತ್ತು ಅಚ್ಚುಕಟ್ಟುತನ ಇವುಗಳಿಂದ ಎಸ್ಮೆಯ ಕೆಲಸ ಸುಲಭವಾಯಿತು. ಅವಳು ಅವನ ಕೊಠಡಿಯನ್ನು ಮೊತ್ತಮೊದಲು ಗುಡಿಸಲು ಹೋದಾಗ ಅಲ್ಲಿ ಯಾರೂ ವಾಸವಾಗಿಲ್ಲವೇನೋ ಎಂದು ಎನಿಸಿತ್ತು. ಹಾಸಿಗೆ ಚೊಕ್ಕಟವಾಗಿತ್ತು, ಬಟ್ಟೆ ಬರೆ ಕಣ್ಣಿಗೆ ಮರೆಯಾಗಿ ಪೆಠಾರಿಯಲ್ಲಿಟ್ಟಿತ್ತು. ಅಲಮಾರಿಗೆ ಬೀಗಹಾಕಿ ಬೀಗದ ಕೈಯನ್ನು ಆತ ತೆಗೆದುಕೊಂಡು ಹೋಗಿದ್ದ. ಕೈತೊಳೆಯುವ ತೊಟ್ಟಿಯ ಕೆಳಗೆ ಎರಡೇ ಎರಡು ಜತೆ ಷೂಗಳಿದ್ದವು. ತೊಟ್ಟಿಯ ಮೇಲಿನ ಬದುವಿನಲ್ಲಿ ಕ್ಷೌರದ ಕತ್ತಿ ಮತ್ತು ಬ್ರಷ್ ಇರಿಸಲಾಗಿತ್ತು. ಇದರಿಂದ ಮಾತ್ರವೇ ಒಬ್ಬಾತ ಅಲ್ಲಿ ವಾಸವಾಗಿದ್ದಾನೆ ಎಂದು ಊಹಿಸಬಹುದಾಗಿತ್ತು.

ಮಿ. ಕರ್ರಿ ಎಂಟು ಗಂಟೆಗೆ ಸರಿಯಾಗಿ ಹಾಸಿಗೆಯಿಂದ ಏಳುತ್ತಿದ್ದ. ಎರಡು ತರಹ ಶಬ್ದಗಳು ಆ ಸುದ್ದಿಯನ್ನು ಎಸ್ಮೆಗೆ ಸಾರುತ್ತಿದ್ದವು. ಒಂದು ಅಲಾರಂ ಗಡಿಯಾರದ ಶಬ್ದ; ಇನ್ನೊಂದು, ಆಕಾಶವಾಣಿಯ ಕಾಲಸೂಚಿ ಶಬ್ದ. ಎಂಟು ಗಂಟೆ ಇಪ್ಪತ್ತು ನಿಮಿಷಕ್ಕೆ ಸರಿಯಾಗಿ, ಬೆಳಗಿನ

ಊಟಕ್ಕಾಗಿ ಆತ ಕೆಳಗೆ ಇಳಿದು ಬರುತ್ತಿದ್ದ, ಕ್ಷೌರಕ್ಕಾಗಿ ಉಪಯೋಗಿಸಿದ ಸೋಪಿನ ಮತ್ತು ಷೂ ಪಾಲಿಷ್‌ನ ವಾಸನೆ ಸಹಿತ. ಅವನು ಬಂದ ಕೂಡಲೇ ಮೊದಲು ಅವಳಿಗೆ ಶುಭ ಕೋರುತ್ತಿದ್ದ: 'ಆಂ, ಸುಪ್ರಭಾತ, ಮಿಸ್ ಫ್ಯಾನ್‌ಷಾ, ನಿಮಗೆ ಸುಪ್ರಭಾತ.' ಆಮೇಲೆ ಹವಾಮಾನದ ವಿಚಾರ ಒಂದೆರಡು ಮಾತುಗಳು: 'ಗಾಳಿ ಸ್ವಲ್ಪ ಚುರುಕಾಗಿದೆ' ಅಥವಾ 'ಸೂರ್ಯ ರಶ್ಮಿ ಕಾಣುವಂತಿದೆ' ಅಥವಾ 'ತುಂಬ ಕೊರೆತ'. ಅನಂತರ ತನಗಾಗಿ ತಯಾರಿಸಿದ್ದ ಊಟ ಮಾಡಿ ಅದರ ಮೇಲಿಂದ ಆತ ಎರಡು ಕಪ್ ಸ್ಟ್ರಾಂಗ್ ಟೀ ಮತ್ತು ಟೋಸ್ಟ್ ಸೇವಿಸುತ್ತಿದ್ದ.

ಈ ಊಟಕ್ಕಾಗಿ ಎಸ್ಮೆ ಮೇಜಿನ ಮೇಲೆ ತಟ್ಟೆ ಬಟ್ಟಲುಗಳನ್ನು ಓರಣವಾಗಿ ಜೋಡಿಸಿಡುತ್ತಿದ್ದಳು. ಅದಕ್ಕೆ ಶುಭ್ರವಾದ ಬಟ್ಟೆ ಹೊದಿಸುತ್ತಿದ್ದಳು. ತಟ್ಟೆಯನ್ನು ಬೆಂಕಿಯ ಮೇಲೆ ಹಿಡಿದು ಬೆಚ್ಚಗೆ ಮಾಡುತ್ತಿದ್ದಳು. ಟೋಸ್ಟ್ ಕಾಯಿಸುವುದನ್ನು ಕೊನೆ ಗಳಿಗೆವರೆಗೆ ತಡೆದು, ಅದು ಕೆಂಪಗೂ ಬಿಸಿಬಿಸಿಯಾಗೂ ಗರಿಗರಿಯಾಗೂ ಇರುವಂತೆ ಸುಡುತ್ತಿದ್ದಳು. ಇವುಗಳಿಂದಾಗಿ ತನ್ನ ಬೆಳಗ್ಗಿನ ಊಟವೆಂದರೆ ಅವಳಿಗೆ ಅದೊಂದು ಹೆಮ್ಮೆಯ ವಿಷಯವಾಗಿತ್ತು. ತನ್ನಂಥ ಹೆಂಗಸು ಒಬ್ಬಳೇ ಇದ್ದು ಸ್ವಾರ್ಥ ಜೀವನ ನಡೆಸುವುದು ಒಳ್ಳೆಯದಲ್ಲ, ತನ್ನಿಂದ ಸೇವೆ ಮಾಡಿಸಿಕೊಳ್ಳುವವರು ಯಾರಾದರೂ ಬೇಕು, ಹಾಗೆ ಸೇವೆ ಸಲ್ಲಿಸುವ ಅಗತ್ಯ ಇರುವಂಥ ಒಬ್ಬ ವ್ಯಕ್ತಿ ತಾನು ಎಂದು ಆಕೆ ಯೋಚಿಸಿದಳು.

ಒಂಭತ್ತು ಗಂಟೆಗೆ ಹತ್ತು ನಿಮಿಷ ಇರುವಾಗ ಮಿ. ಕರ್‍ರಿ ತನ್ನ ಪೆಟ್ಟಿಗೆಯನ್ನು ಕೆಳಗೆ ಇದ್ದ ಬೀರುವಿನಿಂದ ತೆಗೆದು, ಇನ್ನೊಂದು ಸಲ ಮಿಸ್ ಫ್ಯಾನ್ ಷಾಗೆ ಸುಪ್ರಭಾತ ಕೋರಿ, ಮನೆಯಿಂದ ಹೊರ ಹೊರಟ. ಆಮೇಲೆ ದಿನವಿಡೀ ಅವಳಿಗೆ ಪೂರ್ಣ ಸ್ವಾತಂತ್ರ್ಯವಿತ್ತು. ಒಂದೋ, ಹಿಂದಿನ ರೀತಿಯಲ್ಲೇ ಕಾಲ ತಳ್ಳಬಹುದಿತ್ತು; ಇಲ್ಲವೇ ಅದರಲ್ಲಿ ಬದಲಾವಣೆಗಳನ್ನೂ ಮಾಡಬಹುದಿತ್ತು. ಆದರೆ, ಮನೆ ಚೊಕ್ಕಟ ಮಾಡುವುದು, ಮುಖ್ಯವಾಗಿ ಮಿ. ಕರ್‍ರಿಯ ಕೊಠಡಿಯನ್ನು ಶುಭ್ರಗೊಳಿಸುವುದು, ಮತ್ತು ಅಂಗಡಿಗಳಲ್ಲಿ ಹುಡುಕಿ ಆತನ ಬೆಳಗಿನ ಊಟಕ್ಕೆ ಏನಾದರೂ ಅಪರೂಪದ ತಿಂಡಿ ಪದಾರ್ಥಗಳನ್ನು ಕೊಳ್ಳುವುದು – ಇವುಗಳಿಗೇ ಹೆಚ್ಚು ಹೊತ್ತು ಹಿಡಿಯುತ್ತಿತ್ತು.

ಅಲಂಕಾರಕ್ಕಾಗಿ ದೀಪಗಳಿಗೆ ಹೊದಿಕೆ ತಯಾರಿಸುವ ಕುಶಲ ಕಲೆಯನ್ನು ಕಲಿಸುವ ಸಂಜೆಯ ಪಾಠಶಾಲೆಯೊಂದಕ್ಕೆ ಆಕೆ ಸೇರಬೇಕೆಂದಿದ್ದಳು. ಆದರೆ ಆ ವರ್ಷ ಕಾಲ ಮಿಂಚಿತ್ತು. ಬೇಸಗೆ ಕಳೆದ ಮೇಲೆ ಪುನಃ ಅರ್ಜಿ ಹಾಕಿಕೊಳ್ಳುವಂತೆ ಅವಳಿಗೆ ತಿಳಿಸಲಾಗಿತ್ತು. ಆದುದರಿಂದ ಸಾರ್ವಜನಿಕ ಗ್ರಂಥಾಲಯಕ್ಕೆ ಹೋಗಿ ತತ್ಸಂಬಂಧವಾದ ಒಂದು ಪುಸ್ತಕವನ್ನು ಎರವಲು ಪಡೆದು, ಆ ಕಲೆಗೆ ಬೇಕಾದ ರಟ್ಟುಗಳು, ಚೌಕಟ್ಟು, ಮತ್ತು ಅಂಚಿನ ಪಟ್ಟಿಗಳನ್ನು ಕೊಂಡು, ಅವಳು ಸ್ವಯಂಬೋಧನೆಯಲ್ಲಿ ತೊಡಗಿದಳು. ಮಾರುವ ಮತ್ತು ಕೊಳ್ಳುವ ಏರ್ಪಾಡುಗಳಿದ್ದ ವ್ಯಾಪಾರ ಮಳಿಗೆಗಳಿಗೆ ಅವಳು ಒಂದೆರಡು ಸಲ ಭೇಟಿಕೊಟ್ಟಳು; ಬೆಳಿಗ್ಗೆ ಒಂದು ಕಾಫಿ ಕೂಟವನ್ನು ಏರ್ಪಡಿಸುವ ಹಾಗೂ ವೃದ್ಧರಿಗಾಗಿ ಸ್ವಲ್ಪ ಸ್ವಯಂಸೇವಕ ಕೆಲಸ ಮಾಡುವ ಯೋಜನೆಗಳನ್ನು ಆಕೆ ಹಾಕಿಕೊಂಡಳು. ಅವಳ ಬದುಕು ಪೂರ್ಣವಾಗಿತ್ತು. ಮಿ. ಕರ್‍ರಿ ಮನೆಯಲ್ಲಿರುವುದು ಅವಳಿಗೆ ಸಂತೋಷದಾಯಕವಾಗಿತ್ತು. ಇಷ್ಟರೊಳಗೆ ಮಾರ್ಚಿ ತಿಂಗಳು ಬಂತು. ಈಸ್ಟರ್ ಹಬ್ಬ ಕಳೆಯಿತು. ತನ್ನ ಬೇಸಗೆ ಉದ್ಯೋಗವನ್ನು ಆತ ಯಾವಾಗ ಆರಂಭಿಸುತ್ತಾನೋ, ಎಂದು ಆಕೆ ಯೋಚಿಸತೊಡಗಿದಳು. ಅದೆಂಥ ಕೆಲಸವೊ ? ಅವನು ಆ ವಿಷಯ ಪ್ರಸ್ತಾಪವೇ ಮಾಡುತ್ತಿರಲಿಲ್ಲ.

ಮೊದಮೊದಲು ಆತ ಸಂಜೆ ಐದೂವರೆ ಅಥವಾ ಆರು ಗಂಟೆಗೆ ಮನೆಗೆ ಬಂದು ನೇರವಾಗಿ ಅವನ ಕೊಠಡಿ ಸೇರುತ್ತಿದ್ದ. ಕೆಲವು ಸಲ ಅವನು ಪುನಃ ಒಂದು ಗಂಟೆಯ ಕಾಲ ಹೊರಗೆ ಹೋಗಿ ಬರುತ್ತಿದ್ದ. ಬಹುಶಃ ಯಾವುದಾದರೂ ಹೋಟೆಲಿಗೋ ಅಥವಾ ಒಂದು ಗ್ಲಾಸ್ ಬೀರ್ ಕುಡಿಯುವುದಕ್ಕೋ ಎಂದು ಅವಳು ಊಹಿಸಿದ್ದಳು. ಆದರೆ ಸರ್ವೇಸಾಮಾನ್ಯವಾಗಿ ಆತ ಮನೆಯೊಳಗೇ ಇರುತ್ತಿದ್ದ. ಬೆಳಗಾಗುವವರೆಗೆ ಪುನಃ ಅವಳ ಕಣ್ಣಿಗೆ ಬೀಳುತ್ತಿರಲಿಲ್ಲ. ಒಂದೆರಡು ಸಲ ಅವನ ಕೊಠಡಿಯಿಂದ ಹಾಡಿನ ಧ್ವನಿ ಕೇಳಿಬಂದಿತ್ತು, ಬಹುಶಃ ಆಕಾಶವಾಣಿಯ ಸಂಗೀತ. ಇದನ್ನು ಕೇಳಿ, ಮನೆ ಹೀಗೆ ಜೀವಂತವಾಗಿರುವುದು ಎಷ್ಟು ಚೆನ್ನು, ಇನ್ನೊಬ್ಬ ವ್ಯಕ್ತಿಗೂ ಇದು ಮನೆಯಾಗಿರುವುದು ಎಷ್ಟು ಒಳ್ಳೆಯದು ಎಂದು ಆಕೆಗೆ ಅನಿಸಿತು.

ಒಂದು ಶುಕ್ರವಾರ ಸಂಜೆ ಮಿ. ಕರ್ರಿ ಅಡುಗೆಮನೆಗೆ ಇಳಿದು ಬಂದು ಬಾಡಿಗೆಯ ಹಣ ನಾಲ್ಕು ಪೌಂಡುಗಳನ್ನು ಅವಳಿಗೆ ಕೊಟ್ಟ. ಆಗ್ಗೆ ಆಕೆ ಸಂಜೆಯ ಊಟದ ಸಲುವಾಗಿ ಕುರಿಮರಿ ಮಾಂಸದಿಂದ ತಯಾರಾದ ಒಂದು ಭಕ್ಷ್ಯವನ್ನು ಮೇಜಿನ ಮೇಲೆ ಇಟ್ಟಿದ್ದಳು. ಅವನನ್ನು ಅಲ್ಲೇ ಕುಳಿತು ಈ ಊಟದಲ್ಲಿ ತನ್ನೊಂದಿಗೆ ಪಾಲ್ಗೊಳ್ಳುವಂತೆ ಆಕೆ ಆಹ್ವಾನಿಸಲು, ಆತ ತಕ್ಷಣ ಅದಕ್ಕೆ ಒಪ್ಪಿದ. ಇದನ್ನು ಕಂಡು ಅವಳಿಗೆ ತಾನು ಏನೋ ತಪ್ಪು ಮಾಡಿದ ಹಾಗೆ ಭಾಸವಾಯಿತು. ಏಕೆಂದರೆ ಅವನು ರಾತ್ರಿ ಊಟ ಇಲ್ಲದೆ ಇರುತ್ತಿದ್ದನೇನೋ? ಆತ ಅಡುಗೆ ಮನೆಯನ್ನು ಯಾವಾಗ ಬೇಕಾದರೂ ಉಪಯೋಗಿಸಬಹುದೆಂದು, ಸೂಕ್ತ ಸಮಯ ಬಂದಾಗ ಅವನಿಗೆ ತಿಳಿಸಬೇಕೆಂದು ಆಕೆ ನಿಶ್ಚಯಿಸಿದಳು.

ಆದರೆ ಆ ಸಮಯ ಬರಲೇ ಇಲ್ಲ. ಅದಕ್ಕೆ ಬದಲಾಗಿ ಮಿ. ಕರ್ರಿ ವಾರಕ್ಕೆ ಎರಡು ಮೂರು ಸಲ ಅಡುಗೆಮನೆಗೆ ಬಂದು ಅವಳೊಡನೆ ಸಂಜೆ ಊಟ ಮಾಡುವ ಪರಿಪಾಠ ಮೊದಲಾಯಿತು. ಇಬ್ಬರ ಊಟಕ್ಕೆ ಬೇಕಾದ ಸಾಮಗ್ರಿಗಳನ್ನು ಕೊಳ್ಳಲು ಅವಳು ಉಪಕ್ರಮಿಸಿದಳು. ಇದಕ್ಕೆ ಪ್ರತಿಯಾಗಿ ಆತ ವಾರಕ್ಕೆ ಒಂದು ಪೌಂಡಿನಂತೆ ಹೆಚ್ಚಿಗೆ ಬಾಡಿಗೆ ಕೊಡಲು ಮುಂದಾದಾಗ ಅವಳು ಅದಕ್ಕೆ ಒಪ್ಪಿದಳು. ತನ್ನದು ಸ್ವಲ್ಪ ನಿರ್ಯೋಚನೆಯ ಕೆಲಸ, ಸ್ವಲ್ಪ ದುಸ್ಸಾಹಸದ ವರ್ತನೆ ಎಂದು ಆಕೆಗೆ ತೋರಿದರೂ ಜೊತೆಗೆ ಒಬ್ಬರಿರುವುದು ಬಹಳ ಹಿತಕರವಾಗಿತ್ತು. ಅವಳ ತಾಯಿ ಖಂಡಿತವಾಗಿಯೂ ಇದಕ್ಕೆ ಒಪ್ಪುತ್ತಿರಲಿಲ್ಲ. ಸಂಜೆಯ ಊಟದ ವೆಚ್ಚ ವಾರಕ್ಕೆ ಒಂದು ಪೌಂಡಿಗಿಂತ ಹೆಚ್ಚಾಗುತ್ತದೆ ಎಂದು ತಾಯಿ ಹೇಳುತ್ತಿರುವಂತೆ ಅವಳಿಗೆ ತೋರಿತು. ಸರಿ, ಆದರೂ ಪರವಾಗಿಲ್ಲ. ಅದರಿಂದ ತನಗೆ ಸಂತೋಷ ದೊರೆಯುತ್ತದೆ. ಆ ವೆಚ್ಚಕ್ಕೂ ಈ ಸಂತೋಷಕ್ಕೂ ಸರಿದೂಗುತ್ತದೆ.

ಒಂದು ಸಂಜೆ ಮಿ. ಕರ್ರಿ ಎಸ್ಮೆಗೆ ಗಣಿತದ ಪರಿಚಯ ಚೆನ್ನಾಗಿದೆಯೆ, ಎಂದು ಕೇಳಿದ. ಲೆಕ್ಕಪತ್ರಗಳಿಡುವ ಕ್ರಮವನ್ನು ತಾನು ಅಭ್ಯಾಸ ಮಾಡಿದ್ದೇನೆಂದು ಅವಳು ತಿಳಿಸಿದಳು. ಅದನ್ನು ಕೇಳಿ ಆತ ಅಡುಗೆ ಪಾತ್ರೆಗಳನ್ನು ಕೊಳ್ಳುವ ತನ್ನ ಗಿರಾಕಿಗಳ ಲೆಕ್ಕ ತಪಾಸು ಮಾಡಲು ಅವಳ ಸಹಾಯವನ್ನು ಕೋರಿದ. ತದನಂತರ ತಿಂಗಳಿಗೆ ಎರಡು ಮೂರು ಸಲ ಅವನಿಗೆ ಈ ಬಗೆಯ ಸಹಾಯ ನೀಡುವುದು ಆಕೆಯ ವಾಡಿಕೆ ಆಯಿತು. ಊಟದ ಮನೆಯ ಮೇಜಿನ ಮೇಲೆ ಅವರ ತಾತ್ಕಾಲಿಕ ಕಚೇರಿ ಏರ್ಪಟ್ಟಿತು. ಈ ಕೆಲಸದಲ್ಲಿ ಎಸ್ಮೆಗೆ ವಿಶೇಷ ಜಾಣ್ಮೆ ಇತ್ತು. ತನ್ನಿಂದ ಒಬ್ಬನಿಗೆ ಉಪಕಾರವಾಗುತ್ತಿರುವುದನ್ನು ಕಂಡು ಅವಳಿಗೆ ಸಂತೋಷವಾಯಿತು.

ಅವನು ಹೇಳಿದ : "ಈ ಕೆಲಸ ಇನ್ನು ಹೆಚ್ಚು ದಿನ ನೀವು ಮಾಡ್ಬೇಕಾಗಿಲ್ಲ ಮಿಸ್ ಫ್ಯಾನ್ಷಾ. ಬೇಸಗೆಕಾಲ ಇನ್ನೇನು ಬಂತು. ಬೇಸಗೆಯಲ್ಲಿ ನಾನು ಸ್ವಂತ – ಉದ್ಯೋಗಿ ಅನ್ನೋದು ತಮಗೆ ಗೊತ್ತಿದೆಯಲ್ಲ ?"

ಹೆಚ್ಚಿಗೆ ವಿಚಾರ ತಿಳಿದುಕೊಳ್ಳುವ ಪ್ರಯುಕ್ತ ಆತನನ್ನು ಪ್ರಶ್ನಿಸಲು ಆಕೆ ಅನುವಾದಾಗ, ಆತ ವಿಷಯಾಂತರ ಮಾಡಿದ. ಬೇಸಗೆಯಲ್ಲಿ ಶುಚೀಕರಣ ಸಾಮಗ್ರಿಗಳಿಗೆ ಗಿರಾಕಿ ಕಡಿಮೆ ಆದ ಬಗ್ಗೆ, ಅವುಗಳನ್ನು ಮಿ. ಕರ್ರಿಗೆ ಒದಗಿಸುತ್ತಿದ್ದ ವಾಣಿಜ್ಯ ಸಂಸ್ಥೆ ಏನಾದರೂ ತಕರಾರು ಹೂಡುತ್ತದೆಯೇ ಎಂದು ಕೇಳಲು ಅವಳಿಗೆ ಮನಸ್ಸು ಬರಲಿಲ್ಲ.

ಮಿ. ಕರ್ರಿಗೆ ಓದುವುದರಲ್ಲಿ ತೀವ್ರವಾದ ಆಸಕ್ತಿ. 'ಚಳಿಗಾಲದಲ್ಲಿ', ತನಗೆ ಪುರುಸೊತ್ತಾದಾಗ, ಎಂದು ಅವನು ಹೇಳುತ್ತಿದ್ದ. ಅವನು ಕಾದಂಬರಿಗಳನ್ನಾಗಲಿ ಜೀವನ ಚರಿತ್ರೆಗಳನ್ನಾಗಲಿ, ಯುದ್ಧದ ಸ್ಮರಣೆಗಳನ್ನಾಗಲಿ ಓದುತ್ತಿರಲಿಲ್ಲ. ಅವನು ತನ್ನ ಬಳಿ ಇದ್ದ ಒಂದು ವಿಶ್ವಕೋಶದ ಸಂಪುಟಗಳನ್ನು ಓದುತ್ತಿದ್ದ. ಕೃತಕ ಚರ್ಮದಿಂದ ಮಾಡಿದ ಕೆನೆಬಣ್ಣದ ರಕ್ಷಾಕವಚಗಳಲ್ಲಿದ್ದ ಈ ಸಂಪುಟಗಳು ಸುಂದರವಾಗಿ ಕಾಣುತ್ತಿದ್ದವು. ಬೆಲೆಯನ್ನು ಮಾಸಿಕ ಕಂತುಗಳಲ್ಲಿ ಕಟ್ಟುವ ಏರ್ಪಾಡು ಮಾಡಿ ಆ ಕೋಶವನ್ನು ಆತ ಕೊಂಡಿದ್ದ. ಅನಂತರ ಆಕೆಯ ಆಹ್ವಾನದಂತೆ ಸಂಜೆ ವೇಳೆ ಆ ಕೋಶದ ಒಂದು ಸಂಪುಟವನ್ನು ಕೆಳಕ್ಕೆ ತಂದು ಊಟದ ಕೋಣೆಯಲ್ಲಿದ್ದ ಒಂದು ಆರಾಮ ಕುರ್ಚಿಯ ಮೇಲೆ ಆತ ಕುಳಿತುಕೊಳ್ಳುವುದು ವಾಡಿಕೆಯಾಯಿತು. ತನ್ನ ಇದಿರಿನ ಕುರ್ಚಿಯಲ್ಲಿ ಆತ ಹೀಗೆ ಕುಳಿತುಕೊಂಡಿರುವ ನೋಟಕ್ಕೆ ಬಹಳ ಶೀಘ್ರದಲ್ಲಿಯೇ ಆಕೆ ಒಗ್ಗಿಕೊಂಡಳು. ತನ್ನ ಕೈಯಲ್ಲಿದ್ದ ಸಂಪುಟದಿಂದ ಆತ ಆಗಿಂದಾಗ್ಗೆ ವಿಚಿತ್ರವಾದ ಅಥವಾ ಸ್ವಾರಸ್ಯಕರವಾದ ಸಂಗತಿಗಳನ್ನು ಆಕೆಗೆ ಓದಿ ಹೇಳುತ್ತಿದ್ದ. ಮುಖ್ಯವಾಗಿ ಪ್ರಾಣಿಶಾಸ್ತ್ರ, ಭೂವಿವರಣೆ ಮತ್ತು ಮಾನವಶಾಸ್ತ್ರಗಳ ಸಾರವನ್ನು ಅವನು ಹೀರುತ್ತಿದ್ದ. ಅವನ ಹೇಳಿಕೆಯಂತೆ, ಒಮ್ಮೆ ಓದಿದ ಯಾವ ಅಂಶವನ್ನೂ ಅವನು ಮರೆಯುತ್ತಿರಲಿಲ್ಲ. ಏಕೆಂದರೆ ಯಾವ ವಿಷಯ ಯಾವಾಗ ಉಪಯೋಗವಾಗುತ್ತದೆ ಎಂದು ಹೇಳಲಾಗುವುದಿಲ್ಲ. ದೀಪದ ಮುಸುಕಿನ ಅಂಚನ್ನು ಜಾಣತನದಿಂದ ಅಲಂಕರಿಸುತ್ತಾ (ಆ ಕಲೆ ಅವಳಿಗೆ ಸುಲಭಸಾಧ್ಯವಾಗಿತ್ತು) ಆತ ಓದಿ ಹೇಳುವುದನ್ನು ಅವಳು ಕೇಳುತ್ತಿದ್ದಳು. ಇದರಿಂದ ಅವಳ ವಿದ್ಯಾಭ್ಯಾಸವೂ ಮುಂದುವರಿದಂತಾಯಿತು.

"ಮಿ. ಕರ್ರಿ, ಕಲಿಯಲು ಕಾಲ ಮಿಂಚಿತು ಅಂತ ಅನ್ನೋ ಹಾಗಿಲ್ಲ."

"ನಾವಿಬ್ಬರೂ ಒಂದೇ ಮನೋಭಾವವನ್ನು ಹೊಂದಿರೋದು ಎಂಥ ಸೊಗಸು ! ಎಷ್ಟು ಚೆನ್ನು !"

ಹೌದು, ಅದು ಬಹಳ ಚೆನ್ನು ಎಂದು ಆಕೆ ಯೋಚಿಸಿದಳು. ಬೆಳಿಗ್ಗೆ ಪಾತ್ರೆ ತೊಳೆಯುವಾಗ ಇದನ್ನು ನೆನೆದು ಅವಳ ಮುಖ ನಸು ಕೆಂಪೇರಿತು – ಸಂತೋಷದಿಂದ ಮತ್ತು ಏನೋ ಒಂದು ಬಗೆಯ ಉತ್ಸಾಹದಿಂದ. ಯಾರಾದರೊಬ್ಬ ಗೆಳತಿ ತನಗೆ ಇದ್ದಿದ್ದರೆ ಅವಳಿಗೆ ಫೋನ್ ಮಾಡಿ ಕಾಫಿ ಕುಡಿಯುವುದಕ್ಕಾಗಿ ಬರಮಾಡಿಕೊಂಡು ತನ್ನ ಸಂತೋಷವನ್ನು ಅವಳೊಡನೆ ಪಾಲ್ಗೊಳ್ಳಬಹುದಾಗಿತ್ತು : 'ಮನೇಲಿ ಒಬ್ಬ ಗಂಡಸು ಇದ್ದರೆ ಎಷ್ಟು ಒಳ್ಳೇದು ! ನನಗೆ ನಿಜವಾಗಿಯೂ ಗೊತ್ತೇ ಇರಲಿಲ್ಲ, ಜೀವನದಲ್ಲಿ ಅದು ಎಷ್ಟು ವ್ಯತ್ಯಾಸ ಮಾಡ್ಬಹುದು ಅಂತ.' ಆದರೆ ಅವಳಿಗೆ ಆತ್ಮೀಯರಾದ ಗೆಳತಿಯರು ಯಾರೂ ಇರಲಿಲ್ಲ. ಅವಳೂ ಅವಳ ತಾಯಿಯೂ ತಮ್ಮಷ್ಟಕ್ಕೆ ತಾವು ಇದ್ದವರು. ಒಬ್ಬ ಗೆಳತಿ ಇದ್ದರೆ ಅವಳಿಗೆ ಹೇಳಬಹುದಾಗಿತ್ತು

: 'ಮಿ. ಕರ್ರಿ ಇರೋದರಿಂದ ನಾನು ಇನ್ನೂ ಚಿಕ್ಕವಳು ಅನ್ನೋ ಭಾವನೆ ಉಂಟಾಗಿದೆ. ಇದುವರೆಗೆ ನಾನು ಅರ್ಧ ಜೀವಂತಳಾಗಿದ್ದೆ ಅಷ್ಟೆ.'

ಅನಂತರ ಬೇಸಗೆ ಕಾಲ ಬಂತು. ಈಗ ಮಿ. ಕರ್ರಿ ಮನೆಗೆ ಬರುವಾಗ ರಾತ್ರಿ ಒಂಬತ್ತೂವರೆ ಅಥವಾ ಹತ್ತು ಗಂಟೆ ಆಗುತ್ತಿತ್ತು. ಪೊರಕೆ ಕಡ್ಡಿ, ಬ್ರಷ್, ಪಾಲಿಷ್, ಇವುಗಳಿಂದ ತುಂಬಿದ್ದ ಅವನ ಪೆಟ್ಟಿಗೆ ಮೆಟ್ಟಿಲುಗಳ ಅಡಿಯನ್ನು ಸೇರಿತ್ತು. ಅವನ ಉಡುಪೂ ಈಗ ಬದಲಾವಣೆ ಹೊಂದಿತ್ತು. ಕೆನೆ ಬಣ್ಣದ ಹತ್ತಿ ಅಂಗಿ, ಸುತ್ತಲೂ ಒಂದು ಕರಿಪಟ್ಟಿ ಕಟ್ಟಿದ ಹುಲ್ಲಿನ ಹ್ಯಾಟ್, ಅಂಗಿ ಗುಂಡಿಯ ತೂತಿನಲ್ಲಿ ಒಂದು ಗುಲಾಬಿ ಅಥವಾ ಒಂದು ಕೆಂಪು ಹೂ – ಈ ರೀತಿ ಇತ್ತು ಅವನ ಈಗಿನ ಪೋಷಾಕು. ಈ ಹೊಸ ವೇಷದಲ್ಲಿ ಆತ ಒಳ್ಳೆ ಸುಟಿಯಾಗಿಯೂ ಚುರುಕಾಗಿಯೂ ಕಾಣುತ್ತಿದ್ದ. ಆದರೆ ಆತ ಮಾಡುತ್ತಿದ್ದ ಕೆಲಸವೇನೆಂಬುದರ ಬಗ್ಗೆ ಅವಳಿಗೆ ಏನೇನೂ ತಿಳಿದಿರಲಿಲ್ಲ. ಬೆಳಗ್ಗೆ ಹೊರಟಾಗ ಅವನು ಚೌಕಾಕೃತಿಯ ಒಂದು ದೊಡ್ಡ ಕರೀ ಪೆಟ್ಟಿಗೆಯನ್ನು ಹೊತ್ತುಕೊಂಡು ಹೋಗುತ್ತಿದ್ದ. ಅವನನ್ನು ಹಿಂಬಾಲಿಸಿ ನೋಡಲೇ ಎಂದು ಆಕೆ ಒಮ್ಮೆ ಯೋಚಿಸಿದಳು. ಆದರೆ ಹಾಗೆ ಮಾಡಲಿಲ್ಲ. ಆಮೇಲೆ ಜುಲೈ ತಿಂಗಳಿನಲ್ಲಿ ಒಂದು ಸಂಜೆ ಇವನ ಗುಟ್ಟೇನು ಎಂದು ತಿಳಿಯಲು ನಿರ್ಧರಿಸಿ, ಯಾರನ್ನಾದರೂ ಕೇಳಿದರೆ ಪತ್ತೆಹಚ್ಚಬಹುದು ಎಂದು ಆಕೆ ಭಾವಿಸಿದಳು. ಆ ಊರಿನಲ್ಲಿ ಮಿ. ಕರ್ರಿಯ ಪರಿಚಯ ಉಳ್ಳವರು ಬೇಕಾದ ಹಾಗೆ ಇರಬೇಕು : ಏಕೆಂದರೆ ಬೇಸಗೆಯ ತನ್ನ ಹೊಸ ಉಡುಪಿನಲ್ಲಿ ಅವನು ಎಲ್ಲಾದರೂ ಎದ್ದು ಕಾಣುವಂತಿದ್ದ. ಅವನು ಸಮುದ್ರತೀರದಲ್ಲಿ ಛಾಯಾಚಿತ್ರಗಳನ್ನು ತೆಗೆಯುವ ಕಸುಬಿನಲ್ಲಿ ನಿರತನಾಗಿರಬೇಕು, ಎಂಬ ಒಂದು ಯೋಚನೆ ಅವಳ ತಲೆಯಲ್ಲಿತ್ತು.

ಈ ದಿನ ಅವಳೂ ಒಂದು ಹೊಸ ಉಡುಪನ್ನು ಧರಿಸಿದ್ದಳು – ಹದಿನೈದು ವರ್ಷಗಳ ಹಿಂದೆ ಕೊಂಡದ್ದಾದರೂ ಅವಳಿಗೆ ಈಗಲೂ ಅದು ಸೊಗಸಾಗಿ ಒಪ್ಪುತ್ತಿತ್ತು. ಇದರೊಂದಿಗೆ ಮಿ. ಕರ್ರಿಯ ಹ್ಯಾಟಿನಂತೆ ಅಲಂಕರಿಸಲ್ಪಟ್ಟಿದ್ದ ದೋಣಿಯಾಕಾರದ ಒಂದು ಹ್ಯಾಟನ್ನೂ ಆಕೆ ಧರಿಸಿದ್ದಳು. ಹೀಗೆ ಚೂಟಿಯಾಗಿ ಮನೆಯಿಂದ ಹೊರ ಹೊರಟಾಗ ತನ್ನ ಸುತ್ತಮುತ್ತ ನೋಡಲು ಆಕೆ ಹಿಂಜರಿದಳು. ಏಕೆಂದರೆ, ನೆರೆಹೊರೆಯವರು ತನ್ನನ್ನು ವೀಕ್ಷಿಸಿರಬಹುದು, ತನ್ನ ಬಗ್ಗೆ ಮಾತಾಡುತ್ತಿರಬಹುದು ಎಂಬುದರಲ್ಲಿ ಆಕೆಗೆ ಸಂದೇಹವಿರಲಿಲ್ಲ. ಮಿಸ್ ಫ್ಯಾನ್ಷಾ ಒಬ್ಬ ಬಾಡಿಗೆದಾರನನ್ನು ಮನೆಯಲ್ಲಿ ಸೇರಿಸಿಕೊಂಡಿದ್ದಾಳೆ ಎಂಬ ಅಂಶ ಇಷ್ಟರ ವೇಳೆಗೆ ಎಲ್ಲರಿಗೂ ತಿಳಿದಿತ್ತು.

ಬೇಸಗೆಯಲ್ಲಿ ಸಮುದ್ರ ತೀರದ ವಿಹಾರ ಪಥಕ್ಕೆ ಅವಳು ಬಹುತೇಕ ಹೋಗುತ್ತಿರಲಿಲ್ಲ. ಮಿ. ಕರ್ರಿಗೆ ಅವಳು ಹಾಗೆ ಹೇಳಿದ್ದಳು : ಜನಸಂದಣಿಯಿರುವ ಬೀದಿಗಳಲ್ಲಿ ತಿರುಗಾಡಲು ನನಗೇಕೋ ಇಷ್ಟವಿಲ್ಲ. ಸಾಮಗ್ರಿಗಳನ್ನು ಕೊಳ್ಳಲು ಸಹ ಮನೆಯ ಸಮೀಪದಲ್ಲಿರುವ ಅಂಗಡಿಗಳಿಗೇ ಹೋಗ್ತೇನೆ. ಬೇಸಗೆಯ ಜನಜಂಗುಳಿಯನ್ನು ನೋಡಿದ್ರೆ ನನಗಾಗೋದಿಲ್ಲ. ಬೇಸಗೆಯ ಸಂದರ್ಶಕರೆಲ್ಲ 'ತೀರಾ ಸಾಮಾನ್ಯ'ರೆಂಬುದನ್ನು ಅವಳ ತಾಯಿ ಅವಳಿಗೆ ಒತ್ತಿ ಒತ್ತಿ ಹೇಳಿದ್ದಳು. ಆದರೆ, ಆ ರಾತ್ರಿ ಸಂಜೆಯ ಬೆಚ್ಚನೆಯ ಗಾಳಿಯಲ್ಲಿ ಸಮುದ್ರದ ಗಂಧವನ್ನು ಆಘ್ರಾಣಿಸುತ್ತಾ ನಡೆಯುತ್ತಿದ್ದ ಅವಳು ತನ್ನ ತಪ್ಪು ಕಲ್ಪನೆಗಾಗಿ ನಾಚಿಕೆಪಟ್ಟಳು. ತಾನೊಬ್ಬ ಜಂಭಗಾತಿಯೆಂಬ ಭಾವನೆ ಯಾರಿಗೂ ಬರಬಾರದೆಂದು ಆಕೆ ಯೋಚಿಸಿದಳು – ಮಿ. ಕರ್ರಿ ಹೇಳಬಹುದಾದಂತೆ 'ತಾನೂ ಬದುಕಬೇಕು, ಇತರರನ್ನೂ ಬದುಕಲು ಬಿಡಬೇಕು.'

ಅಲ್ಲದೆ ಸಮುದ್ರದ ದಂಡೆಯ ಮೇಲೆ ಆರಾಮ ಕುರ್ಚಿಗಳಲ್ಲಿ ಕುಳಿತಿದ್ದ ಜನ ಮತ್ತು ಅಡ್ಡಾಡುತ್ತಿದ್ದ ದಂಪತಿಗಳು ಬಹಳ ಒಳ್ಳೆಯವರಂತೆ, ಬಹಳ ಮರ್ಯಾದಸ್ಥರಂತೆ ಕಾಣುತ್ತಿದ್ದರು. ಅವರಲ್ಲಿ ಮುದುಕಿಯರೂ ಕೆಲವರು ಇದ್ದರು. ಒಳ್ಳೆ ನಡತೆಯುಳ್ಳ ಚಿಕ್ಕಮಕ್ಕಳಿಂದ ಕೂಡಿದ ಸಂಸಾರಸ್ಥರೂ ಇದ್ದರು. ಇದೊಂದು ಚಿಕ್ಕ, ಮೇಲ್ಮಟ್ಟದ ಜನರಿಗೆ ಮಾತ್ರ ಸೀಮಿತವಾದ ವಿಶ್ರಾಂತಿ ಸ್ಥಳವಾಗಿತ್ತು. ಪ್ರೇಕ್ಷಕರನ್ನು ತಂಡ ತಂಡವಾಗಿ ಹೊತ್ತು ತರುವ ಬಣ್ಣದ ಬಸ್ಸುಗಳ ಆಗಮನಕ್ಕೆ ಇಲ್ಲಿ ಪ್ರೋತ್ಸಾಹ ದೊರೆಯುತ್ತಿರಲಿಲ್ಲ.

ಆದರೆ ಮಿ. ಕರ್‍ರಿ ಮಾತ್ರ ಎಲ್ಲಿಯೂ ಕಂಡು ಬರಲಿಲ್ಲ. ಅಲ್ಲಿ ಛಾಯಾಚಿತ್ರಗಾರರು ಯಾರೂ ಇರಲಿಲ್ಲ. ವಿಹಾರ ಪಥದಲ್ಲಿ ನಿಧಾನವಾಗಿ ನಡೆಯುತ್ತಾ ಆಕೆ ಸುತ್ತಲೂ ನೋಡಿದಳು. ಒಂದು ಕಡೆ ಬಾಲಕರು ದೋಣಿ ಆಡಿಸಬಹುದಾದ ಒಂದು ಸಣ್ಣ ಕೊಳವಿತ್ತು. ಅದರ ಪಕ್ಕದಲ್ಲೇ ಯುದ್ಧ ಸ್ಮಾರಕವಿತ್ತು. ಚೆಂಡಾಡಲು ಯೋಗ್ಯವಾದ ಒಂದು ಮೈದಾನ ರೈನ್‌ಕ್ಲಿಫ್ ಹೋಟೆಲಿನ ಮುಂದುಗಡೆ ಹಸಿರು ಹುಲ್ಲಿನಿಂದ ಶೋಭಿಸುತ್ತಿತ್ತು. ಇಲ್ಲಿಗೆ ತಾನು ಪದೇ ಪದೇ ಬರಬೇಕು, ಬೇಸಗೆಯಲ್ಲಿ ಇದು ಆಹ್ಲಾದಕರವಾದ ಸ್ಥಳ, ಇಷ್ಟರ ತನಕ ಈ ಸಂತೋಷವನ್ನು ತಾನು ಕಳೆದುಕೊಂಡಿದ್ದೇನೆ ಎಂದು ಅವಳಿಗೆ ಅನಿಸಿತು.

ಆಟದ ಮೈದಾನ ತಲುಪಿದ ಮೇಲೆ ಆಕೆ ಸ್ವಲ್ಪ ಕಾಲ ಅಲ್ಲೇ ನಿಂತಳು. ಹಿಂದಕ್ಕೆ ಹೋಗಬೇಕು ಎಂದು ಅವಳಿಗೆ ಅನಿಸಿರಲಿಲ್ಲ. ಏಕೆಂದರೆ ಮನೆಯಲ್ಲಿ ಅವಳು ಕೂಡುತ್ತಿದ್ದ ಕೊಠಡಿಯಲ್ಲಿ ಬೆಳಕು ಕಡಿಮೆಯಾಗಿತ್ತು. ಅಲ್ಲದೆ ಜುಲೈ ತಿಂಗಳ ಮಧ್ಯದಲ್ಲಿ ಎಂದಿನಂತೆ ಕಸೂತಿ ಕೆಲಸ ಮಾಡಲೂ ಆಕೆಗೆ ಇಷ್ಟ ಬರಲಿಲ್ಲ. ಅಲ್ಲೇ ಒಂದು ಹಸಿರು ಬೆಂಚಿನ ಮೇಲೆ, ಓರ್ವ ವೃದ್ಧ ದಂಪತಿ ಇದ್ದ ಕಡೆ, ಕುಳಿತು ಸಂಜೆಯ ಸೊಬಗನ್ನು ಸವಿಯಲು ಆಕೆ ನಿರ್ಧರಿಸಿದಳು. ಅಷ್ಟರಲ್ಲಿ ಎಲ್ಲಿಂದಲೋ ಸ್ವಲ್ಪ ಸಂಗೀತ ಕೇಳಿಬಂತು. ಒಂದು ಕ್ಷಣ ಆಲಿಸಿದ ಮೇಲೆ ಅದನ್ನು ಅವಳು ಗುರುತಿಸಿದಳು. ಮಿ. ಕರ್‍ರಿ ಮಲಗುವ ಕೊಠಡಿಯ ಮುಚ್ಚಿದ ಬಾಗಿಲನ್ನು ಹಾಯ್ದು ಅನೇಕ ವೇಳೆ ಅದೇ ರಾಗ ಕೇಳಿಬಂದಿತ್ತು.

ಹೋಟೆಲಿನ ಎದುರು ಆಟದ ಮೈದಾನದ ಒಂದು ಮೂಲೆಯಲ್ಲಿ ಮಿ. ಕರ್‍ರಿಯನ್ನು ಅವಳು ಕಂಡಳು. ಅವನ ಕಪ್ಪು ಪೆಟಾರಿಯಲ್ಲಿ ಹಳೆ ಮಾದರಿಯ ಒಂದು ಚಿಕ್ಕ ಗ್ರಾಮಾಫೋನ್ ಇತ್ತು. ಅದಕ್ಕೆ ಒಂದು ಕೊಂಬೂ ಇತ್ತು. ಇದನ್ನು ನೆಲದ ಮೇಲೆ ಇಡಲಾಗಿತ್ತು. ಅದರ ಪಕ್ಕದಲ್ಲಿ ಹ್ಯಾಟನ್ನು ಸ್ವಲ್ಪ ಓರೆ ಮಾಡಿ, ಕೈಯಲ್ಲಿ ಬೆತ್ತ ಹಿಡಿದು, ಅಂಗಿಯ ಗುಂಡಿಯಲ್ಲಿ ಗುಲಾಬಿ ಹೂವನ್ನು ಸಿಕ್ಕಿಸಿದ್ದ ಮಿ. ಕರ್‍ರಿ ನಿಂತಿದ್ದ. ಅವನು ರಾಗಬದ್ಧವಾಗಿ, ಆದರೆ ಸ್ವಲ್ಪ ಒಡೆದ ಸ್ವರದಲ್ಲಿ ಹಾಡುತ್ತಿದ್ದ. ಇದರೊಂದಿಗೇ ಆತ ಸಾವಕಾಶವಾಗಿ ಒಂದು ವಿಶಿಷ್ಟ ರೀತಿಯ ನರ್ತನವನ್ನೂ ಮಾಡುತ್ತಿದ್ದ. ಅವನ ಚಿಕ್ಕ ಪಾದಗಳು ಸಂಗೀತದ ತಾಳಕ್ಕೆ ತಕ್ಕಂತೆ ಲಯಬದ್ಧವಾಗಿಯೂ, ಅಂದವಾಗಿಯೂ ಶೀಘ್ರಗತಿಯಲ್ಲಿ ಚಲಿಸುತ್ತಿದ್ದವು.

ಎಸ್ಮೆ ಫ್ಯಾನ್ ಷಾಳ ಮುಖ ಕೆಂಪೇರಿತು. ಕರ್‍ರಿಗೆ ತಾನು ಕಾಣಿಸದಿರಲೆಂದು ಅವಳು ಮುಖವನ್ನು ಕೈಯಿಂದ ಮುಚ್ಚಿಕೊಂಡಳು. ಅನಂತರ ತಲೆಯನ್ನು ಬೇರೆಡೆಗೆ ತಿರುಗಿಸಿ ಆಕೆ ಸಮುದ್ರದತ್ತ ನೋಡತೊಡಗಿದಳು. ಆ ಭಾವನಾಮಯ ಸಂಗೀತ ಅವಳ ಕಿವಿಯನ್ನು ತುಂಬಿತ್ತು. ಆದರೆ ಮಿ. ಕರ್‍ರಿ ಬೇರೆಲ್ಲೂ ನೋಡದೆ ತನ್ನ ಸುತ್ತ ಸೇರಿದ್ದ ಜನರ ಚಿಕ್ಕ ಗುಂಪಿನ ಮೇಲೆ ಮಾತ್ರ ಗಮನವನ್ನು ಕೇಂದ್ರೀಕರಿಸಿದ್ದ. ರಸ್ತೆಯ ಆಚೆ ಕಡೆ ಇಬ್ಬರು ಹೋಗುತ್ತಿದ್ದರು. ಅವರಲ್ಲಿ ಒಬ್ಬ ರಸ್ತೆ ದಾಟಿ ಬಂದು ಈ ದೃಶ್ಯವನ್ನು ನೋಡುತ್ತಾ ನಿಂತ.

ವಯಸ್ಸಾದ ತನ್ನ ಮುಖದ ಮೇಲೆ ಒಂದು ಸ್ಥಿರ ನಗುವನ್ನು ಹಚ್ಚಿಕೊಂಡು ಮಿ. ಕರ್ರಿ ಕುಣಿಯುತ್ತಿದ್ದ. ಅವನ ಕಾಲ ಬಳಿ ಒಂದು ಹ್ಯಾಟ್ ಮೇಲ್ಮೊಗವಾಗಿ ಇಡಲ್ಪಟ್ಟಿತ್ತು. ಅದರೊಳಕ್ಕೆ ಪ್ರೇಕ್ಷಕರು ನಾಣ್ಯಗಳನ್ನು ಎಸೆಯುತ್ತಿದ್ದರು. ಒಂದು ರೆಕಾರ್ಡ್ ಮುಗಿದಂತೆ, ಅವನು ಬಗ್ಗಿ ಇನ್ನೊಂದನ್ನು ಹಾಕಿ, ಪುನಃ ನರ್ತನ ಮಾಡುತ್ತಿದ್ದ. ಎರಡನೇ ಹಾಡು ಮುಗಿದ ಮೇಲೆ ಆತ ಗ್ರಾಮಾಫೋನನ್ನು ಪೆಟ್ಟಿಗೆಯಲ್ಲಿಟ್ಟು, ವಿಹಾರಪಥದ ಕೆಳಭಾಗಕ್ಕೆ ಹೋಗಿ ಅಲ್ಲಿ ತನ್ನ ಪ್ರದರ್ಶನವನ್ನು ಪುನರಾರಂಭಿಸಿದ.

ಅವಳು ಹಸಿರು ಬೆಂಚಿನ ಮೇಲೆ ಕುಳಿತಳು. ಅವಳಿಗೆ ತನ್ನ ತಲೆ ತಿರುಗಿ ಬವಳಿ ಬರುವಂತಾಯಿತು. ಅವಳ ಎದೆ ಡವಡವ ಎನ್ನುತ್ತಿತ್ತು. ಅವಳಿಗೆ ತನ್ನ ತಾಯಿಯ ನೆನಪಾಯಿತು. ಇದನ್ನು ನೋಡಿ ಆಕೆ ಏನು ಹೇಳುತ್ತಿದ್ದಳೋ ? ತಾನೆಂಥ ಮೂರ್ಖಳು ಎಂದು ಜನರು ಆಡಿಕೊಳ್ಳುತ್ತಿರಲಿಕ್ಕಿಲ್ಲವೆ, ಎಂದು ಅವಳು ಚಿಂತಿಸಿದಳು. ಮಿ. ಕರ್ರಿ ಅವಳ ಮನೆಯಲ್ಲಿ ಇರುವ ಸಂಗತಿ ಕೆಲವರಿಗಾದರೂ ಖಂಡಿತ ತಿಳಿದಿರಬೇಕಲ್ಲ ? ಊರಿನ ಅರ್ಧಾಂಶ ಜನರಾದರೂ ಅವನನ್ನು ಖಂಡಿತ ನೋಡಿರಬೇಕಲ್ಲ ? ಅವನ ಹಾಡಿನ ಆಲಾಪನೆ ಆ ವಿಹಾರಪಥದ ಮೇಲೆ ಸಂಜೆಯ ಗಾಳಿಯಲ್ಲಿ ತೇಲಿ ಬರುತ್ತಿತ್ತು. ಎಲ್ಲೆಲ್ಲೂ ಕತ್ತಲೆ ಆವರಿಸಿತ್ತು. ಸಮುದ್ರದ ಅಲೆಗಳು ಗುಂಡು ಕಲ್ಲುಗಳ ದಡದ ಮೇಲೆ ಏರಿಬರುತ್ತಿದ್ದವು.

ಅವಳು ಮನೆಗೆ ಹೋಗಬೇಕೆಂದು ಯೋಚಿಸಿದಳು. ಹೋಗಿ ಮಿ. ಕರ್ರಿಗೆ ಸೇರಿದ ಸಾಮಾನುಗಳನ್ನೆಲ್ಲಾ ಬೀದಿಗೆ ಎಸೆದು ಮುಂದಣ ಬಾಗಿಲಿಗೆ ಬೀಗ ಹಾಕಲೋ ? ಪೊಲೀಸಿನವರ ಸಹಾಯ ಅಪೇಕ್ಷಿಸಲೋ ? ಚಿಕ್ಕಪ್ಪ ಸೆಸಿಲ್‌ಗೆ ಸಮಾಚಾರ ತಿಳಿಸಲೋ ? ಅಥವಾ ನೆರೆಯಾತನೊಬ್ಬನ ಸಹಾನುಭೂತಿ ಕೋರಲೋ ? ಎಂದೆಲ್ಲ ಆಕೆ ಚಿಂತಿಸಿದ್ದಳು. ಅವಳಿಗೆ ಅವಮಾನ ಆಗಿತ್ತು. ಅವಳು ಮೋಸಹೋಗಿದ್ದಳು. ಅವಳ ಆತ್ಮಗೌರವಕ್ಕೆ ಕುಂದುಂಟಾಗಿತ್ತು. ನಾಚಿಕೆಯಿಂದ ಅವಳಿಗೆ ಅಳು ಬರುವಂತಾಯಿತು.

ಆದರೆ ಸ್ವಲ್ಪ ಕಾಲಾನಂತರ, 'ಅವಮಾನ' ಎಂದರೆ ಏನು ಎಂದು ಅವಳು ಯೋಚಿಸ ತೊಡಗಿದಳು. ಮಿ. ಕರ್ರಿ ಅಪ್ರಾಮಾಣಿಕನಾಗಿರಲಿಲ್ಲ. ಬೇಸಗೆಯಲ್ಲಿ ತನ್ನ ಕಸುಬು ಏನು ಎನ್ನುವುದನ್ನು ಅವನು ತಿಳಿಸಿರಲಿಲ್ಲವಷ್ಟೆ ಹೊರತು ಸುಳ್ಳು ಹೇಳಿರಲಿಲ್ಲ. ಬಹುಶಃ ಅವಳ ಸಮ್ಮತಿ ದೊರೆಯುವುದೋ ಇಲ್ಲವೋ ಎಂಬ ಸಂದೇಹದಿಂದ ಅದನ್ನಾತ ಅವಳಿಂದ ಗೋಪ್ಯವಾಗಿಟ್ಟಿದ್ದಿರಬಹುದು. ಅವನ ಕೆಲಸ ಅವನದು. ಅಲ್ಲದೆ ಚಳಿಗಾಲದಲ್ಲಿ ಆತ ಶುಚೀಕರಣ ಸಾಮಗ್ರಿಗಳನ್ನು ಮನೆಯಿಂದ ಮನೆಗೆ ಹೊತ್ತು ಮಾರುತ್ತಿದ್ದ ಎಂಬುದರಲ್ಲಿ ಸಂದೇಹವೇ ಇರಲಿಲ್ಲ. ಅವನು ಮನೆ ಬಾಡಿಗೆ ಕೊಡುತ್ತಿದ್ದ. ಆತ ನೀಟಾಗಿಯೂ ಚೊಕ್ಕಟ ವಾಗಿಯೂ ಇದ್ದುದಲ್ಲದೆ ಅವನ ಸಹವಾಸ ಸಂತೋಷಕರವಾಗಿತ್ತು. ಹೆದರಿಕೆಗೆ ಕಾರಣ ಎಲ್ಲಿತ್ತು ?

ತಕ್ಷಣ ಅವನ ಬಗ್ಗೆ ಅವಳಿಗೆ ಕನಿಕರ ಉಂಟಾಯಿತು. ಅದರೊಂದಿಗೆ ಆಕೆಯ ದೃಷ್ಟಿಯಲ್ಲಿ ಅವನೊಬ್ಬ ರಮ್ಯ ವ್ಯಕ್ತಿಯಾದ. ಏಕೆಂದರೆ ಅವನ ನೃತ್ಯ ಚೆನ್ನಾಗಿತ್ತು, ಅವನ ಹಾಡುಗಾರಿಕೆಯಲ್ಲಿ ಒಂದು ವಿಧದ ಶೈಲಿಯಿತ್ತು. ಬಹುಶಃ ಅವನು ಹಿಂದೆ ಸಂಗೀತ ಸಭೆಗಳಲ್ಲಿ ಹಾಡುತ್ತಿದ್ದು ಅವನ ಗತ ಜೀವನ ಆಕರ್ಷಕವಾಗಿದ್ದಿರಬಹುದು. ಹೀಗಿರುವಾಗ ತಾನು, ಎಸ್ಮೆ ಫ್ಯಾನ್‌ಷಾ, ಅವನನ್ನು ತಾತ್ಸಾರದಿಂದ ಕಾಣಲು ಕಾರಣ ಏನಿದೆ ? ಅವಳಲ್ಲಿ ಯಾವ ಪ್ರತಿಭೆಯಿದೆ ? ಇತರರಿಗೆ ಮನರಂಜನೆ ಒದಗಿಸಿ ಅವಳು ಜೀವನ ನಡೆಸುತ್ತಿದ್ದಳೆ ?

"ನಾನು ಹಾಗೆ, ಹೇಳಿದ್ದೆ ಎಸ್ಮೆ. ನಾನು ಹೇಳಿದ್ದೇನು ?"

"ನೀನೇನು ಹೇಳಿದ್ದೆ, ಅಮ್ಮ? ಹೇಳುವುದಾದರೂ ಏನಿದೆ? ನನ್ನಷ್ಟಕ್ಕೆ ನಾನು ಇರುವಂತೆ ಬಿಡಬಾರದೆ?"

ಅವಳ ತಾಯಿ ಸುಮ್ಮನಾದಳು. ಅನಂತರ ಆಕೆ ಸದ್ದು ಮಾಡದೆ ತನ್ನ ಕೈ ಚೀಲವನ್ನು ಎತ್ತಿಕೊಂಡು, ಆ ಹಸಿರು ಬೆಂಚನ್ನೂ ವಿಹಾರಪಥವನ್ನೂ ಬಿಟ್ಟು, ಕತ್ತಲು ಕವಿದಿದ್ದ ಬೀದಿಗಳನ್ನೂ ಗುಲಾಬಿ ಮತ್ತು ಇತರ ಹೂವುಗಳಿಂದ ತುಂಬಿ ಕಂಪೆಸೆಯುತ್ತಿದ್ದ ಉದ್ಯಾನಗಳನ್ನೂ ತೆರೆದ ಕಿಟಕಿಗಳನ್ನೂ ದಾಟಿ, 'ಪಾರ್ಕ್ ವಾಕ್' ಕಡೆ ನಡೆದಳು. ಮನೆ ಸೇರಿದ ಮೇಲೆ ಆಕೆ ತಲೆಯ ಮೇಲಿದ್ದ ಹುಲ್ಲಿನ ಹ್ಯಾಟನ್ನು ತೆಗೆದಿಟ್ಟಳು. ಆದರೆ ಹವೆ ಬೆಚ್ಚಗಿದ್ದುದರಿಂದ ಹತ್ತಿ ಬಟ್ಟೆಯ ತನ್ನ ಬಿಳಿ ಉಡುಪನ್ನು ಬದಲಾಯಿಸಲಿಲ್ಲ. ಬಳಿಕ ಅಡುಗೆ ಮನೆಗೆ ಹೋಗಿ ಕಾಫಿ ಮಾಡಿ, ಒಂದು ತಟ್ಟೆ ಬಿಸ್ಕತ್ ಮತ್ತು ಒಂದು ತಟ್ಟೆ ಸ್ಯಾಂಡ್‌ವಿಚ್‌ಗಳೊಂದಿಗೆ ಅದನ್ನು ಮೇಜಿನ ಮೇಲೆ ಆಕೆ ಅಣಿ ಮಾಡಿಟ್ಟಳು. ಸ್ವಲ್ಪ ಸಮಯದ ಅನಂತರ ಮಿ. ಕರ್ರಿ ಬಂದ ಶಬ್ದ ಕೇಳಿ, ಅವನನ್ನು ಆಹ್ವಾನಿಸಿದಳು.

"ದಯವಿಟ್ಟು ಬಂದು ನನ್ನೊಡನೆ ಸ್ವಲ್ಪ ತಿನಿಸು ಸ್ವೀಕರಿಸಿ, ನಿಮಗೆ ತಿನಿಸು ಬೇಕಾಗಿದೆ ಅನ್ನೋದು ನನಗೆ ಗೊತ್ತು. ತುಂಬ ದಣಿವಾಗಿರ್ಬೇಕು."

ಅವನ ಗುಟ್ಟು ತನಗೆ ಗೊತ್ತಾಗಿದೆ ಎಂಬ ಸಂಗತಿ ಅವನಿಗೆ ತಿಳಿದಿದೆಯೆಂದು ಆತನ ಮುಖಮುದ್ರೆಯಿಂದ ಆಕೆ ಅರಿತಳು.

ಆದರೆ ಆ ಸಂಜೆ ಈ ಕುರಿತು ಇಬ್ಬರೂ ಏನು ಮಾತಾಡಲಿಲ್ಲ. ಮುಂದೆ ಕೆಲವು ವಾರಗಳ ತನಕವೂ ಈ ಪ್ರಸ್ತಾಪ ಬರಲಿಲ್ಲ. ಅನಂತರ ಒಂದು ಸಂಜೆ ಯಥಾಪ್ರಕಾರ ಮಿ. ಕರ್ರಿ ಆಕೆಯ ಎದುರಿಗೆ ಕುಳಿತು ಓದುತ್ತಿದ್ದ. Cow ಇಂದ ಹಿಡಿದು Dinವರೆಗಿನ ವಿಶ್ವಕೋಶದ ಸಂಪುಟವನ್ನು ಆತ ಕೈಯಲ್ಲಿ ಹಿಡಿದಿದ್ದ. ಆಗಸ್ಟ್ ರಾತ್ರಿಯ ಚಳಿಗಾಳಿ ಜೋರಾಗಿ ಬೀಸುತ್ತಿತ್ತು. ಅವನತ್ತ ನೋಡುತ್ತಾ ಎಸ್ಮೆ ಫ್ಯಾನ್ ಷಾ ಹೇಳಿದಳು :

"ನನ್ನ ತಾಯಿ ಅನ್ನುತ್ತಿದ್ದಳು ಮಿ. ಕರ್ರಿ; 'ನನಗೆ ಯಾವಾಗಲೂ ಒಂದಿಷ್ಟು ಸಂಗೀತ ಮತ್ತು ನೃತ್ಯ, ಸ್ವಲ್ಪ ವಿವಿಧ ವಿನೋದಾವಳಿ ಅಂದರೆ ಇಷ್ಟ. ನಮ್ಮನ್ನು ನಾವೇ ಮರೆಯುವಂತೆ ಮಾಡ್ತವೆ, ಸಂಗೀತ ಮತ್ತು ನೃತ್ಯ,' ಅಂತ."

ಮಿ. ಕರ್ರಿ ತಲೆ ಬಾಗಿ ಅವಳಿಗೆ ಒಂದು ಚಿಕ್ಕವಂದನೆ ಸಮರ್ಪಿಸಿದ.

❍ ಡಬ್ಲ್ಯು. ಸಾಮರ್‌ಸೆಟ್ ಮಾಮ್

ಇಗರ್ಜಿಯ ಕರ್ಮಚಾರಿ

ನೆವಿಲ್ ಚೌಕದ ಸಂತ ಪೀಟರನ ಇಗರ್ಜಿಯಲ್ಲಿ ಅಂದು ಮಧ್ಯಾಹ್ನ ಒಂದು ನಾಮಕರಣ ಸಮಾರಂಭ ನಡೆದಿತ್ತು. ಆಲ್ಬರ್ಟ್ ಎಡ್ವರ್ಡ್ ಫೋರ್ಮನ್ ಕರ್ಮಚಾರಿಯ ಅಧಿಕೃತ ಉಡುಪಾದ ನಿಲುವಂಗಿಯನ್ನೇ ಇನ್ನೂ ತೊಟ್ಟಿದ್ದ. ಅದು ಅವನ ಹೊಸ ನಿಲುವಂಗಿಯಾಗಿರಲಿಲ್ಲ. ಏಕೆಂದರೆ, ಫ್ಯಾಷನ್ ಪ್ರಿಯರು ಶವ ಸಂಸ್ಕಾರಗಳಿಗೂ ವಿವಾಹಗಳಿಗೂ ಈ ಇಗರ್ಜಿಯನ್ನೇ ಹೆಚ್ಚಾಗಿ ಆರಿಸುತ್ತಿದ್ದುದರಿಂದ, ಇಂತಹ ಸಂದರ್ಭಗಳಿಗೆಂದು ಅದನ್ನಾತ ಕಾದಿರಿಸಿದ್ದ. ಅಲ್ಪಾಕ ತುಪ್ಪಟದ್ದಾಗಿದ್ದರೂ ಅದನ್ನು ಗರಿಗರಿಯಾಗಿ ಅವನು ಮಡಿಸಿಟ್ಟಿರುತ್ತಿದ್ದುದರಿಂದ ಅದು ಚಿರಸ್ಥಾಯಿಯಾದ ಕಂಚಿನಿಂದ ಮಾಡಲ್ಪಟ್ಟಂತೆ ತೋರುತ್ತಿತ್ತು. ಆದುದರಿಂದ ಅಂದಿನ ಮಟ್ಟಿಗೆ ಆತ ತನ್ನ ಎರಡನೇ ದರ್ಜೆಯ ನಿಲುವಂಗಿಯನ್ನು ಧರಿಸಿದ್ದ. ಹೀಗೆ ನಿಲುವಂಗಿ ಧರಿಸಿದಾಗ ಆತನ ಮನಸ್ಸಿಗೊಂದು ತೃಪ್ತಿ. ಏಕೆಂದರೆ ಅದು ಅವನ ಅಧಿಕಾರದ ಗುರುತಾಗಿತ್ತು. ಅದಿಲ್ಲದಿದ್ದರೆ (ಕೆಲಸ ಮುಗಿಸಿ ಮನೆಗೆ ಹಿಂತಿರುಗುವಾಗ ಅದನ್ನು ಕಳಚಿ ಇಡಬೇಕಾಗಿತ್ತು.) ಆಗ ತಾನೇನೋ ಅರೆಬರೆ ಉಡುಪು ಧರಿಸಿರುವೆನೆಂಬಂತೆ ಅವನ ಮನಸ್ಸಿಗೆ ಕಿರಿಕಿರಿಯಾಗುತ್ತಿತ್ತು. ತನ್ನ ಈ ಅಧಿಕೃತ ಉಡುಪನ್ನು ಆತ ಶ್ರಮವಹಿಸಿ ತಾನೇ ಇಸ್ತ್ರಿ ಮಾಡಿ ಓರಣವಾಗಿಟ್ಟುಕೊಳ್ಳುತ್ತಿದ್ದ. ಸಂತ ಪೀಟರನ ಇಗರ್ಜಿಯಲ್ಲಿ ಕರ್ಮಚಾರಿಯಾಗಿದ್ದ ಕಳೆದ ಹದಿನಾರು ವರ್ಷಗಳಲ್ಲಿ ಆತನಿಗೆ ನಿಲುವಂಗಿಗಳ ಮೇಲೆ ನಿಲುವಂಗಿಗಳು ಬಂದಿದ್ದವು. ಆದರೂ ಹಳತಾಯಿತೆಂಬ ಕಾರಣದಿಂದ ಆತ ಒಂದನ್ನೂ ಬಿಸುಟಿರಲಿಲ್ಲ. ಎಲ್ಲವನ್ನೂ ಒಪ್ಪವಾಗಿ ಮಡಚಿ ಕಂದು ಕಾಗದದಲ್ಲಿ ಸುತ್ತಿ, ತಾನು ಮಲಗುವ ಕೋಣೆಯ ಬಟ್ಟೆಯ ಅಲಮಾರಿಗಳ ಕೆಳ ಅಂಕಣದಲ್ಲಿ ಜೋಡಿಸಿ ಇಟ್ಟಿದ್ದ.

ಅಂದು ಕರ್ಮಚಾರಿ ಸದ್ದಿಲ್ಲದೆ ತನ್ನಷ್ಟಕ್ಕೆ ತಾನು ಕೆಲಸದಲ್ಲಿ ನಿರತನಾಗಿದ್ದ. ಅಮೃತಶಿಲೆಯ ತೀರ್ಥಪಾತ್ರೆಯ ಮೇಲೆ ಆತ ಬಣ್ಣದ ಹಲಗೆಯನ್ನು ಮುಚ್ಚಿದ; ಅಶಕ್ತ ವೃದ್ಧೆಯೊಬ್ಬಳ ಸಲುವಾಗಿ ತಂದು ಹಾಕಿದ್ದ ಕುರ್ಚಿಯನ್ನು ತೆಗೆದ; ಅನಂತರ

ಪಾದ್ರಿಯು ವಸ್ತ್ರಾಗಾರದಿಂದ ಹೊರಬಿದ್ದ ಕೂಡಲೇ ಅದನ್ನು ಸ್ವಚ್ಛ ಮಾಡಿ ಮನೆಗೆ ಹೋಗಬಹುದೆಂದು ಕಾದು ಕುಳಿತ. ಅಷ್ಟರಲ್ಲಿ ಪಾದ್ರಿಯು ಕಟಕಟೆಯ ಭಾಗ ಬಳಸಿ, ಎತ್ತರದ ಪ್ರಾರ್ಥನಾ ವೇದಿಕೆಯ ಮುಂದೆ ಮಂಡಿಯೂರಿದ ಶಾಸ್ತ್ರ ಮಾಡಿ, ಅನಂತರ ವೇದಿಕೆಯ ಪಾರ್ಶ್ವದಿಂದ ಹಜಾರಕ್ಕೆ ಇಳಿದು ಬರುತ್ತಿರುವುದನ್ನು ಆತ ಕಂಡ. ಪಾದ್ರಿ ಇನ್ನೂ ತನ್ನ ನಿಲುವಂಗಿಯನ್ನು ಧರಿಸಿದ್ದ.

'ಇವನ್ಯಾಕೆ ಇನ್ನೂ ಇಲ್ಲೇ ಸಾಯ್ತಿದಾನೆ? ನನಗೆ ಈಗ ಟೀ ಬೇಕು ಅಂತ ಇವನಿಗೆ ಗೊತ್ತಿಲ್ಲವೆ?' ಎಂದು ಕರ್ಮಚಾರಿ ಮನಸ್ಸಿನಲ್ಲೇ ಗೊಣಗಿಕೊಂಡ.

ಇತ್ತೀಚೆಗೆ ನೇಮಿತನಾಗಿದ್ದ ಈ ಪಾದ್ರಿ ಕೆಂಪು ಮೊಗದ ನಲವತ್ತರ ಪ್ರಾಯದ ಉತ್ಸಾಹೀ ಮನುಷ್ಯ. ಆದರೆ ಆಲ್ಬರ್ಟ್ ಎಡ್ವರ್ಡನಿಗೆ ಹಳೆಯ ಪಾದ್ರಿಯದೇ ಚಿಂತೆ. ಆತ ಇಂಪಾದ ಕಂಠದಲ್ಲಿ ಸಾವಧಾನದಿಂದ ನೀತಿಬೋಧೆ ಮಾಡಿ, ತನ್ನ ಕ್ಷೇತ್ರದ ಪ್ರತಿಷ್ಠಿತ ಸಿರಿವಂತರೊಡನೆ ದಿನಂಪ್ರತಿ ಭೋಜನ ಕೂಟಗಳಲ್ಲಿ ಭಾಗವಹಿಸುತ್ತಿದ್ದ. ಇಗರ್ಜಿಯಲ್ಲಿ ಎಲ್ಲವೂ ವ್ಯವಸ್ಥಿತ ರೀತಿಯಲ್ಲಿ ಇರಬೇಕೆಂಬ ಇಚ್ಛೆ ಆ ಪಾದ್ರಿಗೂ ಇತ್ತು. ಆದರೆ ಆತ ಎಂದಿಗೂ ಆ ಬಗ್ಗೆ ರಂಪ ಮಾಡುತ್ತಿರಲಿಲ್ಲ. ಎಲ್ಲದರಲ್ಲೂ ಕೈ ಹಾಕಲು ಇಚ್ಛಿಸುತ್ತಿದ್ದ ಈ ಹೊಸಬನಂತಿರಲಿಲ್ಲ. ಆದರೂ ಆಲ್ಬರ್ಟ್ ಎಡ್ವರ್ಡ್ ತಾಳ್ಮೆಯಿಂದಿದ್ದ. ಸಂತ ಪೀಟರನ ಇಗರ್ಜಿ ಬಹಳ ಒಳ್ಳೆಯ ನೆರೆಹೊರೆಯಲ್ಲಿತ್ತು. ಅದರ ಕಾರ್ಯಕ್ಷೇತ್ರಕ್ಕೆ ಸೇರಿದ ನಿವಾಸಿಗಳೂ ಮೇಲ್ಮಟ್ಟದ ಜನರಾಗಿದ್ದರು. ಈಸ್ಟ್ ಎಂಡ್‌ನಿಂದ* ಬಂದ ಹೊಸ ಪಾದ್ರಿ ಇಲ್ಲಿನ ಶ್ರೀಮಂತ ಭಕ್ತಾವಳಿಯ ನಾಜೂಕಿನ ನಡೆನುಡಿಗಳಿಗೆ ತಕ್ಷಣ ಹೊಂದಿಕೊಳ್ಳಬೇಕೆಂದು ನಿರೀಕ್ಷಿಸುವುದು ಸಾಧುವಾಗಿರಲಿಲ್ಲ.

"ಇದೆಲ್ಲಾ ಎಷ್ಟು ದಿನ? ... ಸರಿಹೋಗ್ತಾನೆ" ಎಂದುಕೊಂಡ ಆಲ್ಬರ್ಟ್ ಎಡ್ವರ್ಡ್.

ಪಾದ್ರಿ ಹಜಾರಕ್ಕೆ ನಡೆದು ಬಂದ. ಪ್ರಾರ್ಥನಾಮಂದಿರ ಒಂದರಲ್ಲಿ ಉಚಿತವಾದುದಕ್ಕಿಂತ ಹೆಚ್ಚಿನ ಮಟ್ಟಕ್ಕೆ ಸ್ವರ ಎತ್ತರಿಸದೆ ಕರ್ಮಚಾರಿಯೊಂದಿಗೆ ಮಾತನಾಡಬಹುದಾದಷ್ಟು ದೂರದಲ್ಲಿ ನಿಂತು ಆತ ಕೇಳಿದ:

"ಫೋರ್ಮನ್, ಒಂದು ನಿಮಿಷ ವಸ್ತ್ರಾಗಾರಕ್ಕೆ ಬರ್‍ತೀಯಾ? ನಿನಗೆ ಒಂದು ವಿಷಯ ಹೇಳಬೇಕಾಗಿದೆ."

"ಒಳ್ಳೆಯದು, ಸರ್."

ಫೋರ್ಮನ್ ತನ್ನ ಬಳಿ ಬರುವವರೆಗೂ ಪಾದ್ರಿ ಕಾದಿದ್ದ. ಅನಂತರ ಇಬ್ಬರೂ ಕೂಡಿ ನಡೆದರು.

"ನಾಮಕರಣ ಸಮಾರಂಭ ಬಹಳ ಚೆನ್ನಾಗಿ ನಡೀತಲ್ವೆ ಸರ್? ನನಗಂತೂ ಹಾಗನ್ನಿಸ್ತು. ಆ ಮಗು, ತಾವು ಕೈಗೆತ್ತಿಕೊಳ್ತಲೇ ಹೇಗೆ ಅಳು ನಿಲ್ಲಿಸ್ತು! ಆಶ್ಚರ್ಯ!"

"ಅದೆಲ್ಲಾ ಸಾಮಾನ್ಯ ಸಂಗತಿ," ಎಂದು ಪಾದ್ರಿ ಮುಗುಳುನಗುತ್ತಾ ನುಡಿದ.

"ನನಗೆ ಮಕ್ಕಳನ್ನು ಹಿಡಿದು ಬೇಕಾದಷ್ಟು ಅಭ್ಯಾಸವಿದೆ."

ಬಿಕ್ಕಿಬಿಕ್ಕಿ ಅಳುತ್ತಿರುವ ಮಗುವನ್ನು ತಾನು ಎತ್ತಿಕೊಳ್ಳುವ ವಿಧಾನದಿಂದಲೇ ತಪ್ಪದೆ ಸಮಾಧಾನ ಪಡಿಸಬಲ್ಲೆ ಎಂಬುದು ಆತನಿಗೆ ಸ್ವಲ್ಪ ಹೆಮ್ಮೆಯ ವಿಷಯವಾಗಿತ್ತು. ಮಗು ತನ್ನ

---

* ಬಡ ಜನರು ಹೆಚ್ಚಾಗಿ ವಾಸಿಸುವ ಲಂಡನ್ನಿನ ಪೂರ್ವ ಭಾಗ.

ತೋಳ ತೆಕ್ಕೆ ಸೇರಿ ತೆಪ್ಪಗಾಗುವುದನ್ನು ನೋಡಿ ಮೆಚ್ಚುವ ತಾಯಂದಿರನ್ನು, ದಾದಿಯರನ್ನು ಗಮನಿಸದೆ ಹೋದವನಲ್ಲ ಆತ. ಅವನ ಈ ಸಾಮರ್ಥ್ಯವನ್ನು ಹೊಗಳಿದರೆ ಪಾದ್ರಿಗೆ ಸಂತೋಷವಾಗುತ್ತದೆ ಎಂಬುದು ಕರ್ಮಚಾರಿಗೆ ಗೊತ್ತಿತ್ತು.

ಪಾದ್ರಿಯನ್ನು ಹಿಂಬಾಲಿಸಿ ಆಲ್ಬರ್ಟ್ ಎಡ್ವರ್ಡ್ ವಸ್ತ್ರಾಗಾರ ಸೇರಿದ. ಅಲ್ಲಿ ಇಗರ್ಜಿಯ ಇಬ್ಬರು ಪಾರುಪತ್ತೇದಾರರು ಇದ್ದುದನ್ನು ಕಂಡು ಆತ ಸ್ವಲ್ಪ ಚಕಿತನಾದ. ಅವರು ಬಂದದ್ದನ್ನು ಆತ ಗಮನಿಸಿರಲಿಲ್ಲ. ಇಗರ್ಜಿಯ ಪಾಲಕರು ಕರ್ಮಚಾರಿಯನ್ನು ನೋಡಿ ಹಸನ್ಮುಖದಿಂದ ಅವನತ್ತ ತಲೆಯಾಡಿಸಿದರು.

"ನಮಸ್ಕಾರ ಪ್ರಭುಗಳೇ, ನಮಸ್ಕಾರ ಸ್ವಾಮಿ" ಎಂದು ಒಬ್ಬರಾದ ಬಳಿಕ ಇನ್ನೊಬ್ಬರಿಗೆ ಆತ ಕೈ ಮುಗಿದ.

ಇಬ್ಬರು ಪಾಲಕರೂ ಹಿರಿಯರೇ. ಆಲ್ಬರ್ಟ್ ಎಡ್ವರ್ಡ್ ಎಷ್ಟು ಕಾಲದಿಂದ ಈ ಇಗರ್ಜಿಯಲ್ಲಿ ಕರ್ಮಚಾರಿಯಾಗಿದ್ದನೋ ಸುಮಾರು ಅಷ್ಟೇ ಕಾಲದಿಂದ ಅವರೂ ಅದರ ಪಾಲಕರಾಗಿದ್ದರು. ತಮ್ಮ ಹಿಂದಿನ ಪಾದ್ರಿಯು ಅನೇಕ ವರ್ಷಗಳ ಕೆಳಗೆ ಇಟಲಿಯಿಂದ ತಂದಿದ್ದ ಸುಂದರ ಊಟದ ಮೇಜಿನ ಮುಂದೆ ಅವರೀರ್ವರೂ ಕುಳಿತಿದ್ದರು. ಅವರ ನಡುವೆ ಇದ್ದ ಖಾಲಿ ಕುರ್ಚಿಯಲ್ಲಿ ಪಾದ್ರಿ ಕುಳಿತ. ಆ ಕಡೆ ಮೂವರು ಅಧಿಕಾರಿಗಳು. ಈ ಕಡೆ ಕರ್ಮಚಾರಿ. ವಿಷಯ ಏನಿರಬಹುದೆಂದು ಕರ್ಮಚಾರಿ ಸ್ವಲ್ಪ ಕಸಿವಿಸಿಯಿಂದ ಯೋಚಿಸಿದ. ಹಿಂದೊಮ್ಮೆ ಒಬ್ಬ ವಾದ್ಯಗಾರ ತೊಂದರೆಗೆ ಸಿಕ್ಕಿ, ಆ ಕಹಿ ಪ್ರಸಂಗವನ್ನು ಒಳಗಿಂದೊಳಗೇ ಮುಚ್ಚಿಡಲು ಎಲ್ಲರೂ ಪಟ್ಟ ಬವಣೆಯನ್ನು ಆತ ಸ್ಮರಿಸಿದ. ನೆವಿಲ್ ಚೌಕದ ಸಂತ ಪೀಟರನ ಇಗರ್ಜಿಯಂಥ ದೇಗುಲದಲ್ಲಿ ಯಾವ ಗುಲ್ಲೂ ಸಲ್ಲದು. ಪಾದ್ರಿಯ ಮುಖದಲ್ಲಿ ಒಂದು ಬಗೆಯ ದೃಢ ಶಾಂತಿ ಕಾಣುತ್ತಿತ್ತು. ಆದರೆ ಪಾಲಕರು ಸ್ವಲ್ಪ ಮುಜುಗರದಲ್ಲಿರುವಂತೆ ತೋರುತ್ತಿತ್ತು.

'ಈತ ಅವರನ್ನು ಕಾಡಿದಾನೆ ಅನ್ನೋದೇ ಸೈ. ಕಾಡಿಕಾಡಿ ಅವರಿಗಿಷ್ಟವಿಲ್ಲದ ಯಾವುದೋ ಕ್ರಮ ಕೈಗೊಳ್ಳುವಂತೆ ಮಾಡಿದ್ದಾನೆ. ಇರಲಿ, ಕಾದು ನೋಡೋಣ' ಎಂದು ಕರ್ಮಚಾರಿ ಮನಸ್ಸಿನಲ್ಲಿಯೇ ಅಂದುಕೊಂಡ.

ಆದರೆ, ತಿದ್ದಿ ಮಾಡಿದಂತೆ ಲಕ್ಷಣವಾಗಿದ್ದ ಆಲ್ಬರ್ಟ್ ಎಡ್ವರ್ಡ್‌ನ ಗಂಭೀರ ಮುಖಮುದ್ರೆಯ ಮೇಲೆ ಈ ಭಾವನೆಗಳು ಕಾಣಿಸಲಿಲ್ಲ. ಆತನ ನಿಲುವಿನಲ್ಲಿ ಡೊಗ್ಗು ಸಲಾಮಿನ ಧೋರಣೆ ಇರಲಿಲ್ಲ. ಆದರೆ ಗೌರವವಿತ್ತು. ಕರ್ಮಚಾರಿಯಾಗುವ ಮೊದಲು ಆತ ಕುಲೀನರ ಮನೆಗಳಲ್ಲಿ ಸೇವೆ ಮಾಡಿದ್ದ. ಅವನ ನಡವಳಿಕೆಯ ಬಗ್ಗೆ ಯಾರೂ ಚಕಾರವೆತ್ತುವಂತಿರಲಿಲ್ಲ. ಒಬ್ಬ ದೊಡ್ಡ ಸಾಹುಕಾರನ ಭವನದಲ್ಲಿ ಬಾಲಸೇವಕನಾಗಿ ಪ್ರಾರಂಭಿಸಿ, ಕ್ರಮೇಣ ನಾಲ್ಕನೇ ಪರಿಚಾರಕನ ಸ್ಥಾನದಿಂದ ಮೊದಲನೇ ಪರಿಚಾರಕನ ಅಂತಸ್ತಿಗೆ ಆತ ಏರಿದ್ದ. ಒಂದು ವರ್ಷಕಾಲ ಪ್ರತಿಷ್ಠಿತ ವಿಧವೆಯೊಬ್ಬಳ ಏಕೈಕ ಅಡುಗೆಯವನಾಗಿದ್ದ. ಅನಂತರ ಸಂತ ಪೀಟರ್‌ನ ಇಗರ್ಜಿಯಲ್ಲಿ ಹುದ್ದೆ ದೊರೆಯುವ ತನಕ ಒಬ್ಬ ನಿವೃತ್ತ ರಾಯಭಾರಿಯ ಬಂಗಲೆಯಲ್ಲಿ ಇಬ್ಬರು ಪರಿಚಾರಕರನ್ನು ಕೆಳಗಿಟ್ಟುಕೊಂಡು ಅಡುಗೆಯವನಾಗಿ ಸೇವೆ ಮಾಡಿದ್ದ. ಆತ ಎತ್ತರದ ನಿಲುವಿನ ತೆಳು ಶರೀರದ ವ್ಯಕ್ತಿಯಾಗಿದ್ದು, ಅವನ ನಡೆನುಡಿಗಳಲ್ಲಿ ಘನತೆ ಗಾಂಭೀರ್ಯಗಳಿದ್ದವು. ಒಬ್ಬ ಡ್ಯೂಕ್‌ನಂತೆ ತೋರದಿದ್ದರೂ ಡ್ಯೂಕರ ಪಾತ್ರಗಳನ್ನು ವಹಿಸುವ ಹಳೆಯ ತಲೆಮಾರಿನ ಪರಿಣತ ನಟನನ್ನು ಆತ ಹೋಲುತ್ತಿದ್ದ. ಅವನಲ್ಲಿ

ಔಚಿತ್ಯಜ್ಞಾನ, ದೃಢಚಿತ್ತ ಮತ್ತು ಆತ್ಮವಿಶ್ವಾಸ ತುಂಬಿದ್ದವು. ಅವನ ನಡತೆಯ ಬಗ್ಗೆ ದೋಷಾರೋಪಣೆಗೆ ಎಡೆಯೇ ಇರಲಿಲ್ಲ.

ಪಾದ್ರಿ ಚುರುಕಾಗಿ ಕಾರ್ಯಾರಂಭ ಮಾಡಿದ:

"ಫೋರ್ಮನ್, ನಾವು ನಿನಗೆ ಸ್ವಲ್ಪ ಅಪ್ರಿಯವಾದ ಒಂದು ವಿಷಯವನ್ನು ಹೇಳ್ಬೇಕಾಗಿದೆ. ನೀನಿಲ್ಲಿ ದೀರ್ಘಕಾಲ ಸೇವೆ ಸಲ್ಲಿಸಿರುವ, ಎಲ್ಲರ ಮೆಚ್ಚುಗೆಗೂ ಪಾತ್ರನಾಗುವಂತೆ ನಿನ್ನ ಕರ್ತವ್ಯಗಳನ್ನು ನಿರ್ವಹಿಸಿರುವೆ. ನನ್ನ ಈ ಮಾತನ್ನು ಈ ನಮ್ಮ ಪಾಲಕರೂ ಅನುಮೋದಿಸ್ತಾರೆಂದು ನಾನು ನಂಬಿದ್ದೇನೆ."

ಪಾಲಕರು ತಲೆತೂಗಿದರು.

"ಆದರೆ ಮೊನ್ನೆ ಒಂದು ಅತಿ ವಿಚಿತ್ರ ಸಂಗತಿ ನನಗೆ ತಿಳಿದುಬಂತು. ಅದನ್ನು ಪಾಲಕರಿಗೆ ಹೇಳೋದು ನನ್ನ ಕರ್ತವ್ಯ ಅಂತ ನಾನು ಭಾವಿಸಿದೆ. ನಿನಗೆ ಓದು ಬರಹ ಬಾರದು ಅನ್ನೋ ಸಂಗ್ತಿ ನನ್ನ ತಿಳಿವಳಿಕೆಗೆ ಬಂದಾಗ ನನಗೆ ಅತ್ಯಾಶ್ಚರ್ಯವಾಯಿತು."

ಕರ್ಮಚಾರಿಯ ಮುಖ ಕ್ಲೇಶದ ಯಾವ ಚಿಹ್ನೆಯನ್ನೂ ತೋರ್ಪಡಿಸಲಿಲ್ಲ.

"ಸಾರ್, ಇದು ಹಿಂದಿನ ಪಾದ್ರಿಗೆ ತಿಳಿದಿತ್ತು, ಅದರಿಂದ ಪ್ರಮಾದವೇನೂ ಇಲ್ಲ ಅಂತ ಅವರಂದಿದ್ದರು. ಅಲ್ಲದೆ ಇಂದಿನ ಪ್ರಪಂಚದಲ್ಲಿ ವಿದ್ಯಾಭ್ಯಾಸ ಸ್ವಲ್ಪ ಅತಿಯಾಗ್ತಿದೆ, ನನಗಿದು ಹಿಡಿಸೋಲ್ಲ ಅಂತ ಅವರು ಯಾವಾಗ್ಲೂ ಹೇಳ್ತಿದ್ರು."

"ಪರಮಾಶ್ಚರ್ಯ! ಇಂಥ ಸಂಗ್ತಿ ನಾನಿದುವರೆಗೆ ಕೇಳಿರ್‍ಲಿಲ್ಲ," ಎಂದ ಒಬ್ಬ ಪಾಲಕ. "ಅಲ್ಲಯ್ಯಾ, ಈ ಇಗರ್ಜಿಯಲ್ಲಿ ನೀನು ಹದಿನಾರು ವರ್ಷಗಳ ಕಾಲ ಕರ್ಮಚಾರಿಯಾಗಿದ್ದೂ ಓದು ಬರಹ ಕಲಿತೇ ಇಲ್ಲ ಅಂತೀಯಾ ?"

"ಹೌದು ಸಾರ್, ನಾನು ಹನ್ನೆರಡ್ನೇ ವಯಸ್ನಲ್ಲೇ ಚಾಕರಿಗೆ ಸೇರಿದೆ. ನಾನು ಮೊದಲು ಕೆಲಸಕ್ಕೆ ಸೇರಿದ ಮನೆಯ ಬಾಣಸಿಗ ನನಗೆ ಕಲಿಸಲು ಪ್ರಯತ್ನಿಸಿದ. ಆದರೆ, ಉಹೂಂ ನನಗೆ ಅದು ಅಂಟಿಕೊಳ್ಳಿಲ್ಲ. ಆಮೇಲೆ... ಅದೂ... ಇದೂ... ಅಂತ ನನಗೆ ಸಮಯವೇ ಸಿಗ್ಲಿಲ್ಲ. ನಿಜವಾಗ್ಲೂ ಅದೊಂದು ಕೊರತೆ ಅಂತ ನನಗೆ ಅನ್ನಿಸಿಯೇ ಇಲ್ಲ. ಈಗಿನ ಅನೇಕ ಹುಡುಗರು ಓದಿನಲ್ಲಿ ವ್ಯರ್ಥ ಕಾಲಹರಣ ಮಾಡ್ತಾರೆ ಅಂತ ನನ್ನ ಅಂಬೋಣ. ಅದರ ಬದಲು ಅವರು ಏನಾದರೂ ಉಪಯುಕ್ತ ಕೆಲಸ ಮಾಡಬಹುದಲ್ವೆ?"

"ಆದರೆ ನಿನಗೆ ದೈನಂದಿನ ಸುದ್ದಿ ಸಮಾಚಾರಗಳನ್ನು ತಿಳಿಯುವ ಬಯಕೆ ಇಲ್ವೆ?" ಎಂದು ಇನ್ನೊಬ್ಬ ಪಾಲಕ ಪ್ರಶ್ನಿಸಿದ. "ಯಾವಾಗಲಾದರೂ ಒಂದು ಕಾಗದ ಬರೀಬೇಕೆಂಬ ಅಪೇಕ್ಷೆಯೂ ನಿನ್ನನ್ನು ಕಾಡೋದಿಲ್ವೆ?"

"ಇಲ್ಲ ಪ್ರಭುಗಳೇ, ಅದಿಲ್ಲದೆ ನನಗೇನೂ ನಷ್ಟವಾದಂತೆ ಕಾಣಿಸೋದಿಲ್ಲ. ಈಚೀಚೆಗಂತೂ ದಿನಪತ್ರಿಕೆಗಳಲ್ಲಿ ಬೇಕಾದಷ್ಟು ಚಿತ್ರಗಳೆಲ್ಲ ಬರ್‍ತಿವೆಯಲ್ಲ? ಅವನ್ನು ನೋಡಿ ಪ್ರಪಂಚದಲ್ಲಿ ಏನೇನಾಗ್ತಿದೆ ಅನ್ನೋದೆಲ್ಲ ನನಗೆ ಚೆನ್ನಾಗಿ ಗೊತ್ತಾಗ್ತದೆ. ಅಲ್ಲದೆ ನನ್ನ ಹೆಂಡತಿ ಸಾಕಷ್ಟು ಓದಿ ಕೊಂಡಿದ್ದಾಳೆ. ಕಾಗದ ಬರೀಬೇಕು ಅಂತ ನನಗೆ ಅನ್ನಿಸಿದಾಗ ಅವಳು ನನಗಾಗಿ ಬರೀತಾಳೆ. ಹಾಗೆ ಹೆಚ್ಚಿಗೆ ಬರೆಯೋ ಅವಶ್ಯಕತೇನೂ ನನಗಿಲ್ಲ. ನಾನೇನೂ ಕುದುರೆ ಪಂದ್ಯಗಳಲ್ಲಿ ಹಣ ಕಟ್ಟೋ ವ್ಯಕ್ತಿಯಲ್ಲ."

ಇಬ್ಬರು ಪಾಲಕರೂ ಪಾದ್ರಿಯತ್ತ ಕಳವಳದಿಂದ ಓರೆನೋಟ ಬೀರಿ, ಮೇಜಿನ ಮೇಲೆ ದೃಷ್ಟಿ ಹರಿಸಿದರು.

ಪಾದ್ರಿ ಹೇಳಿದ:

"ಫೋರ್ಮನ್, ಈ ವಿಷಯದ ಬಗ್ಗೆ ನಾನು ಈ ಮಾನ್ಯರ ಸಂಗಡ ಮಾತ್ನಾಡಿದ್ದೇನೆ. ಇದೊಂದು ಅಸಾಧ್ಯ ಪರಿಸ್ಥಿತಿ ಅಂತ ನನ್ನೊಡನೆ ಅವರೂ ಒಪ್ಪಿದ್ದಾರೆ. ನೆವಿಲ್ ಚೌಕದ ಸಂತ ಪೀಟರ್‌ನ ಇಗರ್ಜಿಯಲ್ಲಿ ಓದು ಬರಹ ಬಾರದ ಒಬ್ಬ ಕರ್ಮಚಾರಿಯನ್ನು ಇಟ್ಟುಕೊಳ್ಳೋದು ಸಾಧ್ಯವೇ ಇಲ್ಲ."

ಆಲ್ಬರ್ಟ್ ಎಡ್ವರ್ಡ್‌ನ ನಸು ಹಳದಿ ಬಣ್ಣದ ತೆಳು ಮುಖ ಕೆಂಪಾಯಿತು. ಆತ ಚಡಪಡಿಸುತ್ತಾ, ನಿಂತಲ್ಲಿಂದ ತನ್ನ ಕಾಲುಗಳನ್ನು ಸ್ವಲ್ಪ ಕದಲಿಸಿದ. ಆದರೆ ಉತ್ತರ ನೀಡಲಿಲ್ಲ.

ಪಾದ್ರಿ ಮಾತು ಮುಂದುವರಿಸಿದ:

"ಫೋರ್ಮನ್, ಹೀಗಂದ ಮಾತ್ರಕ್ಕೆ ನಿನ್ನ ಮೇಲೆ ನಾನು ದೋಷಾರೋಪ ಮಾಡ್ತೀನಿ ಅಂತ ತಿಳೀಬೇಡ. ನಿನ್ನ ಬಗ್ಗೆ ನನಗೆ ಯಾವ ದೂರೂ ಇಲ್ಲ. ನಿನ್ನ ಕೆಲಸವನ್ನು ನೀನು ಬಹಳ ಸಮರ್ಪಕವಾಗಿ ಮಾಡ್ತಾ ಬಂದಿದ್ದಿ. ನಿನ್ನ ಶೀಲ ಸಾಮರ್ಥ್ಯಗಳ ಬಗ್ಗೆ ನಮಗೆ ಅತ್ಯುತ್ತಮ ಅಭಿಪ್ರಾಯವಿದೆ. ಆದರೆ ನಿನ್ನ ಈ ಶೋಚನೀಯ ಅಜ್ಞಾನದಿಂದ ಸಂಭವಿಸ ಬಹುದಾದ ಯಾವೊಂದು ಅನಾಹುತಕ್ಕೂ ಎಡೆ ಮಾಡಿಕೊಡುವ ಅಧಿಕಾರ ನಮಗಿಲ್ಲ. ಇದು ತತ್ವದ ಮಾತಷ್ಟೇ ಅಲ್ಲ, ವಿವೇಕದ ಪ್ರಶ್ನೆ ಕೂಡ."

ಒಬ್ಬ ಪಾಲಕ ಕೇಳಿದ:

"ನಿನಗೆ ಇನ್ನಾದ್ರೂ ಓದು ಬರಹ ಕಲಿಯಲು ಸಾಧ್ಯವಿಲ್ವೆ, ಫೋರ್ಮನ್ ?"

"ಊಹುಂ, ಇಲ್ಲ ಸಾರ್. ಈಗ ಸಾಧ್ಯವಿಲ್ಲ. ನೋಡಿ ಸಾರ್, ನಾನೀಗ ಹಿಂದಿನಂತೆ ಹುಡುಗನಲ್ಲ. ಎಳೆಯವನಾಗಿದ್ದಾಗಲೇ ತಲೆಗೆ ಹತ್ತದ ಅಕ್ಷರ ಜ್ಞಾನ ಈಗ ನನಗೆ ಬರೋದಾದ್ರೂ ಹೇಗೆ ?"

ಪಾದ್ರಿ ನುಡಿದ:

"ನಿನ್ನೊಡನೆ ಕಠಿಣವಾಗಿ ವರ್ತಿಸಲು ನಮಗೆ ಇಷ್ಟವಿಲ್ಲ, ಫೋರ್ಮನ್. ಆದರೂ ಈ ಇಗರ್ಜಿಯ ಪಾಲಕರೂ ನಾನೂ ಯೋಚಿಸಿ ಒಂದು ತೀರ್ಮಾನಕ್ಕೆ ಬಂದಿದ್ದೇವೆ. ನಿನಗೆ ಮೂರು ತಿಂಗಳ ಕಾಲಾವಕಾಶ ಕೊಡ್ತೇವೆ. ಅದು ಮುಗಿಯೋ ವೇಳೆಗೂ ನಿನಗೆ ಓದು ಬರಹ ಬಾರದಿದ್ರೆ ನೀನು ಕೆಲಸ ಬಿಡಬೇಕಾಗ್ತದೆ."

ಆಲ್ಬರ್ಟ್ ಎಡ್ವರ್ಡ್ ಈ ಹೊಸ ಪಾದ್ರಿಯನ್ನು ಎಂದೂ ಮೆಚ್ಚಿಕೊಂಡಿರಲಿಲ್ಲ. ಇಂಥ ಪಾದ್ರಿಯನ್ನು ಸಂತ ಪೀಟರ್‌ನ ಇಗರ್ಜಿಯಲ್ಲಿ ನೇಮಿಸಿದ್ದು ತಪ್ಪಾಯಿತೆಂದು ಮೊದಲಿನಿಂದಲೂ ಆತ ಹೇಳುತ್ತಲೇ ಇದ್ದ. ಅಲ್ಲಿಗೆ ಬರುತ್ತಿದ್ದ ಭಕ್ತರು ಉನ್ನತ ವರ್ಗಕ್ಕೆ ಸೇರಿದವರು. ಹೊಸ ಪಾದ್ರಿ ಇಂಥ ಪ್ರತಿಷ್ಠಿತರ ಸಮೂಹಕ್ಕೆ ಹೇಳಿದ ಮನುಷ್ಯನಾಗಿರಲಿಲ್ಲ. ಆಲ್ಬರ್ಟ್ ಎಡ್ವರ್ಡ್ ತುಸು ಸೆಟೆದು ನಿಂತ. ತನ್ನ ಯೋಗ್ಯತೆಯನ್ನು ಅವನು ಅರಿತಿದ್ದ. ಆದುದರಿಂದ ಯಾರಿಗೂ ಜಗ್ಗಲು ಆತ ಸಿದ್ಧನಾಗಿರಲಿಲ್ಲ.

"ಕ್ಷಮಿಸಿ ಸರ್. ಇದು ವ್ಯರ್ಥಾಲಾಪ. ನಾನೊಂದು ಹಳೆ ನಾಯಿ ಇದ್ದಂತೆ. ಹೊಸ ಚೇಷ್ಟೆಗಳನ್ನು ಕಲೀಲಿಕ್ಕೆ ಅದರಿಂದಾದೀತೇ ? ಓದು ಬರಹ ಗೊತ್ತಿಲ್ಲದೇನೇ ಸಾಕಷ್ಟು ಕಾಲ ನಾನು ಬದುಕಿದ್ದೇನೆ. ನನ್ನನ್ನೇ ಹೊಗಳಿಕೊಳ್ಳೋಕೆ ನನಗೇನೂ ಇಚ್ಛೆಯಿಲ್ಲ – ಯಾಕೇಂದ್ರೆ ಸ್ವಂತ ಹೊಗಳಿಕೆ ಒಂದು ಶಿಫಾರಸ್ಸಾಗಲಾರದು. ಆದ್ರೂ ದೇವರು ನನ್ನನ್ನಿಟ್ಟಿರುವ ಅಂತಸ್ತಿನಲ್ಲೇ ನನ್ನ ಕರ್ತವ್ಯವನ್ನು ಸಮರ್ಪಕವಾಗಿ ಮಾಡಿದ್ದೀನಿ ಅಂತ ನಾನು ಹೇಳಿದ್ರೆ ಅದು

ತಪ್ಪಾಗಲಾರದು. ಅಲ್ಲದೆ ಒಂದು ವೇಳೆ ಈಗೇನಾದರೂ ನನಗೆ ಕಲೀಲಿಕ್ಕೆ ಸಾಧ್ಯವಾದರೂ, ಹಾಗೆ ಕಲಿಗೋ ಆಸಕ್ತಿ ಇದೆ ಅಂತ ಹೇಳಲಾಗೆ."

"ಹಾಗಿದ್ದರೆ, ಫೋರ್ಮನ್, ವಿಧಿಯಿಲ್ಲ. ನೀನು ಕೆಲಸ ಬಿಡಬೇಕು."

"ಸರಿ, ಸರ್. ಅರ್ಥವಾಯ್ತು. ಸಂತೋಷದಿಂದ ರಾಜೀನಾಮೆ ಕೊಡ್ತೇನೆ – ನನ್ನ ಬದಲಿ ನೀವು ಒಬ್ಬನನ್ನು ಹುಡುಕಿ ನಿಯಮಿಸಿದ ಒಡನೆ."

ಪಾದ್ರಿ ಮತ್ತು ಪಾಲಕರು ಹೊರ ಹೊರಟ ತರುವಾಯ, ಮಾಮೂಲಿನಂತೆ ವಿನಮ್ರವಾಗಿ ಚರ್ಚಿನ ಬಾಗಿಲು ಹಾಕಿದ ಕರ್ಮಚಾರಿ, ಇನ್ನು ತನ್ನ ಗಾಂಭೀರ್ಯದ ಮುಖವಾಡವನ್ನು ಉಳಿಸಿಕೊಳ್ಳದಾದ. ತನ್ನ ಗೌರವಕ್ಕೆ ಆದ ಆಘಾತದಿಂದ ಅವನ ತುಟಿಗಳೂ ಅದುರಿದವು. ಆತ ನಿಧಾನಗತಿಯಿಂದ ವಸ್ತ್ರಾಗಾರಕ್ಕೆ ಮರಳಿ ಕರ್ಮಚಾರಿಯ ನಿಲುವಂಗಿಯನ್ನು ಕಳಚಿ ಅದರ ಸ್ವಸ್ಥಾನದಲ್ಲಿ ನೇತು ಹಾಕಿದ. ಅದು ಕಂಡಿದ್ದ ಅನೇಕ ಭರ್ಜರಿ ಶವ ಸಂಸ್ಕಾರಗಳನ್ನೂ ವಿಜೃಂಭಣೆಯ ವಿವಾಹ ಸಮಾರಂಭಗಳನ್ನೂ ನೆನೆದು ಆತ ನಿಟ್ಟುಸಿರು ಬಿಟ್ಟ. ಬಳಿಕ ಎಲ್ಲವನ್ನೂ ಚೊಕ್ಕಟ ಮಾಡಿ, ಕೋಟು ಏರಿಸಿ, ಹ್ಯಾಟನ್ನು ಕೈಯಲ್ಲಿ ಹಿಡಿದು, ಹಜಾರದಿಂದ ಹೊರ ಬಂದು ಬಾಗಿಲಿಗೆ ಬೀಗ ಹಾಕಿದ. ಅನಂತರ ಮೆಲ್ಲ ಮೆಲ್ಲನೆ ಹೆಜ್ಜೆ ಇಡುತ್ತಾ ಚೌಕ ದಾಟಿದ. ಅಲ್ಲಿಂದ ಆತ ಮನೆಯ ದಾರಿ ಹಿಡಿಯಬೇಕಿತ್ತು. ಮನೆಯಲ್ಲಿ ರುಚಿಯಾದ ಚಹಾ ಅವನಿಗೆ ಕಾದಿತ್ತು. ಆದರ ಚಿಂತೆಯಲ್ಲಿ ಮುಳುಗಿದ್ದ ಕಾರಣ, ದಾರಿ ತಪ್ಪಿ ಅವನು ಬೇರೊಂದು ದಿಕ್ಕಿಗೆ ತಿರುಗಿದ. ಆತ ನಿಧಾನವಾಗಿ ನಡೆದ. ಅವನ ಎದೆ ಭಾರವಾಗಿತ್ತು. ತಾನು ಮುಂದೇನು ಮಾಡಬೇಕೆಂಬುದು ಅವನಿಗೆ ತಿಳಿಯದೆ ಹೋಯಿತು. ಮನೆ ಚಾಕರಿಗೆ ಹಿಂದಿರುಗುವ ಯೋಚನೆ ಅವನಿಗೆ ಹಿಡಿಸಲಿಲ್ಲ. ಪಾದ್ರಿ ಮತ್ತು ಪಾಲಕರು ಇಗರ್ಜಿಯ ಎಲ್ಲ ಜವಾಬ್ದಾರಿಯೂ ತಮ್ಮದೇ ಎಂದು ಭಾವಿಸಿದ್ದರೂ ವಾಸ್ತವವಾಗಿ ನೆವಿಲ್ ಚೌಕದ ಸಂತ ಪೀಟರ್ ಇಗರ್ಜಿಯನ್ನು ನಡೆಸಿಕೊಂಡು ಬರುತ್ತಿದ್ದುದು ಅವನೇ. ಬಹುಕಾಲ ಹೀಗೆ ಸ್ವತಂತ್ರವಾಗಿ ಕಾರುಭಾರು ಮಾಡಿ ಈಗ ಇನ್ನೊಬ್ಬರಿಗೆ 'ಜೋ ಹುಕುಂ' ಎನ್ನುವ ದುಃಸ್ಥಿತಿಗೆ ಇಳಿಯುವುದಾದರೂ ಹೇಗೆ? ಆತ ಸ್ವಲ್ಪ ಹಣ ಉಳಿತಾಯ ಮಾಡಿಟ್ಟಿದ್ದ, ನಿಜ. ಆದರೆ ಏನೂ ಕೆಲಸ ಮಾಡದೆ ಕೂತು ತಿನ್ನಲು ಅದು ಸಾಲದು. ಅಲ್ಲದೆ ಜೀವನ ವೆಚ್ಚ ವರ್ಷದಿಂದ ವರ್ಷಕ್ಕೆ ಏರುತ್ತಾ ಹೋಗುತ್ತಿದೆ. ಇಂಥ ಸ್ಥಿತಿಯನ್ನು ತಾನು ಇದಿರಿಸಬೇಕಾಗಿ ಬರಬಹುದು ಎಂದು ಆತ ಯಾವತ್ತೂ ಎಣಿಸಿರಲಿಲ್ಲ. ರೋಂ ನಗರದ ಪೋಪ್ ಗುರುಗಳಂತೆ, ನೆವಿಲ್ ಚೌಕದ ಸಂತ ಪೀಟರನ ಕರ್ಮಚಾರಿಗಳೂ ಆಜೀವ ಅಧಿಕಾರಿಗಳು. ತಾನು ಸತ್ತ ಅನಂತರದ ಪ್ರಥಮ ಭಾನುವಾರ ಸಂಜೆಯ ನೀತಿ ಬೋಧೆಯಲ್ಲಿ ಆಲ್ಬರ್ಟ್ ಎಡ್ವರ್ಡ್ ಫೋರ್ಮನ್ನನ ದೀರ್ಘ ಹಾಗೂ ನಿಷ್ಠಾವಂತ ಸೇವೆ ಮತ್ತು ಮಾದರಿ ಗುಣ ನಡತೆಗಳ ಬಗ್ಗೆ ಪಾದ್ರಿಯು ಎಷ್ಟು ಸವಿಯಾಗಿ ಪ್ರಸ್ತಾಪಿಸಬಹುದು ಎಂಬುದನ್ನು ಎಷ್ಟೋ ಬಾರಿ ಆತ ಮನಸ್ಸಿನಲ್ಲೇ ಮೆಲಕು ಹಾಕಿದ್ದ. ಅವನು ದೀರ್ಘ ನಿಟ್ಟುಸಿರು ಬಿಟ್ಟ. ಆಲ್ಬರ್ಟ್ ಎಡ್ವರ್ಡ್‌ನಿಗೆ ಸಿಗರೇಟು ಸೇದುವ ಅಥವಾ ಮದ್ಯಪಾನ ಮಾಡುವ ಚಟ ಇರಲಿಲ್ಲ. ಆದರೆ ಈ ಬಗ್ಗೆ ಕಟ್ಟುನಿಟ್ಟೇನೂ ಇರಲಿಲ್ಲ. ಅಂದರೆ, ಊಟದ ಜೊತೆಗೆ ಆತ ಒಂದು ಬಾಟಲ್ ಬೀರ್ ಕುಡಿಯುತ್ತಿದ್ದ, ಬಳಲಿದಾಗ ಒಂದು ಸಿಗರೇಟ್ ಸೇದುತ್ತಿದ್ದ. ಸದ್ಯದಲ್ಲಿ ಒಂದು ಸಿಗರೇಟ್ ಸ್ವಲ್ಪ ನೆಮ್ಮದಿ ಕೊಡಬಹುದು ಎಂದೆನಿಸಿ, ಒಂದು ಪ್ಯಾಕೆಟ್ ಗೋಲ್ಡ್ ಫ್ಲೇಕ್ ಕೊಳ್ಳಲು, ಅಂಗಡಿಗಾಗಿ ಆತ ಅತ್ತಿತ್ತ ನೋಡಿದ. ಎಲ್ಲೂ ತಂಬಾಕು ಮಾರುವ ಅಂಗಡಿ

ಕಂಡು ಬರಲಿಲ್ಲ. ಅದೊಂದು ಉದ್ದ ಬೀದಿ. ಆತ ಸ್ವಲ್ಪ ಮುಂದೆ ನಡೆದ. ಆದರೆ ಅಲ್ಲಿ ಬಗೆ ಬಗೆಯ ಅಂಗಡಿಗಳಿದ್ದರೂ ಸಿಗರೇಟು ಮಾರುವ ಒಂದೇ ಒಂದು ಅಂಗಡಿಯೂ ಇರಲಿಲ್ಲ.

'ಎಂಥ ವಿಚಿತ್ರ!' ಅಂದುಕೊಂಡ ಆಲ್ಬರ್ಟ್ ಎಡ್ವರ್ಡ್.

ಅದನ್ನು ಖಚಿತಪಡಿಸಿಕೊಳ್ಳಲು ಅವನು ರಸ್ತೆಯುದ್ದಕ್ಕೂ ಮತ್ತೊಮ್ಮೆ ನಡೆದ. ಊಹೂಂ, ಸಂದೇಹವೇ ಇಲ್ಲ. ಆ ಕಡೆಯಿಂದ ಈ ಕಡೆಯವರೆಗೂ ದೃಷ್ಟಿ ಹಾಯಿಸುತ್ತಾ ಆತ ಚಿಂತಿಸಿದ :

'ಈ ರಸ್ತೇಲಿ ನಡೆದು ಹೋಗ್ತಿರೋವಾಗ ಒಂದು ಸಿಗರೇಟು ಬೇಕು ಅಂತ ಅನ್ನಿಸಿದ ವ್ಯಕ್ತಿ ನಾನೊಬ್ಬನೇ ಆಗಿರಲಾರೆ. ಯಾರಾದ್ರೂ ಇಲ್ಲೊಂದು ಚಿಕ್ಕ ಅಂಗಡಿ ಮಡಗಿದ್ರೆ, ಅವನಿಗೆ ಒಳ್ಳೆ ಸಂಪಾದನೆಯಾಗೋದು ಖಂಡಿತ – ತಂಬಾಕು ಮತ್ತು ಮಿಠಾಯಿ ಅಂಗಡಿ.'

ಆತ ಒಮ್ಮೆಲೆ ಹಾರಿಬಿದ್ದ.

'ಹೌದು, ಏಕಾಗಬಾರದು ? ಇದೊಂದು ಒಳ್ಳೆ ಯೋಚನೆ. ನಾವು ನಿರೀಕ್ಷಿಸದೇ ಇದ್ದಾಗ ಇಂಥ ಯೋಚನೆಗಳು ಹೇಗೆ ಬರ್ತವೆ ಅನ್ನೋದೇ ಆಶ್ಚರ್ಯ,' ಎಂದು ಆತ ಮನಸ್ಸಿನಲ್ಲೆ ಅಂದುಕೊಂಡ.

ಈ ಗುಂಗಿನಲ್ಲೇ ಆತ ಹಿಂತಿರುಗಿ ಮನೆಗೆ ನಡೆದ; ಚಹ ಕುಡಿದು ಸುಮ್ಮನೆ ಕುಳಿತ.

ಅವನ ಹೆಂಡತಿ ಕೇಳಿದಳು :

"ಆಲ್ಬರ್ಟ್, ಇಂದೇನು ಮೌನವ್ರತ ಹಿಡಿದ ಹಾಗಿದೆಯಲ್ಲ!"

"ನಾನು ಯೋಚನೆ ಮಾಡ್ತಾ ಇದ್ದೇನೆ," ಎಂದು ಅವನು ಉತ್ತರಿಸಿದ.

ಈ ವಿಷಯವನ್ನು ಎಲ್ಲ ದೃಷ್ಟಿಕೋನಗಳಿಂದಲೂ ಕೂಲಂಕಷವಾಗಿ ವಿಚಾರ ಮಾಡಿ, ಮರುದಿನ ಆ ರಸ್ತೆಯಲ್ಲಿ ಆತ ಪುನಃ ಅಡ್ಡಾಡಿದ. ಸುದೈವದಿಂದ ಅವನಿಗೆ ಹೇಳಿ ಮಾಡಿಸಿದಂತಿದ್ದ ಒಂದು ಸಣ್ಣ ಅಂಗಡಿ ಅಲ್ಲಿ ಬಾಡಿಗೆಗೆ ಇತ್ತು. ಇಪ್ಪತ್ನಾಲ್ಕು ಗಂಟೆಗಳ ಒಳಗೆ ಅದನ್ನಾತ ತನ್ನ ವಶಕ್ಕೆ ತೆಗೆದುಕೊಂಡ. ಒಂದು ತಿಂಗಳ ತರುವಾಯ ನೆವಿಲ್ ಚೌಕದ ಸಂತಪೀಟರನ ಇಗರ್ಜಿಯಿಂದ ಶಾಶ್ವತವಾಗಿ ಹೊರಬಂದ ಮೇಲೆ ಆಲ್ಬರ್ಟ್ ಎಡ್ವರ್ಡ್ ಫೋರ್ಮನ್ ತನ್ನ ಹೊಸ ವ್ಯವಹಾರವನ್ನು ಪ್ರಾರಂಭಿಸಿದ – ತಂಬಾಕು ವ್ಯಾಪಾರ ಮತ್ತು ಪತ್ರಿಕಾ ಏಜನ್ಸಿ. ಸಂತ ಪೀಟರನ ಇಗರ್ಜಿಯಲ್ಲಿ ಕರ್ಮಚಾರಿಯಾಗಿದ್ದವನಿಗೆ ಇದೊಂದು ಭೀಕರ ಅಧಃಪತನವೇ ಸರಿ ಎಂದು ಎಡ್ವರ್ಡ್‌ನ ಹೆಂಡತಿ ಆಕ್ಷೇಪಿಸಿದಳು. ಅದಕ್ಕಾತ ಕಾಲದ ಜೊತೆಗೆ ತಾವು ಮುನ್ನಡೆಯಬೇಕೆಂದೂ ಇಗರ್ಜಿ ಹಿಂದೆ ಇದ್ದಂತೆ ಈಗ ಇಲ್ಲವೆಂದೂ ಉತ್ತರಿಸಿ ಆಕೆಯನ್ನು ಸಮಾಧಾನಪಡಿಸಿದ. ಅಲ್ಲದೆ ಇಷ್ಟರ ತನಕ ಪರಲೋಕಕ್ಕೆ ಸಲ್ಲಬೇಕಾದ ಸೇವೆ ಸಲ್ಲಿಸಿ ಆಯಿತು; ಆದುದರಿಂದ ಇನ್ನು ಮುಂದೆ ಇಹಲೋಕಕ್ಕೆ ಸಲ್ಲಬೇಕಾದುದನ್ನು ಸಲ್ಲಿಸಬೇಕೆಂದೂ ಅವನು ಹೆಂಡತಿಗೆ ಹೇಳಿದ.

ಹೊಸ ವ್ಯವಹಾರದಲ್ಲಿ ಆಲ್ಬರ್ಟ್ ಎಡ್ವರ್ಡ್‌ನ ದೆಸೆ ಕುದುರಿತು. ಒಂದೆರಡು ವರ್ಷಗಳಲ್ಲೇ ತಾನೇಕೆ ಇನ್ನೊಂದು ಅಂಗಡಿ ತೆಗೆದು ಅದಕ್ಕೆ ಒಬ್ಬ ಮ್ಯಾನೇಜರ್‌ನನ್ನು ನೇಮಿಸಬಾರದು ಎಂದು ಯೋಚಿಸುವಷ್ಟು ಅವನ ಸ್ಥಿತಿ ಉತ್ತಮಗೊಂಡಿತು. ಸರಿ, ಹಾಗೆ ಯೋಚಿಸಿದುದೇ ತಡ, ಆತ ತಂಬಾಕಿನ ಅಂಗಡಿ ಇಲ್ಲದ ಇನ್ನೊಂದು ಬೀದಿಯನ್ನು ಶೋಧಿಸಿದ. ಅಲ್ಲೊಂದು ಅಂಗಡಿ ದೊರೆತೊಡನೆಯೇ ಅದನ್ನು ಬಾಡಿಗೆಗೆ ಪಡೆದ. ಈ ಅಂಗಡಿಯೂ ಯಶಸ್ವಿ ಯಾಯಿತು. ಹೀಗೆ ಎರಡು ಅಂಗಡಿಗಳನ್ನು ನಡೆಸಲು ತನಗೆ ಸಾಧ್ಯವಾದರೆ ಇನ್ನೊಂದು ಅರ್ಧ ಡಜನ್ ಅಂಗಡಿಗಳನ್ನು ನಡೆಸಲು ಯಾಕಾಗಬಾರದು ಎಂಬ ಯೋಚನೆ ಅವನ

ತಲೆಗೆ ಹೊಳೆಯಿತು. ಈ ದೃಷ್ಟಿಯಿಂದ ಆತ ಲಂಡನ್ನಿನ ಬೇರೆ ಬೇರೆ ಭಾಗಗಳಲ್ಲಿ ಸುತ್ತಾಡತೊಡಗಿದ. ತಂಬಾಕು ವ್ಯಾಪಾರಿಗಳಿಲ್ಲದ ಉದ್ದ ಬೀದಿಯೊಂದನ್ನು ಕಂಡ ಕೂಡಲೇ, ಅಲ್ಲಿ ಯಾವುದಾದರೂ ಖಾಲಿ ಅಂಗಡಿ ಇದೆಯೇ ಎಂದು ಪತ್ತೆ ಮಾಡಿ, ಅದನ್ನಾತ ಬಾಡಿಗೆಗೆ ಪಡೆಯುತ್ತಿದ್ದ. ಹೀಗೆ ಹತ್ತು ವರ್ಷಗಳಲ್ಲಿ ಅವನು ಹತ್ತು ಅಂಗಡಿಗಳ ಮಾಲಿಕನಾಗಿ ಕೈ ತುಂಬ ಹಣ ಸಂಪಾದಿಸತೊಡಗಿದ. ಪ್ರತಿ ಸೋಮವಾರ ಅವನು ಸ್ವತಃ ಎಲ್ಲ ಅಂಗಡಿಗಳಿಗೂ ಹೋಗಿ ವಾರದ ಸಂಪಾದನೆಯನ್ನು ತೆಗೆದುಕೊಂಡು ಆ ಹಣವನ್ನೆಲ್ಲ ಒಂದು ಬ್ಯಾಂಕಿನಲ್ಲಿ ಕೂಡಿಡುತ್ತಿದ್ದ.

ಒಂದು ಬೆಳಗ್ಗೆ ಆತ ಒಂದು ಕಂತೆ ಪೌಂಡ್ ನೋಟುಗಳನ್ನೂ, ಒಂದು ಥೈಲಿ ಬೆಳ್ಳಿಯ ನಾಣ್ಯಗಳನ್ನೂ ತನ್ನ ಲೆಕ್ಕಕ್ಕೆ ಜಮಾಮಾಡಲು ಬ್ಯಾಂಕಿಗೆ ಹೋಗಿದ್ದಾಗ, "ಮ್ಯಾನೇಜರ್ ನಿಮ್ಮನ್ನು ನೋಡಲು ಬಯಸ್ತಾರೆ," ಎಂದು ಕ್ಯಾಷಿಯರ್ ಎಡ್ವರ್ಡ್‌ನಿಗೆ ತಿಳಿಸಿದ. ಜವಾನನೊಬ್ಬ ಆಫೀಸ್ ರೂಮಿಗೆ ಅವನನ್ನು ಕರೆದುಕೊಂಡು ಹೋದಾಗ ಆಲ್ಬರ್ಟ್‌ನ ಕೈ ಕುಲುಕಿ ಮ್ಯಾನೇಜರ್ ಸ್ವಾಗತಿಸಿದ.

"ಮಿಸ್ಟರ್ ಫೋರ್ಮನ್, ನೀವು ನಮ್ಮ ಬ್ಯಾಂಕಿನಲ್ಲಿ ಇಟ್ಟಿರುವ ಡಿಪಾಸಿಟ್ ಹಣದ ಬಗ್ಗೆ ಮಾತಾಡಲು ನಿಮ್ಮನ್ನು ಬರಮಾಡಿಕೊಂಡೆ. ಅದರ ಮೊತ್ತ ಎಷ್ಟು ಅಂತ ನಿಮಗೆ ತಿಳಿದಿದೆಯೇ ?

"ಅಷ್ಟು ಕರಾರುವಾಕ್ಕಾಗಿ ಹೇಳಲಾರೆ. ಆದರೆ ಅಂದಾಜಿದೆ."

"ಈ ಬೆಳಗ್ಗೆ ನೀವು ಕಟ್ಟಿದ ಹಣ ಬಿಟ್ಟು ಅದು ಮೂವತ್ತು ಸಹಸ್ರ ಪೌಂಡುಗಳಿಗಿಂತಲೂ ಸ್ವಲ್ಪ ಹೆಚ್ಚಾಗ್ತದೆ. ಇಷ್ಟು ಭಾರಿ ಹಣವನ್ನು ಸುಮ್ಮನೆ ಡಿಪಾಸಿಟ್ ಆಗಿ ಇಡೋದಕ್ಕಿಂತ ಯಾವುದಾದ್ರೂ ಷೇರುಗಳಲ್ಲಿ ಅಥವಾ ಬಾಂಡ್‌ಗಳಲ್ಲಿ ತೊಡಗಿಸೋದು ಎಷ್ಟೋ ಉತ್ತಮ ಅಂತ ನನ್ನ ಅಭಿಪ್ರಾಯ."

"ಇಂಥ ವ್ಯವಹಾರಗಳಲ್ಲಿ ನಷ್ಟದ ಸಂಭವ ಉಂಟಲ್ವೆ? ಅಂಥ ಅಪಾಯಕ್ಕೆ ಈಡಾಗಲು ನನಗೇನೂ ಇಷ್ಟ ಇಲ್ಲ. ನಿಮ್ಮ ಬ್ಯಾಂಕಿನಲ್ಲಿ ನನ್ನ ಹಣ ಸುಭದ್ರವಾಗಿದೆ ಅಂತ ನನಗೆಗೊತ್ತು."

"ನಷ್ಟದ ಭೀತಿ ನಿಮಗೆ ಬೇಡ. ಸುಭದ್ರತೆಯ ಹೊಣೆ ನನಗಿರಲಿ. ಅತ್ಯಂತ ಸುಭದ್ರವಾದ ಬಾಂಡುಗಳ ಪಟ್ಟಿಯೊಂದನ್ನು ತಯಾರಿಸಿ ನಿಮಗೆ ಒಪ್ಪಿಸ್ತೇನೆ. ನಮಗೆ ಕೊಡಲು ಸಾಧ್ಯ ವಿರೋದಕ್ಕಿಂತ ಎಷ್ಟೋ ಹೆಚ್ಚಿನ ಬಡ್ಡಿಯನ್ನು ಅವು ನಿಮಗೆ ನೀಡಬಲ್ಲವು."

ಫೋರ್ಮನ್ನನ ಗಂಭೀರ ವದನದ ಮೇಲೆ ಚಿಂತೆಯ ಗೆರೆಗಳು ಕಾಣಿಸಿಕೊಂಡವು. "ನಾನು ಈ ಸ್ಟಾಕು, ಷೇರುಗಳ ಗೋಜಿಗೇ ಹೋದೋನಲ್ಲ. ಎಲ್ಲ ನಿಮ್ಮ ಕೈಗೇ ಒಪ್ಪಿಸಬೇಕಾಗ್ತದೆ."

ಮ್ಯಾನೇಜರ್ ನಸುನಕ್ಕ. "ಅದೆಲ್ಲ ಏರ್ಪಾಡುಗಳನ್ನೂ ನಮ್ಮ ಪಾಲಿಗೆ ಬಿಡಿ. ನಿಮಗೆ ಯಾವ ತೊಂದರೆಯೂ ಬೇಡ. ಮುಂದಿನ ಸಲ ಬ್ಯಾಂಕಿಗೆ ಭೇಟಿ ಕೊಟ್ಟಾಗ ವರ್ಗಾವಣೆ ಪತ್ರಗಳಿಗೆ ನೀವು ಸಹಿ ಹಾಕಿದರೆ ಮಾತ್ರ ಸಾಕು."

ಆಲ್ಬರ್ಟ್ ಸ್ವಲ್ಪ ಸಂದೇಹದಿಂದ ನುಡಿದ:

"ಅದನ್ನೇನೋ ನಾನು ಸರಿಯಾಗಿ ಮಾಡಿಯೇನು, ಆದ್ರೆ ಯಾವುದಕ್ಕೆ ಸಹಿ ಹಾಕ್ತಿದೀನಿ ಅಂತ ನಾನು ತಿಳಿಯೋ ಬಗೆ ಹೇಗೆ ?"

ಮ್ಯಾನೇಜರ್ ಸ್ವಲ್ಪ ಮೊನಚಾಗಿ ಕೇಳಿದ :

"ನಿಮಗೆ ಓದೋಕೆ ಬರುತ್ತಲ್ವೆ?"

ಆಲ್ಬರ್ಟ್ ಎಡ್ವರ್ಡ್ ಫೋರ್ಮನ್ ಕ್ಷಮೆ ಕೋರುವಂತೆ ಮುಗುಳ್ನಕ್ಕ.

"ಅದೇ ಸರ್, ತಕರಾರು. ನನಗೆ ಬರೋದಿಲ್ಲ. ಇದೇನೋ ತಮಾಷೆಯ ಹಾಗೆ ಕಾಣ್ತದೆ ಅಂತ ನನಗೆ ಗೊತ್ತು. ಆದರೆ ನಿಜಸ್ಥಿತಿ ಅದೇ. ಓದೋಕೆ ಬರೆಯೋಕೆ ಎರಡೂ ನನ್ನಿಂದಾ ಗೋದಿಲ್ಲ – ನನ್ನ ಹೆಸರನ್ನೊಂದು ಬಿಟ್ಟು. ಅದನ್ನು ಕೂಡ ನಾನು ಬರೆಯಲು ಕಲಿತಿದ್ದು ವ್ಯಾಪಾರಕ್ಕೆ ಇಳಿದ ಮೇಲೇನೆ."

ಮ್ಯಾನೇಜರ್ ಆಶ್ಚರ್ಯಚಕಿತನಾಗಿ ಥಟ್ಟನೆ ಕುರ್ಚಿಯಿಂದೆದ್ದ.

"ಇಷ್ಟೊಂದು ಕೌತುಕದ ವಿಷಯವನ್ನು ನಾನು ಇದುವರೆಗೆ ಕೇಳಿರ್ಲಿಲ್ಲ." ಎಂದ.

"ಹೌದು ಸರ್, ಅದು ಆದದ್ದು ಹೀಗೆ. ಮೊದಲು ನನಗೆ ಅವಕಾಶ ಸಿಗ್ಲಿಲ್ಲ. ಆಮೇಲೆ ಕಾಲ ಮೀರಿತು. ಅನಂತರ ಯಾಕೋ ಮನಸ್ಸು ಬರ್ಲಿಲ್ಲ. ಕಲಿಯೋದೇ ಬೇಡ ಅನ್ನೋ ಹಟ ಮೂಡಿತ್ತು."

ಇದು ಯಾವ ಯುಗದ ಮೃಗವೋ ಎಂಬಂತೆ, ಮ್ಯಾನೇಜರ್ ಅವನನ್ನು ದುರುಗುಟ್ಟಿ ನೋಡಿದ.

"ಅಲ್ಲ, ನೀವು ಓದುಬರಹ ಬಾರದೆಯೇ ಇಂಥ ದೊಡ್ಡ ವ್ಯಾಪಾರವನ್ನು ಕಟ್ಟಿ ಬೆಳೆಸಿ ಮೂವತ್ತು ಸಹಸ್ರ ಪೌಂಡ್‌ಗಳಿಗಿಂತ ಹೆಚ್ಚು ಗಳಿಸಿದ್ದೀರಿ ಅಂತೀರಾ? ಅಂದ ಬಳಿಕ ಕಲಿತಿದ್ದರೆ ನೀವೀಗ ಏನಾಗ್ತಿದ್ದಿರೋ!"

ಈಗಲೂ ಸುಲಕ್ಷಣವಾಗಿದ್ದ ಮಿ. ಫೋರ್ಮನ್ನನ ಮುಖದ ಮೇಲೆ ಒಂದು ಕಿರುನಗೆ ಲಾಸ್ಯವಾಡಿತು. ಆತ ಉತ್ತರಿಸಿದ:

"ಅದನ್ನು ನಾನು ಹೇಳಬಲ್ಲೆ ಸರ್. ನೆವಿಲ್ ಚೌಕದ ಸಂತ ಪೀಟರನ ಇಗರ್ಜಿಯ ಕರ್ಮಚಾರಿಯಾಗಿರ್ತಿದ್ದೆ." ❍

○ ಸ್ಟಾನ್ ಬಾರ್‌ಸ್ಟೋ

ಟಾಮಿ ಫ್ಲಿನ್ನನ ಅನ್ವೇಷಣೆ

ಡಿಸೆಂಬರ್ ತಿಂಗಳಿನ ಒಂದು ಸಂಜೆ. ಅನಿರೀಕ್ಷಿತವಾಗಿ ಸೌಮ್ಯವಾಗಿದ್ದ ಅಂದಿನ ಹಗಲು, ಮುಸ್ಸಂಜೆಯ ಕೆನ್ನೀಲಿ ಕಾಂತಿಯಲ್ಲಿ ಲೀನವಾಗಿಹೋಗಿತ್ತು. ಕ್ರಿಸ್‌ಮಸ್‌ಗೆ ಇನ್ನು ಮೂರು ವಾರಗಳು ಮಾತ್ರ ಉಳಿದಿದ್ದ ಈ ಸಂಜೆಯಂದು, ಕ್ರಿಸ್ಟಿ ವಿಲ್‌ಕಾಕ್ಸ್ ಕ್ರೆಸ್ಲಿ ಪೇಟೆಗೆ ಬಂದಿಳಿದ. ಬಹುಕಾಲದಿಂದ ಕಾಣೆಯಾಗಿದ್ದ ತನ್ನ ಆಪ್ತಮಿತ್ರ ಟಾಮಿ ಫ್ಲಿನ್‌ನನ್ನು ಹುಡುಕುವ ಸಲುವಾಗಿ ಆತ ಬಂದಿದ್ದ.

ಕಾರ್ಖಾನೆಯಲ್ಲಿನ ಅವನ ಸಹೋದ್ಯೋಗಿಗಳು ಕ್ರಿಸ್ಟಿಗೆ ಒಂದು ಸುತ್ತು ಕಡಿಮೆ ಎನ್ನುತ್ತಿದ್ದರು. ಯುದ್ಧದ ಬಳಿಕ ಆತ ಹಾಗಾಗಿದ್ದ. ಆದರೆ ಆಡಳಿತದಂತೆ ಅವರು ಸಹ ಅದನ್ನು ಗಣನೆಗೆ ತೆಗೆದುಕೊಳ್ಳದೆ ಅವನನ್ನು ಸೈರಿಸಿಕೊಂಡಿದ್ದರು. ಏಕೆಂದರೆ, ಆತ ಗಟ್ಟಿಮುಟ್ಟಾಗಿದ್ದು ನಿರುಪದ್ರವಿಯಾಗಿದ್ದ. ಅಲ್ಲದೆ ಹೆಚ್ಚಿನ ಸಮಯ ಆತ ಸಾಮಾನ್ಯ ಎಲ್ಲರಂತೆಯೇ ಇರುತ್ತಿದ್ದು, ಅವನ ವರ್ತನೆಯಲ್ಲಿ ಹೇಳಿಕೊಳ್ಳುವಂತಹ ಅಸಹಜತೆಯೇನೂ ಕಂಡುಬರುತ್ತಿರಲಿಲ್ಲ. ಆದರೆ ಇಂದಿನಂತೆ ಒಮ್ಮೊಮ್ಮೆ ಅವನಿಗೆ ಹುಚ್ಚು ಕೆದರುತ್ತಿತ್ತು. ಅದು ತಡೆಯಲಸಾಧ್ಯವಾಗಿದ್ದ ಒಂದು ಕುರುಡು ಪ್ರೇರಣೆ: ಯುದ್ಧದಲ್ಲಿ ಅವರ ಹಡಗು ನಾಶವಾದ ದಿನದಿಂದ ಆತ ಕಂಡಿರದಿದ್ದ ಅವನ ಗೆಳೆಯ ಟಾಮಿ ಫ್ಲಿನ್‌ನನ್ನು ಹುಡುಕಿ ಹಿಡಿಯುವ ಅಚಲ ಗೀಳು. ಕ್ರೆಸ್ಲಿ ಬಯಲಿನಲ್ಲಿ ತನ್ನ ವಿಧವೆ ತಾಯಿಯೊಂದಿಗೆ ಒಂದು ಚಿಕ್ಕ ಮನೆಯಲ್ಲಿ ವಾಸಿಸುತ್ತಿದ್ದ ಆತ, ಈ ಉನ್ಮಾದಕ್ಕೆ ಬಲಿಯಾದಾಗ, ಟಾಮಿಯ ಅನ್ವೇಷಣೆಗಾಗಿ ಮನೆ ಬಿಟ್ಟು ಪೇಟೆಗೆ ಹೋಗುತ್ತಿದ್ದ. ಕೆಲವು ಸಲ ಬೀದಿಯಲ್ಲಿ ಕಂಡವರನ್ನು ತಡೆದು ಆತ ಕೇಳುತ್ತಿದ್ದ:

"ಟಾಮಿ ಫ್ಲಿನ್‌ನನ್ನು ನೀವು ನೋಡಿದ್ದೀರೇನು ?"

ಹೀಗೆ ಪ್ರಶ್ನಿಸಲ್ಪಟ್ಟವರು ಒಂದೋ ಏನಾದರೂ ಗೊಣಗುತ್ತಿದ್ದರು, ಅಥವಾ ಅವನತ್ತ ಒಂದು ನೋಟವನ್ನು ಮಾತ್ರ ಬೀರಿ, ಮಾತಿಲ್ಲದೆ ಮೌನವಾಗಿ ಮುಂದೆ ಸಾಗುತ್ತಿದ್ದರು. ಆಗ ಅವನ ಮುಖ ಮಂಕಾಗುತ್ತಿತ್ತು. ಅವನ ತಲೆ ಮತ್ತು ಭುಜಗಳು ವಿಷಣ್ಣತೆಯಿಂದ ಕೆಳಗೆ ಬಾಗುತ್ತಿದ್ದವು. ಆತ ಕಾಲ್ದಾರಿಯ

ಅಂಚಿನಲ್ಲಿ ಒಂಟಿಯಾಗಿ, ನಿಸ್ಸಹಾಯಕನಾಗಿ ನಿಂತು, ಮುಂದೆ ಹೋಗುತ್ತಿದ್ದ ಅವರನ್ನು ಬೆರಗುಗಣ್ಣುಗಳಿಂದ ದಿಟ್ಟಿಸುತ್ತಿದ್ದ. ಆದರೆ ಹೆಚ್ಚಾಗಿ ಯಾರಿಗೂ ತೊಂದರೆ ಕೊಡದೆ, ರಸ್ತೆಯಲ್ಲಿದ್ದ ಜನರನ್ನು ಸುಮ್ಮಗೆ ಪರಿಶೀಲಿಸುತ್ತಾ ಆತ ನಡೆಯುತ್ತಿದ್ದ. ಇದರೊಂದಿಗೇ, ದಾರಿಯಲ್ಲಿ ಕಂಡ ಪ್ರತಿಯೊಂದು ಖಾನಾವಳಿಯ ಕದವನ್ನೂ ತೆರೆದು, ಹೊಗೆ ತುಂಬಿದ ಒಳಗಣ ಬಾರ್ ರೂಮ್‌ಗಳಲ್ಲಿ ಕೂತಿದ್ದ ಜನರ ಮುಖಗಳನ್ನು ಪರೀಕ್ಷಿಸುತ್ತಿದ್ದ. ಬಾರ್ ರೂಮ್‌ಗಳೆಂದರೆ ಟಾಮಿಗೆ ಬಹಳ ಪ್ರಿಯವಾದ ಸ್ಥಳಗಳಾಗಿದ್ದವು.

ಆದರೆ ಕ್ರಿಸ್ಟಿಗೆ ಅವನ ಸುಳಿವು ಎಂದೂ ಸಿಗುತ್ತಿರಲಿಲ್ಲ. ಏಕೆ ಸಿಗುತ್ತಿರಲಿಲ್ಲವೆಂದರೆ ಅವರು ಅವನಿಗೆ ನೆರವು ನೀಡುತ್ತಿರಲಿಲ್ಲ. ಟಾಮಿ ಫ್ಲಿನ್ ಎಲ್ಲಿದ್ದಾನೆ ಎಂದು ಅವರಿಗೆಲ್ಲ ಗೊತ್ತಿತ್ತು. ಆದರೆ ಅವರು ಕ್ರಿಸ್ಟಿಗೆ ಮಾತ್ರ ಅದನ್ನು ಹೇಳುತ್ತಿರಲಿಲ್ಲ. ಅವರು ಸುಮ್ಮಗೆ ಶೂನ್ಯ ಮುಖಗಳಿಂದ ಅವನತ್ತ ನೋಡುತ್ತಿದ್ದರು ಅಥವಾ ತಲೆಯಲ್ಲಾಡಿಸಿ ನಕ್ಕು, ಒಬ್ಬರಿಗೊಬ್ಬರು ಕಣ್ಣು ಮಿಟುಕಿಸುತ್ತಿದ್ದರು. ಏಕೆಂದರೆ, ಟಾಮಿ ಫ್ಲಿನ್ ಎಲ್ಲಿದ್ದಾನೆ ಎಂಬುದು ಅವರಿಗೆ ಯಾವಾಗಲೂ ಗೊತ್ತಿರುತ್ತಿತ್ತು. ಆದರೂ ಅವರು ಹೇಳುತ್ತಿರಲಿಲ್ಲ.

ಟಾಮಿ ಫ್ಲಿನ್ ಸತ್ತು ಹೋಗಿದ್ದಾನೆ ಎಂದು ಅವರಲ್ಲಿ ಕೆಲವರು ಅವನಿಗೆ ತಿಳಿಸಲು ಪ್ರಯತ್ನಿಸಿದರು. ಆದರೆ ಅದು ಸುಳ್ಳೆಂದು ಕ್ರಿಸ್ಟಿಗೆ ಗೊತ್ತಿತ್ತು. ಟಾಮಿ ಬದುಕಿದ್ದಾನೆ ಮತ್ತು ತನ್ನ ಆಗಮನಕ್ಕಾಗಿ ಕಾಯುತ್ತಿದ್ದಾನೆ ಎಂಬುದರ ಬಗ್ಗೆ ಅವನಿಗೆ ಸಂದೇಹವೇ ಇರಲಿಲ್ಲ. ಟಾಮಿಗೆ ಅವನ ನೆರವು ಅವಶ್ಯವಾಗಿತ್ತು. ಟಾಮಿಯ ಬಾಯಿಯಿಂದ ಆತ ಕೇಳಿದ ಕೊನೆಯ ಮಾತುಗಳು ಅವನ ಕಿವಿಗಳಲ್ಲಿ ಇನ್ನೂ ಝೇಂಕರಿಸುತ್ತಿದ್ದವು:

"ಕ್ರಿಸ್ಟಿ, ಹೇಗಾದರೂ ಮಾಡಿ ಇದರಿಂದ ನನ್ನನ್ನು ಪಾರುಮಾಡು !"

ಆಗ ಮಾತ್ರ ಅವನಿಗೆ ಸಹಾಯ ಮಾಡಲು ಕ್ರಿಸ್ಟಿಯಿಂದ ಸಾಧ್ಯವಾಗಿರಲಿಲ್ಲ. ಏಕೆ ಎಂಬುದು ಅವನಿಗೆ ನೆನಪಿಗೆ ಬರುತ್ತಿರಲಿಲ್ಲ. ಆದರೆ ಈಗ ಟಾಮಿಗೆ ನೆರವು ನೀಡಲು ಅವನಿಂದ ಸಾಧ್ಯವಿತ್ತು. ಅದಕ್ಕೆ ಆತ ಸಿಗುವುದೊಂದೇ ಬಾಕಿ !

ಕ್ರಿಸ್ಟಿಯ ಮನೆಯಿಂದ ಕ್ರೆಸ್ಲಿ ಪೇಟೆ ಒಂದೂವರೆ ಮೈಲಿ ದೂರದಲ್ಲಿತ್ತು. ಓರೆಕೋರೆಯಾಗಿದ್ದ ಆ ಉದ್ದ ರಸ್ತೆಯ ಮೇಲೆ ಬೆಳಕು ಚೆಲ್ಲುತ್ತಾ ಮುಂದೋಡುತ್ತಿದ್ದ ಬಸ್ಸುಗಳನ್ನು ಕಡೆಗಣಿಸಿ, ಕ್ರಿಸ್ಟಿ ನಡೆದುಕೊಂಡೇ ಇಂದು ಪೇಟೆಗೆ ಬಂದಿದ್ದ. ಪೇಟೆಯ ಅಂಚನ್ನು ತಲುಪಿದ ಮೇಲೆ, ದಾರಿಯಲ್ಲಿ ಎದುರಾದ ಖಾನಾವಳಿಗಳ ಬಾಗಿಲುಗಳನ್ನು ತೆರೆದು ಒಳಗೆ ನೋಡಲು ಆತ ಪ್ರಾರಂಭಿಸಿದ. ಎದ್ದು ಕಾಣುತ್ತಿದ್ದ ಕೆನ್ನೆಯೆಲುಬು ಮತ್ತು ದವಡೆಗಳಿಂದ ಹಾಗೂ ಕಪ್ಪಾದ ಉರಿಗಣ್ಣುಗಳಿಂದ ಕೂಡಿದ ಅವನ ಉದ್ರಿಕ್ತ ಮುಖ ಬಾಗಿಲ ಸಂದಿನಿಂದ ತುಸು ಹೊತ್ತು ಇಣಿಕಿ ನೋಡಿ ಮತ್ತೆ ಮರೆಯಾಗುತ್ತಿತ್ತು. ದ್ವಾರದ ಬಳಿ ಹೀಗೆ ಪ್ರೇತದಂತೆ ಮಿಂಚಿ ಮಾಯ ವಾಗುತ್ತಿದ್ದ ಆ ಮುಖವನ್ನು ಕಂಡು ಒಳಗಿದ್ದ ಜನರು ಕೆಲವೊಮ್ಮೆ ಗಾಬರಿಯಾಗುತ್ತಿದ್ದುದೂ ಉಂಟು. ಈ ರೀತಿಯಾಗಿ ಹುಡುಕುತ್ತಾ, ಸುಮಾರು ಎರಡು ಗಂಟೆ ಕಾಲದ ತರುವಾಯ ಆತ ಪೇಟೆಯ ಕೇಂದ್ರಭಾಗವನ್ನು ತಲಪಿದ. ಆದರೆ ಎಂದಿನಂತೆ ಇಂದು ಕೂಡ ಅವನ ಪ್ರಯತ್ನಕ್ಕೆ ಫಲ ದೊರೆತಿರಲಿಲ್ಲ. ಟಾಮಿ ಎಲ್ಲಿಯೂ ಪತ್ತೆಯಾಗಿರಲಿಲ್ಲ. ಆತ ಒಂದು ಬೀದಿಯ ಮೂಲೆಯಲ್ಲಿ ನಿಂತು ಅತ್ತಿಂದಿತ್ತ ಸಂಚರಿಸುತ್ತಿದ್ದ ಜನರನ್ನು ನೋಡತೊಡಗಿದ. ಅನಂತರ ಒಬ್ಬ ಸಿಂಪಿಗನ ಅಂಗಡಿ ಅವನ ದೃಷ್ಟಿಗೆ ಬಿತ್ತು. ಪ್ರಕಾಶಮಯವಾಗಿದ್ದ ಅದರ ಕಿಟಕಿಗಳಲ್ಲಿ ಪೋಷಾಕು ತೊಡಿಸಿದ ಡಮ್ಮಿಗಳು

ಪ್ರದರ್ಶಿಸಲ್ಪಟ್ಟಿದ್ದವು. ಅವುಗಳನ್ನು ಕೂಡ ಸ್ವಲ್ಪ ಸಮಯ ತದೇಕಚಿತ್ತನಾಗಿ ಕ್ರಿಸ್ಟಿ ದಿಟ್ಟಿಸಿದ. ಅವುಗಳಲ್ಲಿ ಯಾವುದಾದರೊಂದು ಇದ್ದಕ್ಕಿದ್ದಂತೆ ಚಲಿಸಿ, ಕಾಣೆಯಾದ ತನ್ನ ಮಿತ್ರನೆಂದು ತೋರ್ಪಡಿಸಿಕೊಳ್ಳಲೂ ಸಾಕು ಎಂಬಂತಿತ್ತು ಅವನ ನೋಟ. ಇಷ್ಟು ಹೊತ್ತಿನಿಂದಲೂ ಟಾಮಿಗಾಗಿ ಮಿಡಿಯುತ್ತಿದ್ದ ಅವನ ಹೃದಯ ಈಗ ಬಿರಿಯಿತು. ಅವನ ಹಂಬಲ, ಆ ಭೀಕರ ನಿರಾಶಾಮಯ ಹಂಬಲ ಈಗ ತೀವ್ರ ಸಂಕಟವಾಗಿ ಪರಿಣಮಿಸಿ, ಹತಾಶೆಯಿಂದ ಆತ ಪುನಃ ಪುನಃ ಬಡಬಡಿಸಿದ :

"ಟಾಮಿ, ಓಹ್, ಟಾಮಿ, ನಿನಗಾಗಿ ಇನ್ನೆಲ್ಲಿ ಅರಸಲಿ, ಟಾಮಿ !"

ಪಕ್ಕದಲ್ಲಿ ಒಂದು ಸಿನೆಮಾ ಮಂದಿರವಿತ್ತು. ಕೊನೆಯ ಪ್ರದರ್ಶನಕ್ಕಾಗಿ ಅದರ ಮುಂದೆ ಜನರ ಒಂದು ಸಾಲು ನಿಂತಿತ್ತು. ಕ್ರಿಸ್ಟಿ ಅತ್ತ ತಿರುಗಿ, ಆ ಸಾಲಿನಲ್ಲಿದ್ದ ಪ್ರತಿಯೊಂದು ಮುಖವನ್ನೂ ದಿಟ್ಟಿಸುತ್ತಾ ಮುನ್ನಡೆಯತೊಡಗಿದ. ವಿಲಕ್ಷಣವಾಗಿ ಕೆಂಪಡರಿದ್ದ ಅವನ ಸ್ವಂತ ಮುಖವನ್ನು ಕಂಡು ಅಲ್ಲಿದ್ದ ಇಬ್ಬರು ಹುಡುಗಿಯರಲ್ಲಿ ಒಬ್ಬಳು ಕಿಸಿಕಿಸಿ ನಕ್ಕಳು. ಇನ್ನೊಂದು ಕ್ಷಣದಲ್ಲಿ ಆತ ತನ್ನ ಟೋಪಿಯನ್ನು ಕಳಚಿ, ನಡುರಸ್ತೆಯಲ್ಲಿ ಎಲ್ಲಿಯಾದರೂ ಹಾಡಿ ಕುಣಿಯಲು ಪ್ರಾರಂಭಿಸಬಹುದೇನೋ ಎನ್ನುವಂತೆ, ತುಸು ದೂರದಲ್ಲಿ ನಿಂತಿದ್ದ ಪೊಲೀಸಿನವನೊಬ್ಬ ಅವನತ್ತ ಸಂಶಯದಿಂದ ನೋಡಿದ.

ಅವರೆಲ್ಲ ನಗುತ್ತಿದ್ದರು. ಟಾಮಿಯನ್ನು ಪತ್ತೆಹಚ್ಚಲು ತನಗೆ ಸಾಧ್ಯವಾಗಿರಲಿಲ್ಲ ಎಂಬ ಕಾರಣದಿಂದಲ್ಲವೆ ಅವರು ನಗುತ್ತಿದ್ದುದು ? ಎಲ್ಲರೂ ತನಗೆ ಅಡ್ಡಗಾಲಿಡುವವರೇ: ತನ್ನ ನೆರವಿಗೆ ಒಬ್ಬರೂ ಇಲ್ಲವಲ್ಲ ! ಓಹ್ ! ತನಗೆ ಸಹಾಯ ನೀಡಲು ಯಾರಾದರೂ ಒಬ್ಬನಾದರೂ ದೊರೆತರೆ ಸಾಕಿತ್ತು ಎಂದೆಲ್ಲ ಕ್ರಿಸ್ಟಿ ಚಿಂತಿಸಿದ. ಸಿನೆಮಾ ಮಂದಿರದ ಪ್ರವೇಶದ್ವಾರದ ಬಳಿ ತೂಗಿಹಾಕಿದ್ದ 'ಸ್ತಬ್ಧಚಿತ್ರ'ಗಳ ಮೇಲೆ ಶೂನ್ಯ ನೋಟ ಬೀರುತ್ತಾ ಸ್ವಲ್ಪ ಸಮಯ ಆತ ಅಲ್ಲೇ ನಿಂತ. ಬಳಿಕ ಅಲ್ಲಿಂದ ತಿರುಗಿದ.

ಕೊಂಚ ಕಾಲದ ತರುವಾಯ, ಗಲ್ಲಿಯೊಂದರ ಬದಿಯಲ್ಲಿ ಒಂದು ಬಾಗಿಲಿನಿಂದ ತೂರಿ ಬರುತ್ತಿದ್ದ ಮಂದ ಬೆಳಕು ಅವನ ಗಮನವನ್ನು ಸೆಳೆಯಿತು. ಅದೊಂದು ಖಾನಾವಳಿ. ಈ ಖಾನಾವಳಿಯನ್ನು ತಾನು ಹಿಂದೆಂದೂ ಪ್ರವೇಶಿಸಿರಲಿಲ್ಲವೆಂದು ಅವನಿಗೆ ಹೊಳೆಯಿತು. ಟಾಮಿ ಇರಬಹುದೇ ಎಂದು ಅರಸಲು ಇದೊಂದು ಹೊಸ ಸ್ಥಳ. ಸರಿ, ಆತ ಗಲ್ಲಿಗೆ ಇಳಿದು ಅದರ ಬಳಿ ಹೋದ. ಕದ ನೂಕಿ ಒಳಗೆ ಕಾಲಿಟ್ಟ. ಅಲ್ಲಿದ್ದ ಚಿಕ್ಕ ಅಂಕಣದಲ್ಲಿ ಒಂದು ಬಾಗಿಲಿನ ಮೇಲೆ "ಮಹಿಳೆಯರು" ಎಂಬ ಫಲಕವಿತ್ತು. ಅದನ್ನು ದಾಟಿ ಆತ ಖಾನಾವಳಿಯ ಐ – ಆಕಾರದ ಏಕಮಾತ್ರ ಹಜಾರಕ್ಕೆ ಬಂದ. ಅದರ ಚಾವಣಿ ತಗ್ಗಾಗಿದ್ದು, ಅದರೊಳಗೆ ಹೆಚ್ಚು ಜನರಾಗಲೀ ಅಥವಾ ಸದ್ದುಗದ್ದಲವಾಗಲೀ ಇರಲಿಲ್ಲ. ಇಬ್ಬರು ವ್ಯಕ್ತಿಗಳು ಬಾರ್‌ನ ಪಕ್ಕದಲ್ಲಿ ನಿಂತು ಮೆಲುದನಿಯಲ್ಲಿ ಮಾತನಾಡುತ್ತ, 'ಫೈಂಟ್' ಗ್ಲಾಸ್‌ಗಳಿಂದ ಕುಡಿಯುತ್ತಿದ್ದರು. ಖಾನಾವಳಿಯ ಮಾಲಿಕ ಕ್ಷಣಕಾಲಕ್ಕೆ ಹೊರ ಹೋಗಿದ್ದುದರಿಂದ ಬಾರ್‌ನ ಹಿಂದೆ ಯಾರೂ ಇದ್ದಿರಲಿಲ್ಲ. ಕುಡಿಯುತ್ತಿದ್ದ ಒಬ್ಬನಿಗೆ ಕ್ರಿಸ್ಟಿಯ ಪರಿಚಯವಿತ್ತು. ಆತ ಕ್ರಿಸ್ಟಿಗೆ ಕುಶಲ ಕೋರಿ ಕೇಳಿದ:

"ಹಾಂ, ಕ್ರಿಸ್ಟಿ ; ಏನು ಮರಿ ? ಏನ್ಸಮಾಚಾರ ?"

ಕ್ರಿಸ್ಟಿ ಎಂದಿನಂತಿಲ್ಲ ಎಂಬುದು ಅವನಿಗೆ ಕೂಡಲೇ ತಿಳಿಯಿತು.

ಅವನ ಮಾತಿಗೆ ಪ್ರತ್ಯುತ್ತರವಾಗಿ ಕ್ರಿಸ್ಟಿ ಪ್ರಶ್ನಿಸಿದ:

"ಟಾಮಿ ಫ್ಲಿನ್‌ನನ್ನು ನೀನೆಲ್ಲಾದರೂ ಕಂಡಿದ್ದೀಯಾ?"

"ಇಲ್ಲ ಮರಿ; ಕಂಡಿದ್ದೀನಿ ಅಂತ ಹೇಳಲಾರೆ."

ಹೀಗೆಂದು ಆತ ಪಕ್ಕದಲ್ಲಿದ್ದ ತನ್ನ ಸಂಗಾತಿಯತ್ತ ದೃಷ್ಟಿ ಹೊರಳಿಸಿ ಕಣ್ಣು ಮಿಟುಕಿಸಿದ. ಈ ಎರಡನೇ ವ್ಯಕ್ತಿಯೂ ಈಗ ಕ್ರಿಸ್ಟಿಯತ್ತ ತಿರುಗಿ ಅವನನ್ನು ವೀಕ್ಷಿಸುತ್ತಾ ಕೇಳಿದ:

"ಟಾಮಿ ಫ್ಲಿನ್ ? ಹೆಸರೇನೋ ಪರಿಚಿತವಾಗಿರುವಂತೆ ಕಾಣ್ತದೆ."

ಅದಕ್ಕೆ ಮೊದಲನೆಯ ವ್ಯಕ್ತಿ ಉತ್ತರ ನೀಡಿದ:

"ನಿನಗೆ ಅವನ ಪರಿಚಯವಿಲ್ಲ. ಆತ ಕ್ರಿಸ್ಟಿಯ ಆಪ್ತಮಿತ್ರ. ಅಲ್ವೆ ಕ್ರಿಸ್ಟಿ ?"

"ಹೌದು, ಆಪ್ತಮಿತ್ರ," ಎಂದ ಕ್ರಿಸ್ಟಿ.

"ಸರಿ, ಆದರೆ ಈ ರಾತ್ರಿ ಆತ ಇಲ್ಲಿಗೆ ಬಂದಿಲ್ಲ. ಹೌದಲ್ವೆ ವಾಲ್ಟ್ ?"

"ಹೌದು, ಅದು ನಿಜ. ಅವನನ್ನು ನಾವು ನೋಡಿಲ್ಲ."

"ಅವನನ್ನು ನೀನು ನೋಡಿ ಈಗೆಷ್ಟು ಕಾಲವಾಯಿತು ಕ್ರಿಸ್ಟಿ ?"

ಕ್ರಿಸ್ಟಿ ಗೊಣಗಿದ:

"ಬಹಳ ಕಾಲ; ಬಹಳ ಕಾಲದ ಹಿಂದೆ."

ಕ್ರಿಸ್ಟಿಯೊಂದಿಗೆ ಮಾತಾಡುತ್ತಿದ್ದ ವ್ಯಕ್ತಿ ಅವನನ್ನು ಸಮಾಧಾನಪಡಿಸುವಂತೆ ನುಡಿದ:

"ಆಗಲಿ, ಈಗೇನ್ಮಾಡೋಣ? ನಾನೊಂದು ಮಾತು ಹೇಳ್ತೇನೆ, ಕೇಳ್ತೀಯಾ ಕ್ರಿಸ್ಟಿ? ನೀನೀಗ ಮನೆಗೆ ಹೋಗು. ಟಾಮಿ ಫ್ಲಿನ್‌ಗಾಗಿ ನಾವು ಕಣ್ಣಿಟ್ಟಿರ್ತೇವೆ. ಅವನೆಲ್ಲಾದ್ರೂ ಕಣ್ಣಿಗೆ ಬಿದ್ರೆ, ಅವನನ್ನು ನೀನು ಹುಡುಕ್ತಾ ಇದ್ದಿ ಅಂತ ಹೇಳ್ತೇವೆ. ಏನು, ಸರಿಯಾ?"

ಇದಕ್ಕೆ ವಾಲ್ಟ್ ಎಂಬಾತ ತನ್ನ ದನಿಗೂಡಿಸಿ ಸೌಜನ್ಯದಿಂದ ಕೇಳಿದ:

"ಆದರೆ ನೀನು ಹೋಗೋದಕ್ಕುಂಚೆ ನಮ್ಮೊಂದಿಗೆ ಒಂದಿಷ್ಟು ಪಾನೀಯ ಸೇವಿಸ್ಬಹುದಲ್ಲ?"

ಮೊದಲನೆಯ ವ್ಯಕ್ತಿ ಅವನನ್ನು ತಡೆದು ಹೇಳಿದ:

"ಆತ ಕುಡಿಯೋದಿಲ್ಲ ವಾಲ್ಟ್."

"ಹಾಗಿದ್ರೆ, ಸಿಗರೇಟ್ ಸೇದೋ ಅಭ್ಯಾಸಾನಾದ್ರೂ ಇಲ್ವೆ?" ವಾಲ್ಟ್ ಪ್ರಶ್ನಿಸಿದ.

ಕ್ರಿಸ್ಟಿ ತಲೆಯಲ್ಲಾಡಿಸಿದ. ಅವನಿಗೆ ಗಲಿಬಿಲಿ ಉಂಟಾಗತೊಡಗಿತ್ತು. ಆತ ಕಣ್ಣು ಪಿಳಿಪಿಳಿ ಮಾಡಿ ಒಬ್ಬನ ಮುಖದಿಂದ ಮತ್ತೊಬ್ಬನತ್ತ ದೃಷ್ಟಿ ಹೊರಳಿಸುತ್ತಾ ನಿಂತ. ವಾಲ್ಟ್ ಪುನಃ ನುಡಿದ:

"ಅದೇನಿದ್ರೂ ಹುಡುಗಿಯರ ಬೇಟೆಯಲ್ಲಿ ನೀನೊಬ್ಬ ಹುಲಿ ಅಂತ ನಾನು ಖಂಡಿತವಾಗಿ ಹೇಳಬಲ್ಲೆ."

ಅಷ್ಟರಲ್ಲಿ ಮೊದಲನೆಯ ವ್ಯಕ್ತಿ ತನ್ನ ಸಂಗಾತಿಯ ಭುಜದ ಮೇಲೆ ಕೈ ಇಟ್ಟು ಅವನನ್ನು ಎಚ್ಚರಿಸಿದ:

"ಹುಷಾರ್, ವಾಲ್ಟ್."

ವಾಲ್ಟ್ ಹೇಳಿದ:

"ಓ, ನಾನು ಸುಮ್ಮಗೆ ತಮಾಷೆಗೆ ಹೇಳಿದೆ, ಅಷ್ಟೆ. ಅದರಿಂದ ಅವನಿಗೇನೂ ಬೇಸರವಿಲ್ಲ, ಅಲ್ವೆ ಕ್ರಿಸ್ಟಿ? ಯಾರಾದ್ರೂ ಸ್ವಲ್ಪ ತಮಾಷೆ ಮಾಡಿದ್ರೆ ತಕ್ಷಣ ಸಿಟ್ಟಿಗೇಳುವಂಥ ವ್ಯಕ್ತಿಯಲ್ಲ ತಾನೇ ನೀನು ?"

ಆದರೆ ಕ್ರಿಸ್ಟಿಯ ಕಣ್ಣುಗಳು ಈಗಾಗಲೇ ಮಂಕಾಗಿದ್ದವು. ಅವರೇನು ಹೇಳುತ್ತಿದ್ದರು ಎಂಬುದನ್ನು ಅರಿಯುವ ಸ್ಥಿತಿಯಲ್ಲಿ ಆತ ಇರಲಿಲ್ಲ. ಆದುದರಿಂದ ಅವರಲ್ಲಿ ಒಬ್ಬನಾದ ಬಳಿಕ ಇನ್ನೊಬ್ಬನನ್ನು ನೋಡುತ್ತಾ ಒಂದು ಕ್ಷಣ ಆತ ಹಾಗೆಯೇ ನಿಂತು, ತರುವಾಯ ಹೇಳಿದ:

"ನಾನಿನ್ನು ಹೋಗಲೇಬೇಕು."

"ಹೌದ್ಹೌದು, ಅದು ಸರಿ, ಕ್ರಿಸ್ಟಿ. ನೀನು ಮನೆಗೆ ನಡೆ; ಟಾಮಿ ಫ್ಲಿನ್‌ನನ್ನು ಕಂಡರೆ, ಅವನಿಗೆ ನಾವು ತಿಳಿಸ್ತೇವೆ. ಹೌದಲ್ವೆ ವಾಲ್ಟ್?

"ಖಂಡಿತವಾಗಿ," ಎಂದ ವಾಲ್ಟ್.

ಅಲ್ಲಿಂದ ಹೊರಡಲನುವಾಗಿ ಅವರಿಗೆ ಬೆನ್ನು ತಿರುಗಿಸಿದ ಮೇಲೆ ಕ್ರಿಸ್ಟಿಗೆ ತನ್ನ ಬಳಿಯಿದ್ದ ಹಣದ ನೆನಪಾಯಿತು. ಟಾಮಿ ಫ್ಲಿನ್‌ಗೆ ಇದನ್ನು ತಿಳಿಸುವಂತೆ ಅವರೊಂದಿಗೆ ಹೇಳಲೋ ಬೇಡವೋ ಎಂದು ಅವನೀಗ ಚಿಂತಿಸಿದ. ಟಾಮಿಯ ಹತ್ತಿರ ಯಾವಾಗಲೂ ಸಾಕಷ್ಟು ಹಣವಿರುತ್ತಿರಲಿಲ್ಲ. ಕ್ರಿಸ್ಟಿ ತನ್ನ ಜೇಬಿಗೆ ಕೈ ಹಾಕಿ ಕೆಲವು ನೋಟುಗಳನ್ನು ಹೊರ ತೆಗೆದ. ಆಮೇಲೆ ಇದ್ದಕ್ಕಿದ್ದಂತೆ ಆತ ಮನಸ್ಸು ಬದಲಾಯಿಸಿ, ಏನೂ ಹೇಳದೆ ಹೊರಗೆ ಕಾಲಿಟ್ಟ.

ಕ್ರಿಸ್ಟಿಯೊಂದಿಗೆ ಮಾತನಾಡಿದ್ದ ಇಬ್ಬರೂ ಈಗಾಗಲೇ ತಮ್ಮ ಗ್ಲಾಸುಗಳತ್ತ ಮುಖ ತಿರುಗಿಸಿದ್ದರು. ಆದರೆ ಬಾರ್‌ನಲ್ಲಿದ್ದ ಒಬ್ಬ ಹೆಂಗಸು ಅವನ ಕೈಯಲ್ಲಿದ್ದ ಹಣವನ್ನು ಕಂಡಿದ್ದಳು. ಆಕೆ ಮಧ್ಯ ವಯಸ್ಸಿನ ಒರ್ವ ಬೆಲೆವೆಣ್ಣು. ನರೆಯಲು ಪ್ರಾರಂಭಿಸಿದ್ದ ತನ್ನ ತಲೆಗೂದಲಿಗೆ ಅವಳು ತಾಮ್ರಗೆಂಪು ಬಣ್ಣ ಬಳಿದಿದ್ದಳು, ಸಣಕಲು ಮುಖದ ಮೇಲೆ ಚೆನ್ನಾಗಿ ಪೌಡರ್ ಮೆತ್ತಿದ್ದಳು. ಅವಳ ಕಿವಿಗಳಲ್ಲಿ ಒಂದು ಜೊತೆ ಕುಂಡಲಗಳು ನೇತಾಡುತ್ತಿದ್ದವು. ಮೂಲೆಯ ಒಂದು ಮೇಜಿನಲ್ಲಿ, ಕಂದು ಬಣ್ಣದ ಒಬ್ಬ ವೆಸ್ಟ್-ಇಂಡಿಯನ್ನನೊಂದಿಗೆ ಆಕೆ ಕುಳಿತಿದ್ದಳು. ಆತ ತೆಳುವಾದ ಎತ್ತರದ ವ್ಯಕ್ತಿಯಾಗಿದ್ದು, ಸ್ಫುರದ್ರೂಪಿಯಾಗಿದ್ದ. ನೀಲಿ ಬಣ್ಣದ ಅವನ ಫೆಲ್ಟ್ ಹ್ಯಾಟಿನ ಅಂಚು ತಲೆಯ ಸುತ್ತಲೂ ಮೇಲ್ಮೊಗವಾಗಿ ಮಡಚಲ್ಪಟ್ಟಿತ್ತು. ತನ್ನ ಮುಖಾಲಂಕಾರವನ್ನು ಸರಿಪಡಿಸಲು ಶೌಚಕೋಣೆಗೆ ಹೋಗಿ ಬರುತ್ತೇನೆ ಎಂದು ಅವನೊಡನೆ ಏನೋ ನೆಪ ಹೇಳಿ, ಕ್ರಿಸ್ಟಿ ಹೊರಬಿದ್ದ ಕೂಡಲೇ, ಆ ಹೆಂಗಸೂ ಕುಳಿತಲ್ಲಿಂದ ಎದ್ದಳು.

ಖಾನಾವಳಿಯಿಂದ ಬೀದಿಗಿಳಿದ ಕ್ರಿಸ್ಟಿ ಕೆಲವು ಹೆಜ್ಜೆ ಮುಂದೆ ನಡೆದು, ಮತ್ತೆ ಡೋಲಾಯಮನಸ್ಕನಾಗಿ ರಸ್ತೆಯ ಮೇಲೆ ಹಾಗೆಯೇ ನಿಂತ. ಇನ್ನೇನು ಮಾಡುವುದೆಂದು ಅವನಿಗೆ ತೋಚಲಿಲ್ಲ. ಟಾಮಿಯ ಸುಳಿವು ಎಲ್ಲಿಯೂ ದೊರೆತಿರಲಿಲ್ಲ. ಇನ್ನು ಶೋಧಿಸಬೇಕಾದ ಜಾಗ ಯಾವುದೂ ಉಳಿದಿರಲಿಲ್ಲ. ಟಾಮಿಯ ಅನ್ವೇಷಣೆ ಯಾವಾಗಲೂ ಹೀಗೆಯೇ ಅಂತ್ಯವಾಗುತ್ತಿತ್ತು. ಹುಡುಕಿ, ಹುಡುಕಿ, ಕೊನೆಗೆ ಯಾವಾಗಲೂ ಆತ ಈ ಅಡ್ಡಗೋಡೆಯನ್ನು ತಲಪುತ್ತಿದ್ದ. ಇದೇಕೆ ಹೀಗೆ? ಈ ಸಮಸ್ಯೆಯೊಂದಿಗೆ ಅವನ ಮನಸ್ಸು ಸೆಣಸಾಡಿತು. ಯೋಚನೆಗಳ ಭಾರದಿಂದ ಅವನ ತಲೆಬಾಗಿತು, ಹಣೆಯ ಮೇಲೆ ಚಿಂತೆಯ ಗೆರೆಗಳು ಮೂಡಿದವು.

ಬೀದಿಯ ಮೇಲೆ ಖಾನಾವಳಿಯಿಂದ ಒಮ್ಮೆಲೆ ಬೆಳಕು ಹೊರಚೆಲ್ಲಿತು. ಆ ಹೆಂಗಸು ಅದರ ಬಾಗಿಲು ತೆರೆದು ಹೊರ ಬಂದಿದ್ದಳು. ತೆರೆದ ಬಾಗಿಲು ಮತ್ತೆ ದಢಾರನೆ ಮುಚ್ಚಿಕೊಂಡಿತು. ಹೆಂಗಸು ಮೆಟ್ಟಿಲಿನ ಮೇಲೆ ತುಸು ಹೊತ್ತು ನಿಂತು ಆಚೀಚೆ ಕಣ್ಣು ಹಾಯಿಸಿದಳು. ಬಳಿಕ

ಮೆಟ್ಟಿಲಿಳಿದು ಬೂಟುಗಾಲಿನಿಂದ ಕಟಕಟ ಶಬ್ದ ಮಾಡುತ್ತಾ, ಆಕೆ ಕ್ರಿಸ್ಟಿಯತ್ತ ಬಂದಳು.

ಅವಳು ತನ್ನ ಪಕ್ಕದಲ್ಲಿ ನಿಂತು ಮಾತನಾಡುವ ತನಕ ಕ್ರಿಸ್ಟಿ ಅವಳನ್ನು ಗಮನಿಸಿರಲಿಲ್ಲ. ಆಕೆ ಕೇಳಿದಳು.

"ನೀನು ಯಾರನ್ನೋ ಹುಡುಕ್ತಾ ಇದ್ದಿ ಅಂತ ಕೇಳಿದೆ. ಹೌದೇ ?"

ಕ್ರಿಸ್ಟಿ ಥಟ್ಟನೆ ತಲೆಯೆತ್ತಿದ. ಹೆಂಗಸಿನ ಕಣ್ಣುಗಳೊಂದಿಗೆ ಸಮತಲವಾಗಿದ್ದ ಅವನ ಚಕ್ಷುಗಳು ಜ್ವಲಿಸುತ್ತಿದ್ದವು. ಆತ ಉಸಿರು ಬಿಗಿಹಿಡಿದು ಆತುರದ ದನಿಯಲ್ಲಿ ಹೇಳಿದ:

"ಹೌದು, ಟಾಮಿಫ್ಲಿನ್. ಅವನನ್ನು ನಾನು ಹುಡುಕ್ತಾ ಇದ್ದೇನೆ. ಟಾಮಿಫ್ಲಿನ್‌ನನ್ನು ನೀನೆಲ್ಲಾದರೂ ನೋಡಿದ್ದೀಯಾ ?"

ಇದಕ್ಕೆ ನೇರವಾಗಿ ಉತ್ತರ ನೀಡದೆ, ಸ್ವಲ್ಪ ಕಾಲಾವಕಾಶ ಪಡೆಯುವ ಸಲುವಾಗಿ ಆಕೆ ಅವನಿಗೆ ಮರು ಸವಾಲು ಹಾಕಿದಳು:

"ಆತ ನೋಡಲು ಹೇಗಿದ್ದಾನೆ? ಅಂದರೆ, ಅವನ ಆಕಾರ, ಮುಖಲಕ್ಷಣಗಳನ್ನು ಸ್ವಲ್ಪ ಬಣ್ಣಿಸ್ತೀಯಾ ?"

ಆದರೆ ಕ್ರಿಸ್ಟಿ ಸುಮ್ಮಗೆ ಏನೋ ಗೊಣಗಿದ. ಅದೇನೆಂದು ಆಕೆಗೆ ಕೇಳಿಸಲಿಲ್ಲ. ಅವನ ಕಣ್ಣುಗಳಿಂದ ಆಸೆಯ ಹೊಳಪು ಈಗ ಮಾಯವಾಗಿತ್ತು. ಅನಂತರ ಆತ ನುಡಿದ:

"ನಾನು ಟಾಮಿ ಫ್ಲಿನ್‌ನನ್ನು ಹುಡುಕ್ತಾ ಇದ್ದೇನೆ."

ಇಷ್ಟರಲ್ಲಿ ಬೀದಿಯ ಆಚೆ ಬದಿಯಿಂದ ಒಬ್ಬ ಗಂಡಸು ಖಾನಾವಳಿಯತ್ತ ನಡೆಯುತ್ತಾ ಬಂದ. ಆ ಹೆಂಗಸು ತಕ್ಷಣ ಒಂದು ಹೆಜ್ಜೆ ಹಿಂದೆ ಸರಿದು ನೆರಳಿನ ಮರೆಯನ್ನು ಸೇರಿದಳು. ಆಗಂತುಕ ಖಾನಾವಳಿಯ ಒಳಹೊಕ್ಕು ಅವನ ಹಿಂದಿನಿಂದ ಬಾಗಿಲು ಮುಚ್ಚುವ ತನಕ ಆಕೆ ಮೌನವಾಗಿದ್ದಳು. ಅನಂತರ ಅವಳು ಕ್ರಿಸ್ಟಿಯ ಕಿವಿಯಲ್ಲಿ ಉಸುರಿದಳು.

"ಟಾಮಿ ಫ್ಲಿನ್ ಅನ್ನೋ ಒಬ್ಬ ವ್ಯಕ್ತಿ ನನಗೆ ಗೊತ್ತು."

ಈ ಮಾತನ್ನು ಕೇಳಿದ ತಕ್ಷಣ ಕ್ರಿಸ್ಟಿಯ ಮೈಯಲ್ಲಿ ವಿದ್ಯುತ್ ಪ್ರವಾಹ ಹರಿದಂತಾಗಿ, ಅವನಿಗೆ ಹೊಸ ಜೀವ ಬಂತು. ಅವನ ಕಣ್ಣುಗಳಲ್ಲಿ ಪುನಃ ಹೊಳಪು ಮೂಡಿತು. ಅವಳ ಕೈಯನ್ನು ಬಿಗಿಯಾಗಿ ಹಿಡಿದು ಆತ ಕೇಳಿದ:

"ನಿನಗೆ ಗೊತ್ತು? ಟಾಮಿ ಫ್ಲಿನ್ ನಿನಗೆ ಗೊತ್ತಾ ? ಆತ ಎಲ್ಲಿದ್ದಾನೆ ? ಎಲ್ಲಿದ್ದಾನೆ ಟಾಮಿ ಫ್ಲಿನ್ ?"

"ಆತ ಎಲ್ಲಿ ಸಿಗಬಹುದು ಅನ್ನೋದನ್ನ ನಾನು ಬಲ್ಲೆ. ಆದರೆ... ಏನೂ ಪ್ರತಿಫಲವಿಲ್ಲದೆ ನಿನಗೋಸ್ಕರ ನಾನ್ಯಾಕೆ ಶ್ರಮವಹಿಸ್ಬೇಕು ? ಅಂದರೆ, ನನ್ನ ಸ್ನೇಹಿತನನ್ನು – ಎಲ್ಲವನ್ನೂ ಬಿಟ್ಟು ನಾನು ಬಂದಿದ್ದೀನಿ..."

ಕ್ರಿಸ್ಟಿಗೆ ಇದಾವುದೂ ಅರ್ಥವಾಗುತ್ತಿಲ್ಲವೆಂದು ತಿಳಿದು ಆಕೆ ಈ ಮಾತನ್ನು ಅಲ್ಲಿಗೇ ನಿಲ್ಲಿಸಿದಳು. ಬಳಿಕ ಒಂದು ವಿಧದ ಒರಟು ದಾಕ್ಷಿಣ್ಯದಿಂದ ಅವಳು ತನ್ನ ಇಂಗಿತವನ್ನು ಸ್ಪಷ್ಟಪಡಿಸಿದಳು:

"ಅಂದರೆ, ಹಣ, ನನ್ನ ರಾಜ."

"ಹಣ ? ಓ, ನನ್ನ ಹತ್ರ ಹಣ ಇದೆ. ಬೇಕಾದಷ್ಟು ಹಣ."

ಹೀಗೆಂದು ಕ್ರಿಸ್ಟಿ ತನ್ನ ಜೇಬಿಗೆ ಕೈ ಹಾಕಿ ಒಂದು ಹಿಡಿ ನೋಟುಗಳನ್ನು ಹೊರತೆಗೆದು ಪುನಃ ಹೇಳಿದ :

"ನೋಡು – ಧಾರಾಳ ಹಣ ಇದೆ."

ಹೆಂಗಸು ಚಕಿತಳಾಗಿ ಕ್ರಿಸ್ಟಿಯ ಹಸ್ತವನ್ನು ತಕ್ಷಣ ತನ್ನ ಕೈಯಿಂದ ಮುಚ್ಚಿ, ಎಡ ಬಲಗಳತ್ತ ಬೀದಿಯುದ್ದಕ್ಕೂ ಒಂದು ಶೀಘ್ರ ನೋಟ ಬೀರಿದಳು.

"ಸದ್ಯ ಅದನ್ನು ಹಾಗೆಯೇ ಜೇಬಿನೊಳಗೆ ಭದ್ರವಾಗಿಡು, ರಾಜ."

ಅನಂತರ ಅವನ ತೋಳಿಗೆ ತನ್ನ ತೋಳನ್ನು ಸಿಲುಕಿಸಿ, ಗಲ್ಲಿಯ ತುದಿಯತ್ತ ತಿರುಗಿ ಆಕೆ ಹೇಳಿದಳು:

"ಬಾ, ಹಾಗಾದ್ರೆ; ಹೋಗೋಣ, ಟಾಮಿ ಫ್ಲಿನ್‌ನನ್ನು ಹುಡುಕಿ ಹಿಡಿಯೋಣ."

ಅವರು ಗಲ್ಲಿಯನ್ನು ಕ್ರಮಿಸಿ, ಪ್ರಕಾಶಮಯವಾಗಿದ್ದ ದೊಡ್ಡ ರಸ್ತೆಯನ್ನು ದಾಟಿದರು. ತರುವಾಯ, ಎತ್ತರವಾಗಿದ್ದ ಕಾರ್ಖಾನೆ ಗೋಡೆಗಳ ಕರಿನೆರಳಿನಡಿಯಲ್ಲಿ ಬೇಗ ಬೇಗ ಹೆಜ್ಜೆ ಹಾಕುತ್ತಾ, ಮಬ್ಬು ಕವಿದಿದ್ದ ಹಿಂದಣ ಕೇರಿಗಳ ಬಳಿ ಆ ಹೆಂಗಸು ಕ್ರಿಸ್ಟಿಯನ್ನು ಕರೆದು ಕೊಂಡು ಹೋದಳು. ಆತ ಮೂಕ ಆತುರದಿಂದ ಅವಳನ್ನು ಹಿಂಬಾಲಿಸುತ್ತಿದ್ದ. ಕೆಲವೊಮ್ಮೆ ತನ್ನ ಉದ್ರಿಕ್ತ ಅವಸರದಲ್ಲಿ ಆತ ದಾಪುಗಾಲು ಹಾಕುತ್ತಾ ಅವಳನ್ನು ಹಿಂದಿಕ್ಕಿ ತಾನೇ ಮುಂದಾಗುತ್ತಿದ್ದ. ಆಗ ಅವನನ್ನು ಸೇರಲು ಅವಳು ಓಡಬೇಕಾಗುತ್ತಿತ್ತು. ಹೀಗೆ ಓಡಿ ಓಡಿ ಅವಳಿಗೆ ಉಸಿರು ಕಟ್ಟುವಂತಾಗಿತ್ತು. ಆದುದರಿಂದ ಅವಳು ಅನೇಕ ಬಾರಿ ಅವನೊಡನೆ ಹೇಳಿದಳು:

"ಇಷ್ಟು ವೇಗವಾಗಿ ಹೋದರೆ ಹೇಗಪ್ಪ? ಕೊಂಚ ನಿಧಾನವಾಗಿ ನಡೆ. ನಮಗೆ ಬೇಕಾದಷ್ಟು ಸಮಯವಿದೆ."

ಆದರೆ ಅವಳ ಮನಸ್ಸೆಲ್ಲ ಕ್ರಿಸ್ಟಿಯ ಹಣದ ಮೇಲಿತ್ತು. ಅದನ್ನು ಅವನಿಂದ ಹಾರಿಸುವ ಬಗೆ ಹೇಗೆ ಎಂದು ಇಷ್ಟು ಹೊತ್ತೂ ಅವಳೂ ಯೋಚಿಸುತ್ತಿದ್ದಳು. ಆತ ಸರಳ ಸ್ವಭಾವದ ಒಬ್ಬ ವ್ಯಕ್ತಿ ಎನ್ನುವುದರಲ್ಲಿ ಸಂದೇಹವಿರಲಿಲ್ಲ. ಆದರೆ ಅನೇಕ ವೇಳೆ ಇಂತಹ ಸರಳ ಸ್ವಭಾವದ ಜನರು ಮೊಂಡರೂ ಮೂಢರೂ ಸಂಶಯಗ್ರಸ್ತರೂ ಆಗಿರುತ್ತಾರೆಂಬುದು ಆಕೆಗೆ ತಿಳಿದಿತ್ತು. ಅವನನ್ನು ಯಾವುದಾದರೊಂದು ಬಾರ್ ರೂಮಿಗೆ ಒಯ್ದು, ಟಾಮಿ ಫ್ಲಿನ್‌ಗಾಗಿ ಇಲ್ಲಿ ಕಾಯಬೇಕೆಂಬ ನೆಪ ತೋರಿಸಿ, ಆತ ಚೆನ್ನಾಗಿ ಕುಡಿಯುವಂತೆ ಮಾಡೋಣವೇ? ಆದರೆ ಅಲ್ಲಿ ಯಾರಾದರೂ ಅವಳನ್ನು ಗುರುತಿಸಿದರೆ? ಆತ ಅವಳೊಂದಿಗಿದ್ದ ಎಂಬುದನ್ನು ಅನಂತರ ಅವರು ಜ್ಞಾಪಿಸಿಕೊಂಡರೆ? ಆದುದರಿಂದ ಅವಳು ಈ ಉಪಾಯವನ್ನೂ ತ್ಯಜಿಸಿ, ಅವನನ್ನು ಮತ್ತೂ ಮುಂದಕ್ಕೆ ಕರೆದುಕೊಂಡು ಹೋದಳು. ಹೀಗೆ ಮುಂದೆ ನಡೆಯುತ್ತಿದ್ದಂತೆ ಅವಳ ತಲೆ ಚುರುಕಾಗಿ ಕೆಲಸ ಮಾಡುತ್ತಿತ್ತು. ಕೊನೆಗೆ ಕಪ್ಪಾಗಿ ಹರಿಯುತ್ತಿದ್ದ ನದಿಯ ಮೇಲಣ ಒಂದು ಸೇತುವೆಯನ್ನು ಅವರು ತಲುಪಿದರು. ಅಲ್ಲಿಂದ ನದಿಯ ದಡಕ್ಕೆ ಒಂದು ಕಾಲ್ದಾರಿ ಇಳಿಯುತ್ತಿತ್ತು. ಆಕೆ ಅವನ ಕೈಹಿಡಿದು ಅದರತ್ತ ತಿರುಗಿ ಹೇಳಿದಳು ;

"ಈ ದಾರಿ, ರಾಜ."

ಅವರ ಬಲಗಡೆಯಲ್ಲಿ ಪೇಟೆಯ ಕಾರ್ಖಾನೆಗಳ ಮತ್ತು ಮಂಡಿಗಳ ಮಧ್ಯೆ ನದಿ ಹರಿಯುತ್ತಿತ್ತು. ಅಲ್ಲಿಂದ ಸ್ವಲ್ಪ ಮುಂದೆ ಅದು ತನಗೆ ಅಡ್ಡವಾಗಿ ಹಾಕಿದ್ದ ಒಡ್ಡಿನ ಕಂಬಗಳ ಮೇಲಿಂದ ಜಾರಿ ಬಯಲುಗಳ ನಡುವೆ ಪ್ರವಹಿಸುತ್ತಿತ್ತು. ಅವರ ಎಡಬದಿಯಲ್ಲಿದ್ದ ಕಾಲ್ದಾರಿ ಸೇತುವೆಯ ಕೆಳಗಡೆ ಹಾದು ಈ ಜಾಗವನ್ನು ಸೇರುತ್ತಿತ್ತು. ಈ ದಾರಿಯಲ್ಲಿ ಕೆಳಗಿಳಿದು

ಅವರು ಸೇತುವೆಯ ಅಡಿಯನ್ನು ತಲಪಿದರು. ಅಲ್ಲಿಯ ಕತ್ತಲಿನಲ್ಲಿ ಆ ಹೆಂಗಸು ನಿಂತು ತನ್ನ ಗಡಿಯಾರವನ್ನು ನೋಡಿದಂತೆ ನಟಿಸಿ, ಬಳಿಕ ಅವನೊಡನೆ ಹೇಳಿದಳು:

"ನಾವು ಬಹಳ ಮುಂಚಿತವಾಗಿ ಇಲ್ಲಿಗೆ ತಲಪಿಬಿಟ್ಟಿದ್ದೇವಲ್ಲ? ಟಾಮಿ ಫ್ಲಿನ್ ಮನೆಗೆ ಬರೋ ಹೊತ್ತು ಇನ್ನೂ ಆಗಿಲ್ಲ. ಆದ್ರಿಂದ ಕೊಂಚ ಕಾಲ ಇಲ್ಲೇ ಕಾದಿರೋಣ."

ಸೇತುವೆಯ ಕಲ್ಲುಕಟ್ಟೆಗೆ ಬೆನ್ನನ್ನು ಆನಿಸಿ ನಿಂತುಕೊಂಡು ಕ್ರಿಸ್ಟಿಯ ಕೈಯನ್ನು ಹಿಡಿದುಕೊಂಡಿದ್ದ ಆಕೆ ಮತ್ತೆ ಮಾತು ಮುಂದುವರಿಸಿದಳು:

"ಟಾಮಿ ಫ್ಲಿನ್‌ನನ್ನು ನೀನು ಯಾಕೆ ಹುಡುಕ್ತಾ ಇದ್ದೀಯಾ? ಅವನಿಂದ ನಿನಗೇನಾಗ್ಬೇಕು?"

ಅವಳ ಪಕ್ಕದಲ್ಲಿ ಅಶಾಂತಿಯಿಂದ ಚಡಪಡಿಸುತ್ತಾ, ಕ್ರಿಸ್ಟಿ ಉತ್ತರಿಸಿದ:

"ಆತ ನನ್ನ ಗೆಳೆಯ."

"ಇತ್ತೀಚೆಗೆ ಅವನನ್ನು ನೀನು ನೋಡಿಲ್ವೆ?"

"ಇಲ್ಲ... ಅವನನ್ನು ಪತ್ತೆ ಹಚ್ಚೋಕೆ ನನ್ನಿಂದ ಸಾಧ್ಯವಾಗಿಲ್ಲ. ಆತ ಎಲ್ಲಿದ್ದಾನೆ ಅಂತ ನನಗೆ ಯಾರೂ ಹೇಳೋದಿಲ್ಲ... ನಾವು ಒಂದು ಹಡಗಿನಲ್ಲಿ ಒಟ್ಟಿಗಿದ್ದೆವು... ಆಮೇಲೆ..."

ಅವನ ಸ್ವರ ಸಣ್ಣದಾಗುತ್ತಾ ಬಂದು ಅಲ್ಲಿಗೇ ನಿಂತುಹೋಯಿತು. ಬಳಿಕ ದುಃಖದಿಂದ ಗದ್ಗದಿಸುತ್ತಾ ಆತ ಹೇಳಿದ:

"ಹೇಗಾದ್ರೂ ಮಾಡಿ ಅವನನ್ನು ನಾನು ಹುಡುಕಿಹಿಡೀಲೇಬೇಕು. ಹೇಗಾದ್ರೂ ಮಾಡಿ."

ಅವನನ್ನು ಸಾಂತ್ವನಗೊಳಿಸಲು ಹೆಂಗಸು ನುಡಿದಳು:

"ಇನ್ನು ಸ್ವಲ್ಪ ಹೊತ್ತಿನಲ್ಲಿ ಆತ ನಮಗೆ ಸಿಕ್ಕಿಯೇ ಸಿಗ್ತಾನೆ."

ಹೀಗೆ ಹೇಳಿ, ಸೇತುವೆಯ ಕೆಳಗಿನ ಮಬ್ಬಿನಲ್ಲಿ ಅವಳು ಕ್ರಿಸ್ಟಿಯತ್ತ ಒಮ್ಮೆ ನೋಡಿದಳು. ಅನಂತರ ಒಂದು ಕ್ಷಣ ಕಾಲ ಅವನಿಂದ ತುಸು ದೂರ ಸರಿದು ಆಕೆ ತನ್ನ ಬಟ್ಟೆಗಳನ್ನು ಸಡಿಲಿಸುತ್ತಾ ಕೇಳಿದಳು:

"ಟಾಮಿಗಾಗಿ ಹೇಗೂ ನಾವಿಲ್ಲಿ ಸ್ವಲ್ಪ ಸಮಯ ಕಾಯಲೇಬೇಕು. ಅಷ್ಟು ಹೊತ್ತು ಸುಮ್ಮಗೆ ಕುಳಿತಿರೋದಕ್ಕೆ ಬದಲಾಗಿ ನಾವೇಕೆ ಈ ಕಾಲವನ್ನು ಹೆಚ್ಚು ಖುಷಿಯಾಗಿ ಕಳೀಬಾರ್ದು?"

ಮಾತಾಡುತ್ತಿದ್ದಂತೆಯೇ ಅವಳು ಟಾಮಿಯನ್ನು ಬರಸೆಳೆದು, ಬೆಚ್ಚಗಿನ ತನ್ನ ತೊಡೆಗಳ ಮಧ್ಯೆ ಅವನ ಕೈಯನ್ನು ಇರಿಸಿ, ಅವನ ಕಿವಿಯಲ್ಲಿ ಪಿಸುಗುಟ್ಟಿದಳು:

"ಈ ಲೀಲೆಯಲ್ಲಿ ನಿನಗೆ ಇಷ್ಟವಿದೆ, ಅಲ್ವೆ?"

"ಆದರೆ ಟಾಮಿಯ ಬಗ್ಗೆ ಏನು? ಆತ ಎಲ್ಲಿದ್ದಾನೆ?"

ಬಿಡುವಾಗಿದ್ದ ತನ್ನ ಒಂದು ಕೈಯಿಂದ ಕ್ರಿಸ್ಟಿಯ ಜೇಬನ್ನು ಹಣಕ್ಕಾಗಿ ಮೆಲ್ಲನೆ ಶೋಧಿಸುತ್ತಾ, ಆಕೆ ಉತ್ತರಿಸಿದಳು:

"ಟಾಮಿ ಎಲ್ಲಿದ್ದಾನೆ ಅಂತ ನನಗೆ ಗೊತ್ತು."

"ಹಾಗಿದ್ದರೆ ನಾವೇಕೆ ಅವನ ಬಳಿ ಹೋಗ್ತಾ ಇಲ್ಲ?"

"ಯಾಕೇಂದ್ರೆ ಆತ ಇನ್ನೂ ಮನೆಗೆ ಬಂದಿಲ್ಲ. ಹೋಗೋ ಹೊತ್ತು ಬಂದೊಡನೆಯೇ ನಾನು ಹೇಳ್ತೇನೆ."

ಅವನ ಪ್ರಶ್ನೆಗೆ ಈ ಉತ್ತರ ನೀಡುವಾಗ ಅವಳು ಪ್ರಯಾಸದಿಂದ ತನ್ನ ದನಿಯಲ್ಲಿ ತಾಳ್ಮೆ ತಂದುಕೊಂಡಿದ್ದಳು. ಈತ ಅಪಾಯಕರ ವ್ಯಕ್ತಿಯಾಗಿ ಪರಿಣಮಿಸಬಹುದು ಎಂಬ ಯೋಚನೆ ಈಗಾಗಲೇ ಅವಳ ತಲೆಯಲ್ಲಿ ಸುಳಿದಿತ್ತು. ತನ್ನಂತಹ ಹೆಂಗಸರು ನಿರ್ಜನ ಪ್ರದೇಶಗಳಲ್ಲಿ

ಹಲ್ಲೆಗೊಳಗಾಗಿ, ಚೂರಿಯಿಂದ ಇರಿಯಲ್ಪಟ್ಟ ಅಥವಾ ಗಂಟಲು ಹಿಸುಕಿ ಕೊಲ್ಲಲ್ಪಟ್ಟ ಅನೇಕ ಸುದ್ದಿಗಳನ್ನು ಅವಳು ಪತ್ರಿಕೆಗಳಲ್ಲಿ ಆಸಕ್ತಿಯಿಂದ ಓದಿದ್ದಳು. ಅವುಗಳನ್ನೀಗ ಆಕೆ ಜ್ಞಾಪಿಸಿಕೊಂಡಳು. ಆದರೆ ಅವಳು ನಡೆಸುತ್ತಿದ್ದಂಥ ಬದುಕಿನಲ್ಲಿ ಕೊಂಚ ಅಪಾಯದ ಭೀತಿ ಯಾವಾಗಲೂ ಇದ್ದೇ ಇತ್ತು. ಅಲ್ಲದೆ ಕ್ರಿಸ್ಟಿ ನಿರುಪದ್ರವಿಯಂತೆ ಕಾಣುತ್ತಿದ್ದ. ಇದಕ್ಕಿಂತಲೂ ಹೆಚ್ಚಾಗಿ ಅವನ ಜೇಬಿನೊಳಗೆ ಧಾರಾಳ ಹಣವಿದೆಯೆಂದು ಅದನ್ನು ಸ್ಪರ್ಶಿಸುತ್ತಿದ್ದ ಅವಳ ಬೆರಳುಗಳು ಹೇಳುತ್ತಿದ್ದವು. ಪರಿಣಾಮವಾಗಿ ಅವಳ ಅಳುಕಿಗಿಂತ ಹಣದಾಸೆ ಹೆಚ್ಚು ಪ್ರಬಲವಾಯಿತು. ಆದುದರಿಂದ ಕಾಲಾವಕಾಶಕ್ಕಾಗಿ, ತನಗೆ ಗೊತ್ತಿದ್ದ ಏಕಮಾತ್ರ ರೀತಿಯಲ್ಲಿ ಅವಳು ಆಟವಾಡಿದಳು. ತನ್ನ ದೇಹವನ್ನು ಅವನ ಮೈಮೇಲೆ ಹರಿದಾಡಿಸುತ್ತಾ, ಆಕೆ ಪ್ರಶ್ನಿಸಿದಳು:

"ನೀನೇಕೆ ಏನೂ ಮಾಡದೆ ಸುಮ್ಮಗೆ ನಿಂತಿದ್ದೀಯಾ? ಏನ್ಮಾಡಬೇಕು ಅನ್ನೋದು ನಿನಗೆ ಗೊತ್ತಿದೆ, ಅಲ್ವೆ? ನಿನಗಿದರಲ್ಲಿ ಇಷ್ಟವಿದೆ, ಅಲ್ವೆ?"

ಅವನ ಕೈ ಇನ್ನೂ ಅವಳ ತೊಡೆಗಳ ನಡುವೆಯೇ ಇತ್ತು. ತನ್ನ ಬೆರಳುಗಳಡಿಯಲ್ಲಿ ಮೃದುವಾಗಿ, ಬೆಚ್ಚಗಾಗಿ ತುಳುಕುತ್ತಿದ್ದ ಆ ತೊಡೆಗಳ ಸ್ಪರ್ಶದಿಂದ ಕ್ರಿಸ್ಟಿ ಒಂದು ಕ್ಷಣ ಕಾಲ ಉತ್ತೇಜಿತನಾಗಿ, ಇದ್ದಕ್ಕಿದ್ದಂತೆ ಕಿಲಕಿಲನೆ ನಕ್ಕು ನುಡಿದ:

"ನಾನೇನು ಮಾಡಬೇಕು ಅಂತ ನೀನು ಬಯಸ್ತಾ ಇದ್ದಿ ಅನ್ನೋದು ನನಗೆ ಗೊತ್ತು. ನಾನೀಗ ನಿನ್ನೊಂದಿಗೆ..."

ವಾಕ್ಯದ ಉಳಿದ ಅಶ್ಲೀಲ ಭಾಗವನ್ನು ಅವಳ ಕಿವಿಯಲ್ಲಿ ಆತ ಉಸುರಿದ.

ಹೆಂಗಸು ಅದನ್ನು ಅನುಮೋದಿಸಿ ಹೇಳಿದಳು:

"ಹೌದು, ಅದು ಸರಿ. ಅದು ನಿನಗೆ ಇಷ್ಟವಾಗಿರೋ ಕೆಲಸ, ಅಲ್ಲವಾ? ಅದನ್ನು ಹಿಂದೆ ಎಷ್ಟೋ ಬಾರಿ ನೀನು ಮಾಡಿರ್ಬೇಕು, ಮಾಡಿಲ್ವೆ?"

"ಮಾಡಿದ್ದೀವಿ – ನಾನು ಮತ್ತು ಟಾಮಿ. ನಾವಿಬ್ರೂ ಹೆಂಗಸರ ಜೊತೆ ಹೋಗ್ತಿದ್ವಿ. ಪ್ರಪಂಚದ ನಾನಾ ಭಾಗಗಳಲ್ಲಿ. ನಾನಾ ವಿಧವಾದ ಹೆಂಗಸ್ರು."

"ನಿಜ, ನಿಜ. ನೀನು ಮತ್ತು ಟಾಮಿ."

"ಟಾಮಿ" ಎಂದು ಕ್ರಿಸ್ಟಿ ಪುನರುಚ್ಚರಿಸಿದ. ಹೆಂಗಸಿನ ಬಗ್ಗೆ ಅವನ ಕ್ಷಣಿಕ ಕಾಮೋದ್ರೇಕ ಒಮ್ಮೆಲೆ ಮಾಯವಾಯಿತು. ಅವನು ತನ್ನ ಕೈಗಳನ್ನು ಅವಳ ತೊಡೆಗಳ ಹಿಡಿತದಿಂದ ಬಿಡಿಸಿಕೊಂಡು ಪುನಃ "ಟಾಮಿ" ಎಂದು, ತಮ್ಮ ಮುಂದಿದ್ದ ದಾರಿಯತ್ತ ನೋಡತೊಡಗಿದ.

ತರುವಾಯ ಕ್ರಿಸ್ಟಿ ಅವಳ ಪಕ್ಕದಿಂದ ಆಚೆ ಸರಿದ. ಅವಳು ನೋಟುಗಳ ಸಮೇತ ತನ್ನ ಕೈಯನ್ನು ಅವನ ಜೇಬಿನೊಳಗಿಂದ ಹೊರ ಸೆಳೆದಳು. ಇದನ್ನು ಗಮನಿಸದೆ ಆತ ಕಾಲ್ದಾರಿಯಲ್ಲಿ ಮುಂದೆ ಸಾಗಿದ. ಆಕೆ ತನ್ನ ಬಟ್ಟೆಗಳನ್ನು ಅವಸರದಿಂದ ಸರಿಪಡಿಸುತ್ತಾ, ಅವನನ್ನು ಕರೆದಳು:

"ಎಲ್ಲಿ ಹೋಗ್ತಿದ್ದೀಯಪ್ಪ ನೀನು? ಒಂದು ನಿಮಿಷ ತಾಳು, ಸಮಯ ಇನ್ನೂ ಆಗಿಲ್ಲ. ಇಷ್ಟು ಬೇಗ ಹೋಗಿ ಏನೂ ಪ್ರಯೋಜನವಿಲ್ಲ."

ಆದರೆ ಕ್ರಿಸ್ಟಿ ನಿಲ್ಲದೆ ಮುಂದೆ ನಡೆಯುತ್ತಾ ಹೇಳಿದ:

"ಇಲ್ಲ; ನಾನೀಗ್ಲೇ ಹೋಗ್ತೇನೆ, ಹೋಗಿ ಟಾಮಿಯನ್ನು ಹುಡುಕಿ ಹಿಡೀತೇನೆ."

ಹೀಗೆಂದು ಕ್ರಿಸ್ಟಿ, ಸೇತುವೆಯ ನೆರಳನ್ನು ದಾಟಿ, ತಿಂಗಳ ಬೆಳಕಿನತ್ತ ಕಾಲಿಟ್ಟ. ಅಲ್ಲಿ ಥಟ್ಟನೆ

ನಿಂತು ಆತ ತನ್ನ ಕೈಗಳನ್ನು ಮೇಲೆತ್ತಿ ಒಂದು ಕೂಗು ಹಾಕಿದ. ಇಷ್ಟರೊಳಗೆ ಅವನ ಬಳಿ ಓಡಿ ಬಂದಿದ್ದ ಹೆಂಗಸು ಕೇಳಿದಳು:

"ಏನು ? ಏನಾಗಿದೆ ?"

ಥರಥರನೆ ಕಂಪಿಸುತ್ತಾ, ಕ್ರಿಸ್ಟಿ ಹೇಳಿದ:

"ಟಾಮಿ; ನೋಡು, ನೋಡು, ನೋಡು !"

ಅವನ ಕೈ ಮುಂದೆ ಚಾಚಿತ್ತು. ಆ ಕಡೆ ನೋಡಿದಾಗ, ಒಡ್ಡುಗಂಬಗಳ ಬಳಿಯ ಕೊಳೆ ನೀರಿನಲ್ಲಿ ಯಾವುದೋ ಕಪ್ಪು ವಸ್ತುವೊಂದು ಮುಳುಗೇಳುತ್ತಿದ್ದುದು ಆಕೆಗೆ ಕಾಣಿಸಿತು.

"ಟಾಮಿ" ಎಂದು ಕ್ರಿಸ್ಟಿ ಗಟ್ಟಿಯಾಗಿ ಅರಚಿದ. ಆ ಹೆಂಗಸು ಆತಂಕದಿಂದ ಸುತ್ತಮುತ್ತ ದೃಷ್ಟಿ ಹಾಯಿಸುತ್ತಾ, "ಶ್, ಶ್, ತುಸು ಮೆಲ್ಲಗೆ," ಎಂದಳು.

"ಅದು ಟಾಮಿ" ಎಂದ ಕ್ರಿಸ್ಟಿ.

ಮರುಕ್ಷಣದಲ್ಲಿ ಆತ ಅವಳ ಕೈ ಕೊಸರಿ, ಹುಲ್ಲಿನಿಂದ ಕೂಡಿದ ಒರಟು ದಂಡೆಯ ಮೇಲೆ ನೆಗೆಯುತ್ತಾ, ನೀರಿನ ಅಂಚಿನತ್ತ ಓಡಿದ. ಹೆಂಗಸು ಅವನ ಹಿಂದಿನಿಂದ ಕೂಗಿ ಹೇಳಿದಳು:

"ಹಿಂದೆ ಬಾ, ಹುಚ್ಚನಂತೆ ವರ್ತಿಸ್ಬೇಡ. ಹಿಂದೆ ಬಾ."

"ಟಾಮಿ, ನಾನು ಬರ್ತಿದ್ದೀನಿ," ಕ್ರಿಸ್ಟಿ ಚೀರಿದ.

ಹೆಂಗಸು ಹಿಂದೆ ಮುಂದೆ ನೋಡುತ್ತಾ, ಕೆಲವು ಸೆಕೆಂಡುಗಳ ಕಾಲ ದಂಡೆಯ ಮೇಲೆ ನಿಂತಳು. ಬಳಿಕ ಆಕೆ ಹಿಂತಿರುಗಿದಳು. ಕೈಯಲ್ಲಿದ್ದ ನೋಟುಗಳನ್ನು ನಡೆಯುತ್ತಿದ್ದಂತೆಯೇ ತನ್ನ ಚೀಲದೊಳಕ್ಕೆ ತುರುಕಿಸುತ್ತಾ ಕಾಲ್ದಾರಿಯ ಮಾರ್ಗವಾಗಿ ಸೇತುವೆಯ ಬದಿಯಿಂದ ಆಕೆ ವೇಗವಾಗಿ ಮುಂದೆ ಸರಿದಳು. ಕ್ರಿಸ್ಟಿ ಧುಡುಮ್ಮನೆ ಹೊಳೆಗೆ ಹಾರಿದ ಶಬ್ದ ತನ್ನ ಹಿಂದಿ ನಿಂದ ಅವಳ ಕಿವಿಗಳನ್ನು ಅಪ್ಪಳಿಸಿತು. ಆಕೆ ತನ್ನ ನಡಿಗೆಯ ವೇಗವನ್ನು ಹೆಚ್ಚಿಸಿ, ಎದ್ದು ಬಿದ್ದು ಓಡತೊಡಗಿದಳು.

ಕೋಣೆಯ ಮಧ್ಯದಲ್ಲಿ ಭುಜಗಳನ್ನು ಬಾಗಿಸಿ ನಿಂತಿದ್ದ ಕ್ರಿಸ್ಟಿ ತನ್ನ ತಾಯಿಯೊಡನೆ ಹೇಳಿದ:

"ಅಮ್ಮ, ಅವನನ್ನು ನಾನು ಕಂಡೆ ! ಟಾಮಿ ಫ್ಲಿನ್‌ನನ್ನು ನಾನು ಕಂಡುಬಿಟ್ಟೆ ! ಆದರೆ ಆತ ಮುಳುಗಿಹೋಗಿದ್ದಾನೆ, ಎಲ್ಲ ಒದ್ದೆಯಾಗಿ ಮುಳುಗಿಬಿಟ್ಟಿದ್ದಾನೆ... ಅವನನ್ನು ಹಿಡಿಯೋಕೆ ನನ್ನಿಂದಾಗ್ಲಿಲ್ಲ..."

ಅವನ ತಾಯಿ ದಿಗಿಲುಗೊಂಡಿದ್ದಳು, ಆದರೆ ಇಂತಹ ಬೆಳವಣಿಗೆ ಅನಿವಾರ್ಯ ವಾಗಿತ್ತೆಂಬ ಶರಣಾಗತಿಯ ಭಾವನೆಯೂ ಅದರೊಂದಿಗೆ ಸ್ವಲ್ಪ ಬೆರೆತ್ತಿತ್ತು. ಆಕೆ ಮಗನ ಮುಖದಿಂದ ತನ್ನ ದೃಷ್ಟಿಯನ್ನು ಕದಲಿಸಿ, ಅವನನ್ನು ಮನೆಗೆ ಕರೆತಂದಿದ್ದ ಪೊಲೀಸ್ ಸಾರ್ಜೆಂಟನತ್ತ ನೋಡಿದಳು. ಅವಳ ತುಟಿಗಳು ಚಲಿಸಿದವು. ಬಹಳ ಕ್ಷೀಣ ಸ್ವರದಲ್ಲಿ ಆಕೆ ಕೇಳಿದಳು:

"ಎಲ್ಲಿ ?...?"

"ಹೊಳೆಯಲ್ಲಿ."

ಕ್ರಿಸ್ಟಿ ನಡುವೆ ಬಾಯಿ ಹಾಕಿ ರೋದಿಸಿದ:

"ಆತ ಸತ್ತಿದ್ದಾನೆ; ಎಲ್ಲ ಒದ್ದೆಯಾಗಿ ಮುಳುಗಿಹೋಗಿದ್ದಾನೆ."

"ಆಗಲಿ ಮಗು; ನಾವೇನ್ಮಾಡೋಕಾಗ್ತದೆ? ಅದ್ರಿಂದ ಅದನ್ನು ನೀನು ಇಷ್ಟೊಂದು ಮನಸ್ಸಿಗೆ ಹಚ್ಚಿಕೋಬೇಡ. ಆತ ಎಲ್ಲಿದ್ರೂ ಈಗ ಸಂತೋಷವಾಗಿದ್ದಾನೆ. ಖಂಡಿತವಾಗಿಯೂ ಸಂತೋಷವಾಗಿದ್ದಾನೆ."

ಆದರೆ ಅವಳು ಮಾತಾಡುತ್ತಿದ್ದಂತೆ ಕ್ರಿಸ್ಟಿ ಅವಳ ಮೈಮೇಲೆ ಕುಸಿದು ನಿಸ್ಸಹಾಯಕ ಮಗುವಿನಂತೆ ಬಿಕ್ಕಿಬಿಕ್ಕಿ ಅಳತೊಡಗಿದ. ಆತ ನೆಲಕ್ಕೆ ಬೀಳದಂತೆ ಒಂದು ಕ್ಷಣ ಕಾಲ ಆಕೆ ಅವನನ್ನು ತಾಗಿಕೊಂಡಳು. ಅಷ್ಟರಲ್ಲಿ ಸಾರ್ಜೆಂಟ್ ಅತ್ತ ಹಾರಿ, ಅವನ ತೋಳುಗಳನ್ನು ಭದ್ರವಾಗಿ ಹಿಡಿದುಕೊಂಡ. ಅವನ ತಾಯಿ ಸಾರ್ಜೆಂಟ್‌ನೊಂದಿಗೆ ಹೇಳಿದಳು:

"ಅವನನ್ನು ಮೇಲೆ ಮಹಡಿಗೆ ಸಾಗಿಸೋದೇ ಲೇಸು ಅಂತ ನನಗೆ ಕಾಣ್ತದೆ."

ಸಾರ್ಜೆಂಟ್ ತಲೆಯಲ್ಲಾಡಿಸಿ, ಕ್ರಿಸ್ಟಿಯನ್ನು ಒಂದು ಮಗುವಿನಂತೆ ತನ್ನ ತೋಳುಗಳಲ್ಲೆತ್ತಿಕೊಂಡು ಅವನ ತಾಯಿಯನ್ನು ಹಿಂಬಾಲಿಸಿದ. ಇಬ್ಬರೂ ಮೆಟ್ಟಿಲುಗಳನ್ನೇರಿ ಕ್ರಿಸ್ಟಿಯ ಮಲಗುವ ಕೋಣೆಯನ್ನು ಪ್ರವೇಶಿಸಿದರು. ಸಾರ್ಜೆಂಟನ ಎದೆಯ ಮೇಲೆ ಮುಖ ಹುದುಗಿಸಿ ಕ್ರಿಸ್ಟಿ ಇನ್ನೂ ಜೋರಾಗಿ ಅಳುತ್ತಲೇ ಇದ್ದ.

ಸಾರ್ಜೆಂಟ್ ಅವನನ್ನು ಹಾಸಿಗೆಯ ಮೇಲೆ ಕುಳ್ಳಿರಿಸಿ, ಪಕ್ಕದಲ್ಲಿ ಮೌನವಾಗಿ ನಿಂತ. ಕ್ರಿಸ್ಟಿಯ ವಿಧವೆ ತಾಯಿ ಅವನ ಒದ್ದೆ ಬಟ್ಟೆಗಳನ್ನು ಶೀಘ್ರವಾಗಿ ಕಳಚಿ, ಒಂದು ದೊರಗು ಟವಲನ್ನು ಹಿಡಿದು ತಣ್ಣಗಾಗಿದ್ದ ಅವನ ದೇಹವನ್ನು ಉಜ್ಜತೊಡಗಿದಳು. ಅವನ ಮೈಮೇಲೆ ಹಚ್ಚಡಗಳನ್ನು ಹೊದಿಸಿ, ಬೆಚ್ಚಗಾಗಿ ಅವನನ್ನು ಮಲಗಿಸಿ ಆಕೆ ತನ್ನ ಕೆಲಸವನ್ನು ಪೂರೈಸಿದಾಗ, ಸಾರ್ಜೆಂಟನ ಕಣ್ಣುಗಳು ಮೆಚ್ಚುಗೆ ಸೂಸುತ್ತಿದ್ದವು. ಬಳಿಕ ಅವಳು ಬೆಂಕಿ ಕಡ್ಡಿ ಗೀರಿ, ಒಂದು ನೀರಿನ ತಟ್ಟೆಯಲ್ಲಿದ್ದ ರಾತ್ರಿ – ದೀಪವನ್ನು ಹೊತ್ತಿಸಿ, ಅದನ್ನು ಮೇಜಿನ ಮೇಲಿಟ್ಟಳು. ಕ್ರಿಸ್ಟಿಯ ಅಳು ಈಗ ಹಿಂದಿಗಿಂತ ಕೊಂಚ ಕಡಿಮೆಯಾಗಿತ್ತು.

ಅವನ ಒದ್ದೆ ಬಟ್ಟೆಗಳನ್ನು ಎತ್ತಿಕೊಂಡು ಕೋಣೆಯಿಂದ ಹೊರಬರುವಾಗ ಕ್ರಿಸ್ಟಿಯ ತಾಯಿ ಸಾರ್ಜೆಂಟನಿಗೆ ದೀಪದ ಕಾರಣವನ್ನು ವಿವರಿಸಿದಳು:

"ಕತ್ತಲೆ ಎಂದರೆ ಅವನಿಗೆ ಏನೋ ಒಂದು ವಿಧದ ಭಯ. ಇನ್ನು ಅವನು ನಿದ್ದೆ ಹೋದಾನು ಅನ್ನಿಸುತ್ತೆ."

ಹಜಾರಕ್ಕೆ ಪುನಃ ಬಂದಮೇಲೆ ಸಾರ್ಜೆಂಟನಿಗೆ ನೆನಪಾಯಿತು – ತನ್ನ ಶಿರಸ್ತ್ರಾಣ ಇನ್ನೂ ತನ್ನ ತಲೆಯ ಮೇಲೆಯೇ ಇದೆಯೆಂದು. ಅವನೀಗ ಅದನ್ನು ತಲೆಯಿಂದ ತೆಗೆದು, ತನ್ನ ಹಣೆಯನ್ನು ಒರೆಸಿಕೊಂಡ.

ಕ್ರಿಸ್ಟಿಯ ತಾಯಿ ಮಗನ ಬಟ್ಟೆಗಳ ಮೇಲೆ ಕೈಯಾಡಿಸುತ್ತಾ, ಹೇಳಿದಳು:

"ಎಲ್ಲ ಒದ್ದೆಯಾಗಿವೆ; ಸಂಪೂರ್ಣ ತೊಯ್ದು ಮುದ್ದೆಯಾಗಿವೆ. ಅಲ್ಲಿ ಆದದ್ದಾದರೂ ಏನು?"

ಸಾರ್ಜೆಂಟ್ ತನಗೆ ಗೊತ್ತಿದ್ದುದನ್ನು ಹೇಳಿದ:

"ಆತ ಹೊಳೆಯಲ್ಲಿ ಕೆಲವು ಕಾಲ ಕಳೆದಿರಬೇಕು. ನನ್ನ ಕಾನ್‌ಸ್ಟೇಬಲ್ ಜಾನ್‌ಸನ್ನನ ಹೇಳಿಕೆಯಂತೆ, ಈತ ಮೈಯೆಲ್ಲ ಒದ್ದೆಯಾಗಿ ನೀರು ಸುರಿಸುತ್ತಾ ಅವನ ಬಳಿ ಓಡಿ ಬಂದು, ಈ ಟಾಮಿಫ್ಲಿನ್ ಹೊಳೆಯಲ್ಲಿ ಬಿದ್ದಿದ್ದಾನೆ ಅಂತ ಬೊಬ್ಬಿಟ್ಟನಂತೆ. ಆದರೆ ಅವನೊಂದಿಗೆ ನೀರಿಗಿಳಿದು ಶೋಧಿಸಿದಾಗ ಜಾನ್‌ಸನ್ನನಿಗೆ ದೊರೆತುದು ಬರೇ ಸತ್ತ

ನಾಯಿಯೊಂದು ಮಾತ್ರ. ಅದನ್ನೇ ಈ ಟಾಮಿಫ್ಲಿನ್ ಅಂತ ನಿಮ್ಮ ಮಗ ಭಾವಿಸಿರ್ಬೇಕು ಅಂತ ಕಾಣ್ತದೆ."

ಕ್ರಿಸ್ಟಿಯ ತಾಯಿ ತಲೆ ಬಾಗಿಸಿ ತನ್ನ ಮುಖವನ್ನು ಕೈಗಳಿಂದ ಮುಚ್ಚಿಕೊಂಡಳು. ಸಾರ್ಜೆಂಟ್ ಮುಂದುವರಿಸಿದ:

"ಅದೇನಿದ್ರೂ ಕಾನ್‌ಸ್ಟೇಬಲ್ ಜಾನ್‌ಸನ್ ಈ ವಿಷಯವನ್ನು ಮತ್ತೆ ದೊಡ್ಡದು ಮಾಡ್ಲಿಲ್ಲ. ಇದಕ್ಕಿಂತ ಹಿಂದೆ ನಿಮ್ಮ ಮಗನನ್ನು ಆತ ಪೇಟೆಯಲ್ಲಿ ಅನೇಕ ಸಲ ನೋಡಿದ್ನಂತೆ; ಅವನಿಗೆ ಗೊತ್ತಿತ್ತು..."

ಸಾರ್ಜೆಂಟ್ ಅಲ್ಲಿಗೇ ಮಾತು ನಿಲ್ಲಿಸಿ ದಾಕ್ಷಿಣ್ಯದಿಂದ ಮುಖ ಚಿಕ್ಕದು ಮಾಡಿದ.

"ಕ್ರಿಸ್ಟಿಗೆ ತಲೆ ಸಂಪೂರ್ಣ ಸರಿಯಾಗಿಲ್ಲವೆಂದು ಅವನಿಗೆ ಗೊತ್ತಿತ್ತು," ಎಂದು ಕ್ರಿಸ್ಟಿಯ ತಾಯಿ ವಾಕ್ಯವನ್ನು ಪೂರ್ತಿಗೊಳಿಸಿದಳು.

"ಹೌದಮ್ಮ." ಸಾರ್ಜೆಂಟ್ ಹೂಂಗುಟ್ಟಿದ್ದ. ಬಳಿಕ ತನ್ನ ಭಾರವನ್ನು ಒಂದು ಕಾಲಿನಿಂದ ಇನ್ನೊಂದು ಕಾಲ ಮೇಲೆ ಹಾಕಿ, ತನಗೆ ಈಗಷ್ಟೆ ಈ ವಿಷಯ ಹೊಳೆಯಿತೋ ಎನ್ನುವ ರೀತಿಯಲ್ಲಿ ಆತ ತನ್ನ ನೋಟ್ ಪುಸ್ತಕವನ್ನು ಹೊರತೆಗೆದು ಹೇಳಿದ:

"ಇದು ನಿಮ್ಮ ಮನ ನೋಯಿಸೋ ವಿಚಾರ ಅಂತ ನನಗೆ ಗೊತ್ತು. ಆದ್ರೂ ಈ ಬಗ್ಗೆ ನಾನೊಂದು ರಿಪೋರ್ಟ್ ಕೊಡದೆ ಉಪಾಯವಿಲ್ಲ. ನಿಮ್ಮ ಮಗನನ್ನು ಕುರಿತು ಏನಾದರೂ ಒಂದಿಷ್ಟು ಮಾಹಿತಿ ಕೊಡೋಕೆ ನಿಮ್ಮಿಂದ ಸಾಧ್ಯವೇ... ?"

"ಏನು ಮಾಹಿತಿ ಬೇಕು ?"

"ಸರಿ; ಇದರಲ್ಲಿ ಟಾಮಿ ಫ್ಲಿನ್‌ನ ಪಾತ್ರ ಏನು ? ನಿಮ್ಮ ಮಗ ಅವನನ್ನು ಯಾಕೆ ಹಾಗೆ ಹುಡುಕಿಕೊಂಡು ಹೋಗ್ತಾನೆ ?"

ಕ್ರಿಸ್ಟಿಯ ವಿಧವೆ ತಾಯಿ ತಲೆಯೆತ್ತಿ, ಸಾರ್ಜೆಂಟ್‌ನಿಂದ ಆಚೆಗೆ ಎತ್ತಲೋ ನೋಡುತ್ತಾ ನುಡಿದಳು :

"ಇದೆಲ್ಲಾ ಶುರುವಾದದ್ದು ಯುದ್ಧಕಾಲದಲ್ಲಿ. ಕ್ರಿಸ್ಟಿಗೆ ಟಾಮಿಯ ಪರಿಚಯವಾದದ್ದು ಆ ಸಮಯದಲ್ಲಿ. ಆಗ ಕ್ರಿಸ್ಟಿ ವಾಣಿಜ್ಯ ನೌಕಾಪಡೆಯಲ್ಲಿದ್ದ. ಅಲ್ಲಿಯವರೆಗೆ ಆತ ಸಂಪೂರ್ಣ ಸರಿಯಾಗಿದ್ದ: ಎಲ್ಲರಂತೆಯೇ ಇದ್ದ. ಈ ಟಾಮಿ ಫ್ಲಿನ್ ಅವನ ಅತ್ಯಂತ ಆಪ್ತಮಿತ್ರನಾಗಿದ್ದ. ನನಗೆ ಬರೆಯುವಾಗಲೆಲ್ಲ ಕ್ರಿಸ್ಟಿ ಅವನ ವಿಷಯ ತಿಳಿಸ್ತಿದ್ದ. ಕ್ರಿಸ್ಟಿಯ ಕಾಗದಗಳಲ್ಲಿ ಟಾಮಿಯ ವಿಚಾರ ಹೊರತು ಹೆಚ್ಚಿಗೆ ಬೇರೇನೂ ಇರ್ತಿರಲಿಲ್ಲ. ಅವೆಲ್ಲ ಟಾಮಿಯ ವಿಷಯದಿಂದಲೇ ತುಂಬಿರ್ತಿದ್ದವು – ಟಾಮಿ ಹೀಗೆ ಹೇಳಿದ, ಟಾಮಿ ಹಾಗೆ ಮಾಡಿದ ಅಥವಾ ಯುದ್ಧ ಮುಗಿದ ಬಳಿಕ ತಾವಿಬ್ಬರೂ ಏನು ಮಾಡಲಿದ್ದೇವೆ, ಇತ್ಯಾದಿ. ಯುದ್ಧಾನಂತರ, ಕಿಟಿಕಿಗಳನ್ನು ತೊಳೆದು ಕೊಡುವ ಒಂದು ಧಂಧೆಯನ್ನು ಪ್ರಾರಂಭಿಸ್ಬೇಕು ಅಂತ ಅವರು ನಿರ್ಧರಿಸಿದ್ರು. ಮುಂದೆ ಕಿಟಿಕಿ ತೊಳೆಯೋ ಕೆಲಸಗಾರರ ಅಭಾವ ಉಂಟಾಗಲಿದೆ. ಈ ಕೆಲಸಕ್ಕೆ ತಮಗೆ ಬೇಕಾದದ್ದು ಒಂದು ಗಾಡಿ ಮತ್ತು ಕೆಲವು ಏಣಿಗಳು ಮಾತ್ರ, ಆದ್ರಿಂದ ಆ ವಹಿವಾಟಿನಲ್ಲಿ ತಾವು ಕೈತುಂಬ ದುಡ್ಡು ಮಾಡಬಹುದು ಅಂತ ಟಾಮಿ ಹೇಳ್ತಿದ್ದನಂತೆ. ಅದರಲ್ಲೇನಾದ್ರೂ ತಥ್ಯಾಂಶವಿತ್ತೇ, ಇಲ್ಲವೇ ಅನ್ನೋದು ನನಗೆ ತಿಳೀದು... ಅದೇನಿದ್ರೂ ಯುದ್ಧ ಮುಗಿದ ಮೇಲೆ ಟಾಮಿಯನ್ನು ವಾಸಕ್ಕೆ ಇಲ್ಲಿಗೇ ಕರ್ಕೊಂಡು ಬರ್ಬೇಕು ಅಂತ ಕ್ರಿಸ್ಟಿ ಯೋಜನೆ ಹಾಕಿದ್ದ. ಯಾಕೇಂದ್ರೆ ಅವನಿಗೆ ತಂದೆ ತಾಯಿ ಯಾರೂ ಇರ್ಲಿಲ್ಲ. ಅವನು ಒಬ್ಬ ತಬ್ಬಲಿಯಾಗಿದ್ದ.

ಇದಕ್ಕೆ ನಂದೇನೂ ಅಭ್ಯಂತರ ಇರ್ಲಿಲ್ಲ. ಆತ ಒಳ್ಳೆಯ ಹುಡುಗನಾಗಿರ್ಬಹುದು ಅಂತ ನನಗೆ ಕಂಡಿತ್ತು. ಅಲ್ಲದೆ ಕ್ರಿಸ್ಟಿಯ ಮೇಲೆ ಆತ ನಿಗಾ ಇಡ್ತಿದ್ದ, ಅವನಿಗೆ ಅರಿಯದ ವಿಷಯಗಳನ್ನು ಹೇಳಿಕೊಡ್ತಿದ್ದ..."

"ಅವನನ್ನು ನೀವೆಂದೂ ಭೇಟಿಯಾಗಿರ್ಲಿಲ್ಲ, ಅಲ್ವೆ?" ಸಾರ್ಜೆಂಟ್ ಪ್ರಶ್ನಿಸಿದ.

ಇಲ್ಲವೆಂದು ತಲೆಯಲ್ಲಾಡಿಸಿ, ವಿಧವೆ ಹೇಳಿದಳು:

"ಅವನನ್ನು ನಾನೆಂದೂ ನೋಡಿರ್ಲಿಲ್ಲ. ಆದರೆ ಕ್ರಿಸ್ಟಿಗೆ ಅವನ ಮೇಲೆ ಬಹಳ ಅಭಿಮಾನವಿತ್ತು. ನಿಮಗೆ ಗೊತ್ತಿದೆಯೋ ಇಲ್ಲವೋ, ಕ್ರಿಸ್ಟಿಯ ತಂದೆ ತೀರಿಕೊಂಡಾಗ ಅವನಿನ್ನೂ ಬಹಳ ಚಿಕ್ಕವನಾಗಿದ್ದ. ಆದ್ರಿಂದ ಅವನಿಗೆ ತನ್ನ ತಂದೆಯ ನೆನಪಿಲ್ಲ ಅಂತ್ಲೇ ಹೇಳ್ಬಹುದು. ಈ ಟಾಮಿ ಅವನಿಗಿಂತ ಸ್ವಲ್ಪ ಹಿರಿಯನಾಗಿದ್ದು, ಅವನನ್ನು ಒಬ್ಬ ಕಿರಿ ತಮ್ಮನಂತೆ ತನ್ನ ಕಕ್ಷೆಯೊಳಗೆ ತೆಗೆದುಕೊಂಡ ಅಂತ ಒಂದು ರೀತಿಯಲ್ಲಿ ಅನ್ಬಹುದು.

"ಅನಂತರ ಯುದ್ಧದ ಕೊನೆಗಾಲದಲ್ಲಿ ಆ ಜಪಾನೀಯರ ಆತ್ಮಘಾತಕ ವಿಮಾನಗಳಲ್ಲಿ ಒಂದು ಅವರ ಹಡಗಿಗೆ ಬಡಿದು, ಅದಕ್ಕೆ ಬೆಂಕಿ ಹತ್ತಿತು. ಕ್ರಿಸ್ಟಿ ಒಬ್ಬಂಟಿಗನಾಗಿ ಒಂದು ತೆಪ್ಪದ ಮೇಲೆ ಬಹುಕಾಲ ತೇಲುತ್ತಿದ್ದ. ಕೊನೆಗೆ ಉಳಿದವರಿಗೆ ಸಿಕ್ಕಿದಾಗ, ಆತ ಹೆಚ್ಚುಕಡಿಮೆ ಹುಚ್ಚನಂತಾಗಿದ್ದ. ಟಾಮಿ ಫ್ಲಿನ್‌ನ ಹೊರತು ಅವನ ಬಾಯಿಯಿಂದ ಬೇರೆ ಯಾವ ಮಾತೂ ಹೊರಡ್ತಿರಲಿಲ್ಲ. ಹಡಗಿನೊಂದಿಗೆ ಟಾಮಿ ಮುಳುಗಿಹೋಗಿರಬೇಕು ಅನ್ನೋದು ಉಳಿದವರ ಎಣಿಕೆಯಾಗಿತ್ತು. ಆದರೆ ಕ್ರಿಸ್ಟಿಗೆ ಅದರಲ್ಲಿ ಎಳ್ಳಷ್ಟೂ ನಂಬಿಕೆಯಿರಲಿಲ್ಲ. ಆತ ರಂಪ ಮಾಡಿ, ಅವರನ್ನೆಲ್ಲ ಸುಳ್ಳುಗಾರರೆಂದು ಕರೆದಿದ್ದನಂತೆ."

"ಆದರೆ, ತರುವಾಯ ಅವನಿಗೆ ಚಿಕಿತ್ಸೆ ನೀಡಿರಲಿಲ್ಲವೆ?"

"ಓ, ಹೌದು ; ಚಿಕಿತ್ಸೆ ನೀಡಿದ್ದರು. ಆದರೂ ಆತ ಎಂದೂ ಸಂಪೂರ್ಣ ಹಿಂದಿನಂತಾಗಲಾರ ಅಂತ ಅವರು ಹೇಳಿದ್ದರು. ಹೆಚ್ಚಿನ ಸಮಯ ಈ ವ್ಯತ್ಯಾಸಗೊತ್ತಾಗೋದಿಲ್ಲ. ಅದು ಗೊತ್ತಾಗೋದು ಅವನಿಗೆ ಒಮ್ಮೊಮ್ಮೆ ಹೀಗೆ ಚಿತ್ತಕ್ಷೋಭೆ ಉಂಟಾದಾಗ ಮಾತ್ರ. ಈ ರೀತಿಯ ಮತಿಭ್ರಾಂತಿ ಶುರುವಾಗಿದ್ದು ಕೂಡ ಆತ ಮನೆಗೆ ಬಂದು ಕೆಲವು ಕಾಲವಾದ ಮೇಲೆ."

ಸಾರ್ಜೆಂಟ್ ಕೇಳಿದ:

"ಈ ... ಹಾಂ... ಚಿತ್ತಕ್ಷೋಭೆಯ ಉಪದ್ರವ ಅವನಿಗೆ ಆಗಿಂದಾಗ್ಗೆ ಬರ್‍ತಾ ಇದೆಯೆ ?"

"ಓ, ಇಲ್ಲ; ಆಗಿಂದಾಗ್ಗೆ ಬರ್‍ತಿಲ್ಲ. ತಿಂಗಳುಗಟ್ಟಲೆ ಆತ ಸರಿಯಾಗಿರ್‍ತಾನೆ. ಯಾರಾದ್ರೂ ನೋಡಿದ್ರೆ. ಈತ ಸ್ವಲ್ಪ ಮಂದಬುದ್ಧಿಯವ ಅಂತ ಭಾವಿಸ್ಬಹುದಷ್ಟೆ. ನಮ್ಮ ಗ್ರಹಚಾರ; ಆತ ಹಿಂದೆ ಅಷ್ಟೊಂದು ಚುರುಕು ಹುಡುಗನಾಗಿದ್ದ...."

"ಅವನ ಬಗ್ಗೆ ಇನ್ನೊಂದಿಷ್ಟು ವೈದ್ಯಕೀಯ ಸಲಹೆ ಪಡೀಲಿಕ್ಕೆ ನೀವೇಕೆ ಪ್ರಯತ್ನಿಸಬಾರ್‍ದು? ಯಾಕೇಂತಂದ್ರೆ, ಇಂಥ ಸಮಯಗಳಲ್ಲಿ ಆತ ಯಾವತ್ತಾದ್ರೂ ಒಮ್ಮೆ ಆತ್ಮಹಾನಿ ಮಾಡಿಕೊಳ್ಳೋ ಸಂಭವಾನೂ ಇದೆ."

ಕ್ರಿಸ್ಟಿಯ ತಾಯಿ ಹೇಳಿದಳು:

"ನೀವನ್ನಿರೋದು ನಿಜ. ಈ ಬಗ್ಗೆ ನಾನು ಡಾಕ್ಟರನ್ನು ಕೇಳಿದ್ದೆ. ಬಳಿಕ ಈ ವಿಷಯವನ್ನು ಕ್ರಿಸ್ಟಿಗೂ ಹೇಳಿದೆ – ಅಂದರೆ ಆತ ಸರಿಯಾಗಿದ್ದಾಗ. ಆದರೆ ಇದನ್ನು ಕೇಳಿ ತಕ್ಷಣ ಆತ ಗಳ ಗಳನೆ ಅತ್ತ. 'ಚಿಕಿತ್ಸಾಲಯಕ್ಕೆ ನನ್ನನ್ನು ಕರ್‍ಕೊಂಡು ಹೋಗಲು ಬಿಡಬೇಡಮ್ಮ' ಅಂತ

ಅಂಗಲಾಚಿ ಗೋಳಿಟ್ಟ. ತನ್ನನ್ನೆಲ್ಲಾದರೂ ಕೂಡಿಸಿಟ್ಟರೆ, ತಾನು ಸಾಯೋದೇ ಸರಿ ಅಂತ ರೋದಿಸಿದ... ಅವನ ಸ್ಥಿತಿ ಒಂದೋ ಹಾಗೆ ಅಥವಾ ಹೀಗೆ ಅಂತ ನಿರ್ದಿಷ್ಟವಾಗಿ ಹೇಳು ವಂಥಾದ್ದಾಗಿದ್ರೆ, ಅದೊಂದು ರೀತಿ ಬೇರೆ, ಹಾಗಿದ್ರೆ ಮನಸ್ಸಿಗೆ ಇಷ್ಟು ಕೆಡುಕಾಗ್ತಿರ್ಲಿಲ್ಲ. ಈಗ ಏನ್ಮಾಡ್ಬೇಕು ಅನ್ನೋದೇ ನನಗೆ ಗೊತ್ತಾಗ್ತಿಲ್ಲ..."

ಇಷ್ಟು ಹೇಳಿ ಆಕೆ ಉಗುಳು ನುಂಗಿದಳು. ಅವಳ ತುಟಿಗಳು ಅದುರಿದವು. ತರುವಾಯ ಔಡುಗಚ್ಚಿ. ನೇರವಾಗಿ ಸಾರ್ಜೆಂಟನನ್ನು ನೋಡುತ್ತಾ ಆಕೆ ಕೇಳಿದಳು:

"ಸಾರ್ಜೆಂಟ್, ಆತ ಆಚೀಚೆ ಎಲ್ಲಾದ್ರೂ ನಿಮ್ಮ ಕಣ್ಣಿಗೆ ಬಿದ್ದಾಗ, ಅವನನ್ನು ಸ್ವಲ್ಪ ಲಕ್ಷ್ಯದಲ್ಲಿಟ್ಟುಕೊಳ್ಳಿ, ಆಗಬಹುದೇ ?"

ಕೊಂಚ ಹುಬ್ಬು ಗಂಟಿಕ್ಕಿ, ಸಾರ್ಜೆಂಟ್ ಅವಳಿಗೆ ಆಶ್ವಾಸನೆ ನೀಡಿದ:

"ಆಗಲಿ, ಅವನ ಮೇಲೆ ನಾನು ಲಕ್ಷ್ಯ ಇಡ್ತೇನೆ. ಆದರೆ ಅವನಿಗೆ ನೀವು ಇನ್ನೊಂದಷ್ಟು ಚಿಕಿತ್ಸೆ ಮಾಡಿಸೋದು ಒಳ್ಳೇಯದಮ್ಮ. ನಿಮ್ಮ ಜಾಗದಲ್ಲಿ ಇರ್ತಿದ್ರೆ ನಾನು ಖಂಡಿತ ಹಾಗೆ ಮಾಡಿಸ್ತಿದ್ದೆ."

"ಇರಲಿ, ನೋಡೋಣ. ಅದರ ಬಗ್ಗೆ ನಾನೀಗ ಪುನಃ ಯೋಚನೆ ಮಾಡಬೇಕಾಗ್ತದೆ."

ಸಾರ್ಜೆಂಟ್ ತನ್ನ ಶಿರಸ್ತ್ರಾಣವನ್ನೆತ್ತಿಕೊಂಡು ಹೊರಡಲುನುವಾದ. ಕ್ರಿಸ್ಟಿಯ ತಾಯಿ ಈಗ ಮತ್ತೊಂದು ಪ್ರಶ್ನೆ ಕೇಳಿದಳು:

"ಸಾರ್ಜೆಂಟ್, ಇವತ್ತಿನ ಘಟನೆಯ ಬಗ್ಗೆ – ಇದರಿಂದ ಏನಾದ್ರೂ ತೊಂದರೆ ಇಲ್ಲ ಅಲ್ವೆ ?"

"ಇರಲಾರದು, ಅಂತ ನನ್ನೆಣಿಕೆ. ಅದನ್ನು ನಾನು ರಿಪೋರ್ಟ್ ಮಾಡ್ಲೇಬೇಕಾಗ್ತದೆ. ಆದರೆ ಆದ್ರಿಂದೇನೂ ತೊಂದರೆ ಆಗಲಾರದು. ಅವನೇನೂ ಕಾನೂನು ಭಂಗ ಮಾಡಿಲ್ಲ."

ಅಂದರೆ ಈವರೆಗೆ ಮಾಡಿಲ್ಲ ಎಂದು ಯೋಚಿಸುತ್ತಾ, ಸಾರ್ಜೆಂಟ್ ತನ್ನ ಅಂಗಿಯ ಜೇಬಿನಿಂದ ಕೆಲವು ಒದ್ದೆ ನೋಟುಗಳನ್ನು ಹೊರತೆಗೆದು ಹೇಳಿದ:

"ಅಂದಹಾಗೆ, ಇವುಗಳನ್ನು ನೀವು ತೆಗೆದುಕೊಳ್ಳಿ. ಇದು ಅವನ ಜೇಬಿನೊಳಗಿದ್ದ ಹಣ. ನಾಲ್ಕು ಪೌಂಡುಗಳು."

ಹೀಗೆಂದು ಸಾರ್ಜೆಂಟ್ ಆ ಒದ್ದೆ ನೋಟುಗಳನ್ನು ಮೇಜಿನ ಮೇಲಿಟ್ಟ.

ಕ್ರಿಸ್ಟಿಯ ತಾಯಿ ಚಕಿತಳಾಗಿ ಒಮ್ಮೆ ಕಣ್ಣಗಲಿಸಿದಳು. ಮರುಕ್ಷಣವೇ ಅವಳು ತನ್ನ ಭಾವನೆಯನ್ನು ಮರೆಮಾಚಿದರೂ, ಅದು ಸಾರ್ಜೆಂಟನ ಗಮನಕ್ಕೆ ಬಿದ್ದಿತ್ತು. ಅವಳ ಮುಖವನ್ನು ನಿರೀಕ್ಷಿಸುತ್ತಾ, ಆತ ಪ್ರಶ್ನಿಸಿದ:

"ಅವನಿಗೆ ಹಣ ಬೇಕಾದಾಗ, ಆತ ಕೇಳಿದಷ್ಟು ನೀವು ಕೊಡ್ತೀರಿ ಅಂತ ಕಾಣ್ತದೆ, ಅಲ್ವೆ ?"

"ಇಲ್ಲ; ಸಾಮಾನ್ಯವಾಗಿ ಹಾಗೆ ಕೊಡೋದಿಲ್ಲ. ಆದರೆ ಆತ ಹೊರಗೆ ಹೋಗುವಾಗ ಅವನ ಜೇಬಿನಲ್ಲಿ ಒಂದಿಷ್ಟು ಹಣ ಹಾಕ್ತಿದ್ದೆ. ಅಂದರೆ, ಅವನಿಗೆ ಏನಾದ್ರೂ ಆದರೆ, ಕೈಯಲ್ಲಿ ಸ್ವಲ್ಪ ಹಣ ಇರ್ಲಿ ಅಂತ... ಅದೊಂದು ಧೈರ್ಯಕ್ಕೆ ಅಷ್ಟೆ."

ಸಾರ್ಜೆಂಟ್ ತಲೆಯಲ್ಲಾಡಿಸಿ, ಅವಳ ಮುಖವನ್ನು ಮತ್ತೊಂದು ಕ್ಷಣ ನಿಟ್ಟಿಸಿ ನೋಡಿದ. ಆಮೇಲೆ ಬಾಗಿಲ ಚಿಲಕಕ್ಕೆ ಕೈ ಹಾಕಿ ಆತ ಹೇಳಿದ:

"ಸರಿ ಹಾಗಾದ್ರೆ; ನಾನಿನ್ನು ಹೊರಡ್ತೇನೆ."

ಕ್ರಿಸ್ಟಿಯ ತಾಯಿ ತನ್ನ ಯೋಚನೆಗಳಿಂದ ಎಚ್ಚೆತ್ತು ಅವನನ್ನು ಬೀಳ್ಕೊಟ್ಟಳು:

"ಆಗಲಿ ಒಳ್ಳೇದು. ನೀವು ತುಂಬ ತೊಂದರೆ ತೆಗೆದುಕೊಂಡಿದ್ದೀರಿ. ಉಪಕೃತಳಾಗಿದೀನಿ."

"ಅದು ನನ್ನ ಕೆಲಸ ಅಮ್ಮ; ಅದನ್ನು ನಾನು ಮಾಡಿದ್ದೇನೆ ಅಷ್ಟೆ."

ಅನಂತರ ಸಾರ್ಜೆಂಟ್ ಅವಳಿಗೆ ವಂದಿಸಿ, ಬಾಗಿಲು ತೆರೆದು ರಸ್ತೆಯ ಮೇಲೆ ಕಾಲಿಟ್ಟ.

ಅವನ ಹಿಂದಿನಿಂದ ಬಾಗಿಲು ಮುಚ್ಚಿಕೊಂಡಿತು. ತರುವಾಯ ಕ್ರಿಸ್ಟಿಯ ತಾಯಿ ಮೇಜಿನ ಮೇಲಿದ್ದ ಹಣದ ಮೇಲೆ ದೃಷ್ಟಿ ಹರಿಸಿದಳು. ಅವಳು ನೋಟುಗಳನ್ನೆತ್ತಿ ಅವುಗಳ ಮೇಲೆ ಕೈಯಾಡಿಸಿದಳು. ಅವಳ ತಲೆಯಲ್ಲಿ ಯೋಚನೆಗಳು ಅಲೆಅಲೆಯಾಗಿ ಸುಳಿಯುತ್ತಿದ್ದವು. ಬಳಿಕ ಅವಳು ಡ್ರೆಸ್ಸಿಂಗ್ ಟೇಬಲ್ ಬಳಿ ಹೋಗಿ, ಅದರ ಡ್ರಾಯರ್‌ನಲ್ಲಿದ್ದ ತನ್ನ ಪರ್ಸನ್ನು ಹೊರತೆಗೆದು, ಅದನ್ನು ಬಿಚ್ಚಿ ಪರೀಕ್ಷಿಸಿದಳು. ಅನಂತರ ಅದನ್ನು ಪುನಃ ಒಳಗಿಟ್ಟು ಡ್ರಾಯರನ್ನು ಮುಚ್ಚಿ, ಅವಳು ಮೆಲ್ಲಗೆ ಮಹಡಿಯ ಮೇಲಿನ ತನ್ನ ಕೋಣೆಗೆ ಹೋದಳು.

ಆ ಕೋಣೆಯಲ್ಲಿ ಗೋಡೆಗೆ ಜೋಡಿಸಲಾಗಿದ್ದ ಬಟ್ಟೆಯ ಬೀರುವಿನ ಮೇಲ್ಗಡೆ ಒಂದು ಚಿಕ್ಕ ಕಪಾಟು ಇತ್ತು. ಆಕೆಯೀಗ ಒಂದು ಕುರ್ಚಿಯನ್ನು ಬೀರುವಿನ ಮುಂದಿಟ್ಟು, ಅದರ ಮೇಲೆ ನಿಂತು ಕಪಾಟಿನೊಳಗೆ ಕೈಹಾಕಿದಳು. ತನ್ನ ಮತ್ತು ಕ್ರಿಸ್ಟಿಯ ಉಳಿತಾಯವನ್ನೆಲ್ಲ ಅದರೊಳಗೆ ಒಂದು ಪೆಟ್ಟಿಗೆಯಲ್ಲಿ ಆಕೆ ಕೂಡಿಟ್ಟಿದ್ದಳು. ಪೆಟ್ಟಿಗೆ ಹಗುರವಾಗಿದ್ದುದನ್ನು ಕಂಡು, ಅದು ಖಾಲಿಯಾಗಿರಬೇಕೆಂದು ಅವಳಿಗೆ ಕೂಡಲೇ ಖಚಿತವಾಯಿತು. ಆದರೂ ಆಕೆ ಅದರ ಮುಚ್ಚಳವನ್ನು ತೆಗೆದು ನೋಡಿದಳು. ಅವಳ ಹೃದಯ ಧಸಕ್ಕೆಂದಿತು. ಕುರ್ಚಿಯ ಮೇಲೆ ನಿಂತಿದ್ದ ಅವಳಿಗೆ ಒಮ್ಮೆಲೆ ಬವಳಿ ಬರುವಂತಾಯಿತು. ಆ ಪೆಟ್ಟಿಗೆಯಲ್ಲಿ ಸುಮಾರು ನೂರು ಪೌಂಡುಗಳಷ್ಟು ಹಣವಿತ್ತು. ಈ ಭೂಲೋಕದಲ್ಲಿ ಅದೇ ಅವರೊಂದಿಗಿದ್ದ ಸರ್ವಸಂಪತ್ತು. ಅದೆಲ್ಲ ಈಗ ಕಾಣೆಯಾಗಿತ್ತು!

ಆಕೆ ಪೆಟ್ಟಿಗೆಯನ್ನು ಕಪಾಟಿನೊಳಗಿಟ್ಟು ಕುರ್ಚಿಯಿಂದ ಕೆಳಗಿಳಿದು, ಅದನ್ನು ಪುನಃ ಮಲಗುವ ಮಂಚದ ಬಳಿ ಸೇರಿಸಿದಳು. ಅವಳಿಗೆ ದಿಗ್ಭ್ರಮೆಯಾಗಿತ್ತು. ಆಕೆ ತನ್ನ ಹಣೆಯ ಮೇಲೆ ಕೈಯಿಟ್ಟು ಘೋರವಾಗಿ ಚಿಂತಿಸಿದಳು. ಆದರೆ ಆ ಯೋಚನೆಗಳಿಂದ ಫಲವಿರಲಿಲ್ಲ. ಕ್ರಿಸ್ಟಿ ತನ್ನ ಕೋಣೆಯಲ್ಲಿ ಸ್ತಬ್ಧನಾಗಿದ್ದ. ಆಕೆ ಹೊರ ಹೋಗಿ ಅವನ ಕೋಣೆಯ ಬಾಗಿಲ ಬಳಿ ತುಸು ಹೊತ್ತು ನಿಂತಳು. ಬಳಿಕ ಕೆಳಗಿಳಿದು ಬೆಂಕಿಗೂಡಿನ ಮೇಲಿದ್ದ ಅವನ ಒದ್ದೆ ಬಟ್ಟೆಯ ಪ್ರತಿಯೊಂದು ಜೇಬನ್ನೂ ಸ್ಪರ್ಶಿಸಿ ನೋಡಿದಳು. ಎಲ್ಲವೂ ಖಾಲಿ. ಆಕೆ ಒಂದು ಕುರ್ಚಿಯ ಮೇಲೆ ಕುಸಿದು ತನ್ನ ಕೈಗಳ ಮೇಲೆ ತಲೆಯನ್ನಿಟ್ಟು ಮೌನವಾಗಿ ಅಳತೊಡಗಿದಳು.

ಮರುದಿನ ಬೆಳಿಗ್ಗೆ ಕ್ರಿಸ್ಟಿ ಏಳುವ ಮುನ್ನ ಆಕೆ ಅವನ ಮಂಚದ ಬದಿಯಲ್ಲಿದ್ದಳು. ಅವನಿಗೆ ಎಚ್ಚರವಾದಾಗ ಆಕೆ ಕೇಳಿದಳು:

"ನಿನ್ನೆ ಪೆಟ್ಟಿಗೆಯೊಳಗಿಂದ ತೆಗೆದ ಹಣವನ್ನೆಲ್ಲ ನೀನು ಏನು ಮಾಡಿದ್ದಿ ಕ್ರಿಸ್ಟಿ? ಅದೆಲ್ಲಿದೆ?"

ಕ್ರಿಸ್ಟಿ ಹೇಳಿದ:

"ಆತ ಮುಳುಗಿದ್ದಾನೆ. ಟಾಮಿ ಮುಳುಗಿಹೋಗಿದ್ದಾನೆ. ಎಲ್ಲ ಒದ್ದೆಯಾಗಿ ಸತ್ತು ಬಿಟ್ಟಿದ್ದಾನೆ."

ಆಕೆ ಎಷ್ಟು ಪ್ರಯತ್ನಿಸಿದರೂ, ಇದೊಂದರ ಹೊರತು ಅವನ ಬಾಯಿಯಿಂದ ಬೇರೆ ಯಾವ ಉತ್ತರವೂ ಹೊರಡಲಿಲ್ಲ. ಕೊಂಚ ಕಾಲದ ಬಳಿಕ ಆಕೆ ಹೊರಹೋದಳು. ಅವನಿಗೆ

ಹಾಸಿಗೆಯಿಂದ ಎದ್ದೇಳುವ ಬಯಕೆಯೇ ಇದ್ದಂತೆ ತೋರಲಿಲ್ಲ. ಆದರೂ ಹಿಂದಿನ ಸಂಜೆಯ ಮಾನಸಿಕ ಆಘಾತದಿಂದ ಆತ ಕ್ರಮೇಣ ಚೇತರಿಸಿಕೊಳ್ಳಬಹುದು ಎಂಬ ಆಶೆ ಅವಳಲ್ಲಿತ್ತು. ಆದುದರಿಂದ ಆಕೆ ಆ ದಿನವಿಡೀ ಆಗಿಂದಾಗ ಅವನ ಕೋಣೆಗೆ ಮರಳುತ್ತಿದ್ದಳು. ಪ್ರತಿ ಸಲವೂ ಒಂದು ಚಿಕ್ಕ ಮಗುವಿನೊಂದಿಗೆ ಮಾತಾಡುವಂತೆ ಆಕೆ ಶಬ್ದಗಳನ್ನು ಸ್ಪಷ್ಟವಾಗಿ ಉಚ್ಚರಿಸುತ್ತಾ, ಅವನೊಂದಿಗೆ ನಿಧಾನವಾಗಿ ಮತ್ತು ಬಹಳ ಜಾಗರೂಕತೆಯಿಂದ ಕೇಳುತ್ತಿದ್ದಳು:

"ಆ ಹಣ, ಕ್ರಿಸ್ಟಿ; ನೆನಪಿದೆಯಾ? ಆ ಹಣವನ್ನು ನೀನೇನು ಮಾಡಿದೆ?"

ಆದರೆ ಆತ ಅವಳಿಗೆ ಮತ್ತೆಂದೂ ಏನೂ ಹೇಳಲಿಲ್ಲ. ಟಾಮಿ ಫ್ಲಿನ್ನನ ಅನ್ವೇಷಣೆ ಅಂತ್ಯವಾಗಿತ್ತು. ಮುಂದೆ ಕೆಲವೇ ದಿನಗಳಲ್ಲಿ ಅವನನ್ನು ಹುಚ್ಚಾಸ್ಪತ್ರೆಗೆ ಕರೆದುಕೊಂಡು ಹೋಗಲು ಜನ ಬಂದರು. ಅದಕ್ಕೆ ಒಪ್ಪಿಗೆ ನೀಡುವುದರ ಹೊರತು ಆಕೆಗೆ ಬೇರೆ ದಾರಿಯಿರಲಿಲ್ಲ. ❍

❍ ಆರ್ಥರ್ ಮಾರಿಸನ್

ಪಶು ಸಿಮನ್ಸ್

ಸಿಮನ್ಸ್ ತನ್ನ ಹೆಂಡತಿಯ ಬಗ್ಗೆ ನಡೆದುಕೊಂಡ ರೀತಿ ಈಗಲೂ ನೆರೆಹೊರೆಯವರಿಗೆ ಒಂದು ಆಶ್ಚರ್ಯಕರ ಘಟನೆ ಎನಿಸಿದೆ. ಇತರ ಹೆಂಗಸರೆಲ್ಲ ಅವನನ್ನು ಒಬ್ಬ ಮಾದರಿ ಗಂಡ ಎಂದು ಪರಿಗಣಿಸಿದ್ದರು. ಶ್ರೀಮತಿ ಸಿಮನ್ಸ್ ಅಂತೂ ಅತ್ಯಂತ ನಿಷ್ಠಾವಂತ ಪತ್ನಿಯಾಗಿದ್ದಳು. ಅವಳಂತೆ ಪತಿಸೇವಾನಿರತಳಾಗಿದ್ದ ಬೇರೊಬ್ಬ ಗೃಹಿಣಿ ದೊರಕುವುದು ದುರ್ಲಭ, ಯಾವ ಗಂಡಸಿಗೇ ಆಗಲಿ ಹೆಂಡತಿಯನ್ನು ಈ ರೀತಿ ದುಡಿಸಿಕೊಳ್ಳುವ ಹಕ್ಕು ಇರುವುದಿಲ್ಲ, ಎಂದು ಆ ಬೀದಿಯ ನಾರಿಯರೆಲ್ಲಾ ಏಕಕಂಠದಿಂದ ಹೇಳುತ್ತಿದ್ದರು. ಇದಕ್ಕೆ ಅವಳಿಗೆ ಇಂತಹ ಪ್ರತಿಫಲ ದೊರೆಯಬೇಕಿತ್ತೆ? ಬಹುಶಃ ಅವನಿಗೆ ಹಠಾತ್ತನೆ ಹುಚ್ಚು ಹಿಡಿದಿದ್ದಿರಬೇಕು!

ಸಿಮನ್ಸ್‌ನನ್ನು ಮದುವೆ ಆಗುವ ಮುಂಚೆ ಆಕೆ ಶ್ರೀಮತಿ ಫೋರ್ಡ್ ಎಂಬ ವಿಧವೆಯಾಗಿದ್ದಳು. ಸಾಯುವುದಕ್ಕಿಂತ ಸ್ವಲ್ಪ ಮೊದಲು ಸರಕು ಸಾಗಾಟದ ಹಡಗೊಂದರಲ್ಲಿ ಫೋರ್ಡ್ ಕೂಲಿ ಕೆಲಸಕ್ಕೆ ಸೇರಿದ್ದ. ಆ ಹಡಗು ಒಂದು ಭೂಕಂಠವನ್ನು ಬಳಸಿ ಯಾನ ಮಾಡುವಾಗ ಚಂಡಮಾರುತದ ದೆಸೆಯಿಂದ ಮುಳುಗಿಹೋಗಿ ಅದರಲ್ಲಿದ್ದ ನಾವಿಕರೆಲ್ಲ ನೀರು ಪಾಲಾಗಿದ್ದರು. ಪತ್ನಿಯೊಂದಿಗೆ ಅನೇಕ ವರ್ಷಗಳ ದುರಾಗ್ರಹದ ತರುವಾಯ ಆತ ಕೊನೆಗೆ ಎಲ್ಲ ಬಿಟ್ಟು ಕಡಲಿಗೆ ತೆರಳಿದ್ದ. ಅದೂ ಕೂಲಿ ಕೆಲಸದವನಾಗಿ! ನಿಪುಣ ಯಂತ್ರ–ಜೋಡಕನಾಗಿದ್ದವನೊಬ್ಬನಿಗೆ ಅದೊಂದು ದೊಡ್ಡ ಪತನವಾಗಿರಲಿಲ್ಲವೆ? ಆತ ನೀರು ಪಾಲಾದುದು ಬಹುಶಃ ಈ ದುಷ್ಕೃತ್ಯಕ್ಕೆ ದೊರಕಿದ ಶಾಸ್ತಿ ಎಂದು ಶ್ರೀಮತಿ ಫೋರ್ಡ್ ಭಾವಿಸಿದ್ದಳು. ಆಕೆ ಹನ್ನೆರಡು ವರ್ಷ ಫೋರ್ಡ್‌ನ ಗೃಹಿಣಿ ಆಗಿದ್ದರೂ ಅವಳಿಗೆ ಸಂತಾನ ಪ್ರಾಪ್ತವಾಗಿರಲಿಲ್ಲ; ಸಿಮನ್ಸ್‌ನನ್ನು ಮದುವೆ ಆದ ಮೇಲೂ ಅವಳಿಗೆ ಮಕ್ಕಳಾಗಲಿಲ್ಲ.

ಅಂಥ ದಕ್ಷಳಾದ ಹೆಂಡತಿ ದೊರೆತದ್ದು ಸಿಮನ್ಸ್‌ನ ಅದೃಷ್ಟ ಎಂದು ಜನರು ಭಾವಿಸಿದ್ದರು. ಮರಗೆಲಸದಲ್ಲಿ ಅವನು ಶ್ರೇಷ್ಠ ವರ್ಗಕ್ಕೆ ಸೇರದೇ ಇದ್ದರೂ ಒಳ್ಳೆಯ ಕೆಲಸಗಾರ ಎನಿಸಿಕೊಂಡಿದ್ದ.

ಅವನಿಗೆ ಲೋಕ ವ್ಯವಹಾರ ಅಷ್ಟಾಗಿ ತಿಳಿಯದು. ಆದರೂ ವ್ಯವಹಾರ ಚತುರ ಎನಿಸಿಕೊಳ್ಳಬೇಕೆಂಬ ಬಯಕೆ ಅವನಿಗಿತ್ತು. ಅವನ ಬಗ್ಗೆ ಕಾಳಜಿ ವಹಿಸಲು ಶ್ರೀಮತಿ ಸಿಮನ್ಸ್ ಇಲ್ಲದಿರುತ್ತಿದ್ದರೆ, ಟಾಮಿ ಸಿಮನ್ಸನ ಗತಿ ಏನಾಗುತ್ತಿತ್ತೋ – ಎಂದು ಹೇಳುವಂತಿರಲಿಲ್ಲ. ಅವನು ಸಾಧು ಸ್ವಭಾವದವ, ಹೆಚ್ಚಿಗೆ ಗಲಾಟೆ ಮಾಡುವಂಥವನಲ್ಲ. ನೋಡುವುದಕ್ಕೆ ಹುಡುಗನಂತಿದ್ದ. ಅವನ ಮೀಸೆ ಒತ್ತಾಗಿ ಬೆಳೆದಿರಲಿಲ್ಲ. ಜೋತುಬಿದ್ದಿತ್ತು. ಅವನಲ್ಲಿ ಕೆಟ್ಟ ಹವ್ಯಾಸಗಳ ಸುಳಿವೇ ಇರಲಿಲ್ಲ. ಮದುವೆ ಆದಾಗಿನಿಂದ ಆತ ಧೂಮಪಾನವನ್ನೂ ಬಿಟ್ಟುಬಿಟ್ಟಿದ್ದ. ಶ್ರೀಮತಿ ಸಿಮನ್ಸ್‌ನ ಉಪದೇಶದಿಂದಾಗಿ ಅವನಲ್ಲಿ ಅನೇಕ ವಿಚಿತ್ರ ಸದ್ಗುಣಗಳು ಉದ್ಭವಿಸಿದ್ದವು. ಪ್ರತಿ ಭಾನುವಾರವೂ ತಪ್ಪದೆ ಗಂಭೀರವಾದ ಮುಖಮುದ್ರೆ ತಾಳಿ, ಉಚಿತವಾದ ಟೋಪಿಯನ್ನು ಧರಿಸಿ, ಅವನು ಇಗರ್ಜಿಗೆ ಹೋಗುತ್ತಿದ್ದ. ತನ್ನ ವಾರದ ವರಮಾನದಿಂದ ಎತ್ತಿ ಹುಂಡಿಗೆ ಹಾಕಲು ತನ್ನ ಹೆಂಡತಿ ಕೊಟ್ಟಿದ್ದ ಒಂದು ಪೆನ್ನಿಯನ್ನು ಆತ ಅಲ್ಲಿ ಸಮರ್ಪಿಸುತ್ತಿದ್ದ. ಈ ವಿಷಯದಲ್ಲಿ ಅವನ ಶ್ರದ್ಧಾ ಭಕ್ತಿ ಮೆಚ್ಚತಕ್ಕದ್ದಾಗಿತ್ತು.

ಶನಿವಾರ ಸಂಜೆ ಅವನು ಮನೆಯನ್ನು ಚೊಕ್ಕಟವಾಗಿಡಲು ಶ್ರಮಿಸುತ್ತಿದ್ದ: ಊಟದ ಉಪಕರಣಗಳನ್ನು ತೊಳೆಯುವುದು, ಪಾದರಕ್ಷೆಗೆ ಪಾಲಿಷ್ ಹಚ್ಚುವುದು. ಕಿಟಿಕಿ ಗೂಡುಗಳಲ್ಲಿರುವ ಧೂಳು ಗುಡಿಸುವುದು – ಇವೇ ಮೊದಲಾದ ಸಣ್ಣಪುಟ್ಟ ಕೆಲಸಗಳನ್ನು ಸಾವಧಾನವಾಗಿ, ಶ್ರದ್ಧಾಪೂರ್ವಕವಾಗಿ ನಿರ್ವಹಿಸುತ್ತಿದ್ದ. ಮಂಗಳವಾರ ಸಂಜೆ ಒಗೆದ ಬಟ್ಟೆಗಳನ್ನು ಇಸ್ತ್ರಿ ಮಾಡುವ ಅಂಗಡಿಗೆ ಕೊಂಡೊಯ್ಯುತ್ತಿದ್ದ. ಅದೇ ರಾತ್ರಿ ಶ್ರೀಮತಿ ಸಿಮನ್ಸ್‌ಳನ್ನು ಹಿಂಬಾಲಿಸಿ ಸಾಮಾನು ಸರಂಜಾಮು ಮಾರುವ ಅಂಗಡಿ ಬೀದಿಗೆ ಹೋಗಿ ಅವಳು ಕೊಂಡ ಪದಾರ್ಥಗಳನ್ನು ಹೊತ್ತು ತರುತ್ತಿದ್ದ.

ಶ್ರೀಮತಿ ಸಿಮನ್ಸ್‌ಳ ಸದ್ಗುಣಗಳು ಹುಟ್ಟಿದಾಗಿನಿಂದ ಬಂದಂಥವಾಗಿದ್ದವು, ಬಹುಮುಖವಾಗಿದ್ದವು. ಅವಳ ಕಾರ್ಯ ನಿರ್ವಾಹಕ ಶಕ್ತಿ ಆಶ್ಚರ್ಯಕರವಾಗಿತ್ತು. ಟಾಮಿಗೆ ಪ್ರತಿವಾರವೂ ದೊರಕುತ್ತಿದ್ದ ಮೂವತ್ತಾರು ಅಥವಾ ಮೂವತ್ತೆಂಟು ಷಿಲ್ಲಿಂಗ್ ವರಮಾನದಲ್ಲಿ ಪ್ರತಿ ಒಂದು ಪೆನ್ನಿಯನ್ನೂ ಅವಳು ಲಾಭದಾಯಕವಾಗುವಂತೆ ವಿನಿಯೋಗಿಸುತ್ತಿದ್ದಳು. ಅದರಲ್ಲಿ ಉಳಿತಾಯ ಎಷ್ಟು ಎಂದು ಕೇಳಲು ಟಾಮಿಗೆ ಧೈರ್ಯ ಸಾಲದು. ಅವಳು ತನ್ನ ಮನೆಯನ್ನು ಎಷ್ಟು ಸ್ವಚ್ಛವಾಗಿ ಇಟ್ಟಿದ್ದಳೆಂದರೆ, ಅದನ್ನು ನೋಡಿದವರ ಕಣ್ಣು ಕೋರೈಸುತ್ತಿತ್ತು. ಟಾಮಿ ಮನೆ ಹೊರಬಾಗಿಲಿಗೆ ಬಂದ ಕೂಡಲೆ ಅವನನ್ನು ಎದುರುಗೊಂಡು, ಅವನು ತನ್ನ ಬೂಟ್ಸನ್ನು ಕಳಚಿ ಪಾದರಕ್ಷೆ ಮೆಟ್ಟುವಂತೆ ಅವಳು ಏರ್ಪಾಡು ಮಾಡಿದ್ದಳು. ಥಂಡಿ ಹಿಡಿದಿದ್ದ ಹಾಸುಗಲ್ಲಿನ ಮೇಲೆ, ಒಂದಾದ ಬಳಿಕ ಮತ್ತೊಂದರಂತೆ ಒಂಟಿಕಾಲಿನಲ್ಲಿ ನಿಂತು, ಈ ಕಾರ್ಯವನ್ನು ಆತ ಸಾಧಿಸಬೇಕಾಗಿತ್ತು. ಮಹಡಿ ಮೆಟ್ಟಿಲುಗಳವರೆಗೆ ಬಾಡಿಗೆದಾರರು ನಡೆದಾಡುವ ಪಥವನ್ನು ಸರದಿ ಮೇರೆಗೆ ಶ್ರೀಮತಿ ಸಿಮನ್ಸ್ ಮತ್ತು ಕೆಳಗಿನ ಮನೆಯಲ್ಲಿ ವಾಸವಾಗಿದ್ದ ಕುಟುಂಬದವರು ಗುಡಿಸಿ ಚೊಕ್ಕಟಮಾಡುವ ವ್ಯವಸ್ಥೆ ಏರ್ಪಟ್ಟಿದ್ದ ಕಾರಣ ಸಿಮನ್ಸ್ ಈ ತಪಸ್ಸು ಕೈಕೊಳ್ಳಬೇಕಾಗಿದ್ದದ್ದು ಅವಶ್ಯಕವಾಗಿತ್ತು. ಮೆಟ್ಟಲುಗಳ ಮೇಲೆ ಹಾಸಿದ್ದ ಜಮಖಾನ ಅವಳ ಸ್ವಂತ ಸೊತ್ತಾಗಿದ್ದುದೂ ಇದಕ್ಕೆ ಇನ್ನೊಂದು ಕಾರಣವಾಗಿತ್ತು.

ಇಷ್ಟು ಮಾತ್ರವಲ್ಲ. ಕಸ ಗುಡಿಸಿದ ಮೇಲೆ ಕೈಕಾಲು ತೊಳೆದುಕೊಳ್ಳುವಾಗ ಎಲ್ಲಾದರೂ ಒಂದು ತೊಟ್ಟು ನೀರು ಹಾರಿ, ಗೋಡೆ ಮೇಲೆ ಚುಕ್ಕಿ ಬೀಳಬಹುದೆಂಬ ಹೆದರಿಕೆಯಿಂದ ತನಗೂ ಗೋಡೆಗೂ ಮಧ್ಯೆ ತನ್ನ ಗಂಡ ನಿಂತಿರಬೇಕೆಂಬ ಒಂದು ಕಟ್ಟುಪಾಡನ್ನೂ ಆಕೆ

ಮಾಡಿದ್ದಳು. ಎಷ್ಟೇ ಎಚ್ಚರಿಕೆಯಿಂದಿದ್ದರೂ ಗೋಡೆಯ ಮೇಲೆ ಕಲೆ ಏನಾದರೂ ಆದರೆ ಆ ವಿಷಯವನ್ನು ಗಂಡನ ಗಮನಕ್ಕೆ ತಂದು ಅವನು ಎಷ್ಟು ಸ್ವಾರ್ಥ ಸ್ವಭಾವದವನು ಎಂಬುದರ ಬಗ್ಗೆ ಅವಳು ದೀರ್ಘ ಉಪನ್ಯಾಸ ಕೊಡುತ್ತಿದ್ದಳು. ಮೊದಲಿಗೆ ಅವಳು ಅವನ ಜತೆಯಲ್ಲಿಹಳೇ ಬಟ್ಟೆ ಮಾರುವ ಅಂಗಡಿಗೆ ಹೋಗಿ, ಗಂಡನಿಗೆ ಬೇಕಾದ ಉಡುಪನ್ನು ಕೊಂಡು, ಅದಕ್ಕೆ ಕೊಡಬೇಕಾದ ಬೆಲೆಯನ್ನು ತಾನೇ ಕೊಡುತ್ತಿದ್ದಳು. ಏಕೆಂದರೆ ಗಂಡಸರೆಲ್ಲಾ ಶುದ್ಧ ಮಡ್ಡಿಗಳು, ಅಂಗಡಿ ಮಾಲೀಕರು ಕೇಳಿದ ಬೆಲೆ ಕೊಡುವ ಸ್ವಭಾವದವರು, ಎಂಬುದು ಅವಳ ನಿಶ್ಚಿತ ಅಭಿಪ್ರಾಯವಾಗಿತ್ತು. ಸ್ವಲ್ಪ ಕಾಲಾನಂತರ ಅವಳು ಇದಕ್ಕಿಂತಲೂ ಒಳ್ಳೆಯ ಉಪಾಯ ಕಂಡುಹಿಡಿದಳು. ಒಂದು ಮೂಲೆಯಲ್ಲಿ ಹಳೇ ಬಟ್ಟೆ ತುಂಡುಗಳನ್ನು ಮಾರುವ ಒಂದು ಅಂಗಡಿ ಇತ್ತು. ಅವನಿಂದ ಬಟ್ಟೆ ಕೊಂಡು ತಾನೇ ಗಂಡನ ಉಡುಪನ್ನು ತಯಾರಿಸಿದರೆ ಎಷ್ಟೋ ಉಳಿತಾಯ ಆಗುತ್ತದೆ ಎಂಬ ಯೋಚನೆ ಅವಳಿಗೆ ಥಟ್ಟನೆ ಹೊಳೆಯಿತು. ಕ್ಷಿಪ್ರ ನಿರ್ಧಾರ ಅವಳ ಸದ್ಗುಣಗಳಲ್ಲಿ ಒಂದು. ವಿಲಕ್ಷಣವಾದ ಚೌಕುಳಿಗಳುಳ್ಳ ಟ್ವೀಡ್ ಬಟ್ಟೆಯ ಒಂದು ಸೂಟ್‌ನ ತಯಾರಿಕೆ ಅದೇ ದಿನ ಸಂಜೆ ಪ್ರಾರಂಭವಾಯಿತು. ಅದನ್ನು ಹೊಲಿಯಲು ಒಂದು ಹಳೇ ಸೂಟು ಮಾದರಿ ಒದಗಿಸಿತ್ತು. ಇಷ್ಟೇ ಅಲ್ಲ: ಭಾನುವಾರದೊಳಗೆ ಅದು ಸಿದ್ಧವೂ ಆಗಿಹೋಯಿತು. ಹೆಂಡತಿಯ ಈ ಕಾರ್ಯಕೌಶಲ್ಯದಿಂದ ಸಿಮನ್ಸ್ ಆಶ್ಚರ್ಯಚಕಿತನಾದ. ಈ ದಿಗ್ಭ್ರಮೆಯಿಂದ ಆತ ಎಚ್ಚೆತ್ತುಕೊಳ್ಳವಷ್ಟರೊಳಗೆ ಶ್ರೀಮತಿ ಸಿಮನ್ಸ್ ಅವನನ್ನು ಈ ಹೊಸ ಸೂಟಿನೊಳಗೆ ತುರುಕಿಸಿ ಇಗರ್ಜಿಗೆ ನೂಕಿಬಿಟ್ಟಿದ್ದಳು.

ಸೂಟ್ ಏನೋ ಹೊಸದು. ಆದರೆ ಅದು ಮೈಗೆ ಹಿತಕರವಾಗಿರಲಿಲ್ಲ ಎಂಬುದನ್ನು ಸಿಮನ್ಸ್ ಕಂಡುಕೊಂಡ. ಮೊಣಕಾಲಿನಿಂದ ಕೆಳಗೆ ಟ್ರೌಜರ್ ಬಹಳ ಬಿಗಿಯಾಗಿತ್ತು. ಆದರೆ ಹಿಮ್ಮಡಿಯ ಹಿಂದೆ ಸಡಿಲವಾಗಿ ನೆಲಕ್ಕೆ ಜೋತುಬಿದ್ದಿತ್ತು. ಪೃಷ್ಠ ಭಾಗದ ಹೊಲಿಗೆ ನಾಜೂಕಾಗಿಲ್ಲದೆ, ಪದರ ಪದರವಾಗಿದ್ದುದರಿಂದ ಕುಳಿತಾಗ ಮುಳ್ಳಿನ ಮೇಲೆ ಕುಳಿತಂತಾಗುತ್ತಿತ್ತು. ಅಲ್ಲದೆ, ಅವನ ವೆಸ್ಟ್‌ಕೋಟು ಕತ್ತಿಗೆ ಕಿರಿಕಿರಿ ಉಂಟುಮಾಡುತ್ತಿತ್ತು. ಕೋಟಿನ ಕಾಲರು ಎಡಕ್ಕೂ ಬಲಕ್ಕೂ ತೂರಾಡುತ್ತಿತ್ತು. ಅದರ ಉದ್ದಳತೆ ಧಾರಾಳವಾಗಿದ್ದು ಸೊಂಟದಿಂದ ಕೆಳಕ್ಕೆ ಬಹು ದೂರ ಚಾಚುವಂತೆ ತಯಾರಾಗಿತ್ತು. ಕಾಲಕ್ರಮದಲ್ಲಿ ಈ ಹೊಸ ಮಾದರಿಯ ಪೋಷಾಕು ಆತನಿಗೆ ಹೇಗೋ ರೂಢಿಯಾಯಿತು. ಆದರೆ ತನ್ನ ಸ್ನೇಹಿತರ ಗೇಲಿಗೆ ಹೊಂದಿಕೊಳ್ಳುವುದು ಮಾತ್ರ ಅವನಿಂದ ಆಗಲಿಲ್ಲ. ಏಕೆಂದರೆ ಒಂದರ ಮಾದರಿಯಂತೆ ಮತ್ತೊಂದು ಸೂಟು ತಯಾರಿಸುವ ಭರದಲ್ಲಿ ಶ್ರೀಮತಿ ಸಿಮನ್ಸ್‌ಗೆ ಹಿಂದಿನ ಅನಿರೀಕ್ಷಿತ ಶೈಲಿಗಳು ಮುಂದೆ ಮೂಲಸೂತ್ರಗಳಾಗಿಯೇ ಪರಿಣಮಿಸಿದವು. ಆಕೆಯ ಕೈ ಪಳಗಿದಂತೆ ಅವಳು ತಯಾರಿಸಿದ ಉಡುಪುಗಳು ಹೆಚ್ಚು ಹೆಚ್ಚು ಭಯಂಕರ ಸ್ವರೂಪಗಳನ್ನು ತಾಳಿದವು. ತನಗಾಗಿ ಇಷ್ಟು ಶ್ರಮವಹಿಸಬೇಕಾಗಿಲ್ಲ ಎಂದು ಸಿಮನ್ಸ್ ಸೂಚಿಸಿದರೂ ಅದರಿಂದ ಏನೂ ಪ್ರಯೋಜನ ಆಗಲಿಲ್ಲ. “ಹೊಲಿಗೆ ಕೆಲಸದಿಂದ ಕಣ್ಣಿಗೆ ತೊಂದರೆ ಆಗಬಹುದು. ಮೇಲಾಗಿ ಮೈಲ್ ಎಂಡ್ ರಸ್ತೆಯಲ್ಲಿ ಒಬ್ಬ ಚಿಪ್ಪಿಗ ಸುಲಭ ಬೆಲೆಗೆ ಬಟ್ಟೆ...” ಎಂದಾತ ಮಾತು ಮುಗಿಸುವಷ್ಟರಲ್ಲಿ ಆಕೆ ಮಾರುತ್ತರ ನೀಡಿದಳು:

“ಹೌದ್ರಿ, ನಿಮ್ಮ ಉಪಾಯ ಎಲ್ಲಾ ತಿಳೀತು. ಈ ಸುಳ್ಳು ಸಂತಾಪಕ್ಕೆ ಮರುಳಾಗುವಂಥ ದಡ್ಡಳಲ್ಲ, ನಾನು. ಮೋಸ ಮಾಡಲು ಹವಣಿಸುತ್ತಿರುವ ಚಿಪ್ಪಿಗನಿಗೆ ಹಣ ಸುರಿಯಲು

ತಯಾರಾಗಿದ್ದೀರಿ. ಒಂದೆರಡು ಕಾಸು ಉಳಿಸೋಣ ಅಂತ ಹಗಲೂ ರಾತ್ರಿ ದುಡೀತಿರೋ ಹೆಂಡತಿ ಬಗ್ಗೆ ಇದೇನಾ ನಿಮ್ಮ ಉಪಕಾರ ಸ್ಮರಣೆ? ದುಡ್ಡು ಬೇಲೀ ಮೇಲೆ ಬೆಳೆಯುತ್ತೆ ಅಂತ ಭಾವಿಸಿದ್ದೀರಾ? ನಿಮ್ಮ ಮಾತು ಕೇಳಿದರೆ, ಇತರ ಗೃಹಿಣಿಯರಂತೆ ನಾನೂ ಕಾಲುಚಾಚಿ ಹಾಯಾಗಿ ಮಲಗಿರುವುದೇ ಲೇಸು ಅನಿಸ್ತದೆ."

ಅಲ್ಲಿಗೆ ಥಾಮಸ್ ಸಿಮನ್ಸ್ ಬಾಯಿಮುಚ್ಚಿದ. ಆಮೇಲೆ ಈ ವಿಷಯದ ಬಗ್ಗೆ ಪ್ರಸ್ತಾಪ ಮಾಡುವುದನ್ನೇ ಆತ ನಿಲ್ಲಿಸಿಬಿಟ್ಟ. ಮಾತ್ರವಲ್ಲ ಹೆಂಡತಿಯೇ ತನ್ನ ತಲೆ ಕ್ರಾಪ್ ಮಾಡಲು ಉದ್ಯುಕ್ತಳಾದಾಗ ಕೂಡ ಆತ ತುಟಿ ಪಿಟಕ್ ಅನ್ನದೆ ತಲೆ ಒಡ್ಡಿದ.

ಹೀಗೆ ಕೆಲವು ವರ್ಷಗಳು ಆತ ಶಾಂತಚಿತ್ತದಿಂದ ಪತ್ನೀಸೌಖ್ಯವನ್ನು ಅನುಭವಿಸಿದ. ಅನಂತರ ಬೇಸಗೆಯ ಒಂದು ಸುವರ್ಣ ಸಂಜೆಯಂದು ಶ್ರೀಮತಿ ಸಿಮನ್ಸ್ ಚಿಲ್ಲರೆ ಸಾಮಾನು ಕೊಳ್ಳಲು ಒಂದು ಬುಟ್ಟಿ ಹಿಡಿದು ಒಬ್ಬಳೇ ಹೊರಟಳು. ಸಿಮನ್ಸ್ ಒಬ್ಬನೇ ಮನೆ ಕಾಯುತ್ತಾ ಕುಳಿತಿದ್ದ. ಚಹಾ ಉಪಕರಣಗಳನ್ನು ತೊಳೆದು ಅವುಗಳ ಸ್ಥಾನದಲ್ಲಿ ಅವನ್ನು ಜೋಡಿಸಿದ್ದಾಯಿತು. ತದನಂತರ ಅವನ ದೃಷ್ಟಿ ಹೊಸದಾಗಿ ತಯಾರಾದ ಟ್ರೌಜರ್‌ನ ಮೇಲೆ ಬಿತ್ತು. ಅದು ಕೂಡುವ ಕೋಣೆಯ ಬಾಗಿಲ ಹಿಂದೆ ತಗಲು ಹಾಕಲ್ಪಟ್ಟಿತ್ತು. ಅದರ ಆಕಾರ ವರ್ಣನಾತೀತ: ಕುಳಿತರೆ ಪಿರ್ರೆ ಹಿಡಿಯುವಂತಿತ್ತು. ಅದರ ಕಾಲುಗಳು ಕಿರಿದಾಗಿ ಸೊಂಟದ ಉದ್ದ ಹಿರಿದಾಗಿತ್ತು. ಈ ತನಕ ಆತ ತೊಟ್ಟಿದ್ದ ಎಲ್ಲ ಟ್ರೌಜರ್‌ಗಳಿಗಿಂತಲೂ ಅದು ಹೆಚ್ಚು ವಿಚಿತ್ರವಾಗಿತ್ತು.

ಈ ಪೋಷಾಕನ್ನು ನೋಡುತ್ತಿದ್ದಂತೆ ಅವನ ಹೃದಯದಲ್ಲಿ ಏನೋ ಭೂತ ಸಂಚಾರ ವಾದಂತಾಗಿ ದುಷ್ಟ ಭಾವನೆಗಳು ಮೂಡಿದವು. ಅದರೊಡನೆ ನಾಚಿಕೆಯೂ ತಲೆದೋರಿತು. ಏಕೆಂದರೆ ಈ ಟ್ರೌಜರ್ ತಯಾರಿಸಿದ್ದಕ್ಕಾಗಿ ಹಾಗೂ ಇನ್ನೂ ಅನೇಕ ಉಪಕಾರಗಳಿಗಾಗಿ, ಹೆಂಡತಿಗೆ ತಾನೆಷ್ಟು ಕೃತಜ್ಞನಾಗಿರಬೇಕೆಂಬುದು ಅವನಿಗೆ ತಿಳಿದಿತ್ತು. ಆದರೆ ಬೆನ್ನುಬಿದ್ದ ಬೇತಾಳ ಕೆಟ್ಟ ಆಲೋಚನೆಗಳನ್ನು ತಂದು ಸಿಮನ್ಸ್‌ನ ತಲೆ ತುಂಬಲು ಆರಂಭಿಸಿತು. ಅವನ ಸಂಗಡಿಗರು ಹೇಗೆ ಅವನ ಈ ವಿಚಿತ್ರ ಪೋಷಾಕನ್ನು ನೋಡಿ ಲೇವಡಿ ಮಾಡುತ್ತಾರೆ ಎಂಬ ವಿಷಯವನ್ನು ಸೂಚಿಸಲೂ ಆ ಬೇತಾಳ ಹಿಂದೆಗೆಯಲಿಲ್ಲ.

"ಈ ಹೊಸ ಪೋಷಾಕನ್ನು ಕಸದ ಬುಟ್ಟಿಗೆ ಎಸೆದುಬಿಡು. ಅದು ಕಸದ ಬುಟ್ಟಿಗೇ ಲಾಯಖ್ಖು," ಎಂದು ಬೇತಾಳ ಕೊನೆಗೆ ಹೇಳಿತು.

ತನ್ನ ಅಂತರಾತ್ಮ ಈ ರೀತಿ ದುರ್ಬೋಧೆ ಮಾಡುವುದನ್ನು ಅರಿತು ಸಿಮನ್ಸ್‌ಗೆ ಅತ್ಯಂತ ಭೀತಿ ಉಂಟಾಯಿತು. ಈ ಕೆಟ್ಟ ಯೋಚನೆಗಳನ್ನು ಹತೋಟಿಗೆ ತರಲು ಪುನಃ ಚಹಾ ಉಪಕರಣಗಳನ್ನು ಬೆಳಗಬೇಕು ಎನಿಸಿತು. ಆತ ಎದ್ದು ಹಿಂಭಾಗದ ಕೋಣೆ ಕಡೆಗೆ ನಡೆದ. ಆದರೆ ಮೆಟ್ಟಿಲುಗಳು ಆರಂಭವಾಗುವ ಅಟ್ಟಣೆಯ ಮೇಲೆ ನಿಂತು ನೋಡಿದಾಗ ಮನೆಯ ಮುಂದಣ ಬಾಗಿಲು ತೆರೆದಿರುವುದು ಅವನಿಗೆ ಗೋಚರಿಸಿತು. ಬಹುಶಃ ಕೆಳಗಿನ ಮನೆ ಬಾಲಕನ ಚೇಷ್ಟೆ ಇರಬೇಕು ಎಂದು ಆತ ಯೋಚಿಸಿದ. ಬಾಗಿಲು ತೆರೆದಿರುವುದನ್ನು ಕಂಡರೆ ಶ್ರೀಮತಿ ಸಿಮನ್ಸ್‌ಗೆ ಬಹಳ ಕೋಪ ಬರುತ್ತಿತ್ತು. ಇದೊಂದು ಕೀಳು ನಡತೆ ಎಂದು ಅವಳು ಭಾವಿಸಿದ್ದಳು. ಆದುದರಿಂದ ಕೆಳಗೆ ಇಳಿದು ಹೋಗಿ ಸಿಮನ್ಸ್ ಬಾಗಿಲು ಹಾಕಿದ, ಹೆಂಡತಿಯ ಕೋಪಕ್ಕೆ ಪಕ್ಕಾಗಬಾರದು ಎಂಬ ಉದ್ದೇಶದಿಂದ. ಬಾಗಿಲು ಹಾಕುವಾಗ ಬೀದಿಯ ಮೇಲೂ ಅವನ ದೃಷ್ಟಿ ಬಿತ್ತು.

ಅಲ್ಲಿ ಒಬ್ಬ ಮನುಷ್ಯ ಕಾಲ್ದಾರಿಯಲ್ಲಿ ಅಡ್ಡಾಡುತ್ತಿದ್ದ. ಅಂತೆಯೇ ಆ ಬಾಗಿಲನ್ನು

ಕುತೂಹಲದಿಂದ ನಿರೀಕ್ಷಿಸುತ್ತಿದ್ದ. ಅವನ ಮುಖ ಬಿಸಿಲಿನ ತಾಪದಿಂದ ಕಪ್ಪೇರಿತ್ತು. ಹೆಗಲು ಪಟ್ಟಿ ಇಲ್ಲದ ನೀಲಿ ಬಣ್ಣದ ಟ್ರೌಜರ್ ಜೇಬುಗಳಲ್ಲಿ ಅವನು ತನ್ನ ಕೈಗಳನ್ನು ಇಳಿಬಿಟ್ಟಿದ್ದ ಹಡಗು ನಿಲ್ದಾಣಗಳಲ್ಲಿ ಕೂಲಿ ಕೆಲಸ ಮಾಡುವ ಜನರಂತೆ ಅವನು ತನ್ನ ಟೋಪಿಯನ್ನು ತಲೆಯ ಹಿಂದಕ್ಕೆ ಸರಿಸಿದ್ದ. ಅದರ ಮೇಲೆ ಉಣ್ಣೆ ನೂಲಿನ ಗೊಂಚಲೊಂದು ನೇತಾಡುತ್ತಿತ್ತು. ಅವನು ತಪ್ಪು ಹೆಜ್ಜೆ ಹಾಕುತ್ತಾ ಬಾಗಿಲನ್ನು ಸಮೀಪಿಸಿ ಸಿಮನ್ಸ್‌ನನ್ನು ಕೇಳಿದ:

"ಶ್ರೀಮತಿ ಫೋರ್ಡ್ ಮನೇಲಿ ಇಲ್ಲ, ಅಲ್ವೆ?"

ಸಿಮನ್ಸ್ ಕೆಲವು ಕ್ಷಣ ಕಾಲ ಆಗಂತುಕನನ್ನು ದುರುಗುಟ್ಟಿ ನೋಡಿದ. ಆಮೇಲೆ "ಹ್ಞಂ?" ಎಂದ.

"ಅಂದ್ರೆ, ಹಿಂದೆ ಶ್ರೀಮತಿ ಫೋರ್ಡ್ ಆಗಿದ್ದವಳು. ಈಗ ಶ್ರೀಮತಿ ಸಿಮನ್ಸ್ ಆಗಿರ್ಬೇಕು – ಹೌದಲ್ವೆ?"

ಈ ಪ್ರಶ್ನೆ ಹಾಕುವಾಗ ಆತ ಸಿಮನ್ಸ್‌ನತ್ತ ಒಂದು ವಿಧದ ಕಳ್ಳ ಓರೆನೋಟವನ್ನು ಬೀರಿದ. ಸಿಮನ್ಸ್‌ಗೆ ಅದರ ಅರ್ಥ ಹೊಳೆಯಲಿಲ್ಲ. ಆ ನೋಟ ಅವನಿಗೆ ಇಷ್ಟವಾಗಲೂ ಇಲ್ಲ.

"ಇಲ್ಲ; ಆಕೆ ಮನೆಯಲ್ಲಿ ಈಗ ಇಲ್ಲ," ಎಂದು ಆತ ಉತ್ತರಿಸಿದ.

"ನೀನು ಅವಳ ಗಂಡ, ಅಲ್ಲವೆ?"

"ಹೌದು."

ತನ್ನ ಸಿಗಾರನ್ನು ಬಾಯಿಯಿಂದ ಹೊರ ತೆಗೆದು ಆಗಂತುಕ ಮಾತಾಡದೆ ಬಹಳ ಹೊತ್ತು ಮೌನವಾಗಿ ಹಲ್ಲು ಕಿರಿದ. ಕೊನೆಗೆ ಆತ ಅಂದ:

"ದೇವರಾಣೆ, ನಿನ್ನನ್ನು ಅವಳು ವರಿಸಿದ್ದರಲ್ಲಿ ಆಶ್ಚರ್ಯವಿಲ್ಲ. ನಿನ್ನನ್ನು ನೋಡಿದ್ರೆ ಅವಳಿಗೆ ಇಷ್ಟವಾಗೋ ವ್ಯಕ್ತಿಯ ಥರ ಕಾಣ್ತದೆ."

ಹೀಗೆ ಹೇಳಿ ಅವನು ಮತ್ತೆ ಬಾಯಿ ಕಿರಿದ. ಅಷ್ಟರಲ್ಲಿ ಸಿಮನ್ಸ್ ಬಾಗಿಲು ಮುಚ್ಚುವ ಯತ್ನದಲ್ಲಿರುವುದನ್ನು ಕಂಡು ಆಗಂತುಕ ಹೊಸಿಲಿನ ಮೇಲೆ ಒಂದು ಕಾಲಿಟ್ಟು, ಬಾಗಿಲ ಹಲಗೆಯನ್ನು ಒಂದು ಕೈಯಿಂದ ಹಿಡಿದುಕೊಂಡು ಹೇಳಿದ:

"ಮಿತ್ರ, ಅವಸರ ಮಾಡ್ಬೇಡ. ನಿನ್ನೊಡನೆ ಮುಖಾಮುಖಿಯಾಗಿ ಸ್ವಲ್ಪ ಮಾತಾಡೋದಿದೆ – ಒಬ್ಬ ಗಂಡಸು ಇನ್ನೊಬ್ಬ ಗಂಡಸಿಗೆ ಹೇಳ್ಬೇಕಾದ ವಿಚಾರ. ಅದಕ್ಕಾಗಿಯೇ ನಾನು ಇಲ್ಲಿಯ ತನಕ ಬಂದಿದ್ದೀನಿ."

ಹೀಗೆ ಹೇಳಿ ಆಗಂತುಕ ಭಯಂಕರವಾಗಿ ಹುಬ್ಬು ಗಂಟಿಕ್ಕಿಕೊಂಡ.

ಟಾಮಿ ಸಿಮನ್ಸ್‌ಗೆ ಈ ಮಾತು ಕೇಳಿ ಮುಜುಗರವಾಯಿತು. ಆದರೆ ಬಾಗಿಲು ಮುಚ್ಚಲು ಅಸಾಧ್ಯವಾಗಿದ್ದ ಕಾರಣ ಆತ ಸಂಭಾಷಣೆಯನ್ನು ಮುಂದುವರಿಸಬೇಕಾಯಿತು.

"ನಿನಗೆ ಏನು ಬೇಕು? ನಿನ್ನ ಪರಿಚಯ ನನಗೆ ಇಲ್ಲ."

ಆಗಂತುಕ ತನ್ನ ಟೋಪಿಯನ್ನು ಮೇಲೆತ್ತಿ ನಮ್ರಭಾವವನ್ನು ನಟಿಸುತ್ತಾ ಉತ್ತರಿಸಿದ:

"ನೀನು ತಪ್ಪು ತಿಳಿಯದೆ ಇದ್ದರೆ, ನಾನೇ ನಿನಗೆ ನನ್ನ ಪರಿಚಯ ಮಾಡಿಕೊಡ್ತೇನೆ. ನನ್ನ ಹೆಸರು ಬಾಬ್ ಫೋರ್ಡ್. ಪರಲೋಕದಿಂದ ಹಿಂದಿರುಗಿದ ವ್ಯಕ್ತಿ ಅಂತ ಒಂದು ರೀತಿಯಲ್ಲಿ ಹೇಳಬಹುದು. 'ಮುಲ್ತಾನ್' ಎಂಬ ಹಡಗು ಮುಳುಗಿದಾಗ ನೀರು ಪಾಲಾದರೆಂದು ಜನರು ಊಹಿಸಿದ ನಾವಿಕರಲ್ಲಿ ನಾನೂ ಒಬ್ಬ – ಐದು ವರ್ಷ ಹಿಂದೆ ಸುರಕ್ಷಿತವಾಗಿ ಸತ್ತುಹೋದ ವ್ಯಕ್ತಿ. ಈಗ ನನ್ನ ಹೆಂಡತೀನ್ನ ನೋಡ್ಬೇಕು ಅಂತ ಹಿಂದಿರುಗಿದ್ದೇನೆ."

ಈ ಭಾಷಣವನ್ನು ಕೇಳುತ್ತಿದ್ದಂತೆ ಥಾಮಸ್ ಸಿಮನ್ಸ್‌ನ ಕೆಳದವಡೆ ಕುಸಿದು ಕುಸಿದು ಬಾಯಿ ಅಗಲವಾಗಿ ತೆರೆಯಿತು. ಆಗಂತುಕ ತನ್ನ ಮಾತು ನಿಲ್ಲಿಸಿದ ಮೇಲೆ ಸಿಮನ್ಸ್ ತಲೆ ಕೆರೆದುಕೊಂಡ, ಕೆಳಗೆ ಹಾಸಿದ್ದ ಜಮಖಾನದತ್ತ ದೃಷ್ಟಿಹಾಯಿಸಿದ, ಕತ್ತೆತ್ತಿ ಮೇಲೆ ಹಾಕಿದ್ದ ದೀಪ ನೋಡಿದ. ಆಮೇಲೆ ಬೀದಿ ಕಡೆ ಅವನ ದೃಷ್ಟಿ ಬಿತ್ತು. ಕೊನೆಗೆ ಭೇಟಿ ಮಾಡಲು ಬಂದಿದ್ದ ವ್ಯಕ್ತಿಯನ್ನು ನೆಟ್ಟ ನೋಟದಿಂದ ನೋಡಿದ. ಇಷ್ಟಾದರೂ ಅವನಿಗೆ ಏನು ಹೇಳುವುದೆಂದು ತೋಚಲಿಲ್ಲ.

ಆಗಂತುಕ ತನ್ನ ಭೇಟಿಯ ಉದ್ದೇಶವನ್ನು ಪುನಃ ವಿಶದೀಕರಿಸಿದ:

"ನನ್ನ ಹೆಂಡತೀನ ನೋಡೋದಕ್ಕೆ ಅಂತ ಇಲ್ಲಿ ಬಂದೆ. ಬದಲಾಗಿ ನೀನು ಸಿಕ್ಕಿದೆ. ಆದ್ರಿಂದ ಒಬ್ಬ ಗಂಡಸು ಇನ್ನೊಬ್ಬ ಗಂಡಸಿನೊಂದಿಗೆ ಮುಚ್ಚುಮರೆಯಿಲ್ಲದೆ ಮಾತಾಡೋ ಹಾಗೆ ಈ ವಿಷಯದ ಬಗ್ಗೆ ನಾವೀಗ ಮಾತಾಡಿ ಮುಗಿಸಿಬಿಡಬಹುದು."

ತೆರೆದ ಬಾಯಿಯನ್ನು ನಿಧಾನವಾಗಿ ಮುಚ್ಚಿ, ಬೆರಳುಗಳು ತಲೆಕೂದಲಿನಲ್ಲಿ ಇದ್ದಂತೆಯೇ, ಸಿಮನ್ಸ್ ಆಗಂತುಕನನ್ನು ಮಹಡಿ ಮೇಲಕ್ಕೆ ಕರೆದೊಯ್ದ. ಪರಿಸ್ಥಿತಿಯ ಅರಿವು ಅವನಿಗೆ ಕ್ರಮೇಣ ಉಂಟಾಯಿತು. ಅವನ ಬೆನ್ನ ಮೇಲಿನ ಬೇತಾಳ ಪುನಃ ಎಚ್ಚೆತ್ತಿತು. ಈತ ನಿಜವಾಗಿಯೂ ಫೋರ್ಡ್ ಆಗಿದ್ದರೆ ? ಆತ ಹೆಂಡತಿಯೊಡನೆ ಇರಲು ಬಯಸಿದರೆ ? ಇದರಿಂದ ಸರ್ವನಾಶ ಎಂದು ಭಾವಿಸಬೇಕೆ ? ತಾನು ಪರಾಭವವನ್ನು ಒಪ್ಪಿಕೊಳ್ಳಬೇಕೊ, ಬೇಡವೋ ? ಅವನ ಯೋಚನಾ ತರಂಗಗಳು ಮನೆಯಲ್ಲಿದ್ದ ಎಲ್ಲ ಸಾಮಾನುಗಳನ್ನೂ ಒಳಗೊಂಡಿದ್ದವು. ಹೊಸ ಟ್ರೌಜರು, ಚಹಾದ ಉಪಕರಣಗಳು, ಇಸ್ತ್ರಿ ಮಾಡಿದ ಬಟ್ಟೆ, ಚಾಕುಗಳು, ಪಾತ್ರೆಗಳು ಮತ್ತು ಕಿಟಿಕಿ ಗೂಡುಗಳು. ಮತ್ತೆ ಪಾಪಕೂಪಕ್ಕೆ ಬೀಳಲು ಸಿದ್ಧವಾಗಿದ್ದ ರೀತಿ ಇದ್ದವು ಅವನ ಯೋಚನೆಗಳು.

ಮೇಲಿನ ಅಟ್ಟಣೆ ಸೇರಿದಾಗ ಫೋರ್ಡ್ ಸಿಮನ್ಸ್‌ನ ಕೈಹಿಡಿದುಕೊಂಡು ಗಂಟಲು ಕಟ್ಟಿದಂತಿದ್ದ ಪಿಸುಮಾತಿನಲ್ಲಿ ಒಂದು ಪ್ರಶ್ನೆ ಕೇಳಿದ:

"ಅವಳು ಹಿಂದಿರುಗಿ ಬರೋಕೆ ಇನ್ನೂ ಎಷ್ಟು ಹೊತ್ತು ಆಗ್ಬಹುದು?"

"ಸುಮಾರು ಒಂದು ಗಂಟೆ ಆಗಬಹುದು ಅಂತ ಕಾಣತ್ತೆ." ಈ ಪ್ರಶ್ನೆ ಸಿಮನ್ಸ್‌ನನ್ನೂ ಬಾಧಿಸುತ್ತಿತ್ತು. ಹೀಗೆ ಹೇಳಿ ಅವನು ಕೂಡುವ ಕೋಣೆಯ ಬಾಗಿಲು ತೆರೆದ.

ಫೋರ್ಡ್ ಅಲ್ಲಿಯ ಪೀಠೋಪಕರಣಗಳನ್ನು ನೋಡಿ ಹೇಳಿದ:

"ನೀನು ಇಲ್ಲಿ ಹಾಯಾಗಿದ್ದಿ. ಆ ಕುರ್ಚಿ ವಗೈರೆಗಳು ಅವಳಿಗೆ ಸೇರಿದ್ದು, ಅಂದ್ರೆ, ಒಬ್ಬ ಗಂಡಸು ಇನ್ನೊಬ್ಬ ಗಂಡಸಿಗೆ ಹೇಳುವಂತೆ ನೇರವಾಗಿ ಹೇಳೋದಿದ್ರೆ, ನನ್ನವು."

ಇಷ್ಟು ಹೇಳಿ ತನ್ನ ಪೈಪನ್ನು ಆಸ್ವಾದಿಸುತ್ತಾ ಆತ ಮಾತು ಮುಂದುವರಿಸಿದ:

"ಈಗ ಪುನಃ ನಾನು ಬಂದಿದ್ದೇನೆ. ಮುಲ್ತಾನ್ ಅನ್ನೋ ಹಡಗಿನ ಜೊತೆ ಮುಳುಗಿ ನೀರುಪಾಲಾದ ಹಳೇ ಬಾಬ್ ಫೋರ್ಡ್. 'ಪಾಪ, ಅವನ ಕತೆ ಮಗೀತು' ಅಂತ ಜನ ಭಾವಿಸಿದ್ದ ಬಾಬ್ ಫೋರ್ಡ್. ಆದ್ರೆ ನನ್ನ ಕತೆ ಮಗೀಲಿಲ್ಲ. ಗೊತ್ತಾ ? ಕಾರಣ, ಒಂದು ಹಳೆ ಜರ್ಮನ್ ನೌಕೆ ನನ್ನನ್ನು ಸಮುದ್ರದಿಂದ ಮೇಲಕ್ಕೆ ಎತ್ತಿ ಸ್ಯಾನ್ ಫ್ರಾನ್ಸಿಸ್ಕೊವರೆಗೆ ಕೊಂಡುಹೋಗಿಬಿಟ್ಟಿತು. ಆಮೇಲೆ ಕೆಲಕಾಲ ಅಲ್ಲಿ ಇಲ್ಲಿ ಅಲೆದಾಡ್ತಿದ್ದೆ. ಈಗ ನಾನು ನನ್ನ ಹೆಂಡತೀನ ನೋಡೋಕೆ ಹಿಂದಿರುಗಿ ಬಂದಿದೀನಿ."

ಗೊತ್ತುಗುರಿಯಿಲ್ಲದ ಟೀಕೆ ಎಂಬಂತೆ ಸಿಮನ್ಸ್ ಹೇಳಿದ:

"ಇಲ್ಲಿ ಧೂಮಪಾನ ಮಾಡೋದು ಅವಳಿಗೆ ಇಷ್ಟವಿಲ್ಲ."

ತನ್ನ ಪೈಪನ್ನು ಬಾಯಿಯಿಂದ ತೆಗೆದು ಕೈಯಲ್ಲಿ ಹಿಡಿದುಕೊಂಡು ಫೋರ್ಡ್ ಉತ್ತರಿಸಿದ:

"ಅವಳಿಗೆ ಧೂಮಪಾನ ಹಿಡಿಸೋದಿಲ್ಲ ಅನ್ನೋ ವಿಷಯ ನನಗೆ ಚೆನ್ನಾಗಿ ಗೊತ್ತು. ಹನ್ನಾಳನ್ನು ನಾ ಬಲ್ಲೆ. ನಿನ್ನ ಅನುಭವ ಹೇಗೋ ? ಕಿಟಿಕಿ ಗುಡಿಸುವಂತೆ ನಿನ್ನನ್ನು ತಯಾರು ಮಾಡಿದ್ದಾಳೆ ತಾನೆ ?"

ಒಪ್ಪಿಕೊಳ್ಳಲು ಇಷ್ಟವಿಲ್ಲದಿದ್ದರೂ ಸಿಮನ್ಸ್ ಅಂದ:

"ಹೌದು. ಆಗಾಗ್ಗೆ ಮನೆಗೆಲಸದಲ್ಲಿ ಅವಳಿಗೆ ಸಹಾಯ ಮಾಡ್ತೇನೆ. ಇದು ಮಾಮೂಲಿ ಕೆಲಸ."

"ಆ ಹ! ಚಾಕುಗಳನ್ನು ನೀಟಾಗಿಡುವುದೂ ಮಾಮೂಲೇ ಆಗಿರಬೇಕು. ಆ ಹಾಳು ಪಾತ್ರೆಗಳ ವಿಷಯವಂತೂ ಹೇಳಲಾಗದು."

ಹೀಗೆಂದು ಫೋರ್ಡ್ ಮೇಲೆದ್ದು ಸಿಮನ್ಸ್‌ನ ತಲೆಯನ್ನು ಪರೀಕ್ಷಿಸುವ ಸಲುವಾಗಿ ಅವನ ಬೆನ್ನ ಕಡೆ ತಿರುಗಿ ನುಡಿದ:

"ಬಹುಶಃ ನಿನ್ನ ತಲೆ ಕ್ರಾಪ್ ಮಾಡುವವಳೂ ಅವಳೇ ಇರ್ಬೇಕು! ಅಯ್ಯೋ ನನ್ನ ನಾಲಿಗೆ ಹಾಳಾಗ! ಇದು, ಅವಳ ಕೈವಾಡವೇ ಸರಿ."

ನಾಚಿ ಕೆಂಪೇರತೊಡಗಿದ್ದ ಸಿಮನ್ಸ್‌ನನ್ನು ಬೇರೆ ಬೇರೆ ಕೋನಗಳಿಂದ ಆತ ಪರೀಕ್ಷಿಸಿದ. ಆಮೇಲೆ ಬಾಗಿಲ ಹಿಂದೆ ನೇತಾಡುತ್ತಿದ ಟ್ರೌಜರ್‌ನ ಒಂದು ಕಾಲು ಅವನ ಪರೀಕ್ಷೆಗೆ ಒಳಪಟ್ಟಿತು. "ಈ ಸರಂಜಾಮೆಲ್ಲ ಅವಳು ಹೊಲಿದದ್ದು ಅಂತ ಪಂದ್ಯ ಕಟ್ಟಲು ನಾನು ಸಿದ್ಧ. ಬೇರೆ ಯಾರಿಗೂ ಹೀಗೆ ಹೊಲೀಲಿಕ್ಕೆ ಸಾಧ್ಯವಿಲ್ಲ. ನೀನು ಈಗ ಹಾಕಿಕೊಂಡಿರುವ ಟ್ರೌಜರ್‌ಗಿಂತಲೂ ಇದು ಕೀಳು ಅನ್ನಬಹುದು."

ತನ್ನ ಬೆನ್ನ ಮೇಲಣ ಬೇತಾಳದ ಪ್ರಚೋದನೆ ಹೆಚ್ಚುತ್ತಿರುವಂತೆ ಸಿಮನ್ಸ್‌ಗೆ ಕಂಡಿತು. ಫೋರ್ಡ್ ತನ್ನ ಹೆಂಡತಿಯನ್ನು ಪುನಃ ಸ್ವೀಕರಿಸಿದರೆ, ಆ ಟ್ರೌಜರ್‌ನ್ನು ತೊಡುವುದು ಅವನ ಕರ್ಮವಾಗಬಹುದು !

ಫೋರ್ಡ್‌ನ ಟೀಕೆ ಮುಂದುವರಿಯಿತು: "ಆಹ ! ಅವಳ ಸ್ವಭಾವ ಸ್ವಲ್ಪವೂ ಮೃದುವಾದ ಹಾಗೆ ಕಾಣೆ. ಅಂತೂ ಇದೊಳ್ಳೆ ತಮಾಷೆಯಾಯ್ತಲ್ಲ ಈಗ ?"

ಇದು ತನಗೆ ಸಂಬಂಧಿಸಿದ ವ್ಯವಹಾರವಲ್ಲ ಎಂದು ಸಿಮನ್ಸ್‌ಗೆ ಈಗ ತೋರತೊಡಗಿತು. ಹನ್ನಾ ಈ ಮನುಷ್ಯನ ಹೆಂಡತಿ ಎಂಬುದು ಖಚಿತ. ಇದನ್ನು ತಾನು ಒಪ್ಪಿಕೊಳ್ಳದಿದ್ದರೆ, ಅದು ನ್ಯಾಯಸಮ್ಮತವಾಗದು. ಮಾತ್ರವಲ್ಲ, ಬೆನ್ನ ಮೇಲಣ ಬೇತಾಳ 'ಅದು ನಿನ್ನ ಕರ್ತವ್ಯ' ಎಂದು ಸಿಮನ್ಸ್‌ಗೆ ಸೂಚಿಸಿತು.

ಸಿಮನ್ಸ್ ಹೀಗೆ ಯೋಚಿಸುತ್ತಿದ್ದಾಗ ಫೋರ್ಡ್ ಒಮ್ಮೆಲೆ ನುಡಿದ:

"ಇಲ್ನೋಡು, ನನಗೆ ಹೆಚ್ಚು ಸಮಯ ಇಲ್ಲ. ನಾನೇನೂ ವ್ಯಾಪಾರ ಮನೋಭಾವದಿಂದ ವರ್ತಿಸ್ತಿಲ್ಲ. ತಮ್ಮಯ್ಯಾ ನಿನಗೆ ತೊಂದರೆ ಕೊಡೋಕೆ ನಂಗೇನೂ ಇಷ್ಟ ಇಲ್ಲ. ನಿಜವಾಗಿಯಾದ್ರೆ ನನ್ನ ಹಕ್ಕಿನ ಮೇಲೆ ನಾನು ನಿಂತ್ಕೋಬೇಕು. ಆದ್ರೆ ನಿನ್ನನ್ನು ನೋಡಿದ್ರೆ ನೀನು ಒಳ್ಳೇ ಹುಡುಗ ಅಂತ ಕಾಣಿಸ್ತದೆ. ನೀವು ಗಂಡ ಹೆಂಡ್ತಿ ಇಲ್ಲಿ ಸುಖವಾಗಿದ್ದೀರಿ. ಆದ್ದರಿಂದ..."

ಇಷ್ಟಕ್ಕೆ ನಿಲ್ಲಿಸಿ, ಫೋರ್ಡ್ ಒಮ್ಮೆಲೆ ಬಹಳ ಔದಾರ್ಯ ತೋರಿಸುವವನಂತೆ ಮುಂದುವರಿಸಿದ:

"ಆದ್ರಿಂದ, ನನ್ನಾಣೆ, ಹೌದು ನನ್ನಾಣೆ, ನಿನ್ನ ತಪ್ಪನ್ನ ಕ್ಷಮಿಸಿ ಇಲ್ಲಿಂದ ಕಾಲು ಕೀಳೋಕೆ ನಾನು ಸಿದ್ಧವಾಗಿದೀನಿ. ಇದು ನಾವಿಬ್ರು ಗಂಡಸ್ರ ನಡುವಣ ಮಾತು. ನಾನೊಂದು ಮೊತ್ತ ಹೇಳ್ತೀನಿ ಕೇಳು. ಇದೇ ಮೊದ್ಲು, ಇದೇ ಕೊನೆ; ಹೆಚ್ಚೂ ಇಲ್ಲ ಕಡಿಮೆಯೂ ಇಲ್ಲ. ಐದು ಪೌಂಡ್ ಕೊಟ್ಬಿಡು. ಆಮೇಲೆ ನಿಂಗೆ ತಂಟೇನೇ ಇಲ್ಲ."

ಸಿಮನ್ಸ್ ಬಳಿ ಐದು ಪೌಂಡು ಹೋಗಲಿ ಐದು ಪೆನ್ನಿಗಳೂ ಇರಲಿಲ್ಲ. ಇದನ್ನು ಫೋರ್ಡ್‌ಗೆ ತಿಳಿಸಿ ಆತ ಮತ್ತೂ ಹೇಳಿದ:

"ಅಲ್ದೆ ಗಂಡ ಹೆಂಡತಿ ಮಧ್ಯೆ ಅಡ್ಡ ಕಾಲಿಡೋ ಅಂಥ ವ್ಯಕ್ತಿ ನಾನಲ್ಲ. ಊಹುಂ, ಏನಾದ್ರೂ ಆ ಕೆಲಸ ನನ್ನಿಂದಾಗ್ದು. ನಂಗೆ ಸ್ವಲ್ಪ ತೊಂದರೆಯಾದ್ರೂನೂ ಪರವಾಗಿಲ್ಲ. ಅದು ನನ್ನ ಕರ್ತವ್ಯ. ಆದ್ರಿಂದ ನಾನೇ ಇಲ್ಲಿಂದ ಕಾಲು ಕಿತ್ತು ಬಿಡ್ತೀನಿ."

ಸಿಮನ್ಸ್‌ನ ಕೈಹಿಡಿದು ಫೋರ್ಡ್ ಆತುರದಿಂದ ಉತ್ತರಿಸಿದ :

"ಬೇಡ, ಹಾಗನ್ಬೇಡ. ನಾ ಕೇಳಿದ ಮೊತ್ತಾನ ಬೇಕಾದ್ರೆ ಸ್ವಲ್ಪ ಕಡಿಮೆ ಮಾಡ್ತೇನೆ. ಮೂರು ಪೌಂಡು ಅಂತ ಹೇಳೋಣವೆ? ನೋಡು, ಇದು ನ್ಯಾಯವಾದ ಬೆಲೆ ಅಲ್ವೆ? ನಾನು ಇಲ್ಲಿಂದ ಹೊರ ಬಿದ್ದು ಪುನಃ ಯಾವತ್ತೂ ಇಲ್ಲಿಗೆ ಬಾರದಿರೋದಕ್ಕೆ ಮೂರು ಪೌಂಡ್ ಹಣ ಹೆಚ್ಚು ಅನ್ಬಹುದೆ? ನಾನು ಹೋಗೋ ಸ್ಥಳಾನಾದ್ರೂ ಎಂಥಾದ್ದು? ಬಿರುಗಾಳಿ ಬೀಸೋ ಸಮುದ್ರಕ್ಕೆ! ಒಳ್ಳೇದೇ ಆಗ್ಲಿ. ಕೆಟ್ಟದೇ ಆಗ್ಲಿ, ನನ್ನ ಹೆಂಡತೀನ ಮುಖ ನೋಡೋಕೆ ಮತ್ತೆ ಯಾವತ್ತೂ ನಾ ಬರ್ಲಿಕ್ಕಿಲ್ಲ. ನಿಜ ಹೇಳ್ತೀನಿ, ಒಬ್ಬ ಗಂಡಸು ಇನ್ನೊಬ್ಬ ಗಂಡಸಿನೊಂದಿಗೆ ಹೇಳೋ ಮಾತು – ಮೂರು ಪೌಂಡ್ ಕೊಟ್ಬಿಡು, ಸಾಕು. ನಾನು ಇಲ್ಲಿಂದ ಕಾಲ್ತೆಗೀತೇನೆ. ನ್ಯಾಯ ತಾನೇ ?"

ಫೋರ್ಡ್‌ನ ಮಾತು ಸಿಮನ್ಸ್‌ನ ಎದೆ ತಟ್ಟಿತು. ಅವನು ಧಾರಾಕಾರವಾಗಿ ಮಾತಾಡತೊಡಗಿದ:

"ನಿಜವಾಗಿಯೂ ನೀನು ಹೇಳೋದು ನ್ಯಾಯಾನೇ. ಅಷ್ಟೇ ಅಲ್ಲ, ಅದು ನಿನ್ನ ಉದಾತ್ತ ಸ್ವಭಾವವನ್ನ ತೋರಿಸ್ತದೆ – ಉದಾತ್ತ ಸ್ವಭಾವ. ಆದ್ರೆ ನಿನ್ನ ಒಳ್ಳೇ ಗುಣಾನ ದುರುಪಯೋಗ ಮಾಡೋದಿಕ್ಕೆ ನಂಗೆ ಇಷ್ಟ ಇಲ್ಲ. ಮಿ॥ ಫೋರ್ಡ್, ಹನ್ನ ನಿನ್ನ ಹೆಂಡ್ತಿ. ನಿಮ್ಮಿಬ್ಬರ ಮಧ್ಯೆ ನಾನು ಬರಬಾರದಾಗಿತ್ತು. ಅದಕ್ಕಾಗಿ ಈಗ ಕ್ಷಮಾಪಣೆ ಬೇಡ್ತಿದೇನೆ. ನೀನು ಇಲ್ಲೇ ಇದ್ದು ನಿನ್ನ ಹಕ್ಕನ್ನ ಚಲಾಯಿಸು. ಹೊರಗೆ ಹೋಗ್ಬೇಕಾದವ ನಾನು. ಅದಕ್ಕೆ ನಾನು ತಯಾರು."

ಹೀಗೆ ಹೇಳುತ್ತಾ, ಸಿಮನ್ಸ್ ಬಾಗಿಲ ಕಡೆ ನಡೆದ.

ಬಾಗಿಲಿಗೂ ಸಿಮನ್ಸ್‌ಗೂ ಮಧ್ಯೆ ನಿಂತು ಫೋರ್ಡ್ ತಕ್ಷಣ ನುಡಿದ :

"ತಮ್ಮಾ, ಸ್ವಲ್ಪ ತಡಿ. ದುಡುಕಿ ಯಾವುದನ್ನೂ ಮಾಡ್ಬೇಡ. ನೀನೇ ಯೋಚಿಸಿ ನೋಡು. ಹೀಗೆ ಮಾಡೋದ್ರಿಂದ ನೀನು ಎಂಥಾ ಪೇಚಿಗೆ ಸಿಕ್ಕಿಬೀಳ್ತಿ ಅನ್ನೋ ಅಂಶವನ್ನ ಗಮನಕ್ಕೆ ತಂದುಕೊ. ನಿನ್ನ ಯೋಗಕ್ಷೇಮವನ್ನ ಮುಂದೆ ಯಾರು ನೋಡಿಕೊಳ್ತಾರೆ? ನಿನ್ನ ಕಷ್ಟಕ್ಕೆ ಯಾರು ಬರ್ತಾರೆ? ಬಹಳ ತೊಂದ್ರೆ ಆಗ್ಲಿಕ್ಕಿದೆಯಪ್ಪ– ಬಹಳ ತೊಂದ್ರೆ. ಆದ್ರಿಂದ ಅದೆಲ್ಲ ಬೇಡ. ಎರಡು ಪೌಂಡು ಸಾಕು. ಹೋಗ್ಲಿ ಬಿಡು, ನಾನೇನೂ ಚೌಕಾಸಿ ಮಾಡ್ತಿಲ್ಲ – ಕೊನೆಗೆ ಒಂದು ಪೌಂಡ್ ಕೊಟ್ರೂ ಸರೀನೇ. ಅದ್ರಲ್ಲೂ ನಿಂಗೊಂದು ಗ್ಲಾಸ್ ಬೀರ್ ಕೂಡ ಕೊಡಿಸ್ತೇನೆ. ಒಂದು ಪೌಂಡು ನೀನು ಸುಲಭವಾಗಿ ಸೇರಿಸ್ಬಹುದು. ಅಲ್ಲಿರೋ ಗಡಿಯಾರ ಮಾರಿದ್ರೆ ಆಯ್ತು. ಒಂದೇ ಒಂದು ಪೌಂಡು ಸಾಕು; ನಾನಾದ್ರೋ..."

ಅಷ್ಟರಲ್ಲಿ ಯಾರೋ ಮುಂದಣ ಬಾಗಿಲನ್ನು ಡಬಡಬ ಎಂದು ಎರಡು ಸಲ ತಟ್ಟಿದ ಶಬ್ದ ಕೇಳಿ ಬಂತು. ಲಂಡನ್‌ನ ಈಸ್ಟ್ ಎಂಡ್‌ನಲ್ಲಿ ಎರಡು ಸಲ ಬಾಗಿಲು ಬಡಿದರೆ, ಅದು ಮಹಡಿ ಮೇಲಿನ ನಿವಾಸಿಗಳ ಗಮನಕ್ಕೆ ಎಂದರ್ಥ. ಫೋರ್ಡ್ ಕಳವಳದಿಂದ ಕೇಳಿದ:

"ಯಾರು ಅದು ?"

"ನಾನು ನೋಡ್ತೇನೆ," ಎನ್ನುತ್ತಾ ಸಿಮನ್ಸ್ ಮಹಡಿ ಮೆಟ್ಟಿಲು ಇರುವ ಜಾಗಕ್ಕೆ ಓಡಿದ.

ಮುಂದಣ ಬಾಗಿಲು ತೆಗೆದ ಶಬ್ದ ಬಾಬ್ ಫೋರ್ಡ್‌ಗೆ ಕೇಳಿಸಿತು. ಕಿಟಕಿಯ ಬಳಿ ಹೋಗಿ ನೋಡಿದಾಗ, ಕೆಳಗೆ ನಿಂತಿದ್ದ ಒಬ್ಬ ಸ್ತ್ರೀಯ ಶಿರೋ ಭೂಷಣದ ಅಗ್ರಭಾಗ ಮಾತ್ರ ಗೋಚರಿಸಿ, ಕೂಡಲೇ ಅದೃಶ್ಯವಾಯಿತು. ಆಮೇಲೆ ಬಾಗಿಲ ಒಳಗಡೆಯಿಂದ ಫೋರ್ಡ್‌ಗೆ ಚಿರಪರಿಚಿತವಾಗಿದ್ದ ಸ್ತ್ರೀ ಕಂಠವೊಂದರ ದನಿ ತೇಲಿಬಂತು.

ಆ ದನಿ ತೀಕ್ಷ್ಣವಾಗಿ ಪ್ರಶ್ನಿಸಿತು:

"ಟೋಪಿ ಹಾಕಿಕೊಳ್ಳದೆ ಬರಿತಲೇಲಿ ಈಗ ಹೊರಟಿರೋದಾದ್ರೂ ಎಲ್ಲಿಗೆ ?"

"ಇರ್ಲಿ ಬಿಡು, ಹನ್ನಾ – ಮೇಲೆ – ಮೇಲೆ ಆ..., ಯಾರೋ ಒಬ್ಬ ನಿನ್ನನ್ನು ನೋಡೋಕೆ ಬಂದಿದಾನೆ."

ಈ ಮಾತು ಕಿವಿಗೆ ಬಿದ್ದ ಬಳಿಕ ಯಾರೋ ಒಬ್ಬ ವ್ಯಕ್ತಿ ಆ ಸಂಜೆಗತ್ತಲಿನಲ್ಲಿ ಅವಸರವಸರವಾಗಿ ಬೀದಿ ದಾಟಿ ಓಡುತ್ತಿದ್ದುದನ್ನು ಬಾಬ್ ಫೋರ್ಡ್ ನೋಡಿದ. ಆ ವ್ಯಕ್ತಿ ಬೇರಾರೂ ಆಗಿರಲಿಲ್ಲ – ಥಾಮಸ್ – ಸಿಮನ್ಸ್ !

ಇದನ್ನು ನೋಡಿದ್ದೇ ತಡ, ಮೂರು ದಾಪು ಹೆಜ್ಜೆ ಹಾಕಿ ಫೋರ್ಡ್ ಅಟ್ಟಣೆ ತಲಪಿದ. ಮುಂಬಾಗಿಲಿನಲ್ಲಿ, ಸಿಮನ್ಸ್ ಧಾವಿಸಿದ ಮಾರ್ಗವನ್ನೆ ಇನ್ನೂ ದುರುಗುಟ್ಟಿ ನೋಡುತ್ತಾ ಹನ್ನಾ ನಿಂತಿದ್ದಳು. ಫೋರ್ಡ್ ಹಿಂದಣ ಕೋಣೆಗೆ ನುಗ್ಗಿ ಕಿಟಕಿ ತೆರೆದು, ಸ್ನಾನಗೃಹದ ಛಾವಣಿ ಮೇಲೆ ಧುಮುಕಿ, ಅಲ್ಲಿಂದ ಹಿತ್ತಲ ಹಿಂಭಾಗಕ್ಕೆ ನೆಗೆದ. ಬಳಿಕ ಕಷ್ಟಪಟ್ಟು ಬೇಲಿ ದಾಟಿ ಹೊರಗೆ ಕವಿದಿದ್ದ ಕತ್ತಲೆಯಲ್ಲಿ ಅವನು ತಲೆಮರೆಸಿಕೊಂಡ. ಅವನು ಯಾರ ಕಣ್ಣಿಗೂ ಬಿದ್ದಿರಲಿಲ್ಲ. ಈ ಕಾರಣದಿಂದಾಗಿ ಸಿಮನ್ಸ್‌ನ ಹೇಯ ವರ್ತನೆ – ಹೆಂಡತಿಯ ಕಣ್ಣೆದುರಿನಲ್ಲೇ ಆತ ಅವಳನ್ನು ಬಿಟ್ಟು ಓಡಿ ಹೋದುದು – ಈಗಲೂ ನೆರೆಹೊರೆಯವರಿಗೆ ಒಂದು ಆಶ್ಚರ್ಯಕರ ವಿಷಯವಾಗಿದೆ. ○

○ ಆರ್ಥರ್ ಸೈಂಟ್ ಜಾನ್ ಆಡ್‌ಕಾಕ್

ಹಡಗುಕಟ್ಟೆಯ ಗೇಟಿನ ಬಳಿ

ಆ ದಿನ ಬೆಳಗ್ಗೆ ಹಡಗುಕಟ್ಟೆಯ ಗೇಟಿನ ಮುಂದೆ ದೊಡ್ಡ ಜನಸಂದಣಿ ಸೇರಿತ್ತು. ಎಲ್ಲ ಬಡಕಲು ದೇಹಗಳು. ಹಸಿವಿನಿಂದ ಜೋತುಬಿದ್ದ ಮುಖಗಳು. ಬೇಸರ ತರಿಸುವಂತೆ ಜಿನುಗುತ್ತಿದ್ದ ಹನಿಮಳೆಯಲ್ಲಿ ಗೇಟು ತೆರೆಯುವುದಕ್ಕಾಗಿ ಕಾಯುತ್ತಾ ಹೊರಗೆ ನಿಂತಿದ್ದ ಅವರಲ್ಲಿ ಹೆಚ್ಚಿನವರು ಮ್ಲಾನವದನರಾಗಿ ಸಿಗರೇಟ್ ಸೇದುತ್ತಿದ್ದರು. ಮೈ ಕೊರೆಯುವಂತೆ ಬೀಸುತ್ತಿದ್ದ ಚಳಿಗಾಳಿಯನ್ನು ತಡೆಗಟ್ಟಲು ಅವರೆಲ್ಲ ತಮ್ಮ ಕೋಟುಗಳ ಗುಂಡಿಗಳನ್ನು ಬಿಗಿಯಾಗಿ ಸಿಕ್ಕಿಸಿ, ಕಾಲರುಗಳನ್ನು ಮೇಲೆ ಮಾಡಿದ್ದರು.

ಕಳೆದ ಕೆಲವು ತಿಂಗಳುಗಳಿಂದ ಹಡಗುಕಟ್ಟೆ ಕೆಲಸಗಾರರಿಗೆ ಉದ್ಯೋಗಾವಕಾಶ ಬಹಳ ಕಡಿಮೆಯಾಗಿತ್ತು. ಆದುದರಿಂದ ಅಲ್ಲಿದ್ದ ಯಾರ ಮುಖದಲ್ಲಿಯೂ ಗೆಲುವಿರಲಿಲ್ಲ. ಯಾರಿಗೂ ಮಾತನಾಡುವ ಇಚ್ಛೆ ಇರಲಿಲ್ಲ. ಹಸಿವಿದ್ದಲ್ಲಿ ಉಲ್ಲಾಸವಿರಲು ಹೇಗೆ ಸಾಧ್ಯ? ಆದರೂ ಸುಮಾರು ಒಂದು ಗಂಟೆ ಕಾಲ ಅಕ್ಕಪಕ್ಕದಲ್ಲಿ ಹೀಗೆ ಮೌನವಾಗಿ ನಿಂತ ತರುವಾಯ, ಅವರ ಪೈಕಿ ಇಬ್ಬರಿಗೆ ಮಾತಿಗಿಂತಲೂ ಮೌನ ಹೆಚ್ಚು ಅಸಹನೀಯವಾಗಿ ಕಂಡಂತೆ ತೋರಿತು.

ಅವರಿಬ್ಬರೂ ಒಳ್ಳೆಯ ಮೈಕಟ್ಟಿನ ಕಟ್ಟುಮಸ್ತಾದ ಆಳು ಗಳಾಗಿದ್ದರು. ಆದರೆ ಆ ನಿರ್ಭಾಗ್ಯ ಜನಸಂದಣಿಯಲ್ಲಿದ್ದ ಇತರ ಹೆಚ್ಚಿನವರ ಮುಖಗಳಂತೆ ಅವರ ಮುಖಗಳೂ ಸೊರಗಿ ಹೋಗಿದ್ದವು. ಇಬ್ಬರು ಕೂಡ ಇನ್ನೂ ತರುಣರಾಗಿದ್ದು, ದಾಡಿ ಬಿಟ್ಟಿದ್ದರು. ಹೊರಗೆಲಸದಿಂದಾಗಿ ಅವರ ಮೈ ಕಂಚಿನ ಬಣ್ಣಕ್ಕೆ ತಿರುಗಿತ್ತು. ಇಬ್ಬರನ್ನೂ ಹೆಚ್ಚು ಕಡಿಮೆ ಸುರೂಪಿಗಳೆಂದೇ ಹೇಳ ಬಹುದಾಗಿದ್ದರೂ, ಅವರಲ್ಲಿ ಕೊಂಚ ಹಿರಿಯನಾಗಿದ್ದ ವ್ಯಕ್ತಿಯ ಕಳೆ ಗುಂದಿದ ಕಣ್ಣುಗಳಲ್ಲಿ ಮತ್ತು ಅಸ್ವಾಭಾವಿಕವಾಗಿ ಕೆಂಪಡರಿದ್ದ ಅವನ ಮೊಗದಲ್ಲಿ ವಿಷಯಲೋಲುಪತೆಯ ಕುರುಹುಗಳು ಅಲ್ಪಸ್ವಲ್ಪ ಕಾಣುತ್ತಿದ್ದವು.

ಅವರ ನಡುವಣ ಮೌನವನ್ನು ಅವನೇ ಮೊದಲು ಮುರಿದು, ಮಾತಿಗೆ ಶುರು ಮಾಡಿದ.

ತನ್ನ ಪಕ್ಕದಲ್ಲಿದ್ದ ವ್ಯಕ್ತಿ ಯಾರೆಂಬುದನ್ನು ಈಗ ತಾನೇ ಗಮನಿಸಿದ ರೀತಿಯಲ್ಲಿ ಆತ ಇದ್ದಕ್ಕಿದ್ದಂತೆ ಕೇಳಿದ:

"ಏನು ಹಾರ್ವಿ, ಇತ್ತೀಚೆಗೆ ನಿನ್ನ ಅದೃಷ್ಟ ತುಂಬ ಕೆಟ್ಟಿರೋ ಹಂಗೆ ಕಾಣ್ತದಲ್ಲ? ಹೌದೇನು?"

ಇದಕ್ಕೆ ಹಾರ್ವಿ ಎಂಬಾತ ಉಳಿದ ಜನರ ಗುಂಪಿನತ್ತ ಕೈ ತೋರಿಸಿ ಉತ್ತರಿಸಿದ:

"ಅಲ್ಲಿರೋ ಇತರ ಎಲ್ಲರ ಹಂಗೆ. ಅದಿರ್ಲಿ ಬಿಡು, ನೀನು ಹೇಗಿದ್ದೀಯ ಬಾನ್ಸೆ?"

ಈ ಪ್ರಶ್ನೆಗೆ ನೇರವಾಗಿ ಉತ್ತರ ನೀಡದೆ ಬಾನ್ಸೆ ವಿಧಿಯನ್ನು ದೂಷಿಸಿದ. ಅನಿರ್ದಿಷ್ಟವಾಗಿ ಏನೇನೋ ಆಣೆಗಳನ್ನು ಹಾಕಿದ. ಆದರೆ ಅವುಗಳಿಗೆ ಒಂದು ನಿರ್ದಿಷ್ಟ ಅರ್ಥವಿತ್ತು. ಅನಂತರ ಸ್ವಲ್ಪ ಸಮಯ ಮಾತು ಸ್ಥಗಿತವಾಯಿತು. ಆಮೇಲೆ ಬಾನ್ಸೆಯೇ ತುಸು ಗಡಸು ದನಿಯಲ್ಲಿ ಪ್ರಶ್ನಿಸಿದ:

"ಮೆಗ್ ಹೇಗಿದ್ದಾಳೆ – ನಿನ್ನ ಹೆಂಡ್ತಿ?"

"ಅವಳಿಗೆ ಕಾಯಿಲೆ."

"ಮತ್ತೆ ಮಗು? ಅದ್ಕಿಗೆ ಏನೂ ಹುಷಾರಿಲ್ವಂತೆ; ನಿಜವೇ?"

"ಅವ್ನಾ?"

ಹಾರ್ವಿಯ ಕಂಠ ಒಮ್ಮೆಲೆ ಗದ್ಗದಿತವಾಗಿತ್ತು. ಆತ ಮುಖ ತಿರುಗಿಸಿ, ಸಾವಕಾಶವಾಗಿ ಕ್ಯಾಕರಿಸಿ ಉಗುಳಿದ. ಬಳಿಕ ಗಂಟಲು ಸರಿಪಡಿಸಲು ಯತ್ನಿಸಿ ಅರ್ಧಂಬರ್ಧ ವಾಕ್ಯಗಳಲ್ಲಿ ಶೀಘ್ರವಾಗಿ ನುಡಿದ:

"ಒಂದು ಮಗು ಬದುಕೋದಾದ್ರೂ ಹೆಂಗೆ. ಹೊಟ್ಟೆಗೆ ಏನೂ ಇಲ್ದೇನೆ, ಹೆಂ?– ಅದೂ ಅವ್ನ ತಾಯಿಗೇನೇ ಸಾಕಷ್ಟು ಸಿಗ್ತಾ ಇಲ್ದಿರೋವಾಗ?"

ತರುವಾಯ, ಮುಖದ ಮೇಲೆ ಬಲಾತ್ಕಾರದಿಂದ ಒಂದು ನಗು ತಂದುಕೊಂಡು ಆತ ಮುಂದುವರಿಸಿದ:

"ಅವ್ನಿಗೇನೋ **ತನ್ನ** ಟಿಕೇಟ್ ಸಿಕ್ಕೈತೆ. ಮತ್ತೆ ಅದ್ಕಾಗಿ ಹೆಚ್ಚು ಸಮಯ ಅವ ಕಾಯ್ಬೇಕಾಗೀನೂ ಬರ್ಲಿಲ್ಲ. ಏನ್ಮಾಡೋದು, ಒಳ್ಳೆ ಚೂಟಿಯಾದ ಚಿಕ್ಕ ಹೈದ್ನಾಗಿದ್ದ ಕೂಡ. ಕಾಯಿಲೆ ಇಷ್ಟು ಜೋರಾಗೋದಕ್ಮುಂಚೆ ನಮ್ಮ ಮುಖ ನೋಡಿ ನಗ್ತಿದ್ದ – ಅವ– ಈ ಮಳೆ ಹಾಳಾಗ ನಿನ್ಹತ್ರ ಒಂದು ಬೆಂಕಿ ಕಡ್ಡಿ ಇದೆಯಾ?"

"ಅಯ್ಯೋ ಪಾಪ!" ಬಾನ್ಸೆ ಔದಾಸೀನ್ಯದಿಂದ ಗೊಣಗಿ, ಮತ್ತೆ ಕೇಳಿದ:

"ಅವ್ಳು – ಮೆಗ್ – ಇದ್ಕೆಲ್ಲ ಏನಂತಾಳೆ?"

"ಅವ್ಳು? ಓ, ಅವ್ಳು ಚಿಂತೆಯಿಂದ ತಲೆಕೆಡಿಸಿಕೊಳ್ತಾ ಇದಾಳೆ."

ಹೀಗೆಂದು, ಮತ್ತೊಮ್ಮೆ ಅಲಕ್ಷ್ಯದ ಸೋಗು ಧರಿಸಿ ನಗುತ್ತಾ, ಹಾರ್ವಿ ತನ್ನ ಮಾತನ್ನು ಪೂರ್ತಿಗೊಳಿಸಿದ:

"ಹೆಂಗಸ್ರು ಯಾವಾಗ್ಲೂ ಹಂಗೇ, ನಿನ್ಗೊತ್ತಲ್ಲ?"

ಅಲ್ಲಿಗೆ ಸಂಭಾಷಣೆ ನಿಂತಿತು. ಇಬ್ಬರ ನಡುವೆ ಪುನಃ ಗಾಢ ಮೌನ ಮರುಕಳಿಸಿತು. ಇಬ್ಬರೂ ತಂತಮ್ಮ ಯೋಚನೆಗಳಲ್ಲಿ ಮುಳುಗಿ ನಿರುದ್ವೇಗದಿಂದ ಸಿಗರೇಟು ಸೇದುತ್ತಾ ನಿಂತರು.

ಬಾನ್ಸೆ ಕೆಟ್ಟ ಮನುಷ್ಯನಾಗಿರಲಿಲ್ಲ. ಆದರೂ ಅವನ ಯೋಚನೆಗಳ ನಡುವೆ ಯಾವುದೋ ಒಂದು ವಿಧದ ತೃಪ್ತಿಯ ನವಿರಾದ ಭಾವನೆ ಈಗ ನಿಧಾನವಾಗಿ ಮೇಲೇಳುತ್ತಿತ್ತು. ಒಂದು

ಕಾಲದಲ್ಲಿ ಅವನು ಕೂಡ ಮೆಗ್‌ಳನ್ನು ಪ್ರೇಮಿಸಿದ್ದ. ಈಗ ನೆನಪಿಸಿಕೊಂಡರೆ ಸ್ವಲ್ಪ ನಾಚಿಕೆಯಾಗುವಷ್ಟು ಅಪ್ಪಟ ತೀವ್ರತೆಯಿಂದ ಅವಳನ್ನಾತ ಪ್ರೀತಿಸಿದ್ದ. ಆದರೆ ಅವನಿಗೆ ಬದಲಾಗಿ ಆಕೆ ಹಾರ್ವಿಯನ್ನು ಒಲಿದಿದ್ದಳು. ಇದರಿಂದುಂಟಾದ ನೋವಿನ ಭಾವನೆ ಅವನ ಹೃದಯದಿಂದ ಇನ್ನೂ ಸಂಪೂರ್ಣ ಮಾಸಿರಲಿಲ್ಲ. ಆದಕಾರಣ, ತನ್ನ ಆಯ್ಕೆಗಾಗಿ ಅವಳೀಗ ಬಹುಶಃ ಪಶ್ಚಾತ್ತಾಪಪಡುತ್ತಿರಬಹುದು ಎಂಬ ಯೋಚನೆ ಅವನಿಗೆ ಏನೋ ಒಂದು ರೀತಿಯ ಸಮಾಧಾನವನ್ನು ನೀಡಿತು: ಅವಳಿಗೆ ತಾನು ಸಾಕಷ್ಟು ಉತ್ತಮನಾಗಿ ತೋರಿರಲಿಲ್ಲ– ಆದರೆ ತನಗಿಂತ ಹೆಚ್ಚು ಉತ್ತಮನಾಗಿದ್ದವ ಆಕೆಗೆ ದೊರೆತಿದ್ದನೇ ?

ಮೊದಮೊದಲು ಅವಳ ಕುರಿತು ಹಾರ್ವಿ ಮತ್ತು ಆತ ಉಗ್ರವಾಗಿ ಜಗಳವಾಡಿದ್ದರು. ಹಲವು ತಿಂಗಳುಗಳ ಕಾಲ ಅವರು ಬಹಿರಂಗ ವೈರಿಗಳಾಗಿದ್ದರು. ಅನಂತರ ಸಕ್ರಿಯ ಹಗೆತನವನ್ನು ಮೆಲ್ಲಗೆ ಕೈಬಿಟ್ಟು, ತಾತ್ಸಾರಪೂರ್ವಕವಾದ ಪರಸ್ಪರ ಉಪೇಕ್ಷೆಯಿಂದ ಅವರು ತೃಪ್ತರಾಗಿದ್ದರು. ಈಗ ಕಟ್ಟಕಡೆಗೆ ಅವರು ಮಾತನಾಡಿದ್ದರು. ಅವರ ಹಳೆ ಭಾವನೆಗಳ ತೀಕ್ಷ್ಣತೆಯನ್ನು ಕಾಲವು ಮೊಂಡುಮಾಡಿತ್ತು.

ಬಾನ್ಸೆ ಕೆಟ್ಟ ಮನುಷ್ಯನಾಗಿರಲಿಲ್ಲ. ಆದುದರಿಂದ ಆ ಕ್ಷಣಿಕ ತೃಪ್ತಿಯ ಪೈಶಾಚಿಕ ಪ್ರಭೆ ಅವನ ಮನಸ್ಸಿನಲ್ಲಿ ಒಮ್ಮೆ ಮಿಂಚಿ ಮಾಯವಾದ ಬಳಿಕ, ಅನುಕಂಪದ ಭಾವನೆಯೊಂದು ಅವನನ್ನು ತಟ್ಟಿತು. ಅವನ ಹೃದಯದಲ್ಲಿ ಕೊಂಚ ಕನಿಕರವೂ ಮೂಡಿತು. ಆದರೆ ಈ ಭಾವನೆಯಿಂದ ಅವನಿಗೆ ಕಿರಿಕಿರಿಯಾಗಿ, ಅವನ ಕಣ್ಣುಗಳು ಏನೋ ಒಂದು ರೀತಿಯ ವಿಚಿತ್ರ ಸಂವೇದನೆಯಿಂದ ಸ್ಪಂದಿಸತೊಡಗಿದವು. ಪರಿಣಾಮವಾಗಿ, ಗೇಟಿನ ಅಗುಳಿ ಠಣ್ಣೆಂದು ಬಿದ್ದ ಸದ್ದು ಗಟ್ಟಿಯಾಗಿ ಕೇಳಿಸಿದಾಗ ಅವನಿಗೆ ದ್ವಿಗುಣಿತ ಸಮಾಧಾನವಾಯಿತು, ಈ ಸದ್ದು ಅಲ್ಲಿ ನೆರೆದಿದ್ದ ಸಮಗ್ರ ಜನಸಂದಣಿಯನ್ನೂ ಬಡಿದೆಬ್ಬಿಸಿತು. ಹಡಗುಕಟ್ಟೆಯ ಆ ದೊಡ್ಡ ಗೇಟಿನ ಬಾಗಿಲು ತೆರೆಯುತ್ತಿದ್ದಂತೆ, ಎಲ್ಲರೂ ಶೀಘ್ರವಾಗಿ ಅದರ ಬಳಿ ಮುತ್ತಿದರು.

ಗೇಟಿನ ಒಳಗಿನಿಂದ ಇಬ್ಬರು ಪೊಲೀಸ್ ಸಿಪಾಯಿಗಳು ಅಬ್ಬರಿಸಿದರು:

"ಯಾರಲ್ಲಿ ? ಸಾವಧಾನ ! ನೂಕುನುಗ್ಗಲು ಸಲ್ಲದು !"

ಆದರೆ ಕೆಲಸಕ್ಕಾಗಿ ಕಾತರರಾಗಿದ್ದ ಆ ಹಸಿದ ಜನರ ಗುಂಪು ಈ ಎಚ್ಚರಿಕೆಯನ್ನು ಲೆಕ್ಕಿಸಲಿಲ್ಲ. ಕಿರಿದಾದ ಆ ಪ್ರವೇಶದ್ವಾರವು ಸ್ವರ್ಗದ ಬಾಗಿಲೋ ಎಂಬಂತೆ ಒಬ್ಬರನ್ನೊಬ್ಬರು ತಳ್ಳುತ್ತ, ಮುಂಗೈಗಳಿಂದ ತಿವಿಯುತ್ತ, ಬೇರಾವುದನ್ನೂ ಲಕ್ಷಿಸದೆ, ಮೂಕ ಆತುರತೆಯಿಂದ ಅದರತ್ತ ಅವರು ಮುನ್ನುಗ್ಗಿದರು.

ಒಬ್ಬರಾದ ಮೇಲೆ ಇನ್ನೊಬ್ಬರಂತೆ ಮುಂದಿನ ಸಾಲುಗಳಲ್ಲಿದ್ದ ಅದೃಷ್ಟಶಾಲಿಗಳು ಒಳಗೆ ಪ್ರವೇಶಿಸಿದರು. ಅಲ್ಲಿ ಮರದ ಹಲಗೆಗಳಿಂದ ಮಾಡಿದ ಆಫೀಸೊಂದಿತ್ತು. ಅದರ ಚಿಕ್ಕ ಕಿಟಕಿಯ ಬಳಿ ಅವರು ತಮ್ಮ ಟಿಕೇಟುಗಳನ್ನು ಪಡೆದು, ಸಾಮಾನು ಇಳಿಸಿಕೊಳ್ಳಲು ಕಾಯುತ್ತಿದ್ದ ಹಡಗಿನತ್ತ ಚೆಲ್ಲಾಪಿಲ್ಲಿಯಾಗಿ ಓಡಿದರು.

ಮಾತನಾಡಿಕೊಂಡು ಸ್ವಲ್ಪ ಹಿಂದೆ ನಿಂತಿದ್ದ ಹಾರ್ವಿ ಮತ್ತು ಬಾನ್ಸೆ ಒಟ್ಟೊಟ್ಟಿಗೇ ಬಾಗಿಲನ್ನು ತಲಪಿದರು. ಅಗ್ರಸ್ಥಾನಕ್ಕಾಗಿ ಇಬ್ಬರ ನಡುವೆ ತುಸು ಜಗ್ಗಾಟ ನಡೆದು, ಕೊನೆಗೆ ಬಾನ್ಸೆಯೇ ಮೊದಲು ಒಳ ಹೊಕ್ಕ. ಹಾರ್ವಿ ಅವನನ್ನು ಹಿಂಬಾಲಿಸಿದ. ಆದರೆ ಅಷ್ಟರೊಳಗೆ ಆಫೀಸಿನ ಆ ಚಿಕ್ಕ ಕಿಂಡಿ ಮುಚ್ಚಲ್ಪಟ್ಟಿತು. ಒಳಗಿನಿಂದ ಒಂದು ದನಿ ಕೂಗಿ ಹೇಳಿತು:

"ಕೊನೇ ಟಿಕೇಟ್ !"

ಪೊಲೀಸ್ ಸಿಪಾಯಿ ಅದನ್ನು ಪ್ರತಿಧ್ವನಿಸಿದ:

"ಕೊನೇ ಟಿಕೇಟ್ ! ಇನ್ನು ಯಾರೂ ಬೇಡ. ಯಾರಲ್ಲಿ, ಹಿಂದೆ ನಿಲ್ಲಿ! ನಡೀರಿ ಹೊರಗೆ!"

ಕೈಯಲ್ಲಿ ಟಿಕೆಟ್ ಹಿಡಿದು, ಬಾನ್ಸೆ ಒಮ್ಮೆ ಹಿಂತಿರುಗಿ ನೋಡಿದ. ಒಂದು ಕ್ಷಣ ಕಾಲ ಹಾರ್ವಿ ಅವನ ದೃಷ್ಟಿಗೆ ಬಿದ್ದ. ಪೊಲೀಸರ ಇದಿರಿನಿಂದ ಆತ ಹಿಂದೆ ಸರಿಯುತ್ತಿದ್ದ. ಅವನ ಮುಖ ಬಾಡಿ ಬಿಳಿಚಿಕೊಂಡಿತ್ತು. ಅವನ ಕಣ್ಣುಗಳಲ್ಲಿ ಸಂಕಟದ ಛಾಯೆ ಎದ್ದು ಕಾಣುತ್ತಿತ್ತು.

"ಅದಕ್ಕೂ ನನಗೂ ಏನೂ ಸಂಬಂಧವಿಲ್ಲ."

ಬಾನ್ಸೆ ಹಲ್ಲು ಕಡಿಯುತ್ತಾ ತನಗೆ ತಾನೇ ಗೊಣಗಿದ. ಆದರೆ ಹೀಗೆ ಹೇಳುತ್ತಿದ್ದಂತೆ, ಹಿಂದಿನ ಕನಿಕರದ ಭಾವನೆ ಅವನ ಹೃದಯವನ್ನು ಪುನಃ ತಟ್ಟಿತು – ತನ್ನ ಮುಂದಿದ್ದ ವ್ಯಕ್ತಿಗಾಗಿ ಕನಿಕರವಲ್ಲ ಎಂದಾತ ಮನಸ್ಸಿನಲ್ಲೇ ಹೇಳಿಕೊಂಡ. ಆದರೂ ಒಮ್ಮೆಲೆ ಆವೇಶ ಬಂದವನಂತೆ ಹಿಂದೆ ಓಡಿ, ಆತ ಕೂಗಿದ:

"ಹಾರ್ವಿ ! ಹಾರ್ವಿ !"

ಈ ಶಬ್ದ ಕೇಳಿ ಪೊಲೀಸಿನವ ತುಸು ತಡೆದು ಸುತ್ತಮುತ್ತ ದೃಷ್ಟಿ ಹಾಯಿಸಿದ. ಅಷ್ಟರೊಳಗೆ ಬಾಗಿಲನ್ನು ರಭಸದಿಂದ ತಳ್ಳಿ, ಹೊರಗಿದ್ದ ಹಾರ್ವಿಯ ತೋಳು ಹಿಡಿದು ಅವನನ್ನು ಬಾನ್ಸೆ ಒಳಗೆಳದ. ಅವನ ತುಟಿಗಳು ಅದುರುತ್ತಿದ್ದವು. ಅವನ ಕಣ್ಣುಗಳಲ್ಲಿ ಮತ್ತು ವರ್ತನೆಯಲ್ಲಿ ವಿವರಿಸಲಾಗದ ಒಂದು ವಿಧದ ರೋಷ ತುಳುಕುತ್ತಿತ್ತು. ಅನಂತರ ಹಾರ್ವಿಯ ಕೈಗಳಲ್ಲಿ ಬಿರುಸಿನಿಂದ ಏನನ್ನೋ ತುರುಕಿ, ಒಡೆದ ದನಿಯಲ್ಲಿ ಆತ ನುಡಿದ:

"ಹುಂ, ಪೆದ್ದನಂತೆ ಏನು ನೋಡ್ತೀಯಾ ? ನಿನ್ನ ಮುಖಕ್ಕಿಷ್ಟು ಬೆಂಕಿ ಹಾಕ ! ಹಿಡಿದುಕೊ ಇದನ್ನ !"

ಇಷ್ಟು ಹೇಳಿ ಬಾನ್ಸೆ ಅಲ್ಲಿಂದ ತಕ್ಷಣ ಕಾಲು ಕಿತ್ತ. ದ್ವಾರಕ್ಕೆ ಅಡ್ಡವಾಗಿ ಅದರ ಬಳಿ ಗುಂಪು ಗೂಡಿದ್ದ ಜನರನ್ನು ಶಪಿಸುತ್ತಾ, ಅವರನ್ನು ಆಚೀಚೆ ತಳ್ಳಿ ಆತ ಹೊರಬಂದಂತೆ, ಟಿಕೆಟ್ ಸಿಗದೆ ನಿರಾಶರಾಗಿ ಅಲ್ಲಿ ನಿಂತಿದ್ದ ಆ ಜನಸಂದಣಿ ಅವನಿಗೆ ದಾರಿ ಮಾಡಿಕೊಟ್ಟಿತು. ಅವನ ಹಿಂದಿನಿಂದ ಗೇಟಿನ ಬಾಗಿಲು ಭಾರವಾಗಿ ಮುಚ್ಚಿಕೊಂಡಿತು.

❍ **ಡೋರಿಸ್ ಲೆಸ್ಸಿಂಗ್**

ಇಂಗ್ಲೆಂಡ್‌ನ ವಿರುದ್ಧ ಇಂಗ್ಲೆಂಡ್

ಅಡಿಗೆಕೋಣೆಯ ಬಾಗಿಲ ಬಳಿ ನಿಂತು ಚಾರ್ಲಿ ತನ್ನ ತಾಯಿಯೊಡನೆ ಹೇಳಿದ ;

"ಹಾಗಾದ್ರೆ ನಾನಿನ್ನು ಹೊರಡ್ತೀನಮ್ಮ. ನನ್ನ ಸಾಮಾನುಗಳನ್ನೆಲ್ಲ ಕಟ್ಟಿಯಾಗಿದೆ."

ಆ ಕೆಲಸದ ಹೊರೆ ತಾಯಿಯ ಮೇಲೆ ಬೀಳದಿರಲೆಂದು ತನ್ನ ಹೋಲ್ಡಾಲನ್ನು ಅವನೇ ತುಂಬಿಸಿ ಸಿದ್ಧಮಾಡಿ ಇಟ್ಟು ಕೊಂಡಿದ್ದ.

ಮಗನ ಮಾತು ಕೇಳಿ ತಾಯಿ ಆಕ್ಷೇಪಿಸಿದಳು:

"ಇಷ್ಟು ಬೇಗ ಯಾಕೆ ಮಗು ? ಇನ್ನೂ ಬೇಕಾದಷ್ಟು ಸಮಯ ಇದೆಯಲ್ಲ ?"

ಬಾಯಿಯಲ್ಲಿ ಹೀಗೆ ಹೇಳಿದರೂ, ಕೆಲಸದಿಂದ ಕೆಂಪಗಾಗಿದ್ದ ತನ್ನ ಕೈಗಳಿಂದ ನೀರನ್ನು ಕೊಡವುತ್ತಾ ಮಗನನ್ನು ಬೀಳ್ಕೊಡಲು ಆಕೆ ಮುಂದಾದಳು. ತಂದೆಯ ದೃಷ್ಟಿಯಿಂದ ತಪ್ಪಿಸಿಕೊಳ್ಳಲು ಮಗ ಬೇಗ ಹೊರಡುತ್ತಿದ್ದಾನೆ ಎಂಬುದು ಅವಳಿಗೆ ಗೊತ್ತಿತ್ತು. ಆದರೆ ಅಷ್ಟರೊಳಗೆ ಕೋಣೆಯ ಹಿಂದಣ ಬಾಗಿಲು ತೆರೆದುಕೊಂಡಿತು. ಮಿ. ಥಾರ್ನ್‌ಟನ್ ಒಳಗೆ ಪ್ರವೇಶಿಸಿದ. ಚಾರ್ಲಿ ಮತ್ತು ಅವನ ತಂದೆ ನೋಡಲು ಒಂದೇ ತೆರನಾಗಿದ್ದು. ಇಬ್ಬರದೂ ಎತ್ತರವಾದ ತೆಳು ಶರೀರ, ದೊಡ್ಡ ಎಲುಬು ಹಂದರ. ಗಣಿ ಕೆಲಸಗಾರನಾಗಿದ್ದ ಹಿರಿಯ ಥಾರ್ನ್‌ಟನ್ನನ ಬೆನ್ನು ಮಾತ್ರ ಸ್ವಲ್ಪ ಬಗ್ಗಿತ್ತು. ಅವನ ತಲೆಗೂದಲು ತೆಳ್ಳಗಾಗಿ, ಅಲ್ಲಲ್ಲಿ ಉಳಿದಿದ್ದ ಅದರ ಕುಚ್ಚುಗಳು ನರೆತುಹೋಗಿದ್ದವು. ಗುಳಿಬಿದ್ದ ಅವನ ಕೆನ್ನೆಗಳು ಕಲ್ಲಿದ್ದಲಿನ ಕಪ್ಪು ಕಲೆಗಳಿಂದ ತುಂಬಿದ್ದವು. ಯುವಕ ಇನ್ನೂ ಹಸಿಹಸಿಯಾಗಿದ್ದ. ನಸು ಹೊಂಬಣ್ಣದ ಅವನ ತಲೆಗೂದಲು ಸೊಂಪಾಗಿ ಬೆಳೆದು ಸ್ವಚ್ಛಂದವಾಗಿ ಹಾರಾಡುತ್ತಿತ್ತು. ಚುರುಕಾದ ಕಣ್ಣುಗಳು, ಆದರೆ ಆ ಕಣ್ಣುಗಳಡಿಯಲ್ಲಿ ಆಯಾಸದ ಚಿಹ್ನೆಗಳು ಕಾಣುತ್ತಿದ್ದವು.

ತಂದೆಯನ್ನು ನೋಡಿ ಚಾರ್ಲಿ ಇದ್ದಕ್ಕಿದ್ದಂತೆ ಉದ್ಗರಿಸಿದ:

"ಏನಪ್ಪ, ನೀನೊಬ್ನೇ ಇದ್ದೀಯಲ್ಲ ?"

ತಂದೆ ಒಬ್ಬನೇ ಇದ್ದುದನ್ನು ಕಂಡು ಅವನಿಗೆ ಸಂತಸವಾಗಿತ್ತು.

ಆತ ಪುನಃ ಕುಳಿತುಕೊಳ್ಳಲು ಸಿದ್ಧನಾದ. ಆದರೆ ಮುದುಕ ಒಂಟಿಯಾಗಿರಲಿಲ್ಲ. ಅವನ ಹಿಂದೆ ಮೂರು ಜನರಿದ್ದರು. ತೆರೆದ ಬಾಗಿಲಿನಿಂದ ಅಂಗಳಕ್ಕೆ ಬಿದ್ದ ಬೆಳಕಿನಲ್ಲಿ ಅವರು ಚಾರ್ಲಿಯ ದೃಷ್ಟಿಗೆ ಗೋಚರಿಸಿದರು. ಆತ ತಕ್ಷಣ ಮನಸ್ಸು ಬದಲಾಯಿಸಿ ಅವಸರದಲ್ಲಿ ತಂದೆಯೊಂದಿಗೆ ಹೇಳಿದ :

"ನಾನೀಗ ಹೊರಡ್ತೀನಪ್ಪ; ಇನ್ನು ಕ್ರಿಸ್‌ಮಸ್‌ನಲ್ಲೇ ನಿಮ್ಮನ್ನೆಲ್ಲ ಪುನಃ ಕಾಣೋದು; ಆದ್ರಿಂದ ಅಲ್ಲಿಯವರೆಗೆ ಗುಡ್‌ಬೈ."

ಅಷ್ಟರಲ್ಲಿ ಅವರೆಲ್ಲ ಉಲ್ಲಾಸಭರಿತರಾಗಿ, ವಿನೋದದ ವಾತಾವರಣವನ್ನು ತಮ್ಮೊಂದಿಗೆ ಹೊತ್ತುಕೊಂಡು ಆ ಚಿಕ್ಕ ಅಡಿಗೆಕೋಣೆಯೊಳಗೆ ನುಗ್ಗಿದರು. ಅವರ ಈ ಹಾಸ್ಯಪ್ರವೃತ್ತಿ ಚಾರ್ಲಿಗೆ ಹಿಡಿಸಲಿಲ್ಲ. ತನಗೆ ಕೀಟಲೆ ಕೊಡುವ ಸಲುವಾಗಿ ತನ್ನ ಬಲ ಭುಜದ ಹಿಂದುಗಡೆ ಎಲ್ಲಿಯೋ ನಿಂತಿರುವ ಒಂದು ಕಿಲಾಡಿ ಪ್ರೇತದಂತೆ, ಅದು ತನ್ನ ಬಗ್ಗೆ ಅಸೂಯೆ ತಳೆದಿರುವ ವೈಯಕ್ತಿಕ ವೈರಿಯೆಂದು ಅವನಿಗೆ ತೋರಿತು. ಅವರಲ್ಲಿ ಒಬ್ಬ 'ಗುಡ್‌ಬೈ' ಎಂದು ಚಾರ್ಲಿಯತ್ತ ನೋಡಿ ತಲೆ ಅಲ್ಲಾಡಿಸುತ್ತಾ, ಹಾಸ್ಯದ ಚಟಾಕಿಯೊಂದನ್ನು ಹಾರಿಸಿದ:

"ಹುಂ, ಸ್ವಪ್ನಲೋಕದಲ್ಲಿ ವಿಹರಿಸುತ್ತಿರುವ ಗೋಪುರಗಳಿಗೆ ನೀನು ಮರಳಿ ಹೋಗ್ತಾ ಇದ್ದಿ ಹಾಗಾದ್ರೆ."

"ವಿದ್ಯೆಯ ಪ್ರಾಸಾದಗಳಿಗೆ ವಾಪಾಸು," ಎಂದ ಇನ್ನೊಬ್ಬ.

ಇಬ್ಬರೂ ನಗುತ್ತಿದ್ದರು. ಅವರ ಮಾತಿನಲ್ಲಿ ಏನೂ ದ್ವೇಷವಿರಲಿಲ್ಲ. ಮಾತ್ಸರ್ಯ ಲವಲೇಶವೂ ಇರಲಿಲ್ಲ. ಆದರೂ ಚಾರ್ಲಿಗೆ ಇದರಿಂದ ಖೇದವಾಯಿತು. ಇದು ತನ್ನ ಕುಟುಂಬದಿಂದ ಮತ್ತು ತನ್ನ ಜನರಿಂದ ತನ್ನನ್ನು ಹೊರಗಿರಿಸಿದಂತೆ ಎಂದು ಅವನಿಗನಿಸಿತು. ಇಷ್ಟು ಸಾಲದೋ ಎಂಬಂತೆ, ಮೊದಲ ಇಬ್ಬರ ನುಡಿಗಳಿಗೆ ಈಗ ಮೂರನೆಯ ವ್ಯಕ್ತಿ ಕೂಡ ದನಿಗೂಡಿಸಿ, ಗ್ರಾಮದ ಈ ಅತ್ಯಂತ ಪ್ರತಿಭಾವಂತ ಪುತ್ರನಿಗೆ ತನ್ನ ಗೌರವವನ್ನೂ ಸಲ್ಲಿಸಿದ:

"ಅದೇನಿದ್ರೂ ಕ್ರಿಸ್‌ಮಸ್ ಹಬ್ಬವನ್ನು ನಮ್ಮೊಂದಿಗೆ ಕಳೆಯೋದಕ್ಕೆ ನೀನು ವಾಪಸು ಬರ್ತೀಯಲ್ಲ? ಅಥವಾ ಪ್ರಭುಗಳು ಮತ್ತು ಪ್ರತಿಷ್ಠಿತರೊಂದಿಗೆ ಮಜಾ ಮಾಡೋದಕ್ಕೆ ಹೋಗ್ತೀಯೊ ? ಯಾಕೇಂದ್ರೆ ನೀನೀಗ ಅವರಿಗೆ ಸರಿಸಮಾನನಲ್ವೆ ?"

"ಕ್ರಿಸ್‌ಮಸ್‌ಗೆ ಆತ ಮನೆಗೆ ಬಂದೇ ಬರ್‍ತಾನೆ."

ಅವನ ತಾಯಿ ನಡುವೆ ಬಾಯಿ ಹಾಕಿ ಮೊನಚಾಗಿ ಹೇಳಿದಳು. ಆಕೆ ಅವರಿಗೆ ಬೆನ್ನು ತಿರುಗಿಸಿ ಒಂದು ಕಾಗದದ ಚೀಲದಿಂದ ಆಲೂಗಡ್ಡೆಗಳನ್ನು ತೆಗೆದು ಅವುಗಳನ್ನು ಒಂದೊಂದಾಗಿ ಬೇರೊಂದು ಬಟ್ಟಲಿಗೆ ಹಾಕತೊಡಗಿದಳು.

ತಾಯಿಯ ಪ್ರೇರಣೆಗೆ ತಲೆಬಾಗಿ ಚಾರ್ಲಿ ನುಡಿದ:

"ಏನೇ ಆಗ್ಲಿ, ಒಂದೆರಡು ದಿನಗಳ ಮಟ್ಟಿಗಾದ್ರೂ ಬರ್‍ತೇನೆ. ಬೆವರು ಹರಿಸಿ ದುಡಿಯೋರೊಂದಿಗೆ ಅಷ್ಟು ಸಮಯ ಕಳೆದ್ರೆ ಸಾಕು ಅಂತ ಕಾಣ್ತದೆ, ಅಲ್ವೆ ?"

ಈ ಕುರಿತು ಚಾರ್ಲಿಯನ್ನು ಛೇಡಿಸಿದ್ದ ಮೂರನೆಯ ವ್ಯಕ್ತಿ ಅದು ಸರಿ ಎಂಬಂತೆ ತಲೆದೂಗಿ, ಈ ಉತ್ತರದಿಂದ ತನ್ನ ಸಂಶಯ ನಿವಾರಣೆಯಾದಂತೆ, ಬಾಯಗಲಿಸಿ ಗಹಗಹಿಸಿ ನಕ್ಕ. ಚಾರ್ಲಿಯ ತಂದೆ ಮತ್ತು ಉಳಿದ ಇಬ್ಬರೂ ಅವನೊಂದಿಗೆ ಕೇಕೆ ಹಾಕಿದರು. ಚಾರ್ಲಿಗೆ ಪ್ರೋತ್ಸಾಹ ನೀಡುವಂತೆ ಯುವಕ ಲೆನ್ನಿ ಅವನ ಬೆನ್ನು ತಟ್ಟಿ ಅವನನ್ನು ಆಚೀಚೆ ನೂಕಿದ. ಚಾರ್ಲಿಯೂ ಲೆನ್ನಿಯನ್ನು ಹಿಂದೆ ಜಗ್ಗಿದ. ಈ ಕಪಿಚೇಷ್ಟೆಯನ್ನು ನೋಡಿ ತಾಯಿ

ತೃಪ್ತಿಯಿಂದ ತಲೆದೂಗಿ ಮುಗುಳ್ನಕ್ಕಳು. ಗಂಭೀರ ಸನ್ನಿವೇಶವೊಂದನ್ನು ಅದು ಹಗುರಗೊಳಿಸಿತ್ತು. ಸುಮಾರು ಒಂದು ವರ್ಷದಿಂದ ಆತ ಮನೆಗೆ ಬಂದಿರಲಿಲ್ಲ. ಆದುದರಿಂದ ಅವರು ತಮ್ಮ ನಗುವನ್ನು ನಿಲ್ಲಿಸಿ ಆತ ಹೊರಡುವುದನ್ನು ಕಾಯುತ್ತಾ ನಿಂತಾಗ, ಈ ಸಂಗತಿಯನ್ನು ತಾವು ಮರೆತಿಲ್ಲವೆಂಬುದನ್ನು ಅವರ ಕಣ್ಣುಗಳು ಸಾರಿ ಹೇಳುತ್ತಿದ್ದವು.

ಮಿ. ಥಾರ್ನ್‌ಟನ್ ಮಗನತ್ತ ತಿರುಗಿ ನುಡಿದ:

"ನಿನ್ನ ಜೊತೆಯಲ್ಲಿ ಹೆಚ್ಚು ಸಮಯ ಕಳೆಯೋದಕ್ಕೆ ಸಾಧ್ಯವಾಗಿಲ್ವಲ್ಲಾ ಅಂತ ನನಗೆ ವ್ಯಥೆಯಾಗ್ತಿದೆ ಮಗು. ಆದ್ರೆ ನನ್ನ ಪರಿಸ್ಥಿತಿ ನಿನಗೆ ಗೊತ್ತಲ್ಲ?"

ಈ ಮುದುಕ ಗಣಿ ಕೆಲಸಗಾರ ಹಿಂದೆ ಅವರ ಯೂನಿಯನ್ನಿನ ಕಾರ್ಯದರ್ಶಿಯಾಗಿದ್ದು, ಈಗ ಅದರ ಅಧ್ಯಕ್ಷನಾಗಿದ್ದ. ಈವರೆಗಿನ ತನ್ನ ಜೀವಮಾನವನ್ನೆಲ್ಲ ಆತ ಒಂದಲ್ಲ ಒಂದು ವಿಧದಲ್ಲಿ ಗಣಿ ಕೆಲಸಗಾರರ ಪ್ರತಿನಿಧಿಯಾಗಿಯೇ ಸವೆಸಿದ್ದ. ಹಳ್ಳಿಯಲ್ಲಿ ಆತ ಎಲ್ಲರಿಗೂ ಬೇಕಾದವನಾಗಿದ್ದ. ಅವನು ದಾರಿಯಲ್ಲಿ ಹೋಗುವಾಗ, ಆಚೀಚೆಯ ಮನೆಗಳ ಹಿಂಬಾಗಿಲುಗಳಿಂದ ಯಾರಾದರೂ ಗಂಡಸರು ಅಥವಾ ಮೇಲ್ವಸನ ಧರಿಸಿದ್ದ ಯಾರಾದರೊಬ್ಬ ಹೆಂಗಸು "ಒಂದ್ನಿಮಿಷ ಬಿಲ್," ಎಂದು ಕರೆದು ಅವನ ಬಳಿ ಸಾರುತ್ತಿದ್ದರು. ಪ್ರತಿದಿನ ಸಂಜೆ ಆತ ತಮ್ಮ ಮನೆಯ ಅಡಿಗೆಕೋಣೆಯಲ್ಲಿ ಅಥವಾ ಅಲ್ಲಿ ಮಕ್ಕಳು ಟೆಲಿವಿಶನ್ ನೋಡುತ್ತಿದ್ದರೆ ಹಜಾರದಲ್ಲಿ ಕುಳಿತು, ನಿವೃತ್ತಿ ವೇತನಗಳು, ಕೇಳಿಕೆಗಳು, ಸೇವಾ ನಿಯಮಗಳು ಮತ್ತು ಭತ್ತೆಗಳೇ ಮೊದಲಾದ ವಿಷಯಗಳ ಬಗ್ಗೆ ಸಲಹೆ ನೀಡುತ್ತಿದ್ದ; ಫಾರ್ಮುಗಳನ್ನು ತುಂಬಿಸಿಕೊಡುತ್ತಿದ್ದ; ಸಂಕಷ್ಟಗಳನ್ನು ವಿಚಾರಿಸುತ್ತಿದ್ದ. ಚಾರ್ಲಿಗೆ ನೆನಪು ಬರಲು ಪ್ರಾರಂಭವಾದಾಗಿನಿಂದಲೂ ಮಿ. ಥಾರ್ನ್‌ಟನ್ ಅವನ ತಂದೆಯಾಗುವುದಕ್ಕಿಂತ ಹೆಚ್ಚಾಗಿ ಹಳ್ಳಿಯ ತಂದೆಯಾಗಿದ್ದ. ಅವನೊಂದಿಗಿದ್ದ ಮೂವರು ಗಣಿ ಕೆಲಸಗಾರರೂ ಈಗ ಅಡಿಗೆಕೋಣೆಯಿಂದ ಹಜಾರಕ್ಕೆ ದಾಟಿದರು. ಮಿ. ಥಾರ್ನ್‌ಟನ್ ಮಗನ ಭುಜದ ಮೇಲೆ ಕೈಯಿಟ್ಟು "ನಿನ್ನನ್ನು ಕಂಡುದು ಒಳ್ಳೆದಾಯಿತು," ಎಂದು ನುಡಿದು, ತಲೆಯಲ್ಲಾಡಿಸಿ, ಅವರನ್ನು ಹಿಂಬಾಲಿಸಿದ. ಅಡಿಗೆಕೋಣೆಯ ಕದವನ್ನು ಮುಚ್ಚುತ್ತಾ ಆತ ಹೆಂಡತಿಯೊಂದಿಗೆ ಹೇಳಿದ:

"ನಮಗೊಂದಿಷ್ಟು ಚಹಾ ಮಾಡಿಕೊಡ್ತೀಯೇನೆ ?"

ಗಂಡನ ಮಾತಿಗೆ ಹೂಂಗುಟ್ಟಿ ಅವಳು ಮಗನೊಡನೆ ನುಡಿದಳು:

"ಒಂದು ಕಪ್ ಚಹಾ ಕುಡಿಯೋ ಅಷ್ಟು ಸಮಯ ಇದೆ ಚಾರ್ಲಿ."

ಬೇರೆ ನೆರೆಹೊರೆಯವರು ಬರುವ ಸಂಭವ ಇನ್ನು ಕಡಿಮೆಯಾದುದರಿಂದ ಆತ ಅವಸರದಲ್ಲಿ ಓಡಬೇಕಾದ ಅಗತ್ಯವಿಲ್ಲ ಎಂಬುದು ಆಕೆಯ ಇಂಗಿತವಾಗಿತ್ತು. ಆದರೆ ಚಾರ್ಲಿಗೆ ಈ ಮಾತು ಕೇಳಿಸಲಿಲ್ಲ. ಆತ ಸುಮ್ಮಗೆ ತಾಯಿಯನ್ನು ನೋಡುತ್ತಾ ನಿಂತಿದ್ದ. ಕೊಳೆಯಾಗಿದ್ದ ಆಲೂಗಡ್ಡೆಗಳನ್ನು ಕೊಳಾಯಿ ನೀರಿನ ಅಡಿಯಲ್ಲಿ ಒಂದು ಕೈಯಿಂದ ಕುಲುಕಾಡಿಸುತ್ತಾ, ಬಿಡುವಾಗಿದ್ದ ಇನ್ನೊಂದು ಕೈಯನ್ನು ಚಹಾ ಪಾತ್ರೆಗಾಗಿ ಆಕೆ ಚಾಚುತ್ತಿದ್ದಳು. ಬಳಿಕ, ತನ್ನ ಮಳೆಯಂಗಿ ಮತ್ತು ಹೋಲ್ಡಾಲ್‌ಗಳನ್ನು ತರಲು ಚಾರ್ಲಿ ಅಲ್ಲಿಂದ ಹೊರಟ. ಅವನ ಕಿವಿಗಳಲ್ಲಿ ಒಳದನಿಯೊಂದು ಪಿಸುಗುಟ್ಟುತ್ತಿತ್ತು. ಅದನ್ನಾತ ದ್ವೇಷಿಸುತ್ತಿದ್ದರೂ, ಈರ್ಷ್ಯಾಯುಕ್ತವಾದ ಹೊರಗಣ ಹಗೆಯ ವಿರುದ್ಧ ಅದೊಂದೇ ತನಗಿರುವ ರಕ್ಷಣೆ ಎಂಬ ಭಾವನೆಯೂ ಅವನಲ್ಲಿತ್ತು. ಈ ಒಳದನಿ ಈಗ ಉಸುರುತ್ತಿತ್ತು :

'ನನ್ನೊಂದಿಗೆ ನನ್ನ ತಂದೆಯೇ ಕ್ಷಮಾಪಣೆ ಕೇಳುವಾಗ, ಅದನ್ನು ಸಹಿಸಲು ನನ್ನಿಂದಾ

ಗೋದಿಲ್ಲ – ನನ್ನ ಜೊತೆಯಲ್ಲಿ ಹೆಚ್ಚು ಸಮಯ ಕಳೆಯಲು ತನಗೆ ಸಾಧ್ಯವಾಗದೇ ಹೋದುದಕ್ಕಾಗಿ ಆತ ನನ್ನ ಕ್ಷಮೆ ಕೋರಿದ. ಆದರೆ ಆತ ಹಾಗಿಲ್ಲದೇ ಹೋಗ್ತಿದ್ರೆ, ಹಳ್ಳಿಯಲ್ಲಿ ಇತರ ಎಲ್ಲರಿಗಿಂತ್ಲೂ ಆತ ಹೆಚ್ಚು ಉತ್ತಮ ವ್ಯಕ್ತಿಯಾಗದೇ ಇರ್ತಿದ್ರೆ, ಇಲ್ಲಿ ನಮ್ಮದೊಂದೇ ನಿಜವಾದ ಪುಸ್ತಕಗಳಿರೋ ಮನೆಯಾಗದೆ ಇರ್ತಿದ್ರೆ, ನಾನೀಗ ಆಕ್ಸ್‌ಫರ್ಡ್‌ನಲ್ಲಿ ಇರ್ತಿರ್ಲಿಲ್ಲ. ಶಾಲೆಯಲ್ಲಿ ನಾನು ಒಳ್ಳೇ ವಿದ್ಯಾರ್ಥಿಯಾಗೋದಕ್ಕೂ ಸಾಧ್ಯವಾಗ್ತಿರ್ಲಿಲ್ಲ. ಆದ್ರಿಂದ ಇದು ಎರಡು ಅಲಗುಗಳುಳ್ಳ ಕತ್ತಿಯಂತೆ ಇಕ್ಕೆಡೆಗಳಿಗೂ ಅನ್ವಯವಾಗೋ ವಾದ.'

ಎರಡು ಅಲಗುಗಳುಳ್ಳ ಕತ್ತಿಯಂತೆ ಈ ಮಾತುಗಳು ಒಳಕಿವಿಯನ್ನು ಭೇದಿಸಿದವು. ತಾನು ನಿಂತ ನೆಲ ನಡುಗುತ್ತಿದ್ದಂತೆ ಭಾಸವಾಗಿ, ಅವನಿಗೆ ಹೊಟ್ಟೆ ತೊಳಸಿ ಕಣ್ಣು ಕತ್ತಲೆ ಬರುವಂತಾಯಿತು. ಅನಂತರ ತನ್ನ ಮುಖವನ್ನೇ ದಿಟ್ಟಿಸುತ್ತಾ ಇದಿರು ನಿಂತಿದ್ದ ತಾಯಿಯನ್ನು ಕಂಡು ಅವನ ಕಣ್ಣುಗಳು ಸ್ವಚ್ಛವಾದವು. ತೀಕ್ಷ್ಣಬುದ್ಧಿಯ ಆಕೆ ಮಗನ ಮೇಲೆ ಯಾವ ಆರೋಪವನ್ನೂ ಹೇರದ ನೋಟವನ್ನು ಬೀರುತ್ತಾ ಹೇಳಿದಳು:

"ನಿನ್ನ ದೇಹಸ್ಥಿತಿ ಅಷ್ಟು ನೆಟ್ಟಗಿರೋ ಹಂಗೆ ನನಗೆ ಕಾಣೋದಿಲ್ವಲ್ಲ ಮಗು?"

"ಹಾಗೇನಿಲ್ಲ; ನಾನು ಸರಿಯಾಗಿದ್ದೀನಿ," ಎಂದು ಅವಸರದಲ್ಲಿ ನುಡಿದು, ಅವಳ ಕೆನ್ನೆಗಳಿಗೆ ತುಟಿ ಮುಟ್ಟಿಸಿ ಚಾರ್ಲಿ ವಿದಾಯ ಹೇಳಿದ. ಬಳಿಕ, "ಹುಡುಗಿಯರು ಮನೆಗೆ ಬಂದಾಗ ಅವರಿಗೆ ನನ್ನ ಶುಭಕಾಮನೆಗಳನ್ನು ತಿಳಿಸಿಬಿಡಮ್ಮ" ಎನ್ನುತ್ತಾ ಆತ ಹೊರಗೆ ಕಾಲಿಟ್ಟ. ಲೆನ್ನಿಯೂ ಅವನ ಹಿಂದೆ ಹೊರಟ.

ಐವತ್ತು ಅಡಿಗೆಕೋಣೆಗಳನ್ನು ಹಿಂದಿಕ್ಕಿ ಯುವಕರಿಬ್ಬರೂ ಮೌನವಾಗಿ ಮುಂದೆ ನಡೆದರು. ಈ ಅಡಿಗೆಕೋಣೆಗಳೆಲ್ಲ ಪ್ರಕಾಶಮಯವಾಗಿದ್ದು, ಜೀವಕಳೆಯಿಂದ ತುಂಬಿ ತುಳುಕುತ್ತಿದ್ದವು. ಸಂಜೆಯ ಉಪಾಹಾರಕ್ಕಾಗಿ ಕೆಲಸಗಾರರು ಗಣಿಯಿಂದ ಮನೆಗಳಿಗೆ ಮರಳಿದಂತೆ, ಅವುಗಳ ಕದಗಳು ಆಗಾಗ ತೆರೆದುಕೊಳ್ಳುತ್ತಿದ್ದವು. ತರುವಾಯ ಇನ್ನೊಂದೈವತ್ತು ಮನೆಗಳ ಮುಂಭಾಗಗಳನ್ನೂ ಅವರು ಹಾಗೆಯೇ ಮೌನವಾಗಿ ಹಾದು ಹೋದರು. ಆದರೆ ಈ ಮುಂಭಾಗಗಳಲ್ಲಿ ಎಲ್ಲಿಯೂ ಬೆಳಕು ಕಾಣಿಸುತ್ತಿರಲಿಲ್ಲ. ಇಷ್ಟು ಹೊತ್ತಿನಲ್ಲಿ ಕೂಡ ಹಳ್ಳಿಯ ಜೀವನ ಅಡಿಗೆಕೋಣೆಗಳಲ್ಲೇ ಕೇಂದ್ರೀಕೃತವಾಗಿತ್ತು. ಅಲ್ಲಿ ಅಗ್ಗ ಕಲ್ಲಿದ್ದಲಿನ ಮೇಲೆ ಇಡೀ ದಿನ ಬೆಂಕಿ ಉರಿಯುತ್ತಿತ್ತು. ಈಗ ರಾಷ್ಟ್ರೀಕೃತವಾಗಿದ್ದ ಕಲ್ಲಿದ್ದಲು ಕಂಪೆನಿ ಮೂವತ್ತರ ದಶಕದಲ್ಲಿ ಈ ಹಳ್ಳಿಯನ್ನು ನಿರ್ಮಿಸಿತ್ತು. ಇಲ್ಲಿ ಒಟ್ಟು ಎರಡು ಸಾವಿರ ಮನೆಗಳಿದ್ದವು. ಮುಂಬದಿಯ ಚಿಕ್ಕ ಹೂದೋಟ ಮತ್ತು ಹಿಂಬದಿಯ ಸಣ್ಣ ಅಂಗಳದ ಸಮೇತ ಅವೆಲ್ಲವೂ ಒಂದೇ ರೀತಿಯಾಗಿದ್ದು, ಅವುಗಳ ನಡುವೆ ಒಂದಿಷ್ಟೂ ವ್ಯತ್ಯಾಸ ಇರಲಿಲ್ಲ. ಹೆಚ್ಚುಕಡಿಮೆ ಪ್ರತಿಯೊಂದು ಮನೆಯ ಮೇಲ್ಗಡೆಯೂ ಒಂದು ಟೆಲಿವಿಷನ್ ಏರಿಯಲ್ ಕಾಣುತ್ತಿತ್ತು. ಪ್ರತಿಯೊಂದು ಅಡಿಗೆಕೋಣೆಯ ಹೊಗೆ ಕೊಳವಿಯಿಂದಲೂ ಕಪ್ಪು ಹೊಗೆ ರಾಶಿರಾಶಿಯಾಗಿ ಮೇಲೇಳುತ್ತಿತ್ತು.

ಬಸ್ ಸ್ಟಾಪಿನಲ್ಲಿ ಚಾರ್ಲಿ ಮುಖ ತಿರುಗಿಸಿ, ಹಳ್ಳಿಯತ್ತ ಒಮ್ಮೆ ದೃಷ್ಟಿ ಹರಿಸಿದ. ಮೌನವಾಗಿ ಹೊಳೆಯುವ ಒದ್ದೆ ಬೆಳಕಿನ ಬಿಂದುಗಳನ್ನು ಅಲ್ಲಲ್ಲಿ ಸಿಂಪಡಿಸಿದ ತಗ್ಗಾದ ಒಂದು ಕಪ್ಪು ಹಳ್ಳದಂತೆ ಅದು ತೋರುತ್ತಿತ್ತು. ತನ್ನ ಸ್ವಂತ ಮನೆಯ ಬೆಳಕನ್ನು ಈ ಬಿಂದುಗಳಿಂದ ಪ್ರತ್ಯೇಕಿಸಲು ಆತ ಪ್ರಯತ್ನಿಸಿದ. ತನ್ನ ಮನೆಯ ಮೇಲೆ ಅವನಿಗೆ ತುಂಬ ಅಕ್ಕರೆಯಿತ್ತು. ಆದರೆ ಹಳ್ಳಿಯ ಬಗ್ಗೆ ಅಷ್ಟೇ ದ್ವೇಷವಿತ್ತು. ಅಲ್ಲಿಯ ಪ್ರತಿಯೊಂದೂ ಅವನನ್ನು

ರೇಗಿಸುತ್ತಿತ್ತು. ಹಾಗಿದ್ದರೂ, ತಮ್ಮ ಮನೆಯ ಅಡಿಗೆಕೋಣೆಯೊಳಗೆ ಕಾಲಿಟ್ಟ ತಕ್ಷಣ ಆದರದ ವಾತಾವರಣ ಅವನನ್ನು ಆಲಂಗಿಸುತ್ತಿತ್ತು. ಆ ದಿನ ಬೆಳಿಗ್ಗೆ ಮನೆಯ ಮುಂದಣ ಮೆಟ್ಟಿಲಿನ ಮೇಲೆ ನಿಂತು ಹಳ್ಳಿಯ ಉದ್ದಗಲಕ್ಕೂ ಆತ ದೃಷ್ಟಿ ಹಾಯಿಸಿದ್ದ. ಆ ಬೂದು ಬಣ್ಣದ ತಾರು ರಸ್ತೆ, ಅದರ ಇಕ್ಕೆಡೆಗಳಲ್ಲಿ ಬೂದು ಗಾರೆ ಬಳಿದ ಮನೆಗಳ ಸಾಲುಗಳು, ನೋಡಲು ಅಸಹ್ಯವಾಗಿದ್ದ ಬೂದು ದೀಪಗಂಬಗಳು, ಬೂದು ಬಣ್ಣದ ಬೇಲಿಗಳು ಮತ್ತು ಅವುಗಳಿಂದಾಚೆ ಬೂದು ಬಣ್ಣದ ಗಣಿಕಸದ ರಾಶಿ ಹಾಗೂ ಗಣಿಯ ಶಿರೋಭಾಗದ ಕಪ್ಪು ಆಕೃತಿ – ಇವುಗಳ ಮೇಲೆಲ್ಲ ಅವನ ನೋಟ ಹರಿದಿತ್ತು.

ಅವನ ಕಣ್ಣುಗಳು ಈ ದೃಶ್ಯವನ್ನು ನೋಡುತ್ತಾ ನಿಂತಿದ್ದಾಗ, ಅವನ ಒಳದನಿ ಕಟುವಾಗಿ ಉಪನ್ಯಾಸ ಮಾಡುತ್ತಿತ್ತು:

'ಇಲ್ಲಿ ಸುಂದರವಾಗಿರೋದು ಯಾವುದೂ ಕಣ್ಣಿಗೆ ಕಾಣಿಸೋದಿಲ್ಲ. ಚೆಲುವಿನ ಒಂದೇ ಒಂದು ವಸ್ತುವಾಗಲಿ ಅಥವಾ ಕಟ್ಟಡವಾಗಲಿ ಇಲ್ಲಿ ಎಲ್ಲಿಯೂ ಇಲ್ಲ. ಎಲ್ಲವೂ ಅಸಹ್ಯವಾಗಿ, ಕೀಳಾಗಿ, ಲಾವಣ್ಯರಹಿತವಾಗಿವೆ. ಇವುಗಳನ್ನೆಲ್ಲ ಬುಲ್‌ಡೋಜರುಗಳ ಮೂಲಕ ನೆಲಸಮ ಮಾಡಿ, ಮನುಷ್ಯನ ನೆನಪಿನಿಂದಲೇ ಇವನ್ನು ಅಳಿಸಿಹಾಕಬೇಕು.'

ಅಲ್ಲಿ ಒಂದು ಸಿನೆಮಾ ಮಂದಿರ ಕೂಡ ಇರಲಿಲ್ಲ.

ಹಾಗಾದರೆ ಇದ್ದುದೇನು ?

ಒಂದು ಅಂಚೆ ಕಚೇರಿ. ಅದಕ್ಕೆ ಸೇರಿದಂತೆ ಕೆಲವು ಕಥೆ ಪುಸ್ತಕಗಳಿದ್ದ ಒಂದು ಚಿಕ್ಕ ಗ್ರಂಥಾಲಯ. ಕುಡಿಯುವ ಸಲುವಾಗಿ ಗಣಿ ಕೆಲಸಗಾರರ ಎರಡು ಕ್ಲಬ್ಬುಗಳು. ಮನೆಗಳಲ್ಲಿನ ಟೆಲಿವಿಶನ್ ಬಿಟ್ಟರೆ ಎರಡು ಸಾವಿರ ಕುಟುಂಬಗಳಿಗೆ ಇದ್ದ ಸೌಕರ್ಯಗಳು ಇಷ್ಟು ಮಾತ್ರ.

ಆದರೆ ಹಿರಿಯ ಮಿ. ಥಾರ್ನ್‌ಟನ್ನನಿಗೆ ಇದು ತೃಪ್ತಿದಾಯಕವಾಗಿತ್ತು. ತನ್ನ ಮನೆಯ ಮುಂದಣ ಮೆಟ್ಟಿಲಿನ ಮೇಲೆ ನಿಂತು ಆಚೀಚೆ ನೋಡಿದಾಗ ಆತ ಹೆಮ್ಮೆಯಿಂದ ಮುಗುಳ್ನಗೆ ಸೂಸುತ್ತಾ, ತನ್ನ ಮಕ್ಕಳನ್ನು ಕರೆದು ಹೇಳುತ್ತಿದ್ದ:

"ಗಣಿ ಕೆಲಸಗಾರರ ಒಂದು ಪಟ್ಟಣ ಹೇಗಿರಬಹುದು ಅನ್ನೋದನ್ನು ನೀವೆಂದೂ ನೋಡಿಯೇ ಇಲ್ಲ. ಅಲ್ಲಿನ ಸ್ಥಿತಿಗತಿಗಳನ್ನು ಊಹಿಸೋದಕ್ಕೆ ಕೂಡ ನಿಮ್ಮಿಂದ ಸಾಧ್ಯವಿಲ್ಲ. ಕೊಳೆಗೇರಿಗಳು – ಅವು ಕೊಳೆಗೇರಿಗಳಾಗಿದ್ದವು. ಸರಿ; ಅದನ್ನೆಲ್ಲ ನಾವೀಗ ಅಂತ್ಯಗೊಳಿಸಿದ್ದೀವಿ... ಹೌದು, ನೀವೀಗ ಡಾಂಕಾಸ್ಟರ್‌ಗೆ ಹೋಗ್ತೀರಿ ಅಂತ ಕಾಣ್ತದೆ. ನರ್ತನ ಮತ್ತು ಚಲಚ್ಚಿತ್ರಗಳು – ಅದರ ಹೊರತು ನಿಮಗೆ ಬೇರೆ ಯೋಚನೇನೇ ಇಲ್ಲ. ಇದೆಲ್ಲ ಎಂದಿನಿಂದ್ಲೂ ಹೀಗೆಯೇ ಇತ್ತು ಅಂತ ನಿಮ್ಮ ಭಾವನೆ. ಆದರೆ ನನ್ನ ಕಾಲದಲ್ಲಿ..."

ಆದಕಾರಣ ಚಾರ್ಲಿ ಮನೆಗೆ ಬಂದಾಗ, ತನ್ನ ಕಟು ಟೀಕೆಗಳಿಗೆ ಆತ ಎಂದೂ ದನಿಗೊಡುತ್ತಿರಲಿಲ್ಲ. ಏಕೆಂದರೆ ಎಲ್ಲಕ್ಕಿಂತಲೂ ಹೆಚ್ಚಾಗಿ, ತನ್ನ ತಂದೆಯ ಮನಸ್ಸಿಗೆ ನೋವು ಉಂಟುಮಾಡಲು ಆತ ಸಿದ್ಧನಿರಲಿಲ್ಲ.

ಅಷ್ಟರಲ್ಲಿ ಕೆಲವು ತರುಣ ಗಣಿ ಕೆಲಸಗಾರರ ಒಂದು ತಂಡ ಬಸ್‌ಗಾಗಿ ಅತ್ತ ಬಂತು. ಅವರೆಲ್ಲ ತಮ್ಮ ಭುಜಗಳು ಎದ್ದು ಕಾಣುವಂತೆ ನಾಜೂಕಾಗಿ ಹೊಲಿಯಲ್ಪಟ್ಟ ಸೂಟ್‌ಗಳನ್ನು ತೊಟ್ಟಿದ್ದರು, ತಲೆಯ ಮೇಲೆ ಓರೆಯಾಗಿ ಟೋಪಿಗಳನ್ನು ಧರಿಸಿದ್ದರು, ಕಂಠವಸ್ತ್ರಗಳನ್ನು ತಮ್ಮ ಹೆಗಲುಗಳ ಮೇಲೆ ಇಳಿಬಿಟ್ಟಿದ್ದರು. ಅವರು ಲೆನ್ನಿಯೊಡನೆ "ಕುಶಲವೆ ?" ಎಂದು ಕೇಳಿ, ಅನಂತರ ಅವನೊಂದಿಗಿದ್ದ ಅಪರಿಚಿತನತ್ತ ನೋಡಿದರು. "ಇದು ನನ್ನ ಅಣ್ಣ" ಎಂದು

ಲೆನ್ನಿ ಹೇಳಿದ ಬಳಿಕ, ಅವರು ತಲೆಯಲ್ಲಾಡಿಸಿ ಬಸ್ ಹತ್ತಲು ಬೇಗನೆ ಆಚೆ ತಿರುಗಿ, ಸೀದಾ ಮೇಲಿನ ಮಹಡಿಗೆ ಸಾಗಿದರು. ಲೆನ್ನಿ ಮತ್ತು ಚಾರ್ಲಿ ಕೆಳಗಿನ ಅಂಕಣದಲ್ಲಿ ಮುಂದುಗಡೆ ಹೋಗಿ ಕುಳಿತರು. ತನ್ನ ಕಂಠವಸ್ತ್ರವನ್ನು ಹೆಗಲ ಮೇಲೆ ಹಾಕಿ, ತಲೆಯ ಮೇಲೆ ಗಟ್ಟಿಯಾದ ಬಟ್ಟೆಯ ಟೋಪಿಯನ್ನು ಧರಿಸಿದ್ದ ಲೆನ್ನಿ ಅವರಂತೆಯೇ ಕಾಣುತ್ತಿದ್ದ. ಆತ ಕೊಂಚ ಕುಳ್ಳಗಾಗಿ ದುಂಡಗಾಗಿದ್ದು, ಗಟ್ಟಿಮುಟ್ಟಾಗಿದ್ದ – 'ಗಣಿ ಕೆಲಸಕ್ಕಾಗಿ ಹೇಳಿ ಮಾಡಿಸಿದಂಥವ' ಎಂದಿದ್ದ ಮಿ. ಥಾರ್ನ್‌ಟನ್. ಆದರೆ ಲೆನ್ನಿ ಡಾಂಕಾಸ್ಟರ್‌ನಲ್ಲಿ ಒಂದು ಫೌಂಡ್ರಿಯಲ್ಲಿ ಕೆಲಸ ಮಾಡುತ್ತಿದ್ದ. ಗಣಿ ಕೆಲಸ ತನಗೆ ಬೇಡ ಎಂದು ಆತ ನುಡಿದಿದ್ದ. ತಂದೆ ಕೆಮ್ಮುವುದನ್ನು ಕೇಳುತ್ತಾ ಬಾಲ್ಯದ ತನ್ನ ರಾತ್ರಿಗಳನ್ನೆಲ್ಲ ಆತ ಕಳೆದಿದ್ದ. ಆದುದರಿಂದ ಗಣಿ ಕೆಲಸ ತನಗೆ ಹೇಳಿದುದಲ್ಲವೆಂದು ಅವನು ನಿರ್ಧರಿಸಿದ್ದ. ಆದರೆ ತನ್ನ ತಂದೆಗೆ ಮಾತ್ರ ಇದನ್ನೆಂದೂ ಆತ ಹೇಳಿರಲಿಲ್ಲ.

ಲೆನ್ನಿಗೆ ಇಪ್ಪತ್ತು ವರ್ಷ ವಯಸ್ಸಾಗಿತ್ತು. ವಾರಕ್ಕೆ ಹದಿನೇಳು ಪೌಂಡ್ ಹಣ ಸಂಪಾದಿಸುತ್ತಿದ್ದ ಆತ ಕಳೆದ ಮೂರು ವರ್ಷಗಳಿಂದ ಒಬ್ಬ ಹುಡುಗಿಯಲ್ಲಿ ಅನುರಕ್ತನಾಗಿದ್ದು, ಅವಳನ್ನು ಮದುವೆಯಾಗಲು ಬಯಸುತ್ತಿದ್ದ. ಆದರೆ ದೊಡ್ಡಣ್ಣನ ಕಾಲೇಜು ವ್ಯಾಸಂಗ ಮುಗಿಯುವ ತನಕ ಅವನಿಗೆ ಮದುವೆ ಮಾಡಿಕೊಳ್ಳಲು ಸಾಧ್ಯವಿರಲಿಲ್ಲ. ಅವರ ತಂದೆ ಇನ್ನು ಕೂಡ ಗಣಿಯ ಒಳಗೆ ಕಲ್ಲಿದ್ದಲು ಕಡಿಯುವ ಕೆಲಸ ಮಾಡುತ್ತಿದ್ದ. ವಯೋಮಾನದ ಹಕ್ಕಿನಂತೆ ಆತ ಈಗ ಗಣಿಯ ಮೇಲ್ಮೈಯಲ್ಲಿ ಕೆಲಸ ಮಾಡಬೇಕಿತ್ತು. ಆದರೆ ಒಳಮೈಯ ಕೆಲಸಕ್ಕೆ ವಾರದಲ್ಲಿ ನಾಲ್ಕು ಪೌಂಡ್‌ಗಳಷ್ಟು ಹೆಚ್ಚು ಸಂಬಳ ದೊರೆಯುತ್ತಿದ್ದುದರಿಂದ, ಆತ ಅಲ್ಲೇ ದುಡಿಯುತ್ತಿದ್ದ. ಈಗ ಆಫೀಸಿನಲ್ಲಿದ್ದ ಅವರ ಸೋದರಿಯೊಬ್ಬಳು ಶಾಲಾ ಉಪಾಧ್ಯಾಯಿನಿಯಾಗಲು ಇಚ್ಛಿಸಿದ್ದಳು. ಆದರೆ ಇದಕೋಸ್ಕರ ಅವಳನ್ನು ಅಧ್ಯಾಪಕ ತರಬೇತಿ ಶಾಲೆಗೆ ಕಳುಹಿಸಬೇಕೇ, ಬೇಡವೇ ಎಂದು ನಿರ್ಧರಿಸಬೇಕಾದ ಸಮಯ ಬಂದಾಗ, ಕುಟುಂಬದ ಉಳಿತಾಯ ಹಣವನ್ನೆಲ್ಲ ಚಾರ್ಲಿಯ ವಿದ್ಯಾಭ್ಯಾಸಕ್ಕೆ ತೆರಬೇಕಾಗಿ ಬಂದಿತ್ತು. ಆಕ್ಸ್‌ಫರ್ಡಿನಲ್ಲಿ ಅವನ ಮೇಲು ವೆಚ್ಚಕ್ಕಾಗಿ ಅವರಿಗೆ ವರ್ಷಕ್ಕೆ ಇನ್ನೂರು ಪೌಂಡ್ ಹಣ ವ್ಯಯವಾಗುತ್ತಿತ್ತು. ಕುಟುಂಬದಲ್ಲಿ ಚಾರ್ಲಿಗಾಗಿ ತ್ಯಾಗ ಮಾಡದಿದ್ದವರು ಅವರ ತಾಯಿ ಮತ್ತು ಇನ್ನೂ ಶಾಲೆಗೆ ಹೋಗುತ್ತಿದ್ದ ಚಿಕ್ಕ ತಂಗಿಯೊಬ್ಬಳು ಮಾತ್ರ.

ಬಸ್‌ನಲ್ಲಿ ಅವರು ಸುಮಾರು ಅರ್ಧ ಗಂಟೆ ಕಾಲ ಕಳೆಯಬೇಕಿತ್ತು. ಈ ಅವಧಿಯಲ್ಲಿ ಲೆನ್ನಿ ಏನು ಹೇಳಬಹುದೆಂಬುದನ್ನು ಕೇಳಲು ಸಿದ್ಧವಾಗಿ, ಅದನ್ನು ಇದಿರಿಸಲು ಚಾರ್ಲಿಯ ಮೈಮನಗಳು ಸೆಟೆದುಕೊಂಡಿದ್ದವು. ಆದರೂ ಲೆನ್ನಿಯೊಂದಿಗೆ ಈ ವಿಚಾರಗಳನ್ನೆಲ್ಲ ತಾನು ಮುಕ್ತವಾಗಿ ಚರ್ಚಿಸಬಹುದು, ಅವನೊಂದಿಗಾದರೂ ಪ್ರಾಮಾಣಿಕತೆಯಿಂದ ಮಾತನಾಡ ಬಹುದು ಎಂದು ಯೋಚಿಸುತ್ತಾ ಆತ ಮನೆಗೆ ಬಂದಿದ್ದ.

ಲೆನ್ನಿಗೆ ಮಾತ್ರ ಇದಾವುದರ ಗೊಡವೆಯೂ ಇರಲಿಲ್ಲ. ಅಣ್ಣನ ಮುಖವನ್ನು ಆತಂಕ ಮತ್ತು ಪ್ರೀತಿಗಳಿಂದ ಪರೀಕ್ಷಿಸುತ್ತಾ, ಅವನೀಗ ತಮಾಷೆಯ ದನಿಯಲ್ಲಿ ಕೇಳಿದ:

"ನಿನ್ನ ಸಹವಾಸದ ಸೌಭಾಗ್ಯ ನಮಗೀಗ ಒದಗಿರೋದಕ್ಕೆ ಕಾರಣವೇನು, ಚಾರ್ಲಿ – ಮರಿ ? 'ವಾರಾಂತ್ಯದಲ್ಲಿ ನಾನು ಬರ್ತೀನಿ' ಅಂತ ನೀನು ಬರೆದಾಗ, ನಾವೆಲ್ಲ ಆಶ್ಚರ್ಯದಿಂದ ದಂಗಾಗಿ ಹೋಗಿದ್ವಿ."

ಚಾರ್ಲಿ ಸಿಟ್ಟಿನಿಂದ ಉತ್ತರಿಸಿದ :

"ಪ್ರಭುಗಳು ಮತ್ತು ಪ್ರತಿಷ್ಠಿತರ ಸಹವಾಸ ನನಗೆ ಸಾಕಾಗಿಹೋಯ್ತು."

ಲೆನ್ನಿ ತಟಕ್ಕನೆ ಹೇಳಿದ:

"ಹೋ, ಹಾಗೋ? ಅವರ ಮಾತನ್ನು ನೀನು ಮನಸ್ಸಿಗೆ ಹಚ್ಚಿಕೋಬೇಕು ಅಂತಿರ್ಲಿಲ್ಲ. ಅದರಲ್ಲೇನೂ ದುರುದ್ದೇಶವಿರ್ಲಿಲ್ಲ."

"ಅದು ನನಗೆ ಗೊತ್ತು."

ಅಣ್ಣನ ಮುಖದ ಮೇಲೆ ಎಚ್ಚರಿಕೆಯಿಂದ ಒಂದು ಕ್ಷಣ ಕಾಲ ಮಾತ್ರ ಮತ್ತೊಮ್ಮೆ ಆತಂಕದ ನೋಟವನ್ನು ಬೀರಿ, ಲೆನ್ನಿ ನುಡಿದ:

"ಅಮ್ಮ ಹೇಳಿದ್ದು ನಿಜ. ನಿನ್ನ ದೇಹಸ್ಥಿತಿ ಅಷ್ಟೇನೂ ಚೆನ್ನಾಗಿರೋ ಹಂಗೆ ಕಾಣೋದಿಲ್ಲ. ಏನಾಗ್ತಿದೆ ನಿನಗೆ ?"

ಚಾರ್ಲಿ ಒಂದೇ ಉಸಿರಿನಲ್ಲಿ ಉಸುರಿದ :

"ಪರೀಕ್ಷೇಲಿ ನಾನು ತೇರ್ಗಡೆಯಾಗದಿದ್ರೆ ಏನು ಗತಿ ?"

"ಹಾಂ ! ಇದೇನು ನೀನು ಹೇಳ್ತಿರೋದು ? ಶಾಲೇಲಿ ಯಾವಾಗ಼್ೂ ನೀನು ಮೊದಲನೇ ಸ್ಥಾನ ಪಡೀತಾ ಇದ್ದಿ. ನಿನ್ನಷ್ಟು ಉತ್ತಮ ವಿದ್ಯಾರ್ಥಿ ಬೇರೆ ಯಾರೂ ಇರ್ಲಿಲ್ಲ. ಆದ್ರಿಂದ ನೀನೇಕೆ ಈಗ ಪಾಸಾಗ್ಬಾರ್ದು ?"

"ಪಾಸಾಗಲಾರೆ ಅಂತ ಒಮ್ಮೊಮ್ಮೆ ನನಗೆ ಕಾಣ್ತದೆ," ಎಂದು ಚಾರ್ಲಿ ಕುಂಟುತ್ತ ಉತ್ತರಿಸಿದ. ಆದರೆ ಕಠಿಣವಾದ ಒಂದು ಕ್ಷಣ ಕಳೆದುಹೋಯಿತಲ್ಲಾ ಎಂದು ಅವನಿಗೆ ಸಮಾಧಾನವಾಗಿತ್ತು.

ಈ ಸಲ ಮುಚ್ಚುಮರೆಯಿಲ್ಲದೆ ಲೆನ್ನಿ ಅವನನ್ನು ಪರೀಕ್ಷಕ ದೃಷ್ಟಿಯಿಂದ ನೋಡಿ ತನ್ನ ಭುಜಗಳನ್ನು ಅಲುಗಾಡಿಸಿದ. ವಾಸ್ತವವಾಗಿ, ಸೋಲಿನ ಸಾಧ್ಯತೆಯನ್ನು ಊಹಿಸಿ ಆತ ಭುಜಗಳನ್ನು ಬಗ್ಗಿಸಿದ್ದು. ಮೊಣಕಾಲುಗಳ ಮೇಲೆ ತನ್ನ ದೊಡ್ಡ ಕೈಗಳನ್ನಿರಿಸಿ ಆತ ಹೀಗೆ ಬಾಗಿ ಕುಳಿತ. ಅವನ ಮುಖದ ಮೇಲೆ ಒಂದು ಚಿಕ್ಕ ವಿಮರ್ಶಾತ್ಮಕ ನಗೆ ಸೂಸುತ್ತಿತ್ತು. ಅದು ಚಾರ್ಲಿಯ ಕುರಿತಾದ ವಿಮರ್ಶೆಯಾಗಿರಲಿಲ್ಲ, ಖಂಡಿತವಾಗಿಯೂ ಆಗಿರಲಿಲ್ಲ; ಆದರೆ ಬದುಕಿನ ಟೀಕೆಯಾಗಿತ್ತು.

ಇತ್ತ ತಪ್ಪು ಮಾಡಿದ ಮನೋಭಾವದ ನೋವಿನಿಂದ ಚಾರ್ಲಿಯ ಹೃದಯ ಮಿಡಿಯುತ್ತಿತ್ತು. ಈ ಗುಂಗಿನಲ್ಲಿ ಆತ ಹೇಳಿದ:

"ಪರಿಸ್ಥಿತಿ ಅಷ್ಟೇನೂ ಕೆಟ್ಟದಾಗಿಲ್ಲ. ನಾನು ಪಾಸಾಗ್ತೀನಿ."

ಇದರೊಂದಿಗೆ ಅವನ ಆಂತರಿಕ ವೈರಿ ಮೆಲ್ಲನೆ ನುಡಿಯಿತು:

'ಹೌದು, ನಾನು ಪಾಸಾಗ್ತೀನಿ. ಬಳಿಕ, ಒದ್ದೆ ಮೂತಿಯ ಇತರ ಪುಟ್ಟ ಹೈದಗಳೊಂದಿಗೆ ಯಾರಾದರೊಬ್ಬ ಪ್ರಕಾಶನ ಆಫೀಸಿನಲ್ಲಿ ನನಗೆ ಶ್ರಮರಹಿತವಾದ ಒಂದು ಒಳ್ಳೇ ಕೆಲಸ ಸಿಗ್ತದೆ. ಇಲ್ಲವೇ ನಾನೊಂದು ರೀತಿಯ ಗುಮಾಸ್ತನಾದ್ರೂ ಆಗ್ಬಹುದು. ಅಥವಾ ನಾನೊಬ್ಬ ಉಪಾಧ್ಯಾಯನಾಗಬಹುದು – ಶಿಕ್ಷಣ ವೃತ್ತಿಗೆ ಬೇಕಾದ ಕೌಶಲ್ಯ ನನ್ನಲ್ಲಿಲ್ಲ, ಆದರೆ ಅದೇನು ದೊಡ್ಡ ಮಹಾ ? ಅಲ್ಲಿದಿದ್ದರೆ, ಉದ್ಯಮ ರಂಗದ ಆಡಳಿತ ವಿಭಾಗದಲ್ಲಿ ಸೇರಿ ಲೆನ್ನಿಯಂತಹ ಜನರ ಮೇಲೆ ನಾನು ಅಧಿಕಾರ ಚಲಾಯಿಸ್ಬಹುದು. ಇದರಲ್ಲಿ ತಮಾಷೆಯೆಂದರೆ, ನನ್ನಿಂದ ಇನ್ನು ಕೆಲವು ವರ್ಷಗಳ ತನಕ ಮಾಡಲು ಸಾಧ್ಯವಾಗದಷ್ಟು ಸಂಪಾದನೆಯನ್ನು ಲೆನ್ನಿ ಈಗಾಗಲೇ ಮಾಡ್ತಿದ್ದಾನೆ.'

ಅವನ ಬಲಭುಜದ ಮೇಲೆ ಕೂತಿದ್ದ ಇನ್ನೊಂದು ವೈರಿ ಈಗ ಮಧ್ಯಪ್ರವೇಶ ಮಾಡಿತು. ವ್ಯಂಗ್ಯವಾಗಿ ಗಂಟೆಯೊಂದನ್ನು ಬಾರಿಸುತ್ತಾ, ಅದು ಆಲಾಪಿಸಿತು:

'ಈ ದಿನ ಬೆಳಗ್ಗೆ, ದೀಪ ಉರಿಸುವ ಅನಿಲದಿಂದ ತುಂಬಿದ್ದ ಒಂದು ಚಿಕ್ಕ ಕೋಣೆಯೊಳಗೆ, ಆಕ್ಸ್‌ಫರ್ಡಿನಲ್ಲಿ ತನ್ನ ಮೂರನೇ ವರ್ಷದಲ್ಲಿದ್ದ ಚಾರ್ಲಿ ಥಾರ್ನ್‌ಟನ್ ಎಂಬವನ ಮೃತದೇಹ ಪತ್ತೆಯಾಯಿತು. ಆತ ಮಿತಿಮೀರಿ ಕೆಲಸ ಮಾಡುತ್ತಿದ್ದ. ಮರಣ ಸ್ವಾಭಾವಿಕ ಕಾರಣಗಳಿಂದ.'

ಅನಂತರ ಗಟ್ಟಿದನಿಯಲ್ಲಿ, ಅವನನ್ನು ಹೀಗಳೆಯುವಂತಹ ಅಸಭ್ಯವಾದ ಒಂದು ಉದ್ಗಾರವನ್ನು ಮಾಡಿ, ವೈರಿ ಸುಮ್ಮಗಾಯಿತು. ಆದರೆ ಅದು ಹೊಂಚುಹಾಕಿ ಕಾಯುತ್ತಿತ್ತು: ಅದು ಕಾಯುತ್ತಾ ಅಲ್ಲಿ ನಿಂತಿತ್ತೆಂಬುದನ್ನು ಚಾರ್ಲಿ ಅರಿತಿದ್ದ.

ಇಷ್ಟು ಹೊತ್ತು ಸುಮ್ಮಗೆ ಬಗ್ಗಿ ಕುಳಿತಿದ್ದ ಲೆನ್ನಿ ಈಗ ಕೇಳಿದ:

"ನೀನು ಯಾರಾದರೂ ಡಾಕ್ಟರನ್ನು ನೋಡಿದ್ದೀಯಾ, ಚಾರ್ಲಿ – ಮರಿ ?"

"ಹೌದು, ನೋಡಿದ್ದೀನಿ. ಹೆಚ್ಚು ಧಾವತಿ ಪಡದೆ, ಸ್ವಲ್ಪ ವಿಶ್ರಾಂತಿ ತಗೋಬೇಕು ಅಂತ ಆತ ಹೇಳಿದ. ನಾನು ಮನೆಗೆ ಬಂದಿದ್ದು ಅದಕ್ಕಾಗಿಯೇ."

"ಸಾಯೋ ಹಾಗೆ ಮಿತಿಮೀರಿ ಶ್ರಮ ಪಡೋದ್ರಲ್ಲಿ ಅರ್ಥವಿಲ್ಲ."

"ಇಲ್ಲ, ಇಲ್ಲ. ಅದೇನೂ ಅಷ್ಟು ಗುರುತರವಾದ ಸಂಗ್ತಿಯಲ್ಲ. ಡಾಕ್ಟರ್ ಹೇಳಿದ್ದು, ಸ್ವಲ್ಪ ಆರಾಮವಾಗಿರ್ಬೇಕು ಅಂತ ಮಾತ್ರ."

ಆದರೆ ಲೆನ್ನಿಗೆ ಇದರಿಂದೇನೂ ಸಮಾಧಾನವಾದಂತೆ ಕಾಣಲಿಲ್ಲ, ಅವನ ಮುಖ ಗಂಭೀರವಾಗಿತ್ತು. ಆತ ಮನೆಗೆ ಮರಳಿದ ಮೇಲೆ ಅವನ ಮತ್ತು ತಮ್ಮ ತಾಯಿಯ ನಡುವೆ ಏನು ಸಂಭಾಷಣೆ ನಡೆಯಲಿದೆಯೆಂದು ಚಾರ್ಲಿಗೆ ಗೊತ್ತಿತ್ತು. ಲೆನ್ನಿ ತಾಯಿಯೊಡನೆ ಹೇಳಲಿದ್ದ:

'ಅಮ್ಮ, ಚಾರ್ಲಿಯ ತಲೆಯೊಳಗೆ ಏನೋ ಕೊರೀತಾ ಇದೆ.'

ಅದಕ್ಕೆ ತಾಯಿ (ಆಲೂಗಡ್ಡೆಯ ಚೂರುಗಳನ್ನು ಕುದಿಯುತ್ತಿರುವ ಕೊಬ್ಬಿನ ಬಾಣಲೆಗೆ ಹಾಕುತ್ತಾ) ಉತ್ತರಿಸಲಿದ್ದಳು:

'ಈ ಪೇಚಾಟದಿಂದ ಏನು ಫಲ ಅಂತ ಆತ ಕೆಲವೊಮ್ಮೆ ಯೋಚಿಸ್ತಿರಬಹುದು. ಅವನಿನ್ನೂ ಏನೂ ಸಂಪಾದನೆ ಮಾಡೋದನ್ನು ಆತ ಕಾಣ್ತಿದಾನೆ.'

ಆಮೇಲೆ ಸ್ವಲ್ಪ ಹೊತ್ತು ಮೌನ. ಪರಾಂಬರಿಕೆಯ ನೋಟಗಳ ಪರಸ್ಪರ ವಿನಿಮಯ. ಬಳಿಕ ತಾಯಿ ಪುನಃ ನುಡಿಯಲಿದ್ದಳು:

'ಅವ್ನಿಗೆ ನಿಜವಾಗ್ಲೂ ಬಹಳ ತ್ರಾಸವಾಗ್ತಿರಬೇಕು. ಇಲ್ಲಿಗೆ ಬರ್‍ತಾನೆ – ಇದೊಂದು ಬೇರೆಯೇ ಜಗತ್ತು. ತರುವಾಯ ಮತ್ತೆ ಅಲ್ಲಿಗೆ ಹೋಗ್ತಾನೆ; ಅಲ್ಲಿ ಪುನಃ ಎಲ್ಲವೂ ಬೇರೆ.'

"ನೀನೇನೂ ಚಿಂತೆ ಮಾಡ್ಬೇಡಮ್ಮ."

"ನಾನೇನೂ ಚಿಂತೆ ಮಾಡ್ತಿಲ್ಲ. ಚಾರ್ಲಿಗೆ ಅಂಥದೇನೂ ಆಗಿಲ್ಲ. ಅವನು ಸರಿಯಾಗಿದ್ದಾನೆ."

ಲೆನ್ನಿ ಮತ್ತು ತಾಯಿ ಹೇಗೆ ಸಂಭಾಷಿಸಬಹುದೆಂದು ಚಾರ್ಲಿ ಊಹಿಸುತ್ತಿದ್ದಂತೆ, ಅವನ ಒಳದನಿ ಕಾತರದಿಂದ ವಿಚಾರಿಸಿತು :

'ಉಳಿದ ವಿಷಯಗಳ ಬಗ್ಗೆ ತಾಯಿಯ ಅಭಿಪ್ರಾಯ ನಿಜವಾಗಿದ್ರೆ, ಅವಳ ಕೊನೆಯ

ನುಡಿಯೂ ನಿಜವಾಗಿರ್ಬಹುದು ಅಂತ ಕಾಣ್ತದೆ: **ಅಂದ್ರೆ ನನಗೆ ಏನೂ ಆಗಿಲ್ಲ, ನಾನು ಸರಿಯಾಗಿದ್ದೀನಿ ಅಂತ ಹೇಳ್ಬಹುದು?'**

ಆದರೆ ಅವನ ಬಲ ಭುಜದ ಮೇಲೆ ಕೂತಿದ್ದ ವೈರಿ ನುಡಿಯಿತು:

'ಒಬ್ಬ ಮನುಷ್ಯನ ಅತ್ಯುತ್ತಮ ಹಿತೈಷಿಯೆಂದರೆ ಅವನ ತಾಯಿ. ಆಕೆ ಯಾವುದನ್ನೂ ಹಾಗೆಯೇ ಬಿಡೋದಿಲ್ಲ.'

ಹಿಂದಿನ ವರ್ಷ ಒಂದು ಸಂಗತಿ ನಡೆದಿತ್ತು. ಈಚಿನ ದಿನಗಳಲ್ಲಿ ತನಗೆ ಪರಿಚಿತರಾಗಿದ್ದ ಠಾಕುಠೀಕಿನ ಜನರ ಬಗ್ಗೆ ಕುಟುಂಬದ ಸದುದ್ದೇಶಯುತ ಕುತೂಹಲವನ್ನು ತೃಪ್ತಿಪಡಿಸುವ ಸಲುವಾಗಿ ಒಂದು ವಾರಾಂತ್ಯದ ಮಟ್ಟಿಗೆ ಆತ ಜೆನ್ನಿಯನ್ನು ಮನೆಗೆ ಕರೆದುಕೊಂಡು ಹೋಗಿದ್ದ. ಒಬ್ಬ ಬಡಪಾದ್ರಿಯ ಮಗಳಾಗಿದ್ದ ಜೆನ್ನಿ ವ್ಯಾಸಂಗನಿರತೆಯಾಗಿ ಪುಸ್ತಕಜ್ಞಾನಿ ಯಾಗಿದ್ದಳು. ಅವಳಲ್ಲಿ ಕೊಂಚ ಸ್ವಪ್ರತಿಷ್ಠೆಯೂ ಇತ್ತು. ಆದರೆ ಆಕೆ ಒಳ್ಳೆಯ ಹುಡುಗಿ. ಅವಳು 'ಬಿಂಕ' ಪ್ರದರ್ಶಿಸಬಹುದೆಂದು ನಿರೀಕ್ಷಿಸಿ, ಅದಕ್ಕಾಗಿ ಮನೆಯವರು ಕಾಯುತ್ತಿದ್ದರೂ, ವಾರಾಂತ್ಯದ ಸಂಕೀರ್ಣ ಪ್ರವಾಹಗಳಲ್ಲಿ ಆಕೆ ಸುಲಭವಾಗಿ ಈಜಾಡಿದ್ದಳು. ಅನಂತರ ಮಾತ್ರ, ಹುಣ್ಣಿನ ಮೇಲೆ ಕೈಯಿಟ್ಟು ತೋರಿಸಿದಂತೆ ಶ್ರೀಮತಿ ಥಾರ್ನ್‌ಟನ್ ಚಾರ್ಲಿಯೊಡನೆ ಹೇಳಿದ್ದಳು:

"ನಿನ್ನ ಜೆನ್ನಿ ಬಹಳ ಒಳ್ಳೇ ಹುಡುಗಿ, ಚಾರ್ಲಿ. ಅವಳು ನಿಜವಾದ ಒಬ್ಬ ತಾಯಿಯಂತೆ ನಿನ್ನನ್ನು ನೋಡ್ತಿದ್ದಾಳೆ ಅನ್ನೋದ್ರಲ್ಲಿ ಸಂದೇಹವಿಲ್ಲ."

ಈ ಕೊನೆಯ ಮಾತು ಹುಡುಗಿಯ ಬಗ್ಗೆ ಟೀಕೆಯಾಗಿರಲಿಲ್ಲ. ಅದು ಚಾರ್ಲಿಯ ಕುರಿತಾದ ಟೀಕೆಯಾಗಿತ್ತು.

ಈಗ ಲೆನ್ನಿಯ ಜವಾಬ್ದಾರಿಯುತ ಮುಖವನ್ನು ನೋಡುತ್ತಾ ಚಾರ್ಲಿ ತನಗೆ ತಾನೇ ಅಂದುಕೊಂಡ: ಹೌದು. ಅವನು ಒಬ್ಬ ಗಂಡಸು. ಶಾಲೆ ಬಿಟ್ಟ ಬಳಿಕ, ಕಳೆದ ಹಲವು ವರ್ಷಗಳಿಂದ ಆತ ಗಂಡಸಾಗಿದ್ದಾನೆ, ಇನ್ನು ನಾನೋ? ನಾನು ನಿಜವಾಗಿಯೂ ಒಂದು ಮಗು. ಆದರೂ ಅವನಿಗಿಂತ ಎರಡು ವರ್ಷ ಹೆಚ್ಚು ವಯಸ್ಸು ನನಗಾಗಿದೆ.

ಚಾರ್ಲಿಯ ಈ ಯೋಚನೆಗೆ ಕಾರಣವಿಲ್ಲದಿರಲಿಲ್ಲ. ಏಕೆಂದರೆ ಆತ ಪ್ರತಿಯೊಂದು ಬಾರಿ ಮನೆಗೆ ಹೋದಾಗಲೂ, ಈ ಜನ, ತನ್ನ ಜನ ಜವಾಬ್ದಾರಿಯುತ ವ್ಯಕ್ತಿಗಳು; ಆದರೆ ತಾನು ಮತ್ತು ಇನ್ನು ಮುಂದೆ (ಅಂದರೆ ಪರೀಕ್ಷೆಯಲ್ಲಿ ತೇರ್ಗಡೆಯಾದರೆ) ಯಾರೊಂದಿಗೆ ತಾನು ಜೀವನ ಕಳೆಯಲಿದ್ದೇನೆಯೋ ಆ ಜನರು ಹೊಣೆಗೇಡಿಗಳು ಎಂಬ ಭಾವನೆ, ಎಲ್ಲಕ್ಕಿಂತ ಹೆಚ್ಚಾಗಿ ಅವನ ಮನಸ್ಸಿನಲ್ಲಿ ನಾಟುವಂತಾಗುತ್ತಿತ್ತು. ಅವನಿಗಿದರಲ್ಲಿ ನಿಜವಾಗಿ ನಂಬಿಕೆ ಇರಲಿಲ್ಲ. ಅವನ ಬೋಧನಾತ್ಮಕ ಒಳದನಿ ಇಂತಹ ಅಭಿಪ್ರಾಯವನ್ನು ಕೂಡಲೇ ಧ್ವಂಸ ಮಾಡಿಬಿಡುತ್ತಿತ್ತು. ಅವನ ಹೊರಗಣ ವೈರಿ ನೂರಾರು ವಿಧಗಳಲ್ಲಿ ಅದನ್ನು ವಿಡಂಬನೆ ಮಾಡುತ್ತಿತ್ತು. ಅವನ ಕುಟುಂಬವೂ ಹೀಗೆ ಭಾವಿಸುತ್ತಿರಲಿಲ್ಲ. ಅವನ ಬಗ್ಗೆ ಅವರಿಗೆ ಹೆಮ್ಮೆಯಿತ್ತು. ಆದರೆ ಅವರ ಪ್ರತಿಯೊಂದು ಮಾತಿನಲ್ಲಿ ಮತ್ತು ಕೃತಿಯಲ್ಲಿ ಅವನಿಗೆ ಅದರ ಅನುಭವವಾಗುತ್ತಿತ್ತು. ಅವರು ಅವನನ್ನು ಸಲಹುತ್ತಿದ್ದರು, ಅವನಿಗೆ ಆಶ್ರಯ ನೀಡುತ್ತಿದ್ದರು ಮತ್ತು ಎಲ್ಲಕ್ಕಿಂತ ಮುಖ್ಯವಾಗಿ ಅವನ ಖರ್ಚುವೆಚ್ಚಗಳನ್ನು ಇನ್ನೂ ಕೂಡ ಭರಿಸುತ್ತಿದ್ದರು. ಅವನ ತಂದೆ ಈ ವಯಸ್ಸಿಗೆ ಬಂದಾಗ, ಆತ ಗಣಿಯಲ್ಲಿ ದುಡಿಯಲು ಪ್ರಾರಂಭಿಸಿ ಆಗಲೇ ಎಂಟು ವರ್ಷಗಳು ಸಂದಿದ್ದವು.

ಲೆನ್ನಿ ಮುಂದಿನ ವರ್ಷ ಮದುವೆಯಾಗಲಿದ್ದ. ಆತ ಈಗಾಗಲೇ ತನ್ನ ಸಂಸಾರದ ಬಗ್ಗೆ

ಮಾತಾಡತೊಡಗಿದ್ದ. ಆದರೆ ತಾನು, ಚಾರ್ಲಿ ಮಾಡಲಿದ್ದುದೇನು ? ಪರೀಕ್ಷೆಯಲ್ಲಿ ಪಾಸಾದರೆ ತನ್ನ ಹೆಸರಿನ ಮುಂದೆ 'ಬಿ.ಎ., ಆಕ್ಸ್‌ಫರ್ಡ್,' ಎಂಬ ಪದಗಳನ್ನು ಸೇರಿಸಿ, ಯಾರ್‍ಯಾರ ಕೈಕಾಲು ನೆಕ್ಕುತ್ತಾ ಕೆಲಸಕ್ಕಾಗಿ ಅಲೆದಾಡುವುದಲ್ಲದೆ ಮತ್ತೇನು ? ಉದ್ಯೋಗದ ಮಾರುಕಟ್ಟೆಯ ಮೇಲೆ ಇನ್ನೊಂದು ಹೊರೆ, ಅಷ್ಟೆ.

ಇಷ್ಟರಲ್ಲಿ ಅವರ ಬಸ್ ಡಾಂಕಾಸ್ಟರ್ ಪೇಟೆಯನ್ನು ತಲಪಿತ್ತು. ಹೊರಗೆ ಮಳೆ ಬರುತ್ತಿತ್ತು. ಲೆನ್ನಿಯ ಪ್ರೇಮಕ್ಕೆ ಪಾತ್ರಳಾಗಿದ್ದ ಹುಡುಗಿ ಡೋರೀನ್ ಕೆಲಸ ಮಾಡುತ್ತಿದ್ದ ಸ್ಥಳವನ್ನು ಬಸ್ಸು ಇನ್ನೊಂದೆರಡು ಕ್ಷಣಗಳಲ್ಲಿ ದಾಟಲಿತ್ತು. ಆದುದರಿಂದ ಚಾರ್ಲಿ ಲೆನ್ನಿಯೊಂದಿಗೆ ಹೇಳಿದ:

"ನೀನು ಇಲ್ಲೇ ಇಳಿಯೋದು ಒಳ್ಳೇದು ಲೆನ್ನಿ. ಇಲ್ಲವಾದ್ರೆ ಈ ಮಳೆಯಲ್ಲಿ ಅಷ್ಟು ದೂರ ಕಾಲೆಳೆದುಕೊಂಡು ನೀನು ಹಿಂದೆ ಬರ್ಬೇಕಾಗ್ತದೆ."

"ಪರವಾಗಿಲ್ಲ; ನಾನು ನಿನ್ನೊಂದಿಗೆ ರೈಲ್ವೇ ಸ್ಟೇಷನ್ ತನಕ ಬರ್ತೇನೆ."

ಸ್ಟೇಷನ್ನಿಗೆ ತಲಪಲು ಇನ್ನೂ ಸುಮಾರು ಐದು ನಿಮಿಷಗಳಿದ್ದವು. ತನ್ನ ಮನಸ್ಸಿನಲ್ಲಿದ್ದ ಮುಖ್ಯ ವಿಷಯವನ್ನು ಈಗ ಕಟ್ಟಕಡೆಗೆ ಪ್ರಸ್ತಾಪಿಸುತ್ತಾ, ಲೆನ್ನಿ ಕೇಳಿದ:

"ನೀನು ತಾಯಿಯನ್ನು ಹಾಗೆ ತರಾಟೆಗೆ ತೆಗೆದುಕೊಳ್ಳೋದು ಸರಿಯಲ್ಲಾಂತ ನನ್ನ ಅಭಿಪ್ರಾಯ."

"ಇದೇನು ಹಾಳು ! ನಾನು ಒಂದೇ ಒಂದು ಶಬ್ದವನ್ನು ಕೂಡ ಹೇಳಲಿಲ್ವಲ್ಲ ?" ಎಂದ ಚಾರ್ಲಿ.

ಆತ ಅನುದ್ದೇಶಿತವಾಗಿ ತನ್ನ ಸ್ವರವನ್ನು ಬದಲಾಯಿಸಿದ್ದ. ಅದು ಅವನ ಎರಡನೇ ಸ್ವರ; ಮಧ್ಯಮವರ್ಗದ ಸ್ವರ. ತಮಾಷೆಯಲ್ಲಿ ಹೊರತು ಬೇರಾವ ಸಂದರ್ಭಗಳಲ್ಲಿಯೂ ತನ್ನ ಮನೆಯವರೊಂದಿಗೆ ಮಾತನಾಡುವಾಗ, ಆ ಸ್ವರವನ್ನು ಚಾರ್ಲಿ ಎಂದೂ ಉಪಯೋಗಿಸುತ್ತಿರಲಿಲ್ಲ. ಇದನ್ನು ಕೇಳಿ ಅವನತ್ತ ಆಶ್ಚರ್ಯದ ಮತ್ತು ನೋವಿನ ದೃಷ್ಟಿಯನ್ನು ಬೀರಿ ಲೆನ್ನಿ ನುಡಿದ:

"ಅದೇನೇ ಇರ್ಲಿ: ಅವಳ ಮನಸ್ಸಿಗೆ ಹಾಗೆ ಅನ್ನಿಸ್ತದೆ,"

"ಇದು ಶುದ್ಧ ಹಾಸ್ಯಾಸ್ಪದವಾದ ಮಾತು !

ಚಾರ್ಲಿಯ ಸ್ವರ ಏರತೊಡಗಿತ್ತು. ಹೀಗೆ ಏರುದನಿಯಲ್ಲೇ ಆತ ಮುಂದುವರಿಸಿದ:

"ನಮ್ಮ ಪ್ರತಿಯೊಂದು ಬಯಕೆಯನ್ನೂ ಪೂರೈಸ್ತಾ, ಇಡೀ ದಿನ ಆ ಅಡಿಗೆಕೋಣೆಯಲ್ಲಿ ಆಕೆ ನಿಂತುಕೊಂಡಿರ್ತಾಳೆ. ಅದರೊಂದಿಗೆ ಮನೆ ಕೆಲಸದ ಹೊರೆ ಬೇರೆ. ಇದು ಸಾಲದ್ದಕ್ಕೆ ಆ ಹಾಳು ಕಲ್ಲಿದ್ದಲನ್ನು ಹೊತ್ತುಕೊಂಡು ದಿನಕ್ಕೆ ನೂರು ಬಾರಿಯಾದರೂ ಓಡಾಟ ಇದ್ದೇ ಇದೆ..."

ಕಳೆದ ಕ್ರಿಸ್‌ಮಸ್ ರಜೆಯಲ್ಲಿ ಚಾರ್ಲಿ ಮನೆಗೆ ಬಂದಿದ್ದಾಗ, ಈ ಕೆಲಸವನ್ನು ಸುಲಭಗೊಳಿಸುವ ಸಲುವಾಗಿ, ಹಳೆಯ ಕೈಬಂಡಿಯೊಂದರ ಚೌಕಟ್ಟಿನೊಳಗೆ ಒಂದು ಬಕೆಟನ್ನು ಜೋಡಿಸಿಟ್ಟು, ಅದನ್ನಾತ ತಾಯಿಗೆ ಕೊಟ್ಟಿದ್ದ. ಆದರೆ ಈ ಉಪಕರಣವು ಮಳೆ ನೀರಿನಿಂದ ತುಂಬಿ ಹಿಂದಿನ ಅಂಗಳದಲ್ಲಿ ಕುಸಿದು ಬಿದ್ದಿದ್ದುದನ್ನು ಈ ದಿನ ಬೆಳಿಗ್ಗೆ ಆತ ಕಂಡಿದ್ದ. ಬೆಳಗ್ಗಿನ ಉಪಾಹಾರದ ತರುವಾಯ ತಾಯಿಯ ಕೆಲಸವನ್ನು ಗಮನಿಸುತ್ತಾ, ಲೆನ್ನಿ ಮತ್ತು ಆತ ಮೇಜಿನ ಬಳಿ ಹಾಗೆಯೇ ಕುಳಿತಿದ್ದರು. ಅಡಿಗೆಕೋಣೆಯಿಂದ ಹಿಂದಿನ ಅಂಗಳಕ್ಕೆ ಇಳಿಯುವ ಬಾಗಿಲು ತೆರೆದಿತ್ತು. ಅಂಗಳದ ಒಂದು ಮೂಲೆಯಲ್ಲಿ ಕಲ್ಲಿದ್ದಲಿನ ಹೊಂಡವಿತ್ತು. ಹತ್ತಂಗುಲ ಉದ್ದ ಮತ್ತು ಒಂಬತ್ತಂಗುಲ ಅಗಲವಿದ್ದ ಅಲಗಿನಿಂದ ಕೂಡಿದ ಒಂದು

ಗೋರುಸಲಿಕೆಯನ್ನು ಕೈಯಲ್ಲಿ ಹಿಡಿದುಕೊಂಡು, ಆ ಕಲ್ಲಿದ್ದಲಿನ ಹೊಂಡದಿಂದ ಅಡಿಗೆ ಕೋಣೆಯ ದಾರಿಯಾಗಿ ಶ್ರೀಮತಿ ಥಾರ್ನ್‌ಟನ್ ಹಜಾರಕ್ಕೆ ಹೋಗುತ್ತಾ ಬರುತ್ತಾ ಇದ್ದಳು. ಪ್ರತಿಯೊಂದು ಒಳ ಪಯಣದಲ್ಲೂ ಆ ಗೋರುಸಲಿಕೆಯ ಅಲಗಿನ ಮೇಲೆ ಕಲ್ಲಿದ್ದಲಿನ ತುಂಡುಗಳ ಒಂದು ಸಣ್ಣ ರಾಶಿ ಇರುತ್ತಿತ್ತು. ಹೀಗೆ ಕಲ್ಲಿದ್ದಲಿನ ಹೊಂಡದಿಂದ ಅಡಿಗೆ ಕೋಣೆಯ ಒಲೆಗೆ ಮತ್ತು ಅಲ್ಲಿಂದ ಹಜಾರದಲ್ಲಿದ್ದ ಬೆಂಕಿಗೂಡಿಗೆ ಚಾರ್ಲಿಯ ಲೆಕ್ಕದಂತೆ ಆಕೆ ಮೂವತ್ತಾರು ಸಲ ನಡೆದಿದ್ದಳು. ಈ ಕೆಲಸ ಮಾಡುವಾಗ ಆಕೆ ತೂಕ ತಪ್ಪದಂತೆ ಗೋರುಸಲಿಕೆಯನ್ನು ಎರಡು ಕೈಗಳಿಂದಲೂ ಭದ್ರವಾಗಿ ಹಿಡಿದು, ಅದನ್ನು ಈಟಿಯಂತೆ ಮುಂದೆ ಮಾಡಿ, ಮುಖವನ್ನು ನಿರ್ಧಾರದಿಂದ ಗಂಟಿಕ್ಕಿ ಒಂದೇ ರೀತಿ ಸ್ಥಿರವಾಗಿ ನಡೆಯುತ್ತಿದ್ದಳು.

ಇದನ್ನು ನೋಡುತ್ತಾ, ತನ್ನ ತಲೆಯನ್ನು ಬಗ್ಗಿಸಿ ತೋಳುಗಳ ಮೇಲಿರಿಸಿ, ಚಾರ್ಲಿ ಸದ್ದಿಲ್ಲದೆ ನಗತೊಡಗಿದ್ದ. ಕೊನೆಗೆ ಲೆನ್ನಿಯ ಎಚ್ಚರಿಕೆಯ ನೋಟವನ್ನು ಕಂಡು ಅವನ ಭುಜಗಳ ಕುಲುಕಾಟ ನಿಂತಿತ್ತು. ಒಂದು ಕ್ಷಣದ ಬಳಿಕ ಆತ ಮುಖವನ್ನು ನೆಟ್ಟಗೆ ಮಾಡಿ ಎದ್ದು ಕುಳಿತಿದ್ದ. ಆಗ ಲೆನ್ನಿ ಅವನೊಂದಿಗೆ ಕೇಳಿದ್ದ:

"ಅಮ್ಮನನ್ನು ನೀನ್ಯಾಕೆ ಹೀಗೆ ಛೇಡಿಸ್ತೀಯಾ ?"

ಅದಕ್ಕೆ ಚಾರ್ಲಿ ಉತ್ತರಿಸಿದ್ದ:

"ನಾನೇನೂ ಹೇಳಿಯೇ ಇಲ್ವಲ್ಲ?"

"ಹೌದು, ನೀನೇನೂ ಹೇಳಿಲ್ಲ. ಆದ್ರೂ ಅವಳಿಗೆ ಬೇಸರವಾಗ್ತಿದೆ. ನಿನ್ನ ಮನಸ್ಸಿನಲ್ಲಿ ಏನಿದೆ ಅನ್ನೋದನ್ನು ನಿನ್ನ ಮುಖ ಯಾವಾಗ್ಲೂ ತೋರಿಸ್ತದೆ, ಚಾರ್ಲಿ – ಮರಿ."

ಈ ಮಾತಿಗೆ ಚಾರ್ಲಿ ಉತ್ತರ ನೀಡಿರಲಿಲ್ಲ. ಪ್ರಸ್ತುತ ಅನುಕಂಪದ ಹೊರತು ಅದಕ್ಕೆ ಬೇರೆ ಕಾರಣಗಳೂ ಇದ್ದವು. ಆದುದರಿಂದ ಲೆನ್ನಿಯೇ ಮತ್ತೆ ನುಡಿದಿದ್ದ:

"ಮುದಿಯಾಗಿರೋ ಹಳೆ ನಾಯಿಗೆ ಹೊಸ ಆಟಗಳನ್ನು ಕಲಿಸೋದಕ್ಕೆ ಸಾಧ್ಯವಿಲ್ಲ !"

"ಮುದಿ ! ಆಕೆಗಿನ್ನೂ ಐವತ್ತು ವರ್ಷ ಕೂಡ ಆಗಿಲ್ಲ !"

ಬೆಳಗ್ಗಿನ ಈ ಸಂವಾದವನ್ನು ಜ್ಞಾಪಿಸಿಕೊಂಡು, ಚಾರ್ಲಿ ಅದನ್ನೇ ಈಗ ಮುಂದುವರಿಸಿ ಹೇಳಿದ:

"ಅಮ್ಮನಿಗೆ ಹೆಚ್ಚೇನೂ ವಯಸ್ಸಾಗಿಲ್ಲ. ಆದ್ರೂ ಆಕೆ ಒಬ್ಬ ಮುದಿ ಹೆಂಗಸಿನಂತೆ ವರ್ತಿಸ್ತಾ ಇದ್ದಾಳೆ. ಅವಳು ಸುಮ್ಮಗೆ ಅನವಶ್ಯವಾಗಿ ತನ್ನನ್ನು ತಾನೇ ಸವೆಸಿಕೊಳ್ತಾ ಇದ್ದಾಳೆ. ಅವಳಿಗಿರೋ ಕೆಲಸವನ್ನೆಲ್ಲ ಒಂದೆರಡು ಗಂಟೆಗಳೊಳಗೆ ಮುಗಿಸಿಬಿಡ್ಬಹುದು – ಅದನ್ನು ಸುವ್ಯವಸ್ಥಿತವಾಗಿ ಆಕೆ ಮಾಡಿದ್ರೆ, ಅಥವಾ 'ನಾನೇನೂ ನಿಮ್ಮ ತೊತ್ತಲ್ಲ' ಅಂತ ಒಂದೇ ಒಂದು ಸಲ ಅವಳು ನಮ್ಮನ್ನು ಗದರಿಸಿದ್ರೂ ಸಾಕು."

"ಹಾಗೆ ಮಾಡಿದ್ರೆ, ಅವಳು ತನ್ನ ಸಮಯವನ್ನು ಕಳೆಯೋದಾದ್ರೂ ಹೇಗೆ?"

"ಹೇಗೆ? ತನಗಾಗಿ ಅವಳು ಏನನ್ನಾದ್ರೂ ಮಾಡ್ಬಹುದು, ಓದಬಹುದು, ಅಥವಾ ಸ್ನೇಹಿತರನ್ನು ನೋಡ್ಬಹುದು. ಅಥವಾ ಬೇರೇನಾದ್ರೂ ಮಾಡ್ಬಹುದು."

"ನೀನು ಹೀಗೆಲ್ಲ ಭಾವಿಸ್ತಾ ಇದ್ದಿ ಅಂತ ಅವಳಿಗೆ ಗ್ರಹಿಕೆಯಾಗಿದೆ. ಕಳೆದ ಬಾರಿ ನೀನು ಹೋದ ಬಳಿಕ ಆಕೆ ಅತ್ತಿದ್ಳು."

"ಆಕೆ ಏನು ?"

ತಾನು ತಪ್ಪಿತಸ್ಥನೆಂಬ ಮನೋಭಾವ ಚಾರ್ಲಿಯನ್ನು ಸಂಪೂರ್ಣ ಸೋಲಿಸುವುದರಲ್ಲಿತ್ತು.

ಆದರೆ ಅಷ್ಟರೊಳಗೆ ಅವನ ಬೋಧನಾತ್ಮಕ ಒಳದನಿ ಎಚ್ಚತ್ತುದರಿಂದ, ಆತ ಅದರ ಮೂಲಕ ನುಡಿದ:

"ಆಕೆಯನ್ನು ಒಬ್ಬ ಹಾಳು ತೊತ್ತಿನಂತೆ ನೋಡಿಕೊಳ್ಳೋದಕ್ಕೆ ನಮಗೇನು ಹಕ್ಕಿದೆ? ಬೆಟ್ಟಿಗೆ ಊಟ ಹೀಗಿರ್ಬೇಕು. ಅಥವಾ ಹಾಗಿರ್ಬೇಕು, ತಾತ ಇದನ್ನು ತಿನ್ನೋದಿಲ್ಲ ಅಥವಾ ಅದನ್ನು ಮುಟ್ಟೋದಿಲ್ಲ – ಹೀಗೇಂತ ಅವಳಿಗೆ ನಾವು ಕೊಡೋ ಪೀಡೆಗೆ ಲೆಕ್ಕವಿದೆಯೆ? ಆದ್ರೂ ಅವಳಲ್ಲಿ ನಿಂತ್ಕೊಂಡು ನಮ್ಮನ್ನೆಲ್ಲ ತೃಪ್ತಿಪಡಿಸ್ತಾಳೆ – ಒಬ್ಬ ಕೆಲಸದವಳಂತೆ!"

"ಹಾಗಿದ್ರೆ ನಿನ್ನೆ ರಾತ್ರಿ ಮಾಂಸದಲ್ಲಿ ತನಗೆ ಕೊಬ್ಬು ಬೇಡ ಅಂತ ಹೇಳಿ, ಅದನ್ನು ಅಮ್ಮನಿಗೆ ಕೊಟ್ಟು, ಅಮ್ಮನ ಪಾಲನ್ನು ತೆಗೆದುಕೊಂಡೋರು ಯಾರು?"

ಲೆನ್ನಿ ನಗುತ್ತಾ ಹೀಗೆ ಹೇಳಿದರೂ, ಅವನ ದನಿಯಲ್ಲಿ ಆಕ್ಷೇಪಣೆಯಿತ್ತು.

"ಓ, ನಾನೂ ನಿಮ್ಮೆಲ್ಲರಷ್ಟೇ ಕೆಟ್ಟವನು" ಎಂದ ಚಾರ್ಲಿ. ಆದರೆ ಇದರಲ್ಲಿ ತನಗೆ ನಂಬಿಕೆಯಿರಲಿಲ್ಲವೆಂದು ಅವನ ಸ್ವರವೇ ಹೇಳುತ್ತಿತ್ತು. "ಅದನ್ನು ನೋಡಿದಾಗ ನನಗೆ ಸಿಟ್ಟು ತಡೆಯೋದಕ್ಕಾಗೋದಿಲ್ಲ," ಎಂದಾತ ಮತ್ತೆ ನುಡಿದ. ಈ ಮಾತಿನಲ್ಲಿ ಪ್ರಾಮಾಣಿಕತೆಯಿತ್ತು. ಅನಂತರ ನೀತಿಬೋಧೆ ಮಾಡುವ ಅಧ್ಯಾಪಕನ ಶೈಲಿಯಲ್ಲಿ ಆತ ಮುಂದುವರಿಸಿದ:

"ಈ ಹಳ್ಳೀಲಿರೋ ಎಲ್ಲ ಹೆಂಗಸರು – ಅವರಿದನ್ನು ಸ್ವಾಭಾವಿಕ ಅಂತಲೇ ಪರಿಗಣಿಸ್ತಾರೆ. ಯಾವತ್ತಾದರೊಮ್ಮೆ ಅವರಿಗೆ ಒಂದರ್ಧ ದಿನ ಪುರುಸೊತ್ತು ದೊರೀಬೇಕು ಅಂತ ಯಾರಾದ್ರೂ ಒಬ್ರು ಅವರನ್ನು ಸಂಘಟನೆ ಮಾಡೋದಕ್ಕೆ ಹೊರಟರೆ, ಅದು ತಮಗೆ ಅಪಮಾನ ಅಂತ ಅವರು ಯೋಚಿಸೋದು ಖಂಡಿತ – ಕೆಲಸ ಮಾಡದೆ ಸುಮ್ಮಗೆ ಇರೋದಕ್ಕೆ ಅವರಿಂದ ಸಾಧ್ಯವೇ ಇಲ್ಲ. ಈಗ ನಮ್ಮ ಅಮ್ಮನನ್ನೇ ನೋಡೋಣ. ಸಿಹಿತಿಂಡಿಗಳಿಗೆ ಪೊಟ್ಟಣ ಕಟ್ಟೋ ಕೆಲ್ಸ ಮಾಡೋದಕ್ಕೆ ವಾರದಲ್ಲಿ ಎರಡು ಮೂರು ಸಲ ಆಕೆ ಡಾಂಕಾಸ್ಟರ್‌ಗೆ ಬರ್ತಾಳೆ. ಒಳ್ಳೇದು. ಬರ್ಲಿ. ಆದರೆ ಹೋಗೋ ಬರೋ ಬಸ್ ಚಾರ್ಜನ್ನು ಗಣನೆಗೆ ತೆಗೆದುಕೊಂಡರೆ, ಈ ವ್ಯವಹಾರದಲ್ಲಿ ಆಕೆ ವಾಸ್ತವವಾಗಿ ಹಣ ಕಳಕೊಳ್ತಿದ್ದಾಳೆ. 'ಇದರಲ್ಲಿ ನೀನು ನಿಜವಾಗಿ ಹಣ ಕಳಕೊಳ್ತಾ ಇದ್ದೀಯಮ್ಮ' ಅಂತ ನಾನು ತೋರಿಸಿ ಕೊಟ್ಟಾಗ, ಅವಳೇನಂದ್ಳು ಗೊತ್ತೆ? 'ಮನೆಯಿಂದ ಒಮ್ಮೊಮ್ಮೆಯಾದ್ರೂ ಹೊರಗೆ ಬಂದು ಒಂದಿಷ್ಟು ಪ್ರಪಂಚ ನೋಡ್ಬೇಕು ಅಂತ ನನಗೆ ಕಾಣ್ತದೆ.' ಒಂದಿಷ್ಟು ಪ್ರಪಂಚ! ಯಾವುದೋ ಒಂದು ದರಿದ್ರ ಕಾರ್ಖಾನೆಯಲ್ಲಿ ಸಿಹಿ ತಿಂಡಿಗಳಿಗೆ ಪೊಟ್ಟಣ ಸುತ್ತೋದು! ಅವಳಿಗೆ ಪ್ರಪಂಚ ನೋಡಬೇಕೂಂತಿದ್ದರೆ, ಯಾವತ್ತಾದರೂ ಒಂದೊಂದು ಸಂಜೆ ಸುಮ್ಮಗೆ ಪೇಟೆಗೆ ಬಂದು ಕೊಂಚ ಕಾಲ ಖುಷಿಯಾಗಿ ಯಾಕೆ ಕಳೀಬಾರ್ದು? ಅದಕೋಸ್ಕರ ಈ ಸಿಹಿತಿಂಡಿಗಳನ್ನು ಕಟ್ಟೋ ಕೆಲಸ ಯಾಕೆ ಮಾಡ್ಬೇಕು? ಕಡಿಮೆ ಕೂಲಿಗೆ ಜಾಸ್ತಿ ಬೆವರು ಹರಿಸ್ಬೇಕಾದ ದರಿದ್ರ ದುಡಿತ! ಅದರಲ್ಲೂ ಆಕೆಗೆ ವಾಸ್ತವವಾಗಿ ನಷ್ಟವಾಗ್ತಾ ಇದೆ. ನನಗಂತೂ ಇದು ಅರ್ಥವಾಗೋದಿಲ್ಲ. ಅವರು ಮನುಷ್ಯ ಜೀವಿಗಳು, ಅಲ್ವೆ? ಕೇವಲ..."

"ಕೇವಲ ಏನು?"

ಬಾಯಿ ಬಿಗಿಹಿಡಿದು, ಕಣ್ಣುಗಳನ್ನು ಸಂಕುಚಿತಗೊಳಿಸಿ ಚಾರ್ಲಿಯ ರೇಗಾಟವನ್ನು ಈವರೆಗೆ ಕೇಳುತ್ತಿದ್ದ ಲೆನ್ನಿ ಈಗ ನಡುವೆ ಬಾಯಿ ಹಾಕಿ ಸಿಟ್ಟಿನಿಂದ ಪ್ರಶ್ನಿಸಿದ. ಅಷ್ಟರಲ್ಲಿ ಬಸ್ಸು ನಿಂತಿತು. "ಇದೋ ರೈಲ್ವೇ ಸ್ಟೇಷನ್ ಬಂತು," ಎಂದ ಲೆನ್ನಿ, ಸಮಾಧಾನದಿಂದ ನಿಟ್ಟುಸಿರು ಬಿಡುತ್ತಾ. ಮಹಡಿಯ ಮೇಲಿದ್ದ ತರುಣ ಗಣಿ ಕೆಲಸಗಾರರು ದಡಬಡನೆ

ಮೆಟ್ಟಿಲಿಳಿದು ಹೊರಟ ಬಳಿಕ, ಚಾರ್ಲಿ ಮತ್ತು ಲೆನ್ನಿ ಬಸ್ಸಿನಿಂದ ಕೆಳಗಿಳಿದರು. "ನಿನ್ನ ಬಸ್ ಸ್ಟಾಪ್‌ನ ತನಕ ನಾನೂ ಬರ್ತೇನೆ," ಎಂದ ಚಾರ್ಲಿ. ಲೆನ್ನಿಯನ್ನು ಡೋರೀನ್‌ನತ್ತ ಹಿಂದೆ ಕೊಂಡುಹೋಗಲಿದ್ದ ಆ ಬಸ್ಸು ನಿಲ್ಲುವ ಸ್ಥಳ ಅವರ ಇದಿರುಗಡೆಯಲ್ಲಿತ್ತು. ಮಳೆಯಿಂದ ತೋಯ್ದು ನುಣುಪಾಗಿದ್ದ, ಮಲಿನವಾಗಿದ್ದ ಹಾಗೂ ಕತ್ತಲು ಕವಿದಿದ್ದ ತಮ್ಮ ಮುಂದಣ ರಸ್ತೆಯನ್ನು ದಾಟಿ, ಸೋದರರಿಬ್ಬರೂ ಅಲ್ಲಿಗೆ ತಲಪಿದ ತರುವಾಯ ಲೆನ್ನಿ ಹೇಳಿದ:

"ನಮ್ಮಲ್ಲಿ ಬದಲಾವಣೆ ಆಗ್ಬಹುದು ಅಂತ ನಿರೀಕ್ಷಿಸೋದ್ರಿಂದ ಏನೂ ಪ್ರಯೋಜನವಿಲ್ಲ ಚಾರ್ಲಿ – ಮರಿ."

"ಬದಲಾವಣೆ ಅಂತ ಯಾರಂದ್ರು ?" ಚಾರ್ಲಿ ಉದ್ರೇಕದಿಂದ ನುಡಿದ. ಆದರೆ ಅಷ್ಟರೊಳಗೆ ಬಸ್ ಬಂದಿತ್ತು. ಲೆನ್ನಿ ಈಗಾಗಲೇ ಹಿಂಬದಿಯಿಂದ ಅದರೊಳಗೆ ನೆಗೆಯುತ್ತಿದ್ದ. "ನೀನೇನಾದ್ರೂ ತೊಂದರೆಯಲ್ಲಿ ಸಿಕ್ಕಿಬಿದ್ರೆ, ತಕ್ಷಣ ಬರೆದು ತಿಳಿಸು," ಎಂದಾತ ಹೇಳಿದ. ಮರುಕ್ಷಣದಲ್ಲಿ 'ಠಣ್' ಎಂದು ಗಂಟೆ ಬಾರಿಸಿ ಬಸ್ ಹೊರಟಿತು. ಹೊರಗೆ ಹನಿಮಳೆ ಜಿನುಗುತ್ತಿತ್ತು. ಬೆಳಕಿನ ಕೆಲವು ಕೋಲುಗಳು ಅಲ್ಲಲ್ಲಿ ಕತ್ತಲನ್ನು ಭೇದಿಸುತ್ತಿದ್ದವು. ಪ್ರಕಾಶ ಮಯವಾಗಿದ್ದ ಬಸ್ಸು ಈ ಕತ್ತಲಿನಲ್ಲಿ ಲೀನವಾದಂತೆ, ಲೆನ್ನಿಯ ಮುಖ ಚಾರ್ಲಿಯ ದೃಷ್ಟಿಯಿಂದ ಅದೃಶ್ಯವಾಯಿತು.

ಲಂಡನ್ನಿಗೆ ತೆರಳುವ ರೈಲುಬಂಡಿ ಹೊರಡಲು ಇನ್ನೂ ಅರ್ಧಗಂಟೆ ವೇಳೆಯಿತ್ತು. ತನ್ನ ಜೇಬುಗಳೊಳಗೆ ಕೈಗಳನ್ನು ತೂರಿಸಿ ಆ ತುಂತುರು ಮಳೆಯಲ್ಲಿ ನಿಂತುಕೊಂಡು, ಚಾರ್ಲಿ ಚಿಂತಿಸಿದ: ತಮ್ಮನನ್ನು ಹಿಂಬಾಲಿಸಿ ಹೋಗಿ ಅವನಿಗೆ ಸ್ಪಷ್ಟೀಕರಣ ನೀಡಬೇಕೆ ? – ಯಾವುದರ ಸ್ಪಷ್ಟೀಕರಣ ? ಆತ ಶೀಘ್ರವಾಗಿ ರಸ್ತೆಯನ್ನು ಹಾದು ಸ್ಟೇಷನಿನ ಬಳಿಯಿದ್ದ ಒಂದು ಖಾನಾವಳಿಯನ್ನು ಪ್ರವೇಶಿಸಿದ. ಮೈಕ್ ಎಂಬ ಒಬ್ಬ ಐರಿಶ್‌ಮನ್ ಅದರ ಮಾಲಿಕನಾಗಿದ್ದ. ಅವನಿಗೆ ಚಾರ್ಲಿ ಮತ್ತು ಲೆನ್ನಿ, ಇಬ್ಬರ ಪರಿಚಯವೂ ಇತ್ತು. ಅದರ ಬಾಗಿಲು ಈಗ ತಾನೇ ತೆರೆದಿತ್ತಷ್ಟೆ. ಆದುದರಿಂದ ಒಳಗೆ ಬೇರೆ ಯಾರೂ ಗಿರಾಕಿಗಳಿರಲಿಲ್ಲ.

ಆತ ಕೇಳದೇನೇ, ಚಾರ್ಲಿಗಾಗಿ ಒಂದು ಪೈಂಟ್ ಕಹಿ ಬೀರ್‌ಅನ್ನು ಪೀಪಾಯಿಯಿಂದ ಸೆಳೆದು ಮೈಕ್ ಪ್ರಶ್ನಿಸಿದ:

"ಓಹೋ, ಇದ್ಯಾರು, ನೀನಾ ?"

ಬಾರ್‌ನ ಮುಂದಿದ್ದ ಒಂದು ಸ್ಟೂಲಿನ ಮೇಲೇರಿ ಕುಳಿತು ಚಾರ್ಲಿ ಉತ್ತರಿಸಿದ:

"ಹೌದು, ಇದು ನಾನು."

"ಮತ್ತೆ, ವಿದ್ಯೆಯ ಮಹಾ ವಿಶ್ವ ಹೇಗಿದೆ ?"

"ಓ, ಭಗವಂತ ! ಇದಕ್ಕೆ ಕೊನೆಯಿಲ್ವೆ ?" ಚಾರ್ಲಿ ಉದ್ಗರಿಸಿದ. ಮೈಕ್ ಬೆರಗಾಗಿ ಅವನತ್ತ ಮಿಕಿಮಿಕಿ ನೋಡಿದ. ಚಾರ್ಲಿ ಥಟ್ಟನೆ ವಿಷಯಾಂತರ ಮಾಡಿದ:

"ಇದೇನಯ್ಯ ಮೈಕ್ ? ವೇಶ್ಯೆಯ ಅಲಂಕಾರದಂತೆ ಈ ಜಾಗವನ್ನೆಲ್ಲ ಹೊಸದಾಗಿ ಸಿಂಗರಿಸಿದ್ದೀಯಲ್ಲ ? ಏನು ಕಾರಣ ?"

ಖಾನಾವಳಿಯ ಒಳಮಾಡು ಮತ್ತು ಗೋಡೆಗಳು ಹಿಂದೆ ಕರಿಮರದ ಹಲಗೆಗಳಿಂದ ಹೊದಿಸಲ್ಪಟ್ಟಿದ್ದವು. ಅಂದವಾಗಿ ಕಾಣದಿದ್ದರೂ ಅವು ಹಿತಕರವಾಗಿದ್ದವು. ಅವುಗಳಿಗೆ ಬದಲಾಗಿ ಈಗ ಚಿತ್ರಮಯವಾದ ಐದಾರು ಗೋಡೆ – ಕಾಗದಗಳು ಕೆಲವು ಕಡೆ ಬೆಳಗುತ್ತಿದ್ದವು. ಉಳಿದ ಜಾಗಗಳು ರಂಗಿನಿಂದ ಬಳಿಯಲ್ಪಟ್ಟು ವರ್ಣಮಯವಾಗಿ ಹೊಳೆಯುತ್ತಿದ್ದವು.

ಚಾರ್ಲಿಯ ಹೊಟ್ಟೆ ಪುನಃ ತೊಳಸಿತು. ಅವನ ಕಣ್ಣುಗಳನ್ನು ಬೆಳಕು ಕುಕ್ಕಿತು. ಅವನಿಗೆ ತಲೆ ತಿರುಗುವಂತಾಯಿತು. ಆತ ತನ್ನ ಮೊಣಕೈಗಳನ್ನು ಬಾರ್‌ನ ಮೇಲೆ ಭದ್ರವಾಗಿ ಊರಿ, ಗಲ್ಲವನ್ನು ಹಸ್ತಗಳ ಮೇಲಿರಿಸಿ ತನ್ನನ್ನು ಆಧರಿಸಿಕೊಂಡ.

ಇತ್ತ ಅವನ ಪ್ರಶ್ನೆಗೆ ಉತ್ತರ ರೂಪವಾಗಿ ಮೈಕ್ ಹೇಳಿದ :

"ಈಗಿನ ಹುಡುಗರಿಗೆಲ್ಲ ಇದೇ ಮೆಚ್ಚಿಕೆಯಾಗೋದು. ಆದರೆ ಹಳಬರಿಗೋಸ್ಕರ ಇದರ ಪಕ್ಕದಲ್ಲಿರೋ ಬಾರ್ ಕೋಣೆಯನ್ನು ಹಿಂದೆ ಇದ್ದ ಹಾಗೇ ಇಟ್ಟಿದ್ದೀವಿ."

ಈ ಮಾತಿಗೆ ಪ್ರತಿಯಾಗಿ ಚಾರ್ಲಿ ನುಡಿದ:

"ಹಾಗಿದ್ರೆ ಇಲ್ಲೊಂದು ಗುರುತಿನ ಹಲಗೆಯನ್ನು ನೀನು ತಗಲಿಸ್ಬೇಕಾಗಿತ್ತು: 'ವಯಸ್ಕರು ಆ ಕಡೆ' ಅಂತ. ಆಗ ಎಲ್ಲಿ ಹೋಗ್ಬೇಕೂಂತ ನನಗೆ ಗೊತ್ತಾಗ್ತಿತ್ತು."

ಅನಂತರ ರಂಗಿನ ಹೊಳಪು ಮತ್ತು ಗೋಡೆ–ಕಾಗದಗಳ ವೈವಿಧ್ಯಮಯ ವರ್ಣಗಳು ಕಣ್ಣುಗಳನ್ನು ಕುಕ್ಕದಂತೆ ಅವುಗಳನ್ನು ಕಿರಿದುಗೊಳಿಸಿ, ಬಹಳ ಎಚ್ಚರದಿಂದ ಆತ ತನ್ನ ಹಸ್ತಗಳಿಂದ ತಲೆಯನ್ನು ಮೇಲೆತ್ತಿದ.

"ನೀನು ಕೊಂಚ ಅಸ್ವಸ್ಥನಾಗಿರೋ ಹಂಗೆ ಕಾಣ್ತದೆ," ಎಂದ ಮೈಕ್. ಈ ಐರಿಶ್ ಮನುಷ್ಯ ಚಿಕ್ಕ ಮೈಕಟ್ಟಿನ ದುಂಡಗಾದ ಒಬ್ಬ ವ್ಯಕ್ತಿಯಾಗಿದ್ದು, ಪಾನಪ್ರಿಯನಾಗಿ ಹಸನ್ಮುಖಿಯಾಗಿದ್ದ. ಚಾರ್ಲಿಯಂತೆ ಅವನಿಗೂ ಎರಡು ಸ್ವರಗಳಿದ್ದವು. ಅವುಗಳಲ್ಲಿ ಒಂದು, ವೈರಿಗಳೊಂದಿಗೆ ಮಾತನಾಡುವಾಗ ಉಪಯೋಗಿಸುವ ಸ್ವರ. ತನ್ನ ಸ್ವಂತ ಸ್ನೇಹಿತರೆಂದು ಆತ ಪರಿಗಣಿಸದಿದ್ದ ಎಲ್ಲ ಇಂಗ್ಲಿಷರೂ ಅವನಿಗೆ ವೈರಿಗಳಾಗಿದ್ದರು – ಅಂದರೆ, ಅವನ ಕಾಯಂ ಗಿರಾಕಿಗಳಲ್ಲದ ಜನರು. ಅಂಥವರೊಂದಿಗೆ ಮಾತನಾಡುವಾಗ ಆತ ಬಹಳ ಉತ್ಪ್ರೇಕ್ಷಿತವಾದ ಐರಿಶ್ ಉಚ್ಚಾರಣೆಯನ್ನೇ ಉಪಯೋಗಿಸುತ್ತಿದ್ದ. ಅದನ್ನೇ ಪಟ್ಟು ಹಿಡಿದು ಆತ ಮುಂದುವರಿಸಿದಲ್ಲಿ ಅವನಿಗೆ ಅತ್ಯಂತ ಪ್ರಿಯವಾದ ರಾಜಕೀಯ ವಾಗ್ವಾದಗಳು ಪ್ರಾರಂಭವಾಗುವುದು ಖಂಡಿತವಾಗಿತ್ತು. ಆದರೆ ಚಾರ್ಲಿಯಂತಹ ಸ್ನೇಹಿತರೊಂದಿಗೆ ಮಾತನಾಡುವಾಗ ಆತ ಈ ಉಸಾಬರಿಗೆ ಹೋಗದೆ, ತನ್ನ ಸ್ವಾಭಾವಿಕ ಸ್ವರವನ್ನೇ ಬಳಸುತ್ತಿದ್ದ. ಚಾರ್ಲಿಯ ಮುಖವನ್ನು ನೋಡುತ್ತಾ ಅವನೀಗ ಕೇಳಿದ:

"ಕೆಲಸ ಜಾಸ್ತಿ, ವಿನೋದ ನಾಸ್ತಿ – ಅದರ ಪರಿಣಾಮ, ಅಲ್ವೆ?"

"ಹೌದು, ಅದು ಸರಿ. ನಾನು ನಮ್ಮ ಡಾಕ್ಟರನ್ನ ಹೋಗಿ ನೋಡಿದ್ದೆ. ಆತ ನನಗೊಂದು ಟಾನಿಕ್ ಕೊಟ್ಟು, ನನ್ನ ದೇಹಸ್ಥಿತಿಯಲ್ಲಿ ಮೂಲಭೂತವಾಗಿ ಏನೂ ದೋಷವಿಲ್ಲ ಅಂತ ಹೇಳಿದ."

ಹೀಗೆಂದು ಮೈಕ್‌ನ ಸಂತೋಷಾರ್ಥವಾಗಿ ಮೇಲಣ ವರ್ಗದ ಇಂಗ್ಲಿಷರ ಸ್ವರವನ್ನು ಅಣಕಿಸುತ್ತಾ, ಡಾಕ್ಟರರ ಮಾತನ್ನು ಚಾರ್ಲಿ ಪುನರುಚ್ಚರಿಸಿದ: 'ನಿನ್ನ ದೇಹಸ್ಥಿತಿಯಲ್ಲಿ ಮೂಲಭೂತವಾಗಿ ಏನೂ ದೋಷವಿಲ್ಲ.'

ಈ ಪರಿಹಾಸ ತನಗರ್ಥವಾಯಿತೆಂದು ಮೈಕ್ ಕಣ್ಣು ಮಿಟುಕಿಸಿದ. ಆದರೂ ಹಾಸ್ಯ ಪ್ರವೃತ್ತಿಯ ಅವನ ಹಸನ್ಮುಖ ಗಂಭೀರವಾಗಿತ್ತು. "ಮೇಣದ ಬತ್ತಿಗೆ ಎರಡೂ ಕಡೆಗಳಲ್ಲಿ ಬೆಂಕಿ ಹಚ್ಚಿದ್ರೆ ಹೇಗೆ? ಹಾಗೇ ವಿಶ್ರಾಂತಿಯಿಲ್ದೆ ಹಗಲೂ ರಾತ್ರಿ ದುಡಿಯೋದ್ರಿಂದ ಅಪಾಯ ತಪ್ಪಿದ್ದಲ್ಲ," ಎಂದಾತ ಎಚ್ಚರಿಕೆ ನೀಡಿದ.

ಇದಕ್ಕೆ ಚಾರ್ಲಿ ಗಹಗಹಿಸಿ ನಗುತ್ತಾ ನುಡಿದ:

"ಡಾಕ್ಟರ್ ಹೇಳಿದ್ದೂ ಅದೇ: 'ಮೇಣದ ಬತ್ತಿಗೆ ಎರಡೂ ಕಡೆಗಳಲ್ಲಿ ಬೆಂಕಿ ಹಚ್ಚಿದ್ರೆ ಹೇಗೆ' ಅಂತ"

ಈ ಸಲ ಚಾರ್ಲಿಗೆ ತಾನು ಕುಳಿತಿದ್ದ ಸ್ಟೂಲು ಮತ್ತು ಅದರಡಿಯಲ್ಲಿದ್ದ ನೆಲ, ಇವೆರಡೂ ತನ್ನಿಂದ ಆಚೆ ಸರಿದಂತೆ ಭಾಸವಾಯಿತು. ಥಳಥಳಿಸುತ್ತಿದ್ದ ಒಳಮಾಡು ಕೆಳಗೆ ಬಾಗಿ ತೊನೆದಾಡುತ್ತಿರುವಂತೆ ಕಂಡಿತು. ಅವನ ಕಣ್ಣುಗಳ ಮೇಲೆ ಮಬ್ಬು ಕವಿಯಿತು. ಆತ ಅವುಗಳನ್ನು ಮುಚ್ಚಿ ಬಾರ್‌ನ ಅಂಚನ್ನು ಬಿಗಿಯಾಗಿ ಹಿಡಿದುಕೊಂಡ. ಹೀಗೆ ಕಣ್ಣುಗಳನ್ನು ಮುಚ್ಚಿಕೊಂಡೇ ಆತ ತಮಾಷೆಯಾಗಿ ಹೇಳಿದ:

"ಇದೇನು ಗೊತ್ತಾ? ಇದು ಸಂಸ್ಕೃತಿಗಳ ಸಂಘರ್ಷ, ಬೇರೇನೂ ಅಲ್ಲ. ಅದು ಒಮ್ಮೊಮ್ಮೆ ನನ್ನ ತಲೆಕೆಟ್ಟುಹೋಗೋ ಹಾಗೆ ಮಾಡ್ತದೆ."

ಇಷ್ಟು ಹೇಳಿ ಆತ ಕಣ್ಣು ತೆರೆದ. ಆದರೆ ಈ ಮಾತುಗಳನ್ನು ತಾನು ಗಟ್ಟಿಯಾಗಿ ಹೇಳಿರಲಿಲ್ಲವೆಂಬುದು ಮೈಕ್‌ನ ಮುಖವನ್ನು ನೋಡಿದಾಗ ಅವನಿಗೆ ತಿಳಿಯಿತು. ಅವನೀಗ ಗಟ್ಟಿಯಾಗಿ ನುಡಿದ:

"ವಾಸ್ತವವಾಗಿ ಆ ಡಾಕ್ಟರ್ ಒಳ್ಳೆಯವನು ಮೈಕ್. ಅವನ ಉದ್ದೇಶವೂ ಒಳ್ಳೇದಾಗಿತ್ತು. ಆದರೆ, ಮೈಕ್, ನಾನು ಮಾತ್ರ ದಡ ಸೇರೋದಿಲ್ಲ. ನಾನು ಫೇಲಾಗ್ತೀನಿ."

"ಸರಿ, ಅದ್ರಿಂದೇನೂ ಆಕಾಶ ಕೆಳಗೆ ಬೀಳಲಾರದು."

"ಹೇ ಭಗವಂತ! ನಿನ್ನಲ್ಲಿ ನಾನು ಮೆಚ್ಚಿರೋದು ಇದನ್ನೇ ಮೈಕ್. ಬದುಕಿನ ಬಗ್ಗೆ ನಿನಗೆ ವಿಶಾಲವಾದ ದೃಷ್ಟಿಕೋನ ಇದೆ."

"ಸ್ವಲ್ಪ ತಾಳು, ಈಗ ಬರ್ತೀನಿ" ಎನ್ನುತ್ತಾ, ಮೈಕ್ ಇನ್ನೊಬ್ಬ ಗಿರಾಕಿಯನ್ನು ವಿಚಾರಿಸಲು ಹೋದ.

ಒಂದು ವಾರದ ಹಿಂದೆ ಚಾರ್ಲಿ ಡಾಕ್ಟರರ ಬಳಿ ಹೋಗಿದ್ದ – ಸೈಕ್ಲೋಸ್ಟೈಲ್ ಮಾಡಲ್ಪಟ್ಟಿದ್ದ ಒಂದು ಕರಪತ್ರವನ್ನು ಹಿಡಿದುಕೊಂಡು. 'ಸ್ನಾತಕಪೂರ್ವ ವಿದ್ಯಾರ್ಥಿಗಳ ಮಧ್ಯೆ ದೈಹಿಕ – ಮಾನಸಿಕ ಕುಸಿತಗಳ ವ್ಯಾಪ್ತಿಯ ಹೆಚ್ಚಳದ ಕುರಿತು ಒಂದು ವರದಿ' ಎಂಬ ಶಿರೋನಾಮೆಯಿತ್ತು ಆ ಕರಪತ್ರಕ್ಕೆ. ಅದರಲ್ಲಿ ಈ ಕೆಳಗಿನ ವಾಕ್ಯಗಳಡಿಯಲ್ಲಿ ಗೆರೆ ಎಳೆದು ಚಾರ್ಲಿ ಅವುಗಳನ್ನು ಗುರುತು ಮಾಡಿದ್ದ:

'ಇದಕ್ಕೆ ವಿಶೇಷವಾಗಿ ಬಲಿಯಾಗುವವರು ವಿದ್ಯಾರ್ಥಿ–ವೇತನಗಳ ಮೂಲಕ ವ್ಯಾಸಂಗ ಮಾಡುತ್ತಿರುವ, ಕಾರ್ಮಿಕ ವರ್ಗದ ಮತ್ತು ಕೆಳಗಿನ ಮಧ್ಯಮ ವರ್ಗದ ಕುಟುಂಬಗಳಿಂದ ಬಂದ ಯುವಕರು. ಡಿಗ್ರಿ ಸಂಪಾದನೆ ಅವರಿಗೆ ಅತ್ಯಂತ ಪ್ರಾಮುಖ್ಯ ಎನ್ನುವುದು ಸ್ವಯಂಸ್ಪಷ್ಟ. ಇದಲ್ಲದೆ ತಮಗೆ ಪರಕೀಯವಾಗಿರುವ ಮಧ್ಯಮ ವರ್ಗದ ನೀತಿ ನಿಯಮಗಳಿಗೆ ಹೊಂದಿಕೊಳ್ಳಬೇಕಾದ ಒತ್ತಡ ಅವರ ಮೇಲೆ ಸದಾ ಬಿದ್ದಿರುತ್ತದೆ. ಬದುಕಿನ ಮಾನದಂಡಗಳ ಸಂಘರ್ಷಕ್ಕೆ, ಸಂಸ್ಕೃತಿಗಳ ಸಂಘರ್ಷಕ್ಕೆ ಮತ್ತು ಇಬ್ಬಗೆಯ ನಿಷ್ಠೆಗಳ ತಾಕಲಾಟಕ್ಕೆ ಗುರಿಯಾಗಿರುವ ವ್ಯಕ್ತಿಗಳು ಅವರು.'

ಆ ಡಾಕ್ಟರು ಸುಮಾರು ಮೂವತ್ತರ ಪ್ರಾಯದ ಒಬ್ಬ ತರುಣನಾಗಿದ್ದ. ತಮ್ಮ ಕೆಲಸದ ಸಮಸ್ಯೆಗಳ ಬಗ್ಗೆ, ವೈಯಕ್ತಿಕ ಸಮಸ್ಯೆಗಳ ಮತ್ತು (ಚಾರ್ಲಿಯ ವ್ಯಂಗ್ಯಾತ್ಮಕ ಒಳದನಿ ಪರಿಹಾಸದಿಂದ ಸೂಚಿಸಿದಂತೆ) ಸಾಂಸ್ಕೃತಿಕ ಸಂಘರ್ಷದ ಸಮಸ್ಯೆಗಳ ಬಗ್ಗೆ ವಿದ್ಯಾರ್ಥಿಗಳಿಗೆ ಒಂದು ವಿಧದ ತಂದೆಯೋಪಾದಿಯಲ್ಲಿ ಸಲಹೆ ನೀಡಲು ಕಾಲೇಜಿನ ಅಧಿಕಾರಿಗಳೇ

ಅವನನ್ನು ಒದಗಿಸಿದ್ದರು. ಆತ ಕರಪತ್ರದ ಮೇಲೆ ಒಮ್ಮೆ ಕಣ್ಣು ಹಾಯಿಸಿ, ಅದನ್ನು ಮತ್ತೆ ಚಾರ್ಲಿಗೆ ಹಿಂದಿರುಗಿಸಿದ. ಅದನ್ನು ಆತನೇ ಬರೆದಿದ್ದ. ಅದು ಚಾರ್ಲಿಗೂ ಗೊತ್ತಿತ್ತು.

"ನಿನ್ನ ಪರೀಕ್ಷೆ ಯಾವಾಗ?" ಆತ ಕೇಳಿದ. ತಾಯಿಯಂತೆ ವಿಷಯದ ಮೂಲಕ್ಕೆ ಹೋಗ್ತಿದ್ದಾನೆ ಎಂದಿತು ಚಾರ್ಲಿಯ ಬಲ ಭುಜದ ಮೇಲೆ ಕೂತಿದ್ದ ವೈರಿಯ ಕಿಲಾಡಿ ಸ್ವರ. ಡಾಕ್ಟರನ ಪ್ರಶ್ನೆಗೆ ಉತ್ತರವಾಗಿ ಆತ ನುಡಿದ:

"ಇನ್ನೂ ಐದು ತಿಂಗಳುಗಳಿವೆ, ಡಾಕ್ಟರ್. ಆದರೆ ನನ್ನಿಂದ ಅಧ್ಯಯನ ಮಾಡೋದಕ್ಕೆ ಆಗೋದಿಲ್ಲ, ನಿದ್ರೆಯೂ ಬರೋದಿಲ್ಲ."

"ಎಷ್ಟು ಸಮಯದಿಂದ?"

"ಒಮ್ಮೆಲೆ ಶುರುವಾದ್ದಲ್ಲ ಡಾಕ್ಟರ್. ಕೆಲವು ಸಮಯಕ್ಕೆ ಹಿಂದೇನೇ ಕೊಂಚ ಕೊಂಚವಾಗಿ ಈ ಸ್ಥಿತಿ ಶುರುವಾಯ್ತು." ತಾನು ಹುಟ್ಟಿದಂದಿನಿಂದಲೇ ಎಂದು ನುಡಿಯಿತು, ವೈರಿ.

"ನಿನಗೆ ಚಿತ್ತಶಾಮಕಗಳನ್ನೂ ನಿದ್ದೆಯ ಗುಳಿಗೆಗಳನ್ನೂ ಅವಶ್ಯಕವಾಗಿ ಕೊಡ್ಬಹುದು ಅನ್ನೋಣ. ಆದರೆ ದೋಷದ ನಿಜವಾದ ಮೂಲವನ್ನು ಅವು ತಟ್ಟಲಾರವು."

ದೋಷದ ನಿಜವಾದ ಮೂಲ ಅಂದರೆ ಅದೇ: ಅಸ್ವಾಭಾವಿಕವಾದ ಈ ವರ್ಗಮಿಶ್ರಣ. ಇದು ಸಲ್ಲದು ಅಂತ ನಿಮಗೆ ಗೊತ್ತಿಲ್ಲ? ಜನರು ಅವರವರ ಸ್ಥಾನಗಳನ್ನು ತಿಳಿದಿರಬೇಕು; ಮಾತ್ರವಲ್ಲ, ಅದಕ್ಕೆ ಅಂಟಿಕೊಂಡಿರಬೇಕು. ಹೀಗೆ ಯೋಚಿಸುತ್ತಾ, ಚಾರ್ಲಿ ಬಹಿರಂಗವಾಗಿ ಹೇಳಿದ:

"ಅದೇನಿದ್ರೂ, ನನಗೊಂದಿಷ್ಟು ನಿದ್ದೆಯ ಗುಳಿಗೆಗಳನ್ನು ಕೊಟ್ರೆ ಉಪಕಾರವಾಗ್ತದೆ ಡಾಕ್ಟ್ರೆ."

"ನಿನಗೆ ಯಾರಾದ್ರೂ ಹುಡುಗಿಯೊಬ್ಬಳೊಂದಿಗೆ ದೋಸ್ತಿಯಿಲ್ವೆ?"

"ಒಬ್ಬಳಲ್ಲಿ; ಇಬ್ಬರೊಂದಿಗೆ."

ಲೋಕ ವ್ಯವಹಾರವನ್ನು ಬಲ್ಲವನಂತೆ ಡಾಕ್ಟರ್ ಕೊಂಚ ಸಹಾನುಭೂತಿಯನ್ನು ಪ್ರದರ್ಶಿಸಿದ. ಬಳಿಕ ತನ್ನ ನಗುವನ್ನು ಅಳಿಸಿ ಆತ ಹೇಳಿದ:

"ಬಹುಶಃ ಒಬ್ಬಳನ್ನೇ ಕಟ್ಟಿಕೊಳ್ಳೋದು ಹೆಚ್ಚು ಉತ್ತಮವಾಗ್ಬಹುದು."

ಯಾರು? ನನ್ನ ಮಾತೃ–ಸ್ವರೂಪಿ ಹುಡುಗಿಯೋ ಅಥವಾ ಬೆಡಗಿನ ನನ್ನ ವಿಲಾಸಿನಿಯೋ? –

"ಹಾಗೆ ನೋಡಿದ್ರೆ, ಬಹುಶಃ ಆಗ್ಬಹುದು."

ಯಾರಾದ್ರೂ ಒಬ್ಬ ಮನೋವೈದ್ಯನೊಂದಿಗೆ ನೀನೊಮ್ಮೆ ಯಾಕೆ ಮಾತಾಡಿ ನೋಡ್ಬಾರ್ದು? ಅದಕ್ಕೆ ಬೇಕಾದ್ರೆ ನಾನು ಏರ್ಪಾಡು ಮಾಡಿಕೊಡ್ತೇನೆ – ಸರಿ, ನಿನಗೆ ಇಷ್ಟ ಇಲ್ಲವಾದ್ರೆ ಬೇಡ," ಎಂದು ಡಾಕ್ಟರ್ ಅವಸರದಲ್ಲಿ ಮಾತನ್ನು ಕೊನೆಗಾಣಿಸಿದ. ಏಕೆಂದರೆ ಚಾರ್ಲಿಯ ಬದಲಿ ವ್ಯಕ್ತಿತ್ವವು ಈಗ ಒಮ್ಮೆಲೆ ಸ್ಫೋಟಗೊಂಡು, ಕುದುರೆಯ ಹೇಷಾರವದಂತೆ ಅವನ ತುಟಿಗಳ ಮೂಲಕ ಕೇಕೆ ಹಾಕಿತ್ತು.

"ನನಗೆ ಗೊತ್ತಿಲ್ಲದಿರೋ ಏನನ್ನು ತಾನೇ ಆ ವ್ಯಾಧಿಮಾನವನಿಂದ ಹೇಳಲು ಸಾಧ್ಯ?"

ಆತ ಗಹಗಹಿಸಿ ನಕ್ಕು ತನ್ನ ಕಾಲುಗಳನ್ನು ಮೇಲೆ ಹಾರಿಸಿದ. ಮೇಜಿನ ಮೇಲಿದ್ದ ಒಂದು ಭಸ್ಮಕುಂಡ ಕೆಳಗೆ ಬಿದ್ದು ತನ್ನ ಅಂಚಿನ ಮೇಲೆ ಉರುಳುತ್ತಾ ಕೋಣೆಯ ಸುತ್ತ ತಿರುಗತೊಡಗಿತು. ಉರುಳುತ್ತಿದ್ದ ಭಸ್ಮಕುಂಡವನ್ನು ನಗುತ್ತ ನೋಡಿ ಚಾರ್ಲಿ ಯೋಚಿಸಿದ:

ಸರಿ, ಹಿಂದುಗಡೆ ನನ್ನ ಹೆಗಲ ಮೇಲೆ ಕೂತಿರೋದು ಒಂದು ಕಿಲಾಡಿ ಪ್ರೇತ ಅಂತ ನನಗೆ ಮೊದಲಿನಿಂದಲೂ ಗೊತ್ತಿತ್ತು. ಆ ಹಾಳು ಭಸ್ಮಕುಂಡವನ್ನು ನಾನು ಸ್ಪರ್ಶಿಸಲೇ ಇಲ್ಲವೆಂತ ಆಣೆ ಬೇಕಾದ್ರೂ ಹಾಕಬಲ್ಲೆ.

ಭಸ್ಮಕುಂಡ ತನ್ನ ಬಳಿ ಉರುಳಿ ಬರುವ ತನಕ ಸುಮ್ಮಗೆ ಕುಳಿತಿದ್ದ ಡಾಕ್ಟರ್, ಅದನ್ನು ಕಾಲಿನಿಂದ ತಡೆದು ಪುನಃ ಮೇಜಿನ ಮೇಲೆ ಎತ್ತಿಟ್ಟ. ಅನಂತರ ಆತ ಹೇಳಿದ:

"ನಿನಗೆ ಹೀಗನ್ನಿಸ್ತದೆ ಅಂತಾದ್ರೆ ಮನೋವೈದ್ಯನ ಹತ್ರ ಹೋಗೋದ್ರಲ್ಲಿ ಅರ್ಥವಿಲ್ಲ."

ಅಲ್ಲಿಗೆ ಎಲ್ಲ ಮಾರ್ಗಗಳನ್ನೂ ಅನ್ವೇಷಿಸಿದ ಹಾಗಾಯಿತು. ಎಲ್ಲ ದಾರಿಗಳನ್ನೂ ಗುರುತಿಸಿ ಕೊಟ್ಟಂತಾಯಿತು.

ಆದರೆ ಡಾಕ್ಟರು ಅಲ್ಲಿಗೆ ನಿಲ್ಲಿಸಲಿಲ್ಲ. ಆತ ಮತ್ತೂ ಕೇಳಿದ:

"ಸರಿ, ಹಾಗಾದ್ರೆ ಬೇರೇನು? ಸ್ವಲ್ಪ ನೋಡೋಣ, ಇತ್ತೀಚೆಗೆ ನೀನೇನಾದ್ರೂ ಮನೆಗೆ ಹೋಗಿದ್ದೀಯಾ?"

"ಕಳೆದ ಕ್ರಿಸ್‌ಮಸ್ ರಜೆಯಲ್ಲಿ. ಅನಂತರ ಹೋಗಿಲ್ಲ. ಹೋಗೋಕೆ ನನಗೆ ಇಷ್ಟವಿಲ್ಲ ಅನ್ನೋ ಕಾರಣದಿಂದಲ್ಲ ಡಾಕ್ಟರ್; ಅಲ್ಲಿ ನನಗೆ ಕೆಲಸ ಮಾಡೋಕೆ ಏನೂ ಆಗೋದಿಲ್ಲ ಅಂತ. ಯೂನಿಯನ್ ಸಭೆಗಳು, ಟೆಲಿವಿಶನ್ ಮತ್ತು ಡಾಂಕಾಸ್ಟರ್‌ನಲ್ಲಿನ ಚಲನಚಿತ್ರಗಳು – ಈ ವಾತಾವರಣದಲ್ಲಿ ನೀವು ಕೆಲಸ ಮಾಡಲು ಪ್ರಯತ್ನಿಸಿ ನೋಡಿ; ಒಮ್ಮೆ ಪ್ರಯತ್ನಿಸಿ ನೋಡಿ ಡಾಕ್ಟರ್. ಅಲ್ಲದೆ ಅವರ ಮನ ನೋಯಿಸದಂತೆ ಇರೋದಕ್ಕೇ ನನ್ನ ಚೈತನ್ಯವನ್ನೆಲ್ಲ ಉಪಯೋಗಿಸಬೇಕಾಗ್ತದೆ. ಯಾಕಂದ್ರೆ ಅವನ ಮನಸ್ಸನ್ನು ನಾನು ನಿಜವಾಗಿಯೂ ನೋಯಿಸ್ತೇನೆ. ಪ್ರಿಯ ಡಾಕ್ಟರ್, ನಾವು ವಿದ್ಯಾರ್ಥಿವೇತನ ಪಡೆಯೋ ಹುಡುಗರು, ನಮ್ಮ ವರ್ಗದಿಂದ ಮೇಲೆ ನೆಗೆದಾಗ, ಅದರಿಂದ ಬಾಧೆಯಾಗೋದು ನಮಗಲ್ಲ; ನಮ್ಮ ಕುಟುಂಬಗಳಿಗೆ. ನಾವೊಂದು ವೆಚ್ಚದ ಬಾಬು ಡಾಕ್ಟರ್. ಇಷ್ಟೇ ಅಲ್ಲ – ಒಂದು ಪ್ರಬಂಧ ಬರೀರಿ; ಅದನ್ನು ಖಂಡಿತ ಓದ್ತೇನೆ... ಅದಕ್ಕೆ ಈ ಹೆಸರಿಡಿ: ಕಾರ್ಮಿಕ ವರ್ಗದ ಅಥವಾ ಕೆಳಗಿನ ಮಧ್ಯಮ ವರ್ಗದ ಕುಟುಂಬ ಒಂದರ ಮೇಲೆ, ತಾವು ಬರೇ ಮೊದ್ದುಗಳೂ, ಸಂಸ್ಕೃತಿಯಿಲ್ಲದ ಅವಿದ್ಯಾವಂತ ಒರಟರು ಎಂಬುದನ್ನು ಸದಾ ತಮ್ಮ ಜ್ಞಾಪಕಕ್ಕೆ ತರುವಂತಿರುವ ವಿದ್ಯಾರ್ಥಿವೇತನ ಪಡೆಯುವ ಹುಡುಗನೊಬ್ಬನ ಅಸ್ತಿತ್ವದ ದೀರ್ಘಕಾಲೀನ ಪರಿಣಾಮಗಳು. ಪ್ರಬಂಧ ಒಂದಕ್ಕೆ ಈ ವಸ್ತು ಹೇಗಿದೆ ಡಾಕ್ಟರ್? ಯಾಕೆ, ಅದನ್ನು ನಾನೇ ಬರಿಬಹುದು ಅಂತ ನನಗೆ ತೋರ್‍ತದೆ..."

"ಕೆಲವು ದಿನಗಳ ಮಟ್ಟಿಗೆ ನೀನೊಮ್ಮೆ ಮನೆಗೆ ಹೋಗೋದು ಒಳ್ಳೇದು. ನಿನ್ನ ಸ್ಥಾನದಲ್ಲಿರ್‍ತಿದ್ರೆ ನಾನು ಹಾಗೆ ಮಾಡ್ತಿದ್ದೆ. ಕೆಲಸ ಮಾಡೋದಕ್ಕೆ ಏನೂ ಪ್ರಯತ್ನಿಸ್ಬೇಡ. ಸಿನೆಮಾ ನೋಡು. ಚೆನ್ನಾಗಿ ಊಟ ಮಾಡು, ನಿದ್ದೆ ಮಾಡು. ನಿನಗೆ ರಾಜಾತಿಥ್ಯ ನೀಡೋದಕ್ಕೆ ಮನೆಯವರಿಗೆ ಬಿಡು. ಈ ಚೀಟಿಯಲ್ಲಿ ಬರೆದಿರೋ ಔಷಧಿಗಳನ್ನು ತೆಗೆದುಕೋ. ಮತ್ತೆ ಮನೆಯಿಂದ ಮರಳಿದ ಬಳಿಕ ನನ್ನನ್ನು ಬಂದು ನೋಡು."

"ಹಾಗೆಯೇ ಆಗಲಿ. ಥ್ಯಾಂಕ್ಸ್ ಡಾಕ್ಟರ್," ನಿನ್ನ ಉದ್ದೇಶವೇನೋ ಒಳ್ಳೇದೇ.

ಬೇರೊಬ್ಬ ಗಿರಾಕಿಯನ್ನು ವಿಚಾರಿಸಲು ಹೋಗಿದ್ದ ಮೈಕ್ ಹಿಂದೆ ಬಂದಾಗ, ಚಾರ್ಲಿ ಒಂದು ಪೆನ್ನಿ ನಾಣ್ಯವನ್ನು ಕೈಯಲ್ಲಿ ಹಿಡಿದು, ಅದನ್ನು ಬುಗರಿಯಂತೆ ಹಾರಿಸಿ

ತಿರುಗಿಸುತ್ತಿದ್ದ. ಈ ಆಟದಲ್ಲಿ ಆತ ಎಷ್ಟು ತಲ್ಲೀನನಾಗಿದ್ದನೆಂದರೆ, ಮೈಕ್‌ನ ಬರವನ್ನು ಅವನು ಗಮನಿಸಲಿಲ್ಲ. ಮೊಗಲು ಅವನದನ್ನು ತನ್ನ ಬಲಗೈಯಿಂದ ವಿರುದ್ಧ ದಿಕ್ಕಿಗೆ ತಿರುಗುವ ಗಡಿಯಾರದಂತೆಯೂ ಅನಂತರ ಎಡಗೈಯಿಂದ ಸರಿದಿಕ್ಕಿಗೆ ಚಲಿಸುವ ಗಡಿಯಾರದಂತೆಯೂ ತಿರುಗಿಸುತ್ತಿದ್ದ. ಬಲಗೈಯು ಅಪಹಾಸ್ಯ ಮಾಡುವ ಅವನ ಬದಲಿ ವ್ಯಕ್ತಿತ್ವವಾಗಿದ್ದರೆ, ಎಡಗೈಯು ಅವನ ಬೋಧನಾತ್ಮಕ ಮತ್ತು ವೈಚಾರಿಕ ಧ್ವನಿಯಾಗಿತ್ತು. ಅವನ ಆಟವನ್ನು ವೀಕ್ಷಿಸಿ ಮೈಕ್ ಕೇಳಿದ:

"ನೀನೊಬ್ಬ ಸವ್ಯಸಾಚಿಯೇನು ?"

"ಹೌದು, ಹುಟ್ಟಿದಂದಿನಿಂದ್ಲೂ."

ಹುಬ್ಬುಗಂಟಿಕ್ಕಿ, ಹಲ್ಲು ಕಚ್ಚಿ, ತದೇಕಚಿತ್ತದಿಂದ ಚಾರ್ಲಿ ನಾಣ್ಯವನ್ನು ತಿರುಗಿಸುತ್ತಿದ್ದ. ತನ್ನ ಮುಂದಿದ್ದ ಬೀರ್ ಗ್ಲಾಸ್‌ನ್ನೂ ಆತ ಸ್ಪರ್ಶಿಸಿರಲಿಲ್ಲ. ಅವನ ಏಕಾಗ್ರತೆಯನ್ನು ನೋಡುತ್ತಾ, ಸ್ವಲ್ಪ ಹೊತ್ತು ಮೈಕ್ ಹಾಗೆಯೇ ನಿಂತ. ಅನಂತರ ಚಾರ್ಲಿ ಮುಟ್ಟಿರದಿದ್ದ ಬೀರ್ ಗ್ಲಾಸನ್ನು ತೆಗೆದು ಒಂದು ಡಬ್ಬಲ್ ವಿಷ್ಕಿಯನ್ನು ಅವನ ಮುಂದಿಟ್ಟು ಆತ ಹೇಳಿದ:

"ನೀನು ಇದನ್ನು ಕುಡಿ; ಆಮೇಲೆ ರೈಲುಬಂಡಿಯನ್ನೇರಿ ನಿದ್ದೆಮಾಡು."

"ಥ್ಯಾಂಕ್ಸ್ ಮೈಕ್, ಥ್ಯಾಂಕ್ಸ್."

"ಕಳೆದ ಸಲ ನಿನ್ನೊಂದಿಗೆ ಬಂದಿದ್ದಳಲ್ಲಾ – ಅವಳು ಒಳ್ಳೆ ಹುಡುಗಿ ಅಂತ ನನಗೆ ತೋಚಿತ್ತು."

"ಅವಳೊಂದಿಗೆ ನಾನು ಜಗಳಾಡಿದ್ದೀನಿ. ಅಥವಾ ಅವಳೇ ನನ್ನನ್ನು ಹೊರದೂಡಿದ್ದಾಳೆ ಅನ್ನೋದು ಹೆಚ್ಚು ವಾಸಿ. ಅವಳು ಹಾಗೆ ಮಾಡಿದ್ರಲ್ಲಿ ತಪ್ಪೂ ಇಲ್ಲ."

ಡಾಕ್ಟರನ್ನು ಭೇಟಿ ಮಾಡಿದ ತರುವಾಯ ಚಾರ್ಲಿ ಸೀದಾ ಜೆನ್ನಿಯ ಬಳಿ ಹೋಗಿದ್ದ. ಡಾಕ್ಟರ್‌ರೊಂದಿಗೆ ನಡೆದ ಮಾತುಕತೆಯನ್ನು ಅವಳ ಮುಂದೆ ಆತ ನಕಲಿ ಮಾಡಿದ್ದ. ಆಕೆ ಅದನ್ನು ಗಂಭೀರವಾಗಿ ಕೇಳುತ್ತಾ ಕುಳಿತಿದ್ದಳು. ಅನಂತರ ಅವಳಿಗೆ ತನ್ನ ಅಚ್ಚುಮೆಚ್ಚಿನ ಉಪನ್ಯಾಸವನ್ನು ಆತ ನೀಡಿದ್ದ – ವರ್ಗಗಳ ಬಗ್ಗೆ ಮತ್ತು ಮಧ್ಯಮ ವರ್ಗದಲ್ಲಿ ಹುಟ್ಟಿದವರು ಯಾರೇ ಆಗಲಿ, ಎಲ್ಲೇ ಇರಲಿ, ಅವರ ಅಚಲ ಔದಾಸೀನ್ಯ ಮನೋಭಾವದ ಬಗ್ಗೆ. ಈ ಉಪನ್ಯಾಸವನ್ನು ಜೆನ್ನಿಯ ಹೊರತು ಬೇರಾರೂ ಎಂದೂ ಕೇಳಿರಲಿಲ್ಲ. ಆಕೆ ಕೊನೆಗೆ ಅವನೊಡನೆ ಹೇಳಿದ್ದಳು:

"ನೀನೊಬ್ಬ ಮನೋವೈದ್ಯನನ್ನು ಹೋಗಿ ನೋಡೋದು ಒಳ್ಳೇದು. ಇಲ್ಲ, ಕೊಂಚ ತಾಳು, ಇದು ನ್ಯಾಯವಲ್ಲ ಅಂತ ನಿನಗೆ ಕಾಣೋದಿಲ್ವೆ?"

"ಯಾರಿಗೆ ನ್ಯಾಯವಲ್ಲ – ನನಗೋ?"

"ಅಲ್ಲ, ನನಗೆ. ನೀನು ನನ್ನೊಂದಿಗೆ ಹೀಗೆ ಸದಾ ಬೊಬ್ಬೆಹಾಕೋದ್ರಿಂದ ಏನು ಪ್ರಯೋಜನ? ಇದನ್ನೆಲ್ಲ ನೀನು ಅವನೊಡನೆ ಹೇಳ್ಬೇಕು."

"ಏನು?"

"ಸರಿ, ನಿನಗೆ ಅಷ್ಟೂ ಗೊತ್ತಾಗೋದಿಲ್ವೆ? ನನಗೆ ಉಪನ್ಯಾಸ ಮಾಡೋದ್ರಲ್ಲೇ ನಿನ್ನ ಕಾಲವನ್ನೆಲ್ಲ ನೀನು ಕಳೀತಾ ಇದ್ದೀಯೆ. ನೀನು ನನ್ನನ್ನು ಉಪಯೋಗಿಸ್ತಿದ್ದಿ ಚಾರ್ಲ್ಸ್." (ಆಕೆ ಯಾವಾಗಲೂ ಅವನನ್ನು ಚಾರ್ಲ್ಸ್ ಎಂದೇ ಕರೆಯುತ್ತಿದ್ದಳು.)

ಅವಳು ನಿಜವಾಗಿ ಹೇಳುತ್ತಿದ್ದುದೇನೆಂದರೆ: "ನನಗೆ ಉಪನ್ಯಾಸ ನೀಡೋದಕ್ಕೆ ಬದಲಾಗಿ ನನ್ನೊಡನೆ ಪ್ರಣಯದ ಆಟವಾಡು," ಎಂದು. ಜೆನ್ನಿಯೊಂದಿಗೆ ಪ್ರಣಯಕ್ಕೆ ಚಾರ್ಲಿಗೆ ವಾಸ್ತವವಾಗಿ ಅಷ್ಟು ಇಷ್ಟವಿರಲಿಲ್ಲ. ಆದರೆ ಇತ್ತೀಚೆಗೆ ಹೆಚ್ಚು ಹೆಚ್ಚು ಕಹಿಯಾಗಿ ತನ್ನನ್ನು ದೂರುವಂತೆ ತೋರುತ್ತಿದ್ದ ಜೆನ್ನಿಯ ವರ್ತನೆ ತಾನು ಹಾಗೆ ಮಾಡಬೇಕೆಂದು ಅವನನ್ನು ಜ್ಞಾಪಿಸಿದಾಗ, ಆತ ಒಲ್ಲದ ಮನಸ್ಸಿನಿಂದ ಆ ಕೆಲಸಕ್ಕೆ ಇಳಿಯುತ್ತಿದ್ದ. ಜೆನ್ನಿಯಲ್ಲದೆ ಚಾರ್ಲಿಗೆ ಇನ್ನೊಬ್ಬ ಗೆಳತಿಯಿದ್ದಳು. ಅವಳ ಹೆಸರು ಸ್ಯಾಲಿ. ಎತ್ತರದ ಚುರುಕಿನ ಹುಡುಗಿ. ಮಧ್ಯಮವರ್ಗಕ್ಕೆ ಸೇರಿದವಳು. ಅವಳ ನಡೆನುಡಿ ಮಾತ್ರ ಚಾರ್ಲಿಗೆ ಹಿಡಿಸುತ್ತಿರಲಿಲ್ಲ. ಆಕೆ ಅವನನ್ನು ಕುಚೋದ್ಯದಿಂದ ಚಾರ್ಲಿ ಮರಿ ಎಂದು ಸಂಬೋಧಿಸುತ್ತಿದ್ದಳು. ಆ ದಿನ ಜೆನ್ನಿಯ ಕೋಣೆಯಿಂದ ದಢಾರನೆ ಹೊರಟ ತರುವಾಯ, ಆತ ಸ್ಯಾಲಿಯ ಬಳಿ ತೆರಳಿ ಅವಳನ್ನು ತನ್ನೊಂದಿಗೆ ಹಾಸಿಗೆಗೆ ಎಳೆದಿದ್ದ. ಅವಳೊಡನೆ ಸಂಭೋಗವೆಂದರೆ, ಪ್ರತಿಯೊಂದು ಸಲವೂ ಅವಳನ್ನು ನಿಧಾನವಾಗಿ, ನಿರ್ಧಾರಪೂರಕವಾಗಿ ಆತ ತನ್ನ ಹತೋಟಿಗೆ ತರುವ ಕ್ರಿಯೆಯಾಗಿ ಅದು ಪರಿಣಮಿಸುತ್ತಿತ್ತು. ಅಂದಿನ ರಾತ್ರಿ ರತಿಕ್ರೀಡೆ ಮುಗಿದು, ಆಕೆ ಕಟ್ಟಕಡೆಗೆ ಸಂಪೂರ್ಣ ಶರಣಾಗಿ ಅವನ ತೆಕ್ಕೆಯಡಿಯಲ್ಲಿ ಮಲಗಿದ್ದಾಗ, ಆತ ಹೇಳಿದ್ದ:

"ಸುಂದರಿಯಾದ ಶ್ರೀಮಂತ ವರ್ಗಗಳ ಪುತ್ರಿಯನ್ನು ಒರಟು ಕೈಗಳ ಶ್ರಮಿಕ ಪುತ್ರನೊಬ್ಬ ತನ್ನ ಅದಮ್ಯ ಗಂಡಸುತನದಿಂದ ಗೆದ್ದ. ಅವಳಿಗಂತೂ ಇದರಿಂದ ಬಹಳ ಖುಷಿಯಾಗಿದೆ, ಅಲ್ವೆ?"

"ಓ, ಹೌದು; ಆಗಿದೆ, ಚಾರ್ಲಿ – ಮರಿ."

"ಅಂದರೆ ನಾನು ಕೇವಲ ಕಾಮ ತೃಪ್ತಿಯ ಒಂದು ಪ್ರತೀಕ ಮಾತ್ರ."

ಈಗಾಗಲೇ ಸ್ವಸ್ಥಚಿತ್ತಳಾಗಿದ್ದ ಆಕೆ, ಅವನ ತೋಳ ತೆಕ್ಕೆಯಿಂದ ತನ್ನನ್ನು ಬಿಡಿಸಿಕೊಂಡು ಮೆಲುದನಿಯಲ್ಲಿ ನುಡಿದಿದ್ದಳು:

"ನಿನ್ನ ಪಾಲಿಗೆ ನಾನು ಅಷ್ಟೇ ಅಲ್ವೆ?"

ಅನಂತರ ಅವನನ್ನು ಕೆಣಕುವ ರೀತಿಯಲ್ಲಿ ಅದಕ್ಕೆ ಇನ್ನೊಂದು ಮಾತನ್ನು ಆಕೆ ಸೇರಿಸಿದ್ದಳು:

"ಇರಲಿ, ಅದರಿಂದ ನನಗೇನೂ ಅಸಮಾಧಾನವಿಲ್ಲ. ಅದಕ್ಕಾಗಿ ನಾನೇನೂ ತಲೆ ಕೆಡಿಸಿಕೊಳ್ಳೋಹಾಗಿಲ್ಲ ಬಿಡು."

ಆದರೆ ಇದರಿಂದ ಆಕೆಗೆ ನಿಜವಾಗಿಯೂ ಅಸಮಾಧಾನವಾಗಿತ್ತು ಮತ್ತು ಅದು ಚಾರ್ಲಿಯ ತಪ್ಪು ಎಂಬುದು ಅವಳ ಧ್ವನಿಯಲ್ಲಿ ಸ್ಪಷ್ಟವಾಗಿತ್ತು. ಈ ಮಾತಿಗೆ ಚಾರ್ಲಿ ಮರುನುಡಿದಿದ್ದ:

"ಪ್ರಿಯ ಸ್ಯಾಲಿ, ನಿನ್ನಲ್ಲಿ ನನಗೆ ಇಷ್ಟವಾಗಿರೋ ಸಂಗ್ತಿ ಅಂದರೆ, ಸುಂದರವಾದ ನಿನ್ನ ಪ್ರಾಮಾಣಿಕತೆ."

"ನನ್ನಲ್ಲಿ ಅದೇನಾ ನಿನಗೆ ಇಷ್ಟವಾಗಿರೋದು? ನನ್ನನ್ನು ಹಿಡಿದು ಬಗ್ಗಿಸೋದ್ರಿಂದ ಉಂಟಾಗೋ ರೋಮಾಂಚನ ಅಂತ ನಾನು ಯೋಚಿಸ್ತಿದ್ದೆ."

ಇದನ್ನೆಲ್ಲ ಜ್ಞಾಪಿಸಿಕೊಳ್ಳುತ್ತಾ, ಮೈಕ್‌ನೊಂದಿಗೆ ಮಾತು ಮುಂದುವರಿಸಿ ಚಾರ್ಲಿ ಹೇಳಿದ:

"ಕಳೆದ ಕೆಲವು ವಾರಗಳಲ್ಲಿ ನನಗೆ ಗೊತ್ತಿರೋ ಎಲ್ಲರೊಂದಿಗೂ ನಾನು ಜಗಳ ಮಾಡಿದ್ದೇನೆ."

"ನಿನ್ನ ಮನೆಯವರೊಡನೆ ಕೂಡ ಜಗಳ ಮಾಡಿದ್ದೀಯಾ ?"

ಚಾರ್ಲಿ ಗಾಬರಿಯಿಂದ "ಇಲ್ಲ" ಎಂದ. ಕೋಣೆ ಮತ್ತೊಮ್ಮೆ ಅವನ ಸುತ್ತ ತಿರುಗಿತು. "ಹೇ ಭಗವಂತ, ಇಲ್ಲ," ಎಂದಾತ ಕೃತಜ್ಞತೆಯ ದನಿಯಲ್ಲಿ ಪುನಃ ಉಚ್ಚರಿಸಿದ. ಬಳಿಕ ಸಿಟ್ಟಿನಿಂದ ಆತ ಕೇಳಿದ:

"ಅವರೊಂದಿಗೆ ನಾನು ಜಗಳ ಮಾಡೋದಾದ್ರೂ ಹೇಗೆ? ನನ್ನ ಮನಸ್ಸಿನಲ್ಲಿ ನಿಜವಾಗಿ ಏನಿದೆ ಅನ್ನೋದನ್ನು ನಾನು ಯಾವತ್ತೂ ಅವರಿಗೆ ಹೇಳೋಹಾಗಿಲ್ಲ."

ಹೀಗೆ ಹೇಳಿ ಆತ ಮೈಕ್‌ನ ಮುಖವನ್ನು ನೋಡಿದ – ತಾನು ನಿಜವಾಗಿಯೂ ಈ ಪದಗಳನ್ನು ಗಟ್ಟಿಯಾಗಿ ಉಚ್ಚರಿಸಿದ್ದೇನೋ, ಇಲ್ಲವೋ ಎಂಬುದನ್ನು ತಿಳಿಯಲು. ಹೌದು, ಗಟ್ಟಿಯಾಗಿ ಉಚ್ಚರಿಸಿದ್ದ. ಏಕೆಂದರೆ ಮೈಕ್ ಈಗ ನುಡಿದ:

"ಹಾಗಿದ್ರೆ ನನಗೆ ಹೇಗನ್ನಿಸ್ತದೆ ಅಂತ ನಿನಗೆ ಗೊತ್ತಾಗ್ಬಹುದು. ಈ ದರಿದ್ರ ದೇಶದಲ್ಲಿ ಕಳೆದ ಮೂವತ್ತು ವರ್ಷಗಳಿಂದ ನಾನು ಜೀವಿಸ್ತಾ ಇದ್ದೀನಿ. ಆದ್ರೂ ಈ ದುರಹಂಕಾರೀ ಮೂರ್ಖರಿಗೆ ನಾನೇನು ಯೋಚಿಸ್ತಿದ್ದೀನಿ ಅನ್ನೋದು ಒಂದಿಷ್ಟಾದ್ರೂ ಗೊತ್ತಾಗಿದ್ರೆ ?"

"ಸಟೆಗಾರ ! ಕ್ರಾಮ್‌ವೆಲ್[1] ನಿಂದ ಹಿಡಿದು ಕಾಳ – ಕಂದುಗಳ[2] ಮತ್ತು ಕೇಸ್‌ಮೆಂಟ್‌ನ[3] ತನಕ ನಿನ್ನ ಮನಸ್ಸಿನಲ್ಲರೋದನ್ನೆಲ್ಲ ನೀನು ಯಾವಾಗ್ಲೂ ಹೇಳ್ತಾ ಇರ್ತಿ. ನೀನು ಎಂದಾದ್ರೂ ನಿನ್ನ ಬಾಯಿಗೆ ಬೀಗ ಹಾಕಿದ್ದುಂಟೆ ? ಆದರೆ ಹಾಗೆ ಬಾಯಿ ಬಿಡೋದ್ರಿಂದ – ನಿನ್ನ ಮನಸ್ಸಿಗೆ ಅದೇನೂ ಕೆಡುಕುಂಟು ಮಾಡೋದಿಲ್ಲ."

"ನಿನಗೆ ಕೆಡಕೆನಿಸ್ತದಾ ?"

"ಹೌದು. ಆದರೆ ಅದೆಲ್ಲ ಶುದ್ಧ ಅವಿವೇಕ. ಅದೆಷ್ಟು ಅವಿವೇಕ ಅನ್ನೋದನ್ನು ನೀನು ಗ್ರಹಿಸಿದ್ದೀಯಾ ಮೈಕ್ ? ನನ್ನ ತಂದೆಯನ್ನೇ ತೆಗೋ. ಕಾರ್ಮಿಕ ವರ್ಗದ ಒಂದು ಆಧಾರ ಸ್ತಂಭ. ಲೇಬರ್ ಪಕ್ಷ, ಟ್ರೇಡ್ ಯೂನಿಯನ್, ಎಲ್ಲ. ಆದರೂ ಕಳೆದ ಟರ್ಮ್‌ನಲ್ಲಿ ನಾನು ಭಾಗವಹಿಸಿದ್ದ ಚಳವಳಿಯ ಕುರಿತು ಅವನ ಮುಂದೆ ಏನೂ ಹೇಳೋಹಾಗಿರ್ಲಿಲ್ಲ. ಆ

---

1 ಕ್ರಾಮ್‌ವೆಲ್: ಒಲಿವರ್ ಕ್ರಾಮ್‌ವೆಲ್ (1599–1658). 17ನೇ ಶತಮಾನದಲ್ಲಿ ಇಂಗ್ಲೆಂಡ್‌ನ ಉದಯೋನ್ಮುಖ ಬಂಡವಾಳಶಾಹಿ ವರ್ಗವು ಅರಸೊತ್ತಿಗೆಯ ವಿರುದ್ಧ ನಡೆಸಿದ ಸಶಸ್ತ್ರ ಹೋರಾಟಕ್ಕೆ ನಾಯಕತ್ವ ನೀಡಿದ್ದ ಸುಪ್ರಸಿದ್ಧ ಐತಿಹಾಸಿಕ ವ್ಯಕ್ತಿ. 1649ರಲ್ಲಿ ಮೊದಲನೇ ಚಾರ್ಲ್ಸ್ ದೊರೆಯನ್ನು ಗಲ್ಲಿಗೇರಿಸಿದ ತರುವಾಯ 1658ರಲ್ಲಿ ತನ್ನ ಮರಣದ ತನಕ ಈತ ಇಂಗ್ಲೆಂಡ್‌ನ ಅನಭಿಷಿಕ್ತ ಪ್ರಭುವಾಗಿದ್ದ. ಇಂಗ್ಲಿಷ್ ಅಧಿಕಾರದ ವಿರುದ್ಧ ಅಯರ್ಲೆಂಡ್‌ನಲ್ಲಿ ನಡೆದ ದಂಗೆಯನ್ನು ಆತ ಕ್ರೂರವಾಗಿ ಅಡಗಿಸಿ, ಅದು ಇಂಗ್ಲಿಷ್ ರಾಜ್ಯದ ಒಂದು ಭಾಗವೆಂದು 1654ರಲ್ಲಿ ಘೋಷಿಸಿದ್ದ.

2 ಕಾಳ – ಕಂದುಗಳು: 1919 – 22ರ ಐರಿಶ್ ಸ್ವಾತಂತ್ರ್ಯ ಹೋರಾಟದ ಕಾಲದಲ್ಲಿ, ಅದನ್ನು ಹತ್ತಿಕ್ಕಲು ಬ್ರಿಟನ್‌ನಿಂದ ಕಳುಹಿಸಲ್ಪಟ್ಟಿದ್ದ ಒಂದು ವಿಶೇಷ ಪೊಲೀಸ್ ದಳ – ಬ್ರಿಟಿಷರ ಅಧಿಕಾರಾವಧಿಯಲ್ಲಿ ಭಾರತದಲ್ಲಿದ್ದ 'ಮಲಬಾರ್ ಸ್ಪೆಶಲ್ ಪೊಲೀಸ್' ಪಡೆಯಂತೆ. ಅಯರ್ಲೆಂಡಿನಲ್ಲಿ ಅವರು ನಡೆಸಿದ್ದ ಅತ್ಯಾಚಾರಗಳಿಗೆ ಮಿತಿಯಿರಲಿಲ್ಲ. ಕಪ್ಪು ಮತ್ತು ಕಂದು ಬಣ್ಣದ ಅವರ ಸಮವಸ್ತ್ರದಿಂದಾಗಿ ಅವರಿಗೆ ಈ ಅಡ್ಡ ಹೆಸರು ಬಂದಿತ್ತು.

3 ಕೇಸ್‌ಮೆಂಟ್: ರೋಜರ್ ಡೇವಿಡ್ ಕೇಸ್‌ಮೆಂಟ್ (1864 – 1916). 1916ರ ಐರಿಶ್ ದಂಗೆಯಲ್ಲಿ ಪ್ರಮುಖ ಪಾತ್ರ ವಹಿಸಿದುದಕ್ಕಾಗಿ ಬ್ರಿಟಿಷರಿಂದ ಗಲ್ಲಿಗೇರಿಸಲ್ಪಟ್ಟು ಹುತಾತ್ಮನಾದ ಅಯರ್ಲೆಂಡಿನ ಒಬ್ಬ ಮಹಾ ದೇಶಭಕ್ತ.

ವಿಷಯ ಅಪ್ರಿಪಪ್ರಿಯಾದ್ರೂ ನನ್ನ ಬಾಯಿಯಿಂದ ಬಾರದಂತೆ ನಾನು ಎಚ್ಚರಿಕೆಯಿಂದ ನಾಲಿಗೆ ಬಿಗಿಹಿಡಿದುಕೋಬೇಕಾಗಿತ್ತು – ಕರಿಜನರನ್ನು ಬ್ರಿಟಿಷರು ತಮ್ಮ ಹತೋಟಿಯಲ್ಲಿ ಇಟ್ಟುಕೊಳ್ಳೇಕು ಅನ್ನೋದು ಈಗ ಕೂಡ ಅವನ ಮಟ್ಟಿಗೆ ಪ್ರಶ್ನಾತೀತವಾದ ವಿಷಯ."

ಮೈಕ್ ಹೇಳಿದ:

"ನೀವು ಬ್ರಿಟಿಷರು ಅಸಾಧಾರಣ ಜನರಯ್ಯ. ಆದರೆ ಅದು ನಿನ್ನ ವೈಯಕ್ತಿಕ ತಪ್ಪಲ್ಲ. ಆದ್ರಿಂದ ಈಗ ಈ ವ್ಹಿಸ್ಕಿ ಕುಡಿ. ಆಮೇಲೆ ಇನ್ನೊಂದು ಪೆಗ್ ತೆಗೆದುಕೋ."

ಚಾರ್ಲಿ ತನ್ನ ಮೊದಲನೇ ವ್ಹಿಸ್ಕಿಯನ್ನು ಹೀರಿದ. ಅನಂತರ ಎರಡನೇ ಗ್ಲಾಸನ್ನು ತನ್ನ ಬಳಿ ಸೆಳೆದು, ಹೆಚ್ಚು ಉತ್ತೇಜಿತ ಸ್ವರದಲ್ಲಿ ಮಾತು ಮುಂದುವರಿಸಿದ:

"ನಾನು ಹೇಳಿದ್ದು ನಿನಗೆ ಅರ್ಥವಾಯಿತಲ್ಲ? ಇದೆಲ್ಲ ಹುಚ್ಚು ಅಂತ ನಿನಗೆ ಕಾಣೋದಿಲ್ವೆ? ನನ್ನ ತಾಯಿಯನ್ನು ನೋಡು. ಅವಳ ತಂಗಿಗೆ ಸಕತ್ ಕಾಯಿಲೆ. ಆಕೆ ಇಂದೋ ನಾಳೆಯೋ ಜೀವ ಬಿಡೋ ಸ್ಥಿತಿಯಲ್ಲಿದ್ದಾಳೆ. ಅವ್ಳಿಗೆ ಎರಡು ಮಕ್ಕಳಿದ್ದಾರೆ. ಅವರನ್ನು ನೋಡಿಕೊಳ್ಳೋ ಜವಾಬ್ದಾರೀನ ನನ್ನ ತಾಯಿ ಹೊತ್ತುಕೊಳ್ಳೋದು ಖಂಡಿತ. ಇಬ್ರು ಕೂಡ ಇನ್ನೂ ಚಿಕ್ಕ ಮಕ್ಕಳು – ವಯಸ್ಸು ಮೂರು ಮತ್ತು ನಾಲ್ಕು. ಹೀಗೆ ಮಾಡೋದೂಂದ್ರೆ ಇನ್ನೊಮ್ಮೆ ಬುಡದಿಂದ ಸಂಸಾರ ಆರಂಭ ಮಾಡಿದ ಹಾಗೆ. ಅಮ್ಮನಿಗೆ ಮಾತ್ರ ಅದೊಂದು ದೊಡ್ಡ ವಿಷಯಾನೇ ಅಲ್ಲ. ಯಾರಾದ್ರೂ ಕಷ್ಟದಲ್ಲಿ ಬಿದ್ರೆ, ಪ್ರತಿಯೊಂದು ಸಲವೂ ಅದರ ಭಾರ ಬೀಳೋದು ಅವಳ ತಲೆ ಮೇಲೇನೇ. ಯಾಕಂದ್ರೆ ಅದಕ್ಕೆ ಯಾವಾಗ್ಲೂ ಅವಳು ತಯಾರು. ಆದ್ರೂ ಅವಳಲ್ಲಿ ಕೂತು ಹೇಳ್ತಿರ್ತಾಳೆ: 'ಆ ಬಾಲ ಅಪರಾಧಿಗಳಿದ್ದಾರಲ್ಲ – ಮೂರ್ಛೆ ತಪ್ಪೋ ತನಕ ಅವರಿಗೆ ಛಡಿ ಏಟು ಕೊಡ್ಬೇಕು.' ಅವಳಿದನ್ನು ಪತ್ರಿಕೆಗಳಲ್ಲಿ ಎಲ್ಲೋ ಓದಿದ್ದಾಳೆ. ಆದ್ರಿಂದ ಅದನ್ನು ಹಾಗೇ ಹೇಳ್ತಾಳೆ. ಅವಳು ನನಗೂ ಇದನ್ನು ಹೇಳಿದ್ಳು. ಆದ್ರೆ ನಾನು ಬಾಯಿ ಮುಚ್ಚಿ ಕುಳಿತೆ. ಅವರೆಲ್ಲ ಹೀಗೇನೇ. ಎಲ್ರೂ ಒಂದೇ ತೆರ."

"ಅದು ಸರಿ. ಆದ್ರೆ ಅದನ್ನು ಬದಲಾಯಿಸೋದು ನಿನ್ನಿಂದಾಗದ ಕೆಲಸ ಚಾರ್ಲಿ. ಆದ್ರಿಂದ ಇದನ್ನು ಬೇಗ ಕುಡಿದು ಮುಗಿಸಿಬಿಡು."

ಬಾರ್‌ನ ಮುಂದೆ ಸ್ವಲ್ಪ ಕೆಳಗಡೆ ಇನ್ನೊಬ್ಬ ಗಿರಾಕಿ ನಿಂತಿದ್ದ. ಅವನ ಜೇಬಿನೊಳಗಿಂದ ಒಂದು ದಿನಪತ್ರಿಕೆ ಹೊರಚಾಚಿ ಕಾಣುತ್ತಿತ್ತು. ಅವನೊಂದಿಗೆ ಮೈಕ್ ಕೇಳಿದ:

"ನಿಮ್ಮ ಪತ್ರಿಕೆಯನ್ನೊಮ್ಮೆ ಈಚೆ ಕೊಡ್ಬಹುದೇ ಸರ್? ಜೂಜಿನಲ್ಲಿ ಯಾವ ಕುದುರೆಗಳು ಗೆದ್ದಿವೆ ಅಂತ ನೋಡೋದಕ್ಕೆ."

"ಆಗಲಿ. ಅಗತ್ಯವಾಗಿ ನೋಡಿ."

ಪತ್ರಿಕೆಯ ಕೊನೆಯ ಪುಟವನ್ನು ತಿರುಗಿಸಿ ನೋಡುತ್ತಾ ಮೈಕ್ ನುಡಿದ:

"ಇವತ್ತಿನ ಪಂದ್ಯದಲ್ಲಿ ನಾನು ಐದು ಪೌಂಡ್ ಪಣ ಕಟ್ಟಿದ್ದೆ. ಹೋಯ್ತು. ಒಳ್ಳೇ ಸೊಗಸಾದ ಕುದುರೆ. ಆದ್ರೂ ನನ್ನ ಹಣ ಹೋಯ್ತು."

"ಕೊಂಚ ತಾಳು," ಎಂದು ಚಾರ್ಲಿ ಗಡಿಬಿಡಿಯಿಂದ ಉದ್ಗರಿಸಿ, ಪತ್ರಿಕೆಯ ಮೊದಲನೇ ಪುಟ ಕಾಣುವಂತೆ ಅದನ್ನು ತಿರುವಿದ. **'ಬಟ್ಟೆ ಕಪಾಟ ಕೊಲೆಗಾರನಿಗೆ ಎರಡನೇ ಅವಕಾಶ'** ಎಂಬ ಶಿರೋನಾಮೆ ಅಲ್ಲಿ ಎದ್ದು ಕಾಣುತ್ತಿತ್ತು. ಅದನ್ನು ತೋರಿಸಿ ಚಾರ್ಲಿ ನುಡಿದ:

"ಇದನ್ನು ನೋಡಿದಿರಾ? ಅವನಿಗೆ ಇನ್ನೊಂದು ಅವಕಾಶ ಕೊಡ್ಬಹುದು, ಅವನ ಪ್ರಕರಣವನ್ನು ಪುನರ್ವಿಮರ್ಶೆ ಮಾಡ್ಬಹುದು ಅಂತ ಗೃಹ ಕಾರ್ಯದರ್ಶಿ ಹೇಳಿದ್ದಾರೆ ನೋಡಿ."

ಉದಾಸೀನ ಭಾವದಿಂದ ಸುದ್ದಿಯನ್ನೋದಿ ಮೈಕ್ ನುಡಿದ:

"ಹೌದು, ಹಾಗೆ ಹೇಳಿದ್ದಾಗೆ."

"ಸರಿ ಮತ್ತೆ; ಹಾಗಿದ್ರೆ, ಸ್ವಲ್ಪ ಸೌಜನ್ಯ ಇನ್ನೂ ಉಳಿದಿದೆ ಅಂತಾಯಿತಲ್ವೆ? ಅಂದ್ರೆ, ಈ ಪ್ರಕರಣವನ್ನು ಪುನರ್ವಿಮರ್ಶೆ ಮಾಡೋದಕ್ಕೆ ಸರಕಾರ ಸಿದ್ಧವಾಗಿದೆ ಅನ್ನೋದರ ಅರ್ಥ, ಅವರಿಗೆ ಕೆಲವು ವಿಷಯಗಳಲ್ಲಾದ್ರೂ ಶ್ರದ್ಧೆ ಇದೆ ಅಂತಲ್ವೆ?"

"ನಿನ್ನ ಅಭಿಪ್ರಾಯವನ್ನು ನಾನು ಒಪ್ಪೋದಿಲ್ಲ ಚಾರ್ಲಿ. ಇದು ಬರೀ ಗಾಳಿ ಗುದ್ದಾಟ. ಇಂಗ್ಲೆಂಡ್‌ನ ವಿರುದ್ಧ ಇಂಗ್ಲೆಂಡ್ ಅಷ್ಟೆ. ಯಾರಿಗೂ ಅನ್ಯಾಯ ಆಗೋದು ಬೇಡ. ಆದರೆ ನಿಶ್ಚಿತ ದಿನ ಆ ಬಡ ಪಶುವನ್ನು ಅವರು ಬಲಿ ಕೊಡೋದು ಖಂಡಿತ."

ಹೀಗೆಂದು ಮೈಕ್ ದಿನಪತ್ರಿಕೆಯನ್ನು ತಿರುವಿ, ಕುದುರೆ ಜೂಜಿನ ಸುದ್ದಿಯನ್ನು ಓದತೊಡಗಿದ.

ಸ್ಟೂಲಿನಿಂದ ಕೆಳಗೆ ಬೀಳದಂತೆ ಒಂದು ಕೈಯನ್ನು ಕೌಂಟರ್‌ನ ಮೇಲೆ ಭದ್ರವಾಗಿ ಊರಿ, ತನ್ನ ಕಣ್ಣುಗಳು ಶುಭ್ರವಾಗುವ ತನಕ ಚಾರ್ಲಿ ಹಾಗೆಯೇ ಕುಳಿತ. ಅನಂತರ ತನ್ನ ಎರಡನೇ ಡಬ್ಬಲ್ ವ್ಹಿಸ್ಕಿಯನ್ನು ಗುಟುಕರಿಸಿ, ಒಂದು ಪೌಂಡ್ ನೋಟನ್ನು ಆತ ಮೈಕ್‌ನತ್ತ ತಳ್ಳಿದ. ಈ ಹಣ ತನಗೆ ಮೂರು ದಿನಗಳ ಕಾಲಕ್ಕೆ ಸಾಕಾಗಬೇಕು ಮತ್ತು ಜೆನ್ನಿಯೊಂದಿಗೆ ಜಗಳಾಡಿದ ತರುವಾಯ ಲಂಡನ್ನಿನಲ್ಲಿ ಉಳಕೊಳ್ಳಲು ತನಗೆ ಬೇರೆ ಜಾಗವಿಲ್ಲ ಎಂಬುದು ಆಗ ಅವನಿಗೆ ನೆನಪಾಯಿತು.

ಆದರೆ ಅವನ ಹಣವನ್ನು ತೆಗೆದುಕೊಳ್ಳದೆ ಮೈಕ್ ಹೇಳಿದ:

"ಬೇಡ, ಬೇಡ, ಇದು ನನ್ನ ಲೆಕ್ಕದಲ್ಲಿ ಚಾರ್ಲಿ. ಕುಡಿಯೋದಕ್ಕೆ ನಿನ್ನನ್ನು ನಾನೇ ಕೋರಿದೆ. ಈಗ ನಿನ್ನ ಭೇಟಿಯಾಗಿದ್ದು ಬಹಳ ಸಂತೋಷ. ಮತ್ತೆ, ಪ್ರಪಂಚದ ಪಾತಕಗಳನ್ನೆಲ್ಲ ನಿನ್ನ ಸ್ವಂತ ಹೆಗಲ ಮೇಲೆ ಹೊರಿಸಿಕೊಳ್ಳೋ ಕೆಲಸ ಮಾಡ್ಬೇಡ ಮರಿ. ಯಾಕಂದ್ರೆ ಅದ್ರಿಂದ ಯಾರಿಗೂ ಏನೂ ಪ್ರಯೋಜನವಿಲ್ಲ, ಅಲ್ವೆ?"

"ಆಗಲಿ, ಕ್ರಿಸ್‌ಮಸ್‌ನಲ್ಲಿ ನಿನ್ನನ್ನು ಪುನಃ ಕಾಣ್ತೇನೆ ಮೈಕ್. ಥ್ಯಾಂಕ್ಸ್."

ಆತ ಎಚ್ಚರಿಕೆಯಿಂದ ಹೊರಗೆ ಕಾಲಿಟ್ಟು, ಪಕ್ಕದಲ್ಲಿದ್ದ ಸ್ಟೇಷನ್‌ಗೆ ಮಳೆಯಲ್ಲಿ ನಡೆದ. ರೈಲುಬಂಡಿಯಲ್ಲಿ ನೋಡಿದಾಗ, ಎಲ್ಲ ಕಂಪಾರ್ಟ್‌ಮೆಂಟ್‌ಗಳಲ್ಲೂ ಜನರಿದ್ದರು. ಏಕಾಂತ ಪ್ರಯಾಣ ಆ ರಾತ್ರಿ ಸಾಧ್ಯವಿರಲಿಲ್ಲ. ಆದುದರಿಂದ ಏಕಮಾತ್ರ ವ್ಯಕ್ತಿಯಿದ್ದ ಒಂದು ಕಂಪಾರ್ಟ್‌ಮೆಂಟನ್ನು ಆರಿಸಿ ಆತ ಮೊದಲು ಒಂದು ಮೂಲೆಯಲ್ಲಿ ಹೋಗಿ ಕುಳಿತ. ಅನಂತರ ಅಲ್ಲಿದ್ದ ಆ ಇನ್ನೊಂದು ವ್ಯಕ್ತಿ ಯಾರೆಂದು ನೋಡಿದ. ಆಕೆ ಒಬ್ಬ ಯುವತಿ. ಮೊದಲ ನೋಟದಲ್ಲಿ ಅವಳು ಸುಂದರಿಯೆಂಬುದನ್ನೂ ಎರಡನೆಯ ನೋಟದಲ್ಲಿ ಅವಳು ಮಧ್ಯಮ ವರ್ಗಕ್ಕೆ ಸೇರಿದವಳೆಂಬುದನ್ನೂ ಆತ ಕಂಡುಕೊಂಡ. ಅವಳ ಚಿಕ್ಕ ಮುಖ ನಿರ್ವಿಕಾರವಾಗಿದ್ದು, ಸ್ವಯಂಪೂರ್ಣತೆ ಮತ್ತು ಸ್ವಾವಲಂಬನೆಗಳನ್ನು ಸೂಚಿಸುತ್ತಿತ್ತು. ಅದನ್ನು ನೋಡಿ ಅವನಿಗೆ ಅಪಾಯದ ಸಂವೇದನೆ ಉಂಟಾಯಿತು. ಇನ್ನೊಬ್ಬ ಸ್ಯಾಲಿ ಎಂದಾತ ಯೋಚಿಸಿ, ತನಗೆ ತಾನೇ ಹೇಳಿಕೊಂಡ:

'ಏಯ್ ಚಾರ್ಲಿ, ಜೋಕೆಯಿಂದಿರು; ಇಲ್ಲವಾದ್ರೆ ನಿನಗೆ ತಕ್ಕ ಶಾಸ್ತಿಯಾಗೋದು ಖಂಡಿತ.'

ಬಳಿಕ ಬಹಳ ಜಾಗರೂಕತೆಯಿಂದ ಅವನು ತನ್ನನ್ನು ತಾನೇ ಕಂಡುಕೊಂಡ: ಆತ, ಚಾರ್ಲಿ, ಈಗ ವ್ಹಿಸ್ಕಿಯಿಂದ ತೃಪ್ತವಾಗಿ ಬೆಚ್ಚಗಾಗಿದ್ದ ಒಂದು ಹೊಟ್ಟೆಯಾಗಿದ್ದ. ಆ ಹೊಟ್ಟೆಯೂ ಈಗಾಗಲೇ ಸ್ವಲ್ಪ ತೊಳಸತೊಡಗಿ, ಅವನಿಗೆ ವಾಂತಿಯಾಗುವ ಲಕ್ಷಣಗಳಿದ್ದವು. ಅದರಿಂದ ತುಸು ಮೇಲ್ಗಡೆ, ಮೌನವಾದ ಒಂದು ಧ್ವನಿವರ್ಧಕದಂತೆ ಕೂತಿತ್ತು ಅವನ ಬೋಧನಾತ್ಮಕ ಒಳದನಿಯ ಉಗಮಸ್ಥಾನ. ಹಿಂದುಗಡೆಯಲ್ಲಿ ಅವನ ಹೆಗಲ ಮೇಲಿನ ಪ್ರೇತ ಹಲ್ಲು ಕಿರಿಯುತ್ತಾ ಕಾಯುತ್ತಿತ್ತು. ಇವುಗಳನ್ನೆಲ್ಲ ಬೇರೆ ಬೇರೆಯಾಗಿ ಇಡಬೇಕೆಂದು ಯೋಚಿಸಿ, ಆತ ತನ್ನ ಬೋಧನಾತ್ಮಕ ದನಿಯನ್ನು ಮೊದಲು ಪರೀಕ್ಷಿಸಿದ. ಅದು ನುಡಿಯಿತು:

'ದರಿದ್ರ ಹೆಣ್ಣು. ಆದರೆ ಅದು ಅವಳ ತಪ್ಪಲ್ಲ. ಅದು ವರ್ಗ ವ್ಯವಸ್ಥೆಯ ಪರಿಣಾಮ. ತನಗಿಂತ ಕೆಳಮಟ್ಟದಲ್ಲಿರುವ ಎಲ್ಲರನ್ನೂ ಆಕೆ ಕಸಕ್ಕೆ ಸಮನಾಗಿ ಕಾಣ್ತಾಳೆ ನಿಜ. ಆದರೆ ಅದಕ್ಕೆ ಅವಳು ಜವಾಬ್ದಾರಳಲ್ಲ...'

ಇಷ್ಟರಲ್ಲಿ, ಅವನು ಹೀರಿದ್ದ ಮದ್ಯ ಜೋರಾಗಿ ಕೆಲಸ ಮಾಡಲು ಪ್ರಾರಂಭಿಸಿತ್ತು. ಪರಿಣಾಮವಾಗಿ ಅವನ ಪ್ರೇತ ಈಗ ಎಣಿಕೆ ಹಾಕಿತು:

'ಆಕೆ ನನ್ನನ್ನು ಒಮ್ಮೆ ಚೆನ್ನಾಗಿ ದಿಟ್ಟಿಸಿ ನೋಡಿದ್ದಾಳೆ. ಆದರೆ ನಾನು ಯಾರು, ಏನು, ಅನ್ನೋದು ಅವಳಿಗೆ ಇನ್ನೂ ಸಂಪೂರ್ಣ ಖಚಿತವಾಗಿಲ್ಲ. ನನ್ನ ಬಟ್ಟೆ ಬರೆಗಳು ಸರಿಯಾಗಿವೆ. ನನ್ನ ಕೇಶ ಕ್ಷೌರದಲ್ಲಿ ಏನೂ ದೋಷವಿಲ್ಲ. ಆದರೂ ಏನೋ ಒಂದು ಸಂಶಯ ಅವಳನ್ನು ಬಾಧಿಸ್ತಾ ಇರುವಂತೆ ತೋರ್ತದೆ. ಆದ್ರಿಂದ ಒಂದು ನಿಶ್ಚಿತ ಅಭಿಪ್ರಾಯ ತಳೆಯೋದಕ್ಕೆ ಮುನ್ನ, ನಾನು ಮಾತನಾಡೋದಕ್ಕಾಗಿ ಅವಳೀಗ ಕಾಯ್ತಿದ್ದಾಳೆ. ಇರಲಿ, ಮೊದಲು ಅವಳ ಗಮನ ಸೆಳೆಯೋಣ. ಆಮೇಲೆ ಮಾತಾಡೋಣ.'

ಆತ ಅವಳ ದೃಷ್ಟಿಯನ್ನು ಸಂಧಿಸಿ ಕಣ್ಸನ್ನೆಯಿಂದ ಒಂದು ಆಮಂತ್ರಣ ನೀಡಿದ. ಆದರೆ ಅದು ಉದ್ಧಟತನದ ಆಮಂತ್ರಣವಾಗಿತ್ತು. ಅದನ್ನು ಸ್ವೀಕರಿಸಲು ಆಕೆಗೆ ಆದಷ್ಟು ಕಷ್ಟಸಾಧ್ಯವಾಗುವಂತೆ ಆತ ಮಾಡಿದ್ದ. ಆಕೆ ಕೊಂಚ ತಡೆದು, ಬಳಿಕ ಅವನತ್ತ ಒಂದು ನಗೆ ಬೀರಿದಳು. ಆತ ತನ್ನ ಮಾತನ್ನು ಅರ್ಥವಾಗದಷ್ಟು ಒರಟುಗೊಳಿಸಿ ಆಗ ಅವಳೊಡನೆ ಕೇಳಿದ:

"ಹೇನ್ರಮಾ, ಹೀ ಕಿಟ್ಕೀನ್ನ ಮ್ಯಾಲೆತ್ತಿ ಮುಚ್ಚಿಬಿಡಾಣೇನು ? ಮಳೆ, ಗಾಳಿ ಎಲ್ಲಾ ಹೀಂಗ ಹೊಡೀತೈತಿ. ನಿಮ್ಗೆ ಛಳಿ ಗಿಳಿ ಆಗ್ತೈತೇನ್ರೋ ಅಂತ ಕೇಳ್ದೆ."

"ಏನು ?"

ಆಕೆಯ ಧ್ವನಿ ಬಹಳ ತೀಕ್ಷ್ಣವಾಗಿತ್ತು. ಅವಳಿಗೆ ನಿಜವಾಗಿಯೂ ದಿಗ್ಭ್ರಮೆಯಾಗಿದ್ದು, ಅದರಿಂದಾಗಿ ಅವಳ ಮುಖ ಪರಿಹಾಸ್ಯಕರವಾಗಿ ಜೋತುಬಿದ್ದಿತ್ತು. ಅದನ್ನು ನೋಡಿ ಚಾರ್ಲಿಗೆ ನಗು ತಡೆಯಲಾಗಲಿಲ್ಲ. ಬಳಿಕ ಸುಸಂಸ್ಕೃತ ಸ್ವರದಲ್ಲಿ ಮಾತನಾಡುತ್ತಾ, ನಿರ್ದುಷ್ಟವಾದ ಭಾಷೆಯಲ್ಲಿ ಆತ ವಿಚಾರಿಸಿದ:

"ವಾಸ್ತವವಾಗಿ ಈಗ ಬಹಳ ಚಳಿಯಿದೆ ಅಲ್ವೆ ? ಆದ್ರಿಂದ ಕಿಟಕಿಯನ್ನು ಮೇಲೆತ್ತಿ ಮುಚ್ಚಿ ಬಿಡಲೇ ? ನಿಮ್ಮ ಅಭಿಪ್ರಾಯವೇನು ?"

ಆಕೆ ಅವನತ್ತ ಕಣ್ಣೆತ್ತಿ ಕೂಡ ನೋಡದೆ, ಮೌನವಾಗಿ ಒಂದು ಪತ್ರಿಕೆಯನ್ನೆತ್ತಿ, ಅವನನ್ನು ಹೊರಗಿಡುವ ಒಂದು ಅಡ್ಡಗೋಡೆಯಂತೆ ಅದನ್ನು ತನ್ನ ಮುಂದೆ ಹಿಡಿದಳು. ಕುತ್ತಿಗೆಯಿಂದ ಹಣೆಯ ತುದಿಯ ತನಕ ಅವಳ ಮುಖ ಆರಕ್ತವಾಗತೊಡಗಿತ್ತು. ಅದನ್ನು ನೋಡಿ ಚಾರ್ಲಿ ನಗುತ್ತಾ ಕುಳಿತ.

ಸ್ವಲ್ಪ ಸಮಯದ ತರುವಾಯ ಕಂಪಾರ್ಟ್‌ಮೆಂಟಿನ ಬಾಗಿಲು ಹಿಂದೆ ಸರಿಯಿತು. ಇಬ್ಬರು ವ್ಯಕ್ತಿಗಳು ಒಳ ಬಂದರು – ಒಬ್ಬ ಗಂಡಸು ಮತ್ತು ಅವನ ಹೆಂಡತಿ. ಇಬ್ಬರೂ ಚಿಕ್ಕ ಮೈಕಟ್ಟಿನವರಾಗಿದ್ದು, ಅವರ ಶರೀರ ಮತ್ತು ಮುಖಗಳು ಸುಕ್ಕುಗಟ್ಟಿದ್ದವು. ಲಂಡನ್ನಿಗೋಸ್ಕರ ಅವರು ತಮ್ಮ ಅತ್ಯುತ್ತಮ ಉಡುಪುಗಳನ್ನು ಧರಿಸಿದ್ದರು. ಗಡಿಬಿಡಿಯಿಂದ ಒಳಬಂದ ಅವರು, ಪ್ರತಿಷ್ಠಿತರಂತೆ ಕಾಣುತ್ತಿದ್ದ ಅಲ್ಲಿದ್ದ ಇಬ್ಬರು ಯುವಜನರನ್ನು ನೋಡಿ, ಮೆಲುದನಿಯಲ್ಲಿ ಅವರ ಕ್ಷಮೆ ಕೋರಿ ತಮ್ಮ ಸೂಟ್‌ಕೇಸುಗಳನ್ನು ಮೇಲೆ ತಳ್ಳಿದರು. ಅನಂತರ ಹೆಂಗಸು ಒಂದು ಮೂಲೆಯನ್ನು ಆರಿಸಿ ಚಾರ್ಲಿಯನ್ನು ನೆಟ್ಟ ನೋಟದಿಂದ ನೋಡುತ್ತಾ ಅಲ್ಲಿ ಕುಳಿತಳು. ಚಾರ್ಲಿ ಯೋಚಿಸಿದ: ಬಯಲು ಬಯಲನ್ನು ಕರೆಯುತ್ತದೆ; ತಾನು ಯಾರು, ಏನು, ಎಂಬುದು ಅವಳಿಗೆ ಗೊತ್ತಾಗಿದೆ; ಹೊರವೇಷದಿಂದ ಅವಳು ಮೋಸಹೋಗಿಲ್ಲ. ಅವನ ಊಹೆ ಸರಿಯಾಗಿತ್ತು. ಏಕೆಂದರೆ, ತುಸು ಹೊತ್ತಿನ ಬಳಿಕ ಆಕೆ ಸಲಿಗೆಯಿಂದ ಅವನೊಡನೆ ಹೇಳಿದಳು:

"ನನಗಾಗಿ ಆ ಕಿಟಕೀನ್ನ ಕೊಂಚ ಮೇಲೆತ್ತಿ ಬಿಡ್ತೀಯಾ ಮಗು? ಇವತ್ತಿನ ರಾತ್ರೀಲಿ ಒಳ್ಳೆ ಚಳಿಯಿದೆ, ಅಲ್ವೆ?"

ಪತ್ರಿಕೆಯ ಹಿಂದೆ ತನ್ನ ಮುಖವನ್ನು ಅಡಗಿಸಿಕೊಂಡಿದ್ದ ಹುಡುಗಿಯತ್ತ ನೋಡದೆ, ಚಾರ್ಲಿ ಕಿಟಕಿಯನ್ನು ಮೇಲೆತ್ತಿದ. ಹೆಂಗಸು ಅವನ ಕಡೆ ಮುಗುಳುನಗೆ ಸೂಸಿದಳು. ಪ್ರತಿಷ್ಠಿತನಂತೆ ತೋರುತ್ತಿದ್ದ ಈ ಅಪರಿಚಿತ ಯುವಕನೊಂದಿಗೆ ಅವಳು ಅಷ್ಟು ಸಲೀಸಾಗಿ ಸಂಪರ್ಕ ಸಾಧಿಸಿದುದನ್ನು ಕಂಡು ಅವಳ ಗಂಡನೂ ನಸು ನಕ್ಕ. ಆತ ಕಾಲು ಮುದುರಿಸಿ ಅವಳ ಇದಿರುಗಡೆ ಕುಳಿತಿದ್ದ. ಅದನ್ನು ನೋಡಿ ಆಕೆ ಕೇಳಿದಳು:

"ಹಾಂಗೆ ಕೂತ್ಕೊಂಡಿದ್ರೆ ನಿಮ್ಗೆ ಕಷ್ಟವಾಗೋದಿಲ್ವೆ?"

"ಪರವಾಗಿಲ್ಲ, ಸಾಕು," ಎಂದ ಗಂಡ. ಅವನ ಮಾತಿನಲ್ಲಿ ಸದಾ ಗೊಣಗುವವನ ಧಾಟಿಯಿತ್ತು.

"ಅದೇನಿದ್ರೂ ನಿಮ್ಮ ಕಾಲುಗಳನ್ನು ಚಾಚಿ ನನ್ನ ಪಕ್ಕದಲ್ಲಿಡಿ."

ಆತ ಉಪೇಕ್ಷೆಯಿಂದೆಂಬಂತೆ ಹೇಳಿದ:

"ಇರ್ಲಿ ಬಿಡೆ, ನಾನು ಆರಾಮವಾಗಿದ್ದೀನಿ."

ಆದರೆ ಹಾಗೆ ಹೇಳಿದ ಬಳಿಕ, ಆಕೆಗೆ ಕೃಪೆ ತೋರುವ ರೀತಿಯಲ್ಲಿ ಆತ ತನ್ನ ಬೂಟುದಾರಗಳನ್ನು ಸಡಿಲಿಸಿ, ಹೊಚ್ಚ ಹೊಸದಾಗಿದ್ದ ಆ ಬೂಟುಗಳ ಒಳಗಿದ್ದ ಪಾದಗಳನ್ನು ಸಲೀಸುಗೊಳಿಸಿ, ಅನಂತರ ಅವುಗಳನ್ನು ತನ್ನ ಹೆಂಡತಿಯ ಪಕ್ಕದಲ್ಲಿ ಸೀಟಿನ ಮೇಲೆ ಚಾಚಿದ.

ಆಕೆಯೂ ತನ್ನ ಹ್ಯಾಟನ್ನು ಕಳಚಿದಳು. ಕಂದು ಬಣ್ಣದ ಆ ಫೆಲ್ಟ್ ಹ್ಯಾಟು ತನ್ನ ಆಕಾರವನ್ನು ಎಂದೋ ಕಳೆದುಕೊಂಡಿತ್ತು. ಅದರ ಮುಂದುಗಡೆಯಲ್ಲಿ ಒಂದು ಕೆಂಪು ಗುಲಾಬಿ ಹೂ ಸಿಕ್ಕಿಸಲ್ಪಟ್ಟಿತ್ತು. ಚಾರ್ಲಿಯ ತಾಯಿಯೊಂದಿಗೆ ಸಹ ಗೌರವಾರ್ಹತೆಯ ಇಂತಹದೇ ಒಂದು ಲಾಂಛನವಿತ್ತು. ವರ್ಷದಲ್ಲಿ ಒಂದು ಬಾರಿಯೋ ಏನೋ, ಅಂಗಡಿಯವರು ಅಗ್ಗ ದರದ ಮಾರಾಟಗಳನ್ನು ಏರ್ಪಡಿಸುತ್ತಿದ್ದ ಸಮಯದಲ್ಲಿ ಅದನ್ನಾಕೆ ನವೀಕರಿಸುತ್ತಿದ್ದಳು. ಆದರೆ ಅವಳ ಹ್ಯಾಟ್ ನೀಲಿ ಬಣ್ಣದ್ದಾಗಿದ್ದು, ಅದರಲ್ಲಿ ಒಂದು ತುಂಡು ರಿಬ್ಬನ್ ಅಥವಾ ಒಂದು ಒರಟು ಬಲೆ ಇರುತ್ತಿತ್ತು. ಅದನ್ನು ಧರಿಸದೆ ಅವಳೆಂದೂ ಹೊರಗೆ ಹೋಗುತ್ತಿರಲಿಲ್ಲ. ಹ್ಯಾಟಿಲ್ಲದೆ ಸಾರ್ವಜನಿಕರ ಮಧ್ಯೆ ಕಾಣಿಸಿಕೊಳ್ಳುವುದಕ್ಕಿಂತ ಸಾಯುವುದೇ ಲೇಸೆಂದು ಆಕೆ ಭಾವಿಸಿದ್ದಳು.

ಹ್ಯಾಟ್ ಕಳಚಿದ ಬಳಿಕ ಆ ಹೆಂಗಸು ತನ್ನ ತಲೆಯ ಮೇಲೆ ಕೈಯಾಡಿಸುತ್ತಾ ಕುಳಿತಳು. ಅವಳ ತಲೆಗೂದಲು ತೆಳ್ಳಗಾಗಿ ನರೆಯಲು ಪ್ರಾರಂಭವಾಗಿತ್ತು. ಅದರಡಿಯಲ್ಲಿ ಅವಳ ಶುಭ್ರವಾದ ನೆತ್ತಿ ನಸುಗೆಂಪಾಗಿ ಹೊಳೆಯುತ್ತಿತ್ತು. ಯಾವ ಕಾರಣದಿಂದಾಗಿಯೋ ಏನೋ, ಈ ನೋಟ ಚಾರ್ಲಿಯಲ್ಲಿ ರೋಷವನ್ನು ಕೆರಳಿಸಿತು. ಅವನಿಗೆ ಕೂಡ ಇದು ಅನಿರೀಕ್ಷಿತವಾಗಿತ್ತು. ಆತ ಪುನಃ ತನ್ನನ್ನು ತಾನೇ ಕಂಡುಕೊಂಡ, ಬೋಧನಾತ್ಮಕ ಒಳದನಿಯ ಮೂಲಕ ತನಗೆ ತಾನೇ ಉಪನ್ಯಾಸ ನೀಡಿದ: 'ಈ ದ್ವೀಪಗಳ ದುಡಿಯುವ ಮಹಿಳೆಗೆ ತನ್ನ ಕುಟುಂಬದಲ್ಲಿ ಮಧ್ಯಮ ವರ್ಗದ ಮಹಿಳೆಗಿಂತ ಹೆಚ್ಚು ಶ್ರೇಷ್ಠವಾದ ಸ್ಥಾನವಿದೆ, ಇತ್ಯಾದಿ, ಇತ್ಯಾದಿ, ಇತ್ಯಾದಿ.' ಇತ್ತೀಚೆಗೆ ಒಂದು ಲೇಖನದಲ್ಲಿ ಇದನ್ನಾತ ಓದಿದ್ದ. ಲೇಖನದಿಂದ ಇತರ ವಾಕ್ಯಗಳನ್ನೂ ಆತ ಹೀಗೆಯೇ ಪಠಿಸುತ್ತಾ ಹೋದ. ಆದರೆ ಅವನ ದನಿ ಕ್ರಮೇಣ ಮೂದಲಿಕೆಯ ಸ್ವರವಾಗಿ ಪರಿಣಮಿಸಿ ಕೊನೆಗೆ ಹೀಗೆ ನುಡಿಯಿತು:

'ಆಕೆ ಕುಟುಂಬದ ಭಾವಜೀವನದ ಮೂಲಾಧಾರ ಮಾತ್ರವಲ್ಲ. ಅನೇಕ ಸಂದರ್ಭಗಳಲ್ಲಿ ಕುಟುಂಬದ ಪೋಷಣೆಗೋಸ್ಕರ ಆಕೆ ದುಡಿದು ಸಂಪಾದಿಸ್ತಾಳೆ ಕೂಡ. ಉದಾಹರಣೆಗೆ, ರಾತ್ರಿ ಹೊತ್ತು ಸಿಹಿ ತಿಂಡಿಗಳಿಗೆ ಪೊಟ್ಟಣ ಕಟ್ಟೋದು, ಮನರಂಜನೆಗಾಗಿ ಬೆವರು ಹರಿಸುವ ದುಡಿತ, ಸುಖಕರವಾದ ಮನೆಯಿಂದ ಒಂದೆರಡು ಗಂಟೆಗಳ ಸಮಯಕ್ಕಾದರೂ ಹೊರಬೀಳಲು ಏನಾದರೊಂದು ಕೆಲಸ.'

ಬೋಧನೆ ಮಾಡುವ ತನ್ನ ಒಳದನಿ ಹಾಗೂ ಹೊರಗಣ ಅಪಾಯಕಾರೀ ಶಕ್ತಿಯ ಮೂದಲಿಕೆಯ ಸ್ವರ – ಇವೆರಡರ ಮಿಲನದಿಂದ ಚಾರ್ಲಿಗೆ ದಿಗಿಲಾಯಿತು. ಆತ ಅವಸರದಲ್ಲಿ ತನಗೆ ತಾನೇ ಹೇಳಿಕೊಂಡ: 'ನಿನಗೆ ಕುಡಿದು ಅಮಲೇರಿದೆ, ಅಷ್ಟೆ. ಈಗ ಬಾಯ್ಮುಚ್ಚಿ ತೆಪ್ಪಗೆ ಕುಳಿತುಕೊ. ಇಲ್ಲವಾದರೆ ದೇವರಾಣೆ.'

ಇಷ್ಟರಲ್ಲಿ ಅವನ ಮುಖವನ್ನು ಗಮನಿಸುತ್ತಿದ್ದ ಆ ಹೆಂಗಸು ಕೇಳಿದಳು:

"ನಿನಗೇನಾದ್ರೂ ಆಗ್ತಿದೆಯೇ ? ಮೈಗೆ ಹುಷಾರಿಲ್ವೆ ?"

ಆತ ಜಾಗರೂಕತೆಯಿಂದ ಉತ್ತರಿಸಿದ:

"ಅಂಥದೇನಿಲ್ಲ, ನಾನು ಸ್ವಸ್ಥವಾಗಿದ್ದೀನಿ."

"ಲಂಡನ್ನಿನವರೆಗೆ ಹೋಗ್ತಿದ್ದೀಯಾ?"

"ಹೌದು, ಲಂಡನ್ನಿನ ತನಕ ಹೋಗ್ತಾ ಇದ್ದೀನಿ."

"ಬಹಳ ದೂರದ ಪಯಣ."

"ಹೌದು, ಬಹಳ ದೂರದ ಪಯಣ."

ಮಾರ್ದನಿಯಂತಿದ್ದ ಈ ಸಂವಾದವನ್ನು ಕೇಳಿ, ಇದುವರೆಗೆ ತನ್ನ ಮುಖದ ಮುಂದೆ ಪತ್ರಿಕೆಯನ್ನು ಹಿಡಿದುಕೊಂಡು ಕುಳಿತಿದ್ದ ಹುಡುಗಿ ಅದನ್ನು ಕೊಂಚ ಕೆಳಗೆ ಸರಿಸಿ, ಚಾರ್ಲಿಯನ್ನು ಮೊನಚಾಗಿ, ತಿರಸ್ಕಾರ ಪೂರ್ವಕವಾಗಿ ಮೇಲಿನಿಂದ ಕೆಳಗಿನ ತನಕ ಒಮ್ಮೆ ನೋಡಿದಳು. ಅವಳ ಮುಖವೀಗ ನುಣುಪಾಗಿ ನಸುಗೆಂಪಾಗಿತ್ತು. ನಸುಗೆಂಪು ಬಣ್ಣದ ಅವಳ ಬಾಯಿ ಅಸಮ್ಮತಿಯಿಂದ ಬಿಗಿದುಕೊಂಡಿತ್ತು.

"ನಿನ್ನ ಬಾಯಿ ಗುಲಾಬಿ ಮೊಗ್ಗಿನಂತಿದೆ."

ಚಾರ್ಲಿಗೆ ಅರಿವಿಲ್ಲದಂತೆ ಅವನ ಬಾಯಿಯಿಂದ ಈ ಮಾತುಗಳು ಇದ್ದಕ್ಕಿದ್ದಂತೆ ಹೊರಟಿದ್ದವು. ಅದನ್ನು ಕೇಳಿ ಅವನಿಗೇ ದಿಗ್ಭ್ರಮೆಯಾಯಿತು.

ಹುಡುಗಿ ಪತ್ರಿಕೆಯನ್ನು ಪುನಃ ತಟಕ್ಕನೆ ಮೇಲೆತ್ತಿದಳು. ತನ್ನ ಹೆಂಡತಿಯ ಪಕ್ಕದಲ್ಲಿ ಕಾಲುಗಳನ್ನಿಟ್ಟು ಈ ತನಕ ಮೌನವಾಗಿದ್ದ ಗಂಡಸು, ತಾನು ಕೇಳಿದುದು ಸರಿಯೋ ಅಲ್ಲವೋ ಎಂದು ತಿಳಿಯಲು ಚಾರ್ಲಿಯತ್ತ ಒಮ್ಮೆ ತೀಕ್ಷ್ಣವಾಗಿ ನೋಡಿದ. ಬಳಿಕ ಮಾರ್ಗದರ್ಶನಕ್ಕಾಗಿ ತನ್ನ ಪತ್ನಿಯ ಕಡೆ ಕಣ್ಣು ಹಾಯಿಸಿದ. ಆಕೆ ಸಂಶಯ ದೃಷ್ಟಿಯಿಂದ ಚಾರ್ಲಿಯನ್ನು ವೀಕ್ಷಿಸಿದಳು. ಚಾರ್ಲಿ ಹತಾಶೆಯಿಂದ ಅವಳನ್ನು ನೋಡಿ ನಿಧಾನವಾಗಿ ಕಣ್ಣು ಮಿಟುಕಿಸಿದ. ಆಕೆ ಅದನ್ನು ಅಂಗೀಕರಿಸಿ ಗಂಡನತ್ತ ತಲೆಯಲ್ಲಾಡಿಸಿದಳು – ಹುಡುಗರು ಹೇಗಿದ್ದರೂ ಹುಡುಗರೇ ಎನ್ನುವಂತೆ. ತರುವಾಯ ಗಂಡ ಹೆಂಡತಿ ಇಬ್ಬರೂ ಪತ್ರಿಕೆಯ ವರ್ಣರಂಜಿತ ಮುಖಪುಟದ ಕಡೆಗೆ ಜಾಗರೂಕತೆಯಿಂದ ಒಂದು ಕ್ಷಿಪ್ರ ನೋಟ ಬೀರಿದರು. ಹೆಂಗಸು ಚಾರ್ಲಿಯೊಂದಿಗೆ ಮತ್ತೆ ಮಾತು ಮುಂದುವರಿಸಿದಳು:

"ನಾವು ಕೂಡ ಲಂಡನ್‌ಗೆ ಹೋಗ್ತಾ ಇದ್ದೀವಿ."

"ಓ, ಹಾಗೋ ? ನೀವೂ ಲಂಡನ್‌ಗೆ ಹೋಗ್ತಿದ್ದೀರಿ."

ಇದನ್ನು ನಿಲ್ಲಿಸು, ಎಂದು ಚಾರ್ಲಿ ತನಗೆ ತಾನೇ ಹೇಳಿಕೊಂಡ. ಅವನ ಮುಖ ಒಂದು ಬೆಪ್ಪು ನಗೆಯಿಂದ ಸಡಿಲವಾಗಿತ್ತು. ಅವನ ನಾಲಿಗೆ ದಪ್ಪವಾಗಿ ಬಾಯಿಗೆ ಅಂಟಿಕೊಂಡಿತ್ತು. ಆತ ಕಣ್ಣುಗಳನ್ನು ಮುಚ್ಚಿ ತನ್ನ ಒಳದನಿಯನ್ನು ನೆರವಿಗೆ ಕರೆಯಲು ಯತ್ನಿಸಿದ. ಆದರೆ ಅವನ ಹೊಟ್ಟೆ ಬೆಚ್ಚಗಾಗಿದ್ದು, ಅಸ್ವಸ್ಥತೆಯಿಂದ ತೊಳಸುತ್ತಿತ್ತು. ಆಸರೆಗಾಗಿ ಆತ, ತನ್ನ ಕೈಗಳ ಕೆಲಸವನ್ನು ನೋಡುತ್ತಾ, ಒಂದು ಸಿಗರೇಟು ಹೊತ್ತಿಸಿದ. 'ವಿದ್ಯಾಪುತ್ರನ ಶುಭ್ರ ಹಸ್ತಗಳು ಉಗುರು ಬೆಳೆದು ಮಲಿನವಾಗಿವೆ.' ಎಂದು ಮೆಲುದನಿಯೊಂದು ಅವನ ಕಿವಿಯಲ್ಲಿ ಉಸುರಿತು. ಟ್ಯಾಕ್ಸಿ ಚಾಲಕನೊಬ್ಬನ ಕೈಕರಣದ ವಿಡಂಬನೆಯಂತೆ, ತಂಬಾಕಿನ ಕಲೆಗಳಿಂದ ವಿವರ್ಣವಾಗಿದ್ದ ಬೆರಳುಗಳ ನಡುವೆ ಸಿಗರೇಟು ಬಾಗಿತು. ವ್ಯಂಗ್ಯವಾಗಿದ್ದರೂ ಸಭ್ಯವಾಗಿದ್ದ ಒಂದು ನಗೆಯನ್ನು ಮುಖದ ಮೇಲೆ ಧರಿಸಿ ಚಾರ್ಲಿ ಠೀವಿಯಿಂದ ಸಿಗರೇಟು ಸೇದುತ್ತಾ ಕುಳಿತ.

ಆದರೆ ಅವನಿಗೆ ಬಹಳ ಭಯವಾಗುತ್ತಿತ್ತು. ಸೀಟಿನಿಂದ ತಾನು ಜಾರಿ ಬೀಳಬಹುದೆಂಬ ಹೆದರಿಕೆ ಅವನನ್ನು ಕಾಡುತ್ತಿತ್ತು. ಅದನ್ನು ತಡೆಯುವ ಶಕ್ತಿ ಈಗ ಅವನಿಗಿರಲಿಲ್ಲ. ಅವನನ್ನು ನೋಡುತ್ತಾ ಹೆಂಗಸು ಹೇಳಿದಳು:

"ಲಂಡನ್ ದೊಡ್ಡ ಜಾಗ, ಅದರಲ್ಲೂ ಅಪರಿಚಿತರಿಗೆ."

ಚಾರ್ಲಿ ಬಹಳ ಪ್ರಯತ್ನಪಟ್ಟು ಉತ್ತರಿಸಿದ :

"ಆದರೆ ಅಲ್ಲಿಗೆ ಹೋಗೋದ್ರಿಂದ ಒಂದು ಒಳ್ಳೇ ಬದಲಾವಣೆಯಾದಂತಾಗ್ತದೆ, ಅಲ್ವೆ ?"

ಕೊನೆಗಾದರೂ ಒಂದು ನೈಜ ಸಂಭಾಷಣೆ ಆರಂಭವಾಯಿತಲ್ಲ ಎಂದು ಹೆಂಗಸಿಗೆ ಬಹಳ ಸಂತೋಷವಾಯಿತು. ಸೀಟಿನ ಹಿಂಬದಿಯ ಚರ್ಮದ ದಿಂಬಿನ ಮೇಲೆ ತನ್ನ ಹರಕಲು ಮುದಿ ತಲೆಯನ್ನೊರಗಿಸಿ ಹೆಚ್ಚು ಆರಾಮವಾಗಿ ಕುಳಿತು ಆಕೆ ಚಾರ್ಲಿಯ ಮಾತನ್ನು ಅನುಮೋದಿಸಿದಳು:

"ಹೌದು, ಖಂಡಿತವಾಗಿಯೂ ಅದೊಂದು ಸೊಗಸಾದ ಬದಲಾವಣೆಯಾಗ್ತದೆ."

ಆಕೆ ತಲೆಯೊರಗಿಸಿದ್ದ ಚರ್ಮದ ದಿಂಬಿನ ಮೆರುಗು ಚಾರ್ಲಿಯ ಕಣ್ಣುಗಳನ್ನು ಕುಕ್ಕಿತು. ಆತ ಪತ್ರಿಕೆಯತ್ತ ದೃಷ್ಟಿ ಹೊರಳಿಸಿದ. ಆದರೆ ಅದರ ಹೊಳಪು ಕೂಡ ತನ್ನ ಕಣ್ಣಾಲಿಗಳನ್ನು ಪ್ರವೇಶಿಸುತ್ತಿರುವಂತೆ ಅವನಿಗೆ ತೋರಿತು. ಕಣ್ಣುಗಳಿಗೆ ನೆಮ್ಮದಿ ನೀಡುವ ಸಲುವಾಗಿ, ಕೊನೆಗೆ ಕಂಪಾರ್ಟ್‌ಮೆಂಟಿನ ಮಲಿನ ತಳವನ್ನು ನೋಡುತ್ತಾ ಆತ ಹೇಳಿದ:

"ಮನುಷ್ಯರಿಗೆ ಆಗೊಮ್ಮೆ ಈಗೊಮ್ಮೆ ಸ್ವಲ್ಪ ಬದಲಾವಣೆ ಬೇಕಾಗ್ತದೆ. ಹಾಗೆ ಮಾಡೊದು ಒಳ್ಳೇದೇ."

"ಅದು ನಿಜ. ನಮ್ಮ ಯಜಮಾನ್ರಿಗೆ ಅದನ್ನೇ ನಾನು ಹೇಳ್ತಾ ಇರ್ತೀನಿ. ಅಲ್ವೇನ್ರಿ? ಒಮ್ಮೊಮ್ಮೆ ಯಾದ್ರೂ ಮನೆ ಬಿಟ್ಟು ಹೊರಗೆ ಹೋಗ್ಬೇಕು. ಆದ್ರಿಂದ ನಮಗೆ ಒಳ್ಳೇದೇ ಹೊರ್ತು ಕೆಟ್ಟದಾಗೋದಿಲ್ಲ. ಅಂದ ಹಾಗೆ, ಸ್ಟ್ರೀಥಾಮ್‌ನಲ್ಲಿ, ಮದುವೆಯಾದ ನಮ್ಮ ಮಗಳೊಬ್ಳಿದ್ದಾಳೆ."

"ಬಹಳ ಅಮೂಲ್ಯವಾದ ವಿಷಯ, ಕೌಟುಂಬಿಕ ಬಂಧಗಳು."

ಚಾರ್ಲಿ ಮತ್ತು ತನ್ನ ಹೆಂಡತಿಯ ನಡುವಣ ಸಂಭಾಷಣೆಯನ್ನು ಸುಮ್ಮಗೆ ಕೇಳುತ್ತಿದ್ದ ಅವಳ ಗಂಡ ಈಗ ನಡುವೆ ಬಾಯಿ ಹಾಕಿ ನುಡಿದ:

"ಹೌದು, ಆದರೆ ಅದೊಂದು ಹೊರೆ, ನೀವೇನೇ ಹೇಳಿ, ಖಂಡಿತವಾಗ್ಲೂ ಅದೊಂದು ಹೊರೆ. ಅಂದ್ರೆ, ಅದರ ಸಾಧಕ - ಬಾಧಕಗಳನ್ನೆಲ್ಲ ತೂಗಿ ನೋಡಿದ್ರೆ."

ಈ ಸವಾಲನ್ನು ಚಾರ್ಲಿ ಸ್ವೀಕರಿಸಬಹುದೇ ಎಂದು ಕಾಯುತ್ತಾ, ತನ್ನ ತಲೆಯನ್ನು ಒಂದು ಬದಿಗೆ ಬಾಗಿಸಿ ವಾದಕ್ಕೆ ಸನ್ನದ್ಧನಾಗಿ, ಆತ ಅಲ್ಲಿಗೇ ತನ್ನ ಮಾತನ್ನು ನಿಲ್ಲಿಸಿದ.

ಚಾರ್ಲಿ ಹೇಳಿದ:

"ನೀವೇನೇ ಹೇಳಿ, ಅದನ್ನು ಅಲ್ಲಗಳೆಯೋದಕ್ಕೆ ಸಾಧ್ಯವಿಲ್ಲ. ಅಂದ್ರೆ, ಅದರ ಬಗ್ಗೆ ಸಂಶಯಾನೇ ಇಲ್ಲ."

ಇದಕ್ಕೆ ತನ್ನ ಗಂಡ ಉತ್ತರ ಕೊಡುವ ಮೊದಲೇ ಹೆಂಗಸು ನುಡಿದಳು:

"ಅದೆಲ್ಲ ಸರಿ; ಆದರೆ ನನ್ನ ದೃಷ್ಟಿಕೋನವೇ ಬೇರೆ. ನಂನಮ್ಮ ಸ್ವಂತದ ಚಿಂತನೆಗಳಿಂದ ಒಮ್ಮೊಮ್ಮೆಯಾದ್ರೂ ನಾವು ಹೊರ ಬರ್ಲೇಬೇಕು. ಈ ದೃಷ್ಟಿಯಿಂದ ಪ್ರಶ್ನೆಯನ್ನು ನೋಡಿ."

ಹೆಂಡತಿಯ ಮಾತಿಗೆ ಗಂಡ ತೃಪ್ತಿಯಿಂದ, ಆದರೆ ಗೊಣಗುವ ಧಾಟಿಯಲ್ಲಿ ಉತ್ತರಿಸಿದ:

"ಹಾಗೆ ಹೇಳೋದೇನೋ ಸುಲಭ. ಆದರೆ ಹಾಗೆ ಮಾಡೋದೂಂತಂದ್ರೆ, ಸರಿ, ಮೊತ್ತಮೊದಲನೆಯದಾಗಿ, ಅದೊಂದು ವೆಚ್ಚದ ಸಂಗ್ತಿ."

ಚಾರ್ಲಿ ವಿವೇಚನೆಯಿಂದ ಹೇಳಿದ:

"ವೆಚ್ಚ ಮಾಡದಿದ್ದರಾಗ್ತದೆಯೇ? ಸವಕಲು ನಾಣ್ಯದ ಹಿಂದೆ ಸರಿಯಾದ ನಾಣ್ಯವನ್ನು ಎಸೀಲೇ ಬೇಕು. ನಾನು ಹೇಳೋದೇನಂದ್ರೆ, ಇಲ್ಲವಾದ್ರೆ ಏನು ಸಾರ್ಥಕ ಅಂತ?"

ಚಾರ್ಲಿಯ ಮಾತಿನಿಂದ ಹೆಂಗಸಿಗೆ ಸಂತಸವಾಯಿತು. ಅವಳ ಮುದಿ ಮುಖ ಲವಲವಿಕೆಯಿಂದ ಮಿನುಗಿತು. ಆಕೆ ಉತ್ಸಾಹದಿಂದ ಹೇಳಿದಳು:

"ಹೌದು, ಇದೀಗ ಸರಿಯಾದ ಮಾತು. ಇವರಿಗೆ ನಾನು ಹೇಳ್ತಾ ಇರೋದೂ ಅದೇ. ಕೆಲವೊಂದು ಸಲಾನಾದ್ರೂ ಕೈ ಸಡಿಲಿಸಿ ಸ್ವೇಚ್ಛೆಯಾಗಿ ವರ್ತಿಸದಿದ್ರೆ ಏನು ಸಾರ್ಥಕ ಅಂತ?"

"ಯಾಕಂದ್ರೆ ಬದುಕು ಈಗಾಗ್ಲೇ ಸಾಕಷ್ಟು ಕಠಿಣವಾಗಿ ಪರಿಣಮಿಸಿದೆ. ಅದನ್ನು ಇನ್ನಷ್ಟು ಕಷ್ಟಕರವಾಗಿ ನಾವು ಯಾಕೆ ಮಾಡ್ಬೇಕು ಅಂತ ನನ್ನ ಅಂಬೋಣ," ಎಂದ ಚಾರ್ಲಿ, ಪತ್ರಿಕೆ ನಿಧಾನವಾಗಿ ಕೆಳಗೆ ಸರಿಯುವುದನ್ನು ನೋಡುತ್ತಾ. ಅದು ಸೀಟಿನ ಮೇಲೆ ಸರಿಯಾಗಿ ಇಡಲ್ಪಟ್ಟಿತು. ಅನಂತರ ಕಂದು ಗವಸುಗಳನ್ನು ತೊಟ್ಟಿದ್ದ ತನ್ನೆರಡು ಪುಟ್ಟ ಕೈಗಳನ್ನು ಶುಂಠಿ ಬಣ್ಣದ ಟ್ವೀಡ್ ಬಟ್ಟೆಯಿಂದ ಆಚ್ಛಾದಿತವಾಗಿದ್ದ ತೊಡೆಗಳ ಮೇಲಿಟ್ಟು, ಚಾರ್ಲಿಯನ್ನು ಎವೆಯಿಕ್ಕದೆ ನೋಡುತ್ತಾ, ಆ ಹುಡುಗಿ ನೆಟ್ಟಗೆ ಕುಳಿತಳು. ಅವಳ ನೀಲಿ ಕಣ್ಣುಗಳು ಅವನ ಕಣ್ಣುಗಳ ಮೇಲೆ ಕಿಡಿಕಾರಿದುವು. ಆತ ಬೇಗನೆ ಬೇರೆಡೆಗೆ ತನ್ನ ದೃಷ್ಟಿಯನ್ನು ತಿರುಗಿಸಿದ.

ಆದರೆ ಯುವಜನರ ನಡುವಣ ಈ ಶೀತ ಯುದ್ಧವನ್ನು ಆ ಮುದುಕ ಗಂಡ ಹೆಂಡತಿಗಿಬ್ಬರೂ ಗಮನಿಸಿರಲಿಲ್ಲ. ಚಾರ್ಲಿಯ ಮಾತಿಗೆ ಉತ್ತರವಾಗಿ ಗಂಡ ಈಗ ಹೇಳಿದ:

"ಸರಿ, ನೀನು ಹೇಳೋದ್ರಲ್ಲಿ ಸ್ವಲ್ಪ ಅರ್ಥವಿದೆ ಅಂತ ನಾನು ಒಪ್ತೇನೆ. ಆದ್ರೆ ಅದಕ್ಕೆ ಕೂಡ ಒಂದು ಮಿತಿ ಬೇಕು. ಎಲ್ಲಿ ನಿಲ್ಲಿಸ್ಬೇಕು ಅಂತ ನಮಗೆ ಗೊತ್ತಿರ್ಬೇಕು."

"ಅದು ಸರಿ, ನೀವು ಹೇಳಿದ್ದು ಸಂಪೂರ್ಣ ಸರಿ," ಎಂದ ಚಾರ್ಲಿ.

ಇದಕ್ಕಾತ ಮರುನುಡಿದ:

"ಕೆಲವರಿಗೆ ಅದ್ರಿಂದೇನೂ ಬಾಧಕ ಇಲ್ಲ ಅನ್ನಿ. ಅದು ನನಗೆ ಗೊತ್ತು. ಆದ್ರೆ ಹಾಗೆ ಮಾಡೋದಿದ್ರೆ, ಸ್ವಲ್ಪ ಯೋಚನೆ ಮಾಡ್ಬೇಕಷ್ಟೆ. ಯೋಚನೆ ಮಾಡದೆ ದುಡುಕಬಾರ್ದು ಅಂತ ನನ್ನ ಅಭಿಪ್ರಾಯ."

ಈ ಮಾತು ಕೇಳಿ ಹೆಂಗಸು ಅವನನ್ನು ಮೃದುವಾಗಿ ಛೇಡಿಸಿದಳು.

"ಆದರೆ ಇದೆಲ್ಲ ಬಾಯಲ್ಲಿ ಮಾತ್ರ. ಒಮ್ಮೆ ಅಲ್ಲಿ ತಲಪಿದ ಬಳಿಕ ನಿಮಗೆ ಖುಷಿಯಾಗ್ತದೆ ಅಂತ ನೀವ್ಯಾಕೆ ಒಪ್ಪಿಕೊಳ್ಳೋದಿಲ್ಲ? ನಿಮ್ಮ ಕೈಯಲ್ಲಿ ಒಂದು ಕಪ್ ಚಹಾ ಕೊಟ್ಟು, ನಿಮ್ಮ ಸ್ವಂತ ಕುರ್ಚಿಯ ಮೇಲೆ, ನಿಮ್ಮ ಸ್ವಂತ ಮೂಲೆಯಲ್ಲಿ, ಜಾಯಿಸ್ ನಿಮ್ಮನ್ನು ಹಾಯಾಗಿ ಕೂತುಕೊಳ್ಳಿಸ್ತಾಳೆ. ಆಮೇಲೆ ನಿಮಗೆ ಖುಷಿಯಾಗೋದಿಲ್ಲ ಅಂತೀರಾ?"

ಗಂಡಸು ಗಂಭೀರವಾಗಿ ತಲೆದೂಗುತ್ತಾ ಉತ್ತರಿಸಿದ:

"ಹಾಂ, ಆದ್ರೆ ಈಗ ಮಾತ್ರ ಅದೇನೂ ಅಷ್ಟು ಸುಲಭವಲ್ಲ, ಅಲ್ವೆ? ಅದು ಸುಸ್ಪಷ್ಟ ಅಂತ ನನ್ನ ಭಾವನೆ."

ಚಾರ್ಲಿ ತಲೆಯಲ್ಲಾಡಿಸಿದ. ಕುತ್ತಿಗೆಯ ಕೀಲಿನ ಮೇಲೆ ಅದು ಭಾರವಾಗಿ ಹೊರಳು ತ್ತಿರುವಂತೆ ಅವನಿಗೆ ಭಾಸವಾಯಿತು. ಆತ ಹೇಳಿದ:

"ಊಹುಂ, ನಾನೊಪ್ಪೋದಿಲ್ಲ. ಮಾಡೋದಕ್ಮುಂಚೆ ಯೋಚಿಸ್ಬೇಕೂಂತಾದ್ರೆ, ಅದ್ರಲ್ಲಿ ಮತ್ತೆ ಏನರ್ಥ? ಅಂದ್ರೆ, ನನ್ನ ಅಭಿಪ್ರಾಯ ಏನೂಂತಂದ್ರೆ, ಮೊದ್ಲು ಧುಮುಕಿಬಿಡ್ಬೇಕು, ಅದ್ರಲ್ಲಿ ಸಂಶಯಾನೇ ಇಲ್ಲ."

ಹೆಂಗಸು ಏನೋ ಹೇಳಲು ಪ್ರಾರಂಭಿಸಿ, ಮತ್ತೆ ಹಿಂದೆ ಮುಂದೆ ನೋಡಿದಳು. ಮಿನುಗುತ್ತಿದ್ದ ಅವಳ ಚಿಕ್ಕ ಕಣ್ಣುಗಳು ತಡವರಿಸಿದವು. ಆಕೆಯ ಮುಖ ಕೆಂಪೇರತೊಡಗಿತ್ತು.

ಆದರೆ ಕೀಲುಬೊಂಬೆಯಂತೆ ತನ್ನ ತಲೆಯನ್ನು ತಿರುಗಿಸುತ್ತಾ, ಯಾವುದೋ ನಿರ್ಬಂಧ ಕ್ಕೊಳಗಾದವನಂತೆ ಚಾರ್ಲಿ ಮುಂದುವರಿಸಿದ :

"ನಾನು ಹೇಳೋದೇನಂದ್ರೆ, ಅದು ಅವರವರಿಗೆ ಬಳಕೆಯಾಗಿರೋದನ್ನು ಹೊಂದಿಕೊಂಡಿದೆ – ನಿಮಗೆ ಯಾವುದು ವಾಡಿಕೆಯಾಗಿದೆಯೋ ಅದನ್ನು, ಅಂತ ನನ್ನ ಅಂಬೋಣ. ಅಲ್ಲದೆ ಇನ್ನೊಂದು ಸಂಗ್ತಿ. ಹೇಳೋದೆಲ್ಲ ಹೇಳಿಯಾದ ಮೇಲೆ, ಕಟ್ಟಕಡೆಗೆ, ಒಂದಕ್ಕೆ ಇನ್ನೊಂದನ್ನು ನೀವು ಗಂಟು ಹಾಕೋದಾದ್ರೆ ..."

"ಸಾಕು, ನಿಲ್ಲಿಸು!" ಅವನ ಮುಖಕ್ಕೆ ಹೊಡೆದಂತೆ, ಅವನನ್ನು ಎವೆಯಿಕ್ಕದೆ ನೋಡುತ್ತಿದ್ದ ಹುಡುಗಿ ಒಮ್ಮೆಲೆ ಏರು ಸ್ವರದಲ್ಲಿ ಉದ್ಗರಿಸಿದಳು.

"ಇದೊಂದು ತತ್ವದ ಪ್ರಶ್ನೆ," ಎಂದ ಚಾರ್ಲಿ. ಅವನ ತಲೆಯ ಹೊರಳಾಟ ಈಗ ನಿಂತಿತ್ತು. ಅವನಿಗೆ ತನ್ನ ಕಣ್ಣುಗಳನ್ನು ಒಂದೆಡೆ ಕೇಂದ್ರೀಕರಿಸಲೂ ಈಗ ಸಾಧ್ಯವಾಗಿತ್ತು.

ಆದರೆ ಅವನ ಮಾತನ್ನು ಕಡೆಗಣಿಸಿ ಹುಡುಗಿ ಮುಂದುವರಿಸಿದಳು;

"ನೀನು ನಿಲ್ಲಿಸ್ತೀಯೋ ಇಲ್ವೋ ? ಇಲ್ಲವಾದ್ರೆ ನಾನು ಗಾರ್ಡನ್ನು ಕರೆದು ನಿನ್ನನ್ನು ಬೇರೆ ಕಂಪಾರ್ಟ್‌ಮೆಂಟಿಗೆ ಹಾಕಿಸ್ತೇನೆ."

ಅನಂತರ ಹಳಬರಿಬ್ಬರನ್ನೂ ಉದ್ದೇಶಿಸಿ, ತಾನು ಮಾಡಿದ್ದು ಸರಿ ಎನ್ನುವಂತೆ ಜಿಗುಪ್ಸೆಯ ದನಿಯಲ್ಲಿ ಆಕೆ ಹೇಳಿದಳು:

"ಆತ ನಿಮ್ಮನ್ನು ತಮಾಷೆ ಮಾಡ್ತಿದ್ದಾನೆ ಅಂತ ನಿಮಗೆ ಗೊತ್ತಾಗೋದಿಲ್ವೆ? ಅಷ್ಟೂ ಗೊತ್ತಾಗೋದಿಲ್ವೆ?"

ಇಷ್ಟು ಹೇಳಿ ಆಕೆ ತನ್ನ ಪತ್ರಿಕೆಯನ್ನು ಪುನಃ ಮೇಲೆತ್ತಿದಳು.

ಗಂಡ ಹೆಂಡಿರಿಬ್ಬರೂ ಚಾರ್ಲಿಯತ್ತ ಸಂಶಯದಿಂದ ನೋಡಿದರು. ಬಳಿಕ ಅನುಮಾನದಿಂದ ಒಬ್ಬರನ್ನೊಬ್ಬರು ದಿಟ್ಟಿಸಿದರು. ಹೆಂಗಸಿನ ಮುಖ ಚೆನ್ನಾಗಿ ಕೆಂಪೇರಿತ್ತು. ಅವಳ ಕಣ್ಣುಗಳು ಬಿಸಿಯಾಗಿ ಉರಿಯುತ್ತಿದ್ದವು.

"ನಾನೊಂದು ಸಣ್ಣ ನಿದ್ದೆ ಮಾಡ್ತೇನೆ," ಎಂದು ಎಲ್ಲರ ಮೇಲೂ ಅಸಮಾಧಾನ ದಿಂದೆಂಬಂತೆ ಗಂಡಸು ನುಡಿದ. ಆತ ತನ್ನ ಕಾಲುಗಳನ್ನು ಸರಿಯಾಗಿ ಚಾಚಿ, ತಲೆಯನ್ನು ಹಿಂದಕ್ಕೆ ಬಾಗಿಸಿ, ಕಣ್ಣುಗಳನ್ನು ಮುಚ್ಚಿದ.

ಚಾರ್ಲಿ ಕುಳಿತಲ್ಲಿಂದೆದ್ದು, "ಕ್ಷಮಿಸಿ" ಎನ್ನುತ್ತಾ ಮೊದಲು ಅವನ ಕಾಲುಗಳನ್ನೂ, ಅನಂತರ "ಕ್ಷಮಿಸಿ, ಕ್ಷಮಿಸಿ, ತಪ್ಪಾಯಿತು" ಎಂದು ಗೊಣಗುತ್ತಾ ಹೆಂಗಸಿನ ಕಾಲುಗಳನ್ನೂ ಗಡಿಬಿಡಿಯಿಂದ ದಾಟಿ, ಕಂಪಾರ್ಟ್‌ಮೆಂಟಿನ ಹೊರಗಿದ್ದ ಕಾರಿಡಾರ್‌ಗೆ ಹೋದ.

ಕಂಪಾರ್ಟ್‌ಮೆಂಟಿನ ಬದಿಗೆ ತನ್ನ ಬೆನ್ನನ್ನು ಆನಿಸಿ ಆತ ಕಣ್ಣುಮುಚ್ಚಿ ಕಾರಿಡಾರ್‌ನಲ್ಲಿ ಹಾಗೆಯೇ ನಿಂತ. ಮರದಿಂದ ಮಾಡಲ್ಪಟ್ಟಿದ್ದ ಆ ಬದಿಗಳ ಅಲುಗಾಟಕ್ಕೆ ಅವನ ಬೆನ್ನು ಸ್ವಲ್ಪ ಕುಲುಕಾಡುತ್ತಿತ್ತು. ಮುಚ್ಚಿದ ಅವನ ಕಣ್ಣುಗಳಿಂದ ಕಂಬನಿಯ ಕೋಡಿ ಹರಿಯುತ್ತಿತ್ತು. ಅವನ ಒಳಗಡೆ ಎಲ್ಲಿಯೋ ಒಂದು ಕಡೆಯಲ್ಲಿ ಶಬ್ದಗಳ ಮೇಲೆ ಶಬ್ದಗಳು ಮೌನವಾಗಿ, ಕಲಬೆರಕೆ ಯಾಗಿ ವಟಗುಟ್ಟುತ್ತಿದ್ದವು – ಭೀತಿಯ, ಪ್ರತಿಭಟನೆಯ ಪದಪುಂಜಗಳ ಒಂದು ಪ್ರವಾಹ.

ಅವನ ಕಿವಿಗೆ ಸಮೀಪವಾಗಿ ಮರದ ವಿರುದ್ಧ ಮರ ಸರಿದ ಒಂದು ಸದ್ದು ಕೇಳಿಸಿತು. ಅದರೊಂದಿಗೇ ಬಟ್ಟೆ ಧರಿಸಿದ ಮೈಯೊಂದು ಮರವನ್ನು ಒರಸಿದ ಮೃದುವಾದ ಸದ್ದೂ ಅವನ ಕಿವಿಗಳಿಗೆ ಬಿತ್ತು.

ಅದನ್ನು ಕೇಳಿ ಅವನ ಎದೆಯೊಳಗಿನಿಂದ ಸಣ್ಣ ಸ್ವರವೊಂದು ದೃಢವಾಗಿ ನುಡಿಯಿತು.

"ಅದೇನಾದ್ರೂ ಆ ಚಿಕ್ಕ ಬಜಾರಿಯಾಗಿದ್ರೆ, ಅವಳನ್ನು ಕೊಂದೇಬಿಡ್ತೇನೆ."

ಕಣ್ಣು ತೆರೆದಾಗ, ತನ್ನೊಂದಿಗೆ ಮಾತನಾಡುತ್ತಿದ್ದ ಹೆಂಗಸು ಅವನ ಕೊಲೆಗಡಿಕ ದೃಷ್ಟಿಗೆ ಬಿದ್ದಳು. ಅವಳ ನೋಟದಲ್ಲಿ ಅನುತಾಪವಿತ್ತು.

ಆತ ತಬ್ಬಿಬ್ಬಾಗಿ ಮುಖ ಗಂಟಿಕ್ಕಿ, ಸಂಕೋಚದಿಂದ ಹೇಳಿದ:

"ತಪ್ಪಾಯಿತು, ಕ್ಷಮಿಸಿ; ತಪ್ಪಾಯಿತು. ನಿಮ್ಮನ್ನು ಉದ್ದೇಶಿಸಿಯಲ್ಲ ನಾನು..."

"ಅದೇನೂ ದೊಡ್ಡದಲ್ಲ, ಬಿಡು."

ಹೀಗೆಂದು ಅವಳು, ಕೆಲಸದಿಂದ ಕೆಂಪಗಾಗಿದ್ದ ತನ್ನ ಎರಡು ಹಸ್ತಗಳನ್ನೂ ಕಂಪಿಸುತ್ತಿದ್ದ ಅವನ ಮುಂಗೈಗಳ ಮೇಲಿಟ್ಟಳು. ಆತ ಅವುಗಳನ್ನು ತನ್ನ ಎದೆಯ ಮೇಲೆ ಅಡ್ಡವಾಗಿ ಜೋಡಿಸಿದ್ದ. ಆಕೆ ಅವನ ಎರಡು ಮಣಿಗಂಟುಗಳನ್ನೂ ಹಿಡಿದು ಅವನ ಕೈಗಳನ್ನು ಮೆಲ್ಲಗೆ ಕೆಳಗಿಳಿಸಿ ಹೇಳಿದಳು:

"ಇದನ್ನೆಲ್ಲ ಹೀಗೆ ಮನಸ್ಸಿಗೆ ಹಚ್ಚಿಕೊಂಡ್ರೆ ಹೇಗೆ? ಅಂಥದೇನಾಗಿದೆ ಈಗ? ಏನೂ ಆಗಿಲ್ಲ, ಏನೂ ಆಗಿಲ್ಲ, ಮಗು."

ಅವನ ದೇಹ ಸೆಟೆದುಕೊಂಡು ಅವಳ ಸ್ಪರ್ಶವನ್ನು ತಿರಸ್ಕರಿಸಿತು. ಪರಿಣಾಮವಾಗಿ ಆಕೆ ಒಂದು ಹೆಜ್ಜೆ ಹಿಂದೆ ಸರಿದಳು. ಆದರೆ ಇದರಿಂದ ಅಧೀರಳಾಗದೆ, ಅಲ್ಲಿ ದೃಢವಾಗಿ ನಿಂತು ಆಕೆ ನುಡಿದಳು:

"ಇಲ್ನೋಡು ಮಗು, ಹೀಗೆ ಉದ್ವೇಗಗೊಳ್ಳೋದ್ರಿಂದ ಏನೂ ಪ್ರಯೋಜನ ಇಲ್ಲ. ನೀನೇ ಯೋಚಿಸು, ಏನಾದ್ರೂ ಇದೆಯೆ? ನಾನು ಹೇಳ್ತಿರೋದೇನಂದ್ರೆ, ಒಳ್ಳೇದರೊಂದಿಗೆ ಕೆಟ್ಟದನ್ನೂ ಅನುಭವಿಸೋಕೆ ನಾವು ತಯಾರಿರ್ಬೇಕು. ಇದರ ಹೊರ್ತು ಬೇರೆ ದಾರೀನೇ ಇಲ್ಲ. ಬೇರೆ ದೃಷ್ಟಿಕೋನದಿಂದ ಇದನ್ನು ನೋಡೋಕೆ ಸಾಧ್ಯ ಇಲ್ಲ."

ಅವನನ್ನು ಇದಿರಿಸಿ ಅವನ ಪ್ರತಿಕ್ರಿಯೆಗಾಗಿ ಕಾಯುತ್ತಾ, ಆಕೆ ಅಲ್ಲಿಯೇ ನಿಂತಳು. ಅವಳು ಚಿಂತಾಕ್ರಾಂತಳಾಗಿದ್ದರೂ, ತಾನು ಮಾಡಿದ್ದು ಆಡಿದ್ದು ಸರಿ ಎನ್ನುವ ಬಗ್ಗೆ ಅವಳಲ್ಲಿ ಏನೂ ಸಂಶಯವಿರಲಿಲ್ಲ.

ತುಸು ಹೊತ್ತಿನ ಬಳಿಕ ಚಾರ್ಲಿ ಹೇಳಿದ:

"ಹೌದು, ನೀವಂದದ್ದು ಸರಿ."

ಆಕೆ ತಲೆಯಲ್ಲಾಡಿಸಿ ಮುಗುಳ್ನಕ್ಕು ಕಂಪಾರ್ಟ್‌ಮೆಂಟಿಗೆ ಹಿಂದಿರುಗಿದಳು. ಒಂದು ಕ್ಷಣದ ತರುವಾಯ ಚಾರ್ಲಿಯೂ ಅವಳನ್ನು ಹಿಂಬಾಲಿಸಿದ.

ವಿಶೇಷ ಕೃತಜ್ಞತೆ

- ಕಥೆಗಳ ಆಯ್ಕೆಗೆ ಆಕರ ಸಾಮಗ್ರಿ ಒದಗಿಸಲು ನೆರವಾದ ವಿವಿಧ ಮಿತ್ರರು
- 19ನೆಯ ಶತಮಾನದ ಕೊನೆಯ ಭಾಗದ ಹೊಸ ಅಲೆಯ ಕಥೆಗಳ ಸಂಪುಟವನ್ನು ದೊರಕಿಸಿಕೊಟ್ಟ ಶ್ರೀ ಎಂ. ಜಿ. ನರಸಿಂಹನ್
- ದಿವಂಗತ ಪ್ರಾ. ಎನ್. ಎಸ್. ರಾಮಚಂದ್ರಯ್ಯನವರು ಅನುವಾದಿಸಿ ಬಿಟ್ಟುಹೋದ ಹಸ್ತಪ್ರತಿಯನ್ನು ಓರಣಗೊಳಿಸಿ ಪ್ರಕಾಶಕರಿಗೆ ತಲಪಿಸಿದ ಶ್ರೀಮತಿ ಎಸ್. ಲಕ್ಷ್ಮಿ ಆರಯ್ಯ
- ಮೂಲ ಕಥೆಗಳ ಆಂಗ್ಲ ಬೆರಳಚ್ಚು ಪ್ರತಿಯನ್ನು ಸಿದ್ಧಗೊಳಿಸುವುದರಲ್ಲೂ ಇನ್ನಿತರ ಸಂಪಾದಕೀಯ ಕಾರ್ಯಗಳಲ್ಲೂ ನೆರವಾದ ಕುಮಾರಿ ಸೀಮಂತಿನೀ ನಿರಂಜನ

ಇವರಿಗೆಲ್ಲ ನಮ್ಮ ಕೃತಜ್ಞತೆಗಳು ಸಲ್ಲುತ್ತವೆ.

ವಿಶ್ವಕಥಾಕೋಶ

ಸಂಪುಟ – ೬

ವಿಚಿತ್ರ ಕಕ್ಷಿದಾರ

ಲೇಖಕರ ಪರಿಚಯ

ವಿಚಿತ್ರ ಕಕ್ಷಿದಾರ

ಚಾರ್ಲ್ಸ್ ಡಿಕನ್ಸ್ (1812–1870)

ಇಂಗ್ಲಿಷ್ ಸಾಹಿತ್ಯದ ಸುಪ್ರಸಿದ್ಧ ಸಣ್ಣ ಕಥೆಗಾರ, ಕಾದಂಬರಿಕಾರ. 'ಡೇವಿಡ್ ಕಾಪರ್‌ಫೀಲ್ಡ್' ಹಾಗೂ ಇತರ ಕಾದಂಬರಿಗಳಲ್ಲಿ ಲಂಡನ್‌ನಲ್ಲಿನ ಬಾಲ್ಯದ ನಿರೂಪಣೆ. ಬ್ರಿಟನ್ ಹಾಗೂ ಅಮೆರಿಕದಲ್ಲಿ ಆತನಿಂದ ತನ್ನ ಕೃತಿಗಳ ಸಾರ್ವತ್ರಿಕ ವಾಚನ. 'ವಿಚಿತ್ರ ಕಕ್ಷಿದಾರ' ಕಥೆ 'ಪಿಕ್‌ವಿಕ್ ಪೇಪರ್ಸ್'ನ ಪಾತ್ರವೊಂದ'ರಿಂದ ಉಲ್ಲೇಖಿತ. ❍

ಟೋನಿ ಕೈಟ್ಸ್ – ವಂಚಕಾಗ್ರೇಸರ

ಥಾಮಸ್ ಹಾರ್ಡಿ (1840–1928)

ಇಂಗ್ಲಿಷ್ ಸಾಹಿತ್ಯದ ಮತ್ತೊಬ್ಬ ಪ್ರಸಿದ್ಧ ಕವಿ, ಸಣ್ಣ ಕಥೆಗಾರ, ಕಾದಂಬರಿಕಾರ. ಡಾರ್ಚೆಸ್ಟರ್‌ನಲ್ಲಿ 50 ವರ್ಷಗಳ ಕಾಲ ವಾಸ. ಅದೇ ಆತನ ಹಲವಾರು ಕೃತಿಗಳಲ್ಲಿ ಕಥಾಪರಿಸರ. ಸಣ್ಣ ಕಥೆಗಳ ನಾಲ್ಕು ಸಂಗ್ರಹಗಳೂ ಪ್ರಸಿದ್ಧ. ಅಲ್ಲದೆ ಕಾದಂಬರಿಗಳಾದ 'ಫಾರ್ ಫ್ರಂ ದಿ ಮ್ಯಾಡಿಂಗ್ ಕ್ರೌಡ್', 'ಜ್ಯೂಡ್ ದಿ ಒಬ್‌ಸ್ಕ್ಯೂರ್', 'ಮೇಯರ್ ಆಫ್ ಕಾಸ್ಟರ್ ಬ್ರಿಜ್' ಮೊದಲಾದ ಕಾದಂಬರಿಗಳು, ಕವಿತಾ ಸಂಗ್ರಹಗಳು ಮತ್ತು 'ಡೈನಾಸ್ಟ್ಸ್' ಕಾವ್ಯನಾಟಕವೂ ಅತ್ಯಂತ ಪ್ರಸಿದ್ಧ. ಆಧುನಿಕ ಇಂಗ್ಲಿಷ್ ಕಾವ್ಯದ ಮೇಲೆ ಹಾರ್ಡಿಯ ಪ್ರಭಾವ ಅಧಿಕ. ❍

ಪಾತಾಳ ಕೂಪದಲ್ಲಿ

ಎಚ್. ಜಿ. ವೆಲ್ಸ್ (1866–1946)

ಹರ್ಬರ್ಟ್ ಜಾರ್ಜ್ ವೆಲ್ಸ್ ಇಂಗ್ಲಿಷ್ ಸಾಹಿತ್ಯದಲ್ಲಿ ವೈಜ್ಞಾನಿಕ ಕಟ್ಟು ಕಥೆಗಳ ಪ್ರವರ್ತಕ. ಪತ್ರಕರ್ತನಾಗಿ ಜೀವನ ಆರಂಭ. ಅನೇಕ ಕಥೆಗಳು, ಕಾದಂಬರಿಗಳ ಜತೆಗೆ ವಿಶ್ವದ ಕಿರುಚರಿತ್ರೆಯನ್ನೂ ಬರೆದ ಲೇಖಕ.

ಸಾಹಿತ್ಯವಲ್ಲದೆ ಇತಿಹಾಸ, ರಾಜಕೀಯ, ಸಾಮಾಜಿಕ ಸಂಗತಿಗಳ ಬಗ್ಗೆಯೂ ವಿಸ್ತಾರವಾದ ಬರವಣಿಗೆ. ಇಂಗ್ಲೆಂಡ್‌ನ ಮೊದಲ ಸಮಾಜವಾದಿಗಳಲ್ಲೊಬ್ಬ. ಚಿತ್ರಕಲಾವಿದನೂ ಆಗಿದ್ದ. ❍

ಒಂದು ನೊಣ

ಕ್ಯಾಥರೀನ್ ಮ್ಯಾನ್ಸ್ ಫೀಲ್ಡ್ (1888–1932)

ನ್ಯೂಜಿಲೆಂಡ್‌ನಲ್ಲಿ ಜನನ. ಇಂಗ್ಲೆಂಡ್‌ನಲ್ಲಿ ಶಿಕ್ಷಣ ಹಾಗೂ ಅಲ್ಲಿಯೇ ನೆಲೆ. 1922ರಲ್ಲಿ ಪ್ರಕಟವಾದ 'ದಿ ಗಾರ್ಡನ್ ಪಾರ್ಟಿ ಅಂಡ್ ಅದರ್ ಸ್ಟೋರೀಸ್'ನಿಂದ ಪ್ರಖ್ಯಾತ. ಬರೆದಿರುವ 88 ಕಥೆಗಳಲ್ಲಿ 15 ಅಪೂರ್ಣ. ರಷ್ಯದ ಸಾಹಿತಿ ಚೆಕಾವ್ ಬರವಣಿಗೆಯಿಂದ ಪ್ರಭಾವಿತ. ಕ್ಷಯರೋಗದಿಂದ ಮರಣ. ❍

ಸ್ಯಾಮ್ಸನ್ ಮತ್ತು ಡಿಲೈಲ

ಡಿ. ಎಚ್. ಲಾರೆನ್ಸ್ (1885–1930)

ಗಣಿ ಕಾರ್ಮಿಕನೊಬ್ಬನ ನಾಲ್ಕನೆಯ ಮಗ. ಸ್ವಲ್ಪಕಾಲ ವಿದ್ಯಾರ್ಥಿ–ಉಪಾಧ್ಯಾಯ. ಹಲವಾರು ಸಣ್ಣ ಕಥೆಗಳು ಮತ್ತು ಕಾದಂಬರಿಗಳ ಲೇಖಕ. ಹಲವು ಬರಹಗಳಲ್ಲಿ ಶ್ರೀಮಂತವರ್ಗದ ವಿಲಾಸಿ ಜೀವನದ ಚಿತ್ರಣ. ವಿಸ್ತೃತ ಪ್ರವಾಸ ಮಾಡಿದ ಲೇಖಕ. ಕ್ಷಯರೋಗದಿಂದ ಮರಣ.

❍

ಒಂದಿಷ್ಟು ಸಂಗೀತ ಮತ್ತು ನೃತ್ಯ

ಸೂಸನ್ ಹಿಲ್

ಇಂಗ್ಲೆಂಡಿನ ಸ್ಕಾರ್‌ಬರೋನಲ್ಲಿ 1942ರಲ್ಲಿ ಜನನ. ಲಂಡನ್ನಿನ ಕಿಂಗ್ಸ್ ಕಾಲೇಜಿನಲ್ಲಿ ವಿದ್ಯಾಭ್ಯಾಸ. 'ಕೊವೆಂಟ್ರಿ ಈವ್‌ನಿಂಗ್ ಟೆಲಿಗ್ರಾಫ್' ಪತ್ರಿಕೆಯಲ್ಲಿ ಐದು ವರ್ಷಕಾಲ ಸಾಹಿತ್ಯ ವಿಮರ್ಶಕಿಯಾಗಿದ್ದ ಈಕೆ ಹಲವು ರೇಡಿಯೋ ನಾಟಕಗಳನ್ನು ಬರೆದಿದ್ದಾರೆ. 'ಮಹಿಳೆಯರು ಮತ್ತು ಮಹನೀಯರು', 'ರಾತ್ರಿಯ ಹಕ್ಕಿ' ಮೊದಲಾದ ಕಾದಂಬರಿಗಳನ್ನೂ ಹಲವು ಸಣ್ಣ ಕಥೆಗಳನ್ನೂ ಬರೆದಿದ್ದಾರೆ. 1972ರಲ್ಲಿ ರಾಯಲ್ ಸೊಸೈಟಿ ಆಫ್ ಲಿಟರೇಚರ್‌ನ ಫೆಲೊ ಆಗಿ ಆಯ್ಕೆ, ಅದೇ ವರ್ಷ 'ರಾತ್ರಿಯ ಹಕ್ಕಿ' ಕಾದಂಬರಿಗೆ 'ವ್ಹಿಟ್‌ಬ್ರೆಡ್' ಪ್ರಶಸ್ತಿ.

❍

ಇಗರ್ಜಿಯ ಕರ್ಮಚಾರಿ

ಡಬ್ಲ್ಯು. ಸಾಮರ್‌ಸೆಟ್ ಮಾಮ್ (1874–1965)

ಇಂಗ್ಲಿಷ್ ಸಾಹಿತ್ಯದ ಹೆಸರಾಂತ ಸಾಹಿತಿಗಳಲ್ಲೊಬ್ಬ. ವೈದ್ಯನಾಗಲು ಬಯಸಿ ಐದು ವರ್ಷ ವೈದ್ಯಕೀಯ ಶಿಕ್ಷಣ ಸಂಸ್ಥೆಯಲ್ಲಿ ಓದಿದ. ಆದರೆ ಹದಿಹರೆಯದಲ್ಲೇ ಬರವಣಿಗೆಗೆ ಆಕರ್ಷಿತನಾಗಿದ್ದು, ಕೊನೆಗೆ ಅದರಲ್ಲೇ ಯಶಸ್ವಿಯಾದ. ಕಿರುಗತೆಗಾರ, ನಾಟಕಕಾರ, ಕಾದಂಬರಿಕಾರ. ಪ್ರವಾಸ ಸಾಹಿತ್ಯ, ಪ್ರಬಂಧ ಸಾಹಿತ್ಯ ಮತ್ತು ವಿಮರ್ಶಾ ಲೇಖನಗಳನ್ನೂ ಬರೆದಿದ್ದಾನೆ. ಮಾಮ್‌ನ ಹಲವಾರು ನಾಟಕಗಳು ರಂಗಭೂಮಿಯಲ್ಲೂ ಯಶಸ್ಸು ಕಂಡಿವೆ. ಹಾಲಿವುಡ್‌ನ ಅನೇಕ ಚಿತ್ರಗಳಿಗೆ ಚಿತ್ರಕಥೆ ಬರೆದಿದ್ದಾನೆ. ❍

ಟಾಮಿ ಫ್ಲಿನ್ನನ ಅನ್ವೇಷಣೆ

ಸ್ಟಾನ್ ಬಾರ್‌ಸ್ಟೋ

1928ರಲ್ಲಿ ಜನನ. ಕಲ್ಲಿದ್ದಲು ಗಣಿ ಕೆಲಸಗಾರನೊಬ್ಬನ ಮಗ. ಸಣ್ಣ ಕಥೆಗಾರ, ಕಾದಂಬರಿಕಾರ, ಪ್ರಬಂಧಕಾರ ಮತ್ತು ನಾಟಕಕಾರ. 'ಎ ಕೈಂಡ್ ಆಫ್ ಲಿವಿಂಗ್' ಕಾದಂಬರಿ ಆಧಾರಿತ ಚಲನಚಿತ್ರದ ಯಶಸ್ಸಿನಿಂದ ದಿಢೀರ್ ಜನಪ್ರಿಯತೆ. ಇದರಿಂದಾಗಿ ಪೂರ್ಣಕಾಲದ ಬರಹಗಾರನಾಗಿ ಜೀವನ ಆರಂಭ. ರೇಡಿಯೋ, ಟಿ.ವಿ. ಹಾಗೂ ನಾಟಕರಂಗದಲ್ಲೂ ಕೆಲಸ.

❍

ಪಶು ಸಿಮನ್ಸ್

ಆರ್ಥರ್ ಮಾರಿಸನ್ (1863–1945)

ಸಣ್ಣ ಕಥೆಗಾರ. ಇಂಗ್ಲಿಷ್ ಸಾಹಿತ್ಯರಂಗದ ವಾಸ್ತವವಾದಿ ಲೇಖಕರ ಗುಂಪಿಗೆ ಸೇರಿದಾತ. 'ಟೇಲ್ಸ್ ಆಫ್ ಮೀನ್ ಸ್ಟ್ರೀಟ್ಸ್' ಎಂಬ ಕಥಾ ಸಂಗ್ರಹ ಅತ್ಯಂತ ಜನಪ್ರಿಯ. ❍

ಹಡಗುಕಟ್ಟೆಯ ಗೇಟಿನ ಬಳಿ

ಆರ್ಥರ್ ಸೈಂಟ್ ಜಾನ್ ಆಡ್‌ಕಾಕ್ (1864–1930)

ಇಂಗ್ಲಿಷ್ ಭಾಷೆಯ ಖ್ಯಾತ ಕವಿ, ಕಾದಂಬರಿಕಾರ ಮತ್ತು ಪತ್ರಕರ್ತ. ಕವಿ ಡಬ್ಲ್ಯು.ಎಚ್. ಡೇವಿಸ್‌ನನ್ನು ಬೆಳಕಿಗೆ ತಂದ ಹಿರಿಮೆ ಈತನದು.

❍

ಇಂಗ್ಲೆಂಡ್‌ನ ವಿರುದ್ಧ ಇಂಗ್ಲೆಂಡ್

ಡೋರಿಸ್ ಲೆಸ್ಸಿಂಗ್

ಪರ್ಷಿಯದಲ್ಲಿ 1919ರಲ್ಲಿ ಜನನ. ಆಫ್ರಿಕದಲ್ಲಿ ಬಾಲ್ಯ. ಇಂಗ್ಲೆಂಡ್‌ನಲ್ಲಿ ನೆಲೆ. ಕಾದಂಬರಿಕಾರ್ತಿ, ಕಿರುಗತೆಕಾರ್ತಿ, ನಾಟಕಕಾರ್ತಿ. ಸಕ್ರಿಯ ಕಮ್ಯೂನಿಸ್ಟ್ ಕಾರ್ಯಕರ್ತೆಯಾಗಿದ್ದರು. 2007ನೇ ಸಾಲಿನ ನೊಬೆಲ್ ಪ್ರಶಸ್ತಿಯ ಗೌರವ. 'ಹುಲ್ಲು ಹಾಡುತ್ತಿದೆ' ಮತ್ತು 'ಚಿನ್ನದ ಹೊತ್ತಗೆ' ಪ್ರಮುಖ ಕೃತಿಗಳು. ❍

ಈ ಸಂಪುಟದ ಅನುವಾದಕರು

(1) ಎನ್. ಎಸ್. ರಾಮಚಂದ್ರಯ್ಯ (1909–1980)

ಹೆಗ್ಗಡದೇವನಕೋಟೆಯ ಗುಂಡತೂರಿನಲ್ಲಿ ಜನನ. ಬೆಂಗಳೂರು ವಿಶ್ವವಿದ್ಯಾನಿಲಯದಲ್ಲಿ ಇಂಗ್ಲಿಷ್ ಪ್ರಾಧ್ಯಾಪಕರಾಗಿ ನಿವೃತ್ತಿ. ಪ್ರಕಟನೆಗಳು: ನಾ ಕಂಡ ಕರ್ನಾಟಕ, ಗೋಲ್ಡ್‌ಸ್ಮಿತ್ ಮತ್ತು ಇತರ ಪ್ರಬಂಧಗಳು, ಕರ್ನಾಟಕ (ಮೈಸೂರು), ತ್ರಿವೇಣಿ ಮತ್ತು ಪ್ರಬಂಧ ಚರಿತ್ರೆ. ಇಂಗ್ಲಿಷ್ ಶಿಕ್ಷಕರ ಸಂಘದ ಸಂಸ್ಥಾಪಕ. ಕಾವ್ಯನಾಮ 'ಆರಯ್ಯ'. ❍

(2) ಎಸ್.ಆರ್. ಭಟ್ (1920–1989)

ಮಂಗಳೂರಿನ ಸಂತ ಅಲೋಸಿಯಸ್ ಕಾಲೇಜಿನಲ್ಲಿ ವಿದ್ಯಾಭ್ಯಾಸ. ವಿದ್ಯಾರ್ಥಿಯಾಗಿದ್ದಾಗ 1942ರ ಕ್ವಿಟ್ ಇಂಡಿಯಾ ಚಳವಳಿಯಲ್ಲಿ ಭಾಗವಹಿಸಿ ಆರು ತಿಂಗಳ ಸೆರೆವಾಸ. ನವಕರ್ನಾಟಕ ಪ್ರಕಾಶನ ಸಂಸ್ಥೆಯ ಸ್ಥಾಪಕ ಕಾರ್ಯದರ್ಶಿ. ಕಮ್ಯೂನಿಸ್ಟ್ ಪಕ್ಷದ ವಾರಪತ್ರಿಕೆ 'ಕೆಂಬಾವುಟ'ದಲ್ಲಿ 1974–1979ರವರೆಗೆ ಸಂಪಾದಕರಾಗಿದ್ದರು. ವಿಶ್ವಕಥಾಕೋಶದ ಸಂಪಾದಕ ಮಂಡಲಿಯ ಸದಸ್ಯರಾಗಿದ್ದರು. ಸಂಸ್ಕೃತ ಹಾಗೂ ಇಂಗ್ಲಿಷ್ ಭಾಷೆಗಳಲ್ಲಿ ಉತ್ತಮ ಪಾಂಡಿತ್ಯ ಅವರಿಗಿತ್ತು. ಎಡಪಂಥೀಯ ವಿಚಾರಧಾರೆಗಳಲ್ಲಿ ಪೂರ್ಣ ನಂಬಿಕೆ ಇರಿಸಿದ್ದು ಮಾರ್ಕ್ಸ್‌ವಾದವನ್ನು ಅಧ್ಯಯನ ಮಾಡಿದವರು. ಎಸ್. ಜಿ. ಸರ್ದೇಸಾಯಿ ಮತ್ತು ದಿಲೀಪ್ ಬೋಸ್ ಅವರು ಬರೆದ 'ಮಾರ್ಕ್ಸ್‌ವಾದ ಮತ್ತು ಭಗವದ್ಗೀತೆ' ಸೇರಿ ಹಲವು ಪುಸ್ತಕಗಳನ್ನು ಕನ್ನಡಕ್ಕೆ ಅನುವಾದಿಸಿದ್ದಾರೆ. 'ಪ್ರಾಚೀನ ಭಾರತದಲ್ಲಿ ಜನಜೀವನ' ಮತ್ತು 'ಹಿಂದು ಮುಸ್ಲಿಮ್ ಘರ್ಷಣೆ ಸಮಸ್ಯೆಗಳು' ಪುಸ್ತಕಗಳನ್ನು ನವಕರ್ನಾಟಕ ಪ್ರಕಾಶನ ಪ್ರಕಟಿಸಿದೆ. ❍

ವಿಶ್ವಕಥಾಕೋಶ

೨೫ ಸಂಪುಟಗಳು – ಪ್ರಧಾನ ಸಂಪಾದಕರು : ನಿರಂಜನ

ಧರಣಿಮಂಡಲ ಮಧ್ಯದೊಳಗೆ : 22 ಕನ್ನಡ ಕಥೆಗಳು
ಆಫ್ರಿಕದ ಹಾಡು : ಆಫ್ರಿಕ ಖಂಡದ ಕಥೆಗಳು – ಅನು : ಸಿ. ಸೀತಾರಾಮ್
ಕಾಡಿನಲ್ಲಿ ಬೆಳದಿಂಗಳು : ವಿಯೆಟ್ನಾಮ್ ಕಥೆಗಳು – ಅನು : ಸಿ.ಪಿ. ರವಿಕುಮಾರ್
ಚೆಲುವು : ಮಂಗೋಲಿಯ, ಚೀನ, ಜಪಾನ್, ಕೊರಿಯ ಕಥೆಗಳು – ಅನು : ಜಿ.ಎಸ್. ಸದಾಶಿವ
ಸುಭಾಷಿಣಿ : ಭಾರತ, ನೆರೆಹೊರೆ ಕಥೆಗಳು – ಅನು : 23 ಅನುವಾದಕರು
ವಿಚಿತ್ರ ಕಕ್ಷಿದಾರ : ಇಂಗ್ಲೆಂಡ್ ಕಥೆಗಳು – ಅನು : ಎನ್.ಎಸ್. ರಾಮಚಂದ್ರಯ್ಯ, ಎಸ್.ಆರ್. ಭಟ್
ಮಂಜುಹೂವಿನ ಮದುವಣಿಗ : ಹಂಗೆರಿ, ರುಮಾನಿಯ ಕಥೆಗಳು –
ಅನು : ಕೆ.ಎಸ್. ನಾರಾಯಣಸ್ವಾಮಿ
ಬೂದುಬಣ್ಣದ ಕಾಂಗರೂ : ಆಸ್ಟ್ರೇಲಿಯ, ನ್ಯೂಝಿಲೆಂಡ್ ಕಥೆಗಳು –
ಅನು : ಪಾ. ಸಂಜೀವ ಬೋಳಾರ
ಹೆಜ್ಜೆಗುರುತು : ರಷ್ಯ, ನೆರೆಹೊರೆ ಕಥೆಗಳು – ಅನು : ಕೆ.ಎಸ್. ನಿಸಾರ್ ಅಹಮದ್
ಅರಬಿ : ಐರ್‌ಲೆಂಡ್, ವೇಲ್ಸ್, ಸ್ಕಾಟ್‌ಲೆಂಡ್ ಕಥೆಗಳು – ಅನು : ಶಾ. ಬಾಲು ರಾವ್
ನೆತ್ತರು ದೆವ್ವ : ಚೆಕೊಸ್ಲೊವಾಕಿಯ, ಪೋಲೆಂಡ್ ಕಥೆಗಳು – ಅನು : ಎಚ್.ಕೆ. ರಾಮಚಂದ್ರಮೂರ್ತಿ
ಬಾವಿಕಟ್ಟೆಯ ಬಳಿ : ಯುಗೊಸ್ಲಾವಿಯ, ಆಲ್ಬೇನಿಯ, ಬಲ್ಗೇರಿಯ ಕಥೆಗಳು –
ಅನು : ಚಿ. ಶ್ರೀನಿವಾಸರಾಜು
ಅದೃಷ್ಟ : ಅಮೆರಿಕ, ಕೆನಡ, ಮೆಕ್ಸಿಕೊ ಕಥೆಗಳು – ಅನು : ವೀಣಾ ಶಾಂತೇಶ್ವರ
ಸಜ್ಜನನ ಸಾವು : ಐಸ್‌ಲೆಂಡ್, ಡೆನ್‌ಮಾರ್ಕ್, ನಾರ್ವೆ, ಸ್ವೀಡನ್, ಫಿನ್‌ಲೆಂಡ್ ಕಥೆಗಳು –
ಅನು : ಕ.ನಂ. ನಾಗರಾಜು
ಡೇಗೆ ಹಕ್ಕಿ : ಇಟಲಿ, ಆಸ್ಟ್ರಿಯ ಕಥೆಗಳು – ಅನು : ಎಸ್. ಅನಂತನಾರಾಯಣ
ಅವಸಾನ : ಗ್ರೀಸ್, ಸೈಪ್ರಸ್, ಟರ್ಕಿ ಕಥೆಗಳು – ಅನು : ಎ. ಈಶ್ವರಯ್ಯ
ತಾತನ ಹುಟ್ಟುಹಬ್ಬ : ಹಾಲೆಂಡ್, ಬೆಲ್ಜಿಯಮ್, ಸ್ವಿಟ್ಜರ್‌ಲೆಂಡ್ ಕಥೆಗಳು –
ಅನು : ಸಿ.ಎಚ್. ಪ್ರಹ್ಲಾದ್‌ರಾವ್
ಬಾಲ ಮೇಧಾವಿ : ಜರ್ಮನಿ ಕಥೆಗಳು – ಅನು : ಎಚ್.ಎಸ್. ರಾಘವೇಂದ್ರರಾವ್
ಇಬ್ಬರು ಗೆಳೆಯರು : ಸ್ಪೇನ್, ಪೋರ್ಚುಗಲ್ ಕಥೆಗಳು – ಅನು : ಕೆ.ವಿ. ನಾರಾಯಣ
ಅಬಿಂದಾ – ಸಯಿದ್ : ಇಂಡೊನೇಷ್ಯ, ಫಿಲಿಪ್ಪೀನ್ಸ್, ಮಲಯ, ಸಿಂಗಾಪುರ,
ಥಾಯ್‌ಲೆಂಡ್ ಕಥೆಗಳು – ಅನು : ಎಸ್ವಾರ್ಕೆ
ನಿಗೂಢ ಸೌಧ : ಫ್ರಾನ್ಸ್ ಕಥೆಗಳು – ಅನು : ಬಸವರಾಜ ನಾಯ್ಕರ
ಬೆಳಗಾಗುವ ಮುನ್ನ : ಕ್ಯೂಬಾ, ಜಮೇಯಿಕ ಕಥೆಗಳು – ಅನು : ಶ್ರೀಕಾಂತ
ಮರಳುಗಾಡಿನ ಮದುವೆ : ಪಶ್ಚಿಮ ಏಷ್ಯ ಕಥೆಗಳು – ಅನು : ವಾಸುದೇವ
ಕಿವುಡು ವನದೇವತೆ : ದಕ್ಷಿಣ ಅಮೆರಿಕ ಕಥೆಗಳು – ಅನು : ಈಶ್ವರಚಂದ್ರ
ಸಾವಿಲ್ಲದವರು : ಪಂಚ ಮಹಾಕಾವ್ಯಗಳಿಂದ ಆಯ್ದ ಕಥೆಗಳು –
ನಿರೂಪಣೆ : ಸಿ.ಕೆ. ನಾಗರಾಜ ರಾವ್

ನವಕರ್ನಾಟಕ ಪ್ರಕಟಣೆಗಳು

ಸಾಹಿತ್ಯ ಚರಿತ್ರೆ, ಸಂಕೀರ್ಣ, ವಿಮರ್ಶೆ

ಪರಕಾಯ (ಲೇಖನ ಸಂಕಲನ)	*ಡಾ|| ರಾಮಲಿಂಗಪ್ಪ ಟಿ. ಬೇಗೂರು*	**90.00**
ಕನ್ನಡ ಸಾಹಿತ್ಯ. ಚಾರಿತ್ರಿಕ ಬೆಳವಣಿಗೆ. ಸಂಪುಟ 1 - ಪ್ರಾಚೀನ ಸಾಹಿತ್ಯ (2ನೇ ಮುದ್ರಣ)	*ಡಾ|| ಸಿ. ವೀರಣ್ಣ*	**250.00**
ಕನ್ನಡ ಸಾಹಿತ್ಯ. ಚಾರಿತ್ರಿಕ ಬೆಳವಣಿಗೆ - ಸಂಪುಟ 2 - ಮಧ್ಯಕಾಲೀನ ಸಾಹಿತ್ಯ	*ಡಾ|| ಸಿ. ವೀರಣ್ಣ*	**300.00**
ಎಸ್. ಎಲ್. ಭೈರಪ್ಪ ಕಾದಂಬರಿಗಳೊಂದಿಗೆ ಧರ್ಮ-ಕರ್ಮ ಜಿಜ್ಞಾಸೆ	*ಡಾ|| ಕೆ. ಎಲ್. ಗೋಪಾಲಕೃಷ್ಣಯ್ಯ*	**125.00**

ನವಕರ್ನಾಟಕ ಸಾಹಿತ್ಯ ಸಂಪದ

(ಕೇಂದ್ರ ಸಾಹಿತ್ಯ ಅಕಾಡೆಮಿ ಪ್ರಶಸ್ತಿ ಪುರಸ್ಕೃತ ಕನ್ನಡ ಲೇಖಕರ ಬದುಕು-ಬರೆಹ ಮಾಲೆ)

♦ ಮೊದಲನೇ ಕಂತಿನ ಪುಸ್ತಕಗಳು

ಕುವೆಂಪು (3ನೇ ಮುದ್ರಣ)	*ಡಾ|| ಪ್ರಧಾನ್ ಗುರುದತ್ತ*	**60.00**
ರಂ. ಶ್ರೀ. ಮುಗಳಿ (2ನೇ ಮುದ್ರಣ)	*ಡಾ|| ತಾಳ್ತಜೆ ವಸಂತಕುಮಾರ*	**60.00**
ದ. ರಾ. ಬೇಂದ್ರೆ (3ನೇ ಮುದ್ರಣ)	*ಎನ್ಕೆ. ಕುಲಕರ್ಣಿ*	**60.00**
ಶಿವರಾಮ ಕಾರಂತ (3ನೇ ಮುದ್ರಣ)	*ಮಾಲಿನಿ ಮಲ್ಯ*	**60.00**
ವಿ. ಕೃ. ಗೋಕಾಕ (2ನೇ ಮುದ್ರಣ)	*ಡಾ|| 'ಜೀವಿ' ಕುಲಕರ್ಣಿ*	**60.00**
ದೇವುಡು (2ನೇ ಮುದ್ರಣ)	*ಡಾ|| ಸಿ. ಎಸ್. ಶಿವಕುಮಾರಸ್ವಾಮಿ*	**60.00**
ಬಿ. ಪುಟ್ಟಸ್ವಾಮಯ್ಯ (2ನೇ ಮುದ್ರಣ)	*ಡಾ|| ಕೃಷ್ಣಮೂರ್ತಿ ಹನೂರು*	**60.00**
ಡಿ. ವಿ. ಗುಂಡಪ್ಪ(2ನೇ ಮುದ್ರಣ)	*ಡಿ. ಆರ್. ವೆಂಕಟರಮಣನ್*	**60.00**
ಎ. ಎನ್. ಮೂರ್ತಿರಾವ್ (2ನೇ ಮುದ್ರಣ)	*ಡಾ|| ಪಿ. ಶಾಂತಾರಾಮ ಪ್ರಭು*	**60.00**
ಚದುರಂಗ (2ನೇ ಮುದ್ರಣ)	*ಡಾ|| ಎಂ. ಎಸ್. ವೇದಾ*	**60.00**
ವ್ಯಾಸರಾಯ ಬಲ್ಲಾಳ (2ನೇ ಮುದ್ರಣ)	*ಡಾ|| ಡಿ. ವಿಜಯಲಕ್ಷ್ಮಿ*	**60.00**
ಚಂದ್ರಶೇಖರ ಕಂಬಾರ (2ನೇ ಮುದ್ರಣ)	*ಡಾ|| ಬಸವರಾಜ ಮಲಶೆಟ್ಟಿ*	**60.00**

♦ ಎರಡನೇ ಕಂತಿನ ಪುಸ್ತಕಗಳು

ಬಿ. ಜಿ. ಎಲ್. ಸ್ವಾಮಿ (2ನೇ ಮುದ್ರಣ)	*ಡಾ|| ಮುಳುಕುಂಟೆ ರಮೇಶ್*	**60.00**
ರಾ. ಶಿ. (2ನೇ ಮುದ್ರಣ)	*ಡಾ|| ಎಚ್. ಎಸ್. ಗೋಪಾಲ ರಾವ್*	**60.00**
ದೇವನೂರ ಮಹಾದೇವ (2ನೇ ಮುದ್ರಣ)	*ಎನ್. ಪಿ. ಶಂಕರನಾರಾಯಣ ರಾವ್*	**60.00**
ಪು. ತಿ. ನ. (2ನೇ ಮುದ್ರಣ)	*ಡಾ|| ಪ್ರಭುಶಂಕರ*	**60.00**
ಶ್ರೀನಿವಾಸ (ಮಾಸ್ತಿ ವೆಂಕಟೇಶ ಅಯ್ಯಂಗಾರ್) (2ನೇ ಮು.)	*ಪ್ರೊ|| ಜಿ. ಎಸ್. ಸಿದ್ಧಲಿಂಗಯ್ಯ*	**60.00**
ತ. ರಾ. ಸು. (2ನೇ ಮುದ್ರಣ)	*ನಾ. ಪ್ರಭಾಕರ*	**60.00**
ಪೂರ್ಣಚಂದ್ರ ತೇಜಸ್ವಿ (3ನೇ ಮುದ್ರಣ)	*ಡಾ|| ಎಚ್. ಎಂ. ಮಹೇಶ್ವರಯ್ಯ*	**60.00**
ಹಾ. ಮಾ. ನಾಯಕ (2ನೇ ಮುದ್ರಣ)	*ಡಾ|| ಪ್ರಧಾನ್ ಗುರುದತ್ತ*	**60.00**

ಚಿದಾನಂದಮೂರ್ತಿ (2ನೇ ಮುದ್ರಣ)	*ಡಾ|| ಸಂಗಮೇಶ ಸವದತ್ತಿಮಠ*	**60.00**
ಗಿರೀಶ್ ಕಾರ್ನಾಡ್ (3ನೇ ಮುದ್ರಣ)	*ಡಾ|| ಮೀರಾ ಮೂರ್ತಿ*	**60.00**
ಯಶವಂತ ಚಿತ್ತಾಲ (2ನೇ ಮುದ್ರಣ)	*ಡಾ|| ಕೆ. ಎಲ್. ಗೋಪಾಲಕೃಷ್ಣಯ್ಯ*	**60.00**
ಕೆ. ಎಸ್. ನರಸಿಂಹಸ್ವಾಮಿ (2ನೇ ಮುದ್ರಣ)	*ಡಾ|| ರಾಮೇಗೌಡ*	**60.00**

♦ ಮೂರನೇ ಕಂತಿನ ಪುಸ್ತಕಗಳು

ಶಾಂತಿನಾಥ ದೇಸಾಯಿ (2ನೇ ಮುದ್ರಣ)	*ಡಾ|| ಪ್ರೀತಿ ಶುಭಚಂದ್ರ*	**60.00**
ಎಸ್. ಎಲ್. ಭೈರಪ್ಪ (2ನೇ ಮುದ್ರಣ)	*ದೇಶ ಕುಲಕರ್ಣಿ*	**60.00**
ಪಿ. ಲಂಕೇಶ್ (2ನೇ ಮುದ್ರಣ)	*ಡಾ|| ಹಾಲತಿ ಸೋಮಶೇಖರ್*	**60.00**
ಎ. ಆರ್. ಕೃಷ್ಣಶಾಸ್ತ್ರಿ (2ನೇ ಮುದ್ರಣ)	*ಬಿ. ವಿ. ಶ್ರೀಧರ*	**60.00**
ಕೀರ್ತಿನಾಥ ಕುರ್ತಕೋಟಿ (2ನೇ ಮುದ್ರಣ)	*ಡಾ|| ಕೃಷ್ಣಮೂರ್ತಿ ಚಂದರ್*	**60.00**
ಗೋಪಾಲಕೃಷ್ಣ ಅಡಿಗ (2ನೇ ಮುದ್ರಣ)	*ಬಾಲಸುಬ್ರಹ್ಮಣ್ಯ ಕಂಜರ್ಪಣೆ*	**60.00**
ವಿ. ಸೀತಾರಾಮಯ್ಯ (2ನೇ ಮುದ್ರಣ)	*ಪ್ರೊ|| ಎಂ. ರಾಮಚಂದ್ರ*	**60.00**
ಎಲ್. ಎಸ್. ಶೇಷಗಿರಿ ರಾವ್ (2ನೇ ಮುದ್ರಣ)	*ಡಾ|| ಪಿ. ವಿ. ನಾರಾಯಣ*	**60.00**
ಎಚ್. ತಿಪ್ಪೇರುದ್ರಸ್ವಾಮಿ (2ನೇ ಮುದ್ರಣ)	*ಡಾ|| ಎನ್. ಎಸ್. ತಾರಾನಾಥ*	**60.00**
ಎಸ್. ವಿ. ರಂಗಣ್ಣ (2ನೇ ಮುದ್ರಣ)	*ಡಾ|| ಸಿ. ಪಿ. ಕೃಷ್ಣಕುಮಾರ್*	**60.00**
ಗೊರೂರು ರಾಮಸ್ವಾಮಿ ಅಯ್ಯಂಗಾರ್ (2ನೇ ಮುದ್ರಣ)	*ಡಾ|| ಪ್ರಧಾನ್ ಗುರುದತ್ತ*	**60.00**
ಬಿ. ಸಿ. ರಾಮಚಂದ್ರ ಶರ್ಮ (2ನೇ ಮುದ್ರಣ)	*ಲಿಂಗದೇವರು ಹಳೆಮನೆ*	**60.00**

♦ ನಾಲ್ಕನೇ ಕಂತಿನ ಪುಸ್ತಕಗಳು

ಕೆ.ವಿ.ಸುಬ್ಬಣ್ಣ	*ಡಾ|| ನಾ. ದಾಮೋದರ ಶೆಟ್ಟಿ*	**60.00**
ಶ್ರೀರಂಗ	*ಡಾ|| ಬಿ. ಎನ್. ಸುಮಿತ್ರಾಬಾಯಿ*	**60.00**
ಜಿ. ಎಸ್. ಆಮೂರ	*ಬಾಲಸುಬ್ರಹ್ಮಣ್ಯ ಕಂಜರ್ಪಣೆ*	**60.00**
ಡಿ. ಆರ್. ನಾಗರಾಜ	*ಡಾ|| ಚಂದ್ರಶೇಖರ ನಂಗಲಿ*	**60.00**
ಚೆನ್ನವೀರ ಕಣವಿ	*ಡಾ|| ಗುರುಲಿಂಗ ಕಾಪಸೆ*	**60.00**
ಗೀತಾ ನಾಗಭೂಷಣ	*ಡಾ|| ಎನ್. ಗಾಯತ್ರಿ*	**60.00**
ಶಂ. ಬಾ. ಜೋಶಿ	*ಪ್ರೊ|| ಮಲ್ಲೇಪುರಂ ಜಿ. ವೆಂಕಟೇಶ*	**60.00**
ಶಂಕರ ಮೊಕಾಶಿ ಪುಣೇಕರ	*ಡಾ|| ಜಿ. ಎನ್. ಉಪಾಧ್ಯ*	**60.00**

ವನಿತಾ ಚಿಂತನ ಮಾಲೆ

ನೂರಿ (ಕಾದಂಬರಿ)	*ಡಾ|| ಜಾನಕಿ ಸುಂದರೇಶ್*	**140.00**
ಮಣ್ಣಿಂದ ಎದ್ದವರು (ಕಾದಂಬರಿ)	*ಕುಸುಮಾ ಶಾನುಭಾಗ*	**80.00**
ಶಕ್ತಿಧಾಮದ ಕಥೆಗಳು (ನೈಜ ಘಟನೆಗಳು)	*ಜಿ. ಎಸ್. ಜಯದೇವ*	**65.00**
ಆಲಾಹಳ ಹೆಣ್ಣುಮಕ್ಕಳು (ಕಾದಂಬರಿ)	*ಮಲಯಾಳಂ ಮೂಲ : ಸಾರಾ ಜೋಸೆಫ್ (ಅನು : ಪಾರ್ವತಿ ಜಿ. ಐತಾಳ)*	**100.00**
ಸಂಗತಿ (ಆತ್ಮಕಥೆ)	*ತಮಿಳು ಮೂಲ : ಬಾಮ (ಅನು : ಎಸ್. ಪ್ಲೋಮಿನ್ ದಾಸ್)*	**65.00**
ಉಷೋದಯ (ಕಾದಂಬರಿ)	*ತೆಲುಗು ಮೂಲ : ಓಲ್ಗ (ಅನು : ಮಿಸ್ ಸಂಪತ್)*	**65.00**

ಬದುಕು ನಮ್ಮದು (ಆತ್ಮಕಥೆ) ಮರಾಠಿ ಮೂಲ : ಬೇಬಿತಾಯಿ ಕಾಂಬಳೆ
(ಅನು : ಚಂದ್ರಕಾಂತ ಪೋಕಳೆ) 55.00

ನೋವು ತುಂಬಿದ ಬದುಕು (ಆತ್ಮಕಥೆ) ಬಂಗಾಳಿ ಮೂಲ : ಬೇಬಿ ಹಾಲ್ದಾರ್
(ಅನು : ಜಿ. ಕುಮಾರಪ್ಪ) 90.00

ನಿರಕ್ಷರಿಯ ಆತ್ಮಕಥೆ (ಆತ್ಮಕಥೆ) ಹಿಂದಿ ಮೂಲ : ಸುಶೀಲಾ ರಾಯ್ (ಅನು : ಜಿ. ಕುಮಾರಪ್ಪ) 55.00

ಅಂತಿಮ ಜ್ವಾಲೆ (ಕಾದಂಬರಿ) ಹಿಂದಿ ಮೂಲ : ಹಿಮಾಂಶು ಜೋಶಿ
(ಅನು : ಡಾ|| ಜೆ. ಎಸ್. ಕುಸುಮ ಗೀತ) 55.00

ಸೀತಾ ಕಾವ್ಯಕಥನ (ಕಾವ್ಯ) ಡಾ|| ಎಮ್. ಎನ್. ಕೇಶವರಾವ್ 45.00

ಅಮ್ಮನಿಗೆ ಹಜ್ ಬಯಕೆ ಮೂಲ : ಅಸ್ಮಾ ನಾಡಿಯಾ
(ಇಂಡೋನೇಶಿಯಾದ ದಿಟ್ಟ ಮಹಿಳೆಯರ ಸಹಜ ಕಥೆಗಳು) (ಅನು : ಎಚ್. ಎನ್. ಗೀತಾ) 70.00

ಸೂಫಿ ಮಹಿಳೆಯರು ಫಕೀರ್ ಮುಹಮ್ಮದ್ ಕಟ್ಪಾಡಿ 60.00

ದೀಪಧಾರಿಣಿ (ಫ್ಲಾರೆನ್ಸ್ ನೈಟಿಂಗೇಲ್ ಬದುಕು-ಸಾಧನೆ) ಬಿ. ಜಿ. ಕುಸುಮಾ 40.00

ಬಿ. ರಂಗನಾಯಕಮ್ಮ (ಬದುಕು-ಸಾಧನೆ) ಪ್ರೊ|| ಬಿ. ಎಸ್. ಮಯೂರ 40.00

ಕಾಲುಹಾದಿಯ ಕೋಲ್ಮಿಂಚುಗಳು - ಮಹಿಳಾ ವಿಜ್ಞಾನಿಗಳು ನೇಮಿಚಂದ್ರ 75.00

ಹೋರಾಟದ ಹಾದಿಯಲ್ಲಿ ಧೀಮಂತ ಮಹಿಳೆಯರು ನೇಮಿಚಂದ್ರ 50.00

ಕಥಾಸಾಹಿತ್ಯ

♦ ಕಾದಂಬರಿ

ಯಾದ್ ವಶೇಮ್ (ನೂರು ಸಾವಿರ ಸಾವಿನ ನೆನಪು. 2ನೇ ಮುದ್ರಣ) ನೇಮಿಚಂದ್ರ 190.00

ಸರಕುಗಳು (2ನೇ ಮುದ್ರಣ) ಫಕೀರ್ ಮುಹಮ್ಮದ್ ಕಟ್ಪಾಡಿ 75.00

ಜೆಹಾದ್ (2ನೇ ಮುದ್ರಣ) ಬೊಳುವಾರು ಮಹಮದ್ ಕುಂಞ 95.00

ಕಾಫಿ ನಾಡಿನ ಕಿತ್ತಳೆ ಗಿರಿಮನೆ ಶಾಮರಾವ್ 110.00

ಜೇನು ಆಕಾಶದ ಅರಮನೆಯೊ... ಕ್ಷೀರಸಾಗರ 90.00

ಬೇಡಿ ಕಳಚಿತು ದೇಶ ಒಡೆಯಿತು (ಭಾರತ ಸ್ವಾತಂತ್ರ್ಯ ಸಂಗ್ರಾಮ ಕುರಿತ
ರೋಮಾಂಚನಕಾರಿ ಬೃಹತ್ ಕಾದಂಬರಿ) ಕೋ. ಚೆನ್ನಬಸಪ್ಪ 600.00

ಹೇಮಂತಗಾನ (5ನೇ ಮುದ್ರಣ) ವ್ಯಾಸರಾಯ ಬಲ್ಲಾಳ 140.00

ತಿರುಗಿ ನರಜನ್ಮ ಮುದ್ದೂರು ಗೋಪಾಲಕೃಷ್ಣ ನಾಯಕ್ 70.00

ವಾರಾಣಸಿ ಮಲಯಾಳಂ ಮೂಲ : ಎಂ. ಟಿ. ವಾಸುದೇವನ್ ನಾಯರ್
(ಅನು : ಕೆ. ಎಸ್. ಕರುಣಾಕರನ್) 75.00

ಭಂಡಾರ ಭೋಗ ಮರಾಠಿ ಮೂಲ : ರಾಜನ್ ಗವಸ (ಅನು : ಚಂದ್ರಕಾಂತ ಪೋಕಳೆ) 80.00

ಮಯ್ಯಾದಾಸನ ವಾಡೆ ಹಿಂದಿ ಮೂಲ : ಭೀಷ್ಮ ಸಾಹನಿ (ಅನು : ದು. ನಿಂ. ಬೆಳಗಲಿ) 160.00

ತಮಸ್ (3ನೇ ಮುದ್ರಣ) ಹಿಂದಿ ಮೂಲ : ಭೀಷ್ಮ ಸಾಹನಿ
(ಅನು : ಶಾರದಾ ಸ್ವಾಮಿ, ಡಾ|| ಎಸ್. ಎಂ. ರಾಮಚಂದ್ರ ಸ್ವಾಮಿ) 110.00

ವೋಲ್ಗಾ-ಗಂಗಾ (6ನೇ ಮುದ್ರಣ)
ಹಿಂದಿ ಮೂಲ : ರಾಹುಲ ಸಾಂಕೃತ್ಯಾಯನ (ಅನು : ಬಿ. ಎಂ. ಶರ್ಮಾ) 160.00

♦ ಕವನ

ಜೀವೋಪನಿಷತ್	ಡಾ॥ ಎಮ್. ಎನ್. ಕೇಶವರಾವ್	**45.00**
ಚುಕ್ಕಿ ಚಂದ್ರಮ		
(ಜನಪ್ರಿಯ ವಿಜ್ಞಾನ ಕವನ ಸಂಕಲನ. 2ನೇ ಮುದ್ರಣ)	ಎಸ್. ಮಂಜುನಾಥ	**40.00**
ನಕ್ಷತ್ರ ನಕ್ಕಾಗ (ಹನಿಗವನಗಳ ಸಂಕಲನ)	ಜಿ. ಆರ್. ಪರಿಮಳಾ ರಾವ್	**25.00**
ಋತುಗಾನ (ಇಂಗ್ಲೆಂಡಿನ ಇಂಚರ ಹೈಕುಗಳು)	ಜಿ. ಆರ್. ಪರಿಮಳಾ ರಾವ್	**25.00**
ಸ್ವರ್ಣ ಸಂಪಿಗೆ (ಜಪಾನಿನ ಮಾದರಿ ಹೈಕುಗಳು)	ಜಿ. ಆರ್. ಪರಿಮಳಾ ರಾವ್	**20.00**
ತೊಟ್ಟಿಕ್ಕುವ ಪದ್ಯಗಳು	ಡಾ॥ ಆರ್ಕೆ, ಮಣಿಪಾಲ	**25.00**
ಭಾನುವಾರವೆಂದರೆ	ಸುಕನ್ಯಾ ಕಳಸ	**20.00**
ರಸ್ತೆ	ಗಣೇಶ ಪಿ. ನಾಡೋರ	**20.00**

♦ ನಾಟಕ

ಪೂರ್ಣಚಂದ್ರ ತೇಜಸ್ವಿಯವರ 'ಕರ್ವಾಲೋ'	ಅ. ನಾ. ರಾವ್ ಜಾಧವ್	**60.00**
ಚಾರ್ವಾಕ (2ನೇ ಮುದ್ರಣ)	ಸತ್ಯನಾರಾಯಣರಾವ್ ಅಣತಿ	**40.00**
ಭೀಮ ಕಥಾನಕ	ಎಸ್. ಮಾಲತಿ	**25.00**
ಪರಿಹಾರ	ಹಿಂದಿ ಮೂಲ : ಭೀಷ್ಮ ಸಾಹನಿ (ಅನು: ಅಶ್ವಿನಿ ರಂಗಾ)	**50.00**
ಬರ್ಟೋಲ್ಟ್ ಬ್ರೆಖ್ಟ್‌ನ ನಾಟಕ 'ಗೆಲಿಲಿಯೋ'	(ಅನು : ಪ್ರೊ॥ ಜಿ. ಆರ್. ಲಕ್ಷ್ಮಣ ರಾವ್,	
(3ನೇ ಮುದ್ರಣ)	ಡಾ॥ ಎಚ್. ಕೆ. ರಾಮಚಂದ್ರ ಮೂರ್ತಿ)	**28.00**

♦ ಹಾಸ್ಯ ಸಾಹಿತ್ಯ

ಅಪಾರ್ಥಿನಿ (ಪರಿಷ್ಕೃತ 2ನೇ ಮುದ್ರಣ)	ಅಮೃತ ಸೋಮೇಶ್ವರ	**30.00**
ಹಾಸ್ಯ ವಾಹಿನಿ (ನಗೆ ಬರಹಗಳು. 2ನೇ ಮುದ್ರಣ)	ರಾಮಿ	**50.00**
ಹಾಸ್ಯ ಚಟಾಕಿ (ನಗೆಹನಿಗಳು. 4ನೇ ಮುದ್ರಣ)	ಸಂಪಟೂರು ವಿಶ್ವನಾಥ್	**20.00**
ನಗೆಬುಗ್ಗೆ (ನಗೆಹನಿಗಳು. 3ನೇ ಮುದ್ರಣ)	ಎಸ್. ಎನ್. ಶಿವಸ್ವಾಮಿ	**15.00**
ನಗೆತುಂತುರು (ನಗೆಹನಿಗಳು. 3ನೇ ಮುದ್ರಣ)	ಎಸ್. ಎನ್. ಶಿವಸ್ವಾಮಿ	**15.00**
ನಗೆಮುಗಿಲು (ನಗೆಹನಿಗಳು. 7ನೇ ಮುದ್ರಣ)	ಎಸ್. ಎನ್. ಶಿವಸ್ವಾಮಿ	**15.00**
ನಗೆಮಿಂಚು (ನಗೆಹನಿಗಳು. 7ನೇ ಮುದ್ರಣ)	ಎಸ್. ಎನ್. ಶಿವಸ್ವಾಮಿ	**15.00**
ನಗೆಗೊಂಚಲು (ನಗೆಹನಿಗಳು. 7ನೇ ಮುದ್ರಣ)	ಎಸ್. ಎನ್. ಶಿವಸ್ವಾಮಿ	**15.00**
ನನ್ನ ಮೆಚ್ಚಿನ ಜೋಕುಗಳು (ನಗೆಹನಿಗಳು. 9ನೇ ಮುದ್ರಣ)	ಉದಯ್ ಜಾದೂಗಾರ್	**20.00**
ಆಸ್ಪತ್ರೆಯಲ್ಲಿ ಹಾಸ್ಯ (ನಗೆಹನಿಗಳು. 6ನೇ ಮುದ್ರಣ)	ಡಾ॥ ಲೀಲಾವತಿ ದೇವದಾಸ್	**15.00**
ಏನಾಯಿತು ? (ಮಿನಿ ಕವಿತೆಗಳು. 2ನೇ ಮುದ್ರಣ)	ಎಚ್. ಡುಂಡಿರಾಜ್	**30.00**
ಸಂತೆಯಲ್ಲಿ ಸುಬ್ರಹ್ಮಣ್ಯ	ಎಸ್. ಸುಬ್ರಹ್ಮಣ್ಯ	**55.00**

ಭಾವಚಿತ್ರಗಳು

ಕನ್ನಡ ಸಾಹಿತಿಗಳ ಭಾವಚಿತ್ರಗಳು		
(ಡಿಮ್ಮೆ ¼ ಗಾತ್ರದ ಸುಮಾರು 40 ಚಿತ್ರಗಳು ಲಭ್ಯ)	(ಬೆಲೆ ತಲಾ ರೂ.)	**5.00**